ਵਰਦਾਨ

(ਨਾਵਲ)

ਮੁਨਸ਼ੀ ਪ੍ਰੇਮ ਚੰਦ

ਸੰਗਮ ਪਬਲੀਕੇਸ਼ਨਜ਼, ਸਮਾਣਾ

Vardaan
(a novel)
by
Munshi Prem Chand

© ਪ੍ਰਕਾਸ਼ਕ
2014

ISBN 978-93-80085-51-7

ਪ੍ਰਕਾਸ਼ਕ : ਸੰਗਮ ਪਬਲੀਕੇਸ਼ਨਜ਼,
ਸੇਖੋਂ ਕਲੋਨੀ, ਨੇੜੇ ਬੱਸ ਸਟੈਂਡ,
ਸਮਾਣਾ—147101, ਜ਼ਿਲ੍ਹਾ: ਪਟਿਆਲਾ
ਫੋਨ: 01764-223047, 222347
ਮੋਬਾਈਲ: 98152-43917

ਟਾਈਪ : ਸੰਗਮ ਟਾਈਪਸੈਟਰਜ਼
ਪ੍ਰਿੰਟਰਜ਼ : ਸ਼ਿਵ ਸ਼ਕਤੀ ਪ੍ਰਿੰਟਰਜ਼, ਦਿੱਲੀ

ਵਰਦਾਨ
(ਨਾਵਲ)

ਮੁਨਸ਼ੀ ਪ੍ਰੇਮ ਚੰਦ ਦੀਆਂ ਪੰਜਾਬੀ ਵਿੱਚ ਉਪਲਬਧ ਹੋਰ ਪੁਸਤਕਾਂ

➤ਗਬਨ

➤ਕਰਮਭੂਮੀ

➤ਗੋਦਾਨ

➤ਨਿਰਮਲਾ

➤ਕਫ਼ਨ

➤ਵਰਦਾਨ

➤ਸੇਵਾ ਸਦਨ

ਨਾਵਲ ਬਾਰੇ

ਮੁਨਸ਼ੀ ਪ੍ਰੇਮਚੰਦ ਨੇ ਆਪਣੀ ਸਾਹਿਤ-ਘਾਲਣਾ ਨਾਲ ਹਿੰਦੀ-ਉਰਦੂ ਹੀ ਨਹੀਂ, ਸਗੋਂ ਪੂਰੇ ਭਾਰਤੀ ਸਾਹਿਤ ਦੇ ਵਿਰਸੇ ਨੂੰ ਅਮੀਰ ਕੀਤਾ ਹੈ। ਪੂਰਵ-ਸੁਤੰਤਰਤਾ ਕਾਲ ਦੇ ਭਾਰਤ ਵਿਚਲੇ ਪੇਂਡੂ ਜਨ-ਸਾਧਾਰਨ ਤੇ ਮੱਧਵਰਗੀ ਸ਼ਹਿਰੀ ਜੀਵਨ ਸ਼ੈਲੀ ਤੇ ਮਾਨਸਿਕਤਾ ਨੂੰ ਜਿਸ ਸਾਰਕਥਤਾ ਤੇ ਯਥਾਰਥਕਤਾ ਨਾਲ ਉਨ੍ਹਾਂ ਨੇ ਆਪਣੀਆਂ ਰਚਨਾਵਾਂ ਵਿਚ ਸਾਕਾਰ ਕੀਤਾ ਹੈ, ਉਹ ਲਾਸਾਨੀ ਹੈ। ਉਨ੍ਹਾਂ ਦੀਆਂ ਰਚਨਾਵਾਂ ਵਿਚ ਸਮਾਜਿਕ ਯਥਾਰਥਵਾਦ ਤੇ ਸਮਾਜਿਕ ਆਦਰਸ਼ਵਾਦ ਸਮਾਂਤਰ ਰੇਖਾ ਵਿਚ ਚੱਲਦੇ ਮਿਲਦੇ ਹਨ। ਉਨ੍ਹਾਂ ਦਾ ਹੱਥਲਾ ਨਾਵਲ 'ਵਰਦਾਨ' ਵੀ ਇਸੇ ਤਰਜ਼ ਦੀ ਇਕ ਬਿਹਤਰੀਨ ਰਚਨਾ ਹੈ। ਅਸਲ ਵਿਚ ਇਹ ਪਿਆਰ ਦੇ ਵੈਰਾਗ, ਸੰਜੋਗ ਦੇ ਵਿਯੋਗ, ਤਿਆਗ ਦੇ ਬਲੀਦਾਨ, ਸਾਧਨਾ ਦੇ ਜੋਗ, ਨਫ਼ਰਤ ਦੇ ਪ੍ਰਾਸਚਿਤ, ਵਿਦਵਤਾ ਦੇ ਨਿਮਰਤਾ, ਮਨ ਦੇ ਵਿਕਾਰਾਂ ਦੇ ਆਦਰਸ਼ ਵਿਚਾਰਾਂ, ਵਿਲਾਸੀ ਜੀਵਨ ਦੀ ਕਾਮਨਾ ਦੇ ਦੇਸ਼-ਸੇਵਾ ਦੀ ਭਾਵਨਾ ਅਤੇ ਹਾਲਾਤ ਦੇ ਅਸਹਿਜ ਵਰਤਾਰੇ ਦੇ ਦੈਵੀ ਵਰਦਾਨ ਵਿਚ ਵਟ ਜਾਣ ਦੀ ਗਾਥਾ ਹੈ। ਕਿਉਂਕਿ ਇਸ਼ਕ-ਹਕੀਕੀ ਨਿੱਜ ਦੀ ਨਹੀਂ, ਬਲਕਿ ਹਮੇਸ਼ਾ ਸਰਬੱਤ ਦੇ ਹਿੱਤ ਦੀ ਹੀ ਕਾਮਨਾ ਰੱਖਦਾ ਹੈ, ਇਸ ਲਈ ਇਸ ਹੱਥਲੇ ਨਾਵਲ ਵਿਚ ਰੂਪਮਾਨ ਹੋਇਆ ਪਿਆਰ, ਜਿਸ ਵਿਚ ਪਾਕੀਜ਼ਗੀ ਹੀ ਪਾਕੀਜ਼ਗੀ ਹੈ, ਅਧੀਨਗੀ ਨਹੀਂ, ਇਸ਼ਕ-ਹਕੀਕੀ ਦੀ ਸਹੀ ਪਰਿਭਾਸ਼ਾ ਬਣ ਕੇ ਉਭਰਿਆ ਹੈ। ਮੁਨਸ਼ੀ ਪ੍ਰੇਮਚੰਦ ਦੇ ਇਸ ਸ੍ਰੇਸ਼ਠ ਨਾਵਲ ਦੇ ਪੰਜਾਬੀ ਉਤਾਰੇ ਨੂੰ ਬੜੇ ਹੀ ਸੁਚੱਜੇ ਢੰਗ ਨਾਲ ਪ੍ਰਕਾਸ਼ਿਤ ਕਰਨ ਲਈ ਮੈਂ ਸਮੂਹ ਪੰਜਾਬੀ ਪਾਠਕਾਂ ਵੱਲੋਂ 'ਸੰਗਮ-ਪਬਲੀਕੇਸ਼ਨਜ਼, ਸਮਾਣਾ' ਦੇ ਸ੍ਰੀ ਅਸ਼ੋਕ ਕੁਮਾਰ ਗਰਗ ਜੀ ਨੂੰ ਤਹਿ ਦਿਲੋਂ ਮੁਬਾਰਕਬਾਦ ਤੇ ਧੰਨਵਾਦ ਕਹਿੰਦਾ ਹਾਂ। ਆਮੀਨ!

—ਅਨੁਵਾਦਕ

17 ਸਤੰਬਰ, 2009

ਜਸਪ੍ਰੀਤ ਸਿੰਘ ਜਗਰਾਓਂ
C/o-144/8,
ਮੁਹੱਲਾ ਅਰੋੜਾ ਸੈਫ਼ਾਬਾਦੀ ਗੇਟ,
ਪਟਿਆਲਾ-147001
98722-33474

1.

ਵਰਦਾਨ

ਵਿੰਧਿਆਂਚਲ ਪਰਬਤ ਅੱਧੀ ਰਾਤ ਦੇ ਸੰਘਣੇ ਹਨੇਰੇ ਵਿੱਚ ਕਾਲੇ-ਸਿਆਹ ਦੇਵਤੇ ਦੀ ਤਰ੍ਹਾਂ ਖੜ੍ਹਾ ਸੀ। ਉਸ 'ਤੇ ਉਗੇ ਹੋਏ ਛੋਟੇ ਛੋਟੇ ਦਰੱਖ਼ਤ ਇਸ ਪ੍ਰਕਾਰ ਨਜ਼ਰ ਆਉਂਦੇ ਨੇ, ਜਿਵੇਂ ਇਹ ਉਸ ਦੀਆਂ ਜਟਾਵਾਂ ਹੋਣ ਅਤੇ ਅਸ਼ਟਭੁਜਾ ਦੇਵੀ ਦਾ ਮੰਦਿਰ, ਜਿਸ ਦੇ ਕਲਸ਼ 'ਤੇ ਸਫ਼ੈਦ ਝੰਡੀਆਂ ਹਵਾ ਦੀਆਂ ਮੰਦ-ਮੰਦ ਤਰੰਗਾਂ ਨਾਲ ਲਹਿਰਾ ਰਹੀਆਂ ਸਨ, ਉਸ ਦੇਵਤੇ ਦਾ ਮੱਥਾ ਹੋਵੇ। ਮੰਦਿਰ ਵਿਚ ਇੱਕ ਝਿਲਮਿਲਾਉਂਦਾ ਹੋਇਆ ਦੀਵਾ ਸੀ, ਜਿਸ ਨੂੰ ਦੇਖ ਕੇ ਕਿਸੇ ਧੁੰਦਲੇ ਤਾਰੇ ਦਾ ਭੁਲੇਖਾ ਪੈ ਜਾਂਦਾ ਸੀ।

ਅੱਧੀ ਰਾਤ ਬੀਤ ਚੁੱਕੀ ਸੀ। ਚਾਰੇ ਪਾਸੇ ਘੋਰ ਸੰਨਾਟਾ ਫੈਲਿਆ ਹੋਇਆ ਸੀ। ਗੰਗਾ ਜੀ ਦੀਆਂ ਕਾਲੀਆਂ ਸਿਆਹ ਲਹਿਰਾਂ ਪਰਬਤ ਦੇ ਥੱਲੇ ਸੁਖਦ ਵਹਾਅ ਨਾਲ ਵਹਿ ਰਹੀਆਂ ਸਨ। ਉਨ੍ਹਾਂ ਦੇ ਵਹਾਅ ਨਾਲ ਇੱਕ ਮਨਮੋਹਕ ਰਾਗ ਦੀ ਧੁਨ ਨਿਕਲ ਰਹੀ ਸੀ। ਵਿਚ-ਵਿਚ ਬੇੜੀ 'ਤੇ ਅਤੇ ਕਿਨਾਰਿਆਂ ਦੇ ਨੇੜੇ-ਤੇੜੇ ਮੱਲਾਹਾਂ ਦੇ ਚੁੱਲ੍ਹਿਆਂ ਦੀ ਆਂਚ ਦਿਖਾਈ ਦੇ ਰਹੀ ਸੀ। ਅਜਿਹੇ ਵੇਲੇ ਇਕ ਸਫ਼ੈਦ ਲਿਬਾਸਧਾਰੀ ਔਰਤ ਅਸ਼ਟਭੁਜਾ ਦੇਵੀ ਦੇ ਸਨਮੁਖ ਹੱਥ ਜੋੜੀ ਬੈਠੀ ਹੋਈ ਸੀ। ਉਸਦਾ ਪ੍ਰੋੜ੍ਹ ਚਿਹਰਾ ਪੀਲਾ ਭੂਕ ਸੀ ਅਤੇ ਭਾਵਾਂ ਤੋਂ ਵਿਆਕੁਲਤਾ ਝਲਕ ਰਹੀ ਸੀ। ਉਸ ਨੇ ਦੇਰ ਤੱਕ ਸਿਰ ਝੁਕਾਈ ਰੱਖਣ ਦੇ ਬਾਅਦ ਕਿਹਾ—

"ਮਾਂ! ਅੱਜ ਵੀਹ ਸਾਲਾਂ ਤੋਂ ਕੋਈ ਮੰਗਲਵਾਰ ਅਜਿਹਾ ਨਹੀਂ ਲੰਘਿਆ ਜਦ ਕਿ ਮੈਂ ਤੇਰੇ ਚਰਣਾਂ 'ਤੇ ਸੀਸ ਨਾ ਝੁਕਾਇਆ ਹੋਵੇ। ਇਕ ਦਿਨ ਵੀ ਅਜਿਹਾ ਨਹੀਂ ਲੰਘਿਆ ਜਦ ਕਿ ਮੈਂ ਤੇਰੇ ਚਰਣਾਂ ਦਾ ਧਿਆਨ ਨਾ ਕੀਤਾ ਹੋਵੇ। ਤੂੰ ਜਗ ਨੂੰ ਤਾਰਨ ਵਾਲੀ ਮਹਾਰਾਣੀ ਏਂ ਤੇਰੀ ਏਨੀ ਸੇਵਾ ਕਰਨ 'ਤੇ ਵੀ ਮੇਰੇ ਮਨ ਦੀ ਮੁਰਾਦ ਪੂਰੀ ਨਾ ਹੋਈ। ਮੈਂ ਤੈਨੂੰ ਛੱਡ ਕੇ ਕਿੱਥੇ ਜਾਵਾਂ?"

"ਮੈਂ.....ਮੈਂ ਸੈਂਕੜੇ ਵਰਤ ਰੱਖੇ, ਦੇਵਤਿਆਂ ਦੀ ਪੂਜਾ ਕੀਤੀ, ਤੀਰਥ-ਯਾਤਰਾਵਾਂ ਕੀਤੀਆਂ, ਪਰ ਮੁਰਾਦ ਪੂਰੀ ਨਾ ਹੋਈ। ਤਦ ਤੇਰੀ ਸ਼ਰਨ ਵਿੱਚ ਆਈ। ਹੁਣ ਤੈਨੂੰ ਛੱਡ ਕੇ ਕਿਥੇ ਜਾਵਾਂ? ਤੂੰ ਹਮੇਸ਼ਾ ਆਪਣੇ ਭਗਤਾਂ ਦੀਆਂ ਮੁਰਾਦਾਂ ਪੂਰੀਆਂ ਕੀਤੀਆਂ ਨੇ। ਕੀ ਮੈਂ ਤੇਰੇ ਦਰਬਾਰ 'ਚੋਂ ਨਿਰਾਸ਼ ਹੋ ਕੇ ਜਾਵਾਂ?"

ਸੁਵਾਮਾ ਇਸੇ ਤਰ੍ਹਾਂ ਦੇਰ ਤੱਕ ਅਰਦਾਸ ਕਰਦੀ ਰਹੀ। ਅਚਾਨਕ ਉਸ ਦੇ ਮਨ 'ਤੇ ਅਚੇਤ ਕਰ ਦੇਣ ਵਾਲੇ ਅਲੌਕਿਕ ਵੈਰਾਗ ਦਾ ਹਮਲਾ ਹੋਇਆ। ਉਸ ਦੀਆਂ ਅੱਖਾਂ ਬੰਦ ਹੋ ਗਈਆਂ ਅਤੇ ਕੰਨਾਂ ਵਿੱਚ ਆਵਾਜ਼ ਆਈ—

"ਸੁਵਾਮਾ! ਮੈਂ ਤੇਰੇ ਤੋਂ ਬਹੁਤ ਖ਼ੁਸ਼ ਆਂ। ਮੰਗ, ਕੀ ਮੰਗਦੀ ਏਂ?"

ਸੁਵਾਮਾ ਰੋਮਾਂਚਿਤ ਹੋ ਉਠੀ। ਉਸ ਦਾ ਦਿਲ ਜ਼ੋਰ-ਜ਼ੋਰ ਧੜਕਣ ਲੱਗਾ। ਅੱਜ

ਵੀਹ ਸਾਲਾਂ ਦੇ ਬਾਅਦ ਮਹਾਰਾਣੀ ਨੇ ਉਸ ਨੂੰ ਦਰਸ਼ਨ ਦਿੱਤੇ। ਉਹ ਕੰਬਦੀ ਹੋਈ ਬੋਲੀ— "ਜੋ ਕੁਝ ਮੰਗਾਂਗੀ, ਉਹ ਮਹਾਰਾਣੀ ਜੀ ਦੇਣਗੇ ?"

"ਹਾਂ, ਦੇਵਾਂਗੀ। ਕੀ ਲਏਂਗੀ ? ਕੁਬੇਰ ਦਾ ਖ਼ਜ਼ਾਨਾ ?"

"ਨਹੀਂ।"

"ਇੰਦਰ ਦੀ ਤਾਕਤ ?"

"ਨਹੀਂ।"

"ਸੁਰਸਵਤੀ ਦੀ ਵਿੱਦਿਆ ?"

"ਨਹੀਂ।"

"ਫੇਰ ਕੀ ਲਏਂਗੀ ?"

"ਦੁਨੀਆਂ ਦੀ ਸਭ ਤੋਂ ਅਮੋਲਕ ਚੀਜ਼।"

"ਉਹ ਕੀ ?"

"ਸੁਪੁੱਤਰ ਬੇਟਾ।"

"ਜੋ ਕੁਲ ਦਾ ਨਾਂਅ ਰੌਸ਼ਨ ਕਰੇ ?"

"ਨਹੀਂ।"

"ਜੋ ਮਾਤਾ-ਪਿਤਾ ਦੀ ਸੇਵਾ ਕਰੇ ?"

"ਨਹੀਂ।"

"ਜੋ ਵਿਦਵਾਨ ਤੇ ਤਾਕਤਵਰ ਹੋਵੇ ?"

"ਨਹੀਂ।"

"ਫਿਰ ਸੁਪੁੱਤਰ ਬੇਟਾ ਕਿਸ ਨੂੰ ਕਹਿੰਦੇ ਨੇ ?"

"ਜੋ ਆਪਣੇ ਦੇਸ਼ ਦਾ ਭਲਾ ਕਰੇ।"

"ਤੇਰੀ ਅਕਲ ਧੰਨ ਏ ! ਜਾ, ਤੇਰੀ ਮੁਰਾਦ ਪੂਰੀ ਹੋਏਗੀ।"

2.
ਵੈਰਾਗ

ਮੁਨਸ਼ੀ ਸ਼ਾਲੀਗ੍ਰਾਮ ਬਨਾਰਸ ਦੇ ਪੁਰਾਣੇ ਰਈਸ ਸਨ। ਜੀਵਨ-ਨਿਰਬਾਹ ਦਾ ਕਿੱਤਾ ਵਕਾਲਤ ਸੀ ਅਤੇ ਪੁਸ਼ਤੈਨੀ ਜਾਇਦਾਦ ਵੀ ਬਥੇਰੀ ਸੀ। ਦਸ਼ਾਸ਼ਵਮੇਧ ਘਾਟ 'ਤੇ ਉਨ੍ਹਾਂ ਦਾ ਮਹਿਲਨੁਮਾ ਘਰ ਆਸਮਾਨ ਨੂੰ ਛੂੰਹਦਾ ਸੀ। ਦਿਲ ਏਨਾ ਖੁੱਲ੍ਹਾ ਸੀ ਕਿ ਪੱਚੀ-ਤੀਹ ਹਜ਼ਾਰ ਦੀ ਸਾਲਾਨਾ ਆਮਦਨ ਵੀ ਖ਼ਰਚ ਨੂੰ ਪੂਰੀ ਨਹੀਂ ਪੈਂਦੀ ਸੀ। ਸਾਧੂਆਂ-ਬ੍ਰਾਹਮਣਾਂ ਦੇ ਬੜੇ ਸ਼ਰਧਾਲੂ ਸਨ। ਉਹ ਜੋ ਕੁਝ ਕਮਾਉਂਦੇ, ਉਹ ਖ਼ੁਦ ਬ੍ਰਹਮਭੋਜ ਅਤੇ ਸਾਧੂਆਂ ਦੇ ਭੰਡਾਰੇ ਅਤੇ ਸੇਵਾ ਕਾਰਜਾਂ ਵਿੱਚ ਖ਼ਰਚ ਕਰ ਦਿੰਦੇ। ਨਗਰ ਵਿੱਚ ਕੋਈ ਸਾਧੂ-ਮਹਾਤਮਾ ਆ ਜਾਂਦਾ, ਉਹ ਮੁਨਸ਼ੀ ਜੀ ਦਾ ਮਹਿਮਾਨ ਹੁੰਦਾ। ਸੰਸਕ੍ਰਿਤ ਦੇ ਅਜਿਹੇ ਵਿਦਵਾਨ ਕਿ ਵੱਡੇ-ਵੱਡੇ ਪੰਡਿਤ-ਗੁਣੀ ਉਨ੍ਹਾਂ ਦਾ ਲੋਹਾ ਮੰਨਦੇ ਸਨ। ਵੇਦਾਂਤੀ ਸਿਧਾਂਤਾਂ ਦੇ ਉਹ ਪੈਰੋਕਾਰ ਸਨ। ਉਨ੍ਹਾਂ

ਦੇ ਮਨ ਦੀ ਬਿਰਤੀ ਵੈਰਾਗ ਵੱਲ ਸੀ।

ਮੁਨਸ਼ੀ ਜੀ ਨੂੰ ਸੁਭਾਵਿਕ ਹੀ ਬੱਚਿਆਂ ਨਾਲ ਬਹੁਤ ਪਿਆਰ ਸੀ। ਮੁਹੱਲੇ ਭਰ ਦੇ ਬੱਚੇ ਉਨ੍ਹਾਂ ਦੇ ਪਿਆਰ ਅੰਮ੍ਰਿਤ ਨਾਲ ਸਰਾਬੋਰ ਹੁੰਦੇ ਰਹਿੰਦੇ ਸਨ। ਜਦ ਉਹ ਘਰੋਂ ਨਿਕਲਦੇ ਸਨ, ਤਦ ਬੱਚਿਆਂ ਦਾ ਇਕ ਟੋਲਾ ਉਨ੍ਹਾਂ ਦੇ ਨਾਲ ਹੁੰਦਾ ਸੀ। ਇਕ ਦਿਨ ਕੋਈ ਪੱਥਰ ਦਿਲ ਔਰਤ ਆਪਣੇ ਬੱਚੇ ਨੂੰ ਕੁੱਟ ਰਹੀ ਸੀ। ਲੜਕਾ ਵਿਲ੍ਕ-ਵਿਲ੍ਕ ਕੇ ਰੋ ਰਿਹਾ ਸੀ। ਮੁਨਸ਼ੀ ਜੀ ਤੋਂ ਰਿਹਾ ਨਾ ਗਿਆ। ਭੱਜੇ, ਬੱਚੇ ਨੂੰ ਗੋਦੀ ਵਿੱਚ ਚੁੱਕ ਲਿਆ ਅਤੇ ਔਰਤ ਦੇ ਸਾਹਮਣੇ ਆਪਣਾ ਸੀਸ ਝੁਕਾ ਦਿੱਤਾ। ਔਰਤ ਨੇ ਉਸ ਦਿਨ ਤੋਂ ਆਪਣੇ ਲੜਕੇ ਨੂੰ ਨਾ ਮਾਰਨ ਦੀ ਸਹੁੰ ਖਾ ਲਈ। ਜੋ ਮਨੁੱਖ ਦੂਜਿਆਂ ਦੇ ਬੱਚਿਆਂ ਪ੍ਰਤੀ ਏਨਾ ਸਨੇਹੀ ਹੋਵੇ, ਉਹ ਆਪਣੇ ਬੱਚੇ ਨੂੰ ਕਿੰਨਾ ਪਿਆਰ ਕਰੇਗਾ, ਇਹ ਅੰਦਾਜ਼ੇ ਤੋਂ ਬਾਹਰ ਹੈ। ਜਦੋਂ ਤੋਂ ਪੁੱਤਰ ਪੈਦਾ ਹੋਇਆ, ਮੁਨਸ਼ੀ ਜੀ ਦੁਨੀਆਂ ਦੇ ਸਾਰੇ ਕੰਮਾਂ ਤੋਂ ਨਿਰਲੇਪ ਹੋ ਗਏ। ਕਿਤੇ ਉਹ ਲੜਕੇ ਨੂੰ ਝੂਲੇ ਵਿੱਚ ਝੂਟਾ ਰਹੇ ਨੇ ਤੇ ਖ਼ੁਸ਼ ਹੋ ਰਹੇ ਨੇ, ਕਿਤੇ ਉਹ ਉਸ ਨੂੰ ਇੱਕ ਖ਼ੂਬਸੂਰਤ ਸੈਰਗੱਡੀ ਵਿੱਚ ਬਿਠਾ ਕੇ ਖ਼ੁਦ ਉਸ ਨੂੰ ਖਿੱਚ ਰਹੇ ਨੇ। ਇਕ ਪਲ ਦੇ ਲਈ ਵੀ ਉਸ ਨੂੰ ਆਪਣੇ ਤੋਂ ਦੂਰ ਨਹੀਂ ਕਰਦੇ ਸਨ। ਉਹ ਬੱਚੇ ਦੇ ਮੋਹ ਵਿੱਚ ਆਪਣੇ ਆਪ ਨੂੰ ਭੁੱਲ ਗਏ ਸਨ।

ਸੁਵਾਮਾ ਨੇ ਲੜਕੇ ਦਾ ਨਾਂਅ ਪ੍ਰਤਾਪ ਚੰਦਰ ਰੱਖਿਆ ਸੀ। ਜਿਹੋ ਜਿਹਾ ਨਾਮ ਸੀ, ਉਹੋ ਜਿਹੇ ਹੀ ਉਸ ਵਿੱਚ ਗੁਣ ਵੀ ਸਨ। ਉਹ ਬਹੁਤ ਪ੍ਰਤਿਭਾਸ਼ਾਲੀ ਤੇ ਰੂਪਵਾਨ ਸੀ। ਜਦ ਉਹ ਗੱਲਾਂ ਕਰਦਾ, ਸੁਣਨ ਵਾਲੇ ਲੀਨ ਹੋ ਜਾਂਦੇ। ਅਸੀਮ ਜਲੌਅ ਲਟ-ਲਟ ਕਰਦਾ ਸੀ। ਅੰਗ ਅਜਿਹੇ ਨਰੋਏ ਕਿ ਦੁੱਗਣੇ ਡੀਲ-ਡੌਲ ਵਾਲੇ ਮੁੰਡਿਆਂ ਨੂੰ ਵੀ ਉਹ ਕੁਝ ਨਹੀਂ ਸਮਝਦਾ ਸੀ। ਇਸ ਛੋਟੀ ਉਮਰ ਵਿੱਚ ਹੀ ਉਸਦਾ ਮੁਖੜਾ ਅਜਿਹਾ ਦੈਵੀ ਤੇ ਗਿਆਨਮਈ ਸੀ ਕਿ ਜੇ ਉਹ ਅਚਾਨਕ ਕਿਸੇ ਅਣਜਾਣ ਮਨੁੱਖ ਦੇ ਸਾਹਮਣੇ ਆ ਕੇ ਖੜ੍ਹਾ ਹੋ ਜਾਂਦਾ ਤਾਂ ਅਗਲਾ ਹੈਰਾਨੀ ਨਾਲ ਦੇਖਦਾ ਹੀ ਰਹਿ ਜਾਂਦਾ ਸੀ।

ਇਸ ਤਰ੍ਹਾਂ ਖੇਡਦੇ-ਖੇਡਦੇ ਛੇ ਸਾਲ ਬੀਤ ਗਏ। ਸੁਖ ਦੇ ਦਿਨ ਹਵਾ ਦੀ ਤਰ੍ਹਾਂ ਸ਼ੂੰ ਕਰ ਕੇ ਨਿਕਲ ਜਾਂਦੇ ਹਨ ਤੇ ਪਤਾ ਵੀ ਨਹੀਂ ਚੱਲਦਾ। ਉਹ ਤਾਂ ਬਦਕਿਸਮਤੀ ਦੇ ਦਿਨ ਤੇ ਮੁਸੀਬਤਾਂ ਭਰੀਆਂ ਰਾਤਾਂ ਨੇ, ਜੋ ਕੱਟਿਆਂ ਨਹੀਂ ਕੱਟਦੀਆਂ। ਪ੍ਰਤਾਪ ਨੂੰ ਪੈਦਾ ਹੋਏ ਅਜੇ ਕਿੰਨੇ ਦਿਨ ਹੋਏ! ਵਧਾਈ ਦੇ ਦਿਲ-ਟੁੰਬਵੇਂ ਬੋਲ ਕੰਨਾਂ ਵਿੱਚ ਗੂੰਜ ਰਹੇ ਸਨ ਕਿ ਛੇਵੀਂ ਵਰ੍ਹੇਗੰਢ ਆ ਪਹੁੰਚੀ। ਛੇਵੇਂ ਸਾਲ ਦਾ ਅੰਤ ਬੁਰੇ ਦਿਨਾਂ ਦਾ ਸ੍ਰੀ ਗਣੇਸ਼ ਸੀ। ਮੁਨਸ਼ੀ ਸ਼ਾਲੀਗ੍ਰਾਮ ਦਾ ਦੁਨਿਆਵੀ ਨਾਤਾ ਕੇਵਲ ਦਿਖਾਵਟੀ ਜਿਹਾ ਸੀ। ਉਹ ਨਿਸ਼ਕਾਮ ਤੇ ਬੇਲਾਗ ਜੀਵਨ ਬਤੀਤ ਕਰਦੇ ਸਨ। ਭਾਵੇਂ ਦੇਖਣ ਨੂੰ ਉਹ ਆਮ ਦੁਨਿਆਵੀ ਮਨੁੱਖਾਂ ਦੀ ਤਰ੍ਹਾਂ ਦੁਨੀਆਂ ਦੇ ਕਲੇਸ਼ਾਂ ਨਾਲ ਦੁਖੀ ਅਤੇ ਸੁੱਖਾਂ ਨਾਲ ਖੁਸ਼ ਨਜ਼ਰ ਆਉਂਦੇ ਸਨ, ਫਿਰ ਵੀ ਉਨ੍ਹਾਂ ਦਾ ਮਨ ਹਮੇਸ਼ਾ ਉਸ ਮਹਾਨ ਅਤੇ ਆਨੰਦ-ਭਰਪੂਰ ਸ਼ਾਂਤੀ ਦਾ ਸੁੱਖ ਭੋਗਿਆ ਕਰਦਾ ਸੀ, ਜਿਸ 'ਤੇ ਦੁੱਖਾਂ ਦੇ ਬੁੱਲ੍ਹਿਆਂ ਅਤੇ ਸੁੱਖਾਂ ਦੀਆਂ ਥਪਕੀਆਂ ਦਾ ਕੋਈ ਅਸਰ ਨਹੀਂ ਪੈਂਦਾ ਹੈ।

ਮਾਘ ਦਾ ਮਹੀਨਾ ਸੀ। ਪਰਿਯਾਗ ਵਿੱਚ ਕੁੰਭ ਦਾ ਮੇਲਾ ਲੱਗਾ ਹੋਇਆ ਸੀ। ਰੇਲ ਗੱਡੀਆਂ ਵਿੱਚ ਯਾਤਰੂ ਰੂੰ ਦੀਆਂ ਪੰਡਾਂ ਦੀ ਤਰ੍ਹਾਂ ਤੁੰਨ-ਤੁੰਨ ਕੇ ਪਰਿਯਾਗ ਪਹੁੰਚਾਏ ਜਾਂਦੇ ਸਨ। ਅੱਸੀ-ਅੱਸੀ ਸਾਲ ਦੇ ਬਜ਼ੁਰਗ.....ਜਿਨ੍ਹਾਂ ਲਈ ਵਰ੍ਹਿਆਂ ਤੋਂ ਉਠਣਾ ਮੁਹਾਲ ਹੋ ਰਿਹਾ

ਸੀ—ਲੰਗੜਾਉਂਦੇ, ਸੋਟੀਆਂ ਸਹਾਰੇ ਮੰਜ਼ਿਲਾਂ ਸਰ ਕਰ ਕੇ ਪਰਿਯਾਗ ਰਾਜ ਨੂੰ ਜਾ ਰਹੇ ਸਨ। ਵੱਡੇ-ਵੱਡੇ ਸਾਧੂ-ਮਹਾਤਮਾ, ਜਿਨ੍ਹਾਂ ਦੇ ਦਰਸ਼ਨਾਂ ਦੀ ਕਾਮਨਾ ਲੋਕਾਂ ਨੂੰ ਹਿਮਾਲਾ ਦੀਆਂ ਹਨੇਰੀਆਂ ਗੁਫ਼ਾਵਾਂ ਵਿੱਚ ਧੂਹ ਕੇ ਲੈ ਜਾਂਦੀ ਸੀ, ਇਸ ਵੇਲੇ ਗੰਗਾ ਜੀ ਦੀਆਂ ਪਵਿੱਤਰ ਲਹਿਰਾਂ ਵਿੱਚ ਗਲੇ ਮਿਲਣ ਲਈ ਆਏ ਹੋਏ ਸਨ। ਮੁਨਸ਼ੀ ਸ਼ਾਲੀਗ੍ਰਾਮ ਦਾ ਵੀ ਮਨ ਲਲਚਾਇਆ। ਸੁਵਾਮਾ ਨੂੰ ਬੋਲੇ—"ਕੱਲ੍ਹ ਇਸ਼ਨਾਨ ਐ!"

ਸੁਵਾਮਾ—"ਸਾਰਾ ਮੁਹੱਲਾ ਸੁੰਨਾ ਹੋ ਗਿਐ। ਕੋਈ ਬੰਦਾ ਨਹੀਂ ਦਿਸਦਾ।"

ਮੁਨਸ਼ੀ—"ਤੂੰ ਜਾਣ ਨੂੰ ਨਹੀਂ ਮੰਨਦੀ, ਨਹੀਂ ਤਾਂ ਬੜਾ ਆਨੰਦ ਮਿਲਦਾ। ਏਦਾਂ ਦਾ ਮੇਲਾ ਤੂੰ ਕਦੇ ਦੇਖਿਆ ਨਹੀਂ ਹੋਣਾ।"

ਸੁਵਾਮਾ—"ਏਦਾਂ ਦੇ ਮੇਲਿਆਂ ਤੋਂ ਮੇਰਾ ਜੀਅ ਘਬਰਾਉਂਦੈ।"

ਮੁਨਸ਼ੀ—"ਮੇਰਾ ਦਿਲ ਤਾਂ ਨਹੀਂ ਠਹਿਰਦਾ। ਜਦੋਂ ਤੋਂ ਸੁਣਿਐ ਕਿ ਸੁਆਮੀ ਪਰਮਾਨੰਦ ਜੀ ਆਏ ਨੇ, ਉਦੋਂ ਤੋਂ ਉਨ੍ਹਾਂ ਦੇ ਦਰਸ਼ਨਾਂ ਲਈ ਮਨ ਉਤਾਵਲਾ ਹੋ ਰਿਹੈ।"

ਸੁਵਾਮਾ ਪਹਿਲਾਂ ਤਾਂ ਉਨ੍ਹਾਂ ਦੇ ਜਾਣ ਲਈ ਨਾ ਮੰਨੀ, ਪਰ ਜਦ ਦੇਖਿਆ ਕਿ ਇਹ ਰੋਕਿਆਂ ਨਾ ਰੁਕਣਗੇ, ਤਾਂ ਮਜਬੂਰ ਹੋ ਕੇ ਮੰਨ ਗਈ। ਉਸੇ ਦਿਨ ਮੁਨਸ਼ੀ ਜੀ ਗਿਆਰਾਂ ਵਜੇ ਰਾਤ ਨੂੰ ਪਰਿਯਾਗ ਰਾਜ ਚਲੇ ਗਏ। ਤੁਰਦੇ ਵੇਲੇ ਉਨ੍ਹਾਂ ਨੇ ਪ੍ਰਤਾਪ ਦੇ ਮੁਖੜੇ ਨੂੰ ਚੁੰਮਿਆ ਅਤੇ ਪਤਨੀ ਨੂੰ ਪਿਆਰ ਨਾਲ ਗਲੇ ਲਗਾਇਆ। ਸੁਵਾਮਾ ਨੇ ਉਸ ਵੇਲੇ ਦੇਖਿਆ ਕਿ ਉਨ੍ਹਾਂ ਦੀਆਂ ਅੱਖਾਂ ਸੇਜਲ ਹਨ, ਉਸ ਦਾ ਕਾਲਜਾ ਧੜਕ ਕੇ ਰਹਿ ਗਿਆ। ਜਿਵੇਂ ਚੇਤ ਮਹੀਨੇ ਵਿੱਚ ਕਾਲੀਆਂ ਘਟਾਵਾਂ ਨੂੰ ਦੇਖ ਕੇ ਕਿਸਾਨ ਦਾ ਦਿਲ ਕੰਬਣ ਲੱਗਦਾ ਹੈ, ਉਸੇ ਤਰ੍ਹਾਂ ਮੁਨਸ਼ੀ ਜੀ ਦੀਆਂ ਸੇਜਲ਼ ਹੋਈਆਂ ਅੱਖਾਂ ਨੂੰ ਦੇਖ ਕੇ ਸੁਵਾਮਾ ਕੰਬ ਗਈ। ਅੱਥਰੂਆਂ ਦੀਆਂ ਉਹ ਬੂੰਦਾਂ ਵੈਰਾਗ ਅਤੇ ਤਿਆਗ ਦਾ ਅਸੀਮ ਸਮੁੰਦਰ ਸਨ। ਦੇਖਣ ਵਿੱਚ ਉਹ ਭਾਵੇਂ ਨੰਨ੍ਹੇ ਜਲ ਦੇ ਕਣ ਮਾਤਰ ਸਨ, ਪਰ ਸੀ ਉਹ ਕਿੰਨੀਆਂ ਗੰਭੀਰ ਤੇ ਵਿਆਪਕ।

ਉਧਰ ਮੁਨਸ਼ੀ ਜੀ ਘਰੋਂ ਬਾਹਰ ਨਿਕਲੇ ਅਤੇ ਇਧਰ ਸੁਵਾਮਾ ਨੇ ਇਕ ਠੰਢਾ ਹਉਕਾ ਭਰਿਆ। ਕਿਸੇ ਨੇ ਉਸ ਦੇ ਦਿਲ ਵਿੱਚ ਇਹ ਕਿਹਾ ਕਿ ਹੁਣ ਤੈਨੂੰ ਆਪਣੇ ਪਤੀ ਦੇ ਦਰਸ਼ਨ ਨਹੀਂ ਹੋਣਗੇ। ਇਕ ਦਿਨ ਬੀਤਿਆ, ਦੋ ਦਿਨ ਬੀਤੇ, ਚੌਥਾ ਦਿਨ ਆਇਆ ਅਤੇ ਰਾਤ ਹੋ ਗਈ, ਇਥੋਂ ਤੱਕ ਕਿ ਪੂਰਾ ਹਫ਼ਤਾ ਬੀਤ ਗਿਆ, ਪਰ ਮੁਨਸ਼ੀ ਜੀ ਨਾ ਆਏ। ਤਦ ਸੁਵਾਮਾ ਨੂੰ ਵਿਆਕੁਲਤਾ ਹੋਣ ਲੱਗੀ। ਤਾਰ ਭੇਜੇ, ਆਦਮੀ ਭਜਾਏ, ਪਰ ਕੁਝ ਪਤਾ ਨਾ ਚੱਲਿਆ। ਦੂਸਰਾ ਹਫ਼ਤਾ ਵੀ ਇਸੇ ਕੋਸ਼ਿਸ਼ ਵਿੱਚ ਖ਼ਤਮ ਹੋ ਗਿਆ। ਮੁਨਸ਼ੀ ਜੀ ਦੇ ਪਰਤਣ ਦੀ ਜੋ ਭੋਰਾ ਆਸ ਬਚੀ ਹੋਈ ਸੀ, ਉਹ ਵੀ ਮਿੱਟੀ ਵਿੱਚ ਮਿਲ ਗਈ। ਮੁਨਸ਼ੀ ਜੀ ਦਾ ਲੋਪ ਹੋਣਾ ਉਨ੍ਹਾਂ ਦੇ ਸ਼ਰੀਕੇ ਦੇ ਲਈ ਹੀ ਨਹੀਂ, ਸਗੋਂ ਸਾਰੇ ਨਗਰ ਦੇ ਲਈ ਇੱਕ ਦੁਖਭਰੀ ਘਟਨਾ ਸੀ। ਬਾਜ਼ਾਰਾਂ ਵਿੱਚ, ਦੁਕਾਨਾਂ 'ਤੇ, ਸੱਥਾਂ ਵਿੱਚ ਮਤਲਬ ਚਾਰੇ ਪਾਸੇ ਇਹੀ ਵਾਰਤਾਲਾਪ ਹੁੰਦੀ ਸੀ। ਜਿਹੜਾ ਸੁਣਦਾ, ਉਹੀ ਅਫ਼ਸੋਸ ਜਤਾਉਂਦਾ—ਕੀ ਅਮੀਰ, ਕੀ ਗ਼ਰੀਬ! ਇਹ ਗ਼ਮ ਸਭ ਨੂੰ ਸੀ। ਉਨ੍ਹਾਂ ਕਰਕੇ ਚਾਰੇ ਪਾਸੇ ਉਤਸ਼ਾਹ ਉਮੜਿਆ ਰਹਿੰਦਾ ਸੀ। ਹੁਣ ਹਰ ਜਗ੍ਹਾ ਉਦਾਸੀ ਪਸਰ ਗਈ। ਜਿਨ੍ਹਾਂ ਗਲੀਆਂ ਵਿਚੋਂ ਉਹ ਬੱਚਿਆਂ ਦਾ ਟੋਲਾ ਲੈ ਕੇ ਨਿਕਲਦੇ ਸਨ, ਉਥੇ ਹੁਣ ਧੂੜ ਉਡ ਰਹੀ ਸੀ। ਬੱਚੇ ਨਿਰੰਤਰ ਉਨ੍ਹਾਂ ਕੋਲ ਜਾਣ ਲਈ ਰੋਂਦੇ ਤੇ ਜ਼ਿਦ ਕਰ ਰਹੇ

ਸਨ। ਉਨ੍ਹਾਂ ਵਿਚਾਰਿਆਂ ਨੂੰ ਇਹ ਸੁਧ ਕਿਥੇ ਸੀ ਕਿ ਹੁਣ ਹਾਸੇ-ਤਮਾਸ਼ੇ ਦੀ ਸਭਾ ਭੰਗ ਹੋ ਗਈ ਹੈ! ਉਨ੍ਹਾਂ ਦੀਆਂ ਮਾਵਾਂ ਪੱਲੇ ਨਾਲ ਮੂੰਹ ਢੱਕ ਕੇ ਰੋਂਦੀਆਂ, ਜਿਵੇਂ ਉਨ੍ਹਾਂ ਦਾ ਸਕਾ ਪ੍ਰੇਮੀ ਮਰ ਗਿਆ ਹੋਵੇ।

ਵੈਸੇ ਤਾਂ ਮੁਨਸ਼ੀ ਜੀ ਦੇ ਲੋਪ ਹੋ ਜਾਣ ਦਾ ਰੋਣਾ ਸਾਰੇ ਰੋਂਦੇ ਸਨ। ਪਰ ਸਭ ਤੋਂ ਗਾੜ੍ਹੇ ਹੰਝੂ ਉਨ੍ਹਾਂ ਆੜ੍ਹਤੀਆਂ ਅਤੇ ਮਹਾਜਨਾਂ ਦੀਆਂ ਅੱਖਾਂ ਵਿਚੋਂ ਚੋਂਦੇ ਸਨ, ਜਿਨ੍ਹਾਂ ਦੇ ਲੈਣ-ਦੇਣ ਦਾ ਹਿਸਾਬ ਅਜੇ ਤੱਕ ਨਹੀਂ ਨਿੱਬੜਿਆ ਸੀ। ਉਨ੍ਹਾਂ ਨੇ ਦਸ-ਬਾਰਾਂ ਦਿਨ ਜਿਵੇਂ-ਤਿਵੇਂ ਕਰਕੇ ਕੱਟੇ, ਬਾਅਦ ਵਿੱਚ ਇਕ-ਇਕ ਕਰ ਕੇ ਹਿਸਾਬ-ਕਿਤਾਬ ਦੇ ਕਾਗਜ਼ ਦਿਖਾਉਣ ਲੱਗੇ। ਕਿਸੇ ਤੋਂ ਬ੍ਰਹਮਭੋਜ ਲਈ ਸੌ ਰੁਪਏ ਦਾ ਘਿਉ ਆਇਆ ਹੈ ਅਤੇ ਮੁੱਲ ਨਹੀਂ 'ਤਾਰਿਆ ਗਿਆ। ਕਿਤਿਓਂ ਦੋ ਸੌ ਦਾ ਮੈਦਾ ਆਇਆ ਹੋਇਆ ਹੈ। ਬਜਾਜ ਦਾ ਹਜ਼ਾਰਾਂ ਦਾ ਬਕਾਇਆ ਹੈ। ਮੰਦਿਰ ਬਣਵਾਉਂਦੇ ਵੇਲੇ ਇਕ ਮਹਾਜਨ ਤੋਂ ਵੀਹ ਹਜ਼ਾਰ ਦਾ ਉਧਾਰ ਲਿਆ ਸੀ, ਉਹ ਅਜੇ ਉਸੇ ਤਰ੍ਹਾਂ ਪਿਆ ਹੋਇਆ ਹੈ। ਹਿਸਾਬ-ਕਿਤਾਬ ਦੀ ਤਾਂ ਜਿਥੇ ਇਹ ਹਾਲਤ ਸੀ, ਉੱਥੇ ਮਾਲਕੀ ਸਾਮਾਨ ਦੀ ਇਹ ਹਾਲਤ ਸੀ ਕਿ ਇਕ ਉੱਤਮ ਘਰ-ਪਰਿਵਾਰ ਦੀਆਂ ਲੋੜੀਂਦੀਆਂ ਚੀਜ਼ਾਂ ਤੋਂ ਬਿਨਾਂ ਕੋਈ ਚੀਜ਼ ਨਹੀਂ ਸੀ, ਜਿਸ ਨਾਲ ਕੋਈ ਵੱਡੀ ਰਕਮ ਖੜੀ ਹੋ ਸਕੇ। ਜ਼ਮੀਨ-ਜਾਇਦਾਦ ਵੇਚਣ ਦੇ ਇਲਾਵਾ ਹੋਰ ਕੋਈ ਹੱਲ ਨਹੀਂ ਸੀ, ਜਿਸ ਤੋਂ ਪੈਸਾ ਹਾਸਿਲ ਕਰ ਕੇ ਕਰਜ਼ਾ ਚੁਕਾਉਂਦੇ।

ਵਿਚਾਰੀ ਸੁਵਾਮਾ ਸਿਰ ਸੁੱਟੀ ਚਟਾਈ 'ਤੇ ਬੈਠੀ ਸੀ ਅਤੇ ਪ੍ਰਤਾਪਚੰਦਰ ਆਪਣੇ ਲੱਕੜ ਦੇ ਘੋੜੇ 'ਤੇ ਸੁਆਰ ਹੋ ਕੇ ਵਿਹੜੇ ਵਿੱਚ ਦਗੜ-ਦਗੜ ਕਰ ਰਿਹਾ ਸੀ ਕਿ ਏਨੇ ਨੂੰ ਪੰਡਿਤ ਮੋਟੇਰਾਮ ਸ਼ਾਸਤਰੀ, ਜੋ ਪੁਸ਼ਤੈਨੀ ਪੁਰੋਹਿਤ ਸਨ, ਮੁਸਕਰਾਉਂਦੇ ਹੋਏ ਅੰਦਰ ਆਏ। ਉਨ੍ਹਾਂ ਨੂੰ ਖ਼ੁਸ਼ ਦੇਖ ਕੇ ਨਿਰਾਸ਼ ਸੁਵਾਮਾ ਚੌਂਕ ਕੇ ਉਠ ਬੈਠੀ ਕਿ ਸ਼ਾਇਦ ਇਹ ਕੋਈ ਸ਼ੁਭ ਸਮਾਚਾਰ ਲਿਆਏ ਹਨ, ਉਨ੍ਹਾਂ ਲਈ ਆਸਨ ਵਿਛਾ ਦਿੱਤਾ ਅਤੇ ਆਸ ਭਰੀਆਂ ਨਜ਼ਰਾਂ ਨਾਲ ਦੇਖਣ ਲੱਗੀ। ਪੰਡਿਤ ਜੀ ਆਸਨ 'ਤੇ ਬੈਠੇ ਅਤੇ ਸੁੰਘਣੀ ਸੁੰਘਦੇ ਹੋਏ ਬੋਲੇ—"ਤੂੰ ਮਹਾਜਨਾਂ ਦਾ ਹਿਸਾਬ-ਕਿਤਾਬ ਦੇਖਿਆ ?"

ਸੁਵਾਮਾ ਨੇ ਨਿਰਾਸ਼ਾ ਭਰੇ ਸ਼ਬਦਾਂ ਵਿੱਚ ਕਿਹਾ—"ਹਾਂ, ਦੇਖਿਆ ਤਾਂ ਐ।"

ਮੋਟੇ ਰਾਮ—"ਰਕਮ ਬੜੀ ਵੱਡੀ ਐ, ਮੁਨਸ਼ੀ ਜੀ ਨੇ ਅੱਗਾ ਪਿੱਛਾ ਕੁਝ ਨਾ ਸੋਚਿਆ, ਆਪਣੇ ਕੋਲ ਕੋਈ ਲਿਖਤ-ਪੜ੍ਹਤ ਨਹੀਂ ਰੱਖੀ।"

ਸੁਵਾਮਾ—"ਹਾਂ, ਹੁਣ ਤਾਂ ਇਹ ਰਕਮ ਬਹੁਤ ਵੱਡੀ ਐ, ਨਹੀਂ ਤਾਂ ਏਨੇ ਪੈਸੇ ਕੀ ਸਨ ? ਇਕ-ਇਕ ਭੰਡਾਰੇ ਵਿੱਚ ਲੱਗ ਜਾਂਦੇ ਸਨ।"

ਮੋਟੇਰਾਮ—"ਸਾਰੇ ਦਿਨ ਬਰਾਬਰ ਨਹੀਂ ਬੀਤਦੇ।"

ਸੁਵਾਮਾ—"ਹੁਣ ਤਾਂ ਜੋ ਰੱਬ ਕਰੇਗਾ ਉਹੀ ਹੋਏਗਾ, ਮੈਂ ਕੀ ਕਰ ਸਕਦੀ ਆਂ।"

ਮੋਟੇਰਾਮ—"ਹਾਂ, ਰੱਬ ਦੀ ਮਰਜ਼ੀ ਤਾਂ ਚੱਲੇਗੀ ਹੀ, ਪਰ ਤੂੰ ਵੀ ਕੁਝ ਸੋਚਿਐ ?"

ਸੁਵਾਮਾ—"ਹਾਂ, ਪਿੰਡ ਦੀ ਜ਼ਮੀਨ ਵੇਚ ਦਿਆਂਗੀ।"

ਮੋਟੇਰਾਮ—"ਰਾਮ-ਰਾਮ! ਇਹ ਕੀ ਕਹਿਨੀਂ ਏਂ ? ਜ਼ਮੀਨ ਵਿਕ ਗਈ ਤਾਂ ਫਿਰ ਕੀ ਰਹਿ ਜਾਏਗਾ ?"

ਸੁਵਾਮਾ—"ਇਸ ਦੇ ਇਲਾਵਾ ਹੁਣ ਹੋਰ ਹੱਲ ਨਹੀਂ ਹੈ।"

ਮੋਟੇਰਾਮ—"ਭਲਾ, ਜ਼ਮੀਨ ਹੱਥੋਂ ਨਿਕਲ ਗਈ ਤਾਂ ਤੁਹਾਡਾ ਦੋ ਜੀਆਂ ਦਾ ਗੁਜ਼ਾਰਾ ਕਿਵੇਂ ਚੱਲੇਗਾ ?"

ਸੁਵਾਮਾ—"ਸਾਡਾ ਰੱਬ ਮਾਲਿਕ ਐ, ਉਹੀ ਬੇੜਾ ਪਾਰ ਕਰੇਗਾ।"

ਮੋਟੇਰਾਮ—"ਇਹ ਤਾਂ ਬੜੇ ਅਫ਼ਸੋਸ ਦੀ ਗੱਲ ਹੋਏਗੀ ਕਿ ਅਜਿਹੇ ਪਰ-ਉਪਕਾਰੀ ਬੰਦੇ ਦੇ ਬਾਲ-ਬੱਚੇ ਦੁਖ ਭੋਗਣ।"

ਸੁਵਾਮਾ—"ਰੱਬ ਦੀ ਇਹੀ ਮਰਜ਼ੀ ਐ ਤਾਂ ਕਿਸੇ ਦਾ ਕੀ ਵੱਸ ?"

ਮੋਟੇਰਾਮ—"ਭਲਾ, ਮੈਂ ਇਕ ਜੁਗਤ ਦੱਸ ਦਿਆਂ ਕਿ ਸੱਪ ਵੀ ਮਰ ਜਾਏ ਤੇ ਡਾਂਗ ਵੀ ਨਾ ਟੁੱਟੇ!"

ਸੁਵਾਮਾ—"ਹਾਂ, ਦੱਸੋ, ਬਹੁਤ ਅਹਿਸਾਨ ਹੋਏਗਾ।"

ਮੋਟੇਰਾਮ—"ਪਹਿਲਾਂ ਤਾਂ ਇਕ ਅਰਜ਼ੀ ਲਿਖਵਾ ਕੇ ਕਲੈਕਟਰ ਸਾਅਬ ਨੂੰ ਦੇ ਦਿਓ ਕਿ ਮਾਲਗੁਜ਼ਾਰੀ (ਭੂਮੀ-ਟੈਕਸ) ਮੁਆਫ਼ ਕੀਤੀ ਜਾਵੇ। ਬਾਕੀ ਪੈਸੇ ਦਾ ਬੰਦੋਬਸਤ ਸਾਡੇ ਉੱਤੇ ਛੱਡ ਦੇ। ਅਸੀਂ ਜੋ ਚਾਹਾਂਗੇ ਕਰਾਂਗੇ, ਪਰ ਇਲਾਕੇ ਦੀ ਜ਼ਮੀਨ 'ਤੇ ਆਂਚ ਨਹੀਂ ਆਉਣ ਦਿਆਂਗੇ।"

ਸੁਵਾਮਾ—"ਕੁੱਝ ਪਤਾ ਵੀ ਤਾਂ ਹੋਵੇ, ਤੁਸੀਂ ਏਨੇ ਰੁਪਏ ਕਿਥੋਂ ਲਿਆਓਗੇ ?"

ਮੋਟੇਰਾਮ—"ਤੇਰੇ ਲਈ ਪੈਸੇ ਦੀ ਕੀ ਘਾਟ ਐ ? ਮੁਨਸ਼ੀ ਜੀ ਦੇ ਨਾਂਅ 'ਤੇ ਬਿਨਾਂ ਲਿਖਾ-ਪੜ੍ਹੀ ਕੀਤੇ ਪੰਜਾਹ ਹਜ਼ਾਰ ਰੁਪਏ ਦਾ ਬੰਦੋਬਸਤ ਹੋ ਜਾਣਾ ਕੋਈ ਵੱਡੀ ਗੱਲ ਨਹੀਂ ਐ। ਸੱਚ ਤਾਂ ਇਹ ਐ ਕਿ ਰੁਪਇਆ ਰੱਖਿਆ ਹੋਇਐ, ਬੱਸ ਤੇਰੇ ਮੂੰਹੋਂ 'ਹਾਂ' ਨਿਕਲਣ ਦੀ ਦੇਰ ਐ।"

ਸੁਵਾਮਾ—"ਸ਼ਹਿਰ ਦੇ ਸੱਜਣ ਬੰਦਿਆਂ ਨੇ ਇਕੱਠਾ ਕੀਤਾ ਹੋਣੈ ?"

ਮੋਟੇਰਾਮ—"ਹਾਂ, ਗੱਲਾਂ-ਗੱਲਾਂ ਵਿੱਚ ਰੁਪਇਆ ਇਕੱਠਾ ਹੋ ਗਿਐ। ਹਜ਼ੂਰ ਦਾ ਇਸ਼ਾਰਾ ਕਾਫ਼ੀ ਸੀ।"

ਸੁਵਾਮਾ—"ਕਰ-ਮੁਆਫ਼ੀ ਲਈ ਅਰਜ਼ੀ ਮੈਥੋਂ ਨਹੀਂ ਲਿਖਵਾਈ ਜਾਣੀ ਤੇ ਨਾ ਮੈਂ ਆਪਣੇ ਸੁਆਮੀ ਦੇ ਨਾਂ 'ਤੇ ਕਰਜ਼ਾ ਹੀ ਲੈਣਾ ਚਾਹੁੰਨੀ ਆਂ। ਮੈਂ ਸਭ ਦਾ ਇੱਕ-ਇੱਕ ਪੈਸਾ ਪਿੰਡ ਦੀ ਜ਼ਮੀਨ ਨਾਲ ਹੀ ਚੁਕਾ ਦਿਆਂਗੀ।"

ਇਹ ਕਹਿ ਕੇ ਸੁਵਾਮਾ ਨੇ ਰੁੱਖੇਪਣ ਨਾਲ ਮੂੰਹ ਫੇਰ ਲਿਆ ਅਤੇ ਉਸ ਦੇ ਪੀਲੇ ਅਤੇ ਗ਼ਮਗੀਨ ਚਿਹਰੇ 'ਤੇ ਗ਼ੁੱਸਾ ਜਿਹਾ ਝਲਕਣ ਲੱਗਾ। ਮੋਟੇਰਾਮ ਨੇ ਦੇਖਿਆ ਕਿ ਗੱਲ ਵਿਗੜੀ ਜਾਂਦੀ ਹੈ ਤਾਂ ਸੰਭਲ ਕੇ ਬੋਲੇ—"ਚੰਗਾ, ਜਿਵੇਂ ਤੇਰੀ ਮਰਜ਼ੀ। ਇਹਦੇ ਵਿੱਚ ਕੋਈ ਜ਼ਬਰਦਸਤੀ ਨਹੀਂ ਐ। ਪਰ ਜੇ ਅਸੀਂ ਤੈਨੂੰ ਕਿਸੇ ਤਰ੍ਹਾਂ ਦਾ ਦੁੱਖ ਭੋਗਦੇ ਦੇਖਿਆ, ਤਾਂ ਉਸ ਦਿਨ ਪਰਲੋ ਆ ਜਾਏਗੀ। ਬੱਸ, ਏਨਾ ਸਮਝ ਲਈਂ।"

ਸੁਵਾਮਾ—"ਤਾਂ ਤੁਸੀਂ ਕੀ ਇਹ ਚਾਹੁੰਦੇ ਓ ਕਿ ਮੈਂ ਆਪਣੇ ਪਤੀ ਦੇ ਨਾਂਅ 'ਤੇ ਦੂਸਰਿਆਂ ਦੇ ਅਹਿਸਾਨ ਦਾ ਬੋਝ ਚੁੱਕਾਂ ? ਮੈਂ ਇਸੇ ਘਰ ਵਿੱਚ ਸੜ ਮਰਾਂਗੀ, ਭੁੱਖ ਸਹਿੰਦੀ-ਸਹਿੰਦੀ ਮਰ ਜਾਵਾਂਗੀ, ਪਰ ਕਿਸੇ ਦੇ ਅਹਿਸਾਨ ਥੱਲੇ ਨਹੀਂ ਰਹਾਂਗੀ, ਤਾਅਨੇ ਨਹੀਂ ਸਹਾਂਗੀ।"

ਮੋਟੇਰਾਮ—"ਛੀ! ਛੀ! ਤੇਰੇ 'ਤੇ ਤਾਅਨੇ ਕੌਣ ਕਸ ਸਕਦਾ ਐ ? ਕਿਵੇਂ ਦੀ ਗੱਲ

ਮੂੰਹੋਂ ਕੱਢਦੀ ਐਂ ? ਕਰਜ਼ਾ ਲੈਣ ਵਿੱਚ ਕੋਈ ਸ਼ਰਮ ਨਹੀਂ ਐ। ਕਿਹੜਾ ਰਈਸ ਐ, ਜਿਹਦੇ ਉੱਪਰ ਲੱਖ-ਦੋ ਲੱਖ ਦਾ ਕਰਜ਼ਾ ਨਾ ਹੋਵੇ।"

ਸੁਵਾਮਾ—"ਮੈਨੂੰ ਯਕੀਨ ਨਹੀਂ ਹੁੰਦਾ ਕਿ ਇਸ ਕਰਜ਼ੇ ਵਿੱਚ ਤਾਅਨਾ ਨਹੀਂ ਐ!"

ਮੋਟੇਰਾਮ—"ਸੁਵਾਮਾ, ਤੇਰੀ ਅਕਲ ਕਿਥੇ ਗਈ ? ਭਲਾ, ਤੂੰ ਤਾਂ ਸਭ ਤਰ੍ਹਾਂ ਦੇ ਦੁੱਖ ਹੰਢਾ ਲਏਂਗੀ, ਪਰ ਤੈਨੂੰ ਕੀ ਇਸ ਬੱਚੇ 'ਤੇ ਤਰਸ ਨਹੀਂ ਆਉਂਦਾ।"

ਮੋਟੇਰਾਮ ਦੀ ਇਹ ਸੱਟ ਬਹੁਤ ਸਖ਼ਤ ਲੱਗੀ। ਸੁਵਾਮਾ ਦੀਆਂ ਅੱਖਾਂ ਸੇਜਲ ਹੋ ਗਈਆਂ। ਉਸ ਨੇ ਪੁੱਤਰ ਵੱਲ ਦਰਦ ਭਰੀਆਂ ਨਜ਼ਰਾਂ ਨਾਲ ਦੇਖਿਆ। ਇਸ ਬੱਚੇ ਦੇ ਲਈ ਮੈਂ ਕਿਹੜੀ-ਕਿਹੜੀ ਤਪੱਸਿਆ ਨਹੀਂ ਕੀਤੀ ? ਕੀ ਉਸ ਦੀ ਕਿਸਮਤ ਵਿੱਚ ਦੁੱਖ ਹੀ ਭਰਿਆ ਹੈ। ਜੋ ਅਮੋਲਕ ਬੂਟਾ ਪਾਣੀ ਤੇ ਹਵਾ ਦੇ ਤੇਜ਼ ਬੁੱਲ੍ਹਿਆਂ ਤੋਂ ਬਚਾਇਆ ਜਾਂਦਾ ਸੀ, ਜਿਸ 'ਤੇ ਸੂਰਜ ਦੀਆਂ ਪ੍ਰਚੰਡ ਕਿਰਨਾਂ ਨਹੀਂ ਪੈ ਸਕਦੀਆਂ ਸਨ, ਜੋ ਪਿਆਰ ਦੇ ਅੰਮ੍ਰਿਤ ਨਾਲ ਸਿੰਜਿਆ ਕਰਦਾ ਸੀ, ਕੀ ਉਹ ਅੱਜ ਇਸ ਬਲਦੀ ਹੋਈ ਧੁੱਪ ਅਤੇ ਇਸ ਅੱਗ ਦੇ ਸੇਕ ਵਿੱਚ ਮੁਰਝਾ ਜਾਏਗਾ ? ਸੁਵਾਮਾ ਕਈ ਮਿੰਟਾਂ ਤੱਕ ਇਸੇ ਸੋਚ ਵਿੱਚ ਬੈਠੀ ਰਹੀ। ਮੋਟੇਰਾਮ ਮਨ ਹੀ ਮਨ ਖ਼ੁਸ਼ ਹੋ ਰਹੇ ਸਨ ਕਿ ਹੁਣ ਸਫ਼ਲਤਾ ਹੱਥ ਲੱਗੀ। ਏਨੇ ਵਿੱਚ ਸੁਵਾਮਾ ਨੇ ਸਿਰ ਚੁੱਕ ਕੇ ਕਿਹਾ—"ਜਿਸ ਦੇ ਪਿਤਾ ਨੇ ਲੱਖਾਂ ਨੂੰ ਖੁਆਇਆ—ਖਿਡਾਇਆ, ਉਹ ਦੂਸਰਿਆਂ ਦੇ ਆਸਰੇ ਦਾ ਪਾਤਰ ਨਹੀਂ ਬਣ ਸਕਦਾ। ਜੇ ਪਿਤਾ ਦਾ ਧਰਮ ਉਸਦਾ ਮਦਦਗਾਰ ਹੋਏਗਾ, ਤਾਂ ਉਹ ਖ਼ੁਦ ਦਸਾਂ ਨੂੰ ਖੁਆ ਕੇ ਖਾਏਗਾ। (ਲੜਕੇ ਨੂੰ ਸੱਦਦੇ ਹੋਏ) ਬੇਟਾ! ਜ਼ਰਾ ਉਰੇ ਆ! ਕੱਲ੍ਹ ਤੋਂ ਤੇਰੀ ਮਿਠਿਆਈ, ਦੁੱਧ, ਘਿਓ ਸਭ ਬੰਦ ਹੋ ਜਾਣਗੇ। ਰੋਏਂਗਾ ਤਾਂ ਨਹੀਂ ?" ਇਹ ਕਹਿ ਕੇ ਉਸ ਨੇ ਬੇਟੇ ਨੂੰ ਪਿਆਰ ਨਾਲ ਗੋਦੀ ਵਿੱਚ ਬਿਠਾ ਲਿਆ ਅਤੇ ਉਸ ਦੀਆਂ ਗੁਲਾਬੀ ਗੱਲ੍ਹਾਂ 'ਤੋਂ ਪਸੀਨਾ ਪੂੰਝ ਕੇ ਚੁੰਮ ਲਿਆ।

ਪ੍ਰਤਾਪ—"ਕੀ ਕਿਹਾ ? ਕੱਲ੍ਹ ਤੋਂ ਮਿਠਿਆਈ ਬੰਦ ਹੋਏਗੀ, ਕਿਉਂ ? ਕੀ ਹਲਵਾਈ ਦੀ ਦੁਕਾਨ 'ਤੇ ਮਿਠਿਆਈ ਨਹੀਂ ਐ ?"

ਸੁਵਾਮਾ—"ਮਿਠਿਆਈ ਤਾਂ ਐ, ਪਰ ਉਸ ਦੇ ਪੈਸੇ ਕੌਣ ਦਏਗਾ ?"

ਪ੍ਰਤਾਪ—"ਮੈਂ ਵੱਡਾ ਹੋਊਂਗਾ ਤਾਂ ਉਸ ਨੂੰ ਬਹੁਤ ਸਾਰਾ ਪੈਸਾ ਦਿਆਂਗਾ। ਚੱਲ, ਦਗੜ! ਦਗੜ! ਦੇਖ ਮਾਂ, ਕਿੰਨਾ ਤੇਜ਼ ਘੋੜਾ ਐ!"

ਸੁਵਾਮਾ ਦੀਆਂ ਅੱਖਾਂ ਵਿਚ ਫਿਰ ਤੋਂ ਨੀਰ ਭਰ ਆਇਆ। 'ਹਾਏ ਓਏ ਡਾਢਿਆ ਰੱਬਾ! ਇਸ ਸੁਹੱਪਣ ਤੇ ਸੁਮੱਤਤਾ ਦੀ ਮੂਰਤ 'ਤੇ ਹੁਣੇ ਤੋਂ ਦਰਿੱਦਰਤਾ ਦੀਆਂ ਮੁਸੀਬਤਾਂ ਆ ਜਾਣਗੀਆਂ। ਨਹੀਂ-ਨਹੀਂ, ਮੈਂ ਖ਼ੁਦ ਸਭ ਹੰਢਾ ਲਵਾਂਗੀ, ਪਰ ਆਪਣੇ ਜਾਨ ਤੋਂ ਪਿਆਰੇ ਬੱਚੇ ਦੇ ਉੱਪਰ ਮੁਸੀਬਤ ਦਾ ਪਰਛਾਵਾਂ ਤੱਕ ਨਹੀਂ ਪੈਣ ਦਿਆਂਗੀ!' ਮਾਂ ਤਾਂ ਇਹ ਸੋਚ ਰਹੀ ਸੀ ਤੇ ਪ੍ਰਤਾਪ ਆਪਣੇ ਜ਼ਿੱਦੀ ਤੇ ਮੂੰਹ ਜ਼ੋਰ ਘੋੜੇ 'ਤੇ ਚੜ੍ਹਨ ਲਈ ਪੂਰੀ ਤਾਕਤ ਲਗਾਉਣ ਵਿੱਚ ਮਗਨ ਹੋ ਰਿਹਾ ਸੀ। ਬੱਚੇ ਮਨ ਦੇ ਰਾਜੇ ਹੁੰਦੇ ਹਨ।

ਮਤਲਬ ਸਾਫ਼ ਇਹ ਕਿ ਮੋਟੇਰਾਮ ਨੇ ਬਹੁਤ ਜਾਲ ਵਿਛਾਇਆ। ਤਰ੍ਹਾਂ-ਤਰ੍ਹਾਂ ਦੀ ਬੋਲਚਾਲ ਦੀ ਚੁਸਤੀ ਵਰਤੀ, ਪਰ ਸੁਵਾਮਾ ਨੇ ਇਕ ਵਾਰ 'ਨਹੀਂ' ਕਹਿ ਕੇ 'ਹਾਂ' ਨਾ ਕੀਤੀ।

ਉਸ ਦੀ ਇਸ ਸਵੈ-ਰਾਖੀ ਦੀ ਖ਼ਬਰ ਜਿਸ ਨੇ ਵੀ ਸੁਣੀ, ਜੈ-ਜੈਕਾਰ ਕੀਤੀ। ਲੋਕਾਂ ਦੇ ਮਨਾਂ ਵਿੱਚ ਉਸ ਦਾ ਰੁਤਬਾ ਦੁੱਗਣਾ ਵਧ ਗਿਆ। ਉਸ ਨੇ ਉਹੀ ਕੀਤਾ, ਜੋ ਅਜਿਹੇ ਸੰਤੋਖੀ ਤੇ ਖੁੱਲ੍ਹੇ ਦਿਲ ਵਾਲੇ ਮਨੁੱਖ ਦੀ ਪਤਨੀ ਨੂੰ ਕਰਨਾ ਚਾਹੀਦਾ ਸੀ।

ਇਸ ਦੇ ਪੰਦਰ੍ਹਵੇਂ ਦਿਨ ਜ਼ਮੀਨ ਨਿਲਾਮੀ 'ਤੇ ਚੜ੍ਹ ਗਈ। ਪੰਜਾਹ ਹਜ਼ਾਰ ਰੁਪਏ ਹਾਸਿਲ ਹੋਏ, ਸਾਰਾ ਕਰਜ਼ਾ ਚੁਕਾ ਦਿੱਤਾ ਗਿਆ। ਘਰ ਦਾ ਅਣਲੋੜੀਂਦਾ ਸਾਮਾਨ ਵੇਚ ਦਿੱਤਾ ਗਿਆ। ਮਕਾਨ ਵਿਚ ਵੀ ਸੁਵਾਮਾ ਨੇ ਅੰਦਰੋਂ ਉੱਚੀਆਂ-ਉੱਚੀਆਂ ਕੰਧਾਂ ਕਰ ਕੇ ਮਕਾਨ ਨੂੰ ਦੋ ਅੱਡ-ਅੱਡ ਹਿੱਸਿਆਂ ਵਿੱਚ ਵੰਡ ਦਿੱਤਾ। ਇਕ ਵਿੱਚ ਆਪ ਰਹਿਣ ਲੱਗੀ ਤੇ ਦੂਜਾ ਕਿਰਾਏ 'ਤੇ ਚੜ੍ਹਾ ਦਿੱਤਾ।

3.

ਨਵੇਂ ਗੁਆਂਢੀਆਂ ਨਾਲ ਮੇਲ-ਮਿਲਾਪ

ਮੁਨਸ਼ੀ ਸੰਜੀਵਨ ਲਾਲ, ਜਿਨ੍ਹਾਂ ਨੇ ਸੁਵਾਮਾ ਦਾ ਘਰ ਕਿਰਾਏ 'ਤੇ ਲਿਆ ਸੀ, ਬੜੇ ਵਿਚਾਰਵਾਨ ਬੰਦੇ ਸਨ। ਪਹਿਲਾਂ ਇੱਕ ਉੱਚ-ਅਹੁਦੇ 'ਤੇ ਨਿਯੁਕਤ ਸਨ, ਪਰ ਆਪਣੀ ਆਜ਼ਾਦ ਸੋਚ ਦੇ ਕਾਰਨ ਅਫ਼ਸਰਾਂ ਨੂੰ ਖ਼ੁਸ਼ ਨਾ ਰੱਖ ਸਕੇ। ਇਥੋਂ ਤੱਕ ਕਿ ਉਨ੍ਹਾਂ ਦੀ ਨਾਰਾਜ਼ਗੀ ਤੋਂ ਦੁਖੀ ਹੋ ਕੇ ਅਸਤੀਫ਼ਾ ਦੇ ਦਿੱਤਾ। ਨੌਕਰੀ ਵੇਲੇ ਕੁਝ ਪੈਸੇ ਜੋੜ ਲਏ ਸਨ, ਇਸ ਲਈ ਨੌਕਰੀ ਛੱਡਦੇ ਹੀ ਉਹ ਠੇਕੇਦਾਰੀ ਵੱਲ ਆ ਗਏ ਅਤੇ ਉਨ੍ਹਾਂ ਨੇ ਮਿਹਨਤ ਸਦਕਾ ਥੋੜ੍ਹੇ ਸਮੇਂ ਵਿੱਚ ਹੀ ਚੰਗੀ ਜਾਇਦਾਦ ਬਣਾ ਲਈ। ਇਸ ਵੇਲੇ ਉਨ੍ਹਾਂ ਦੀ ਆਮਦਨ ਚਾਰ-ਪੰਜ ਸੌ ਰੁਪਏ ਪ੍ਰਤੀ ਮਹੀਨਾ ਤੋਂ ਘੱਟ ਨਹੀਂ ਸੀ। ਉਨ੍ਹਾਂ ਦੀ ਅਕਲ ਏਨੀ ਤਜਰਬੇਕਾਰ ਸੀ ਕਿ ਜਿਸ ਕੰਮ ਵਿੱਚ ਹੱਥ ਪਾਉਂਦੇ, ਉਸ ਵਿੱਚ ਲਾਭ ਦੀ ਬਜਾਇ ਹਾਨੀ ਕਦੇ ਨਹੀਂ ਹੁੰਦੀ ਸੀ।

ਮੁਨਸ਼ੀ ਸੰਜੀਵਨ ਲਾਲ ਦਾ ਪਰਿਵਾਰ ਵੱਡਾ ਨਹੀਂ ਸੀ। ਔਲਾਦਾਂ ਤਾਂ ਰੱਬ ਨੇ ਕਈ ਦਿੱਤੀਆਂ, ਪਰ ਇਸ ਵੇਲੇ ਮਾਂ-ਪਿਓ ਦੀਆਂ ਅੱਖਾਂ ਦੀ ਪਿਆਰੀ ਸਿਰਫ਼ ਇਕ ਧੀ ਹੀ ਸੀ। ਉਸ ਦਾ ਨਾਮ ਬ੍ਰਿਜਰਾਣੀ ਸੀ, ਉਹੀ ਦੰਪਤੀ ਦੇ ਜੀਵਨ ਦਾ ਸਹਾਰਾ ਸੀ।

ਪ੍ਰਤਾਪ ਚੰਦਰ ਅਤੇ ਬ੍ਰਿਜਰਾਣੀ ਵਿਚ ਪਹਿਲੇ ਦਿਨ ਤੋਂ ਹੀ ਮਿੱਤਰਤਾ ਹੋ ਗਈ। ਅੱਧੇ ਘੱਟੇ ਵਿੱਚ ਹੀ ਦੋਨੋਂ ਚਿੜੀਆਂ ਦੀ ਤਰ੍ਹਾਂ ਚਹਿਕਣ ਲੱਗੇ। ਬਿਰਜਨ ਨੇ ਆਪਣੀ ਗੁੱਡੀ, ਖਿਡੌਣੇ ਤੇ ਵਾਜੇ ਦਿਖਾਏ, ਪ੍ਰਤਾਪ ਚੰਦਰ ਨੂੰ ਗੋਦੀ ਬਿਠਾ ਲਿਆ ਤੇ ਪਿਆਰ ਕੀਤਾ। ਉਸ ਦਿਨ ਤੋਂ ਉਹ ਰੋਜ਼ ਸ਼ਾਮ ਨੂੰ ਆਉਂਦਾ ਤੇ ਦੋਨੋਂ ਇਕੱਠੇ ਖੇਡਦੇ। ਏਦਾਂ ਲੱਗਦਾ ਸੀ ਕਿ ਦੋਨੋਂ ਭੈਣ-ਭਰਾ ਹਨ। ਸੁਸ਼ੀਲਾ ਦੋਨਾਂ ਬੱਚਿਆਂ ਨੂੰ ਦੇਖਦੀ ਰਹਿੰਦੀ, ਬਿਰਜਨ ਵੀ ਕਦੇ-ਕਦੇ ਪ੍ਰਤਾਪ ਦੇ ਘਰ ਜਾਂਦੀ। ਮੁਸੀਬਤਾਂ ਦੀ ਮਾਰੀ ਸੁਵਾਮਾ ਉਸ ਨੂੰ ਦੇਖ ਕੇ ਆਪਣਾ ਦੁੱਖ ਭੁੱਲ ਜਾਂਦੀ, ਸੀਨੇ ਨਾਲ ਲਾ ਲੈਂਦੀ ਤੇ ਉਸ ਦੀਆਂ ਭੋਲੀਆਂ-ਭਾਲੀਆਂ ਗੱਲਾਂ ਸੁਣ ਕੇ ਆਪਣਾ ਮਨ ਬਹਿਲਾਉਂਦੀ।

ਇਕ ਦਿਨ ਮੁਨਸ਼ੀ ਸੰਜੀਵਨਲਾਲ ਬਾਹਰੋਂ ਆਏ ਤਾਂ ਕੀ ਦੇਖਦੇ ਨੇ ਕਿ ਪ੍ਰਤਾਪ ਤੇ ਬਿਰਜਨ ਦੋਨੋਂ ਦਫ਼ਤਰ ਵਿੱਚ ਕੁਰਸੀਆਂ 'ਤੇ ਬੈਠੇ ਨੇ, ਪ੍ਰਤਾਪ ਕੋਈ ਪੁਸਤਕ ਪੜ੍ਹ ਰਿਹਾ ਹੈ

ਅਤੇ ਬਿਰਜਨ ਧਿਆਨ ਨਾਲ ਸੁਣ ਰਹੀ ਹੈ।

ਦੋਨਾਂ ਨੇ ਜਿਉਂ ਹੀ ਮੁਨਸ਼ੀ ਜੀ ਨੂੰ ਦੇਖਿਆ, ਉਠ ਖੜ੍ਹੇ ਹੋਏ। ਬਿਰਜਨ ਤਾਂ ਦੌੜ ਕੇ ਪਿਤਾ ਦੀ ਗੋਦੀ ਵਿੱਚ ਜਾ ਬੈਠੀ ਅਤੇ ਪ੍ਰਤਾਪ ਸਿਰ ਝੁਕਾ ਕੇ ਇਕ ਪਾਸੇ ਖੜ੍ਹਾ ਹੋ ਗਿਆ। ਕਿੰਨਾ ਗੁਣਵਾਨ ਬੱਚਾ ਸੀ! ਉਮਰ ਅਜੇ ਅੱਠ ਸਾਲ ਤੋਂ ਵੱਧ ਨਹੀਂ ਸੀ, ਪਰ ਅੱਖਾਂ ਵਿਚੋਂ ਸੰਭਾਵਿਤ ਪ੍ਰਤਿਭਾ ਝਲਕ ਰਹੀ ਸੀ। ਦੈਵੀ ਮੁਖੜਾ, ਪਤਲੇ-ਪਤਲੇ ਲਾਲ-ਲਾਲ ਹੋਂਠ, ਚੰਚਲ ਸੁਭਾਅ, ਕਾਲੇ-ਕਾਲੇ ਲਟਾਵਾਂ ਜਿਹੇ ਵਾਲ, ਉਸ ਉੱਤੇ ਸਾਫ਼-ਸੁਥਰੇ ਕੱਪੜੇ! ਮੁਨਸ਼ੀ ਜੀ ਨੇ ਕਿਹਾ—"ਉਰੇ ਆ ਪ੍ਰਤਾਪ!"

ਪ੍ਰਤਾਪ ਹੌਲੀ-ਹੌਲੀ ਥੋੜ੍ਹਾ ਹਿਚਕਚਾਉਂਦਾ—ਸੰਕੋਚ ਕਰਦਾ ਨੇੜੇ ਆਇਆ। ਮੁਨਸ਼ੀ ਜੀ ਨੇ ਪਿੱਤਰੀ ਲਾਡ ਨਾਲ ਉਸ ਨੂੰ ਗੋਦੀ ਵਿੱਚ ਬਿਠਾ ਲਿਆ ਅਤੇ ਪੁੱਛਿਆ—"ਤੂੰ ਹੁਣੇ ਕਿਹੜੀ ਕਿਤਾਬ ਪੜ੍ਹ ਰਿਹਾ ਸੀ?"

ਪ੍ਰਤਾਪ ਬੋਲਣ ਹੀ ਲੱਗਾ ਸੀ ਕਿ ਬਿਰਜਨ ਬੋਲ ਪਈ—"ਪਿਤਾ ਜੀ! ਬਹੁਤ ਚੰਗੀਆਂ-ਚੰਗੀਆਂ ਕਹਾਣੀਆਂ ਸੀ। ਕਿਉਂ ਪਿਤਾ ਜੀ! ਕੀ ਪਹਿਲਾਂ ਚਿੜੀਆਂ ਵੀ ਸਾਡੀ ਤਰ੍ਹਾਂ ਬੋਲਿਆ ਕਰਦੀਆਂ ਸਨ?"

ਮੁਨਸ਼ੀ ਜੀ ਮੁਸਕਰਾ ਕੇ ਬੋਲੇ—"ਹਾਂ! ਉਹ ਖ਼ੂਬ ਬੋਲਦੀਆਂ ਸਨ।"

ਅਜੇ ਉਨ੍ਹਾਂ ਦੇ ਮੂੰਹੋਂ ਪੂਰੀ ਗੱਲ ਵੀ ਨਹੀਂ ਨਿਕਲੀ ਸੀ ਕਿ ਪ੍ਰਤਾਪ, ਜਿਸਦਾ ਸੰਕੋਚ ਹੁਣ ਲੋਪ ਹੋ ਚੱਲਿਆ ਸੀ, ਬੋਲਿਆ—"ਨਹੀਂ ਬਿਰਜਨ, ਤੈਨੂੰ ਬੁੱਧੂ ਬਣਾਉਂਦੇ ਨੇ। ਇਹ ਕਹਾਣੀਆਂ ਤਾਂ ਘੜੀਆਂ ਹੋਈਆਂ ਨੇ।"

ਮੁਨਸ਼ੀ ਜੀ ਇਸ ਨਿਡਰਤਾ ਭਰੇ ਖੰਡਨ ਉੱਤੇ ਖ਼ੂਬ ਹੱਸੇ।

ਹੁਣ ਤਾਂ ਪ੍ਰਤਾਪ ਤੋਤੇ ਦੀ ਤਰ੍ਹਾਂ ਚਹਿਕਣ ਲੱਗਾ—"ਸਕੂਲ ਏਨਾ ਵੱਡਾ ਐ ਕਿ ਸ਼ਹਿਰ ਭਰ ਦੇ ਲੋਕ ਉਸ ਵਿੱਚ ਬੈਠ ਜਾਣ। ਕੰਧਾਂ ਏਨੀਆਂ ਉੱਚੀਆਂ ਨੇ, ਜਿਵੇਂ ਤਾੜ ਦੇ ਦਰੱਖ਼ਤ! ਬਲਦੇਵ ਪ੍ਰਸਾਦ ਨੇ ਜੋ ਗੇਂਦ ਨੂੰ ਹਿੱਟ ਮਾਰੀ ਤਾਂ ਉਹ ਆਸਮਾਨ ਵਿਚ ਚਲੀ ਗਈ। ਵੱਡੇ ਮਾਸਟਰ ਸਾਹਬ ਦੀ ਮੇਜ਼ 'ਤੇ ਹਰਾ-ਹਰਾ ਮੇਜ਼-ਪੋਸ਼ ਵਿਛਿਆ ਹੋਇਐ। ਉਸ 'ਤੇ ਫੁੱਲਾਂ ਨਾਲ ਲੱਦੇ ਗਿਲਾਸ ਰੱਖੇ ਨੇ। ਗੰਗਾ ਜੀ ਦਾ ਪਾਣੀ ਨੀਲਾ ਐ। ਏਨੇ ਜ਼ੋਰ ਨਾਲ ਵਹਿੰਦੈ ਕਿ ਵਿਚਾਲੇ ਜੇ ਪਹਾੜ ਵੀ ਆ ਜਾਏ ਤਾਂ ਵਹਿ ਜਾਏ। ਉਥੇ ਇੱਕ ਸਾਧੂ ਬਾਬਾ ਜੀ ਨੇ। ਰੇਲ ਦੌੜਦੀ ਐ ਸ਼ੁਕ-ਸ਼ੁਕ। ਉਹਦਾ ਇੰਜਣ ਬੋਲਦਾ ਐ ਛਕ-ਛਕ। ਇੰਜਣ ਵਿੱਚ ਭਾਫ਼ ਹੁੰਦੀ ਐ, ਉਸੇ ਦੇ ਜ਼ੋਰ ਨਾਲ ਗੱਡੀ ਚੱਲਦੀ ਐ। ਗੱਡੀ ਦੇ ਨਾਲ ਦਰੱਖ਼ਤ ਵੀ ਭਜਦੇ ਦਿਖਾਈ ਦਿੰਦੇ ਨੇ।"

ਇਸ ਤਰ੍ਹਾਂ ਕਿੰਨੀਆਂ ਹੀ ਗੱਲਾਂ ਪ੍ਰਤਾਪ ਨੇ ਆਪਣੀ ਭੋਲੀ-ਭਾਲੀ ਭਾਸ਼ਾ ਵਿਚ ਕੀਤੀਆਂ। ਬਿਰਜਨ ਤਸਵੀਰ ਦੀ ਤਰ੍ਹਾਂ ਚੁੱਪਚਾਪ ਬੈਠੀ ਸੁਣ ਰਹੀ ਸੀ। ਰੇਲ 'ਤੇ ਉਹ ਵੀ ਦੋ-ਤਿੰਨ ਵਾਰ ਸੁਆਰ ਹੋਈ ਸੀ। ਪਰ ਉਸ ਨੂੰ ਅੱਜ ਤੱਕ ਇਹ ਪਤਾ ਨਹੀਂ ਸੀ ਕਿ ਉਸ ਨੂੰ ਕਿਸ ਨੇ ਬਣਾਇਆ ਹੈ ਤੇ ਉਹ ਕਿਵੇਂ ਚੱਲਦੀ ਹੈ? ਦੋ ਵਾਰ ਉਸ ਨੇ ਆਪਣੇ ਗੁਰੂ ਜੀ ਤੋਂ ਸੁਆਲ ਪੁੱਛਿਆ ਵੀ ਸੀ, ਪਰ ਉਨ੍ਹਾਂ ਨੇ ਇਹੀ ਕਹਿ ਕੇ ਟਾਲ ਦਿੱਤਾ ਕਿ ਬੇਟਾ, ਪਰਮਾਤਮਾ ਦੀ ਲੀਲਾ ਨਿਆਰੀ ਹੈ। ਬਿਰਜਨ ਨੇ ਵੀ ਸਮਝ ਲਿਆ ਕਿ ਪਰਮਾਤਮਾ ਦੀ 'ਲੀਲਾ' ਕੋਈ

ਬਹੁਤ ਵੱਡਾ ਤੇ ਤਾਕਤਵਰ ਘੋੜਾ ਹੋਏਗਾ, ਜੋ ਏਨੀਆਂ ਗੱਡੀਆਂ ਨੂੰ ਛਕ-ਛਕ ਖਿੱਚੀ ਲਈ ਜਾਂਦਾ ਹੈ। ਜਦ ਪ੍ਰਤਾਪ ਚੁੱਪ ਹੋਇਆ ਤਾਂ ਬਿਰਜਨ ਨੇ ਪਿਤਾ ਦੇ ਗਲਵੇਂ ਵਿੱਚ ਹੱਥ ਵਲ੍ਹ ਕੇ ਕਿਹਾ—"ਪਿਤਾ ਜੀ! ਮੈਂ ਵੀ ਪ੍ਰਤਾਪ ਦੀ ਕਿਤਾਬ ਪੜ੍ਹਾਂਗੀ।"

ਮੁਨਸ਼ੀ—"ਧੀਏ, ਤੂੰ ਤਾਂ ਸੰਸਕ੍ਰਿਤ ਪੜ੍ਹਦੀ ਐਂ, ਇਹ ਤਾਂ ਭਾਸ਼ਾ ਐ।"

ਬਿਰਜਨ—"ਤਾਂ ਮੈਂ ਵੀ ਭਾਸ਼ਾ ਹੀ ਪੜ੍ਹਾਂਗੀ। ਇਸ 'ਚ ਕਿੰਨੀਆਂ ਚੰਗੀਆਂ ਚੰਗੀਆਂ ਕਹਾਣੀਆਂ ਨੇ। ਮੇਰੀ ਕਿਤਾਬ 'ਚ ਤਾਂ ਇਕ ਵੀ ਕਹਾਣੀ ਨਹੀਂ। ਕਿਉਂ ਪਿਤਾ ਜੀ, ਪੜ੍ਹਨਾ ਕਿਸਨੂੰ ਕਹਿੰਦੇ ਨੇ?"

ਮੁਨਸ਼ੀ ਜੀ ਕੱਛਾਂ-ਕੌਲੇ ਝਾਕਣ ਲੱਗੇ। ਉਨ੍ਹਾਂ ਨੇ ਅੱਜ ਤੱਕ ਆਪ ਹੀ ਕਦੇ ਧਿਆਨ ਨਹੀਂ ਦਿੱਤਾ ਸੀ ਕਿ ਪੜ੍ਹਨਾ ਕੀ ਚੀਜ਼ ਹੈ। ਅਜੇ ਉਹ ਮੱਥਾ ਹੀ ਖੁਰਕ ਰਹੇ ਸਨ ਕਿ ਪ੍ਰਤਾਪ ਬੋਲ ਪਿਆ—"ਮੈਨੂੰ ਪੜ੍ਹਦਿਆਂ ਵੇਖਿਐ? ਉਸੇ ਨੂੰ ਪੜ੍ਹਨਾ ਕਹਿੰਦੇ ਨੇ।"

ਬਿਰਜਨ—"ਕੀ ਮੈਂ ਨਹੀਂ ਪੜ੍ਹਦੀ? ਮੇਰੇ ਪੜ੍ਹਨ ਨੂੰ ਪੜ੍ਹਨਾ ਕਿਉਂ ਨਹੀਂ ਕਹਿੰਦੇ?"

ਬਿਰਜਨ 'ਸਿਧਾਂਤ ਕੌਮੁਦੀ' (ਪਾਨਿਨੀ ਕ੍ਰਿਤ ਵਿਆਕਰਣ ਦਾ ਮਹਾਨ ਗ੍ਰੰਥ) ਪੜ੍ਹ ਰਹੀ ਸੀ। ਪ੍ਰਤਾਪ ਨੇ ਕਿਹਾ—"ਤੂੰ ਤਾਂ ਤੋਤੇ ਦੀ ਤਰ੍ਹਾਂ ਰੱਟਦੀ ਐਂ।"

4.
ਏਕਤਾ ਦਾ ਰਿਸ਼ਤਾ ਨਰੋਆ ਹੁੰਦਾ ਹੈ।

ਕੁਝ ਸਮੇਂ ਵਿੱਚ ਸੁਵਾਮਾ ਨੇ ਆਰਥਿਕ ਤੰਗੀ ਦੇ ਕਾਰਨ ਮਹਾਰਾਜਨ (ਬ੍ਰਾਹਮਣ ਖ਼ਾਨਸਾਮਾ) ਕਹਾਰ ਤੇ ਦੋ ਕੰਮ ਕਰਨ ਵਾਲੀਆਂ ਝਿਊਰੀਆਂ ਨੂੰ ਜੁਆਬ ਦੇ ਦਿੱਤਾ ਸੀ ਕਿਉਂਕਿ ਹੁਣ ਨਾ ਤਾਂ ਉਨ੍ਹਾਂ ਦੀ ਕੋਈ ਬਹੁਤੀ ਲੋੜ ਸੀ ਤੇ ਨਾ ਹੀ ਉਨ੍ਹਾਂ ਦਾ ਖ਼ਰਚਾ ਹੀ ਬਰਦਾਸ਼ਤ ਹੁੰਦਾ ਸੀ। ਸਿਰਫ਼ ਇਕ ਬੁੱਢੀ ਝਿਊਰੀ ਬਾਕੀ ਰਹਿ ਗਈ ਸੀ। ਉਪਰਲਾ ਕੰਮ-ਕਾਜ ਉਹੀ ਕਰਦੀ, ਰਸੋਈ ਦਾ ਕੰਮ ਸੁਵਾਮਾ ਖ਼ੁਦ ਕਰ ਲੈਂਦੀ। ਪਰ ਉਸ ਵਿਚਾਰੀ ਨੂੰ ਏਨੀ ਸਖ਼ਤ ਮਿਹਨਤ ਕਰਨ ਦੀ ਆਦਤ ਤਾਂ ਕਦੇ ਸੀ ਨਹੀਂ, ਥੋੜ੍ਹੇ ਹੀ ਦਿਨਾਂ ਵਿੱਚ ਉਸ ਨੂੰ ਥਕਾਵਟ ਦੇ ਕਾਰਨ ਰਾਤ ਵੇਲੇ ਬੁਖ਼ਾਰ ਰਹਿਣ ਲੱਗਿਆ। ਹੌਲੀ-ਹੌਲੀ ਇਹ ਹਾਲਾਤ ਬਣ ਗਏ ਕਿ ਜਦ ਦੇਖੋ ਬੁਖ਼ਾਰ ਬਿਰਾਜਮਾਨ ਹੈ। ਸਰੀਰ ਤਪਦਾ ਰਹਿੰਦਾ ਹੈ, ਨਾ ਖਾਣ ਦੀ ਇੱਛਾ ਹੈ ਨਾ ਪੀਣ ਦੀ। ਕਿਸੇ ਕੰਮ ਵਿੱਚ ਮਨ ਨਹੀਂ ਲੱਗਦਾ। ਪਰ ਇਹ ਜ਼ਰੂਰ ਹੈ ਕਿ ਹਮੇਸ਼ਾ ਨੇਮ ਨਾਲ ਸਾਰੇ ਕੰਮ ਕਰੀ ਜਾਂਦੀ ਹੈ। ਜਦੋਂ ਤੱਕ ਪ੍ਰਤਾਪ ਘਰ ਰਹਿੰਦਾ ਹੈ, ਉਦੋਂ ਤੱਕ ਉਹ ਚਿਹਰੇ ਦੇ ਹਾਵਾਂ-ਭਾਵਾਂ ਨੂੰ ਜ਼ਰਾ ਵੀ ਵਿਗੜਨ ਨਹੀਂ ਦਿੰਦੀ। ਪਰ ਜਿਉਂ ਹੀ ਉਹ ਸਕੂਲ ਚਲਾ ਜਾਂਦਾ ਹੈ, ਤਿਉਂ ਹੀ ਉਹ ਚਾਦਰ ਲੈ ਕੇ ਪਈ ਰਹਿੰਦੀ ਹੈ ਅਤੇ ਸਾਰਾ ਦਿਨ ਪਈ-ਪਈ ਕਰਾਹੁੰਦੀ ਰਹਿੰਦੀ ਹੈ।

ਪ੍ਰਤਾਪ ਅਕਲਮੰਦ ਮੁੰਡਾ ਸੀ। ਮਾਂ ਦੀ ਹਾਲਤ ਨਿੱਤ-ਦਿਨ ਵਿਗੜਦੀ ਹੋਈ ਦੇਖ ਕੇ ਭਾਂਪ ਗਿਆ ਕਿ ਇਹ ਬੀਮਾਰ ਨੇ। ਇਕ ਦਿਨ ਸਕੂਲੋਂ ਪਰਤਿਆ, ਤਾਂ ਸਿੱਧਾ ਆਪਣੇ ਘਰ ਗਿਆ। ਬੇਟੇ ਨੂੰ ਦੇਖਦੇ ਹੀ ਸੁਵਾਮਾ ਨੇ ਉੱਠਣ ਦੀ ਕੋਸ਼ਿਸ਼ ਕੀਤੀ, ਪਰ ਕਮਜ਼ੋਰੀ ਦੇ ਕਾਰਨ ਚੱਕਰ ਆ ਗਿਆ ਤੇ ਹੱਥ-ਪੈਰ ਆਕੜ ਗਏ। ਪ੍ਰਤਾਪ ਨੇ ਉਸ ਨੂੰ ਸੰਭਾਲਿਆ ਤੇ ਉਸ ਦੇ

ਵੱਲ ਲਾਡ ਭਰੀ ਨਜ਼ਰ ਨਾਲ ਵੇਖ ਕੇ ਕਿਹਾ—"ਮਾਂ, ਤੂੰ ਅੱਜ ਕੱਲ੍ਹ ਬੀਮਾਰ ਐਂ ਕੀ ? ਏਨੀ ਕਮਜ਼ੋਰ ਕਿਉਂ ਹੋ ਗਈ ਐਂ ? ਦੇਖ ਤੇਰਾ ਸਰੀਰ ਕਿੰਨਾ ਗਰਮ ਐ ! ਹੱਥ ਨਹੀਂ ਧਰਿਆ ਜਾਂਦਾ।"

ਸੁਵਾਮਾ ਨੇ ਹੱਸਣ ਦਾ ਨਾਟਕ ਕੀਤਾ। ਆਪਣੀ ਬੀਮਾਰੀ ਬਾਰੇ ਦੱਸ ਕੇ ਬੇਟੇ ਨੂੰ ਕਿਵੇਂ ਤਕਲੀਫ਼ ਦੇਵੇ ? ਇਹ ਨਿਰਕਪਟ ਤੇ ਨਿਰਸੁਆਰਥ ਪਿਆਰ ਦੀ ਮਿਸਾਲ ਹੈ। ਲਹਿਜ਼ੇ ਨੂੰ ਨਿਮਰ ਕਰ ਕੇ ਬੋਲੀ—"ਨਹੀਂ ਪੁੱਤਰਾ, ਬੀਮਾਰ ਤਾਂ ਨਹੀਂ ਆਂ। ਅੱਜ ਕੁਝ ਬੁਖ਼ਾਰ ਚੜ੍ਹ ਗਿਆ ਸੀ, ਸ਼ਾਮ ਤੱਕ ਚੰਗੀ-ਭਲੀ ਹੋ ਜਾਵਾਂਗੀ। ਭੜੋਲੀ ਵਿਚ ਹਲਵਾ ਰੱਖਿਆ ਹੋਇਐ, ਕੱਢ ਲੈ। ਨਹੀਂ, ਤੂੰ ਆ ਕੇ ਬੈਠ, ਮੈਂ ਹੀ ਕੱਢ ਦਿੰਨੀ ਆਂ।"

ਪ੍ਰਤਾਪ—"ਮਾਂ, ਤੂੰ ਮੈਨੂੰ ਬਹਾਨੇ ਮਾਰਦੀ ਐਂ। ਤੂੰ ਜ਼ਰੂਰ ਬੀਮਾਰ ਐਂ। ਇਕ ਦਿਨ ਵਿੱਚ ਕੋਈ ਏਨਾ ਕਮਜ਼ੋਰ ਨਹੀਂ ਹੋ ਜਾਂਦੈ ?"

ਸੁਵਾਮਾ—"(ਹੱਸ ਕੇ) ਕੀ ਤੇਰੇ ਦੇਖਣ ਨੂੰ ਮੈਂ ਕਮਜ਼ੋਰ ਹੋ ਗਈ ਆਂ। ਮੈਨੂੰ ਤਾਂ ਨਹੀਂ ਲੱਗਦਾ।"

ਪ੍ਰਤਾਪ—"ਮੈਂ ਡਾਕਟਰ ਸਾਅਬ ਕੋਲ ਜਾਨਾਂ।"

ਸੁਵਾਮਾ (ਪ੍ਰਤਾਪ ਦਾ ਹੱਥ ਪਕੜ ਕੇ)—"ਤੈਨੂੰ ਕੀ ਪਤਾ ਕਿ ਉਹ ਕਿਥੇ ਰਹਿੰਦੇ ਨੇ ?"

ਪ੍ਰਤਾਪ—"ਪੁੱਛਦੇ-ਪੁੱਛਾਉਂਦੇ ਚਲਾ ਜਾਵਾਂਗਾ।"

ਸੁਵਾਮਾ ਕੁਝ ਹੋਰ ਕਹਿਣਾ ਚਾਹੁੰਦੀ ਸੀ ਕਿ ਉਸ ਨੂੰ ਫੇਰ ਚੱਕਰ ਆ ਗਿਆ। ਉਸ ਦੀਆਂ ਅੱਖਾਂ ਪਥਰਾ ਗਈਆਂ। ਪ੍ਰਤਾਪ ਉਸ ਦੀ ਇਹ ਹਾਲਤ ਦੇਖਦਿਆਂ ਹੀ ਡਰ ਗਿਆ। ਉਸ ਤੋਂ ਕੁਝ ਹੋਰ ਨਾ ਹੋ ਸਕਿਆ ਤਾਂ ਉਹ ਭੱਜ ਕੇ ਬਿਰਜਨ ਦੇ ਬੂਹੇ 'ਤੇ ਆਇਆ ਅਤੇ ਖੜ੍ਹਾ ਹੋ ਕੇ ਰੋਣ ਲੱਗਾ।

ਨਿੱਤ-ਦਿਨ ਉਹ ਇਸ ਵੇਲੇ ਤੱਕ ਬਿਰਜਨ ਦੇ ਘਰ ਪਹੁੰਚ ਜਾਂਦਾ ਸੀ। ਅੱਜ ਕਿਉਂ ਕਿ ਦੇਰ ਹੋ ਗਈ ਸੀ ਤਾਂ ਉਹ ਵਿਆਕੁਲ ਹੋਈ ਏਧਰ-ਉਧਰ ਵੇਖ ਰਹੀ ਸੀ। ਅਚਾਨਕ ਨਜ਼ਰ ਬੂਹੇ ਵੱਲ ਗਈ ਤਾਂ ਪ੍ਰਤਾਪ ਨੂੰ ਦੋਨੋਂ ਹੱਥਾਂ ਨਾਲ ਮੂੰਹ ਕੱਜੀ ਖੜ੍ਹਿਆ ਦੇਖਿਆ। ਪਹਿਲਾਂ ਤਾਂ ਸਮਝੀ ਕਿ ਇਸ ਨੇ ਮਜ਼ਾਕ ਨਾਲ ਮੂੰਹ ਲੁਕੋਇਆ ਹੋਇਆ ਹੈ। ਪਰ ਜਦ ਉਸ ਨੇ ਹੱਥ ਹਟਾਏ ਤਾਂ ਅੱਥਰੂ ਦਿਸ ਪਏ। ਚੌਂਕ ਕੇ ਬੋਲੀ—"ਓ ਲੱਲੂ ! ਕਿਉਂ ਰੋਨਾ ਐਂ ? ਦੱਸ ਤਾਂ ਸਹੀ।"

ਪ੍ਰਤਾਪ ਨੇ ਕੋਈ ਜੁਆਬ ਨਾ ਦਿੱਤਾ, ਸਗੋਂ ਹੋਰ ਵਿਲ੍ਹਕਣ ਲੱਗਿਆ।

ਬਿਰਜਨ ਬੋਲੀ—"ਨਹੀਂ ਦੱਸੇਂਗਾ ! ਕੀ ਚਾਚੀ ਨੇ ਕੁਝ ਆਖਿਐ ? ਜਾ ਫੇਰ, ਤੂੰ ਤਾਂ ਚੁੱਪ ਹੀ ਨਹੀਂ ਹੁੰਦਾ।"

ਪ੍ਰਤਾਪ ਨੇ ਕਿਹਾ—"ਨਹੀਂ ਬਿਰਜਨ, ਮਾਂ ਬਹੁਤ ਬੀਮਾਰ ਐ।"

ਇਹ ਸੁਣਦਿਆਂ ਹੀ ਬ੍ਰਿਜਰਾਣੀ ਭੱਜੀ ਅਤੇ ਇਕ ਸਾਹ ਵਿੱਚ ਸੁਵਾਮਾ ਦੇ ਸਿਰਹਾਣੇ ਜਾ ਖੜੀ ਹੋ ਗਈ। ਦੇਖਿਆ ਤਾਂ ਉਹ ਸੁੰਨ ਪਈ ਹੈ, ਅੱਖਾਂ ਮੀਟੀਆਂ ਹੋਈਆਂ ਨੇ ਤੇ ਲੰਮੇ ਸਾਹ ਲੈ ਰਹੀ ਹੈ। ਉਸ ਦਾ ਹੱਥ ਪਕੜ ਕੇ ਬਿਰਜਨ ਝੰਜੋੜਨ ਲੱਗੀ—"ਚਾਚੀ, ਕਿੱਦਾਂ

ਤਬੀਅਤ ਐ ? ਅੱਖਾਂ ਖੋਲ੍ਹੋ, ਕਿੱਦਾਂ ਤਬੀਅਤ ਐ ?"

ਪਰ ਚਾਚੀ ਨੇ ਅੱਖਾਂ ਨਾ ਖੋਲ੍ਹੀਆਂ। ਤਦ ਉਸ ਨੇ ਤਾਕੀ 'ਚੋਂ ਤੇਲ ਚੁੱਕ ਕੇ ਸੁਵਾਮਾ ਦੇ ਸਿਰ 'ਤੇ ਹੌਲੀ-ਹੌਲੀ ਮਲ੍ਹਣਾ ਸ਼ੁਰੂ ਕੀਤਾ। ਉਸ ਵਿਚਾਰੀ ਨੂੰ ਸਿਰ ਵਿਚ ਮਹੀਨਿਆਂ ਤੋਂ ਤੇਲ ਝੱਸਣ ਦਾ ਮੌਕਾ ਨਹੀਂ ਮਿਲਿਆ ਸੀ, ਠੰਢਕ ਪਹੁੰਚੀ ਤਾਂ ਅੱਖਾਂ ਖੁਲ੍ਹ ਗਈਆਂ।

ਬਿਰਜਨ—"ਚਾਚੀ, ਕਿੱਦਾਂ ਤਬੀਅਤ ਐ ? ਕਿਤੇ ਦਰਦ ਤਾਂ ਨਹੀਂ ਹੁੰਦਾ ?"

ਸੁਵਾਮਾ—"ਨਹੀਂ ਧੀਏ, ਦਰਦ ਕਿਤੇ ਨਹੀਂ ਐ। ਹੁਣ ਮੈਂ ਬਿਲਕੁਲ ਠੀਕ ਆਂ। ਤੇਰਾ ਵੀਰਾ ਕਿਥੇ ਐ ?"

ਬਿਰਜਨ—"ਉਹ ਤਾਂ ਮੇਰੇ ਘਰ ਐ, ਬਹੁਤ ਰੋ ਰਿਹੈ।"

ਸੁਵਾਮਾ—"ਤੂੰ ਜਾ, ਉਹਦੇ ਨਾਲ ਖੇਡ। ਹੁਣ ਮੈਂ ਬਿਲਕੁਲ ਠੀਕ ਆਂ।"

ਅਜੇ ਇਹ ਗੱਲਾਂ ਹੋ ਹੀ ਰਹੀਆਂ ਸਨ ਕਿ ਸੁਸ਼ੀਲਾ ਦਾ ਵੀ ਸ਼ੁਭ-ਆਗਮਨ ਹੋ ਗਿਆ। ਉਸ ਨੂੰ ਸੁਵਾਮਾ ਨਾਲ ਮਿਲਣ ਦੀ ਤਾਂ ਬਹੁਤ ਦਿਨਾਂ ਤੋਂ ਉਤਸੁਕਤਾ ਸੀ, ਪਰ ਕੋਈ ਮੌਕਾ ਨਹੀਂ ਮਿਲਦਾ ਸੀ। ਇਸ ਵੇਲੇ ਉਹ ਧਰਵਾਸ ਦੇਣ ਦੇ ਬਹਾਨੇ ਆ ਪਹੁੰਚੀ। ਬਿਰਜਨ ਨੇ ਆਪਣੀ ਮਾਂ ਨੂੰ ਦੇਖਿਆ ਤਾਂ ਖ਼ੁਸ਼ੀ ਨਾਲ ਟੱਪਣ ਲੱਗੀ ਤੇ ਤਾੜੀ ਵਜਾ-ਵਜਾ ਕੇ ਕਹਿਣ ਲੱਗੀ—"ਮਾਂ ਆ ਗਈ, ਮਾਂ ਆ ਗਈ।"

ਦੋਨਾਂ ਔਰਤਾਂ ਵਿੱਚ ਸ਼ਿਸ਼ਟਾਚਾਰ ਦੀਆਂ ਗੱਲਾਂ ਹੋਣ ਲੱਗੀਆਂ। ਗੱਲਾਂ-ਗੱਲਾਂ ਵਿੱਚ ਦਿਨ ਢਲ ਗਿਆ ਤੇ ਦੀਵਾ ਬਲ ਉਠਿਆ। ਕਿਸੇ ਨੂੰ ਖ਼ਿਆਲ ਹੀ ਨਹੀਂ ਸੀ ਆਇਆ ਕਿ ਪ੍ਰਤਾਪ ਕਿਥੇ ਹੈ ? ਥੋੜ੍ਹੀ ਦੇਰ ਤੱਕ ਤਾਂ ਉਹ ਬੂਹੇ 'ਤੇ ਖੜ੍ਹਾ ਰੋਂਦਾ ਰਿਹਾ ਸੀ, ਫਿਰ ਝਟਪਟ ਅੱਖਾਂ ਪੂੰਝ ਕੇ ਡਾਕਟਰ ਕਿਚਲੂ ਦੇ ਘਰ ਵੱਲ ਭੱਜ ਗਿਆ ਸੀ। ਡਾਕਟਰ ਸਾਹਿਬ ਮੁਨਸ਼ੀ ਸ਼ਾਲੀਗ੍ਰਾਮ ਦੇ ਦੋਸਤਾਂ ਵਿੱਚੋਂ ਸਨ ਅਤੇ ਜਦ ਕਦੇ ਲੋੜ ਪੈਂਦੀ ਤਾਂ ਉਨ੍ਹਾਂ ਨੂੰ ਹੀ ਬੁਲਾਇਆ ਜਾਂਦਾ ਸੀ। ਪ੍ਰਤਾਪ ਨੂੰ ਸਿਰਫ਼ ਏਨਾ ਪਤਾ ਸੀ ਕਿ ਉਹ ਬਰਨਾ ਨਦੀ ਦੇ ਕਿਨਾਰੇ ਲਾਲ ਬੰਗਲੇ ਵਿੱਚ ਰਹਿੰਦੇ ਹਨ। ਉਸ ਨੂੰ ਹੁਣ ਤੱਕ ਆਪਣੇ ਮੁਹੱਲੇ ਵਿਚੋਂ ਬਾਹਰ ਨਿਕਲਣ ਦਾ ਮੌਕਾ ਨਹੀਂ ਮਿਲਿਆ ਸੀ। ਪਰ ਇਸ ਵੇਲੇ ਮਾਂ-ਭਗਤੀ ਦੇ ਵੇਗ ਨਾਲ ਸਰਾਬੋਰ ਹੋਣ ਦੇ ਕਾਰਨ ਉਸ ਨੂੰ ਇਨ੍ਹਾਂ ਰੁਕਾਵਟਾਂ ਦਾ ਕੁਝ ਵੀ ਧਿਆਨ ਨਾ ਰਿਹਾ। ਘਰੋਂ ਨਿਕਲ ਕੇ ਬਾਜ਼ਾਰ ਵਿੱਚ ਆਇਆ ਅਤੇ ਇਕ ਟਾਂਗੇ ਵਾਲੇ ਨੂੰ ਕਿਹਾ—"ਲਾਲ ਬੰਗਲੇ ਚੱਲੋਂਗੇ ?" ਲਾਲ ਬੰਗਲਾ ਪ੍ਰਸਿੱਧ ਜਗ੍ਹਾ ਸੀ। ਟਾਂਗੇ ਵਾਲਾ ਤਿਆਰ ਹੋ ਗਿਆ। ਅੱਠ ਵੱਜਦਿਆਂ-ਵੱਜਦਿਆਂ ਡਾਕਟਰ ਸਾਹਬ ਦੀ ਬੱਘੀ ਸੁਵਾਮਾ ਦੇ ਬੂਹੇ 'ਤੇ ਆ ਪਹੁੰਚੀ। ਇਥੇ ਇਸ ਵੇਲੇ ਚਾਰੇ ਪਾਸੇ ਪ੍ਰਤਾਪ ਦੀ ਭਾਲ ਹੋ ਰਹੀ ਸੀ ਕਿ ਅਚਾਨਕ ਉਹ ਤੇਜ਼ ਕਦਮ ਪੁੱਟਦਾ ਹੋਇਆ ਅੰਦਰ ਗਿਆ ਤੇ ਬੋਲਿਆ—"ਘੁੰਡ ਕੱਢ ਲਓ। ਡਾਕਟਰ ਸਾਹਬ ਆ ਰਹੇ ਨੇ।"

ਸੁਵਾਮਾ ਤੇ ਸੁਸ਼ੀਲਾ ਦੋਨੋਂ ਚੌਂਕ ਪਈਆਂ। ਸਮਝ ਗਈਆਂ, ਇਹ ਡਾਕਟਰ ਸਾਹਿਬ ਨੂੰ ਬੁਲਾਉਣ ਗਿਆ ਸੀ। ਸੁਵਾਮਾ ਨੇ ਮਮਤਾ ਦੀ ਲੋਰ ਵਿੱਚ ਉਸ ਨੂੰ ਗੋਦੀ ਬਿਠਾ ਲਿਆ ਤੇ ਅੱਖਾਂ ਵਿੱਚ ਹੰਝੂ ਭਰ ਕੇ ਪੁੱਛਿਆ—"ਕੀ 'ਕੱਲਾ ਗਿਆ ਸੀ ? ਤੈਨੂੰ ਕਿਵੇਂ ਪਤਾ ਲੱਗਿਆ ? ਡਰ ਨਹੀਂ ਲੱਗਿਆ ? ਸਾਨੂੰ ਦੱਸਿਆ ਵੀ ਨਹੀਂ, ਏਦਾਂ ਹੀ ਚਲਾ ਗਿਆ, ਤੂੰ ਗੁਆਚ ਜਾਂਦਾ ਤਾਂ ਮੈਂ ਕੀ ਕਰਦੀ ? ਏਦਾਂ ਦਾ ਲਾਲ ਕਿਥੋਂ ਲੱਭਦੀ ?" ਇਹ ਕਹਿ ਕੇ ਉਸ ਨੇ ਬੇਟੇ ਨੂੰ

ਵਾਰ-ਵਾਰ ਚੁੰਮ ਲਿਆ। ਪ੍ਰਤਾਪ ਏਨਾ ਖ਼ੁਸ਼ ਸੀ, ਜਿਵੇਂ ਇਮਤਿਹਾਨ ਵਿੱਚ ਪਾਸ ਹੋ ਗਿਆ ਹੋਵੇ। ਥੋੜ੍ਹੀ ਦੇਰ ਵਿੱਚ ਘੁੰਢ ਨਿਕਲੇ ਤੇ ਡਾਕਟਰ ਸਾਹਿਬ ਆ ਗਏ। ਉਨ੍ਹਾਂ ਨੇ ਸੁਵਾਮਾ ਦੀ ਨਬਜ਼ ਦੇਖੀ ਅਤੇ ਧਰਵਾਸ ਦਿੱਤਾ। ਉਹ ਪ੍ਰਤਾਪ ਨੂੰ ਗੋਦੀ ਬਿਠਾ ਕੇ ਗੱਲਾਂ ਕਰਦੇ ਰਹੇ। ਦਵਾ-ਦਾਰੂ ਨਾਲ ਲਿਆਏ ਸਨ। ਉਸ ਨੂੰ ਪਿਲਾਉਣ ਬਾਰੇ ਸਮਝਾ ਕੇ ਨੌਂ ਵਜੇ ਬੰਗਲੇ ਨੂੰ ਪਰਤ ਗਏ। ਪਰ ਪੁਰਾਣਾ ਬੁਖ਼ਾਰ ਸੀ, ਇਸ ਲਈ ਪੂਰਾ ਮਹੀਨਾ ਭਰ ਸੁਵਾਮਾ ਨੂੰ ਕੌੜੀਆਂ ਕੌੜੀਆਂ ਦਵਾਈਆਂ ਖਾਣੀਆਂ ਪਈਆਂ। ਡਾਕਟਰ ਸਾਹਿਬ ਦੋਨੋਂ ਵੇਲੇ ਆਉਂਦੇ ਤੇ ਅਜਿਹੀ ਫ਼ਿਕਰ ਤੇ ਧਿਆਨ ਕਰਦੇ, ਜਿਵੇਂ ਸੁਵਾਮਾ ਉਨ੍ਹਾਂ ਦੀ ਭੈਣ ਹੋਵੇ। ਇਕ ਵਾਰ ਸੁਵਾਮਾ ਨੇ ਡਰਦਿਆਂ-ਡਰਦਿਆਂ ਫ਼ੀਸ ਦੇ ਰੁਪਏ ਇਕ ਪਾਤਰ ਵਿੱਚ ਰੱਖ ਕੇ ਪੇਸ਼ ਕੀਤੇ। ਪਰ ਡਾਕਟਰ ਸਾਹਿਬ ਨੇ ਉਨ੍ਹਾਂ ਨੂੰ ਹੱਥ ਤੱਕ ਨਾ ਲਗਾਇਆ। ਸਿਰਫ਼ ਏਨਾ ਕਿਹਾ—"ਇਹ ਮੇਰੇ ਵੱਲੋਂ ਪ੍ਰਤਾਪ ਨੂੰ ਦੇ ਦੇਣਾ, ਉਹ ਪੈਦਲ ਸਕੂਲ ਜਾਂਦੈ, ਕੋਈ ਸਾਈਕਲ ਖ਼ਰੀਦ ਲਏਗਾ।"

ਬਿਰਜਨ ਤੇ ਉਸ ਦੀ ਮਾਂ ਦੋਨੋਂ ਸੁਵਾਮਾ ਦੀ ਦੇਖਭਾਲ ਦੇ ਲਈ ਹਾਜ਼ਰ ਰਹਿੰਦੀਆਂ। ਮਾਂ ਚਾਹੇ ਨਾਗ਼ਾ ਪਾ ਵੀ ਦੇਵੇ, ਪਰ ਬਿਰਜਨ ਉਥੋਂ ਇਕ ਪਲ ਲਈ ਵੀ ਨਹੀਂ ਟਲਦੀ ਸੀ। ਦਵਾਈ ਪਿਆਉਂਦੀ, ਪਾਨ ਖੁਆਉਂਦੀ। ਜਦ ਸੁਵਾਮਾ ਦੀ ਤਬੀਅਤ ਕੁਝ ਚੰਗੀ ਹੁੰਦੀ ਤਾਂ ਉਹ ਭੋਲੀਆਂ-ਭਾਲੀਆਂ ਗੱਲਾਂ ਨਾਲ ਉਸ ਦਾ ਮਨ ਪਰਚਾਉਂਦੀ। ਖੇਡਣਾ-ਕੁੱਦਣਾ ਸਭ ਛੁੱਟ ਗਿਆ। ਜਦ ਸੁਵਾਮਾ ਬਹੁਤ ਜ਼ਿੱਦ ਕਰਦੀ ਤਾਂ ਪ੍ਰਤਾਪ ਨਾਲ ਬਾਗ਼ ਵਿੱਚ ਖੇਡਣ ਚਲੀ ਜਾਂਦੀ। ਹਨੇਰਾ ਹੁੰਦਿਆਂ ਹੀ ਫਿਰ ਆ ਬਹਿੰਦੀ ਤੇ ਜਦ ਤੱਕ ਨੀਂਦ ਨਾਲ ਡਿੱਗ-ਡਿੱਗ ਨਾ ਪੈਂਦੀ, ਉਥੋਂ ਉੱਠਣ ਦਾ ਨਾਮ ਨਾ ਲੈਂਦੀ, ਸਗੋਂ ਬਹੁਤ ਵਾਰੀ ਉਥੇ ਹੀ ਸੌਂ ਜਾਂਦੀ, ਰਾਤ ਨੂੰ ਨੌਕਰ ਗੋਦੀ ਚੁੱਕ ਕੇ ਘਰ ਲੈ ਜਾਂਦਾ। ਪਤਾ ਨਹੀਂ ਉਸ 'ਤੇ ਅਜਿਹੀ ਕਿਹੜੀ ਧੁਨ ਸੁਆਰ ਹੋ ਗਈ ਸੀ।

ਇਕ ਦਿਨ ਬ੍ਰਿਜਰਾਣੀ ਸੁਵਾਮਾ ਦੇ ਸਿਰਹਾਣੇ ਬੈਠੀ ਪੱਖਾ ਝੱਲ ਰਹੀ ਸੀ। ਪਤਾ ਨਹੀਂ ਕਿਹੜੇ ਖ਼ਿਆਲਾਂ ਵਿੱਚ ਗੁੰਮ ਸੀ। ਅੱਖਾਂ ਕੰਧ ਵੱਲ ਟਿਕੀਆਂ ਹੋਈਆਂ ਸਨ। ਅਤੇ ਜਿਸ ਤਰ੍ਹਾਂ ਚਾਂਦਨੀ ਦੇ ਫੁੱਲਾਂ ਦੇ ਦਰੱਖਤਾਂ 'ਤੇ ਚੰਨ ਦੀਆਂ ਰਿਸ਼ਮਾਂ ਲਹਿਰਾਉਂਦੀਆਂ ਹਨ, ਉਸੇ ਤਰ੍ਹਾਂ ਭਿਨੀ-ਭਿਨੀ ਮੁਸਕਰਾਹਟ ਉਸ ਦੇ ਹੋਠਾਂ 'ਤੇ ਲਹਿਰਾ ਰਹੀ ਸੀ। ਉਸ ਨੂੰ ਕੁਝ ਵੀ ਧਿਆਨ ਨਹੀਂ ਸੀ ਕਿ ਚਾਚੀ ਮੇਰੇ ਵੱਲ ਵੇਖ ਰਹੇ ਨੇ। ਅਚਾਨਕ ਉਸ ਦੇ ਹੱਥੋਂ ਪੱਖਾ ਛੁੱਟ ਗਿਆ। ਜਿਉਂ ਹੀ ਉਹ ਉਸਨੂੰ ਚੁੱਕਣ ਲਈ ਝੁਕੀ ਕਿ ਸੁਵਾਮਾ ਨੇ ਉਸ ਨੂੰ ਗਲੇ ਲਗਾ ਲਿਆ ਤੇ ਪੁਚਕਾਰ ਕੇ ਪੁੱਛਿਆ—"ਬਿਰਜਨ, ਸੱਚ ਦੱਸੀਂ, ਤੂੰ ਹੁਣੇ ਕੀ ਸੋਚ ਰਹੀ ਸੀ?"

ਬਿਰਜਨ ਨੇ ਸਿਰ ਝੁਕਾ ਲਿਆ ਤੇ ਕੁਝ ਸ਼ਰਮਸਾਰ ਹੋ ਕੇ ਬੋਲੀ—"ਕੁਝ ਨਹੀਂ, ਤੁਹਾਨੂੰ ਨਹੀਂ ਦੱਸਾਂਗੀ।"

ਸੁਵਾਮਾ—"ਮੇਰੀ ਪਿਆਰੀ ਬਿਰਜਨ! ਦੱਸ ਦੇ ਨਾ, ਕੀ ਸੋਚਦੀ ਸੀ?"

ਬਿਰਜਨ—"(ਸ਼ਰਮਾਉਂਦੇ ਹੋਏ) ਸੋਚਦੀ ਸੀ ਕਿ.....ਜਾਓ ਤੁਸੀਂ ਤਾਂ ਹੱਸਦੇ ਓ, ਮੈਂ ਨਹੀਂ ਦੱਸਣਾ।"

ਸੁਵਾਮਾ—"ਚੰਗਾ ਲੈ, ਨਹੀਂ ਹੱਸਦੀ, ਦੱਸ। ਲੈ ਇਹ ਵੀ ਚੰਗਾ ਨਹੀਂ ਲੱਗਦਾ ਤਾਂ ਫਿਰ ਮੈਂ ਅੱਖਾਂ ਵੀ ਮੀਟ ਲੈਨੀ ਆਂ।"

ਬਿਰਜਨ—"ਕਿਸੇ ਨੂੰ ਦੱਸੋਂਗੇ ਤਾਂ ਨਹੀਂ ?"

ਸੁਵਾਮਾ—"ਨਹੀਂ, ਕਿਸੇ ਨੂੰ ਨਹੀਂ ਦੱਸਾਂਗੀ।"

ਬਿਰਜਨ—"ਸੋਚਦੀ ਸੀ ਕਿ ਜਦ ਪ੍ਰਤਾਪ ਨਾਲ ਮੇਰਾ ਵਿਆਹ ਹੋ ਜਾਏਗਾ ਤਾਂ ਬੜੇ ਮਜ਼ੇ ਨਾਲ ਰਵਾਂਗੀ।"

ਸੁਵਾਮਾ ਨੇ ਉਸ ਨੂੰ ਸੀਨੇ ਨਾਲ ਲਗਾ ਲਿਆ ਤੇ ਕਿਹਾ—"ਧੀਏ, ਉਹ ਤਾਂ ਤੇਰਾ ਭਰਾ ਐ।"

ਬਿਰਜਨ—"ਹਾਂ ਭਰਾ ਐ। ਮੈਂ ਸਮਝ ਗਈ। ਤੁਸੀਂ ਮੈਨੂੰ ਨੂੰਹ ਨਹੀਂ ਬਣਾਓਗੇ ?"

ਸੁਵਾਮਾ—"ਅੱਜ ਲੱਲੂ ਰਾਮ ਨੂੰ ਆਉਣ ਦੇ, ਉਸ ਤੋਂ ਪੁੱਛਾਂ, ਦੇਖਾਂ ਕੀ ਕਹਿੰਦੈ ?"

ਬਿਰਜਨ—"ਨਹੀਂ-ਨਹੀਂ, ਉਨ੍ਹਾਂ ਤੋਂ ਨਾ ਪੁੱਛਣਾ, ਮੈਂ ਤੁਹਾਡੇ ਪੈਰੀਂ ਪੈਨੀ ਆਂ।"

ਸੁਵਾਮਾ—"ਮੈਂ ਤਾਂ ਦੱਸਾਂਗੀ।"

ਬਿਰਜਨ—"ਤੁਹਾਨੂੰ ਮੇਰੀ ਸਹੁੰ, ਉਨ੍ਹਾਂ ਨੂੰ ਨਾ ਦੱਸਣਾ।"

5.
ਮਰਿਆਦਾ ਵਾਲੇ ਜੀਵਨ ਦੇ ਦ੍ਰਿਸ਼

ਦਿਨ ਲੰਘਦਿਆਂ ਦੇਰ ਨਹੀਂ ਲੱਗਦੀ। ਦੋ ਸਾਲ ਬੀਤ ਗਏ। ਪੰਡਿਤ ਮੋਟੇਰਾਮ ਨਿੱਤ-ਦਿਨ ਤੜਕੇ ਆਉਂਦੇ ਤੇ 'ਸਿਧਾਂਤ-ਕੌਮੁਦੀ' ਪੜ੍ਹਾਉਂਦੇ, ਪਰ ਹੁਣ ਉਨ੍ਹਾਂ ਦਾ ਨੇਮ ਸਿਰਫ਼ ਰਸਮੀ ਤੌਰ 'ਤੇ ਆਪਣਾ ਕੰਮ ਕਰਦੇ ਰਹਿਣ ਤੱਕ ਹੀ ਸੀ, ਕਿਉਂਕਿ ਇਸ ਪੁਸਤਕ ਨੂੰ ਪੜ੍ਹਨ ਵਿੱਚ ਹੁਣ ਬਿਰਜਨ ਦਾ ਭੋਰਾ ਮਨ ਨਹੀਂ ਲੱਗਦਾ ਸੀ। ਇਕ ਦਿਨ ਮੁਨਸ਼ੀ ਜੀ ਇੰਜੀਨੀਅਰ ਦੇ ਦਫ਼ਤਰੋਂ ਪਰਤੇ। ਕਮਰੇ ਵਿੱਚ ਬੈਠੇ ਸਨ। ਨੌਕਰ ਬੂਟਾਂ ਦੇ ਫੀਤੇ ਖੋਲ੍ਹ ਰਿਹਾ ਸੀ ਕਿ ਰਧੀਆ ਝਿਊਰੀ ਮੁਸਕਰਾਉਂਦੀ ਹੋਈ ਆਈ ਤੇ ਉਨ੍ਹਾਂ ਦੇ ਹੱਥ ਵਿੱਚ ਮੋਹਰ ਲੱਗਿਆ ਹੋਇਆ ਲਿਫ਼ਾਫ਼ਾ ਰੱਖ ਕੇ, ਮੂੰਹ ਫੇਰ ਕੇ ਹੱਸਣ ਲੱਗੀ। ਸਿਰਨਾਵੇਂ ਵਜੋਂ ਲਿਖਿਆ ਹੋਇਆ ਸੀ—'ਸਤਿਕਾਰਯੋਗ ਪਿਤਾ ਜੀ ਦੀ ਸੇਵਾ ਵਿੱਚ ਮਿਲੇ।'

ਮੁਨਸ਼ੀ—"ਓਏ, ਤੂੰ ਕੀਹਦਾ ਲਿਫ਼ਾਫ਼ਾ ਲੈ ਆਈ ? ਇਹ ਮੇਰਾ ਨਹੀਂ ਐ।"

ਝਿਊਰੀ—"ਹਜ਼ੂਰ ਦਾ ਹੀ ਤਾਂ ਐ, ਖੋਲ੍ਹੋ ਤਾਂ ਸਹੀ ਤੁਸੀਂ।"

ਮੁਨਸ਼ੀ—"ਕੀਹਨੇ ਦਿੱਤੈ ? ਕੋਈ ਬੰਦਾ ਬਾਹਰੋਂ ਆਇਆ ਸੀ ?"

ਝਿਊਰੀ ਮੁਸਕਰਾਉਂਦੀ ਹੋਈ ਬੋਲੀ—"ਤੁਸੀਂ ਖੋਲ੍ਹੋਂਗੇ ਤਾਂ ਪਤਾ ਲੱਗ ਜਾਏਗਾ।"

ਮੁਨਸ਼ੀ ਜੀ ਨੇ ਹੈਰਾਨ ਹੋ ਕੇ ਲਿਫ਼ਾਫ਼ਾ ਖੋਲ੍ਹਿਆ। ਉਸ ਵਿਚੋਂ ਜੋ ਚਿੱਠੀ ਨਿਕਲੀ, ਉਸ ਵਿੱਚ ਇਹ ਲਿਖਿਆ ਹੋਇਆ ਸੀ—

'ਪਿਤਾ ਜੀ ਨੂੰ ਬਿਰਜਨ ਦਾ ਪ੍ਰਣਾਮ ਤੇ ਚਰਣ-ਸਪੱਰਸ਼ ਪਹੁੰਚੇ। ਇਥੇ ਤੁਹਾਡੇ ਆਸ਼ੀਰਵਾਦ ਨਾਲ ਰਾਜ਼ੀ-ਖ਼ੁਸ਼ੀ ਹੈ। ਤੁਹਾਡੀ ਰਾਜ਼ੀ-ਖ਼ੁਸ਼ੀ ਪਰਮਾਤਮਾ ਪਾਸੋਂ ਹਮੇਸ਼ਾ ਮੰਗਦੀ ਰਹਿੰਦੀ ਹਾਂ। ਮੈਂ ਪ੍ਰਤਾਪ ਤੋਂ ਭਾਸ਼ਾ ਸਿੱਖ ਲਈ ਹੈ। ਉਹ ਸਕੂਲੋਂ ਆ ਕੇ ਸ਼ਾਮ ਵੇਲੇ ਹਰ ਰੋਜ਼ ਮੈਨੂੰ ਪੜ੍ਹਾਉਂਦਾ ਹੈ। ਹੁਣ ਤੁਸੀਂ ਸਾਡੇ ਲਈ ਵਧੀਆ-ਵਧੀਆ ਕਿਤਾਬਾਂ ਲਿਆਓ, ਕਿਉਂ ਕਿ

ਪੜ੍ਹਨਾ ਹੀ ਜੀਵਨ ਦਾ ਸੁੱਖ ਹੈ ਅਤੇ ਵਿੱਦਿਆ ਅਮੋਲਕ ਧਨ ਹੈ। ਵੇਦਾਂ-ਪੁਰਾਣਾਂ ਵਿੱਚ ਇਸਦਾ ਮਹੱਤਵ ਲਿਖਿਆ ਹੈ। ਮਨੁੱਖ ਨੂੰ ਚਾਹੀਦਾ ਹੈ ਕਿ ਵਿੱਦਿਆ-ਧਨ, ਤਨੋਂ-ਮਨੋਂ ਇਕੱਠਾ ਕਰੇ। ਵਿੱਦਿਆ ਨਾਲ ਸਾਰੇ ਦੁੱਖ ਦੂਰ ਹੋ ਜਾਂਦੇ ਨੇ। ਮੈਂ ਕੱਲ੍ਹ ਬੈਤਾਲ-ਪੱਚੀਸੀ (ਵਿਕਰਮ ਬੈਤਾਲ) ਦੀ ਕਹਾਣੀ ਚਾਚੀ ਨੂੰ ਸੁਣਾਈ ਸੀ। ਉਨ੍ਹਾਂ ਨੇ ਮੈਨੂੰ ਇਕ ਖ਼ੂਬਸੂਰਤ ਗੁੱਡੀ ਇਨਾਮ ਵਜੋਂ ਦਿੱਤੀ ਹੈ। ਬਹੁਤ ਸੁਹਣੀ ਹੈ। ਮੈਂ ਉਸ ਦਾ ਵਿਆਹ ਕਰਾਂਗੀ, ਉਦੋਂ ਤੁਹਾਡੇ ਤੋਂ ਪੈਸੇ ਲਵਾਂਗੀ। ਮੈਂ ਹੁਣ ਪੰਡਿਤ ਜੀ ਕੋਲੋਂ ਨਹੀਂ ਪੜ੍ਹਨਾ। ਮਾਂ ਨੂੰ ਨਹੀਂ ਪਤਾ ਕਿ ਮੈਂ ਭਾਸ਼ਾ ਪੜ੍ਹਦੀ ਹਾਂ।

ਤੁਹਾਡੀ ਪਿਆਰੀ ਧੀ

ਬਿਰਜਨ'

ਲਿਖਾਈ ਦੇਖਦਿਆਂ ਹੀ ਮੁਨਸ਼ੀ ਜੀ ਦੇ ਅੰਤਰਮਨ ਵਿੱਚ ਕੁਤਕੁਤਾੜੀ ਹੋਣ ਲੱਗੀ। ਫੇਰ ਤਾਂ ਉਨ੍ਹਾਂ ਨੇ ਇਕੋ ਸਾਹ ਵਿੱਚ ਸਾਰੀ ਚਿੱਠੀ ਪੜ੍ਹ ਲਈ। ਖ਼ੁਸ਼ੀ ਦੇ ਮਾਰੇ ਹੱਸਦੇ ਹੋਏ ਨੰਗੇ ਪੈਰ ਹੀ ਅੰਦਰ ਵੱਲ ਨੱਸੇ। ਪ੍ਰਤਾਪ ਨੂੰ ਗੋਦੀ ਚੁੱਕ ਲਿਆ ਤੇ ਫੇਰ ਦੋਨਾਂ ਬੱਚਿਆਂ ਦੇ ਹੱਥ ਪਕੜ ਕੇ ਸੁਸ਼ੀਲਾ ਦੇ ਕੋਲ ਆਏ। ਉਸ ਨੂੰ ਚਿੱਠੀ ਦਿਖਾ ਕੇ ਕਿਹਾ—ਬੁੱਝ, ਕੀਹਦੀ ਚਿੱਠੀ ਐ ?"

ਸੁਸ਼ੀਲਾ—"ਲਿਆਓ ਹੱਥ 'ਚ ਫੜਾਓ, ਦੇਖਾਂ।"

ਮੁਨਸ਼ੀ ਜੀ—"ਨਹੀਂ, ਉਥੇ ਬੈਠੀ-ਬੈਠੀ ਦੱਸ, ਛੇਤੀ!"

ਸੁਸ਼ੀਲਾ—"ਬੁੱਝ ਲਵਾਂ ਤਾਂ ਕੀ ਦਿਓਂਗੇ ?"

ਮੁਨਸ਼ੀ ਜੀ—"ਪੰਜਾਹ ਰੁਪਏ, ਦੁੱਧ ਧੋਤੇ।"

ਸੁਸ਼ੀਲਾ—"ਪਹਿਲਾਂ ਰੁਪਏ ਕੱਢ ਕੇ ਰੱਖ ਦਿਓ, ਨਹੀਂ ਤਾਂ ਮੁੱਕਰ ਜਾਓਂਗੇ।"

ਮੁਨਸ਼ੀ ਜੀ—"ਜ਼ੁਬਾਨ ਦਾ ਪੱਕਾ ਵਾਂ, ਹੁਣੇ ਰੁਪਏ ਲੈ, ਐਵੇਂ ਕੋਈ ਲੱਲੂ-ਪੰਜੂ ਸਮਝ ਰੱਖਿਐ ?"

ਇਹ ਕਹਿ ਕੇ ਦਸ ਰੁਪਏ ਦਾ ਇਕ ਨੋਟ ਜੇਬ ਵਿਚੋਂ ਕੱਢ ਕੇ ਦਿਖਾਇਆ।

ਸੁਸ਼ੀਲਾ—"ਕਿੰਨੇ ਦਾ ਨੋਟ ਐ ?"

ਮੁਨਸ਼ੀ ਜੀ—"ਪੰਜਾਹ ਰੁਪਏ ਕਿਹੈ ਨਾ, ਹੱਥ 'ਚ ਫੜ ਕੇ ਵੇਖ ਲੈ।"

ਸੁਸ਼ੀਲਾ—"ਹੜੱਪ ਲਵਾਂਗੀ, ਕਹਿ ਦਿੰਨੀ ਆਂ।"

ਮੁਨਸ਼ੀ ਜੀ—"ਹਾਂ-ਹਾਂ, ਹੜੱਪ ਲਈਂ, ਪਹਿਲਾਂ ਦੱਸ ਤਾਂ ਸਹੀ।"

ਸੁਸ਼ੀਲਾ—"ਲੱਲੂ ਰਾਮ ਦਾ ਐ। ਲਿਆਓ ਨੋਟ, ਹੁਣ ਮੁੱਕਰਿਓ ਨਾ।" ਇਹ ਕਹਿ ਕੇ ਉਹ ਉੱਠੀ ਅਤੇ ਉਸ ਨੇ ਮੁਨਸ਼ੀ ਜੀ ਦਾ ਹੱਥ ਫੜ ਲਿਆ।

ਮੁਨਸ਼ੀ ਜੀ—"ਏਡੀ ਕਿਹੜੀ ਲੁੱਟ ਐ ? ਨੋਟ ਖੋਹੀ ਜਾਨੀ ਐਂ।"

ਸੁਸ਼ੀਲਾ—"ਵਾਅਦਾ ਨ੍ਹੀਂ ਕੀਤਾ ਸੀ ? ਹੁਣੇ ਹੀ ਮੁੱਕਰਣ ਲੱਗੇ।"

ਮੁਨਸ਼ੀ ਜੀ—"ਤੂੰ ਬੁੱਝਿਐ ਵੀ ? ਐਵੇਂ ਫਾਲਤੂ ਵਹਿਮ ਕਰੀ ਜਾਨੀ ਐਂ।"

ਸੁਸ਼ੀਲਾ—"ਚੱਲੋ, ਚੱਲੋ, ਬਹਾਨਾ ਬਣਾਉਂਦੇ ਓਂ, ਨੋਟ ਹਥਿਆਉਣ ਦੀ ਰੀਝ ਐ। ਕਿਉਂ ਲੱਲੂ ਰਾਮ, ਤੇਰੀ ਹੀ ਚਿੱਠੀ ਐ ਨਾ ?"

ਪ੍ਰਤਾਪ ਨੀਵੀਂਆਂ ਨਜ਼ਰਾਂ ਨਾਲ ਮੁਨਸ਼ੀ ਜੀ ਵੱਲ ਵੇਖ ਕੇ ਹੌਲੀ ਜਿਹੇ ਬੋਲਿਆ—"ਮੈਂ ਕਿਥੇ ਲਿਖੀ ?"

ਮੁਨਸ਼ੀ ਜੀ—"ਹੁਣ ਬੋਲ, ਹੁਣ ਬੋਲ।"

ਸੁਸ਼ੀਲਾ—"ਇਹ ਝੂਠ ਬੋਲਦੈ। ਇਸੇ ਦੀ ਚਿੱਠੀ ਐ, ਤੁਸੀਂ ਸਾਰੇ ਮਿੱਥ ਕੇ ਆਏ ਓ।"

ਪ੍ਰਤਾਪ—"ਮੇਰੀ ਚਿੱਠੀ ਨਹੀਂ ਐ, ਸੱਚੀਂ ! ਬਿਰਜਨ ਨੇ ਲਿਖੀ ਐ।"

ਸੁਸ਼ੀਲਾ ਹੈਰਾਨ ਹੋ ਕੇ ਬੋਲੀ—"ਬਿਰਜਨ ਦੀ ?" ਇਹ ਕਹਿੰਦਿਆਂ ਉਸ ਨੇ ਭੱਜ ਕੇ ਪਤੀ ਦੇ ਹੱਥੋਂ ਚਿੱਠੀ ਖੋਹ ਲਈ ਅਤੇ ਹੈਰਾਨ ਹੋ ਕੇ ਉਸ ਨੂੰ ਵੇਖਣ ਲੱਗੀ, ਪਰ ਅਜੇ ਵੀ ਯਕੀਨ ਨਾ ਆਇਆ। ਬਿਰਜਨ ਤੋਂ ਪੁੱਛਿਆ—"ਕਿਉਂ ਮੇਰੀ ਧੀ, ਇਹ ਤੇਰੀ ਲਿਖੀ ਐ ?"

ਬਿਰਜਨ ਨੇ ਸਿਰ ਝੁਕਾ ਕੇ ਕਿਹਾ—"ਹਾਂ।"

ਇਹ ਸੁਣਦੇ ਹੀ ਮਾਂ ਨੇ ਉਸ ਨੂੰ ਕਲਾਵੇ ਵਿੱਚ ਲੈ ਲਿਆ।

ਹੁਣ ਅੱਜ ਤੋਂ ਬਿਰਜਨ ਦੀ ਇਹ ਹਾਲਤ ਹੋ ਗਈ ਕਿ ਜਦੋਂ ਦੇਖੋ, ਕਲਮ ਚੁੱਕੀ ਪੰਨੇ ਕਾਲੇ ਕਰ ਰਹੀ ਹੈ। ਘਰ ਦੇ ਧੰਦਿਆਂ ਨਾਲ ਤਾਂ ਉਸ ਨੂੰ ਪਹਿਲਾਂ ਹੀ ਕੋਈ ਸਰੋਕਾਰ ਨਹੀਂ ਸੀ, ਲਿਖਣਾ ਆ ਜਾਣਾ ਸੋਨੇ 'ਤੇ ਸੁਹਾਗਾ ਹੋ ਗਿਆ। ਮਾਂ ਉਹਦੀ ਮਗਨਤਾ ਦੇਖ-ਦੇਖ ਕੇ ਆਨੰਦਿਤ ਹੁੰਦੀ, ਪਿਤਾ, ਖ਼ੁਸ਼ੀ ਨਾਲ਼ ਫੁੱਲੇ ਨਾ ਸਮਾਉਂਦੇ, ਨਿੱਤ ਨਵੀਆਂ ਕਿਤਾਬਾਂ ਲਿਆਉਂਦੇ ਕਿ ਬਿਰਜਨ ਵੱਡੀ ਹੋਵੇਗੀ ਤਾਂ ਪੜ੍ਹੇਗੀ। ਜੇ ਕਦੇ ਉਹ ਆਪਣੇ ਪੈਰ ਧੋ ਲੈਂਦੀ ਜਾਂ ਰੋਟੀ ਖਾ ਕੇ ਆਪ ਹੀ ਆਪਣੇ ਹੱਥ ਧੋਣ ਲੱਗਦੀ ਤਾਂ ਮਾਂ ਨੌਕਰਾਣੀਆਂ 'ਤੇ ਬਹੁਤ ਗ਼ੁੱਸੇ ਹੁੰਦੀ—"ਅੱਖਾਂ ਫੁੱਟ ਗਈਆਂ ਨੇ। ਚਰਬੀ ਚੜ੍ਹ ਗਈ ਐ। ਉਹ ਆਪਣੇ ਹੱਥੀਂ ਪਾਣੀ ਪਾ ਰਹੀ ਐ ਤੇ ਤੁਸੀਂ ਖੜੀਆਂ ਮੂੰਹ ਵੇਖੀ ਜਾਂਦੀਆਂ ਓ !"

ਇਸੇ ਤਰ੍ਹਾਂ ਸਮਾਂ ਬੀਤਦਾ ਗਿਆ, ਬਿਰਜਨ ਦਾ ਬਾਰ੍ਹਵਾਂ ਸਾਲ ਪੂਰਾ ਹੋਇਆ, ਪਰ ਅਜੇ ਤੱਕ ਉਸ ਨੂੰ ਚੌਲ ਰਿੱਝਣੇ ਵੀ ਨਹੀਂ ਆਉਂਦੇ ਸਨ। ਚੁੱਲ੍ਹੇ ਅੱਗੇ ਬੈਠਣ ਦਾ ਕਦੇ ਮੌਕਾ ਹੀ ਨਹੀਂ ਮਿਲਿਆ। ਸੁਵਾਮਾ ਨੇ ਇਕ ਦਿਨ ਉਸ ਦੀ ਮਾਂ ਨੂੰ ਆਖਿਆ—"ਭੈਣੇ, ਬਿਰਜਨ ਸਿਆਣੀ ਹੋ ਗਈ ਐ, ਕੀ ਕੋਈ ਗੁਣ-ਹੁਨਰ ਉਹਦੇ ਢਿੱਡ 'ਚ ਨਹੀਂ ਪਾਏਂਗੀ ?"

ਸੁਸ਼ੀਲਾ—"ਕੀ ਆਖਾਂ, ਦਿਲ ਤਾਂ ਕਰਦੈ ਕਿ ਕੰਮ ਕਰਨ ਲਾ ਦਿਆਂ ਪਰ ਕੁਝ ਸੋਚ ਕੇ ਰੁਕ ਜਾਨੀ ਆਂ।"

ਸੁਵਾਮਾ—"ਕੀ ਸੋਚ ਕੇ ਰੁਕ ਜਾਨੀ ਐਂ ?"

ਸੁਸ਼ੀਲਾ—"ਕੁਝ ਨਹੀਂ, ਐਵੇਂ ਢਿੱਲ ਵਰਤਦੀ ਆਂ।"

ਸੁਵਾਮਾ—"ਤਾਂ ਫੇਰ ਇਹ ਕੰਮ ਮੇਰੇ ਜ਼ਿੰਮੇ ਪਾ। ਰੋਟੀ-ਦਾਲ ਬਣਾਉਣਾ ਔਰਤਾਂ ਲਈ ਬੇਹੱਦ ਜ਼ਰੂਰੀ ਗੱਲ ਐ।"

ਸੁਸ਼ੀਲਾ—"ਹੁਣ ਚੁੱਲ੍ਹੇ ਅੱਗੇ ਉਹਦੇ ਤੋਂ ਬੈਠਿਆ ਨਹੀਂ ਜਾਣਾ।"

ਸੁਵਾਮਾ—"ਕੰਮ ਤਾਂ ਕੀਤਿਆਂ ਹੀ ਆਉਂਦੈ।"

ਸੁਸ਼ੀਲਾ—"(ਝੇਂਪਦੇ ਹੋਏ) ਫੁੱਲਾਂ ਵਰਗੀਆਂ ਗੱਲ੍ਹਾਂ ਕੁਮਲਾ ਜਾਣਗੀਆਂ।"

ਸੁਵਾਮਾ—"(ਹੱਸ ਕੇ) ਬਿਨਾਂ ਫੁੱਲ ਮੁਰਝਾਇਆਂ ਕਦੇ ਫਲ ਵੀ ਲੱਗਦੇ ਨੇ ?"

ਦੂਜੇ ਦਿਨ ਤੋਂ ਹੀ ਬਿਰਜਨ ਰੋਟੀ ਬਣਾਉਣ ਲੱਗੀ। ਪਹਿਲੇ ਪੰਜ-ਦਸ ਦਿਨ ਤਾਂ ਉਸ ਕੋਲੋਂ ਚੁੱਲ੍ਹੇ ਅੱਗੇ ਬੈਠਿਆ ਨਾ ਗਿਆ। ਅੱਗ ਨਾ ਬਲਦੀ, ਫੂਕਾਂ ਮਾਰਨ ਲੱਗਦੀ ਤਾਂ ਅੱਖਾਂ 'ਚੋਂ ਪਾਣੀ ਵਹਿਣ ਲੱਗਦਾ। ਅੱਖਾਂ ਬੂਟੀ ਦੀ ਤਰ੍ਹਾਂ ਲਾਲ ਹੋ ਜਾਂਦੀਆਂ। ਚਿੰਗਿਆੜੀਆਂ ਨਾਲ ਕਈ ਰੇਸ਼ਮੀ ਸਾੜ੍ਹੀਆਂ ਦਾ ਬੇੜਾ ਤਬਾਹ ਹੋ ਗਿਆ। ਹੱਥਾਂ ਵਿੱਚ ਛਾਲੇ ਪੈ ਗਏ। ਪਰ ਹੌਲੀ-ਹੌਲੀ ਸਾਰੇ ਕਲੇਸ਼ ਦੂਰ ਹੋ ਗਏ। ਸੁਵਾਮਾ ਅਜਿਹੀ ਗੁਣਵਾਨ ਔਰਤ ਸੀ ਕਿ ਕਦੇ ਨਾਰਾਜ਼ ਨਾ ਹੁੰਦੀ। ਹਰ ਰੋਜ਼ ਉਸ ਨੂੰ ਦੁਲਾਰ-ਪੁਚਕਾਰ ਕੇ ਕੰਮ ਵਿੱਚ ਲਾਈ ਰੱਖਦੀ। ਅਜੇ ਬਿਰਜਨ ਨੂੰ ਖਾਣਾ ਬਣਾਉਂਦਿਆਂ ਦੋ ਮਹੀਨੇ ਵੀ ਨਹੀਂ ਹੋਏ ਹੋਣੇ ਕਿ ਇਕ ਦਿਨ ਉਸ ਨੇ ਪ੍ਰਤਾਪ ਨੂੰ ਕਿਹਾ—"ਲੱਲੂ ਰਾਮ ਜੀ, ਮੈਨੂੰ ਖਾਣਾ ਬਣਾਉਣਾ ਆ ਗਿਆ।"

ਪ੍ਰਤਾਪ—"ਸੱਚੀਂ !"

ਬਿਰਜਨ—"ਕੱਲ੍ਹ ਚਾਚੀ ਨੇ ਮੇਰਾ ਬਣਾਇਆ ਖਾਣਾ ਖਾਧਾ ਸੀ। ਬਹੁਤ ਖ਼ੁਸ਼ ਹੋਏ।"

ਪ੍ਰਤਾਪ—"ਤਾਂ ਬਈ, ਇਕ ਦਿਨ ਮੈਨੂੰ ਵੀ ਦਾਅਵਤ ਦੇ।"

ਬ੍ਰਿਰਜਨ ਨੇ ਖ਼ੁਸ਼ ਹੋ ਕੇ ਕਿਹਾ—"ਚੰਗਾ, ਕੱਲ੍ਹ ਸਹੀ।"

ਦੂਸਰੇ ਦਿਨ ਨੌਂ ਵਜੇ ਬਿਰਜਨ ਨੇ ਪ੍ਰਤਾਪ ਨੂੰ ਖਾਣੇ ਦੇ ਲਈ ਬੁਲਾਇਆ। ਉਸ ਨੇ ਜਾ ਕੇ ਦੇਖਿਆ ਤਾਂ ਚੌਂਕਾ ਲਿੱਪਿਆ ਹੋਇਆ ਹੈ। ਤਾਜ਼ੀ ਮਿੱਟੀ ਦੀ ਮਿੱਠੀ-ਮਿੱਠੀ ਖ਼ੁਸ਼ਬੋ ਆ ਰਹੀ ਹੈ, ਆਸਨ ਸਾਫ਼-ਸੁਥਰੇ ਢੰਗ ਨਾਲ ਵਿੱਛਿਆ ਹੋਇਆ ਹੈ। ਇਕ ਥਾਲੀ ਵਿੱਚ ਚੌਲ ਤੇ ਰੋਟੀਆਂ ਹਨ। ਦਾਲ ਤੇ ਸਬਜ਼ੀਆਂ ਅਲੱਗ-ਅਲੱਗ ਕੌਲੀਆਂ ਵਿੱਚ ਪਾਈਆਂ ਹੋਈਆਂ ਹਨ। ਗੜਵੀ ਤੇ ਗਿਲਾਸ ਪਾਣੀ ਨਾਲ ਭਰ ਕੇ ਰੱਖੇ ਹਨ। ਇਹ ਸਾਫ਼-ਸੁਥਰਾਪਣ ਤੇ ਤੌਰ ਤਰੀਕਾ ਦੇਖ ਕੇ ਪ੍ਰਤਾਪ ਸਿੱਧਾ ਮੁਨਸ਼ੀ ਸੰਜੀਵਨ ਲਾਲ ਕੋਲ ਗਿਆ ਅਤੇ ਉਨ੍ਹਾਂ ਨੂੰ ਲਿਆ ਕੇ ਚੌਂਕੇ ਦੇ ਅੱਗੇ ਖੜ੍ਹਾ ਕਰ ਦਿੱਤਾ। ਮੁਨਸ਼ੀ ਜੀ ਖ਼ੁਸ਼ੀ ਨਾਲ ਉੱਛਲ ਪਏ। ਝੱਟ ਕੱਪੜੇ ਬਦਲ ਹੱਥ-ਪੈਰ ਧੋ ਕੇ ਪ੍ਰਤਾਪ ਨਾਲ ਚੌਂਕੇ ਵਿੱਚ ਜਾ ਬੈਠੇ। ਵਿਚਾਰੀ ਬਿਰਜਨ ਕੀ ਜਾਣਦੀ ਸੀ ਕਿ ਇਹ ਸ੍ਰੀਮਾਨ ਵੀ ਬਿਨਾਂ ਬੁਲਾਏ ਪ੍ਰਾਹੁਣੇ ਬਣ ਜਾਣਗੇ। ਉਸ ਨੇ ਸਿਰਫ਼ ਪ੍ਰਤਾਪ ਜੋਗਾ ਖਾਣਾ ਬਣਾਇਆ ਸੀ। ਉਹ ਉਸ ਵੇਲੇ ਬਹੁਤ ਸ਼ਰਮਸਾਰ ਹੋਈ ਅਤੇ ਝੁਕੀਆਂ ਨਜ਼ਰਾਂ ਨਾਲ ਮਾਂ ਵੱਲ ਵੇਖਣ ਲੱਗੀ। ਸੁਸ਼ੀਲਾ ਭਾਂਪ ਗਈ। ਮੁਸਕਰਾ ਕੇ ਮੁਨਸ਼ੀ ਜੀ ਨੂੰ ਬੋਲੀ—"ਤੁਹਾਡੇ ਲਈ ਅੱਡ ਖਾਣਾ ਬਣਿਆ ਐ। ਬੱਚਿਆਂ ਦੇ ਵਿਚ ਕੀ ਐਵੇਂ ਜਾ ਕੇ ਕੁੱਦ ਪਏ ?"

ਬ੍ਰਿਜਰਾਣੀ ਨੇ ਸ਼ਰਮਾਉਂਦੇ ਹੋਏ ਦੋ ਥਾਲੀਆਂ ਵਿੱਚ ਥੋੜ੍ਹਾ-ਥੋੜ੍ਹਾ ਖਾਣਾ ਪਰੋਸਿਆ।

ਮੁਨਸ਼ੀ ਜੀ—"ਬਿਰਜਨ ਨੇ ਰੋਟੀਆਂ ਚੰਗੀਆਂ ਬਣਾਈਆਂ ਨੇ। ਨਰਮ, ਦੁੱਧ ਚਿੱਟੀਆਂ ਤੇ ਮਿੱਠੀਆਂ।"

ਪ੍ਰਤਾਪ—"ਚੌਲ ਵੀ ਵੇਖੋ, ਖਿਲਾਰ ਕੇ ਭਾਵੇਂ ਦੋਬਾਰਾ 'ਕੱਲਾ-'ਕੱਲਾ ਦਾਣਾ ਚੁਗ ਲਓ।"

ਮੁਨਸ਼ੀ ਜੀ—"ਮੈਂ ਏਦਾਂ ਦੀਆਂ ਰੋਟੀਆਂ ਕਦੇ ਨਹੀਂ ਖਾਧੀਆਂ। ਸਬਜ਼ੀ ਬੜੀ ਸੁਆਦ ਐ।"

"ਬਿਰਜਨ ! ਚਾਚਾ ਜੀ ਨੂੰ ਤਰੀ ਵਾਲੇ ਆਲੂਆਂ ਦੀ ਸਬਜ਼ੀ ਦੇ।" ਇਹ ਕਹਿ ਕੇ ਪ੍ਰਤਾਪ ਹੱਸਣ ਲੱਗਾ। ਬਿਰਜਨ ਨੇ ਸ਼ਰਮਿੰਦਗੀ ਨਾਲ ਨੀਵੀਂ ਪਾ ਲਈ। ਪਤੀਲੀ ਖ਼ੁਸ਼ਕ ਹੀ ਸੀ।

ਸੁਸ਼ੀਲਾ—(ਪਤੀ ਨੂੰ) "ਹੁਣ ਉਠੋਂਗੇ ਵੀ, ਸਾਰੀ ਰਸੋਈ ਚੱਟ ਕਰ ਗਏ, ਤਾਂ ਵੀ ਅੜੇ ਬੈਠੇ ਓਂ।"

ਮੁਨਸ਼ੀ ਜੀ—"ਤੇਰੀਆਂ ਕੀ ਲਾਰਾਂ ਟਪਕ ਰਹੀਆਂ ਨੇ ?"

ਆਖ਼ਿਰ ਦੋਨੋਂ ਰਸੋਈ ਦਾ ਭੋਗ ਪਾ ਕੇ ਉਠੇ। ਮੁਨਸ਼ੀ ਜੀ ਨੇ ਉਸੇ ਵੇਲੇ ਇਕ ਸਿੱਕਾ ਕੱਢ ਕੇ ਬਿਰਜਨ ਨੂੰ ਇਨਾਮ ਵਜੋਂ ਦਿੱਤਾ।

6.
ਡਿਪਟੀ ਸ਼ਾਮਾਚਰਣ

ਡਿਪਟੀ ਸ਼ਾਮਾਚਰਣ ਦੀ ਧਾਂਕ ਸਾਰੇ ਸ਼ਹਿਰ ਵਿੱਚ ਜੰਮੀ ਹੋਈ ਸੀ। ਸ਼ਹਿਰ ਵਿਚ ਕੋਈ ਅਜਿਹਾ ਹੁਕਮਰਾਨ ਨਹੀਂ ਸੀ, ਜਿਸ ਦਾ ਲੋਕ ਏਨਾ ਸਤਿਕਾਰ ਕਰਦੇ ਹੋਣ। ਇਸਦਾ ਕਾਰਨ ਇੱਕ ਤਾਂ ਇਹ ਕਿ ਉਹ ਸੁਭਾਅ ਦੇ ਮਿਲਣਸਾਰ ਤੇ ਸਹਿਣਸ਼ੀਲ ਸਨ ਅਤੇ ਦੂਜਾ ਇਹ ਕਿ ਰਿਸ਼ਵਤ ਤੋਂ ਉਨ੍ਹਾਂ ਨੂੰ ਬਹੁਤ ਨਫ਼ਰਤ ਸੀ। ਇਨਸਾਫ਼ ਦਾ ਫ਼ੈਸਲਾ ਏਨੀ ਸੂਖਮਤਾ ਨਾਲ ਕਰਦੇ ਸਨ ਕਿ ਦਸ-ਬਾਰ੍ਹਾਂ ਸਾਲਾਂ ਅੰਦਰ ਮੁਸ਼ਕਿਲ ਨਾਲ ਉਨ੍ਹਾਂ ਦੇ ਦੋ-ਚਾਰ ਫ਼ੈਸਲਿਆਂ ਖ਼ਿਲਾਫ਼ ਹੀ ਅਪੀਲ ਹੋਈ ਹੋਵੇਗੀ। ਅੰਗਰੇਜ਼ੀ ਦਾ ਇਕ ਅੱਖਰ ਤੱਕ ਨਹੀਂ ਜਾਣਦੇ ਸਨ, ਪਰ ਬੈਰਿਸਟਰਾਂ ਤੇ ਵਕੀਲਾਂ ਨੂੰ ਵੀ ਉਨ੍ਹਾਂ ਦੀ ਨੈਤਿਕ ਪਹੁੰਚ ਅਤੇ ਸੂਖਮਦਰਸ਼ਤਾ 'ਤੇ ਹੈਰਾਨੀ ਹੁੰਦੀ ਸੀ। ਸੁਭਾਅ ਵਿੱਚ ਆਜ਼ਾਦ ਸੋਚ ਕੁੱਟ-ਕੁੱਟ ਕੇ ਭਰੀ ਸੀ। ਘਰ ਤੇ ਅਦਾਲਤ ਦੇ ਇਲਾਵਾ ਕਿਸੇ ਨੇ ਉਨ੍ਹਾਂ ਨੂੰ ਹੋਰ ਕਿਤੇ ਆਉਂਦੇ-ਜਾਂਦੇ ਨਹੀਂ ਦੇਖਿਆ। ਮੁਨਸ਼ੀ ਸ਼ਾਲੀਗ੍ਰਾਮ ਜਦ ਤੱਕ ਜ਼ਿੰਦਾ ਸਨ, ਜਾਂ ਇੰਜ ਕਹੋ ਕਿ ਮੌਜੂਦ ਸਨ, ਉਦੋਂ ਤੱਕ ਕਦੇ-ਕਦੇ ਮਿਲਣ-ਗਿਲਣ ਉਨ੍ਹਾਂ ਕੋਲ ਚਲੇ ਜਾਂਦੇ ਸਨ। ਜਦੋਂ ਤੋਂ ਉਹ ਲੋਪ ਹੋ ਗਏ, ਡਿਪਟੀ ਸਾਹਿਬ ਨੇ ਘਰ ਛੱਡ ਕੇ ਕਿਤੇ ਨਾ ਜਾਣ ਦੀ ਸਹੁੰ ਖਾ ਲਈ। ਕਈ ਸਾਲ ਬੀਤੇ, ਇਕ ਵਾਰ ਕਲੈਕਟਰ ਸਾਹਿਬ ਨੂੰ ਦੁਆ-ਸਲਾਮ ਕਰਨ ਗਏ ਸਨ। ਖ਼ਾਨਸਾਮਾ ਨੇ ਕਿਹਾ—"ਸਾਅਬ ਨਹਾ ਰਹੇ ਨੇ।" ਦੋ ਘੰਟੇ ਵਰਾਂਡੇ ਵਿੱਚ ਇਕ ਕੁਰਸੀ 'ਤੇ ਬੈਠੇ ਉਡੀਕ ਕਰਦੇ ਰਹੇ। ਉਪਰੰਤ ਸਾਹਿਬ ਬਹਾਦਰ ਹੱਥ ਵਿੱਚ ਇਕ ਟੈਨਿਸ ਦਾ ਬੱਲਾ ਫੜੀ ਨਿੱਕਲੇ ਤੇ ਬੋਲੇ—"ਬਾਬੂ ਸਾਹਿਬ ਸਾਨੂੰ ਅਫ਼ਸੋਸ ਐ ਕਿ ਤੁਹਾਨੂੰ ਸਾਡੀ ਉਡੀਕ ਕਰਨੀ ਪਈ। ਮੈਨੂੰ ਅੱਜ ਛੁੱਟੀ ਨਹੀਂ ਐ। ਕਲੱਬ-ਹਾਊਸ ਜਾਣੈ। ਤੁਸੀਂ ਫੇਰ ਕਦੇ ਆਇਓ।"

ਇਹ ਸੁਣ ਕੇ ਉਨ੍ਹਾਂ ਨੇ ਸਾਹਿਬ ਬਹਾਦਰ ਨੂੰ ਸਲਾਮ ਕੀਤਾ ਅਤੇ ਏਨੀ ਕੁ ਗੱਲ ਪਿੱਛੇ ਫਿਰ ਕਿਸੇ ਅੰਗਰੇਜ਼ ਅਫ਼ਸਰ ਨੂੰ ਮਿਲਣ ਨਹੀਂ ਗਏ। ਖ਼ਾਨਦਾਨ ਦੀ ਮਾਣ-ਮਰਿਆਦਾ ਅਤੇ ਆਤਮ-ਸਨਮਾਨ 'ਤੇ ਉਨ੍ਹਾਂ ਨੂੰ ਬੜਾ ਮਾਣ ਸੀ। ਉਹ ਬੜੇ ਹੀ ਹਸਮੁੱਖ ਬੰਦੇ ਸਨ। ਉਨ੍ਹਾਂ ਦੀਆ ਗੱਲਾਂ ਹਾਸੇ ਨਾਲ ਭਰਪੂਰ ਹੁੰਦੀਆਂ ਸਨ। ਸ਼ਾਮ ਵੇਲੇ ਜਦ ਉਹ ਬੇਹੱਦ ਨਜ਼ਦੀਕੀ

ਦੋਸਤਾਂ ਨਾਲ ਵਿਹੜੇ ਵਿੱਚ ਬੈਠਦੇ ਤਾਂ ਉਨ੍ਹਾਂ ਦੇ ਉੱਚੇ ਠਹਾਕਿਆਂ ਦੀ ਗੂੰਜਦੀ ਹੋਈ ਆਵਾਜ਼ ਬਗ਼ੀਚੇ ਤੱਕ ਸੁਣਦੀ ਸੀ। ਨੌਕਰਾਂ-ਚਾਕਰਾਂ ਨਾਲ ਉਹ ਬਹੁਤ ਹੀ ਸਾਦਾ ਵਿਹਾਰ ਰੱਖਦੇ ਸਨ। ਇਥੋਂ ਤੱਕ ਕਿ ਉਨ੍ਹਾਂ ਦੇ ਨਾਲ ਲੱਗ ਕੇ ਬੈਠਣ ਵਿੱਚ ਵੀ ਉਨ੍ਹਾਂ ਨੂੰ ਕੋਈ ਸੰਕੋਚ ਨਹੀਂ ਸੀ। ਪਰ ਉਨ੍ਹਾਂ ਦੀ ਧਾਂਕ ਅਜਿਹੀ ਜੰਮੀ ਹੋਈ ਸੀ ਕਿ ਉਨ੍ਹਾਂ ਦੀ ਇਸ ਸ਼ਰਾਫ਼ਤ ਤੋਂ ਕਿਸੇ ਨੂੰ ਅਣਉਚਿਤ ਫ਼ਾਇਦਾ ਲੈਣ ਦੀ ਹਿੰਮਤ ਨਹੀਂ ਪੈਂਦੀ ਸੀ। ਚਾਲ-ਢਾਲ ਆਮ ਜਿਹੀ ਸੀ। ਕੋਟ-ਪੈਂਟ ਤੋਂ ਉਨ੍ਹਾਂ ਨੂੰ ਨਫ਼ਰਤ ਸੀ। ਬਟਨਾਂ ਵਾਲੀ ਉੱਚੀ ਅਚਕਨ, ਉਸ 'ਤੇ ਇਕ ਰੇਸ਼ਮੀ ਕਢਾਈ ਵਾਲਾ ਸਾਫ਼ਾ, ਕਾਲਾ ਸ਼ਮਲਾ, ਢਿੱਲਾ ਪਜਾਮਾ ਅਤੇ ਤਿੱਲੇ ਵਾਲੀ ਨੋਕਦਾਰ ਜੁੱਤੀ ਉਨ੍ਹਾਂ ਦੀ ਮੁੱਖ ਪੌਸ਼ਾਕ ਸੀ। ਉਨ੍ਹਾਂ ਦੇ ਭਰਵੇਂ ਸਰੀਰ, ਗੁਲਾਬੀ ਚਿਹਰੇ ਅਤੇ ਦਰਮਿਆਨੇ ਡੀਲ-ਡੌਲ 'ਤੇ ਜਿੰਨੀ ਇਹ ਪੁਸ਼ਾਕ ਫੱਬਦੀ ਸੀ, ਓਨਾ ਕੋਟ-ਪੈਂਟ ਨਹੀਂ ਸੀ ਫੱਬਦਾ। ਭਾਵੇਂ ਘਰ ਵਿਚ ਉਨ੍ਹਾਂ ਦੀ ਇਕ ਨਹੀਂ ਚਲਦੀ ਸੀ। ਇਥੇ ਉਨ੍ਹਾਂ ਦੀ ਕਾਬਿਲ ਅਰਧਾਂਗਨੀ ਦਾ ਰਾਜ ਸੀ। ਉਹ ਆਪਣੇ ਅਧਿਕਾਰ ਖੇਤਰ ਵਿੱਚ ਏਕਾਧਿਕਾਰ ਸ਼ਾਸਨ ਕਰਦੀ ਸੀ। ਕਈ ਸਾਲ ਹੋਏ ਡਿਪਟੀ ਸਾਹਿਬ ਨੇ ਉਨ੍ਹਾਂ ਦੀ ਇੱਛਾ ਦੇ ਵਿਰੁੱਧ ਇਕ ਮਹਾਰਾਜਨ ਕੰਮ 'ਤੇ ਰੱਖ ਲਈ ਸੀ। ਮਹਾਰਾਜਨ ਕੁਝ ਰੰਗੀਨ ਮਿਜ਼ਾਜ ਸੀ। ਪ੍ਰੇਮਵਤੀ ਆਪਣੇ ਪਤੀ ਦੇ ਇਸ ਅਣਉਚਿਤ ਕਾਰੇ ਤੋਂ ਏਨੀ ਨਾਰਾਜ਼ ਹੋਈ ਕਿ ਕਈ ਹਫ਼ਤੇ ਗ਼ੁੱਸੇ ਦੇ ਕਿਲ੍ਹੇ ਵਿੱਚ ਬੈਠੀ ਰਹੀ। ਅਖ਼ੀਰ ਮਜਬੂਰ ਹੋ ਕੇ ਡਿਪਟੀ ਸਾਹਿਬ ਨੇ ਮਹਾਰਾਜਨ ਨੂੰ ਅਲਵਿਦਾ ਕਿਹਾ। ਉਦੋਂ ਤੋਂ ਉਨ੍ਹਾਂ ਨੂੰ ਫੇਰ ਕਦੇ ਘਰ-ਪਰਿਵਾਰ ਦੇ ਕੰਮਾਂ ਵਿੱਚ ਦਖ਼ਲ ਦੇਣ ਦੀ ਹਿੰਮਤ ਨਾ ਪਈ।

ਡਿਪਟੀ ਸਾਹਿਬ ਦੇ ਦੋ ਬੇਟੇ ਅਤੇ ਇਕ ਬੇਟੀ ਸੀ। ਵੱਡਾ ਲੜਕਾ ਰਾਧਾਚਰਣ ਪਿਛਲੇ ਸਾਲ ਡਿਗਰੀ ਹਾਸਿਲ ਕਰ ਕੇ ਇਸ ਵੇਲੇ ਰੁੜਕੀ ਕਾਲਜ ਵਿੱਚ ਪੜ੍ਹਦਾ ਸੀ। ਉਸ ਦਾ ਵਿਆਹ ਫ਼ਤਿਹਪੁਰ ਸੀਕਰੀ ਦੇ ਇਕ ਰਈਸ ਦੇ ਘਰ ਹੋਇਆ ਸੀ। ਵਿਚਕਾਰਲੀ ਕੁੜੀ ਦਾ ਨਾਂਅ ਸੇਵਤੀ ਸੀ। ਉਸ ਦਾ ਵੀ ਵਿਆਹ ਪਰਿਯਾਗ ਦੇ ਇਕ ਅਮੀਰ ਘਰਾਣੇ ਵਿੱਚ ਹੋਇਆ ਸੀ। ਛੋਟਾ ਲੜਕਾ ਕਮਲਾਚਰਣ ਅਜੇ ਤੱਕ ਕੁਆਰਾ ਸੀ। ਪ੍ਰੇਮਵਤੀ ਨੇ ਬਚਪਨ ਤੋਂ ਹੀ ਲਾਡ-ਪਿਆਰ ਨਾਲ ਉਸ ਨੂੰ ਅਜਿਹਾ ਵਿਗਾੜ ਦਿੱਤਾ ਸੀ ਕਿ ਉਸਦਾ ਮਨ ਪੜ੍ਹਾਈ-ਲਿਖਾਈ ਵਿਚ ਜ਼ਰਾ ਵੀ ਨਹੀਂ ਲੱਗਦਾ ਸੀ। ਪੰਦਰ੍ਹਾਂ ਸਾਲ੍ਹਾਂ ਦਾ ਹੋ ਚੁੱਕਾ ਸੀ, ਪਰ ਅਜੇ ਉਹ ਚਿੱਠੀ ਵੀ ਨਹੀਂ ਲਿਖ ਸਕਦਾ ਸੀ। ਮੀਆਂ ਜੀ ਪੜ੍ਹਾਉਣ ਆਏ। ਉਨ੍ਹਾਂ ਨੂੰ ਇਸ ਨੇ ਇਕ ਮਹੀਨੇ ਦੇ ਅੰਦਰ ਕੱਢ ਕੇ ਹੀ ਸਾਹ ਲਿਆ। ਫੇਰ ਸਕੂਲ ਵਿੱਚ ਨਾਮ ਲਿਖਵਾਇਆ ਗਿਆ। ਉਥੇ ਜਾਂਦਿਆਂ ਹੀ ਉਸਨੂੰ ਬੁਖ਼ਾਰ ਚੜ੍ਹ ਜਾਂਦਾ ਤੇ ਸਿਰ ਦੁਖਣ ਲੱਗਦਾ ਸੀ। ਇਸ ਲਈ ਉਥੋਂ ਵੀ ਹਟਾ ਲਿਆ ਗਿਆ। ਤਦ ਇਕ ਮਾਸਟਰ ਸਾਹਿਬ ਨਿਯੁਕਤ ਹੋਏ ਤੇ ਤਿੰਨ ਮਹੀਨੇ ਰਹੇ, ਪਰ ਇਨ੍ਹਾਂ ਦਿਨਾਂ ਵਿੱਚ ਵੀ ਕਮਲਾਚਰਣ ਨੇ ਮੁਸ਼ਕਿਲ ਨਾਲ ਤਿੰਨ ਪਾਠ ਹੀ ਪੜ੍ਹੇ ਹੋਣਗੇ। ਅਖੀਰ ਮਾਸਟਰ ਸਾਹਿਬ ਵੀ ਵਿਦਾ ਹੋ ਗਏ। ਫੇਰ ਡਿਪਟੀ ਸਾਹਿਬ ਨੇ ਖ਼ੁਦ ਪੜ੍ਹਾਉਣਾ ਸ਼ੁਰੂ ਕੀਤਾ। ਪਰ ਇਕ ਹੀ ਹਫ਼ਤੇ ਵਿੱਚ ਉਨ੍ਹਾਂ ਨੂੰ ਕਈ ਵਾਰ ਕਮਲਾਚਰਣ ਦਾ ਸਿਰ ਝੰਜੋੜਨ ਦੀ ਲੋੜ ਮਹਿਸੂਸ ਹੋਈ। ਗਵਾਹਾਂ ਦੇ ਬਿਆਨ ਅਤੇ ਵਕੀਲਾਂ ਦੀਆਂ ਸੂਖਮ ਆਲੋਚਨਾਵਾਂ ਦੇ ਤੱਤਾਂ ਨੂੰ ਸਮਝਣਾ ਏਨਾ ਮੁਸ਼ਕਿਲ ਨਹੀਂ ਹੈ, ਜਿੰਨਾ ਕਿਸੇ ਲਾਪਰਵਾਹ ਮੁੰਡੇ ਦੇ ਮਨ ਵਿੱਚ ਪੜ੍ਹਾਈ ਪ੍ਰਤੀ ਰੁਚੀ ਪੈਦਾ ਕਰਨਾ।

ਪ੍ਰੇਮਵਤੀ ਨੇ ਇਸ ਮਾਰ-ਕੁਟਾਈ 'ਤੇ ਅਜਿਹਾ ਖੌਰੂ ਪਾਇਆ ਕਿ ਅੰਤ ਡਿਪਟੀ ਸਾਹਿਬ ਨੇ ਵੀ ਝੁੰਜਲਾ ਕੇ ਪੜ੍ਹਾਉਣਾ ਛੱਡ ਦਿੱਤਾ। ਕਮਲਾ ਕੁਝ ਅਜਿਹਾ ਸੋਹਣਾ, ਜੁਆਨ ਤੇ ਮਿੱਠ-ਬੋਲੜਾ ਸੀ ਕਿ ਮਾਂ ਉਸ ਨੂੰ ਸਾਰਿਆਂ ਤੋਂ ਵੱਧ ਪਿਆਰ ਕਰਦੀ ਸੀ। ਇਸ ਫ਼ਾਲਤੂ ਦੇ ਲਾਡ-ਪਿਆਰ ਨੇ ਉਸ ਨੂੰ ਪਤੰਗਬਾਜ਼ੀ, ਕਬੂਤਰਬਾਜ਼ੀ ਇਸੇ ਤਰ੍ਹਾਂ ਦੇ ਹੋਰ ਵਿਹਲੜ ਕੰਮਾਂ ਦਾ ਰਸੀਆ ਬਣਾ ਦਿੱਤਾ ਸੀ। ਦਿਨ ਚੜ੍ਹਿਆ ਤਾਂ ਕਬੂਤਰ ਉਡਾਉਣ ਲੱਗੇ, ਬਟੇਰਿਆਂ ਦੇ ਜੋੜ ਢਿੱਲੇ ਕਰਨ ਲੱਗੇ, ਦਿਨ ਢਲਿਆ ਤਾਂ ਪਤੰਗਾਂ ਦੇ ਪੇਚੇ ਲੜਾਉਣ ਲੱਗੇ। ਕੁਝ ਦਿਨਾਂ ਵਿੱਚ ਜੂਆ ਖੇਡਣ ਦਾ ਚਸਕਾ ਵੀ ਪੈ ਗਿਆ। ਸ਼ੀਸ਼ਾ, ਕੰਘੀ ਤੇ ਇਤਰ-ਤੇਲ ਵਿੱਚ ਤਾਂ ਜਿਵੇਂ ਜਾਨ ਵਸਦੀ ਸੀ।

ਪ੍ਰੇਮਵਤੀ ਇਕ ਦਿਨ ਸੁਵਾਮਾ ਨੂੰ ਮਿਲਣ ਗਈ ਹੋਈ ਸੀ। ਉਥੇ ਉਸ ਨੇ ਬ੍ਰਿਜਰਾਣੀ ਨੂੰ ਦੇਖਿਆ ਅਤੇ ਉਸੇ ਦਿਨ ਤੋਂ ਉਸ ਦਾ ਮਨ ਲਲਚਾਇਆ ਹੋਇਆ ਸੀ ਕਿ ਜੇ ਇਹ ਨੂੰਹ ਬਣ ਕੇ ਮੇਰੇ ਘਰ ਆ ਜਾਵੇ ਤਾਂ ਘਰ ਦੀ ਕਿਸਮਤ ਚਮਕ ਜਾਵੇ। ਉਸ ਨੇ ਸੁਸ਼ੀਲਾ ਅੱਗੇ ਵੀ ਦਿਲ ਦੀ ਰੀਝ ਫਰੋਲੀ। ਬਿਰਜਨ ਦਾ ਤੇਰ੍ਹਵਾਂ ਸਾਲ ਸ਼ੁਰੂ ਹੋ ਚੁੱਕਾ ਸੀ। ਪਤੀ-ਪਤਨੀ ਵਿੱਚ ਉਸ ਦੇ ਵਿਆਹ ਦਾ ਜ਼ਿਕਰ ਤੇ ਫ਼ਿਕਰ ਹੋਣ ਲੱਗ ਪਿਆ ਸੀ। ਪ੍ਰੇਮਵਤੀ ਦੇ ਮਨ ਦੀ ਰੀਝ ਜਾਣ ਕੇ ਦੋਨੋਂ ਫੁੱਲੇ ਨਾ ਸਮਾਏ। ਇਕ ਤਾਂ ਜਾਣਿਆ-ਪਛਾਣਿਆ ਪਰਿਵਾਰ, ਦੂਜੇ ਸ਼ਰੀਫ਼ ਲੋਕ, ਮੁੰਡਾ ਅਕਲਮੰਦ ਤੇ ਪੜ੍ਹਿਆ-ਲਿਖਿਆ, ਉਪਰੋਂ ਜੱਦੀ ਜਾਇਦਾਦ ਵੀ। ਜੇ ਇਨ੍ਹਾਂ ਨਾਲ ਰਿਸ਼ਤਾ ਜੁੜ ਜਾਵੇ ਤਾਂ ਕੀ ਪੁੱਛਣਾ। ਝਟਪੱਟ ਰਸਮਾਂ ਮੁਤਾਬਿਕ ਸੁਨੇਹਾ ਭਿਜਵਾ ਦਿੱਤਾ।

ਇਸ ਤਰ੍ਹਾਂ ਸੰਜੋਗਾਂ ਨੇ ਅੱਜ ਉਸ ਜ਼ਹਿਰੀਲੇ ਦਰੱਖ਼ਤ ਦਾ ਬੀਜ ਬੀਜਿਆ, ਜਿਸ ਨੇ ਤਿੰਨ ਹੀ ਸਾਲਾਂ ਵਿੱਚ ਵੰਸ਼ ਦਾ ਬੀਜ ਨਾਸ ਕਰ ਦਿੱਤਾ। ਭਵਿੱਖ ਸਾਡੀ ਨਜ਼ਰ ਤੋਂ ਕਿੰਨਾ ਓਹਲੇ ਰਹਿੰਦਾ ਹੈ ?

ਜਿਉਂ ਹੀ ਸੁਨੇਹਾ ਮਿਲਿਆ, ਸੱਸ, ਨਣਾਨ ਤੇ ਨੂੰਹ ਵਿੱਚ ਗੱਲਾਂ ਹੋਣ ਲੱਗੀਆਂ।

ਨੂੰਹ (ਚੰਦਰਾ)—"ਕਿਉਂ ਮਾਂ ਜੀ ! ਕੀ ਤੁਸੀਂ ਏਸੇ ਸਾਲ ਵਿਆਹ ਕਰੋਂਗੇ ?"

ਪ੍ਰੇਮਵਤੀ—"ਹੋਰ ਕੀ, ਬੱਸ ਤੁਹਾਡੇ ਲਾਲਾ ਜੀ ਦੀ ਹਾਮੀ ਦੀ ਦੇਰ ਐ।"

ਨੂੰਹ—"ਕੁਝ ਦਹੇਜ-ਦਹੂਜ ਦੀ ਵੀ ਰਸਮ ਹੋਏਗੀ ?"

ਪ੍ਰੇਮਵਤੀ—"ਦਹੇਜ ਦੀ ਰਸਮ ਏਦਾਂ ਦੀਆਂ ਕੁੜੀਆਂ ਲਈ ਨਹੀਂ ਹੁੰਦੀ।"

ਜਦ ਤੱਕੜੀ 'ਤੇ ਲੜਕੀ ਵਜ਼ਨ ਵਿਚ ਲੜਕੇ ਦੇ ਬਰਾਬਰ ਨਹੀਂ ਠਹਿਰਦੀ ਤਾਂ ਦਹੇਜ ਦੇ ਸਾਮਾਨ ਨਾਲ ਵਜ਼ਨ ਨੂੰ ਬਰਾਬਰ ਕੀਤਾ ਜਾਂਦਾ ਹੈ।

ਪਰ ਸਾਡੀ ਬ੍ਰਿਜਰਾਣੀ ਤਾਂ ਕਮਲਾ ਤੋਂ ਕਾਫ਼ੀ ਵਜ਼ਨੀ ਹੈ।

ਸੇਵਤੀ—"ਕੁਝ ਦਿਨ ਘਰ ਵਿੱਚ ਖ਼ੂਬ ਰੌਣਕ ਰਹੇਗੀ। ਭਾਬੀ ਗੀਤ ਗਾਉਣਗੇ। ਮੈਂ ਢੋਲਕੀ ਵਜਾਵਾਂਗੀ। ਕਿਉਂ, ਹੈ ਨਾ ਭਾਬੀ ?"

ਚੰਦਰਾ—"ਮੈਨੂੰ ਨੱਚਣਾ-ਗਾਉਣਾ ਨਹੀਂ ਆਉਂਦਾ।"

ਚੰਦਰਾ ਦੀ ਆਵਾਜ਼ ਬੇਸੁਰੀ ਸੀ, ਜਦ ਗਾਉਂਦੀ, ਸੁਰ ਛੁੱਟ ਜਾਂਦੇ ਸਨ। ਇਸ ਲਈ ਉਸ ਨੂੰ ਗਾਉਣ ਤੋਂ ਖਿਝ ਸੀ।

ਸੇਵਤੀ—"ਇਹ ਤਾਂ ਤੁਸੀਂ ਹੀ ਜਾਣੋ। ਪਰ ਤੁਹਾਡੇ ਗਾਣੇ ਦੀ ਤਾਂ ਦੁਨੀਆਂ ਵਿੱਚ ਧਾਂਕ ਜੰਮੀ ਐ।"

ਚੰਦਰਾ ਭੁੱਜ ਗਈ, ਤਲਖ਼ ਹੋ ਕੇ ਬੋਲੀ—"ਜੀਹਨੇ ਨੱਚ-ਗਾ ਕੇ ਦੂਜਿਆਂ ਨੂੰ ਭਰਮਾਉਣਾ ਹੋਵੇ, ਉਹੀ ਨੱਚਣਾ ਗਾਉਣਾ ਸਿੱਖੇ।"

ਸੇਵਤੀ—"ਤੁਸੀਂ ਤਾਂ ਭੋਰਾ ਕੁ ਮਜ਼ਾਕ, ਨਾਲ ਰੁੱਸ ਜਾਂਦੇ ਓ। ਜ਼ਰਾ ਉਹੀ ਗਾਣਾ ਗਾਓ ਤਾਂ—'ਤੁਸੀਂ ਤਾਂ ਸ਼ਾਮ ਬੜੇ ਬੇਖ਼ਬਰ ਓ।' ਇਸ ਵੇਲੇ ਸੁਣਨ ਨੂੰ ਬੜਾ ਦਿਲ ਕਰਦੈ। ਮਹੀਨਿਆਂ ਤੋਂ ਤੁਹਾਡਾ ਗਾਣਾ ਨਹੀਂ ਸੁਣਿਆ।"

ਚੰਦਰਾ—"ਤੂੰ ਹੀ ਗਾ, ਕੋਇਲ ਦੀ ਤਰ੍ਹਾਂ ਕੂਕਦੀ ਰਹਿੰਨੀ ਏਂ।"

ਸੇਵਤੀ—"ਲੈ, ਤੁਹਾਡਾ ਇਹ ਬਹਾਨਾ ਚੰਗਾ ਨਹੀਂ ਲੱਗਦਾ। ਮੇਰੀ ਪਿਆਰੀ ਭਾਬੀ, ਜ਼ਰਾ ਗਾਓ ਨਾ।"

ਚੰਦਰਾ—"ਮੈਂ ਇਸ ਵੇਲੇ ਨਹੀਂ ਗਾਉਣਾ। ਕੀ ਮੈਨੂੰ ਕੋਈ ਮਿਰਾਸਣ ਸਮਝ ਲਿਐ ?"

ਸੇਵਤੀ—"ਮੈਂ ਤਾਂ ਬਿਨਾਂ ਗਾਣਾ ਸੁਣੇ ਅੱਜ ਤੁਹਾਡਾ ਪਿੱਛਾ ਨਹੀਂ ਛੱਡਣਾ।"

ਸੇਵਤੀ ਦੀ ਆਵਾਜ਼ ਬਹੁਤ ਸੁਰੀਲੀ ਤੇ ਦਿਲ ਟੁੰਬਵੀਂ ਸੀ। ਰੂਪ ਤੇ ਨੈਣ-ਨਕਸ਼ ਵੀ ਸੋਹਣੇ ਸਨ, ਸੋਨੇ ਵਰਗਾ ਰੰਗ ਤੇ ਰਸ ਭਰੀਆਂ ਅੱਖਾਂ ਸਨ। ਪਿਆਜ਼ੀ ਰੰਗ ਦੀ ਸਾੜ੍ਹੀ ਉਸ 'ਤੇ ਖ਼ੂਬ ਜਚ ਰਹੀ ਸੀ। ਉਹ ਖ਼ੁਦ-ਬ-ਖ਼ੁਦ ਗੁਣਗੁਣਾਉਣ ਲੱਗੀ—

"ਤੁਸੀਂ ਤਾਂ ਸ਼ਾਮ ਬੜੇ ਬੇਖ਼ਬਰ ਓ.....ਤੁਸੀਂ ਤਾਂ ਸ਼ਾਮ।
ਤੁਸੀਂ ਤਾਂ ਸ਼ਾਮ ਪੀਓ ਦੁੱਧ ਦੇ ਛੰਨੇ, ਮੈਂ ਕਰਾਂ ਪਾਣੀ 'ਤੇ ਬਸਰ........
ਪਾਣੀ 'ਤੇ ਬਸਰ ਓ। ਤੁਸੀਂ ਤਾਂ ਸ਼ਾਮ........"

'ਦੁੱਧ ਦੇ ਛੰਨੇ' ਉੱਤੇ ਉਹ ਹੱਸ ਪਈ। ਪ੍ਰੇਮਵਤੀ ਵੀ ਮੁਸਕਰਾਈ, ਪਰ ਚੰਦਰਾ ਰੁੱਸ ਗਈ। ਬੋਲੀ—"ਬਿਨਾਂ ਕਿਸੇ ਗੱਲ ਦਾ ਹਾਸਾ ਮੈਨੂੰ ਨਹੀਂ ਚੰਗਾ ਲੱਗਦਾ। ਇਹਦੇ ਵਿੱਚ ਹੱਸਣ ਦੀ ਕੀ ਗੱਲ ਐ ?"

ਸੇਵਤੀ—"ਆਜੋ, ਆਪਾਂ ਦੋਵੇਂ ਮਿਲ ਕੇ ਗਾਈਏ।"

ਚੰਦਰਾ—"ਕੋਇਲ ਤੇ ਕਾਂ ਦਾ ਕੀ ਮੇਲ ?"

ਸੇਵਤੀ—"ਗ਼ੁੱਸਾ ਤਾਂ ਤੁਹਾਡੀ ਨੱਕ 'ਤੇ ਬੈਠਾ ਰਹਿੰਦੈ।"

ਚੰਦਰਾ—"ਤਾਂ ਮੈਨੂੰ ਕਿਉਂ ਛੇੜਦੀ ਏਂ ? ਮੈਨੂੰ ਗਾਉਣਾ ਨਹੀਂ ਆਉਂਦਾ, ਤਾਂ ਤੇਰੇ ਕੋਲ ਕੋਈ ਮੈਨੂੰ ਨਿੰਦਣ ਤਾਂ ਨਹੀਂ ਜਾਂਦਾ ?"

'ਕੋਈ' ਦਾ ਇਸ਼ਾਰਾ ਰਾਧਾਚਰਣ ਵੱਲ ਸੀ। ਚੰਦਰਾ ਵਿੱਚ ਭਾਵੇਂ ਹੋਰ ਕੋਈ ਗੁਣ ਨਾ ਹੋਵੇ, ਪਰ ਪਤੀ ਦੀ ਸੇਵਾ ਉਹ ਤਨੋਂ-ਮਨੋਂ ਕਰਦੀ ਸੀ। ਉਨ੍ਹਾਂ ਦਾ ਜ਼ਰਾ ਵੀ ਸਿਰ ਦੁਖਿਆ ਤਾਂ ਇਸ ਦੀ ਜਾਨ ਨਿਕਲ ਜਾਂਦੀ। ਉਨ੍ਹਾਂ ਨੂੰ ਘਰ ਆਉਣ ਵਿੱਚ ਜ਼ਰਾ ਦੇਰ ਹੋਈ ਨਹੀਂ ਕਿ ਇਹ ਵਿਆਕੁਲ ਹੋਣ ਲੱਗਦੀ। ਜਦੋਂ ਤੋਂ ਉਹ ਰੁੜਕੀ ਚਲੇ ਗਏ, ਉਦੋਂ ਤੋਂ ਚੰਦਰਾ ਦਾ ਹੱਸਣਾ, ਬੋਲਣਾ ਸਭ ਕੁਝ ਛੁੱਟ ਗਿਆ ਸੀ। ਉਸ ਦਾ ਹਾਸਾ ਉਨ੍ਹਾਂ ਦੇ ਨਾਲ ਹੀ ਚਲਾ ਗਿਆ ਸੀ। ਇਨ੍ਹਾਂ ਕਾਰਨਾਂ ਨੇ ਹੀ ਰਾਧਾਚਰਣ ਨੂੰ ਪਤਨੀ ਦੇ ਵੱਸ ਕਰ ਦਿੱਤਾ ਸੀ। ਪਿਆਰ ਰੂਪ ਤੇ ਗੁਣ ਆਦਿ ਸਾਰੀਆਂ ਕਮੀਆਂ ਦਾ ਪੂਰਕ ਹੈ।

ਸੇਵਤੀ—"ਨਿੰਦੇਗਾ ਕਿਉਂ, 'ਕੋਈ' ਤਾਂ ਸਗੋਂ ਤਨੋਂ-ਮਨੋਂ ਤੁਹਾਡੇ 'ਤੇ ਰੀਝਿਆ ਹੋਇਐ।"

ਚੰਦਰਾ—"ਇਥੇ ਤਾਂ ਉਨ੍ਹਾਂ ਦੀ ਕੋਈ ਚਿੱਠੀ ਵੀ ਨਹੀਂ ਆਈ।"

ਸੇਵਤੀ—"ਤਿੰਨ-ਚਾਰ ਦਿਨ ਹੀ ਹੋਏ ਹੋਣੇ!"

ਚੰਦਰਾ—"ਤੇਰੀਆਂ ਤਾਂ ਮਿੰਨਤਾਂ ਕਰਦੀ ਥੱਕ ਗਈ। ਪਰ ਤੂੰ ਲਿਖਦੀ ਹੀ ਨਹੀਂ।"

ਸੇਵਤੀ—"ਹੁਣ ਉਹੀ ਗੱਲਾਂ ਰੋਜ਼-ਰੋਜ਼ ਕੌਣ ਲਿਖੇ, ਕੋਈ ਨਵੀਂ ਗੱਲ ਹੋਵੇ ਤਾਂ ਲਿਖਣ ਨੂੰ ਦਿਲ ਵੀ ਕਰੇ।"

ਚੰਦਰਾ—"ਅੱਜ ਵਿਆਹ ਵਾਲੀ ਖ਼ਬਰ ਲਿਖ ਦੇਈਂ। ਲਿਆਵਾਂ ਕਲਮ-ਸਿਆਹੀ?"

ਸੇਵਤੀ—"ਪਰ ਇਕ ਸ਼ਰਤ 'ਤੇ ਲਿਖਾਂਗੀ।"

ਚੰਦਰਾ—"ਦੱਸ।"

ਸੇਵਤੀ—"ਤੁਹਾਨੂੰ ਸ਼ਾਮ ਜੀ ਵਾਲਾ ਗੀਤ ਗਾਉਣਾ ਪਏਗਾ।"

ਚੰਦਰਾ—"ਚੰਗਾ ਗਾ ਦਿਆਂਗੀ। ਹੱਸਣ ਨੂੰ ਹੀ ਦਿਲ ਕਰਦੈ ਨਾ? ਹੱਸ ਲਈਂ।"

ਸੇਵਤੀ—"ਪਹਿਲਾਂ ਗਾਓ ਫਿਰ ਲਿਖਾਂਗੀ।"

ਚੰਦਰਾ—"ਮੈਨੂੰ ਪਤੈ, ਨਹੀਂ ਲਿਖੇਂਗੀ। ਫੇਰ ਬਹਾਨੇ ਘੜਨ ਲੱਗੇਂਗੀ।"

ਸੇਵਤੀ—"ਤੁਹਾਡੀ ਸਹੁੰ, ਜ਼ਰੂਰ ਲਿਖਾਂਗੀ, ਗਾਓਂ ਤਾਂ ਸਹੀ।"

ਚੰਦਰਾ ਗਾਉਣ ਲੱਗੀ—

"ਤੁਸੀਂ ਤਾਂ ਸ਼ਾਮ ਪੀਓ ਦੁੱਧ ਦੇ ਛੰਨੇ, ਮੈਂ ਕਰਾਂ ਪਾਣੀ 'ਤੇ ਬਸਰ।
ਪਾਣੀ 'ਤੇ ਬਸਰ ਓ। ਤੁਸੀਂ ਤਾਂ ਸ਼ਾਮ ਬੜੇ ਬੇਖ਼ਬਰ ਓ।"

ਆਖ਼ਰੀ ਬੋਲ ਕੁਝ ਅਜਿਹੇ ਬੇਸੁਰੇ ਜਿਹੇ ਨਿੱਕਲੇ ਕਿ ਹਾਸਾ ਰੋਕਣਾ ਔਖਾ ਹੋ ਗਿਆ। ਸੇਵਤੀ ਨੇ ਬਹੁਤ ਰੋਕਿਆ, ਪਰ ਰੋਕ ਨਾ ਸਕੀ। ਹੱਸਦਿਆਂ-ਹੱਸਦਿਆਂ ਢਿੱਡ ਵਿਚ ਕੜਵੱਲ ਪੈ ਗਏ। ਚੰਦਰਾ ਨੇ ਦੂਸਰਾ ਅੰਤਰਾ ਗਾਇਆ—

"ਤੁਸੀਂ ਤਾਂ ਸ਼ਾਮ ਰੱਖੋ ਦੋ-ਦੋ ਵਹੁਟੀਆਂ,
ਮੇਰੀ ਤਾਂ ਤੁਹਾਡੇ 'ਤੇ ਨਜ਼ਰ, ਤੁਹਾਡੇ 'ਤੇ ਨਜ਼ਰ ਓ।
ਤੁਸੀਂ ਤਾਂ ਸ਼ਾਮ........।"

'ਵਹੁਟੀਆਂ' ਸੁਣ ਕੇ ਸੇਵਤੀ ਹੱਸਦੀ-ਹੱਸਦੀ ਲੋਟ-ਪੋਟ ਹੋ ਗਈ। ਚੰਦਰਾ ਨੇ ਸੇਜਲ ਅੱਖਾਂ ਨਾਲ ਕਿਹਾ—"ਹੁਣ ਤਾਂ ਬਹੁਤ ਹੱਸ ਚੁੱਕੀਂ ਏਂ। ਲਿਆਵਾਂ ਕਾਗਜ਼?"

ਸੇਵਤੀ—"ਨਹੀਂ-ਨਹੀਂ, ਅਜੇ ਭੋਰਾ ਹੱਸ ਲੈਣ ਦਿਓ।"

ਸੇਵਤੀ ਹੱਸ ਰਹੀ ਸੀ ਕਿ ਬਾਬੂ ਕਮਲਾਚਰਣ ਦਾ ਬਾਹਰੋਂ ਸ਼ੁਭ-ਆਗਮਨ ਹੋਇਆ। ਪੰਦਰ੍ਹਾਂ-ਸੋਲ੍ਹਾਂ ਸਾਲ ਦੀ ਉਮਰ ਸੀ। ਗੋਰਾ-ਗੋਰਾ ਕਣਕਵੰਨਾ ਰੰਗ। ਇਕਹਿਰਾ ਸਰੀਰ, ਹੱਸਮੁੱਖ, ਭੜਕੀਲੇ ਕੱਪੜੇ ਪਹਿਨੇ ਹੋਏ, ਇੱਤਰਾਂ 'ਚ ਨਹਾਤੇ, ਅੱਖਾਂ 'ਚ ਸੁਰਮਾ, ਹੋਠਾਂ 'ਤੇ ਮੁਸਕੁਰਾਹਟ ਅਤੇ ਹੱਥ ਵਿੱਚ ਬੁਲਬੁਲ ਪਕੜੀ ਪਲੰਘ 'ਤੇ ਆ ਕੇ ਬੈਠ ਗਿਆ।

ਸੇਵਤੀ ਬੋਲੀ—"ਕਮਲੂ! ਮੂੰਹ ਮਿੱਠਾ ਕਰਾਵੇਂ ਤਾਂ ਤੈਨੂੰ ਏਦਾਂ ਦੀਆਂ ਸ਼ੁਭ-ਸ਼ੁਭ

ਖ਼ਬਰਾਂ ਸੁਣਾਵਾਂ ਕਿ ਸੁਣਦਿਆਂ ਹੀ ਖਿੜ ਉਠੋਂ।"

ਕਮਲਾਚਰਣ—"ਮੂੰਹ ਤਾਂ ਤੇਰਾ ਅੱਜ ਵੈਸੇ ਵੀ ਮਿੱਠਾ ਕਰਵਾਂਗਾ, ਚਾਹੇ ਕੋਈ ਸ਼ੁਭ ਖ਼ਬਰ ਸੁਣਾ, ਚਾਹੇ ਨਾ ਸੁਣਾ।ਅੱਜ ਇਸ ਪੱਠੇ ਨੇ ਉਹ ਜਿੱਤ ਹਾਸਿਲ ਕੀਤੀ ਐ ਕਿ ਲੋਕ ਅਵਾਕ ਰਹਿ ਗਏ।" ਇਹ ਕਹਿ ਕੇ ਕਮਲਾਚਾਰਣ ਨੇ ਬੁਲਬੁਲ ਨੂੰ ਅੰਗੂਠੇ 'ਤੇ ਬਿਠਾ ਲਿਆ।

ਸੇਵਤੀ—"ਖ਼ਬਰ ਸੁਣਦਿਆਂ ਹੀ ਨੱਚਣ ਲੱਗੇਂਗਾ।"

ਕਮਲਾਚਰਣ—"ਫੇਰ ਤਾਂ ਚੰਗਾ ਐ ਕਿ ਤੁਸੀਂ ਨਾ ਹੀ ਸੁਣਾਓ।ਮੈਂ ਤਾਂ ਅੱਜ ਵੈਸੇ ਹੀ ਨੱਚ ਰਿਹਾਂ।ਇਸ ਪੱਠੇ ਨੇ ਅੱਜ ਨੱਕ ਉੱਚੀ ਕਰ ਦਿੱਤੀ।ਸਾਰਾ ਸ਼ਹਿਰ ਹੈਰਾਨ ਹੋ ਗਿਐ। ਨਵਾਬ ਮੁੰਨੇ ਖ਼ਾਂ ਬਹੁਤ ਦਿਨਾਂ ਤੋਂ ਮੇਰੀਆਂ ਅੱਖਾਂ 'ਚ ਰੜਕ ਰਹੇ ਸੀ।ਮਹੀਨਾ ਪਹਿਲਾਂ ਦੀ ਗੱਲ ਐ, ਮੈਂ ਉਧਰੋਂ ਗੁਜ਼ਰਿਆ ਤਾਂ ਮੈਨੂੰ ਕਹਿਣ ਲੱਗੇ—ਮੀਆਂ, ਕੋਈ ਪੱਠਾ ਤਿਆਰ ਹੋਵੇ ਤਾਂ ਲੈ ਕੇ ਆਓ, ਦੋ-ਦੋ ਚੁੰਝਾਂ ਲੜਵਾਈਏ। ਇਹ ਕਹਿ ਕੇ ਉਨ੍ਹਾਂ ਨੇ ਆਪਣਾ ਪੁਰਾਣਾ ਬੁਲਬੁਲ ਦਿਖਾਇਆ।ਮੈਂ ਕਿਹਾ—ਮਹਾਂਪੁਰਖੋ! ਅਜੇ ਤਾਂ ਨਹੀਂ।ਪਰ ਜੇ ਰੱਬ ਨੇ ਚਾਹਿਆ ਤਾਂ ਇਕ ਮਹੀਨੇ ਬਾਅਦ ਤੁਹਾਡੇ ਨਾਲ਼ ਜ਼ਰੂਰ ਇੱਕ ਭੇੜ ਹੋਏਗੀ, ਤੇ ਸ਼ੁਕਰ-ਸ਼ੁਕਰ ਕਰ ਕੇ ਅੱਜ ਆਗਾ ਸ਼ੇਰਅੱਲ ਦੇ ਅਖਾੜੇ ਵਿੱਚ ਮੁਕਾਬਲਾ ਹੋਇਆ। ਪੰਜਾਹ-ਪੰਜਾਹ ਰੁਪਏ ਦੀ ਸ਼ਰਤ ਸੀ। ਲੱਖਾਂ ਬੰਦੇ ਜਮ੍ਹਾਂ ਸੀ। ਉਨ੍ਹਾਂ ਦਾ ਪੁਰਾਣਾ ਬੁਲਬੁਲ, ਯਕੀਨ ਮੰਨੀ ਸੇਵਤੀ, ਕਬੂਤਰ ਜਿੱਡਾ ਸੀ।ਪਰ ਜਿਸ ਵੇਲੇ ਆਪਣਾ ਪੱਠਾ ਚੱਲਿਆ ਤਾਂ ਜਿਵੇਂ ਇਹਦੀ ਤਣੀ ਹੋਈ ਗਰਦਨ, ਮਤਵਾਲੀ ਤੋਰ ਤੇ ਗਠੀਲੇਪਣ 'ਤੇ ਲੋਕ ਮਰ-ਮਰ ਜਾਣ ਲੱਗੇ। ਜਾਂਦਿਆਂ ਹੀ ਇਹਨੇ ਉਹਦੀ ਘੰਡੀ ਪਕੜ ਲਈ।ਪਰ ਉਹ ਵੀ ਕਿਹੜਾ ਘੱਟ ਸੀ, ਸਾਰੇ ਸ਼ਹਿਰ ਦੇ ਬੁਲਬੁਲਾਂ ਨੂੰ ਹਰਾਈ ਬੈਠਾ ਸੀ। ਉਹਨੇ ਬੜੇ ਜ਼ੋਰ ਦੀਆਂ ਦੁਲੱਤੀਆਂ ਮਾਰੀਆਂ, ਇਹਨੇ ਵਾਰ-ਵਾਰ ਬਚਾਇਆ ਤੇ ਫੇਰ ਝਪਟ ਕੇ ਉਹਦੀ ਸਿਰੀ ਦੱਬ ਲਈ।ਉਹਨੇ ਫੇਰ ਵਾਰ ਕੀਤਾ। ਇਹ ਥੱਲੇ ਆ ਗਿਆ। ਚਾਰੇ ਪਾਸੇ ਰੌਲਾ ਪੈ ਗਿਆ—ਸੁੱਟ ਲਿਆ, ਸੁੱਟ ਲਿਆ। ਉਦੋਂ ਤਾਂ ਮੈਨੂੰ ਵੀ ਗ਼ੁੱਸਾ ਆ ਗਿਆ।ਪਰ ਜਦ ਮੈਂ ਝਿੜਕ ਕੇ ਲਲਕਾਰਿਆ ਤਾਂ ਇਹ ਉੱਪਰ ਤੇ ਉਹ ਥੱਲੇ ਆ ਗਿਆ।ਫਿਰ ਤਾਂ ਉਹਨੇ ਕਿੰਨਾ ਹੀ ਸਿਰ ਪਟਕਿਆ ਕਿ ਉੱਪਰ ਆ ਜਾਵੇ, ਪਰ ਇਸ ਸ਼ੇਰ ਨੇ ਏਦਾਂ ਨੂੜਿਆ ਕਿ ਸਿਰ ਚੁੱਕਣ ਨਾ ਦਿੱਤਾ।ਨਵਾਬ ਸਾਅਬ ਆਪ ਵੀ ਉਥੇ ਹੀ ਸਨ।ਬਹੁਤ ਚੀਖ਼ੇ, ਪਰ ਕੀ ਹੋ ਸਕਦਾ ਸੀ ? ਇਹਨੇ ਉਹਨੂੰ ਏਦਾਂ ਦਬੋਚਿਆ ਹੋਇਆ ਸੀ ਜਿਵੇਂ ਬਾਜ਼ ਨੇ ਚਿੜੀ ਨੂੰ।ਅਖ਼ੀਰ ਉਹ ਛੁੱਟ ਕੇ ਭੱਜ ਨਿੱਕਲਿਆ।ਇਹਨੇ ਅਖਾੜੇ ਦੇ ਦੂਜੇ ਪਾਸੇ ਤੱਕ ਪਿੱਛਾ ਕੀਤਾ, ਪਰ ਪਕੜ ਨਾ ਸਕਿਆ।ਲੋਕ ਹੈਰਾਨੀ ਨਾਲ ਅਵਾਕ ਰਹਿ ਗਏ।ਨਵਾਬ ਸਾਅਬ ਦਾ ਤਾਂ ਮੂੰਹ ਹੀ ਉੱਤਰ ਗਿਆ।ਰੰਗ ਹੀ ਉੱਡ ਗਿਆ।ਪੈਸੇ ਹਾਰਨ ਦੀ ਤਾਂ ਉਨ੍ਹਾਂ ਨੂੰ ਕੋਈ ਫ਼ਿਕਰ ਨਹੀਂ, ਕਿਉਂ ਕਿ ਲੱਖਾਂ ਦੀ ਆਮਦਨ ਐ।ਪਰ ਸ਼ਹਿਰ ਵਿੱਚ ਉਨ੍ਹਾਂ ਦੇ ਨਾਂ ਦਾ ਜੋ ਝੰਡਾ ਝੂਲਦਾ ਸੀ, ਉਹ ਨੀਵਾਂ ਹੋ ਗਿਆ।ਰੋਂਦੇ ਹੋਏ ਘਰ ਨੂੰ ਪਰਤੇ।ਮੈਂ ਸੁਣਿਐ ਕਿ ਉਥੋਂ ਜਾਂਦਿਆ ਹੀ ਉਨ੍ਹਾਂ ਨੇ ਆਪਣੇ ਬੁਲਬੁਲ ਨੂੰ ਜ਼ਿੰਦਾ ਹੀ ਜ਼ਮੀਨ ਵਿੱਚ ਦੱਬ ਦਿੱਤੈ।" ਇਹ ਕਹਿ ਕੇ ਕਮਲਾਚਰਣ ਨੇ ਜੇਬ ਖਣਖਣਾਈ।

ਸੇਵਤੀ—"ਤਾਂ ਫੇਰ ਖੜਾ ਕੀ ਕਰ ਰਿਹੈਂ ? ਆਗਰੇ ਵਾਲੇ ਦੀ ਦੁਕਾਨ 'ਤੇ ਬੰਦਾ ਭੇਜ।"

ਕਮਲਾਚਰਣ—"ਤੁਹਾਡੇ ਲਈ ਕੀ ਲਿਆਵਾਂ, ਭਾਬੀ ?"
ਸੇਵਤੀ—"ਦੁੱਧ ਦੇ ਛੰਨੇ।"
ਕਮਲਾਚਰਣ—"ਤੇ ਵੀਰ ਜੀ ਲਈ ?"
ਸੇਵਤੀ—"ਦੋ-ਦੋ ਵਹੁਟੀਆਂ।"
ਇਹ ਕਹਿ ਕੇ ਦੋਨੋਂ ਠਹਾਕਾ ਮਾਰ ਕੇ ਹੱਸਣ ਲੱਗੇ।

7.
ਕਠੋਰਤਾ ਅਤੇ ਪਿਆਰ

ਸੁਵਾਮਾ ਤਨ-ਮਨ ਨਾਲ ਵਿਆਹ ਦੀਆਂ ਤਿਆਰੀਆਂ ਕਰਨ ਲੱਗੀ। ਸਵੇਰ ਤੋਂ ਸ਼ਾਮ ਤੱਕ ਵਿਆਹ ਦੇ ਕੰਮ-ਧੰਦਿਆਂ ਵਿੱਚ ਉਲਝੀ ਰਹਿੰਦੀ। ਸੁਸ਼ੀਲਾ ਚੇਲੀ ਦੀ ਤਰ੍ਹਾਂ ਉਸ ਦੇ ਹੁਕਮ ਦੀ ਪਾਲਣਾ ਕਰਦੀ ਰਹਿੰਦੀ। ਮੁਨਸ਼ੀ ਸੰਜੀਵਨਲਾਲ ਦਿਨ ਚੜ੍ਹਨ ਤੋਂ ਦਿਨ ਢਲਣ ਤੱਕ ਬਾਜ਼ਾਰ ਦੀ ਧੂੜ ਛਾਣਦੇ ਰਹਿੰਦੇ। ਤੇ ਬਿਰਜਨ, ਜਿਸ ਦੇ ਲਈ ਇਹ ਸਾਰੀਆਂ ਤਿਆਰੀਆਂ ਹੋ ਰਹੀਆਂ ਸਨ, ਆਪਣੇ ਕਮਰੇ ਵਿੱਚ ਬੈਠੀ ਦਿਨ—ਰਾਤ ਰੋਂਦੀ ਰਹਿੰਦੀ। ਕਿਸੇ ਕੋਲ ਏਨੀ ਵਿਹਲ ਵੀ ਨਹੀਂ ਸੀ ਕਿ ਪਲ ਭਰ ਦੇ ਲਈ ਉਹਦਾ ਮਨ ਪਰਚਾਵੇ। ਇਥੋਂ ਤੱਕ ਕਿ ਪ੍ਰਤਾਪ ਵੀ ਹੁਣ ਉਸ ਨੂੰ ਬੇਰਹਿਮ ਲੱਗਦਾ ਸੀ। ਪ੍ਰਤਾਪ ਦਾ ਮਨ ਵੀ ਇਨ੍ਹਾਂ ਦਿਨਾਂ ਵਿੱਚ ਬਹੁਤ ਬੁਝ ਜਿਹਾ ਗਿਆ ਸੀ। ਸਵੇਰ ਦਾ ਨਿਕਲਿਆ ਹੋਇਆ ਸ਼ਾਮ ਨੂੰ ਘਰੇ ਪਰਤਦਾ ਤੇ ਆਪਣੇ ਚੁਬਾਰੇ ਵਿੱਚ ਚੁਪਚਾਪ ਜਾ ਬੈਠਦਾ। ਬਿਰਜਨ ਦੇ ਘਰ ਨਾ ਜਾਣ ਦੀ ਤਾਂ ਉਹਨੇ ਸਹੁੰ ਜਿਹੀ ਖਾ ਲਈ ਸੀ। ਸਗੋਂ ਜਦ ਕਦੇ ਵੀ ਉਹ ਆਉਂਦੀ ਹੋਈ ਦਿਖਾਈ ਦਿੰਦੀ ਤਾਂ ਹੌਲੀ ਜਿਹੇ ਖਿਸਕ ਜਾਂਦਾ। ਜੇਕਰ ਕਹਿਣ-ਸੁਣਨ ਨਾਲ ਥੋੜ੍ਹਾ ਬੈਠਦਾ ਵੀ ਤਾਂ ਕੁਝ ਇਸ ਤਰ੍ਹਾਂ ਮੂੰਹ ਫੇਰ ਲੈਂਦਾ ਤੇ ਰੁੱਖਾ ਜਿਹਾ ਵਿਹਾਰ ਰੱਖਦਾ ਕਿ ਬਿਰਜਨ ਰੋਣ ਲੱਗਦੀ ਤੇ ਸੁਵਾਮਾ ਨੂੰ ਕਹਿੰਦੀ—"ਚਾਚੀ, ਲੱਲੂ ਰਾਮ ਮੇਰੇ ਨਾਲ ਨਾਰਾਜ਼ ਐ, ਮੈਂ ਬੁਲਾਉਂਦੀ ਆਂ ਤਾਂ ਉਹ ਨਹੀਂ ਬੋਲਦਾ। ਤੁਸੀਂ ਚੱਲ ਕੇ ਮਨਾ ਦਿਓ।" ਇਹ ਕਹਿ ਕੇ ਉਹ ਮਚਲ ਜਾਂਦੀ ਤੇ ਸੁਵਾਮਾ ਦਾ ਪੱਲਾ ਪਕੜ ਕੇ ਖਿੱਚਦੀ ਹੋਈ ਪ੍ਰਤਾਪ ਕੋਲ ਲੈ ਆਉਂਦੀ। ਪਰ ਪ੍ਰਤਾਪ ਦੋਨਾਂ ਨੂੰ ਦੇਖਦਿਆਂ ਹੀ ਭੱਜ ਨਿੱਕਲਦਾ। ਬ੍ਰਿਜਰਾਣੀ ਦਰਵਾਜ਼ੇ ਤੱਕ ਇਹ ਕਹਿੰਦੀ ਹੋਈ ਆਉਂਦੀ ਕਿ ਲੱਲੂ ਜ਼ਰਾ ਗੱਲ ਸੁਣ ਲੈ, ਜ਼ਰਾ ਸੁਣ ਲੈ, ਤੈਨੂੰ ਮੇਰੀ ਸਹੁੰ, ਜ਼ਰਾ ਗੱਲ ਸੁਣ ਲੈ। ਪਰ ਜਦ ਉਹ ਨਾ ਸੁਣਦਾ ਤੇ ਨਾ ਹੀ ਪਿੱਛੇ ਮੁੜ ਕੇ ਵੇਖਦਾ ਤਾਂ ਵਿਚਾਰੀ ਬਿਰਜਨ ਜ਼ਮੀਨ 'ਤੇ ਬੈਠ ਜਾਂਦੀ ਤੇ ਜ਼ੋਰ-ਜ਼ੋਰ ਨਾਲ ਫੁੱਟ-ਫੁੱਟ ਕੇ ਰੋਂਦੀ ਤੇ ਕਹਿੰਦੀ—"ਇਹ ਮੇਰੇ ਨਾਲ ਕਿਉਂ ਰੁੱਸਿਆ ਹੋਇਐ ? ਮੈਂ ਤਾਂ ਇਹਨੂੰ ਕਦੇ ਕੁਝ ਨਹੀਂ ਆਖਿਆ।" ਸੁਵਾਮਾ ਉਸ ਨੂੰ ਸੀਨੇ ਨਾਲ ਲਗਾ ਲੈਂਦੀ ਤੇ ਸਮਝਾਉਂਦੀ—"ਧੀਏ! ਜਾਣ ਦੇ, ਲੱਲੂ ਪਾਗਲ ਹੋ ਗਿਐ।" ਉਸ ਨੂੰ ਹੁਣ ਆਪਣੇ ਪੁੱਤਰ ਦੀ ਕਠੋਰਤਾ ਦਾ ਭੇਤ ਕੁਝ-ਕੁਝ ਪਤਾ ਲੱਗ ਗਿਆ ਸੀ।

ਅਖ਼ੀਰ ਵਿਆਹ ਨੂੰ ਸਿਰਫ਼ ਪੰਜ ਦਿਨ ਰਹਿ ਗਏ। ਰਿਸ਼ਤੇਦਾਰ ਤੇ ਸਕੇ-ਸੰਬੰਧੀ ਦੂਰੋਂ-ਨੇੜਿਉਂ ਆਉਣ ਲੱਗੇ। ਵਿਹੜੇ ਵਿੱਚ ਸੁੰਦਰ ਮੰਡਪ ਸਜ ਗਿਆ। ਹੱਥਾਂ ਵਿੱਚ ਖੰਮਣੀ

ਦੇ ਕੰਗਣ ਪੈ ਗਏ। ਇਹ ਕੱਚੇ ਧਾਗੇ ਦਾ ਕੰਗਨ ਪਵਿੱਤਰ ਰਿਸ਼ਤੇ ਦੀ ਹਥਕੜੀ ਹੈ, ਜੋ ਕਦੇ ਹੱਥ ਵਿਚੋਂ ਨਹੀਂ ਨਿੱਕਲੇਗੀ ਤੇ ਮੰਡਪ ਉਸ ਪਿਆਰ ਤੇ ਮਿਹਰ ਦੇ ਪਰਛਾਵੇਂ ਦਾ ਪ੍ਰਤੀਕ ਹੈ, ਜੋ ਜੀਵਨ ਭਰ ਸਿਰ 'ਤੇ ਰਹੇਗਾ। ਅੱਜ ਸ਼ਾਮ ਨੂੰ ਸੁਵਾਮਾ, ਸੁਸ਼ੀਲਾ ਤੇ ਮਹਾਰਾਜਨਾਂ ਸਾਰੀਆਂ ਦੀਆਂ ਸਾਰੀਆਂ ਮਿਲ ਕੇ ਦੇਵੀ ਮਾਤਾ ਦੀ ਪੂਜਾ ਕਰਨ ਗਈਆਂ। ਨੌਕਰਾਣੀਆਂ ਆਪਣੇ ਕੰਮਾਂ ਵਿੱਚ ਰੁੱਝੀਆਂ ਹੋਈਆਂ ਸਨ। ਬਿਰਜਨ ਵਿਆਕੁਲ ਹੋ ਕੇ ਆਪਣੇ ਘਰੋਂ ਨਿੱਕਲੀ ਤੇ ਪ੍ਰਤਾਪ ਦੇ ਘਰ ਆ ਪਹੁੰਚੀ। ਚਾਰੇ ਪਾਸੇ ਸੁੰਨ-ਸਰਾਂ ਫੈਲੀ ਹੋਈ ਸੀ। ਸਿਰਫ਼ ਪ੍ਰਤਾਪ ਦੇ ਕਮਰੇ ਵਿਚੋਂ ਧੁੰਦਲੀ ਰੌਸ਼ਨੀ ਝਲਕ ਰਹੀ ਸੀ। ਬਿਰਜਨ ਕਮਰੇ ਵਿੱਚ ਆਈ ਤਾਂ ਕੀ ਦੇਖਦੀ ਹੈ ਕਿ ਮੇਜ਼ 'ਤੇ ਲਾਲਟੈਨ ਬਲ ਰਹੀ ਹੈ ਤੇ ਪ੍ਰਤਾਪ ਇਕ ਮੰਜੀ 'ਤੇ ਸੌਂ ਰਿਹਾ ਹੈ। ਧੁੰਦਲੀ ਰੌਸ਼ਨੀ ਵਿੱਚ ਉਸ ਦਾ ਜਿਸਮ ਕੁਮਲਾਇਆ ਤੇ ਮੈਲਾ ਜਿਹਾ ਨਜ਼ਰ ਆ ਰਿਹਾ ਹੈ। ਚੀਜ਼ਾਂ ਸਾਰੀਆਂ ਇਧਰ-ਉਧਰ ਬੇਢੰਗ ਖਿੱਲਰੀਆਂ ਪਈਆਂ ਹਨ। ਜ਼ਮੀਨ 'ਤੇ ਜਿਵੇਂ ਮਣ ਧੂੜ ਚੜ੍ਹੀ ਹੋਈ ਹੈ। ਕਿਤਾਬਾਂ ਖਿੱਲਰੀਆਂ ਹੋਈਆਂ ਹਨ। ਏਦਾਂ ਲੱਗਦਾ ਹੈ, ਜਿਵੇਂ ਇਸ ਕਮਰੇ ਨੂੰ ਕਿਸੇ ਨੇ ਮਹੀਨਿਆਂ ਤੋਂ ਨਹੀਂ ਖੋਲ੍ਹਿਆ। ਇਹ ਉਹੀ ਪ੍ਰਤਾਪ ਹੈ, ਜਿਸਨੂੰ ਸਾਫ਼-ਸਫ਼ਾਈ ਜਾਨ ਤੋਂ ਵੀ ਪਿਆਰੀ ਸੀ। ਬਿਰਜਨ ਦਾ ਦਿਲ ਕੀਤਾ ਕਿ ਉਸ ਨੂੰ ਜਗਾ ਦੇਵਾਂ। ਪਰ ਕੁਝ ਸੋਚ ਕੇ ਜ਼ਮੀਨ ਤੋਂ ਕਿਤਾਬਾਂ ਚੁੱਕ-ਚੁੱਕ ਕੇ ਅਲਮਾਰੀ ਵਿੱਚ ਰੱਖਣ ਲੱਗੀ। ਮੇਜ਼ ਤੋਂ ਮਿੱਟੀ-ਘੱਟਾ ਝਾੜਿਆ, ਤਸਵੀਰਾਂ ਤੋਂ ਘੱਟੇ ਦਾ ਪਰਦਾ ਚੁੱਕ ਦਿੱਤਾ। ਅਚਾਨਕ ਪ੍ਰਤਾਪ ਨੇ ਪਾਸਾ ਬਦਲਿਆ ਤੇ ਉਸਦੇ ਮੂੰਹੋਂ ਇਹ ਵਾਕ ਨਿੱਕਲਿਆ—"ਬਿਰਜਨ! ਮੈਂ ਤੈਨੂੰ ਭੁੱਲ ਨਹੀਂ ਸਕਦਾ।" ਫਿਰ ਥੋੜ੍ਹੀ ਦੇਰ ਬਾਅਦ—"ਬਿਰਜਨ! ਬਿਰਜਨ ਕਿਥੇ ਜਾਨੀ ਏਂ ? ਇਥੇ ਬੈਠ।" ਫਿਰ ਪਾਸਾ ਬਦਲ ਕੇ—"ਨਹੀਂ ਬੈਠੇਂਗੀ ? ਚੰਗਾ ਜਾ, ਮੈਂ ਵੀ ਤੇਰੇ ਨਾਲ ਨਹੀਂ ਬੋਲਣਾ।" ਫਿਰ ਕੁਝ ਰੁਕ ਕੇ—"ਚੰਗਾ ਜਾ, ਦੇਖਾਂ ਕਿਥੇ ਜਾਨੀ ਏਂ।" ਇਹ ਕਹਿੰਦਿਆਂ ਹੀ ਉਹ ਝਪਟਿਆ, ਜਿਵੇਂ ਕਿਸੇ ਭੱਜਦੇ ਹੋਏ ਬੰਦੇ ਨੂੰ ਪਕੜਨ ਲੱਗਾ ਹੋਵੇ। ਬਿਰਜਨ ਦਾ ਹੱਥ ਉਸ ਦੇ ਹੱਥ ਵਿੱਚ ਆ ਗਿਆ। ਨਾਲ ਹੀ ਉਸ ਦੀਆਂ ਅੱਖਾਂ ਖੁੱਲ੍ਹ ਗਈਆਂ। ਇਕ ਮਿੰਟ ਤੱਕ ਉਹਦੀਆਂ ਭਾਵ ਵਿਹੂਣੀਆਂ ਨਜ਼ਰਾਂ ਬਿਰਜਨ ਦੇ ਚਿਹਰੇ 'ਤੇ ਗੱਡੀਆਂ ਰਹੀਆਂ। ਫਿਰ ਉਹ ਚੌਂਕ ਕੇ ਉਠ ਬੈਠਿਆ ਤੇ ਬਿਰਜਨ ਦਾ ਹੱਥ ਛੱਡ ਕੇ ਬੋਲਿਆ—"ਤੂੰ ਕਦੋਂ ਆਈ, ਬਿਰਜਨ ? ਮੈਂ ਹੁਣੇ ਤੇਰਾ ਹੀ ਸੁਪਨਾ ਦੇਖ ਰਿਹਾ ਸੀ।"

ਬਿਰਜਨ ਨੇ ਬੋਲਣਾ ਚਾਹਿਆ, ਪਰ ਗਲਾ ਭਰ ਆਇਆ ਤੇ ਅੱਖਾਂ ਸੇਜਲ ਹੋ ਗਈਆਂ। ਪ੍ਰਤਾਪ ਨੇ ਇਧਰ-ਉਧਰ ਦੇਖ ਕੇ ਫੇਰ ਕਿਹਾ—"ਕੀ ਇਹ ਸਾਰਾ ਕੁਝ ਤੂੰ ਸਾਫ਼ ਕੀਤਾ ? ਤੈਨੂੰ ਬੜੀ ਤਕਲੀਫ਼ ਹੋਈ ?" ਬਿਰਜਨ ਨੇ ਇਸ ਦਾ ਵੀ ਕੋਈ ਜੁਆਬ ਨਾ ਦਿੱਤਾ।

ਪ੍ਰਤਾਪ—"ਬਿਰਜਨ, ਤੂੰ ਮੈਨੂੰ ਭੁੱਲ ਕਿਉਂ ਨਹੀਂ ਜਾਂਦੀ ?"

ਬਿਰਜਨ ਨੇ ਓਦਰੀਆਂ ਅੱਖਾਂ ਨਾਲ ਦੇਖ ਕੇ ਕਿਹਾ—"ਕੀ ਤੂੰ ਮੈਨੂੰ ਭੁੱਲ ਗਿਐਂ ?"

ਪ੍ਰਤਾਪ ਨੇ ਸ਼ਰਮਿੰਦਾ ਹੋ ਕੇ ਨੀਵੀਂ ਪਾ ਲਈ। ਥੋੜ੍ਹੀ ਦੇਰ ਤੱਕ ਦੋਵੇਂ ਭਾਵਪੂਰਤ ਹੋ ਕੇ ਜ਼ਮੀਨ ਵੱਲ ਵੇਖਦੇ ਰਹੇ। ਫਿਰ ਬਿਰਜਨ ਨੇ ਪੁੱਛਿਆ—"ਤੂੰ ਮੇਰੇ ਤੋਂ ਕਿਉਂ ਨਾਰਾਜ਼ ਏਂ ? ਮੈਂ ਕੋਈ ਗੁਨਾਹ ਕੀਤੈ ?"

ਪ੍ਰਤਾਪ—"ਪਤਾ ਨਹੀਂ ਕਿਉਂ, ਹੁਣ ਤੈਨੂੰ ਦੇਖਦਾਂ ਤਾਂ ਦਿਲ ਕਰਦੈ ਕਿ ਕਿਤੇ ਚਲਾ ਜਾਵਾਂ।"

ਬਿਰਜਨ—"ਕੀ ਤੈਨੂੰ ਮੇਰਾ ਭੋਰਾ ਵੀ ਮੋਹ ਨਹੀਂ ਆਉਂਦਾ ? ਮੈਂ ਸਾਰਾ ਦਿਨ ਰੋਂਦੀ ਰਹਿੰਨੀ ਆਂ। ਤੈਨੂੰ ਮੇਰੇ 'ਤੇ ਤਰਸ ਨਹੀਂ ਆਉਂਦਾ ? ਤੂੰ ਮੇਰੇ ਨਾਲ ਬੋਲਦਾ ਤੱਕ ਨਹੀਂ। ਦੱਸ ਤਾਂ ਸਹੀ, ਮੈਂ ਤੈਨੂੰ ਕੀ ਕਿਹਾ, ਜੋ ਤੂੰ ਰੁੱਸ ਗਿਐਂ ?"

ਪ੍ਰਤਾਪ—"ਮੈਂ ਤੇਰੇ ਨਾਲ ਰੁੱਸਿਆ ਥੋੜਾਂ।"

ਬਿਰਜਨ—"ਤਾਂ ਮੇਰੇ ਨਾਲ ਬੋਲਦਾ ਕਿਉਂ ਨਹੀਂ ?"

ਪ੍ਰਤਾਪ—"ਮੈਂ ਚਾਹੁੰਨਾਂ ਕਿ ਤੂੰ ਮੈਨੂੰ ਭੁੱਲ ਜਾਵੇਂ। ਤੂੰ ਅਮੀਰ ਏਂ, ਤੇਰੇ ਮਾਂ-ਪਿਓ ਅਮੀਰ ਨੇ, ਮੈਂ ਤਾਂ ਅਨਾਥ ਆਂ। ਮੇਰਾ ਤੇਰਾ ਕੀ ਮੇਲ ?"

ਬਿਰਜਨ—"ਹੁਣ ਤੱਕ ਤਾਂ ਤੂੰ ਕਦੇ ਇਹ ਬਹਾਨਾ ਨਹੀਂ ਘੜਿਆ ਸੀ, ਹੁਣ ਕੀ ਮੈਂ ਜ਼ਿਆਦਾ ਅਮੀਰ ਹੋ ਗਈ ?"

ਇਹ ਕਹਿ ਕੇ ਬਿਰਜਨ ਰੋਣ ਲੱਗੀ। ਪ੍ਰਤਾਪ ਵੀ ਫਿੱਸ ਪਿਆ, ਬੋਲਿਆ—"ਬਿਰਜਨ! ਮੇਰਾ-ਤੇਰਾ ਕਾਫ਼ੀ ਦਿਨਾਂ ਤੱਕ ਸਾਥ ਰਿਹਾ। ਹੁਣ ਵਿਛੋੜੇ ਦੇ ਦਿਨ ਆ ਗਏ ਨੇ। ਥੋੜ੍ਹੇ ਦਿਨਾਂ ਵਿੱਚ ਤੂੰ ਇਥੇ ਵਾਲਿਆਂ ਨੂੰ ਛੱਡ ਕੇ ਆਪਣੇ ਸਹੁਰੇ ਚਲੀ ਜਾਏਂਗੀ। ਉਸ ਵੇਲੇ ਤਾਂ ਮੈਨੂੰ ਜ਼ਰੂਰ ਹੀ ਭੁੱਲ ਜਾਏਂਗੀ। ਇਸ ਲਈ ਮੈਂ ਵੀ ਚਾਹੁੰਨਾਂ ਕਿ ਮੈਂ ਤੈਨੂੰ ਭੁੱਲ ਜਾਵਾਂ। ਪਰ ਕਿੰਨਾ ਹੀ ਚਾਹੁੰਨਾਂ ਕਿ ਤੇਰੀਆਂ ਗੱਲਾਂ ਯਾਦ ਨਾ ਆਉਣ, ਪਰ ਉਹ ਨਹੀਂ ਮੰਨਦੀਆਂ। ਹੁਣੇ ਸੁੱਤੇ-ਸੁੱਤੇ ਤੇਰਾ ਹੀ ਸੁਪਨਾ ਵੇਖ ਰਿਹਾ ਸੀ।"

8.
ਸਹੇਲੀਆਂ

ਡਿਪਟੀ ਸ਼ਾਮਾਚਰਣ ਦੀ ਕੋਠੀ ਅੱਜ ਹਸੀਨਾਵਾਂ ਦੇ ਜਮਾਵੜੇ ਨਾਲ ਇੰਦਰ ਦਾ ਦਰਬਾਰ ਬਣੀ ਹੋਈ ਸੀ। ਸੇਵਤੀ ਦੀਆਂ ਚਾਰ ਸਹੇਲੀਆਂ-ਰੁਕਮਣੀ, ਸੀਤਾ, ਰਾਮਦੇਈ ਤੇ ਚੰਦਰਕੁੰਵਰ—ਸੋਲ੍ਹਾਂ ਸ਼ਿੰਗਾਰ ਕਰ ਕੇ ਕਿਵੇਂ ਚਹਿਕਦੀਆਂ ਫਿਰਦੀਆਂ ਸਨ। ਡਿਪਟੀ ਸਾਹਿਬ ਦੀ ਭੈਣ ਜਾਨਕੀ ਕੁੰਵਰ ਵੀ ਆਪਣੀਆਂ ਦੋ ਧੀਆਂ ਨਾਲ ਇਟਾਵੇ ਤੋਂ ਆ ਗਈ ਸੀ। ਇਨ੍ਹਾਂ ਦੋਨਾਂ ਦੇ ਨਾਮ ਕਮਲਾ ਤੇ ਉਮਾਦੇਵੀ ਸਨ। ਕਮਲਾ ਵਿਆਹੀ ਜਾ ਚੁੱਕੀ ਸੀ। ਉਮਾਦੇਵੀ ਅਜੇ ਕੁਆਰੀ ਸੀ। ਦੋਹੇਂ ਸੂਰਜ ਤੇ ਚੰਨ ਵਰਗੀਆਂ ਸਨ। ਮੰਡਪ ਦੇ ਵਿੱਚ ਮਰਾਸਣਾ ਤੇ ਗਾਉਣ ਵਾਲੀਆਂ ਸੁਹਾਗ ਦੇ ਗੀਤ ਗਾ ਰਹੀਆਂ ਸਨ। ਗੁਲਾਬੋ ਨਾਇਨ (ਨੈਣ) ਤੇ ਜਮਨਾ ਕਹਾਰਨ ਦੋਨੋਂ ਚਟਖ਼ ਰੰਗੀਆਂ ਸਾੜ੍ਹੀਆਂ ਪਹਿਨੀ, ਮਾਂਗ ਵਿੱਚ ਸੰਧੂਰ ਭਰਵਾਈ, ਧਾਤ ਦੇ ਕੜੇ ਪਹਿਨੀ ਛਮ-ਛਮ ਕਰਦੀਆਂ ਫਿਰਦੀਆਂ ਸਨ। ਗੁਲਾਬੋ ਭਰ-ਜੋਬਨ ਮੁਟਿਆਰ ਸੀ। ਜਮਨਾ ਦੀ ਜਵਾਨੀ ਢਲ ਚੁੱਕੀ ਸੀ। ਸੇਵਤੀ ਦਾ ਕੀ ਪੁੱਛਣਾ ? ਅੱਜ ਉਸਦਾ ਵਿਲੱਖਣ ਜਲੌਅ ਸੀ। ਰਸੀਲੀਆਂ ਅੱਖਾਂ ਚਾਅ ਤੇ ਉਮਾਹ ਨਾਲ ਮਤਵਾਲੀਆਂ ਹੋ ਰਹੀਆਂ ਸਨ ਤੇ ਗੁਲਾਬੀ ਸਾੜ੍ਹੀ ਦੇ ਝਲਕਾਰੇ ਨਾਲ ਉਸਦਾ ਚੰਪਾ ਦੇ ਫੁੱਲਾਂ ਵਰਗਾ ਰੰਗ ਹੋਰ ਵੀ ਗੁਲਾਬੀ ਲੱਗ ਰਿਹਾ ਸੀ। ਰੇਸ਼ਮੀ ਮਖ਼ਮਲ ਦੀ ਚੋਲੀ ਉਸ 'ਤੇ ਖ਼ੂਬ ਜਚ ਰਹੀ ਸੀ। ਹੁਣੇ ਨਹਾ ਕੇ ਆਈ ਸੀ, ਇਸ ਲਈ ਸੱਪਣੀ ਵਰਗੀਆਂ ਲਟਾਂ ਮੋਢਿਆਂ 'ਤੇ ਲਹਿਰਾ ਰਹੀਆਂ ਸਨ। ਛੇੜਛਾੜ ਤੇ ਸ਼ਰਾਰਤ ਤੋਂ

ਏਨੀ ਵਿਹਲ ਨਹੀਂ ਮਿਲਦੀ ਸੀ ਕਿ ਵਾਲ ਗੁੰਦਵਾ ਲਵੇ। ਮਹਾਰਾਜਨ ਦੀ ਧੀ ਮਾਧਵੀ ਸੂਤੀ ਦਾ ਲਹਿੰਗਾ ਪਾਈ, ਅੱਖਾਂ ਵਿੱਚ ਸੁਰਮਾ ਸਜਾਈ, ਨੱਠ-ਨੱਠ ਕੇ ਅੰਦਰ-ਬਾਹਰ ਇਕ ਕਰ ਰਹੀ ਸੀ।

ਰੁਕਮਣੀ ਨੇ ਸੇਵਤੀ ਨੂੰ ਕਿਹਾ—"ਸੀਤੋ! ਤੇਰੀ ਭਾਬੀ ਕਿਥੇ ਐ ? ਦਿਸਦੀ ਨਹੀਂ ਕਿਤੇ। ਕੀ ਸਾਡੇ ਤੋਂ ਵੀ ਪਰਦਾ ਐ ?"

ਰਾਮਦੇਈ—"(ਮੁਸਕੁਰਾ ਕੇ) ਪਰਦਾ ਕਿਉਂ ਨਹੀਂ ਐ ? ਸਾਡੀ ਨਜ਼ਰ ਨਾ ਲੱਗ ਜਾਊ ?"

ਸੇਵਤੀ—"ਕਮਰੇ 'ਚ ਪਏ ਸੌਂ ਰਹੇ ਹੋਣਗੇ। ਦੇਖਿਓ ਹੁਣੇ ਖਿੱਚ ਲਿਆਨੀ ਆਂ!"

ਇਹ ਕਹਿ ਕੇ ਉਹ ਚੰਦਰਾ ਦੇ ਕਮਰੇ ਵਿੱਚ ਗਈ। ਉਹ ਇੱਕ ਸਾਧਾਰਨ ਸਾੜ੍ਹੀ ਪਹਿਨੀ ਪਲੰਘ 'ਤੇ ਲੇਟੀ ਬੂਹੇ ਵੱਲ ਟਿਕਟਿਕੀ ਲਾਈ ਵੇਖ ਰਹੀ ਸੀ। ਇਸ ਨੂੰ ਦੇਖਦਿਆਂ ਹੀ ਉੱਠ ਬੈਠੀ। ਸੇਵਤੀ ਨੇ ਕਿਹਾ—"ਇਥੇ ਕਿਉਂ ਲੇਟੇ ਓਂ, 'ਕੱਲਿਆਂ ਤੁਹਾਡਾ ਦਿਲ ਨਹੀਂ ਘਬਰਾਉਂਦਾ ?"

ਚੰਦਰਾ—"ਛੱਡ, ਕਿਹੜਾ ਜਾਵੇ, ਮੈਂ ਤਾਂ ਅਜੇ ਕੱਪੜੇ ਵੀ ਨਹੀਂ ਬਦਲੇ।"

ਸੇਵਤੀ—"ਤਾਂ ਬਦਲਦੇ ਕਿਉਂ ਨਹੀਂ ? ਸਹੇਲੀਆਂ ਤੁਹਾਡੀ ਉਡੀਕ ਕਰ ਰਹੀਆਂ ਨੇ।"

ਚੰਦਰਾ—"ਅੱਜ ਨਹੀਂ ਮੈਂ ਬਦਲਣੇ।"

ਸੇਵਤੀ—"ਤੁਹਾਡੀ ਇਹੀ ਜ਼ਿੱਦ ਚੰਗੀ ਨਹੀਂ ਲੱਗਦੀ। ਸਾਰੀਆਂ ਆਪਣੇ ਮਨ ਵਿਚ ਕੀ ਸੋਚਣਗੀਆਂ ?"

ਚੰਦਰਾ—"ਤੂੰ ਤਾਂ ਚਿੱਠੀ ਪੜ੍ਹੀ ਸੀ, ਅੱਜ ਹੀ ਆਉਣ ਬਾਰੇ ਲਿਖਿਆ ਸੀ ਨਾ ?"

ਸੇਵਤੀ—"ਅੱਛਾ, ਤਾਂ ਇਹ ਉਨ੍ਹਾਂ ਦੀ ਉਡੀਕ ਹੋ ਰਹੀ ਐ, ਇਹ ਕਹੋ ਨਾ! ਤਾਂ ਹੀ ਜੋਗ ਧਾਰਿਐ।"

ਚੰਦਰਾ—"ਦੁਪਹਿਰ ਤਾਂ ਹੋ ਗਈ ਐ, ਲੱਗਦੈ ਹੁਣ ਨਹੀਂ ਆਉਣਗੇ।"

ਏਨੇ ਨੂੰ ਕਮਲਾ ਤੇ ਉਮਾ ਦੇਵੀ ਦੋਵੇਂ ਆ ਗਈਆਂ। ਚੰਦਰਾ ਨੇ ਘੁੰਢ ਕੱਢ ਲਿਆ ਤੇ ਫ਼ਰਸ਼ 'ਤੇ ਬੈਠ ਗਈ। ਕਮਲਾ ਉਸ ਦੀ ਵੱਡੀ ਨਣਾਨ ਜੋ ਲੱਗਦੀ ਸੀ।

ਕਮਲਾ—"ਉਏ, ਅਜੇ ਤਾਂ ਇਨ੍ਹਾਂ ਨੇ ਕੱਪੜੇ ਵੀ ਨਹੀਂ ਬਦਲੇ ?"

ਸੇਵਤੀ—"ਵੀਰ ਜੀ ਨੂੰ ਉਡੀਕ ਰਹੇ ਨੇ। ਇਸੇ ਲਈ ਇਹ ਭੇਖ ਧਾਰਿਐ।"

ਕਮਲਾ—"ਮੂਰਖ ਨੇ। ਉਨ੍ਹਾਂ ਨੂੰ ਲੋੜ ਹੋਏਗੀ ਤਾਂ ਆਪੇ ਆਉਣਗੇ।"

ਸੇਵਤੀ—"ਇਨ੍ਹਾਂ ਦੀ ਤਾਂ ਗੱਲ ਹੀ ਅਵੱਲੀ ਐ।"

ਕਮਲਾ—"ਮਰਦਾਂ ਨਾਲ ਪਿਆਰ ਚਾਹੇ ਕਿੰਨਾ ਵੀ ਕਰੋ, ਪਰ ਮੂੰਹੋਂ ਇਕ ਲਫ਼ਜ਼ ਵੀ ਨਾ ਕੱਢੋ, ਨਹੀਂ ਤਾਂ ਐਵੇਂ ਹੀ ਸਤਾਉਣ ਤੇ ਚਿੜ੍ਹਾਉਣ ਲੱਗਦੇ ਨੇ। ਜੇ ਤੁਸੀਂ ਉਨ੍ਹਾਂ ਦੀ ਅਣਦੇਖੀ ਕਰੋ, ਉਨ੍ਹਾਂ ਨਾਲ ਸਿੱਧੇ ਮੂੰਹ ਗੱਲ ਨਾ ਕਰੋ ਤਾਂ ਉਹ ਤੁਹਾਡਾ ਹਰ ਤਰ੍ਹਾਂ ਆਦਰ-ਮਾਣ ਕਰਨਗੇ, ਤੁਹਾਡੇ 'ਤੇ ਜਾਨ ਲੁਟਾਉਣਗੇ, ਪਰ ਜਿਉਂ ਹੀ ਉਨ੍ਹਾਂ ਨੂੰ ਪਤਾ ਲੱਗਾ ਕਿ ਹੁਣ ਇਹਦੇ ਦਿਲ ਵਿੱਚ ਮੇਰੇ ਲਈ ਪਿਆਰ ਵਸ ਗਿਐ ਤਾਂ ਬੱਸ ਉਸੇ ਦਿਨ ਤੋਂ ਨਜ਼ਰਾਂ ਬਦਲ

ਜਾਣਗੀਆਂ। ਸੈਰ ਨੂੰ ਜਾਣਗੇ ਤਾਂ ਜ਼ਰੂਰ ਦੇਰ ਨਾਲ ਆਉਣਗੇ। ਖਾਣਾ ਖਾਣ ਬੈਠਣਗੇ ਤਾਂ ਬੱਸ ਮੂੰਹ ਜੂਠਾ ਕਰ ਕੇ ਉਠ ਜਾਣਗੇ, ਗੱਲ-ਗੱਲ 'ਤੇ ਰੁੱਸਣਗੇ। ਤੁਸੀਂ ਰੋਵੋਂਗੀਆਂ ਤਾਂ ਮਨਾਉਣਗੇ ਵੀ, ਮਨ ਵਿੱਚ ਖ਼ੁਸ਼ ਹੋਣਗੇ ਕਿ ਸਹੀ ਫੰਦਾ ਕਸਿਐ। ਤੁਹਾਡੇ ਅੱਗੇ ਦੂਸਰੀਆਂ ਜਨਾਨੀਆਂ ਦੀ ਤਾਰੀਫ਼ ਕਰਨਗੇ। ਮਤਲਬ ਇਹ ਕਿ ਤੁਹਾਨੂੰ ਜਲਾਉਣ ਵਿੱਚ ਉਨ੍ਹਾਂ ਨੂੰ ਸੁਆਦ ਆਉਣ ਲੱਗੇਗਾ। ਹੁਣ ਮੇਰੇ ਹੀ ਘਰ ਵਿੱਚ ਵੇਖੋ, ਪਹਿਲਾਂ ਏਨਾ ਆਦਰ ਕਰਦੇ ਸਨ ਕਿ ਕੀ ਦੱਸਾਂ। ਹਰ ਵੇਲੇ ਨੌਕਰਾਂ ਦੀ ਤਰ੍ਹਾਂ ਹੱਥ ਜੋੜੀ ਖੜ੍ਹੇ ਰਹਿੰਦੇ ਸਨ। ਪੱਖਾ ਝੱਲਣ ਨੂੰ ਤਿਆਰ, ਹੱਥੀਂ ਰੋਟੀ ਖੁਆਉਣ ਨੂੰ ਤਿਆਰ, ਇਥੋਂ ਤੱਕ ਕਿ (ਮੁਸਕੁਰਾ ਕੇ) ਪੈਰ ਘੁੱਟਣ ਵਿੱਚ ਵੀ ਸੰਕੋਚ ਨਹੀਂ ਸੀ। ਕੋਈ ਗੱਲ ਮੇਰੇ ਮੂੰਹੋਂ ਨਿੱਕਲੀ ਨਹੀਂ ਕਿ ਪੂਰੀ ਕਰ ਦਿੰਦੇ। ਮੈਂ ਉਸ ਵੇਲੇ ਅਣਜਾਣ ਸੀ। ਮਰਦਾਂ ਦੀਆਂ ਚਲਾਕੀਆਂ ਕੀ ਜਾਣਾਂ? ਉਨ੍ਹਾਂ ਦੇ ਜਾਲ 'ਚ ਫਸ ਗਈ। ਸੇਵਤੀ ਝੂਠ ਨਾ ਮੰਨੀਂ, ਉਸੇ ਦਿਨ ਤੋਂ ਉਨ੍ਹਾਂ ਦੀਆਂ ਨਜ਼ਰਾਂ ਬਦਲ ਗਈਆਂ। ਲੱਗੇ ਸੈਰ-ਸਪਾਟੇ ਕਰਨ। ਇਕ ਦਿਨ ਰੁੱਸ ਕੇ ਚਲੇ ਗਏ। ਗਜਰਾ ਗਲ 'ਚ ਪਾਈ, ਇੱਤਰ-ਫਲੈਲਾਂ ਲਾਈ ਅੱਧੀ ਰਾਤ ਨੂੰ ਘਰ ਆਏ। ਜਾਣਦੇ ਸੀ ਕਿ ਅੱਜ ਵੀ ਹੱਥ ਜੋੜੀ ਖੜ੍ਹੀ ਹੋਊ। ਪਰ ਮੈਂ ਵੀ ਅਜਿਹੀ ਲੰਮੀ ਤਾਣ ਕੇ ਸੁੱਤੀ ਕਿ ਰਾਤ ਭਰ ਪਾਸਾ ਵੀ ਨਾ ਬਦਲਿਆ। ਦੂਜੇ ਦਿਨ ਵੀ ਨਾ ਬੋਲੀ। ਅਖ਼ੀਰ ਸ੍ਰੀਮਾਨ ਜੀ ਸਿੱਧੇ ਹੋਏ, ਪੈਰਾਂ 'ਤੇ ਡਿੱਗੇ, ਮਿੰਨਤਾਂ-ਤਰਲੇ ਕੀਤੇ। ਉਦੋਂ ਤੋਂ ਮੈਂ ਇਹ ਗੱਲ ਗੰਢ ਮਾਰ ਲਈ ਐ ਕਿ ਮਰਦਾਂ ਅੱਗੇ ਪਿਆਰ ਕਦੇ ਨਾ ਜਤਾਓ।"

ਸੇਵਤੀ—"ਜੀਜਾ ਜੀ ਨੂੰ ਮੈਂ ਵੇਖਿਐ। ਵੀਰ ਜੀ ਦੇ ਵਿਆਹ 'ਤੇ ਆਏ ਸੀ। ਬੜੇ ਹੱਸਮੁੱਖ ਬੰਦੇ ਨੇ।"

ਕਮਲਾ—"ਪਾਰਵਤੀ ਉਨ੍ਹਾਂ ਦਿਨਾਂ 'ਚ ਮੇਰੇ ਪੇਟ 'ਚ ਸੀ, ਇਸ ਲਈ ਮੈਂ ਆ ਨਹੀਂ ਸਕੀ ਸੀ। ਇਥੋਂ ਗਏ ਤਾਂ ਲੱਗੇ ਤੇਰੀ ਤਾਰੀਫ਼ ਕਰਨ। ਤੂੰ ਕਦੇ ਉਨ੍ਹਾਂ ਨੂੰ ਪਾਨ ਦੇਣ ਗਈ ਸੀ? ਕਹਿੰਦੇ ਸੀ ਕਿ ਮੈਂ ਹੱਥ ਫੜ ਕੇ ਬਿਠਾ ਲਿਆ, ਖ਼ੂਬ ਗੱਲਾਂ-ਬਾਤਾਂ ਹੋਈਆਂ।

ਸੇਵਤੀ—"ਝੂਠ ਐ, ਗੱਪੀ ਨੇ। ਗੱਲ ਏਨੀ ਹੋਈ ਕਿ ਗੁਲਾਬੋ ਤੇ ਜਮਨਾ ਕਿਸੇ ਕੰਮੋਂ ਬਾਹਰ ਗਈਆਂ ਸਨ। ਮਾਂ ਨੇ ਕਿਹਾ—ਉਹ ਖਾਣਾ ਖਾ ਕੇ ਗਏ ਨੇ, ਜ਼ਰਾ ਪਾਨ ਬਣਾ ਕੇ ਦੇ ਆ। ਮੈਂ ਪਾਨ ਲੈ ਕੇ ਗਈ ਤਾਂ ਪਲੰਘ 'ਤੇ ਲੇਟੇ ਹੋਏ ਸੀ। ਮੈਨੂੰ ਦੇਖਦਿਆਂ ਹੀ ਉੱਠ ਬੈਠੇ। ਮੈਂ ਪਾਨ ਦੇਣ ਲਈ ਹੱਥ ਵਧਾਇਆ ਤਾਂ ਮੇਰਾ ਗੁੱਟ ਫੜ ਕੇ ਕਹਿਣ ਲੱਗੇ ਕਿ ਇਕ ਗੱਲ ਸੁਣ ਲੈ, ਬੱਸ ਇਕ ਗੱਲ ਸੁਣ ਲੈ। ਪਰ ਮੈਂ ਹੱਥ ਛੁਡਾ ਕੇ ਭੱਜ ਆਈ।"

ਕਮਲਾ—"ਨਿੱਕਲੀ ਨਾ ਝੂਠੀ ਗੱਲ। ਉਹੀ ਤਾਂ ਮੈਂ ਵੀ ਕਹਿੰਨੀ ਆਂ ਕਿ ਮਸਾਂ ਗਿਆਰ੍ਹਾਂ-ਬਾਰ੍ਹਾਂ ਸਾਲਾਂ ਦੀ ਕੁੜੀ, ਉਹਨੇ ਇਨ੍ਹਾਂ ਨਾਲ ਕੀ ਗੱਲਾਂ ਕੀਤੀਆਂ ਹੋਣੀਆਂ? ਪਰ ਨਹੀਂ, ਆਪਣੀ ਹੀ ਜ਼ਿੱਦ 'ਤੇ ਅੜੇ ਰਹੇ। ਮਰਦ ਬੜੇ ਲਫ਼ਾਫ਼ੇਬਾਜ਼ ਹੁੰਦੇ ਨੇ। ਮੈਂ ਇਹ ਕਿਹਾ, ਮੈਂ ਉਹ ਕਿਹਾ। ਮੇਰਾ ਤਾਂ ਇਨ੍ਹਾਂ ਗੱਲਾਂ ਨਾਲ ਦਿਲ ਖ਼ੌਲਦੈ। ਬੰਦਾ ਜੋ ਚੰਗਾ-ਮਾੜਾ ਕੰਮ ਕਰਦੈ, ਉਹਦੇ 'ਤੇ ਪਰਦਾ ਪਾਉਂਦੈ। ਪਰ ਇਹ ਮਰਦ ਲੋਕ ਕਰਨਗੇ ਥੋੜ੍ਹਾ ਤੇ ਰੂੰ ਦਾ ਪਹਾੜ ਬਣਾ-ਬਣਾ ਕੇ ਅਲਾਪਦੇ ਫਿਰਨਗੇ ਜ਼ਿਆਦਾ। ਮੈਂ ਤਾਂ ਉਦੋਂ ਤੋਂ ਹੀ ਉਨ੍ਹਾਂ ਦੀ ਕਿਸੇ ਗੱਲ ਦਾ ਸੱਚ ਨਹੀਂ ਮੰਨਦੀ।"

ਏਨੇ ਨੂੰ ਗੁਲਾਬੋ ਨੇ ਆ ਕੇ ਕਿਹਾ—"ਵਾਹ! ਤੁਸੀਂ ਤਾਂ ਇਥੇ ਢੋਲੇ ਦੀਆਂ ਗਾ ਰਹੇ

ਓ ਤੇ ਤੁਹਾਡੀਆਂ ਸਹੇਲੀਆਂ ਤੁਹਾਨੂੰ ਵਿਹੜੇ ਵਿੱਚ ਉਡੀਕੀ ਜਾਂਦੀਆਂ ਨੇ।"

ਸੇਵਤੀ—"ਦੇਖੋ ਭਾਬੀ, ਹੁਣ ਦੇਰ ਨਾ ਕਰੋ। ਗੁਲਾਬੋ, ਜ਼ਰਾ ਇਨ੍ਹਾਂ ਦੀ ਸੰਦੂਕੜੀ 'ਚੋਂ ਕੱਪੜੇ ਤਾਂ ਕੱਢ ਦੇ।"

ਕਮਲਾ ਚੰਦਰਾ ਦਾ ਹਾਰ-ਸ਼ਿਂਗਾਰ ਕਰਨ ਲੱਗੀ। ਸੇਵਤੀ ਸਹੇਲੀਆਂ ਕੋਲ ਆ ਗਈ। ਰੁਕਮਣੀ ਬੋਲੀ—"ਵਾਹ ਭੈਣੇ, ਬਹੁਤ ਖ਼ੂਬ! ਤੂੰ ਤਾਂ ਉਥੇ ਜਾ ਕੇ ਹੀ ਬੈਠ ਗਈ। ਤੇਰੀਆਂ ਕੰਧਾਂ ਨਾਲ ਗੱਲਾਂ ਕਰੀਏ ਕੀ?"

ਸੇਵਤੀ—"ਕਮਲਾ ਭੈਣ ਆ ਗਏ ਸੀ। ਉਨ੍ਹਾਂ ਨਾਲ ਗੱਲਾਂ-ਬਾਤਾਂ ਚੱਲ ਪਈਆਂ। ਬੱਸ, ਦੋਨੋਂ ਆ ਰਹੀਆਂ ਨੇ।"

ਰੁਕਮਣੀ—"ਉਹ ਤਾਂ ਪੁੱਤਰਵਤੀ ਨੇ ਨਾ?"

ਸੇਵਤੀ—"ਹਾਂ, ਤਿੰਨ ਲੜਕੇ ਨੇ।"

ਰਾਮਦੇਈ—"ਪਰ ਜੁੱਸਾ ਬੜਾ ਚੰਗੈ।"

ਚੰਦਰ ਕੁੰਵਰ—"ਮੈਨੂੰ ਤਾਂ ਉਨ੍ਹਾਂ ਦਾ ਨੱਕ ਬੜਾ ਸੁਹਣਾ ਲੱਗਦੈ, ਦਿਲ ਕਰਦੈ, ਖੋਹ ਲਵਾਂ।"

ਸੀਤਾ—"ਦੋਨੋਂ ਭੈਣਾਂ ਇਕ ਤੋਂ ਇਕ ਵਧ ਕੇ ਨੇ।"

ਸੇਵਤੀ—"ਸੀਤਾ ਨੂੰ ਰੱਬ ਨੇ ਬੜਾ ਸੁਹਣਾ ਵਰ ਟੋਲ ਕੇ ਦਿੱਤੈ, ਇਹਨੇ ਸੋਨੇ ਦਾ ਚੰਨ ਚੜ੍ਹਾਇਆ ਸੀ।"

ਰੁਕਮਣੀ—"(ਸੜ-ਭੁੱਜ ਕੇ) ਗੋਰੇ ਰੰਗ ਨਾਲ ਕੁਝ ਨਹੀਂ ਹੁੰਦਾ।"

ਸੀਤਾ—"ਤੈਨੂੰ ਕਾਲਾ ਹੀ ਚੰਗਾ ਲੱਗਦਾ ਹੋਣੈ।"

ਸੇਵਤੀ—"ਮੈਨੂੰ ਕਾਲਾ ਵਰ ਮਿਲਦਾ ਤਾਂ ਜ਼ਹਿਰ ਖਾ ਲੈਂਦੀ।"

ਰੁਕਮਣੀ—"ਉਂਜ ਕਹਿਣ ਨੂੰ ਜੋ ਮਰਜ਼ੀ ਕਹਿ ਲਓ, ਪਰ ਅਸਲ ਵਿੱਚ ਸੁੱਖ ਕਾਲੇ ਵਰ ਤੋਂ ਹੀ ਮਿਲਦੈ।"

ਸੇਵਤੀ—"ਸੁੱਖ ਨਹੀਂ, ਸੁਆਹ ਮਿਲਦੀ ਐ। ਗ੍ਰਹਿਣ ਬਣ ਕੇ ਚਿੰਬੜ ਜਾਂਦਾ ਹੋਊ।"

ਰੁਕਮਣੀ—"ਇਹੀ ਤਾਂ ਤੇਰਾ ਬਚਪਨਾ ਐ। ਤੂੰ ਜਾਣਦੀ ਨਹੀਂ, ਖ਼ੂਬਸੂਰਤ ਮਰਦ ਆਪਣੇ ਹੀ ਹਾਰ-ਸ਼ਿਂਗਾਰ 'ਚ ਲੱਗਿਆ ਰਹਿੰਦੈ। ਉਹਨੂੰ ਆਪਣੇ ਸਾਹਮਣੇ ਜਨਾਨੀ ਦਾ ਭੋਰਾ ਵੀ ਖ਼ਿਆਲ ਨਹੀਂ ਰਹਿੰਦਾ। ਜੇ ਤਾਂ ਜਨਾਨੀ ਬਹੁਤ ਹੀ ਸੋਹਣੀ ਹੋਵੇ, ਫੇਰ ਤਾਂ ਠੀਕ ਐ। ਨਹੀਂ ਤਾਂ ਥੋੜ੍ਹੇ ਹੀ ਦਿਨਾਂ ਵਿੱਚ ਉਹ ਸਮਝਦੈ ਕਿ ਮੈਂ ਇਹਦੇ ਵਰਗੀਆਂ ਦੂਸਰੀਆਂ ਜਨਾਨੀਆਂ ਦੇ ਦਿਲਾਂ ਨੂੰ ਵੀ ਆਸਾਨੀ ਨਾਲ ਜਿੱਤ ਸਕਦਾਂ! ਉਹ ਆਪਣੀ ਤੀਵੀਂ ਤੋਂ ਭੱਜਣ ਲੱਗਦੈ, ਦੂਜੇ ਪਾਸੇ ਜੇ ਬਦਸੂਰਤ ਮਰਦ ਨੂੰ ਖ਼ੂਬਸੂਰਤ ਤੀਵੀਂ ਮਿਲ ਜਾਂਦੀ ਐ ਤਾਂ ਉਹ ਸਮਝਦੈ ਕਿ ਮੈਨੂੰ ਤਾਂ ਹੀਰਿਆਂ ਦੀ ਖ਼ਾਨ ਮਿਲ ਗਈ। ਵਿਚਾਰਾ ਕਾਲਾ ਆਪਣੇ ਸੁਹੱਪਣ ਦੀ ਘਾਟ ਨੂੰ ਪਿਆਰ ਤੇ ਸਤਿਕਾਰ ਨਾਲ ਪੂਰਾ ਕਰਦੈ। ਉਹਦੇ ਦਿਲ ਵਿੱਚ ਇਹ ਧੁਕਧੁਕੀ ਜਿਹੀ ਲੱਗੀ ਰਹਿੰਦੀ ਐ ਕਿ ਭੋਰਾ ਜਿਨਾ ਵੀ ਇਹਦੇ ਨਾਲ ਖੱਟਾ ਹੋਇਆ ਤਾਂ ਇਹ ਮੈਨੂੰ ਨਫ਼ਰਤ ਕਰਨ ਲੱਗੇਗੀ।"

ਚੰਦਰਕੁੰਵਰ—"ਲਾੜਾ ਤਾਂ ਸਭ ਤੋਂ ਚੰਗਾ ਉਹੀ, ਜਿਹੜਾ ਮੂੰਹੋਂ ਗੱਲ ਨਿੱਕਲਦਿਆਂ ਹੀ, ਪੂਰੀ ਕਰ ਦੇਵੇ।

ਰਾਮਦੇਈ—"ਤੂੰ ਆਪਣੀ ਗੱਲ ਨਾ ਦੱਸ। ਤੈਨੂੰ ਤਾਂ ਮਹਿੰਗੇ-ਸੁਹਣੇ ਗਹਿਣਿਆਂ ਤੱਕ ਮਤਲਬ ਐ—ਲਾੜਾ ਜਿਵੇਂ ਦਾ ਵੀ ਹੋਵੇ।"

ਸੀਤਾ—"ਪਤਾ ਨਹੀਂ ਕੋਈ ਆਪਣੇ ਮਰਦ ਨੂੰ ਕਿਸੇ ਚੀਜ਼ ਲਈ ਹੁਕਮ ਕਿਵੇਂ ਦਿੰਦੀ ਐ। ਕੀ ਸੰਕੋਚ ਨਹੀਂ ਹੁੰਦਾ ?"

ਰੁਕਮਣੀ—"ਤੂੰ ਸਤੀ-ਸਵਿੱਤਰੀ ਕਿਸੇ ਨੂੰ ਕੀ ਹੁਕਮ ਦਏਂਗੀ, ਕੋਈ ਤੇਰੀ ਬਾਤ ਵੀ ਤਾਂ ਪੁੱਛੇ ?"

ਸੀਤਾ—"ਮੇਰੀ ਤਾਂ ਉਨ੍ਹਾਂ ਨੂੰ ਇੱਕ ਨਜ਼ਰ ਦੇਖ ਕੇ ਹੀ ਤ੍ਰਿਪਤੀ ਹੋ ਜਾਂਦੀ ਐ। ਕੱਪੜਿਆਂ-ਗਹਿਣਿਆਂ 'ਤੇ ਮਨ ਨਹੀਂ ਧਿਜਦਾ।"

ਏਨੇ ਨੂੰ ਇੱਕ ਹੋਰ ਸੁਨੱਖੀ ਮੁਟਿਆਰ ਆ ਗਈ, ਗਹਿਣਿਆਂ ਨਾਲ ਲਬਾਲਬ ਲੱਦੀ ਹੋਈ। ਵਧੀਆ ਜੁੱਤੀ ਪਾਈ, ਇੱਤਰ-ਫਲੈਲਾਂ 'ਚ ਨਹਾਈ ਅੱਖਾਂ 'ਚੋਂ ਸ਼ੋਖ਼ੀ ਵਰਸ ਰਹੀ ਸੀ!

ਰਾਮਦੇਈ—"ਆ ਰਾਣੀ ਆ, ਤੇਰੀ ਹੀ ਘਾਟ ਸੀ।"

ਰਾਣੀ—"ਕੀ ਕਰਾਂ ਅੜੀਏ, ਕੁਪੱਤੀ ਨੈਣ ਤੋਂ ਹੀ ਕਿਸੇ ਤਰ੍ਹਾਂ ਪਿੱਛਾ ਨਹੀਂ ਛੁੱਟ ਰਿਹਾ ਸੀ। ਕੁਸੁਮ ਦੀ ਮਾਂ ਆਈ ਤਾਂ ਜਾ ਕੇ ਜੂੜਾ ਕੀਤਾ।"

ਸੀਤਾ—"ਤੇਰੀ ਜੈਕਟ 'ਤੇ ਵਾਰੀ ਜਾਵਾਂ।"

ਰਾਣੀ—"ਇਹਦੀ ਕਹਾਣੀ ਨਾ ਪੁੱਛ। ਕੱਪੜਾ ਦਿੱਤਿਆਂ ਇਕ ਮਹੀਨਾ ਹੋ ਗਿਆ ਸੀ। ਦਸ-ਬਾਰ੍ਹਾਂ ਵਾਰੀ ਦਰਜ਼ੀ ਸਿਉਂ ਕੇ ਲਿਆਇਆ। ਪਰ ਕਦੇ ਬਾਹਾਂ ਖੁੱਲ੍ਹੀਆਂ ਰੱਖ ਦਿੱਤੀਆਂ, ਕਦੇ ਸਿਉਣ ਵਿਗਾੜ ਦਿੱਤੀ ਤੇ ਕਦੇ ਕਟਾਈ ਖ਼ਰਾਬ ਕਰ ਦਿੱਤੀ। ਹੁਣੇ ਮੇਰੇ ਤੁਰਦਿਆਂ-ਤੁਰਦਿਆਂ ਹੀ ਫੜਾ ਕੇ ਗਿਐ।"

ਇਹੀ ਗੱਲਾਂ ਅਜੇ ਹੋ ਰਹੀਆਂ ਸਨ ਕਿ ਮਾਧਵੀ ਚੀਖ਼ਦੀ ਹੋਈ ਆਈ—"ਵੀਰ ਜੀ ਆ ਗਏ, ਵੀਰ ਜੀ ਆ ਗਏ। ਉਨ੍ਹਾਂ ਨਾਲ ਜੀਜਾ ਜੀ ਵੀ ਆਏ ਨੇ, ਆਹਾ! ਆਹਾ!"

ਰਾਣੀ—"ਰਾਧਾਚਰਣ ਆ ਗਏ ਕੀ ?"

ਸੇਵਤੀ—"ਹਾਂ! ਜਾਵਾਂ, ਜ਼ਰਾ ਭਾਬੀ ਨੂੰ ਦੱਸ ਆਵਾਂ। ਕਿਉਂ ਨੀ! ਕਿਥੇ ਬੈਠੇ ਨੇ ?"

ਮਾਧਵੀ—"ਉਸੇ ਹਾਲ ਕਮਰੇ ਵਿੱਚ। ਜੀਜਾ ਜੀ ਨੇ ਪੱਗ ਬੰਨ੍ਹੀ ਹੋਈ ਐ। ਵੀਰ ਜੀ ਨੇ ਕੋਟ ਪਹਿਨਿਆ ਐ, ਮੈਨੂੰ ਜੀਜਾ ਜੀ ਨੇ ਰੁਪਇਆ ਦਿੱਤੈ।" ਇਹ ਕਹਿ ਕੇ ਉਸ ਨੇ ਮੁੱਠੀ ਖੋਲ੍ਹ ਕੇ ਵਿਖਾਈ।

ਰਾਣੀ—"ਸੀਤੋ! ਹੁਣ ਮੂੰਹ ਤਾਂ ਮਿੱਠਾ ਕਰਾ।"

ਸੇਵਤੀ—"ਕਿਉਂ, ਮੈਂ ਕਿਹੜਾ ਕੋਈ ਸੁੱਖ ਸੁੱਖੀ ਸੀ ?"

ਇਹ ਕਹਿੰਦੀ ਹੋਈ ਸੇਵਤੀ ਚੰਦਰਾ ਦੇ ਕਮਰੇ ਵਿੱਚ ਜਾ ਕੇ ਬੋਲੀ—"ਲਓ ਭਾਬੀ! ਤੁਹਾਡਾ ਸ਼ਗਨ ਚੰਗਾ ਨਿੱਕਲਿਐ।"

ਚੰਦਰਾ—"ਕੀ ਉਹ ਆ ਗਏ ? ਜ਼ਰਾ ਜਾ ਕੇ ਅੰਦਰ ਤਾਂ ਬੁਲਾ ਲੈ।"

ਸੇਵਤੀ—"ਹਾਂ-ਹਾਂ, ਮਰਦਾਨਾ ਕਮਰੇ ਵਿੱਚ ਚਲੀ ਜਾਵਾਂ, ਤੁਹਾਡੇ ਨਣਦੋਈਆ ਜੀ ਵੀ ਤਾਂ ਆਏ ਨੇ।"

ਚੰਦਰਾ—"ਬਾਹਰ ਬੈਠੇ ਕੀ ਕਰ ਰਹੇ ਨੇ ? ਕਿਸੇ ਨੂੰ ਭੇਜ ਕੇ ਬੁਲਾ ਲੈ, ਨਹੀਂ ਤਾਂ ਦੂਸਰਿਆਂ ਨਾਲ ਗੱਲਾਂ ਕਰਨ ਵਿੱਚ ਹੀ ਰੁੱਝੇ ਰਹਿਣਗੇ।"

ਅਚਾਨਕ ਖੜਾਵਾਂ ਦੀ ਆਵਾਜ਼ ਸੁਣਾਈ ਦਿੱਤੀ ਤੇ ਰਾਧਾਚਰਣ ਆਉਂਦੇ ਦਿਖਾਈ ਦਿੱਤੇ। ਉਮਰ ਚੌਵੀ-ਪੱਚੀ ਸਾਲ ਤੋਂ ਵਧ ਨਹੀਂ ਸੀ। ਬੜੇ ਹੀ ਹੱਸਮੁੱਖ, ਗੋਰਾ ਰੰਗ, ਵਲਾਇਤੀ ਕੱਟ ਵਾਲ, ਫ਼ਰੈਂਚ ਕੱਟ ਦਾੜੀ, ਖੜੀਆਂ ਮੁੱਛਾਂ। ਕੋਲੋਂ ਖ਼ੁਸ਼ਬੋ ਦੀਆਂ ਲਪਟਾਂ ਆ ਰਹੀਆਂ ਸਨ। ਇੱਕ ਪਤਲਾ ਰੇਸ਼ਮੀ ਕੁੜਤਾ-ਪਹਿਨਿਆਂ ਹੋਇਆ ਸੀ। ਆ ਕੇ ਪਲੰਘ 'ਤੇ ਬੈਠ ਗਏ ਤੇ ਸੇਵਤੀ ਨੂੰ ਬੋਲੇ—"ਕੀ ਗੱਲ ਸੀਤੋ ! ਇਕ ਹਫ਼ਤੇ ਤੋਂ ਚਿੱਠੀ ਨਹੀਂ ਭੇਜੀ ?"

ਸੇਵਤੀ—"ਮੈਂ ਸੋਚਿਆ, ਹੁਣ ਤਾਂ ਆ ਹੀ ਰਹੇ ਨੇ, ਫੇਰ ਕਿਉਂ ਚਿੱਠੀ ਭੇਜਾਂ !" ਇਹ ਕਹਿ ਕੇ ਉਹ ਉਥੋਂ ਚਲੀ ਗਈ।

ਚੰਦਰਾ ਨੇ ਘੁੰਢ ਚੁੱਕ ਕੇ ਕਿਹਾ—"ਉਥੇ ਜਾ ਕੇ ਤਾਂ ਭੁੱਲ ਹੀ ਜਾਂਦੇ ਓ !"

ਰਾਧਾਚਰਣ—"(ਸੀਨੇ ਨਾਲ ਲਗਾ ਕੇ) ਤਾਹਿਉਂ ਤਾਂ ਸੈਂਕੜੇ ਕੋਹਾਂ ਤੋਂ ਆ ਰਿਹਾਂ।"

9.
ਈਰਖਾ

ਪ੍ਰਤਾਪ ਚੰਦਰ ਨੇ ਬਿਰਜਨ ਦੇ ਘਰ ਆਉਣਾ-ਜਾਣਾ ਵਿਆਹ ਤੋਂ ਕੁਝ ਦਿਨ ਪਹਿਲਾਂ ਹੀ ਛੱਡ ਦਿੱਤਾ ਸੀ। ਉਹ ਵਿਆਹ ਦੀ ਕਿਸੇ ਵੀ ਰਸਮ ਵਿੱਚ ਸ਼ਾਮਿਲ ਨਾ ਹੋਇਆ। ਇੱਥੋਂ ਤੱਕ ਕਿ ਸੰਗੀਤ ਦੀ ਰਸਮ ਵਿੱਚ ਵੀ ਨਾ ਗਿਆ। ਉਦਾਸ ਮਨ ਨਾਲ, ਮੂੰਹ ਲਟਕਾਈ, ਆਪਣੇ ਘਰੇ ਬੈਠਾ ਰਿਹਾ। ਮੁਨਸ਼ੀ ਸੰਜੀਵਨ ਲਾਲ ਸੁਸ਼ੀਲਾ, ਸੁਵਾਮਾ ਸਾਰੇ ਅਰਜ਼ੋਈਆਂ ਕਰ ਕੇ ਹਾਰ ਗਏ, ਪਰ ਉਸ ਨੇ ਵਿਆਹ ਵਾਲੇ ਘਰ ਵੱਲ ਮੂੰਹ ਵੀ ਨਾ ਕੀਤਾ। ਹਾਰ-ਹੰਭ ਕੇ ਅਖ਼ੀਰ ਨੂੰ ਮੁਨਸ਼ੀ ਜੀ ਦਾ ਮਨ ਟੁੱਟ ਗਿਆ ਤੇ ਫੇਰ ਉਹ ਕੁਝ ਨਾ ਬੋਲੇ। ਇਹ ਹਾਲਤ ਤਾਂ ਵਿਆਹ ਹੋਣ ਤੱਕ ਹੀ ਸੀ। ਵਿਆਹ ਮਗਰੋਂ ਤਾਂ ਉਸ ਨੇ ਉਧਰ ਦਾ ਰਾਹ ਹੀ ਛੱਡ ਦਿੱਤਾ। ਸਕੂਲ ਜਾਂਦਾ ਤਾਂ ਇਸ ਤਰ੍ਹਾਂ ਇਕ ਪਾਸੇ ਹੋ ਕੇ ਲੰਘ ਜਾਂਦਾ, ਜਿਵੇਂ ਅੱਗੇ ਕੋਈ ਸ਼ੇਰ ਬੈਠਾ ਹੋਵੇ ਜਾਂ ਜਿਵੇਂ ਸ਼ਾਹੂਕਾਰ ਤੋਂ ਕੋਈ ਕਰਜ਼ਦਾਰ ਅੱਖ ਬਚਾ ਕੇ ਨਿੱਕਲ ਜਾਂਦਾ ਹੈ। ਬਿਰਜਨ ਦੇ ਤਾਂ ਪਰਛਾਵੇਂ ਤੋਂ ਵੀ ਡਰ ਕੇ ਨੱਸਦਾ। ਜੇ ਕਦੇ ਉਸ ਨੂੰ ਆਪਣੇ ਘਰ ਵਿੱਚ ਆਈ ਵੇਖਦਾ ਤਾਂ ਘਰੇ ਪੈਰ ਨਾ ਪਾਉਂਦਾ। ਮਾਂ ਸਮਝਾਉਂਦੀ—"ਪੁੱਤਰਾ ! ਬਿਰਜਨ ਨਾਲ ਬੋਲਦਾ-ਚਾਲਦਾ ਕਿਉਂ ਨਹੀਂ ਏਂ ? ਕਿਉਂ ਉਸ ਤੋਂ ਮਨ ਮੋਟਾ ਕੀਤਾ ਹੋਇਐ ? ਉਹ ਆ-ਆ ਕੇ ਘੰਟਿਆਂਬੱਧੀ ਰੋਂਦੀ ਰਹਿੰਦੀ ਐ ਕਿ ਮੈਂ ਕੀ ਕੀਤੈ, ਜਿਸ ਨਾਲ ਉਹ ਨਾਰਾਜ਼ ਹੋ ਗਿਐ। ਦੇਖ, ਤੂੰ ਤੇ ਉਹ ਕਿੰਨੇ ਦਿਨਾਂ ਤੱਕ ਨਾਲ-ਨਾਲ ਰਹੇ ਓਂ। ਤੂੰ ਤਾਂ ਉਸ ਨੂੰ ਕਿੰਨਾ ਪਿਆਰ ਕਰਦਾ ਸੀ। ਅਚਾਨਕ ਤੈਨੂੰ ਕੀ ਹੋ ਗਿਐ ? ਜੇ ਤੂੰ ਏਦਾਂ ਹੀ ਰੁੱਸਿਆ ਰਿਹਾ ਤਾਂ ਵਿਚਾਰੀ ਕੁੜੀ ਦੀ ਤਾਂ

ਜਾਨ ਨਿੱਕਲ ਜਾਣੀ ਐ। ਸੁੱਕ ਕੇ ਤੀਲ੍ਹਾ ਹੋ ਗਈ ਐ। ਰੱਬ ਜਾਣਦੈ, ਮੈਨੂੰ ਉਹਦੇ ਵੱਲ ਵੇਖ ਕੇ ਬੜਾ ਤਰਸ ਆਉਂਦੈ। ਤੇਰੀਆਂ ਗੱਲਾਂ ਤੋਂ ਬਿਨਾਂ ਉਹਨੂੰ ਹੋਰ ਕੋਈ ਗੱਲ ਚੰਗੀ ਹੀ ਨਹੀਂ ਲੱਗਦੀ।"

ਪ੍ਰਤਾਪ ਅੱਖਾਂ ਨੀਵੀਆਂ ਕਰੀ ਸਾਰਾ ਕੁਝ ਸੁਣਦਾ ਤੇ ਚੁਪਚਾਪ ਖਿਸਕ ਜਾਂਦਾ ਪ੍ਰਤਾਪ ਹੁਣ ਮਾਸੂਮ ਬੱਚਾ ਨਹੀਂ ਸੀ। ਉਸ ਦੇ ਜੀਵਨ ਰੂਪੀ ਬਿਰਖ ਵਿੱਚ ਜੋਬਨ ਰੂਪੀ ਕਰੂੰਬਲਾਂ ਫੁੱਟ ਰਹੀਆਂ ਸਨ। ਉਸ ਨੇ ਬਹੁਤ ਦਿਨਾਂ ਤੋਂ, ਉਸੇ ਸਮੇਂ ਤੋਂ, ਜਦ ਤੋਂ ਉਸ ਨੇ ਹੋਸ਼ ਸੰਭਾਲਿਆ—ਬਿਰਜਨ ਦੇ ਜੀਵਨ ਨੂੰ ਆਪਣੇ ਜੀਵਨ ਵਿਚ ਸੁਰ ਤੇ ਸਾਜ਼ ਦੀ ਤਰ੍ਹਾਂ ਇਕ-ਮਿਕ ਕਰ ਲਿਆ ਸੀ। ਉਨ੍ਹਾਂ ਸੋਹਣੇ ਤੇ ਸੁਹਾਣੇ ਸੁਪਨਿਆਂ ਨੂੰ ਇਸ ਤਰ੍ਹਾਂ ਕਠੋਰਤਾ ਤੇ ਬੇਰਹਿਮੀ ਨਾਲ ਮਿੱਟੀ ਵਿੱਚ ਮਿਲਾਇਆ ਜਾਣਾ ਉਸਦੇ ਕੋਮਲ ਦਿਲ ਨੂੰ ਚੀਰਣ ਲਈ ਕਾਫ਼ੀ ਸੀ। ਉਹ, ਜੋ ਆਪਣੇ ਖ਼ਿਆਲਾਂ ਵਿਚ ਬਿਰਜਨ ਨੂੰ ਆਪਣਾ ਸਭ ਕੁਝ ਸਮਝੀ ਬੈਠਾ ਸੀ, ਕਿਤੋਂ ਦਾ ਨਾ ਰਿਹਾ; ਤੇ ਉਹ, ਜਿਸ ਨੇ ਬਿਰਜਨ ਨੂੰ ਇੱਕ ਪਲ ਲਈ ਵੀ ਆਪਣੇ ਖ਼ਿਆਲਾਂ ਵਿੱਚ ਨਹੀਂ ਵਸਾਇਆ ਸੀ, ਉਸ ਦਾ ਸਭ ਕੁਝ ਬਣ ਗਿਆ। ਇਸ ਪੱਖਪਾਤ 'ਤੇ ਉਸ ਦੇ ਦਿਲ ਵਿੱਚ ਵਿਆਕੁਲਤਾ ਪੈਦਾ ਹੁੰਦੀ ਸੀ ਤੇ ਦਿਲ ਕਰਦਾ ਸੀ ਕਿ ਜਿਨ੍ਹਾਂ ਲੋਕਾਂ ਨੇ ਮੇਰੀਆਂ ਸੁਪਨਮਈ ਭਾਵਨਾਵਾਂ ਨਾਲ ਖਿਲਵਾੜ ਕੀਤਾ ਹੈ ਤੇ ਮੇਰੀ ਜ਼ਿੰਦਗੀ ਦੀਆਂ ਆਸਾਂ ਨੂੰ ਮਿੱਟੀ ਵਿੱਚ ਮਿਲਾਇਆ ਹੈ, ਉਨ੍ਹਾਂ ਨੂੰ ਮੈਂ ਵੀ ਭੁੱਜਾਵਾਂ ਤੇ ਸੁਲਘਾਵਾਂ। ਸਭ ਤੋਂ ਵੱਧ ਗ਼ੁੱਸਾ ਉਸ ਨੂੰ ਜਿਸ 'ਤੇ ਆਉਂਦਾ ਸੀ, ਉਹ ਸੀ ਵਿਚਾਰੀ ਸੁਸ਼ੀਲਾ।

ਬਦਲਦੇ-ਬਦਲਦੇ ਉਸ ਦੀ ਹਾਲਤ ਇਹ ਹੋ ਗਈ ਕਿ ਜਦ ਵੀ ਸਕੂਲੋਂ ਆਉਂਦਾ ਤਾਂ ਕਮਲਾਚਰਣ ਬਾਰੇ ਕਿਸੇ ਘਟਨਾ ਨੂੰ ਜ਼ਰੂਰ ਬਿਆਨ ਕਰਦਾ। ਖ਼ਾਸ ਕਰਕੇ ਉਸ ਵੇਲੇ ਜਦ ਸੁਸ਼ੀਲਾ ਵੀ ਬੈਠੀ ਹੁੰਦੀ। ਉਸ ਵਿਚਾਰੀ ਦਾ ਮਨ ਦੁਖਾਉਣ ਵਿੱਚ ਇਸ ਨੂੰ ਬੜਾ ਸਕੂਨ ਮਿਲਦਾ। ਭਾਵੇਂ ਝੂਠ ਬੋਲਣ ਤੋਂ ਉਸ ਨੂੰ ਨਫ਼ਰਤ ਸੀ ਤੇ ਜੋ ਕੁਝ ਉਹ ਕਹਿੰਦਾ, ਸੱਚ ਹੀ ਕਹਿੰਦਾ, ਪਰ ਅੰਦਾਜ਼ਿ-ਬਿਆਂ ਪੱਖੋਂ ਉਸ ਦੀ ਗੱਲ ਤੇ ਗੱਲ ਕਹਿਣ ਦੀ ਕਲਾ ਅਜਿਹੀ ਦਿਲ-ਚੀਰਵੀਂ ਹੁੰਦੀ ਸੀ ਕਿ ਸੁਸ਼ੀਲਾ ਦੇ ਦਿਲ ਵਿੱਚ ਤੀਰ ਦੀ ਤਰ੍ਹਾਂ ਜਾ ਖੁੱਭਦੀ ਸੀ—
"ਅੱਜ ਸ੍ਰੀਮਾਨ ਕਮਲਾਚਰਣ ਤਿਰਪਾਈ ਦੇ ਉੱਪਰ ਖੜੇ ਸਨ, ਸਿਰ ਆਸਮਾਨ ਨੂੰ ਛੂੰਹਦਾ ਸੀ। ਪਰ ਬੇਸ਼ਰਮ ਏਨੇ ਕਿ ਜਦ ਮੈਂ ਉਨ੍ਹਾਂ ਵੱਲ ਹੱਥ ਹਿਲਾਇਆ ਤਾਂ ਖੜੇ-ਖੜੇ ਹੱਸਣ ਲੱਗੇ।.....ਅੱਜ ਬੜਾ ਤਮਾਸ਼ਾ ਹੋਇਐ।.....ਕਮਲਾ ਨੇ ਇਕ ਮੁੰਡੇ ਦੀ ਘੜੀ ਉਡਾ ਦਿੱਤੀ। ਮੁੰਡੇ ਨੇ ਮਾਸਟਰ ਜੀ ਨੂੰ ਸ਼ਿਕਾਇਤ ਕੀਤੀ। ਉਸ ਦੇ ਕੋਲ ਇਹੀ ਸ੍ਰੀਮਾਨ ਜੀ ਬੈਠੇ ਹੋਏ ਸਨ। ਮਾਸਟਰ ਜੀ ਨੇ ਤਲਾਸ਼ੀ ਲਈ ਤਾਂ ਇਨ੍ਹਾਂ ਦੀ ਹੀ ਜੇਬ ਵਿਚੋਂ ਘੜੀ ਮਿਲੀ। ਫਿਰ ਕੀ ਸੀ ? ਵੱਡੇ ਮਾਸਟਰ ਜੀ ਤੱਕ ਰਿਪੋਰਟ ਪਹੁੰਚੀ। ਉਹ ਸੁਣਦਿਆਂ ਹੀ ਝੁੰਜਲਾ ਗਏ ਤੇ ਕੋਈ ਤਿੰਨ ਦਰਜਨ ਬੈਂਤ ਜੜੇ, ਸਟਾ-ਸਟ। ਸਾਰਾ ਸਕੂਲ ਇਹ ਤਮਾਸ਼ਾ ਵੇਖ ਰਿਹਾ ਸੀ। ਜਦੋਂ ਤੱਕ ਬੈਂਤ ਪੈਂਦੇ ਰਹੇ, ਸ੍ਰੀਮਾਨ ਜੀ ਚੀਖ਼ਦੇ ਰਹੇ, ਪਰ ਬਾਹਰ ਆਉਂਦਿਆਂ ਹੀ ਖਿੜ-ਖਿੜਾਉਣ ਲੱਗੇ ਤੇ ਮੁੱਛਾਂ 'ਤੇ ਤਾਅ ਦੇਣ ਲੱਗੇ।....ਚਾਚੀ! ਤੁਸੀਂ ਨਹੀਂ ਸੁਣਿਆ ? ਅੱਜ ਮੁੰਡਿਆਂ ਨੇ ਬਿਲਕੁਲ ਸਕੂਲ ਦੇ ਮੇਨ ਫਾਟਕ 'ਤੇ ਕਮਲਾਚਰਣ ਨੂੰ ਕੁੱਟਦਿਆਂ-ਕੁੱਟਦਿਆਂ ਬੇਸੁਧ ਕਰ ਦਿੱਤਾ!"
ਸੁਸ਼ੀਲਾ ਇਹ ਗੱਲਾਂ ਸੁਣਦੀ ਤੇ ਸੁਣ-ਸੁਣ ਕੇ ਅੰਦਰੋਂ-ਅੰਦਰੀ ਕੁੜ੍ਹਦੀ। ਹਾਂ, ਪ੍ਰਤਾਪ ਅਜਿਹੀ

ਗੱਲ ਬਿਰਜਨ ਸਾਹਮਣੇ ਭੁੱਲ ਕੇ ਵੀ ਨਾ ਕਰਦਾ। ਜੇ ਉਹ ਘਰੇ ਆ ਕੇ ਬੈਠੀ ਵੀ ਹੁੰਦੀ ਤਾਂ ਜਦੋਂ ਤੱਕ ਉਹ ਚਲੀ ਨਾ ਜਾਂਦੀ, ਇਸ ਬਾਰੇ ਕੋਈ ਗੱਲ ਨਾ ਛੇੜਦਾ। ਉਹ ਨਹੀਂ ਚਾਹੁੰਦਾ ਸੀ ਕਿ ਮੇਰੀ ਗੱਲ ਨਾਲ ਇਸ ਨੂੰ ਕੋਈ ਦੁੱਖ ਹੋਵੇ।

ਸਮੇਂ-ਸਮੇਂ 'ਤੇ ਮੁਨਸ਼ੀ ਸੰਜੀਵਨਲਾਲ ਨੇ ਵੀ ਕਈ ਵਾਰ ਪ੍ਰਤਾਪ ਦੀਆਂ ਕਹੀਆਂ ਗੱਲਾਂ ਦੀ ਪੁਸ਼ਟੀ ਕੀਤੀ। ਕਦੇ ਕਮਲਾ ਬਾਜ਼ਾਰ ਵਿੱਚ ਬੁਲਬੁਲ ਭਿੜਾਉਂਦਿਆਂ ਮਿਲ ਜਾਂਦਾ ਤੇ ਕਦੇ ਬਦਮਾਸ਼ਾਂ ਨਾਲ ਸਿਗਰਟ ਪੀਂਦਿਆਂ, ਪਾਨ ਚਬਾਉਂਦਿਆਂ, ਆਵਾਰਾਗਰਦੀ ਕਰਦਿਆਂ ਵਿਖਾਈ ਦਿੰਦਾ। ਮੁਨਸ਼ੀ ਜੀ ਜਦ ਜਵਾਈ ਦੀ ਇਹ ਹਾਲਤ ਵੇਖਦੇ ਤਾਂ ਘਰ ਆਉਂਦਿਆਂ ਹੀ ਤੀਵੀਂ 'ਤੇ ਗ਼ੁੱਸਾ ਕੱਢਦੇ—"ਇਹ ਸਾਰੀ ਤੇਰੀ ਹੀ ਕਰਤੂਤ ਐ। ਤੂੰ ਹੀ ਕਿਹਾ ਸੀ, ਘਰ-ਬਾਰ ਦੋਨੋਂ ਚੰਗੇ ਨੇ। ਤੂੰ ਹੀ ਧਿਜੀ ਬੈਠੀ ਸੀ।" ਉਨ੍ਹਾਂ ਨੂੰ ਇਸ ਪਲ ਇਹ ਵੀ ਖ਼ਿਆਲ ਨਾ ਰਹਿੰਦਾ ਕਿ ਜਿੰਨਾ ਕਸੂਰ ਸੁਸ਼ੀਲਾ ਦਾ ਹੈ, ਘੱਟੋ-ਘੱਟ ਓਨਾ ਮੇਰਾ ਵੀ ਹੈ। ਉਹ ਵਿਚਾਰੀ ਤਾਂ ਘਰੇ ਬੰਦ ਰਹਿੰਦੀ ਸੀ, ਉਸ ਨੂੰ ਕੀ ਪਤਾ ਸੀ ਕਿ ਮੁੰਡਾ ਕਿਵੇਂ ਦਾ ਹੈ। ਉਹ ਕੋਈ ਜੋਤਿਸ਼ ਵਿੱਦਿਆ ਥੋੜਾ ਪੜ੍ਹੀ ਬੈਠੀ ਸੀ। ਮੁੰਡੇ ਦੇ ਮਾਂ-ਪਿਓ ਦੀ ਸੱਭਿਅਕਤਾ ਵੇਖੀ, ਉਨ੍ਹਾਂ ਦੀ ਸ਼ਰਾਫ਼ਤ ਤੇ ਸ਼ੁਹਰਤ ਵੇਖ ਕੇ ਹੀ ਰਾਜ਼ੀ ਹੋ ਗਈ। ਪਰ ਮੁਨਸ਼ੀ ਜੀ ਨੇ ਤਾਂ ਅਨਾੜੀਪੁਣੇ ਤੇ ਆਲਸ ਦੇ ਕਾਰਨ ਕੋਈ ਛਾਣ-ਬੀਣ ਹੀ ਨਾ ਕੀਤੀ, ਭਾਵੇਂ ਉਨ੍ਹਾਂ ਕੋਲ ਇਸ ਦੇ ਅਨੇਕਾਂ ਮੌਕੇ ਆਏ ਸਨ। ਹੋਰ ਵੀ ਮੁਨਸ਼ੀ ਜੀ ਦੇ ਅਣਗਿਣਤ ਭਰਾ ਇਸ ਭਾਰਤ ਦੇਸ਼ ਵਿੱਚ ਅਜੇ ਤੱਕ ਮੌਜੂਦ ਹਨ, ਜੋ ਆਪਣੀਆਂ ਪਿਆਰੀਆਂ ਧੀਆਂ ਨੂੰ ਇਸੇ ਤਰ੍ਹਾਂ ਅੱਖਾਂ ਬੰਦ ਕਰ ਕੇ ਖੂਹ ਵਿੱਚ ਧਕੇਲ ਦਿੰਦੇ ਹਨ।

ਸੁਸ਼ੀਲਾ ਲਈ ਬਿਰਜਨ ਤੋਂ ਪਿਆਰਾ ਦੁਨੀਆਂ ਵਿੱਚ ਹੋਰ ਕੋਈ ਨਹੀਂ ਸੀ। ਬਿਰਜਨ ਉਸ ਦੀ ਜਾਨ ਸੀ, ਬਿਰਜਨ ਉਸ ਦਾ ਧਰਮ ਸੀ ਅਤੇ ਬਿਰਜਨ ਹੀ ਉਸ ਦੀ ਸਚਾਈ ਸੀ। ਉਹੀ ਉਸਦੇ ਜੀਵਨ ਦਾ ਆਧਾਰ ਸੀ, ਉਹ ਉਸ ਦੀਆਂ ਅੱਖਾਂ ਦੀ ਜੋਤ ਅਤੇ ਦਿਲ ਦਾ ਉਤਸ਼ਾਹ ਸੀ। ਉਸ ਦੀ ਪ੍ਰਬਲ ਦੁਨਿਆਵੀ ਇੱਛਾ ਇਹੀ ਸੀ ਕਿ ਮੇਰੀ ਪਿਆਰੀ ਬਿਰਜਨ ਚੰਗੇ ਘਰ ਜਾਵੇ। ਉਸ ਦੇ ਸੱਸ-ਸਹੁਰਾ ਦੇਵੀ-ਦੇਵਤੇ ਸਮਾਨ ਹੋਣ। ਉਸ ਦਾ ਪਤੀ ਮਾਣ-ਮਰਿਆਦਾ ਦੀ ਮੂਰਤ ਅਤੇ ਸ੍ਰੀ ਰਾਮ ਚੰਦਰ ਜੀ ਦੀ ਤਰ੍ਹਾਂ ਚਰਿੱਤਰਵਾਨ ਹੋਵੇ। ਉਸ ਦੀ ਧੀ 'ਤੇ ਦੁੱਖ ਦਾ ਪਰਛਾਵਾਂ ਵੀ ਨਾ ਪਵੇ। ਉਸ ਨੇ ਮਰ-ਮਰ ਕੇ ਬੜੀਆਂ ਸੁੱਖਾਂ ਸੁੱਖ ਕੇ ਇਹ ਧੀ ਲਈ ਸੀ ਅਤੇ ਉਸ ਦੀ ਖ਼ਾਹਿਸ਼ ਸੀ ਕਿ ਇਸ ਰਸੀਲੀਆਂ ਅੱਖਾਂ ਵਾਲੀ, ਆਪਣੀ ਭੋਲੀ-ਭਾਲੀ ਧੀ ਨੂੰ ਆਪਣੇ ਆਖ਼ਰੀ ਦਮ ਤੱਕ ਅੱਖਾਂ ਤੋਂ ਓਹਲੇ ਨਹੀਂ ਹੋਣ ਦਿਆਂਗੀ। ਆਪਣੇ ਜਵਾਈ ਨੂੰ ਵੀ ਸੱਦ ਕੇ ਆਪਣੇ ਘਰ ਰੱਖ ਲਵਾਂਗੀ। ਜਵਾਈ ਪੁੱਤ ਮੈਨੂੰ ਮਾਂ ਕਹੇਗਾ ਤੇ ਮੈਂ ਉਸ ਨੂੰ ਪੁੱਤਰ ਸਮਝਾਂਗੀ। ਜਿਸ ਦਿਲ ਵਿਚ ਅਜਿਹੇ ਸੁਪਨੇ ਹੋਣ, ਉਸ 'ਤੇ ਅਜਿਹੀ ਤਲਖ਼ ਤੇ ਦਿਲ-ਚੀਰਵੀਂ ਗੱਲਬਾਤ ਦਾ ਜੋ ਕੁਝ ਪ੍ਰਭਾਵ ਪਏਗਾ, ਇਹ ਬਿਲਕੁਲ ਸਾਫ਼ ਹੈ।

ਆਹ! ਲਾਚਾਰ ਸੁਸ਼ੀਲਾ ਦੇ ਸਾਰੇ ਸੁਪਨੇ ਮਿੱਟੀ ਵਿੱਚ ਮਿਲ ਗਏ। ਉਸ ਦੀਆਂ ਸਾਰੀਆਂ ਆਸਾਂ 'ਤੇ ਪਾਣੀ ਫਿਰ ਗਿਆ। ਕੀ ਸੋਚਦੀ ਸੀ ਤੇ ਕੀ ਹੋ ਗਿਆ। ਆਪਣੇ ਮਨ ਨੂੰ ਵਾਰ-ਵਾਰ ਸਮਝਾਉਂਦੀ ਕਿ ਅਜੇ ਕੀ ਵਿਗੜਿਐ, ਜਦ ਕਮਲਾਚਰਣ ਵੱਡਾ ਹੋ ਜਾਏਗਾ ਤਾਂ ਆਪਣੇ ਆਪ ਸਾਰੇ ਐਬ ਤਿਆਗ ਦਏਗਾ। ਪਰ ਨਿੰਦਿਆ-ਚੁਗਲੀ ਦਾ ਇਕ ਜ਼ਖ਼ਮ

ਭਰਦਾ ਨਹੀਂ ਸੀ ਕਿ ਫੇਰ ਕੋਈ ਨਵੀਂ ਘਟਨਾ ਸੁਣਨ ਨੂੰ ਮਿਲ ਜਾਂਦੀ। ਇਸੇ ਤਰ੍ਹਾਂ ਸਦਮੇ ਮਿਲਦੇ ਰਹੇ। 'ਹਾਏ! ਪਤਾ ਨਹੀਂ ਬਿਰਜਨ ਦੇ ਭਾਗਾਂ ਵਿੱਚ ਕੀ ਲਿਖਿਆ ਹੈ? ਕੀ ਇਹ ਗੁਣਾਂ ਦੀ ਗੁੱਥਲੀ, ਮੇਰੇ ਘਰ ਦੀ ਰੌਸ਼ਨੀ, ਮੇਰੇ ਸਰੀਰ ਅੰਦਰਲੀ ਜਾਨ ਇਸੇ ਵਿਗੜੈਲ ਬੰਦੇ ਨਾਲ ਜ਼ਿੰਦਗੀ ਬਤੀਤ ਕਰੇਗੀ? ਕੀ ਮੇਰੀ ਧੀ ਇਸੇ ਚੀਲ੍ਹ ਦੇ ਪੱਲੇ ਪਏਗੀ?' ਇਹ ਸੋਚ ਕੇ ਸੁਸ਼ੀਲਾ ਰੋਣ ਲੱਗਦੀ ਤੇ ਘੰਟਿਆਂਬੱਧੀ ਰੋਂਦੀ ਰਹਿੰਦੀ। ਪਹਿਲਾਂ ਬਿਰਜਨ ਨੂੰ ਕਦੇ ਝਿੜਕ ਵੀ ਦਿੰਦੀ ਸੀ ਪਰ ਹੁਣ ਭੁੱਲ ਕੇ ਵੀ ਕੋਈ ਗੱਲ ਨਾ ਕਹਿੰਦੀ। ਉਸ ਦਾ ਮੂੰਹ ਵੇਖਦਿਆਂ ਹੀ ਉਸ ਨੂੰ ਉਸ ਦੇ ਭਲਕ ਦੀ ਚਿੰਤਾ ਆ ਘੇਰਦੀ। ਇਕ ਪਲ ਲਈ ਵੀ ਉਹ ਉਸ ਨੂੰ ਅੱਖੋਂ-ਪਰੋਖੇ ਨਹੀਂ ਹੋਣ ਦਿੰਦੀ। ਜੇ ਥੋੜ੍ਹੀ ਦੇਰ ਲਈ ਉਹ ਸੁਵਾਮਾ ਦੇ ਘਰ ਚਲੀ ਜਾਂਦੀ ਤਾਂ ਪਿੱਛੇ-ਪਿੱਛੇ ਆਪ ਵੀ ਪਹੁੰਚ ਜਾਂਦੀ। ਉਸ ਨੂੰ ਏਦਾਂ ਲੱਗਦਾ ਸੀ ਜਿਵੇਂ ਕੋਈ ਉਸ ਨੂੰ ਉਸ ਕੋਲੋਂ ਖੋਹ ਕੇ ਭੱਜ ਜਾਏਗਾ। ਜਿਸ ਤਰ੍ਹਾ ਕਸਾਈ ਦੀ ਛੁਰੀ ਥੱਲੇ ਆਪਣੇ ਵੱਛੇ ਨੂੰ ਵੇਖ ਕੇ ਗਾਂ ਦਾ ਰੋਮ-ਰੋਮ ਕੰਬਣ ਲੱਗਦਾ ਹੈ, ਉਸੇ ਤਰ੍ਹਾਂ ਬਿਰਜਨ ਦੇ ਦੁੱਖ ਬਾਰੇ ਸੋਚ ਕੇ ਸੁਸ਼ੀਲਾ ਦੀਆਂ ਅੱਖਾਂ ਪਥਰਾ ਜਾਂਦੀਆਂ ਸਨ। ਇਹਨੀਂ ਦਿਨੀਂ ਬਿਰਜਨ ਨੂੰ ਪਲ ਭਰ ਲਈ ਅੱਖਾਂ ਤੋਂ ਦੂਰ ਕਰਦਿਆਂ ਉਸ ਨੂੰ ਉਹ ਤਕਲੀਫ਼ ਤੇ ਵਿਆਕੁਲਤਾ ਹੁੰਦੀ ਸੀ, ਜੋ ਚਿੜੀ ਨੂੰ ਆਲ੍ਹਣੇ ਵਿਚੋਂ ਬੱਚੇ ਦੇ ਗੁਆਚ ਜਾਣ 'ਤੇ ਹੁੰਦੀ ਹੈ।

ਸੁਸ਼ੀਲਾ ਇਕ ਤਾਂ ਉਂਜ ਹੀ ਪੁਰਾਣੀ ਰੋਗਣ ਸੀ। ਉਸ 'ਤੇ ਭਵਿੱਖ ਦੀ ਲਾਇਲਾਜ ਚਿੰਤਾ ਤੇ ਸਾੜ੍ਹੇ ਨੇ ਉਸ ਨੂੰ ਹੋਰ ਵੀ ਖੋਰ ਦਿੱਤਾ। ਨਿੰਦਿਆ-ਚੁਗਲੀਆਂ ਨੇ ਕਾਲਜਾ ਵਲੂੰਧਰ ਦਿੱਤਾ। ਛੇ ਮਹੀਨੇ ਵੀ ਨਹੀਂ ਲੰਘੇ ਸਨ ਕਿ ਟੀ. ਬੀ. ਦੇ ਲੱਛਣ ਉੱਭਰਨ ਲੱਗੇ। ਪਹਿਲਾਂ ਤਾਂ ਕੁਝ ਦਿਨ ਹਿੰਮਤ ਕਰ ਕੇ ਆਪਣੇ ਦੁਖ ਨੂੰ ਲੁਕਾਉਂਦੀ ਰਹੀ, ਪਰ ਕਦ ਤੱਕ ਲੁਕਾਉਂਦੀ? ਰੋਗ ਵਧਣ ਲੱਗਾ ਤੇ ਉਹ ਬਹੁਤ ਕਮਜ਼ੋਰ ਹੋ ਗਈ। ਪਲੰਘ ਤੋਂ ਉੱਠਣਾ ਮੁਹਾਲ ਹੋ ਗਿਆ। ਹਕੀਮ ਤੇ ਡਾਕਟਰ ਦਵਾ-ਦਾਰੂ ਕਰਨ ਲੱਗੇ। ਬਿਰਜਨ ਤੇ ਸੁਵਾਮਾ ਦੋਵੇਂ ਦਿਨ-ਰਾਤ ਉਹਦੇ ਕੋਲ ਬੈਠੀਆਂ ਰਹਿੰਦੀਆਂ। ਬਿਰਜਨ ਇਕ ਪਲ ਲਈ ਵੀ ਉਹਦੀਆਂ ਅੱਖਾਂ ਤੋਂ ਓਹਲੇ ਨਾ ਹੁੰਦੀ। ਉਸ ਨੂੰ ਆਪਣੇ ਕੋਲ ਨਾ ਵੇਖ ਕੇ ਸੁਸ਼ੀਲਾ ਬੇਸੁਧ ਜਿਹੀ ਹੋ ਜਾਂਦੀ ਤੇ ਫੁੱਟ-ਫੁੱਟ ਕੇ ਰੋਣ ਲੱਗਦੀ। ਮੁਨਸ਼ੀ ਸੰਜੀਵਨਲਾਲ ਪਹਿਲਾਂ ਤਾਂ ਠਰੰਮੇ ਨਾਲ ਦਵਾ-ਦਾਰੂ ਕਰਦੇ ਰਹੇ, ਪਰ ਜਦ ਦੇਖਿਆ ਕਿ ਕਿਸੇ ਇਲਾਜ ਨਾਲ ਕੋਈ ਫ਼ਾਇਦਾ ਨਹੀਂ ਹੋ ਰਿਹਾ ਤੇ ਬੀਮਾਰੀ ਦਿਨ-ਬ-ਦਿਨ ਲਾਇਲਾਜ ਹੁੰਦੀ ਜਾ ਰਹੀ ਹੈ ਤਾਂ ਅੰਤ ਹਾਰ-ਹੰਭ ਕੇ ਉਨ੍ਹਾਂ ਦਾ ਸਬਰ ਤੇ ਹਿੰਮਤ ਵੀ ਜੁਆਬ ਦੇ ਗਈ। ਅੱਜ ਤੋਂ ਕਈ ਸਾਲ ਪਹਿਲਾਂ ਜਦ ਸੁਵਾਮਾ ਬੀਮਾਰ ਪਈ ਸੀ ਤਾਂ ਸੁਸ਼ੀਲਾ ਨੇ ਉਸ ਦੀ ਸੇਵਾ-ਸੰਭਾਲ ਵਿੱਚ ਕੋਈ ਕਸਰ ਨਹੀਂ ਛੱਡੀ ਸੀ, ਹੁਣ ਸੁਵਾਮਾ ਦੀ ਵਾਰੀ ਸੀ। ਉਸ ਨੇ ਗੁਆਂਢੀ ਤੇ ਸਹੇਲੀ ਹੋਣ ਦਾ ਆਪਣਾ ਫ਼ਰਜ਼ ਭਲੀ-ਭਾਂਤ ਅਦਾ ਕੀਤਾ। ਸੇਵਾ ਭਾਵਨਾ ਵਿੱਚ ਲੀਨ ਉਹ ਆਪਣੇ ਘਰ ਦੇ ਕੰਮਾਂ-ਕਾਰਾਂ ਨੂੰ ਭੁੱਲ ਜਿਹੀ ਗਈ। ਦੋ-ਦੋ ਤਿੰਨ-ਤਿੰਨ ਦਿਨ ਤੱਕ ਪ੍ਰਤਾਪ ਨਾਲ ਗੱਲਬਾਤ ਕਰਨ ਦਾ ਮੌਕਾ ਨਾ ਮਿਲਦਾ। ਬਹੁਤੀ ਵਾਰ ਤਾਂ ਉਹ ਬਿਨਾਂ ਖਾਣਾ ਖਾਧਿਆਂ ਹੀ ਸਕੂਲ ਚਲਾ ਜਾਂਦਾ। ਪਰ ਕਦੇ ਕੋਈ ਤਲਖ਼ ਲਫ਼ਜ਼ ਮੂੰਹੋਂ ਨਾ ਕੱਢਦਾ। ਸੁਸ਼ੀਲਾ ਦੀ ਰੋਗੀ ਹਾਲਤ ਨੇ ਹੁਣ ਉਸ ਦੀ ਨਫ਼ਰਤ ਦੀ ਅੱਗ ਨੂੰ ਬਹੁਤ ਘੱਟ ਕਰ ਦਿੱਤਾ ਸੀ। ਨਫ਼ਰਤ ਦੀ ਅੱਗ ਨਫ਼ਰਤ ਦੇ ਪਾਤਰ ਦੀ ਤਰੱਕੀ ਤੇ ਪਤਨ ਦੇ ਨਾਲ-ਨਾਲ

ਵਧਦੀ ਤੇ ਘਟਦੀ ਰਹਿੰਦੀ ਹੈ ਅਤੇ ਉਸੇ ਸਮੇਂ ਬੁਝਦੀ ਹੈ ਜਦ ਨਫ਼ਰਤ ਦੇ ਪਾਤਰ ਦੀ ਜ਼ਿੰਦਗੀ ਦੀ ਲੋਅ ਬੁਝ ਜਾਵੇ।

ਜਿਸ ਦਿਨ ਬ੍ਰਿਜਰਾਣੀ ਨੂੰ ਪਤਾ ਲੱਗਦਾ ਕਿ ਪ੍ਰਤਾਪ ਬਿਨਾਂ ਰੋਟੀ ਖਾਧਿਆਂ ਸਕੂਲ ਜਾ ਰਿਹਾ ਹੈ ਤਾਂ ਉਸ ਵੇਲੇ ਉਹ ਸਾਰੇ ਕੰਮ-ਧੰਦੇ ਛੱਡ ਕੇ ਉਸ ਦੇ ਘਰੇ ਭੱਜ ਜਾਂਦੀ ਤੇ ਰੋਟੀ ਖਾ ਲੈਣ ਲਈ ਅਰਜ਼ੋਈ ਕਰਦੀ, ਪਰ ਪ੍ਰਤਾਪ ਉਸ ਨਾਲ ਗੱਲ ਵੀ ਨਾ ਕਰਦਾ, ਉਸ ਨੂੰ ਰੋਂਦਿਆਂ ਛੱਡ ਕੇ ਬਾਹਰ ਨਿੱਕਲ ਜਾਂਦਾ। ਬੇਸ਼ੱਕ ਉਹ ਬਿਰਜਨ ਨੂੰ ਪੂਰੀ ਤਰ੍ਹਾਂ ਬੇਕਸੂਰ ਸਮਝਦਾ ਸੀ, ਪਰ ਇਕ ਅਜਿਹੇ ਰਿਸ਼ਤੇ ਨੂੰ, ਜਿਹੜਾ ਸਾਲ-ਛੇ ਮਹੀਨਿਆਂ ਵਿੱਚ ਟੁੱਟ ਜਾਣ ਵਾਲਾ ਸੀ, ਉਹ ਪਹਿਲਾਂ ਤੋਂ ਹੀ ਤੋੜ ਦੇਣਾ ਚਾਹੁੰਦਾ ਸੀ। ਇਕਾਂਤ ਵਿੱਚ ਬੈਠ ਕੇ ਉਹ ਆਪਣੇ ਆਪ ਵਿੱਚ ਹੀ ਫੁੱਟ-ਫੁੱਟ ਕੇ ਰੋਂਦਾ, ਪਰ ਪਿਆਰ ਦੇ ਵੇਗ ਨੂੰ ਆਪੇ ਤੋਂ ਬਾਹਰ ਨਾ ਹੋਣ ਦਿੰਦਾ।

ਇਕ ਦਿਨ ਉਹ ਸਕੂਲੋਂ ਆ ਕੇ ਆਪਣੇ ਕਮਰੇ ਵਿੱਚ ਬੈਠਾ ਹੋਇਆ ਸੀ ਕਿ ਬਿਰਜਨ ਆ ਗਈ, ਉਸ ਦੀਆਂ ਗੱਲ੍ਹਾਂ ਹੰਝੂਆਂ ਨਾਲ ਭਿੱਜੀਆਂ ਹੋਈਆਂ ਸਨ ਅਤੇ ਉਹ ਲੰਮੀਆਂ- ਲੰਮੀਆਂ ਆਹਾਂ ਭਰ ਰਹੀ ਸੀ। ਉਸ ਦੇ ਚਿਹਰੇ 'ਤੇ ਇਸ ਵੇਲੇ ਕੁਝ ਅਜਿਹੀ ਨਿਰਾਸ਼ਾ ਪਸਰੀ ਹੋਈ ਸੀ ਅਤੇ ਉਸ ਦੀਆਂ ਨਜ਼ਰਾਂ ਕੁਝ ਅਜਿਹੀਆਂ ਤਰਸ-ਉਪਜਾਊ ਸਨ ਕਿ ਪ੍ਰਤਾਪ ਤੋਂ ਰਿਹਾ ਨਾ ਗਿਆ। ਅੱਖਾਂ ਭਰ ਕੇ ਬੋਲਿਆ—"ਕਿਉਂ ਬਿਰਜਨ! ਰੋ ਕਿਉਂ ਰਹੀ ਐਂ?" ਬਿਰਜਨ ਨੇ ਕੋਈ ਜੁਆਬ ਨਾ ਦਿੱਤਾ, ਬਲਕਿ ਹੋਰ ਵਿਲ੍ਹਕ-ਵਿਲ੍ਹਕ ਕੇ ਰੋਣ ਲੱਗੀ। ਪ੍ਰਤਾਪ ਦੀ ਗੰਭੀਰਤਾ ਉਡ ਗਈ। ਉਹ ਨਿਰਸੰਕੋਚ ਹੋ ਕੇ ਉਠਿਆ ਅਤੇ ਬਿਰਜਨ ਦੀਆਂ ਅੱਖਾਂ 'ਚੋਂ ਅੱਥਰੂ ਪੂੰਝਣ ਲੱਗਾ। ਬਿਰਜਨ ਨੇ ਆਪੇ ਵਿੱਚ ਆਉਂਦਿਆਂ ਕਿਹਾ—"ਲੱਲੂ, ਹੁਣ ਮਾਂ ਜੀ ਨਹੀਂ ਰਹਿਣਗੇ, ਮੈਂ ਕੀ ਕਰਾਂ?" ਇਹ ਕਹਿੰਦਿਆਂ-ਕਹਿੰਦਿਆਂ ਉਹ ਫੇਰ ਆਹਾਂ ਭਰਨ ਲੱਗੀ।

ਪ੍ਰਤਾਪ ਇਹ ਖ਼ਬਰ ਸੁਣ ਕੇ ਅਵਾਕ ਰਹਿ ਗਿਆ। ਭੱਜਦਾ ਹੋਇਆ ਬਿਰਜਨ ਦੇ ਘਰ ਗਿਆ ਤੇ ਸੁਸ਼ੀਲਾ ਦੇ ਪਲੰਘ ਕੋਲ ਖੜ੍ਹਾ ਹੋ ਕੇ ਰੋਣ ਲੱਗਾ। ਸਾਡਾ ਆਖ਼ਰੀ ਸਮਾਂ ਕਿੰਨਾ ਚੰਗਾ ਹੁੰਦਾ ਹੈ। ਉਹ ਸਾਡੇ ਕੋਲ ਅਜਿਹੇ-ਅਜਿਹੇ ਵਿਰੋਧੀਆਂ ਨੂੰ ਖਿੱਚ ਲਿਆਉਂਦਾ ਹੈ, ਜਿਹੜੇ ਕੁਝ ਦਿਨ ਪਹਿਲਾਂ ਤੱਕ ਸਾਡਾ ਮੂੰਹ ਵੀ ਨਹੀਂ ਵੇਖਣਾ ਚਾਹੁੰਦੇ ਸਨ ਅਤੇ ਜਿਨ੍ਹਾਂ ਨੂੰ ਇਸ ਤਾਕਤ ਦੇ ਇਲਾਵਾ ਦੁਨੀਆਂ ਦੀ ਕੋਈ ਹੋਰ ਤਾਕਤ ਹਰਾ ਨਹੀਂ ਸਕਦੀ ਸੀ। ਹਾਂ, ਇਹ ਸਮਾਂ ਅਜਿਹਾ ਹੀ ਬਲਵਾਨ ਹੁੰਦਾ ਹੈ ਅਤੇ ਵੱਡੇ-ਵੱਡੇ ਜ਼ੋਰਾਵਰ ਦੁਸ਼ਮਣਾਂ ਨੂੰ ਵੀ ਸਾਡੇ ਅਧੀਨ ਲਿਆ ਖੜ੍ਹਾ ਕਰਦਾ ਹੈ। ਜਿਨ੍ਹਾਂ ਨੂੰ ਅਸੀਂ ਕਦੇ ਜਿੱਤ ਨਹੀਂ ਸਕਦੇ ਸੀ, ਉਨ੍ਹਾਂ 'ਤੇ ਸਾਨੂੰ ਇਹ ਸਮਾਂ ਜੇਤੂ ਬਣਾ ਕੇ ਉਭਾਰਦਾ ਹੈ। ਜਿਨ੍ਹਾਂ ਨੂੰ ਅਸੀਂ ਕਿਸੇ ਵੀ ਤਾਕਤ ਨਾਲ ਅਧੀਨ ਨਹੀਂ ਕਰ ਸਕਦੇ ਸੀ, ਇਹ ਸਮਾਂ ਉਨ੍ਹਾਂ ਨੂੰ ਸਾਡੇ ਸਰੀਰ ਦੇ ਲਾਚਾਰ ਹੋ ਜਾਣ 'ਤੇ ਵੀ ਸਾਡੇ ਅਧੀਨ ਕਰ ਦਿੰਦਾ ਹੈ। ਅੱਜ ਪੂਰੇ ਸਾਲ ਬਾਅਦ ਪ੍ਰਤਾਪ ਨੇ ਇਸ ਘਰ ਵਿੱਚ ਪੈਰ ਪਾਇਆ ਸੀ। ਸੁਸ਼ੀਲਾ ਦੀਆਂ ਅੱਖਾਂ ਬੰਦ ਸਨ, ਚਿਹਰਾ ਏਦਾਂ ਖਿੜਿਆ ਹੋਇਆ ਸੀ, ਜਿਵੇਂ ਅੰਮ੍ਰਿਤ ਵੇਲੇ ਦਾ ਕਮਲ। ਅੱਜ ਤੜਕੇ ਤੋਂ ਹੀ ਉਸ ਨੇ ਰੱਟ ਲਗਾਈ ਹੋਈ ਸੀ—"ਲੱਲੂ ਨੂੰ ਦਿਖਾ ਦਿਓ!" ਸੁਵਾਮਾ ਨੇ ਇਸੇ ਲਈ ਬਿਰਜਨ ਨੂੰ ਭੇਜਿਆ ਸੀ।

ਸੁਵਾਮਾ ਨੇ ਕਿਹਾ—"ਭੈਣੇ! ਅੱਖਾਂ ਖੋਲ੍ਹ। ਲੱਲੂ ਆ ਗਿਐ।"

ਸੁਸ਼ੀਲਾ ਨੇ ਅੱਖਾਂ ਖੋਲ੍ਹੀਆਂ ਅਤੇ ਦੋਨੋਂ ਬਾਹਾਂ ਪਿਆਰ ਤੇ ਮਮਤਾ ਨਾਲ ਉਲਾਰ ਦਿੱਤੀਆਂ। ਪ੍ਰਤਾਪ ਦੇ ਦਿਲ ਵਿਚ ਵਿਰੋਧ ਦਾ ਜੋ ਆਖ਼ਰੀ ਦਾਗ਼ ਸੀ, ਉਹ ਵੀ ਮਿਟ ਗਿਆ। ਜੋ ਅਜਿਹੇ ਵੇਲੇ ਵੀ ਕੋਈ ਆਪਣਾ ਮਨ ਮੈਲਾ ਕਰੀ ਰੱਖੇ ਤਾਂ ਉਹ ਮਨੁੱਖ ਕਹਾਉਣ ਦਾ ਹੱਕਦਾਰ ਨਹੀਂ ਹੈ। ਪ੍ਰਤਾਪ ਸੱਚੀ ਪੁੱਤਰ-ਭਾਵਨਾ ਨਾਲ ਅੱਗੇ ਵਧਿਆ ਅਤੇ ਸੁਸ਼ੀਲਾ ਦੇ ਕਲਾਵੇ ਵਿਚ ਜਾ ਚਿੰਬੜਿਆ। ਦੋਨੋਂ ਅੱਧੇ ਘੰਟੇ ਤੱਕ ਰੋਂਦੇ ਰਹੇ। ਸੁਸ਼ੀਲਾ ਨੇ ਉਸ ਨੂੰ ਆਪਣੀਆਂ ਬਾਹਾਂ ਵਿਚ ਇਸ ਤਰ੍ਹਾਂ ਘੁੱਟ ਕੇ ਭਰਿਆ ਹੋਇਆ ਸੀ, ਜਿਵੇਂ ਉਹ ਕਿਤੇ ਭੱਜਣ ਲੱਗਾ ਹੋਵੇ। ਉਹ ਇਸ ਸਮੇਂ ਆਪਣੇ-ਆਪ ਨੂੰ ਸੈਂਕੜੇ ਫਿਟਕਾਰਾਂ ਪਾ ਰਿਹਾ ਸੀ ਕਿ ਮੈਂ ਹੀ ਇਸ ਦੁਖਿਆਰੀ ਦਾ ਗੁਨਾਹਗਾਰ ਹਾਂ। ਮੈਂ ਹੀ ਈਰਖਾ ਦੇ ਮੰਦੇ ਆਵੇਸ਼ ਵਿੱਚ ਆ ਕੇ ਇਸ ਨੂੰ ਇਸ ਹਾਲਤ ਵਿੱਚ ਪਹੁੰਚਾਇਆ ਹੈ। ਮੈਂ ਹੀ ਇਸ ਮਮਤਾ ਦੀ ਮੂਰਤ ਦਾ ਦੋਖੀ ਹਾਂ। ਜਿਉਂ-ਜਿਉਂ ਇਹ ਭਾਵਨਾ ਉਸ ਦੇ ਮਨ ਵਿੱਚ ਉਠਦੀ, ਉਸ ਦੀਆਂ ਅੱਖਾਂ 'ਚੋਂ ਅੱਥਰੂ ਵਹਿ ਤੁਰਦੇ। ਅਖ਼ੀਰ ਸੁਸ਼ੀਲਾ ਬੋਲੀ—"ਲੱਲੂ! ਹੁਣ ਮੈਂ ਇਕ-ਦੋ ਦਿਨਾਂ ਦੀ ਹੀ ਪ੍ਰਾਹੁਣੀ ਆਂ। ਮੇਰਾ ਕਿਹਾ-ਸੁਣਿਆ ਮੁਆਫ਼ ਕਰੀਂ।"

ਪ੍ਰਤਾਪ ਦਾ ਗਲਾ ਭਰਿਆ ਹੋਇਆ ਸੀ, ਇਸ ਲਈ ਉਸ ਨੇ ਕੋਈ ਹੁੰਗਾਰਾ ਨਾ ਦਿੱਤਾ।

ਸੁਸ਼ੀਲਾ ਫੇਰ ਬੋਲੀ—"ਪਤਾ ਨਹੀਂ ਤੂੰ ਕਿਉਂ ਮੇਰੇ ਨਾਲ ਨਾਰਾਜ਼ ਐਂ। ਤੂੰ ਸਾਡੇ ਘਰ ਨਹੀਂ ਆਉਂਦਾ। ਸਾਡੇ ਨਾਲ ਬੋਲਦਾ ਨਹੀਂ। ਤੈਨੂੰ ਪਿਆਰ-ਦੁਲਾਰ ਕਰਨ ਨੂੰ ਦਿਲ ਤਰਸਦਾ ਰਹਿੰਦੈ। ਪਰ ਤੂੰ ਮੇਰੀ ਜ਼ਰਾ ਵੀ ਸਾਰ ਨਹੀਂ ਲੈਂਦਾ। ਦੱਸ ਤਾਂ ਸਹੀ, ਆਪਣੀ ਦੁਖਿਆਰੀ ਚਾਚੀ ਨਾਲ ਕਿਉਂ ਨਾਰਾਜ਼ ਐ? ਰੱਬ ਜਾਣਦੈ, ਮੈਂ ਤੈਨੂੰ ਹਮੇਸ਼ਾ ਆਪਣਾ ਪੁੱਤਰ ਸਮਝਦੀ ਰਹੀ ਆਂ। ਤੈਨੂੰ ਵੇਖ ਕੇ ਮੇਰਾ ਸੀਨ੍ਹਾ ਮਾਣ ਨਾਲ ਫੁੱਲ ਜਾਂਦਾ ਸੀ।" ਇਹ ਕਹਿੰਦਿਆਂ-ਕਹਿੰਦਿਆਂ ਕਮਜ਼ੋਰੀ ਦੇ ਕਾਰਨ ਉਸ ਦੀ ਆਵਾਜ਼ ਧੀਮੀ ਹੋ ਗਈ, ਜਿਵੇਂ ਦਿਸ-ਹੱਦੇ ਦੀ ਅਥਾਹ ਸੀਮਾ ਵਿਚ ਉਡਣ ਵਾਲੇ ਪੰਛੀ ਦੀ ਆਵਾਜ਼ ਪਲ-ਪਲ ਘੱਟ ਹੁੰਦੀ ਜਾਂਦੀ ਹੈ....ਇਥੋਂ ਤੱਕ ਕਿ ਉਸਦੇ ਬੋਲਾਂ ਦਾ ਧਿਆਨ ਮਾਤਰ ਹੀ ਬਾਕੀ ਰਹਿ ਜਾਂਦਾ ਹੈ। ਇਸੇ ਤਰ੍ਹਾਂ ਹੀ ਸੁਸ਼ੀਲਾ ਦੀ ਆਵਾਜ਼ ਵੀ ਘਟਦੀ-ਘਟਦੀ ਸਾਂ-ਸਾਂ ਤੱਕ ਸਿਮਟ ਗਈ।

10.
ਸੁਸ਼ੀਲਾ ਦਾ ਦੇਹਾਂਤ

ਤਿੰਨ ਦਿਨ ਹੋਰ ਲੰਘੇ, ਸੁਸ਼ੀਲਾ ਦੇ ਬਚਣ ਦੀ ਹੁਣ ਕੋਈ ਉਮੀਦ ਨਾ ਰਹੀ। ਤਿੰਨੋ ਦਿਨ ਮੁਨਸ਼ੀ ਸੰਜੀਵਨਲਾਲ ਉਸ ਦੇ ਕੋਲ ਬੈਠੇ ਉਸ ਨੂੰ ਧਰਵਾਸ ਦਿੰਦੇ ਰਹੇ। ਪਰ ਜ਼ਰਾ ਇਕ ਘੜੀ ਵੀ ਉਥੋਂ ਕਿਸੇ ਕੰਮ ਲਈ ਚਲੇ ਜਾਂਦੇ ਤਾਂ ਉਹ ਵਿਆਕੁਲ ਹੋਣ ਲੱਗਦੀ ਤੇ ਰੋ-ਰੋ ਕੇ ਕਹਿਣ ਲੱਗਦੀ—"ਮੈਨੂੰ ਛੱਡ ਕੇ ਕਿਤੇ ਚਲੇ ਗਏ ਨੇ।" ਉਨ੍ਹਾਂ ਨੂੰ ਅੱਖਾਂ ਸਾਹਮਣੇ ਵੇਖ ਕੇ ਵੀ ਉਸ ਨੂੰ ਸਬਰ ਨਹੀਂ ਹੁੰਦਾ ਸੀ। ਰਹਿ-ਰਹਿ ਕੇ ਉਤਾਵਲੀ ਹੋ ਕੇ ਉਨ੍ਹਾਂ ਦਾ ਹੱਥ ਫੜ ਲੈਂਦੀ ਤੇ ਨਿਰਾਸ਼ ਜਿਹੀ ਹੋ ਕੇ ਕਹਿੰਦੀ, "......ਮੈਨੂੰ ਛੱਡ ਕੇ ਕਿਤੇ ਚਲੇ ਤਾਂ ਨਹੀਂ ਜਾਓਗੇ?" ਮੁਨਸ਼ੀ ਜੀ ਭਾਵੇਂ ਬੜੇ ਦ੍ਰਿੜ-ਇਰਾਦੇ ਵਾਲੇ ਇਨਸਾਨ ਸਨ, ਪਰ ਫੇਰ ਵੀ ਅਜਿਹੀਆਂ ਗੱਲਾਂ ਸੁਣ ਕੇ

ਅੱਖਾਂ ਭਰ ਲੈਂਦੇ। ਥੋੜ੍ਹੀ-ਥੋੜ੍ਹੀ ਦੇਰ ਵਿੱਚ ਸੁਸ਼ੀਲਾ ਨੂੰ ਚੱਕਰ ਜਿਹਾ ਆ ਜਾਂਦਾ। ਫੇਰ ਜਦ ਸੰਭਲਦੀ ਤਾਂ ਇਧਰ-ਉਧਰ ਅਵਾਕ ਜਿਹੀ ਵੇਖਣ ਲੱਗਦੀ। "ਉਹ ਕਿਥੇ ਗਏ ? ਕੀ ਮੈਨੂੰ ਛੱਡ ਕੇ ਚਲੇ ਗਏ ?" ਕਦੇ-ਕਦੇ ਅਜਿਹਾ ਦੌਰਾ ਜਿਹਾ ਪੈਂਦਾ ਕਿ ਮੁਨਸ਼ੀ ਜੀ ਭਾਵੇਂ ਵਾਰ-ਵਾਰ ਇਹੀ ਕਹਿੰਦੇ....."ਮੈਂ ਇਥੇ ਹੀ ਆਂ, ਘਬਰਾ ਨਾ।" ਪਰ ਉਸ ਨੂੰ ਯਕੀਨ ਨਾ ਆਉਂਦਾ। ਉਨ੍ਹਾਂ ਵੱਲ ਵੇਖਕੇ ਵੀ ਪੁੱਛਦੀ ਕਿ...."ਕਿਥੇ ਨੇ ? ਇਥੇ ਤਾਂ ਨਹੀਂ ਨੇ। ਕਿਥੇ ਚਲੇ ਗਏ ?" ਥੋੜ੍ਹੀ ਦੇਰ ਵਿਚ ਜਦ ਸੁਰਤ ਆਉਂਦੀ ਤਾਂ ਚੁੱਪ ਹੋ ਜਾਂਦੀ ਤੇ ਰੋਣ ਲੱਗ ਪੈਂਦੀ। ਤਿੰਨੋਂ ਦਿਨ ਉਸ ਨੇ ਬਿਰਜਨ, ਸੁਵਾਮਾ ਤੇ ਪ੍ਰਤਾਪ ਦੀ ਇਕ ਵਾਰ ਵੀ ਸਾਰ ਨਾ ਲਈ। ਉਹ ਸਾਰੇ ਦੇ ਸਾਰੇ ਹਰ ਪਲ ਉਸ ਦੇ ਕੋਲ ਖੜ੍ਹੇ ਰਹਿੰਦੇ, ਪਰ ਇੰਜ ਲੱਗਦਾ ਜਿਵੇਂ ਉਹ ਮੁਨਸ਼ੀ ਜੀ ਤੋਂ ਬਿਨਾਂ ਕਿਸੇ ਨੂੰ ਪਛਾਣਦੀ ਹੀ ਨਾ ਹੋਵੇ। ਜਦ ਬਿਰਜਨ ਬੇਚੈਨ ਹੋ ਜਾਂਦੀ ਤੇ ਉਸ ਦੇ ਗਲੇ ਨਾਲ ਚਿੰਬੜ ਕੇ ਰੋਣ ਲੱਗਦੀ ਤਾਂ ਉਹ ਜ਼ਰਾ ਅੱਖਾਂ ਖੋਲ੍ਹ ਦਿੰਦੀ ਤੇ ਪੁੱਛਦੀ....."ਕੌਣ ਐ, ਬਿਰਜਨ ?" ਬੱਸ ਹੋਰ ਕੁਝ ਨਾ ਪੁੱਛਦੀ। ਜਿਵੇਂ ਕਿਸੇ ਕੰਜੂਸ ਦੇ ਦਿਲ ਵਿਚ ਮਰਦੇ ਵੇਲੇ ਆਪਣੇ ਦੱਬੇ ਹੋਏ ਰੁਪਏ-ਪੈਸੇ ਦੇ ਇਲਾਵਾ ਕਿਸੇ ਹੋਰ ਗੱਲ ਦਾ ਫ਼ਿਕਰ ਨਹੀਂ ਹੁੰਦਾ, ਉਸੇ ਤਰ੍ਹਾਂ ਹਿੰਦੁਸਤਾਨੀ ਔਰਤ ਆਪਣੇ ਆਖ਼ਰੀ ਸਮੇਂ ਪਤੀ ਦੇ ਇਲਾਵਾ ਹੋਰ ਕਿਸੇ ਦਾ ਖ਼ਿਆਲ ਨਹੀਂ ਕਰਦੀ।

ਕਦੇ-ਕਦੇ ਸੁਸ਼ੀਲਾ ਹੜਬੜਾ ਜਾਂਦੀ ਤੇ ਹੈਰਾਨ ਹੋ ਕੇ ਪੁੱਛਦੀ—"ਭਲਾ! ਇਹ ਕੌਣ ਖੜ੍ਹੇ ? ਨਾ, ਮੈਂ ਨ੍ਹੀਂ ਜਾਣ ਦੇਣਾ।" ਇਹ ਕਹਿ ਕੇ ਮੁਨਸ਼ੀ ਜੀ ਦੇ ਦੋਨੋਂ ਹੱਥ ਫੜ ਕੇ ਘੁੱਟ ਲੈਂਦੀ। ਅਗਲੇ ਪਲ ਜਦ ਸੁਰਤ ਸੰਭਲਦੀ ਤਾਂ ਸ਼ਰਮਸਾਰ ਜਿਹੀ ਹੋ ਕੇ ਕਹਿੰਦੀ—"ਮੈਂ ਸੁਫ਼ਨਾ ਵੇਖ ਰਹੀ ਸੀ, ਜਿਵੇਂ ਤੁਹਾਨੂੰ ਕੋਈ ਲੈ ਜਾ ਰਿਹੈ। ਦੇਖੋ, ਤੁਹਾਨੂੰ ਮੇਰੀ ਸਹੁੰ ਐ, ਕਿਤੇ ਜਾਣਾ ਨਾ। ਪਤਾ ਨਹੀਂ ਕਿਥੇ ਲੈ ਜਾਵੇ, ਫੇਰ ਮੈਂ ਤੁਹਾਨੂੰ ਕਿਵੇਂ ਵੇਖਾਂਗੀ ?" ਮੁਨਸ਼ੀ ਜੀ ਦਿਲ ਮਸੋਸ ਕੇ ਰਹਿ ਜਾਂਦੇ। ਉਸਦੇ ਵੱਲ ਅਤਿ ਦਰਜੇ ਦੀ ਤਰਸ ਭਰੀ ਨਜ਼ਰ ਨਾਲ ਵੇਖਕੇ ਬੋਲਦੇ—"ਨਹੀਂ, ਮੈਂ ਨਹੀਂ ਜਾਂਦਾ। ਤੈਨੂੰ ਛੱਡ ਕੇ ਕਿਥੇ ਜਾਵਾਂਗਾ ?" ਸੁਵਾਮਾ ਉਸ ਦੀ ਨਿੱਘਰਦੀ ਹਾਲਤ ਵੇਖਦੀ ਅਤੇ ਰੋਂਦੀ ਕਿ ਹੁਣ ਤਾਂ ਇਹ ਲੋਅ ਬੁਝਣਾ ਹੀ ਚਾਹੁੰਦੀ ਹੈ। ਹਾਲਾਤ ਨੇ ਉਸ ਦੀ ਲਾਜ-ਸ਼ਰਮ ਪਰ੍ਹੇ ਧੱਕ ਦਿੱਤੀ ਸੀ, ਮੁਨਸ਼ੀ ਜੀ ਦੇ ਸਾਹਮਣੇ ਉਹ ਘੰਟਿਆਂਬੱਧੀ ਨੰਗੇ ਮੂੰਹ ਖੜ੍ਹੀ ਰਹਿੰਦੀ।

ਚੌਥੇ ਦਿਨ ਸੁਸ਼ੀਲਾ ਦੀ ਹਾਲਤ ਸੁਧਰ ਗਈ। ਮੁਨਸ਼ੀ ਜੀ ਨੂੰ ਯਕੀਨ ਹੋ ਗਿਆ ਕਿ ਇਹ ਆਖ਼ਰੀ ਵੇਲਾ ਹੈ। ਲੋਅ ਬੁਝਣ ਤੋਂ ਪਹਿਲਾਂ ਇਕ ਵਾਰ ਭੜਕਦੀ ਹੀ ਹੈ। ਤੜਕੇ ਸਵੇਰੇ ਜਦ ਮੂੰਹ ਧੋ ਕੇ ਉਹ ਦੋਬਾਰਾ ਘਰ ਅੰਦਰ ਆਏ ਤਾਂ ਸੁਸ਼ੀਲਾ ਨੇ ਇਸ਼ਾਰੇ ਨਾਲ ਉਨ੍ਹਾਂ ਨੂੰ ਆਪਣੇ ਕੋਲ ਬੁਲਾਇਆ ਤੇ ਕਿਹਾ—"ਮੈਨੂੰ ਆਪਣੀ ਬੁੱਕ ਵਿੱਚ ਥੋੜ੍ਹਾ ਪਾਣੀ ਪਿਆ ਦਿਓ।" ਅੱਜ ਉਹ ਸਚੇਤ ਸੀ। ਉਸ ਨੇ ਬਿਰਜਨ, ਪ੍ਰਤਾਪ, ਸੁਵਾਮਾ ਸਭ ਨੂੰ ਚੰਗੀ ਤਰ੍ਹਾਂ ਪਛਾਣ ਲਿਆ। ਉਹ ਬਿਰਜਨ ਨੂੰ ਕਾਫ਼ੀ ਦੇਰ ਸੀਨੇ ਨਾਲ ਲਗਾ ਕੇ ਰੋਂਦੀ ਰਹੀ। ਜਦ ਪਾਣੀ ਪੀ ਲਿਆ ਤਾਂ ਸੁਵਾਮਾ ਨੂੰ ਬੋਲੀ—"ਭੈਣੇ! ਜ਼ਰਾ ਮੈਨੂੰ ਚੁੱਕ ਕੇ ਬਿਠਾ ਦੇ, ਆਪਣੇ ਸੁਆਮੀ ਦੇ ਪੈਰ ਛੂਹ ਲਵਾਂ। ਫੇਰ ਪਤਾ ਨਹੀਂ ਕਦੋਂ ਇਨ੍ਹਾਂ ਚਰਨਾਂ ਦੇ ਦਰਸ਼ਨ ਹੋਣ।" ਸੁਵਾਮਾ ਨੇ ਰੋਂਦਿਆਂ ਹੋਇਆਂ ਆਪਣੇ ਹੱਥਾਂ ਨਾਲ ਆਸਰਾ ਦੇ ਕੇ ਉਸ ਨੂੰ ਜ਼ਰਾ ਉਠਾ ਦਿੱਤਾ। ਪ੍ਰਤਾਪ ਤੇ ਬਿਰਜਨ ਸਾਹਮਣੇ ਖੜ੍ਹੇ ਸਨ। ਸੁਸ਼ੀਲਾ ਨੇ ਮੁਨਸ਼ੀ ਜੀ ਨੂੰ ਕਿਹਾ—"ਮੇਰੇ ਕੋਲ ਆਓ।" ਮੁਨਸ਼ੀ ਜੀ ਪਿਆਰ ਤੇ ਤਰਸ ਨਾਲ ਬਿਹਬਲ ਹੋ ਕੇ ਉਸ ਦੇ ਗਲੇ ਲੱਗ ਗਏ ਅਤੇ ਭਰੇ ਹੋਏ

ਗਲੇ ਨਾਲ ਬੋਲੇ—"ਘਬਰਾ ਨਾ, ਰੱਬ ਨੇ ਚਾਹਿਆ ਤਾਂ ਤੂੰ ਜ਼ਰੂਰ ਠੀਕ ਹੋ ਜਾਏਂਗੀ।" ਸੁਸ਼ੀਲਾ ਨੇ ਨਿਰਾਸ਼-ਭਾਵ ਨਾਲ ਕਿਹਾ—"ਹਾਂ, ਅੱਜ ਠੀਕ ਹੋ ਜਾਵਾਂਗੀ। ਜ਼ਰਾ ਆਪਣਾ ਪੈਰ ਅੱਗੇ ਵਧਾ ਦਿਓ। ਮੈਂ ਮੱਥਾ ਛੂਹਾ ਲਵਾਂ।" ਮੁਨਸ਼ੀ ਜੀ ਹਿਚਕਚਾਉਂਦੇ ਰਹੇ। ਸੁਵਾਮਾ ਰੋਂਦੀ ਹੋਈ ਬੋਲੀ—"ਪੈਰ ਵਧਾ ਦਿਓ, ਇਨ੍ਹਾਂ ਦੀ ਖ਼ਾਹਿਸ਼ ਪੂਰੀ ਹੋ ਜਾਵੇ।" ਤਦ ਮੁਨਸ਼ੀ ਜੀ ਨੇ ਪਲੰਘ 'ਤੇ ਬੈਠ ਕੇ ਪੈਰ ਵਧਾ ਦਿੱਤੇ। ਸੁਸ਼ੀਲਾ ਨੇ ਉਨ੍ਹਾਂ ਨੂੰ ਦੋਨੋਂ ਹੱਥਾਂ ਨਾਲ ਪਕੜ ਕੇ ਕਈ ਵਾਰ ਚੁੰਮਿਆ। ਫੇਰ ਉਨ੍ਹਾਂ 'ਤੇ ਮੱਥਾ ਟਿਕਾ ਕੇ ਰੋਣ ਲੱਗ ਪਈ। ਥੋੜ੍ਹੀ ਹੀ ਦੇਰ ਵਿਚ ਦੋਨੋਂ ਪੈਰ ਖ਼ਾਰੇ ਪਾਣੀ ਦੇ ਤੁਪਕਿਆਂ ਨਾਲ ਭਿੱਜ ਗਏ। ਪਤੀਵਰਤਾ ਪਤਨੀ ਨੇ ਪਿਆਰ ਦੇ ਮੋਤੀ ਪਤੀ ਦੇ ਚਰਣਾਂ 'ਤੇ ਬਖੇਰ ਦਿੱਤੇ। ਜਦ ਆਵਾਜ਼ ਸੰਭਲੀ ਤਾਂ ਉਸ ਨੇ ਬਿਰਜਨ ਦਾ ਇਕ ਹੱਥ ਫੜ ਕੇ ਮੁਨਸ਼ੀ ਜੀ ਦੇ ਹੱਥ ਵਿੱਚ ਦੇ ਦਿੱਤਾ ਅਤੇ ਬਹੁਤ ਧੀਮੀ ਜਿਹੀ ਆਵਾਜ਼ ਵਿਚ ਕਿਹਾ—"ਮੇਰੇ ਸੁਆਮੀ! ਤੁਹਾਡੇ ਨਾਲ ਬਹੁਤ ਦਿਨ ਰਹੀ ਤੇ ਜੀਵਨ ਦਾ ਪਰਮ-ਸੁੱਖ ਮਾਣਿਆ। ਹੁਣ ਪਿਆਰ ਦਾ ਨਾਤਾ ਇਥੇ ਹੀ ਟੁੱਟਦਾ ਐ। ਹੁਣ ਮੈਂ ਘੜੀ-ਪਲ ਦੀ ਹੋਰ ਪ੍ਰਾਹੁਣੀ ਆਂ। ਪਿਆਰੀ ਬਿਰਜਨ ਤੁਹਾਨੂੰ ਸੌਂਪ ਰਹੀ ਆਂ। ਮੇਰੀ ਇਹੀ ਨਿਸ਼ਾਨੀ ਐ। ਇਸ 'ਤੇ ਹਮੇਸ਼ਾ ਮਿਹਰ ਭਰੀ ਨਜ਼ਰ ਰੱਖਣਾ। ਮੇਰੀ ਕਿਸਮਤ ਵਿੱਚ ਆਪਣੀ ਪਿਆਰੀ ਧੀ ਦਾ ਸੁੱਖ ਵੇਖਣਾ ਨਹੀਂ ਲਿਖਿਆ ਸੀ। ਇਸ ਨੂੰ ਮੈਂ ਕਦੇ ਕੌੜਾ ਬੋਲ ਨਹੀਂ ਬੋਲਿਆ, ਕਦੇ ਕੈੜੀਆਂ ਅੱਖਾਂ ਨਾਲ ਨਹੀਂ ਵੇਖਿਆ। ਇਹ ਮੇਰੀ ਜ਼ਿੰਦਗੀ ਦਾ ਮਿੱਠਾ ਫਲ ਐ। ਰੱਬ ਦੇ ਵਾਸਤੇ ਤੁਸੀਂ ਇਹਦੇ ਵੱਲੋਂ ਮੂੰਹ ਨਾ ਫੇਰਨਾ।" ਇਹ ਕਹਿੰਦਿਆਂ-ਕਹਿੰਦਿਆਂ ਉਸ ਨੂੰ ਹਿਚਕੀਆਂ ਲੱਗ ਗਈਆਂ ਤੇ ਚੱਕਰ ਜਿਹਾ ਆ ਗਿਆ।

ਜਦ ਕੁਝ ਸਮਾਂ ਲੰਘਿਆ ਤਾਂ ਉਸ ਨੇ ਸੁਵਾਮਾ ਦੇ ਅੱਗੇ ਹੱਥ ਜੋੜੇ ਤੇ ਰੋਂਦਿਆਂ ਹੋਇਆਂ ਕਿਹਾ—"ਭੈਣੇ! ਗਿਰਜਨ ਤੇਰੇ ਸਪੁਰਦ ਐ। ਤੂੰ ਹੀ ਇਹਦੀ ਮਾਂ ਐਂ। ਲੱਲੂ! ਪਿਆਰੇ ਲੱਲੂ ਰਾਮ! ਰੱਬ ਕਰੇ ਤੂੰ ਜੁਗ-ਜੁਗ ਜੀਵੇਂ। ਆਪਣੀ ਬਿਰਜਨ ਨੂੰ ਭੁੱਲੀਂ ਨਾ। ਇਹ ਤੇਰੀ ਦੁਖਿਆਈ ਤੇ ਮਾਂ-ਮਹਿਟਰ ਭੈਣ ਐ। ਤੇਰੇ ਵਿਚ ਇਹਦੀ ਜਾਨ ਐ। ਉਹਨੂੰ ਰੁਆਈਂ ਨਾ, ਉਹਨੂੰ ਖਿਝਾਈਂ ਨਾ, ਉਹਨੂੰ ਕਦੇ ਕੌੜਾ ਬੋਲ ਨਾ ਬੋਲੀਂ। ਉਸ ਨਾਲ ਕਦੇ ਨਾ ਰੁੱਸੀਂ, ਉਹਦੇ ਵੱਲੋਂ ਕਦੇ ਬੇਮੁਖ ਨਾ ਹੋਈਂ, ਨਹੀਂ ਤਾਂ ਉਹ ਰੋ-ਰੋ ਕੇ ਜਾਨ ਦੇ ਦਏਗੀ। ਉਹਦੀ ਕਿਸਮਤ ਵਿਚ ਪਤਾ ਨਹੀਂ ਕੀ ਲਿਖਿਐ, ਪਰ ਤੂੰ ਆਪਣੀ ਸਕੀ ਭੈਣ ਸਮਝ ਕੇ ਹਮੇਸ਼ਾ ਧਰਵਾਸ ਦਿੰਦਾ ਰਹੀਂ। ਮੈਂ ਥੋੜ੍ਹੀ ਹੀ ਦੇਰ ਵਿਚ ਤੁਹਾਨੂੰ ਸਾਰਿਆਂ ਨੂੰ ਛੱਡ ਕੇ ਚਲੀ ਜਾਵਾਂਗੀ, ਪਰ ਤੈਨੂੰ ਮੇਰੀ ਸਹੁੰ, ਉਹਦੇ ਵੱਲੋਂ ਮਨ ਖੱਟਾ ਨਾ ਕਰੀਂ, ਤੂੰ ਹੀ ਉਹਦਾ ਬੇੜਾ ਪਾਰ ਲਗਾਏਂਗਾ। ਮੇਰੇ ਮਨ ਵਿੱਚ ਬੜੀਆਂ ਰੀਝਾਂ ਸਨ, ਬੜੀ ਲਾਲਸਾ ਸੀ ਕਿ ਤੇਰਾ ਵਿਆਹ ਕਰਾਂਗੀ, ਤੇਰੇ ਬੱਚਿਆਂ ਨੂੰ ਖਿਡਾਵਾਂਗੀ। ਪਰ ਕਿਸਮਤ ਵਿਚ ਤਾਂ ਕੁਝ ਹੋਰ ਹੀ ਲਿਖਿਆ ਸੀ।"

ਇਹ ਕਹਿੰਦਿਆਂ-ਕਹਿੰਦਿਆਂ ਉਹ ਫੇਰ ਬੇਸੁਰਤ ਹੋ ਗਈ। ਸਾਰਾ ਘਰ ਰੋ ਰਿਹਾ ਸੀ। ਨੌਕਰਾਣੀਆਂ, ਮਹਾਰਾਜਨਾਂ ਸਾਰੀਆਂ ਉਸ ਦੀ ਤਾਰੀਫ਼ ਕਰ ਰਹੀਆਂ ਸਨ ਕਿ ਔਰਤ ਨਹੀਂ ਉਹ ਤਾਂ ਦੇਵੀ ਹੈ।

ਰਧੀਆ—"ਏਨੇ ਦਿਨ ਮੈਨੂੰ ਕੰਮ ਕਰਦਿਆਂ ਹੋ'ਗੇ, ਪਰ ਕਦੇ ਕੌੜਾ ਬੋਲ ਨ੍ਹੀਂ ਕਿਹਾ।"

ਮਹਾਰਾਜਨ—"ਮੈਨੂੰ ਤਾਂ ਧੀ ਦੀ ਤਰ੍ਹਾਂ ਸਮਝਦੇ ਸਨ। ਖਾਣਾ ਕਿਵੇਂ ਦਾ ਹੀ ਬਣਾ

ਕੇ ਦਿਆਂ, ਪਰ ਕਦੇ ਨਾਰਾਜ਼ ਨਹੀਂ ਹੋਏ। ਜਦ ਗੱਲਾਂ ਕਰਦੇ, ਮੁਸਕੁਰਾ ਕੇ ਹੀ ਕਰਦੇ। ਪੁਰਾਣੇ ਮਹਾਰਾਜ ਜਦ ਵੀ ਆਉਂਦੇ ਤਾਂ ਉਨ੍ਹਾਂ ਨੂੰ ਜ਼ਰੂਰ ਰਾਸ਼ਨ-ਪਾਣੀ ਦੇ ਕੇ ਤੋਰਦੇ ਸਨ।"

ਸਾਰੇ ਇਸੇ ਤਰ੍ਹਾਂ ਦੀਆਂ ਗੱਲਾਂ ਕਰ ਰਹੇ ਸਨ। ਦੁਪਹਿਰ ਦਾ ਵੇਲਾ ਹੋਇਆ। ਮਹਾਰਾਜਨ ਨੇ ਖਾਣਾ ਬਣਾਇਆ, ਪਰ ਖਾਂਦਾ ਕੌਣ ? ਬਹੁਤ ਮਿੰਨਤਾਂ-ਤਰਲੇ ਕਰਨ 'ਤੇ ਮੁਨਸ਼ੀ ਜੀ ਗਏ ਅਤੇ ਖਾਣਾ ਖਾਣ ਦਾ ਨਾਂਅ ਜਿਹਾ ਕਰ ਕੇ ਪਰਤ ਆਏ। ਪ੍ਰਤਾਪ ਤਾਂ ਚੌਂਕੇ ਵੱਲ ਹੀ ਨਹੀਂ ਗਿਆ। ਬਿਰਜਨ ਤੇ ਸੁਵਾਮਾ ਨੂੰ ਭੁੱਖ ਕਿੱਥੇ ? ਸੁਸ਼ੀਲਾ ਕਦੇ ਬਿਰਜਨ ਨੂੰ ਪਿਆਰ ਕਰਦੀ, ਕਦੇ ਸੁਵਾਮਾ ਨੂੰ ਗਲੇ ਲਗਾਉਂਦੀ, ਕਦੇ ਪ੍ਰਤਾਪ ਨੂੰ ਚੁੰਮਦੀ ਤੇ ਕਦੇ ਆਪ-ਬੀਤੀ ਸੁਣਾ-ਸੁਣਾ ਕੇ ਰੋਂਦੀ। ਤੀਜੇ ਪਹਿਰ ਉਸ ਨੇ ਸਾਰੇ ਨੌਕਰਾਂ ਨੂੰ ਬੁਲਾਇਆ ਤੇ ਆਪਣੀ ਭੁੱਲ-ਚੁੱਕ ਲਈ ਉਨ੍ਹਾਂ ਤੋਂ ਮੁਆਫ਼ੀ ਮੰਗੀ। ਜਦ ਉਹ ਸਾਰੇ ਚਲੇ ਗਏ ਤਾਂ ਸੁਸ਼ੀਲਾ ਨੇ ਸੁਵਾਮਾ ਨੂੰ ਕਿਹਾ—"ਭੈਣੇ, ਪਿਆਸ ਬਹੁਤ ਲੱਗੀ ਐ। ਉਨ੍ਹਾਂ ਨੂੰ ਕਹਿ ਦਿਓ, ਆਪਣੇ ਹੱਥੀਂ ਥੋੜ੍ਹਾ ਜਿਹਾ ਪਾਣੀ ਪਿਆ ਦੇਣ।" ਮੁਨਸ਼ੀ ਜੀ ਪਾਣੀ ਲਿਆਏ। ਸੁਸ਼ੀਲਾ ਨੇ ਮੁਸ਼ਕਿਲ ਨਾਲ ਇਕ ਘੁੱਟ ਸੰਘ 'ਚੋਂ ਥੱਲੇ ਕੀਤਾ ਅਤੇ ਏਦਾਂ ਮਹਿਸੂਸ ਹੋਇਆ, ਜਿਵੇਂ ਕਿਸੇ ਨੇ ਉਸ ਨੂੰ ਅੰਮ੍ਰਿਤ ਪਿਆ ਦਿੱਤਾ ਹੋਵੇ, ਉਸ ਦਾ ਚਿਹਰਾ ਉੱਜਲਾ ਹੋ ਗਿਆ, ਅੱਖਾਂ ਵਿਚ ਨੀਰ ਭਰ ਆਇਆ। ਪਤੀ ਦੇ ਗਲੇ ਵਿੱਚ ਬਾਹਾਂ ਪਾ ਕੇ ਬੋਲੀ—"ਮੈਂ ਕਿੰਨੀ ਖ਼ੁਸ਼ਕਿਸਮਤ ਆਂ ਕਿ ਤੁਹਾਡੀ ਝੋਲੀ ਵਿੱਚ ਮਰ ਰਹੀ ਆਂ।" ਇਹ ਕਹਿ ਕੇ ਉਹ ਚੁੱਪ ਹੋ ਗਈ, ਜਿਵੇਂ ਕੋਈ ਗੱਲ ਕਹਿਣਾ ਹੀ ਚਾਹੁੰਦੀ ਹੈ, ਪਰ ਸੰਕੋਚ ਦੀ ਮਾਰੀ ਨਹੀਂ ਕਹਿੰਦੀ। ਥੋੜ੍ਹੀ ਦੇਰ ਬਾਅਦ ਉਸ ਨੇ ਫੇਰ ਮੁਨਸ਼ੀ ਜੀ ਦਾ ਹੱਥ ਫੜ ਲਿਆ ਤੇ ਕਿਹਾ—"ਜੇ ਤੁਹਾਡੇ ਤੋਂ ਕੁਝ ਮੰਗਾਂ ਤਾਂ ਦਿਓਂਗੇ ?"

ਮੁਨਸ਼ੀ ਜੀ ਨੇ ਹੈਰਾਨ ਹੋ ਕੇ ਕਿਹਾ—"ਤੈਨੂੰ ਮੰਗਣ ਦੀ ਕੀ ਲੋੜ ਐ ? ਬੇਝਿਜਕ ਬੋਲ।"

ਸੁਸ਼ੀਲਾ—"ਤੁਸੀਂ ਮੇਰੀ ਗੱਲ ਕਦੇ ਨਹੀਂ ਟਾਲੀ।"

ਮੁਨਸ਼ੀ ਜੀ—"ਮਰਦੇ ਦਮ ਤੱਕ ਕਦੇ ਨਹੀਂ ਟਾਲਾਂਗਾ।"

ਸੁਸ਼ੀਲਾ—"ਡਰ ਲੱਗਦੈ, ਕਿਤੇ ਨਾ ਮੰਨੋਂ ਤਾਂ.......।"

ਮੁਨਸ਼ੀ ਜੀ—"ਤੇਰੀ ਗੱਲ ਤੇ ਮੈਂ ਨਾ ਮੰਨਾ ?"

ਸੁਸ਼ੀਲਾ—"ਮੈਂ ਤੁਹਾਨੂੰ ਨਹੀਂ ਛੱਡਣਾ। ਇਕ ਗੱਲ ਦੱਸੋ.....ਸਿੱਲੀ (ਸੁਸ਼ੀਲਾ) ਮਰ ਜਾਏਗੀ ਤਾਂ ਉਸ ਨੂੰ ਭੁੱਲ ਜਾਓਂਗੇ ?"

ਮੁਨਸ਼ੀ ਜੀ—"ਏਦਾਂ ਦੀਆਂ ਗੱਲਾਂ ਨਾ ਕਰ, ਵੇਖ ਬਿਰਜਨ ਰੋਈ ਜਾਂਦੀ ਐ।"

ਸੁਸ਼ੀਲਾ—"ਦੱਸੋ, ਮੈਨੂੰ ਭੁੱਲੋਗੇ ਤਾਂ ਨਹੀਂ ?"

ਮੁਨਸ਼ੀ ਜੀ—"ਕਦੇ ਨਹੀਂ।"

ਸੁਸ਼ੀਲਾ ਨੇ ਆਪਣੀਆਂ ਲਾਲ-ਸੁਰਖ਼ ਗੱਲ੍ਹਾਂ ਮੁਨਸ਼ੀ ਜੀ ਦੇ ਹੋਠਾਂ ਨਾਲ ਛੂਹਾ ਦਿੱਤੀਆਂ ਤੇ ਦੋਨੋਂ ਬਾਹਾਂ ਉਨ੍ਹਾਂ ਦੇ ਗਲ ਦੁਆਲੇ ਉਲਾਰ ਦਿੱਤੀਆਂ। ਫੇਰ ਬਿਰਜਨ ਨੂੰ ਕੋਲ ਬੁਲਾ ਕੇ ਹੌਲੀ-ਹੌਲੀ ਸਮਝਾਉਣ ਲੱਗੀ—"ਦੇਖ ਧੀਏ, ਲਾਲਾ ਜੀ ਦਾ ਕਹਿਣਾ ਹਮੇਸ਼ਾ ਮੰਨੀਂ, ਇਨ੍ਹਾਂ ਦੀ ਸੇਵਾ ਮਨ ਲਾ ਕੇ ਕਰੀਂ। ਘਰ ਦਾ ਸਾਰਾ ਬੋਝ ਹੁਣ ਤੇਰੇ 'ਤੇ ਐ। ਹੁਣ ਤੁਹਾਨੂੰ ਕੌਣ ਸੰਭਾਲੂਗਾ ?" ਇਹ ਕਹਿ ਕੇ ਉਸ ਨੇ ਆਪਣੇ ਪਤੀ ਵੱਲ ਤਰਸ ਭਰੀਆਂ ਨਜ਼ਰਾਂ ਨਾਲ ਵੇਖਿਆ ਤੇ ਕਿਹਾ—"ਮੈਂ ਆਪਣੇ ਮਨ ਦੀ ਗੱਲ ਕਹਿ ਨਹੀਂ ਸਕੀ, ਮੇਰਾ ਮਨ ਡੁੱਬੀ ਜਾਂਦੈ।"

ਮੁਨਸ਼ੀ ਜੀ—"ਤੂੰ ਐਵੇਂ ਦੁਬਿਧਾ 'ਚ ਪਈ ਹੋਈ ਐਂ।"

ਸੁਸ਼ੀਲਾ—"ਤੁਸੀਂ ਮੇਰੇ ਓਂ ਕਿ ਨਹੀਂ ?"

ਮੁਨਸ਼ੀ ਜੀ—"ਸਿਰਫ਼ ਤੇਰਾ ਤੇ ਮਰਨ ਤੋਂ ਬਾਅਦ ਵੀ ਤੇਰਾ।"

ਸੁਸ਼ੀਲਾ—"ਏਦਾਂ ਨਾ ਹੋਵੇ ਕਿ ਤੁਸੀਂ ਮੈਨੂੰ ਭੁੱਲ ਜਾਓਂ ਤੇ ਜੋ ਚੀਜ਼ ਮੇਰੀ ਸੀ, ਉਹ ਕਿਸੇ ਹੋਰ ਦੇ ਹੱਥ ਲੱਗ ਜਾਵੇ।"

ਸੁਸ਼ੀਲਾ ਨੇ ਬਿਰਜਨ ਨੂੰ ਫੇਰ ਬੁਲਾਇਆ ਤੇ ਉਸ ਨੂੰ ਛਾਤੀ ਨਾਲ ਲਾਉਣਾ ਹੀ ਚਾਹੁੰਦੀ ਸੀ ਕਿ ਉਹ ਫੇਰ ਬੇਸੁਰਤ ਹੋ ਗਈ। ਬਿਰਜਨ ਤੇ ਪ੍ਰਤਾਪ ਰੋਣ ਲੱਗ ਪਏ। ਮੁਨਸ਼ੀ ਜੀ ਨੇ ਕੰਬਦਿਆਂ ਹੋਇਆ ਸੁਸ਼ੀਲਾ ਦੇ ਦਿਲ 'ਤੇ ਹੱਥ ਰੱਖਿਆ। ਸਾਹ ਹੌਲੀ-ਹੌਲੀ ਚੱਲ ਰਿਹਾ ਸੀ। ਮਹਾਰਾਜਨ ਨੂੰ ਸੱਦ ਕੇ ਕਿਹਾ—"ਹੁਣ ਇਨ੍ਹਾਂ ਨੂੰ ਜ਼ਮੀਨ 'ਤੇ ਲਿਟਾ ਦਿਓ।" ਇਹ ਕਹਿ ਕੇ ਉਹ ਰੋਣ ਲੱਗ ਪਏ। ਮਹਾਰਾਜਨ ਤੇ ਸੁਵਾਮਾ ਨੇ ਮਿਲ ਕੇ ਸੁਸ਼ੀਲਾ ਨੂੰ ਜ਼ਮੀਨ 'ਤੇ ਲਿਟਾ ਦਿੱਤਾ। ਤਪਦਿਕ ਨੇ ਹੱਡੀਆਂ ਤੱਕ ਸੁਕਾ ਦਿੱਤੀਆਂ ਸਨ।

ਹਨੇਰਾ ਹੋ ਚੱਲਿਆ ਸੀ। ਸਾਰੇ ਘਰ ਵਿੱਚ ਸ਼ੋਕਮਈ ਤੇ ਡੂੰਘੀ ਸੁੰਨ-ਸਰਾਂ ਪਸਰੀ ਹੋਈ ਸੀ। ਰੋਣ ਵਾਲੇ ਰੋਂਦੇ ਸਨ, ਪਰ ਅੰਦਰੋਂ-ਅੰਦਰੀ ਘੁਟ-ਘੁਟ ਕੇ। ਗੱਲਾਂ ਹੁੰਦੀਆਂ ਸਨ, ਪਰ ਬਹੁਤ ਹੌਲੀ ਆਵਾਜ਼ ਵਿੱਚ। ਸੁਸ਼ੀਲਾ ਜ਼ਮੀਨ 'ਤੇ ਪਈ ਹੋਈ ਸੀ। ਉਹ ਪਵਿੱਤਰ ਆਂਦਰ ਜੋ ਕਦੇ ਮਾਂ ਦੀ ਕੁੱਖ ਵਿੱਚ ਪਲੀ, ਕਦੇ ਮਮਤਾ ਦੇ ਕਲਾਵਿਆਂ ਵਿੱਚ ਵਿਗਸੀ, ਕਦੇ ਫੁੱਲਾਂ ਦੀ ਸੇਜ 'ਤੇ ਸੁੱਤੀ, ਇਸ ਵੇਲੇ ਜ਼ਮੀਨ 'ਤੇ ਪਈ ਹੋਈ ਸੀ। ਅਜੇ ਤੱਕ ਨਬਜ਼ ਹੌਲੀ-ਹੌਲੀ ਰਫ਼ਤਾਰ ਨਾਲ ਚੱਲ ਰਹੀ ਸੀ। ਮੁਨਸ਼ੀ ਜੀ ਦੁੱਖ ਤੇ ਨਿਰਾਸ਼ਤਾ ਵਿੱਚ ਡੁੱਬੇ ਉਸ ਦੇ ਸਿਰ ਵਾਲੇ ਪਾਸੇ ਬੈਠੇ ਹੋਏ ਸਨ। ਅਚਾਨਕ ਸੁਸ਼ੀਲਾ ਨੇ ਸਿਰ ਚੁੱਕਿਆ ਤੇ ਦੋਨੋਂ ਹੱਥਾਂ ਨਾਲ ਮੁਨਸ਼ੀ ਜੀ ਦੇ ਪੈਰ ਪਕੜ ਲਏ। ਪ੍ਰਾਣ-ਪੰਖੇਰੂ ਉੱਡ ਗਏ। ਦੋਨੋਂ ਕਰ-ਕਮਲਾਂ ਨੇ ਉਨ੍ਹਾਂ ਦੇ ਚਰਣਾਂ ਨੂੰ ਜਕੜੀ ਹੀ ਰੱਖਿਆ। ਇਹ ਉਸ ਦੀ ਜ਼ਿੰਦਗੀ ਦੀ ਆਖ਼ਰੀ ਪ੍ਰਕਿਰਿਆ ਸੀ।

ਰੋਣ ਵਾਲਿਓ, ਰੋਵੋ! ਕਿਉਂ ਕਿ ਤੁਸੀਂ ਰੋਣ ਦੇ ਇਲਾਵਾ ਕਰ ਹੀ ਕੀ ਸਕਦੇ ਹੋ ? ਤੁਹਾਨੂੰ ਇਸ ਵੇਲੇ ਕੋਈ ਕਿੰਨਾ ਹੀ ਧਰਵਾਸ ਦੇਵੇ, ਪਰ ਤੁਹਾਡੀਆਂ ਅੱਖਾਂ ਹੰਝੂਆਂ ਦੇ ਪ੍ਰਵਾਹ ਨੂੰ ਨਹੀਂ ਰੋਕ ਸਕਦੀਆਂ। ਰੋਣਾ ਤੁਹਾਡਾ ਫ਼ਰਜ਼ ਹੈ। ਜ਼ਿੰਦਗੀ ਵਿੱਚ ਰੋਣ ਦੇ ਮੌਕੇ ਕਦੇ-ਕਦੇ ਮਿਲਦੇ ਹਨ। ਕੀ ਇਸ ਵੇਲੇ ਤੁਹਾਡੀਆਂ ਅੱਖਾਂ ਖ਼ੁਸ਼ਕ ਹੋ ਜਾਣਗੀਆਂ ? ਹੰਝੂਆਂ ਦੀਆਂ ਤਾਰਾਂ ਲਹਿਰਾਂ ਰਹੀਆਂ ਸਨ, ਉਨ੍ਹਾਂ 'ਚੋਂ ਆਹਾਂ ਦੇ ਸ਼ਬਦ ਲਰਜ਼ ਰਹੇ ਸਨ ਕਿ ਮਹਾਰਾਜਨ ਦੀਵਾ ਬਾਲ ਕੇ ਘਰ ਅੰਦਰ ਲਿਆਈ। ਥੋੜ੍ਹੀ ਹੀ ਦੇਰ ਪਹਿਲਾਂ ਸੁਸ਼ੀਲਾ ਦੀ ਜ਼ਿੰਦਗੀ ਦਾ ਦੀਵਾ ਬੁਝ ਚੁੱਕਿਆ ਸੀ।

11.
ਬਿਰਜਨ ਦਾ ਮੁਕਲਾਵਾ

ਰਾਧਾਚਰਣ ਰੁੜਕੀ ਕਾਲਜ ਤੋਂ ਨਿੱਕਲਦਿਆਂ ਹੀ ਮੁਰਾਦਾਬਾਦ ਵਿਚ ਇੰਜੀਨੀਅਰ ਨਿਯੁਕਤ ਹੋ ਗਏ ਅਤੇ ਚੰਦਰਾ ਵੀ ਉਨ੍ਹਾਂ ਨਾਲ ਮੁਰਾਦਾਬਾਦ ਚਲੀ ਗਈ। ਪ੍ਰੇਮਵਤੀ ਨੇ ਬਹੁਤ ਰੋਕਣਾ ਚਾਹਿਆ, ਪਰ ਜਾਣ ਵਾਲੇ ਨੂੰ ਕੌਣ ਰੋਕ ਸਕਦਾ ਹੈ ? ਸੇਵਤੀ ਕਦੋਂ ਦੀ ਸਹੁਰੀਂ ਜਾ ਚੁੱਕੀ ਸੀ। ਇਥੇ ਘਰ ਵਿਚ ਹੁਣ ਇਕੱਲੀ ਪ੍ਰੇਮਵਤੀ ਰਹਿ ਗਈ। ਉਸ ਦੇ ਸਿਰ ਘਰ ਦਾ

ਸਾਰਾ ਕੰਮ-ਧੰਦਾ ਆ ਗਿਆ। ਅਖ਼ੀਰ ਇਹ ਸਲਾਹ ਹੋਈ ਕਿ ਬਿਰਜਨ ਦੇ ਮੁਕਲਾਵੇ ਦਾ ਸੁਨੇਹਾ ਭੇਜਿਆ ਜਾਵੇ। ਡਿਪਟੀ ਸਾਹਿਬ ਤਾਂ ਰਾਜ਼ੀ ਨਹੀਂ ਸਨ, ਪਰ ਘਰ ਦੇ ਕੰਮਾਂ ਵਿਚ ਤਾਂ ਪ੍ਰੇਮਵਤੀ ਦਾ ਹੀ ਫ਼ੈਸਲਾ ਚੱਲਦਾ ਸੀ।

ਸੰਜੀਵਨਲਾਲ ਨੇ ਸੁਨੇਹਾ ਪ੍ਰਵਾਨ ਕਰ ਲਿਆ। ਕੁਝ ਦਿਨਾਂ ਤੋਂ ਉਹ ਤੀਰਥ ਯਾਤਰਾ ਦਾ ਮਨ ਬਣਾ ਰਹੇ ਸਨ। ਉਨ੍ਹਾਂ ਨੇ ਕ੍ਰਮਵਾਰ ਘਟਾਉਂਦੇ-ਘਟਾਉਂਦੇ ਸਾਰੇ ਦੁਨਿਆਵੀ ਰਿਸ਼ਤੇ-ਨਾਤੇ ਤਿਆਗ ਦਿੱਤੇ। ਸਾਰਾ ਦਿਨ ਘਰ ਵਿਚ ਚੌਂਕੜੀ ਮਾਰੀ ਭਗਵਤ ਗੀਤਾ ਅਤੇ ਯੋਗ ਵਸ਼ਿਸ਼ਟ ਆਦਿ ਅਧਿਆਤਕ ਪੁਸਤਕਾਂ ਦਾ ਅਧਿਐਨ ਕਰਦੇ ਰਹਿੰਦੇ। ਸ਼ਾਮ ਹੁੰਦਿਆਂ ਹੀ ਗੰਗਾ ਨਹਾਉਣ ਚਲੇ ਜਾਂਦੇ। ਉਥੋਂ ਰਾਤ ਗਏ ਤੋਂ ਪਰਤਦੇ ਅਤੇ ਥੋੜ੍ਹਾ ਜਿਹਾ ਖਾਣਾ ਖਾ ਕੇ ਸੌਂ ਜਾਂਦੇ। ਅਕਸਰ ਪ੍ਰਤਾਪ ਚੰਦਰ ਵੀ ਉਨ੍ਹਾਂ ਨਾਲ ਗੰਗਾ ਨਹਾਉਣ ਜਾਂਦਾ। ਭਾਵੇਂ ਉਸ ਦੀ ਉਮਰ ਸੋਲ੍ਹਾਂ ਸਾਲਾਂ ਦੀ ਵੀ ਨਹੀਂ ਸੀ, ਪਰ ਕੁਝ ਤਾਂ ਨਿੱਜੀ ਸੁਭਾਅ, ਕੁਝ ਪੁਸ਼ਤੈਨੀ ਸੰਸਕਾਰ ਤੇ ਕੁਝ ਸੰਗਤ ਦੇ ਪ੍ਰਭਾਵ ਨਾਲ ਉਸ ਨੂੰ ਹੁਣੇ ਤੋਂ ਧਾਰਮਿਕ ਤੇ ਵਿਗਿਆਨਕ ਵਿਸ਼ਿਆਂ 'ਤੇ ਅਵਲੋਕਨ ਤੇ ਵਿਚਾਰ ਕਰਨ ਵਿੱਚ ਬੜਾ ਸੁਆਦ ਮਿਲਦਾ ਸੀ। ਗਿਆਨ ਤੇ ਰੱਬ ਸੰਬੰਧੀ ਗੱਲਾਂ ਸੁਣਦਿਆਂ-ਸੁਣਦਿਆਂ ਉਸ ਦੀ ਬਿਰਤੀ ਵੀ ਪਰਮ-ਸ਼ਕਤੀ ਨਾਲ ਜੁੜ ਜਾਂਦੀ ਸੀ ਅਤੇ ਕਿਸੇ-ਕਿਸੇ ਵੇਲੇ ਮੁਨਸ਼ੀ ਜੀ ਨਾਲ ਅਜਿਹੇ-ਅਜਿਹੇ ਸੂਖ਼ਮ ਵਿਸ਼ਿਆਂ 'ਤੇ ਵਾਦ-ਵਿਵਾਦ ਕਰਦਾ ਕਿ ਉਹ ਅਵਾਕ ਹੋ ਜਾਂਦੇ। ਬ੍ਰਿਜਰਾਣੀ 'ਤੇ ਸੁਵਾਮਾ ਦੀ ਸਿੱਖਿਆ ਦਾ ਤਾਂ ਉਸ ਤੋਂ ਵੀ ਡੂੰਘਾ ਅਸਰ ਹੋਇਆ ਸੀ, ਜਿੰਨਾ ਕਿ ਪ੍ਰਤਾਪਚੰਦਰ 'ਤੇ ਮੁਨਸ਼ੀ ਜੀ ਦੀ ਸੰਗਤ ਤੇ ਸਿੱਖਿਆ ਦਾ। ਉਸਦਾ ਪੰਦਰ੍ਹਵਾਂ ਸਾਲ ਚੱਲ ਰਿਹਾ ਸੀ। ਇਸ ਉਮਰ ਵਿੱਚ ਨਵੀਆਂ-ਨਵੀਆਂ ਉਮੰਗਾਂ ਮਨ ਵਿੱਚ ਤਰੰਗਿਤ ਹੁੰਦੀਆਂ ਹਨ ਤੇ ਸੁਭਾਅ ਵਿਚ ਸਰਲਤਾ-ਚੰਚਲਤਾ ਦੀ ਤਰ੍ਹਾਂ ਮਨਮੋਹਕ ਰਸੀਲਾਪਣ ਵਰਸਣ ਲੱਗਦਾ ਹੈ। ਪਰ ਬ੍ਰਿਜਰਾਣੀ ਅਜੇ ਤੱਕ ਉਹੀ ਭੋਲੀ-ਭਾਲੀ ਬੱਚੀ ਸੀ। ਉਸ ਦੇ ਚਿਹਰੇ 'ਤੇ ਦਿਲ ਦੇ ਪਵਿੱਤਰ ਭਾਵ ਸਾਫ਼ ਝਲਕਦੇ ਸਨ ਤੇ ਬੋਲਚਾਲ ਵਿਚ ਦਿਲ ਟੁੰਬਵੀਂ ਮਿਠਾਸ ਪੈਦਾ ਹੋ ਗਈ ਸੀ। ਤੜਕ-ਸਵੇਰੇ ਉਠਦੀ ਤੇ ਸਭ ਤੋਂ ਪਹਿਲਾਂ ਮੁਨਸ਼ੀ ਜੀ ਦਾ ਕਮਰਾ ਸਾਫ਼ ਕਰ ਕੇ, ਉਨ੍ਹਾਂ ਦੀ ਪੂਜਾ-ਪਾਠ ਦਾ ਸਾਮਾਨ ਧਾਰਮਿਕ ਰਹੁ-ਰੀਤਾਂ ਅਨੁਸਾਰ ਰੱਖ ਦਿੰਦੀ। ਫਿਰ ਰਸੋਈ ਦੇ ਕੰਮ-ਧੰਦੇ ਵਿੱਚ ਲੱਗ ਜਾਂਦੀ। ਦੁਪਹਿਰ ਦਾ ਵੇਲਾ ਉਸ ਦੇ ਪੜ੍ਹਨ ਲਿਖਣ ਦਾ ਸਮਾਂ ਸੀ। ਸੁਵਾਮਾ ਪ੍ਰਤੀ ਉਸ ਅੰਦਰ ਜਿੰਨਾ ਪਿਆਰ ਤੇ ਜਿੰਨੀ ਸ਼ਰਧਾ ਸੀ, ਓਨੀ ਸ਼ਾਇਦ ਆਪਣੀ ਮਾਂ ਪ੍ਰਤੀ ਵੀ ਨਾ ਰਹੀ ਹੋਵੇਗੀ। ਉਸ ਦੀ ਕੋਈ ਵੀ ਖ਼ਾਹਿਸ਼ ਬਿਰਜਨ ਲਈ ਆਗਿਆ ਤੋਂ ਘੱਟ ਨਹੀਂ ਸੀ।

ਸੁਵਾਮਾ ਦੀ ਤਾਂ ਸਲਾਹ ਸੀ ਕਿ ਅਜੇ ਮੁਕਲਾਵਾ ਨਾ ਦਿੱਤਾ ਜਾਵੇ। ਪਰ ਮੁਨਸ਼ੀ ਜੀ ਦੀ ਜ਼ਿੱਦ ਨਾਲ ਵਿਦਾਇਗੀ ਦੀਆਂ ਤਿਆਰੀਆਂ ਹੋਣ ਲੱਗੀਆਂ। ਜਿਉਂ-ਜਿਉਂ ਉਹ ਔਖੀ ਘੜੀ ਨੇੜੇ ਆ ਰਹੀ ਸੀ, ਬਿਰਜਨ ਦੀ ਵਿਆਕੁਲਤਾ ਵਧਦੀ ਜਾ ਰਹੀ ਸੀ। ਦਿਨ-ਰਾਤ ਰੋਂਦੀ ਰਹਿੰਦੀ। ਕਦੇ ਪਿਤਾ ਦੇ ਪੈਰੀਂ ਪੈਂਦੀ ਤੇ ਕਦੇ ਸੁਵਾਮਾ ਨਾਲ ਚਿੰਬੜ ਜਾਂਦੀ। ਪਰ ਵਿਆਹੁਤਾ ਕੁੜੀ ਪਰਾਏ ਘਰ ਦੀ ਅਮਾਨਤ ਹੁੰਦੀ ਹੈ, ਉਸ 'ਤੇ ਕਿਸੇ ਦਾ ਕੀ ਹੱਕ!

ਪ੍ਰਤਾਪਚੰਦਰ ਤੇ ਬਿਰਜਨ ਕਿੰਨੇ ਹੀ ਦਿਨਾਂ ਤੱਕ ਭੈਣ-ਭਰਾ ਦੀ ਤਰ੍ਹਾਂ ਨਾਲ-ਨਾਲ ਰਹੇ ਸਨ। ਪਰ ਹੁਣ ਬਿਰਜਨ ਦੀਆਂ ਅੱਖਾਂ ਉਸ ਨੂੰ ਵੇਖਦਿਆਂ ਹੀ ਹੇਠਾਂ ਵੱਲ ਝੁਕ ਜਾਂਦੀਆਂ ਸਨ। ਪ੍ਰਤਾਪ ਦੀ ਵੀ ਇਹੀ ਹਾਲਤ ਸੀ। ਘਰ ਵਿਚ ਬਹੁਤ ਘੱਟ ਆਉਂਦਾ ਸੀ। ਲੋੜ ਪੈਣ 'ਤੇ

ਆਇਆ ਤਾਂ ਇਸ ਤਰ੍ਹਾਂ ਨਜ਼ਰਾਂ ਜ਼ਮੀਨ 'ਤੇ ਗੱਡੀ ਤੇ ਸਿਮਟਿਆ ਹੋਇਆ, ਜਿਵੇਂ ਸੱਜ ਵਿਆਹੀ ਵਹੁਟੀ ਹੋਵੇ। ਉਸ ਦੀ ਤੱਕਣੀ ਵਿਚ ਉਹ ਪਿਆਰ ਦਾ ਰਹੱਸ ਲੁਕਿਆ ਹੋਇਆ ਸੀ, ਜਿਸ ਨੂੰ ਉਹ ਕਿਸੇ ਬੰਦੇ....ਇਥੋਂ ਤੱਕ ਕਿ ਬਿਰਜਨ ਅੱਗੇ ਵੀ ਪ੍ਰਗਟ ਨਹੀਂ ਕਰਨਾ ਚਾਹੁੰਦਾ ਸੀ।

ਇਕ ਦਿਨ ਸ਼ਾਮ ਦਾ ਵੇਲਾ ਸੀ। ਮੁਕਲਾਵੇ ਨੂੰ ਸਿਰਫ਼ ਤਿੰਨ ਦਿਨ ਰਹਿ ਗਏ ਸਨ। ਪ੍ਰਤਾਪ ਕਿਸੇ ਕੰਮੋਂ ਘਰ ਅੰਦਰ ਗਿਆ ਤੇ ਆਪਣੇ ਘਰ ਦਾ ਲੈਂਪ ਜਗਾਉਣ ਲੱਗਿਆ ਕਿ ਬਿਰਜਨ ਆ ਗਈ। ਉਸ ਦਾ ਪੱਲਾ ਹੰਝੂਆਂ ਨਾਲ ਭਿੱਜਿਆ ਹੋਇਆ ਸੀ। ਉਸ ਨੇ ਅੱਜ ਲਗਭਗ ਦੋ ਸਾਲਾਂ ਬਾਅਦ ਪ੍ਰਤਾਪ ਵੱਲ ਸੇਜਲ ਅੱਖਾਂ ਨਾਲ ਵੇਖਿਆ ਤੇ ਕਿਹਾ—"ਲੱਲੂ! ਮੈਂ ਕਿਵੇਂ ਸਹਾਂਗੀ ?"

ਪ੍ਰਤਾਪ ਦੀਆਂ ਅੱਖਾਂ ਵਿਚ ਹੰਝੂ ਨਾ ਆਏ। ਉਸ ਦਾ ਗਲਾ ਵੀ ਨਹੀਂ ਭਰਿਆ। ਉਸ ਨੇ ਦ੍ਰਿੜਤਾ ਨਾਲ ਕਿਹਾ—"ਰੱਬ ਤੈਨੂੰ ਧੀਰਜ ਧਰਨ ਦੀ ਤਾਕਤ ਬਖ਼ਸ਼ੇਗਾ!"

ਬਿਰਜਨ ਦਾ ਸਿਰ ਝੁਕ ਗਿਆ। ਅੱਖਾਂ ਜ਼ਮੀਨ 'ਤੇ ਗੱਡੀਆਂ ਗਈਆਂ ਤੇ ਇੱਕ ਆਹ ਭਰ ਕੇ ਦਿਲ ਦੇ ਦਰਦ ਦੀ ਉਹ ਤ੍ਰਾਸਦਿਕ ਕਹਾਣੀ ਪ੍ਰਗਟ ਕੀਤੀ, ਜਿਸ ਦਾ ਜ਼ੁਬਾਨ ਨਾਲ ਪ੍ਰਗਟ ਹੋਣਾ ਨਾਮੁਮਕਿਨ ਸੀ।

ਵਿਦਾਈ ਦਾ ਦਿਨ ਕੁੜੀ ਲਈ ਕਿੰਨਾ ਸ਼ੋਕਮਈ ਹੁੰਦਾ ਹੈ। ਬਚਪਨ ਦੀਆਂ ਸਾਰੀਆਂ ਸਖੀਆਂ-ਸਹੇਲੀਆਂ, ਮਾਤਾ-ਪਿਤਾ, ਭੈਣ-ਭਰਾਵਾਂ ਨਾਲੋਂ ਨਾਤਾ ਟੁੱਟ ਜਾਂਦਾ ਹੈ। ਇਹ ਨੁਕਤਾ ਕਿ ਮੈਂ ਫਿਰ ਵੀ ਇਸ ਘਰ ਵਿੱਚ ਮਿਲਣ ਲਈ ਆ ਸਕਾਂਗੀ, ਉਸ ਨੂੰ ਜ਼ਰਾ ਵੀ ਸੰਤੋਖ ਨਹੀਂ ਬਖ਼ਸ਼ਦਾ। ਕਿਉਂ ਕਿ ਹੁਣ ਉਹ ਆਏਗੀ ਤਾਂ ਪ੍ਰਾਹੁਣੀ ਬਣ ਕੇ ਆਏਗੀ। ਉਨ੍ਹਾਂ ਲੋਕਾਂ ਤੋਂ ਵਿਛੜਨਾ, ਜਿਨ੍ਹਾਂ ਨਾਲ ਜ਼ਿੰਦਗੀ ਦੇ ਵਿਹੜੇ ਵਿਚ ਖੇਡਣਾ ਤੇ ਆਜ਼ਾਦੀ ਦੇ ਬਗ਼ੀਚੇ ਵਿਚ ਸੈਰ ਕਰਨਾ ਮਿਲਦਾ ਹੋਵੇ, ਉਸ ਦੇ ਦਿਲ ਨੂੰ ਦੋਫਾੜ ਕਰ ਦਿੰਦਾ ਹੈ। ਅੱਜ ਤੋਂ ਉਸ ਦੇ ਸਿਰ 'ਤੇ ਅਜਿਹਾ ਬੋਝ ਆ ਪੈਂਦਾ ਹੈ, ਜਿਹੜਾ ਮਰਨ ਤੋਂ ਬਾਅਦ ਤੱਕ ਵੀ ਨਹੀਂ ਲਹਿੰਦਾ।

ਬਿਰਜਨ ਦਾ ਹਾਰ-ਸ਼ਿੰਗਾਰ ਹੋ ਰਿਹਾ ਸੀ। ਨੈਣ (ਨਾਇਨ) ਉਸਦੇ ਹੱਥਾਂ-ਪੈਰਾਂ 'ਤੇ ਮਹਿੰਦੀ ਲਗਾ ਰਹੀ ਸੀ। ਕੋਈ ਉਸ ਦੇ ਵਾਲ ਗੁੰਦ ਰਹੀ ਸੀ। ਕੋਈ ਜੂੜੇ ਵਿਚ ਸੁਗੰਧੀਆਂ ਰਚਾ ਰਹੀ ਸੀ, ਪਰ ਜਿਸ ਦੇ ਲਈ ਇਹ ਤਿਆਰੀਆਂ ਹੋ ਰਹੀਆਂ ਸਨ, ਉਹ ਜ਼ਮੀਨ 'ਤੇ ਹੰਝੂਆਂ ਦੇ ਮੋਤੀ ਬਿਖੇਰ ਰਹੀ ਸੀ। ਏਨੇ ਨੂੰ ਬਾਹਰੋਂ ਸੁਨੇਹਾ ਆਇਆ ਕਿ ਮਹੂਰਤ ਲੰਘੀ ਜਾਂਦਾ ਹੈ, ਜਲਦੀ ਕਰੋ। ਸੁਵਾਮਾ ਕੋਲ ਹੀ ਖੜੀ ਸੀ। ਬਿਰਜਨ ਉਸ ਦੇ ਗਲ ਨਾਲ ਚਿੰਬੜ ਗਈ ਤੇ ਹੰਝੂਆਂ ਦੇ ਹੜ੍ਹ ਦਾ ਅਜਿਹਾ ਆਤੰਕ, ਜਿਹੜਾ ਹੁਣ ਤੱਕ ਠੰਢੀ ਹੋਈ ਅੱਗ ਦੀ ਤਰ੍ਹਾਂ ਅੰਦਰੋਂ-ਅੰਦਰੀ ਸੁਲਘ ਰਿਹਾ ਸੀ, ਅਚਾਨਕ ਅਜਿਹਾ ਭੜਕ ਉਠਿਆ, ਜਿਵੇਂ ਕਿਸੇ ਨੇ ਬਲਦੀ 'ਤੇ ਤੇਲ ਪਾ ਦਿੱਤਾ ਹੋਵੇ।

ਥੋੜ੍ਹੇ ਚਿਰ ਵਿਚ ਡੋਲੀ ਬੂਹੇ 'ਤੇ ਆ ਗਈ। ਬਿਰਜਨ ਗੁਆਂਢ ਦੀਆਂ ਔਰਤਾਂ ਨਾਲ ਗਲੇ ਮਿਲੀ। ਸੁਵਾਮਾ ਦੇ ਪੈਰ ਛੂਹੇ, ਫੇਰ ਦੋ-ਤਿੰਨ ਔਰਤਾਂ ਨੇ ਉਸ ਨੂੰ ਡੋਲੀ ਵਿਚ ਬਿਠਾ ਦਿੱਤਾ। ਉਧਰ ਡੋਲੀ ਤੁਰੀ, ਏਧਰ ਸੁਵਾਮਾ ਚੱਕਰ ਖਾ ਕੇ ਜ਼ਮੀਨ 'ਤੇ ਡਿੱਗ ਪਈ, ਜਿਵੇਂ ਉਸ ਦੇ ਜਿਊਂਦੇ ਜੀਅ ਕੋਈ ਉਸ ਦੀ ਜਾਨ ਕੱਢ ਕੇ ਲੈ ਗਿਆ ਹੋਵੇ। ਘਰ ਸੁੰਨਾ ਹੋ

ਗਿਆ ਸੀ। ਸੈਂਕੜੇ ਔਰਤਾਂ ਦਾ ਜਮਾਵੜਾ ਸੀ, ਪਰ ਇਕ ਬਿਰਜਨ ਦੇ ਬਿਨਾਂ ਤਾਂ ਘਰ ਖਾਣ ਨੂੰ ਪੈਂਦਾ ਸੀ।

12.
ਕਮਲਾਚਰਣ ਦੇ ਦੋਸਤ

ਜਿਵੇਂ ਸੰਧੂਰ ਦੀ ਲਾਲੀ ਨਾਲ ਮਾਂਗ ਰਚ ਜਾਂਦੀ ਹੈ, ਉਵੇਂ ਹੀ ਬਿਰਜਨ ਦੇ ਆਉਣ ਨਾਲ ਪ੍ਰੇਮਵਤੀ ਦੇ ਘਰ ਦੀ ਰੌਣਕ ਵਧ ਗਈ। ਸੁਵਾਮਾ ਨੇ ਉਸ ਨੂੰ ਅਜਿਹੇ ਗੁਣ ਦਿੱਤੇ ਸਨ ਕਿ ਜਿਸ ਨੇ ਵੇਖਿਆ, ਮੋਹਿਤ ਹੋ ਗਿਆ। ਇਥੋਂ ਤੱਕ ਕਿ ਸੇਵਤੀ ਦੀ ਸਹੇਲੀ ਰਾਣੀ ਨੂੰ ਵੀ ਪ੍ਰੇਮਵਤੀ ਦੇ ਸਾਹਮਣੇ ਮੰਨਣਾ ਪਿਆ ਕਿ ਤੇਰੀ ਛੋਟੀ ਨੂੰਹ ਨੇ ਸਾਡਾ ਸਾਰੀਆਂ ਦਾ ਰੰਗ ਫਿੱਕਾ ਪਾ ਦਿੱਤਾ ਹੈ। ਸੇਵਤੀ ਉਸ ਨਾਲ ਸਾਰਾ-ਸਾਰਾ ਦਿਨ ਗੱਲਾਂ ਕਰਦੀ ਅਤੇ ਉਸਦਾ ਭੋਰਾ ਜੀਅ ਨਾ ਭਰਦਾ। ਉਸ ਨੂੰ ਆਪਣੇ ਗਾਉਣ 'ਤੇ ਬੜਾ ਮਾਣ ਸੀ, ਪਰ ਇਸ ਖੇਤਰ ਵਿਚ ਵੀ ਬਿਰਜਨ ਨੇ ਬਾਜ਼ੀ ਮਾਰ ਲਈ।

ਹੁਣ ਕਮਲਾਚਰਣ ਦੇ ਦੋਸਤਾਂ ਨੇ ਅਰਜ਼ੋਈਆਂ ਕਰਨੀਆਂ ਸ਼ੁਰੂ ਕਰ ਦਿੱਤੀਆਂ ਕਿ 'ਬਈ ਨਵੀਂ ਵਹੁਟੀ ਘਰੇ ਲਿਆਇਆ ਐਂ, ਕੁਝ ਦੋਸਤਾਂ ਦੀ ਵੀ ਤਾਂ ਫ਼ਿਕਰ ਕਰ। ਸੁਣਿਐ ਕਿ ਦਰਜੇ ਦੀ ਖ਼ੂਬਸੂਰਤ ਐ।'

ਕਮਲਾਚਰਣ ਨੂੰ ਰੁਪਏ ਤਾਂ ਸਹੁਰਿਆਂ ਤੋਂ ਮਿਲੇ ਹੀ ਸਨ, ਜੇਬ ਖਣਖਣਾ ਕੇ ਬੋਲੇ—"ਯਾਰੋ, ਦਾਅਵਤਾਂ ਖਾਓ, ਸ਼ਰਾਬਾਂ ਉਡਾਓ। ਪਰ ਹਾਂ, ਬਹੁਤਾ ਰੌਲਾ ਨਾ ਪਾਇਓ, ਨਹੀਂ ਤਾਂ ਕਿਤੇ ਅੰਦਰ ਬੈਠੀ ਸਮਝੇਗੀ ਕਿ ਇਹ ਤਾਂ ਬਦਮਾਸ਼ ਨੇ। ਜਦੋਂ ਤੋਂ ਉਹ ਘਰ ਆਈ ਐ, ਮੇਰੇ ਤਾਂ ਹੋਸ਼ ਹੀ ਤਿੱਤਰ ਨੇ। ਸੁਣਿਐ ਅੰਗਰੇਜ਼ੀ, ਫ਼ਾਰਸੀ, ਸੰਸਕ੍ਰਿਤ ਤੇ ਹੋਰ ਵੀ ਅਟਰਮ-ਪਟਰਮ ਰੱਟੀ ਬੈਠੀ ਐ। ਮੈਂ ਤਾਂ ਡਰਦਾਂ, ਕਿਤੇ ਅੰਗਰੇਜ਼ੀ ਵਿਚ ਕੁਝ ਪੁੱਛ ਬੈਠੀ ਜਾਂ ਫ਼ਾਰਸੀ ਵਿਚ ਗੱਲਾਂ ਕਰਨ ਲੱਗੀ, ਤਾਂ ਮੂੰਹ ਤੱਕਦੇ ਰਹਿਣ ਦੇ ਇਲਾਵਾ ਮੈਂ ਕੀ ਕਰਾਂਗਾ? ਇਸੇ ਲਈ ਅਜੇ ਨਜ਼ਰਾਂ ਬਚਾਉਂਦਾ ਫਿਰਦਾਂ।"

ਉਂਜ ਤਾਂ ਕਮਲਾਚਰਣ ਦੇ ਦੋਸਤਾਂ ਦੀ ਗਿਣਤੀ ਅਣਗਿਣਤ ਸੀ। ਸ਼ਹਿਰ ਦੇ ਜਿੰਨੇ ਕਬੂਤਰਬਾਜ਼, ਲਫ਼ੰਡਰਬਾਜ਼ ਬਦਮਾਸ਼ ਸਨ, ਸਾਰੇ ਉਸ ਦੇ ਦੋਸਤ ਸਨ। ਪਰ ਸੱਚੇ ਦੋਸਤਾਂ ਵਿਚੋਂ ਸਿਰਫ਼ ਪੰਜ ਸੱਜਣ ਸਨ ਤੇ ਸਾਰੇ ਦੇ ਸਾਰੇ ਕੰਗਾਲ ਤੇ ਲੋਟੂ ਸਨ। ਇਨ੍ਹਾਂ ਵਿਚੋਂ ਸਭ ਤੋਂ ਵੱਧ ਪੜ੍ਹੇ-ਲਿਖੇ ਮੀਆਂ ਮਜੀਦ ਸਨ। ਉਹ ਕਚਹਿਰੀ ਵਿਚ ਅਰਜ਼ੀ-ਨਵੀਸ ਸਨ। ਜੋ ਕੁਝ ਖੱਟਦੇ, ਉਹ ਸਾਰਾ ਸ਼ਰਾਬ ਦੀ ਭੇਟ ਚੜ੍ਹਾ ਦਿੰਦੇ। ਦੂਜਾ ਨੰਬਰ ਹਮੀਦ ਖ਼ਾਂ ਦਾ ਸੀ। ਇਨ੍ਹਾਂ ਮਹਾਂਪੁਰਖਾਂ ਨੂੰ ਜੱਦੀ-ਪੁਸ਼ਤੀ ਜਾਇਦਾਦ ਮਿਲੀ ਸੀ, ਪਰ ਤਿੰਨ ਸਾਲਾਂ ਵਿਚ ਹੀ ਸਾਰਾ ਕੁਝ ਐਸ਼ੋ-ਆਰਾਮ ਤੇ ਵਿਲਾਸਤਾ ਵਿਚ ਲੁਟਾ ਦਿੱਤਾ। ਹੁਣ ਇਹ ਅਦਾ ਸੀ ਕਿ ਸ਼ਾਮ ਨੂੰ ਸਜ-ਧਜ ਕੇ ਗਲੀਆਂ ਵਿੱਚ ਉੱਡਦੀ ਧੂੜ ਫ਼ਕਦੇ ਫਿਰਦੇ ਸਨ। ਤੀਜੇ ਹਜ਼ਰਤ ਸਈਅਦ ਹੁਸੈਨ ਸਨ—ਪੱਕੇ ਜੁਆਰੀ, ਪੈਂਤੜੇਬਾਜ਼, ਸੈਂਕੜਿਆਂ ਦੇ ਦਾਅ ਲਗਾਉਣ ਵਾਲੇ, ਬੀਵੀ ਦੇ ਗਹਿਣਿਆਂ 'ਤੇ ਹੱਥ ਸਾਫ਼ ਕਰਨਾ ਤਾਂ ਇਨ੍ਹਾਂ ਦਾ ਨਿੱਤ ਦਾ ਸ਼ੁਗਲ ਸੀ। ਬਾਕੀ ਦੋ ਸੱਜਣ

ਰਾਮ ਸੇਵਕਲਾਲ ਤੇ ਚੰਦੂਲਾਲ ਕਚਹਿਰੀ ਵਿਚ ਨੌਕਰ ਸਨ। ਤਨਖ਼ਾਹ ਘੱਟ, ਪਰ ਉਪਰਲੀ ਕਮਾਈ ਕਾਫ਼ੀ ਸੀ। ਅੱਧੀ ਤਾਂ ਸ਼ਰਾਬ ਦੀ ਭੇਟ ਚਾੜ੍ਹਦੇ, ਅੱਧੀ ਭੋਗ-ਵਿਲਾਸ ਵਿਚ ਉਡਾਉਂਦੇ। ਘਰੇ ਲੋਕ ਭੁੱਖੇ ਮਰਨ ਜਾਂ ਭੀਖ ਮੰਗਣ, ਇਨ੍ਹਾਂ ਨੂੰ ਸਿਰਫ ਆਪਣੇ ਸੁੱਖ ਤੱਕ ਮਤਲਬ ਸੀ।

ਸਲਾਹ ਤਾਂ ਬਣਾ ਹੀ ਲਈ ਸੀ। ਅੱਠ ਵਜੇ ਤੱਕ ਡਿਪਟੀ ਸਾਹਿਬ ਲੇਟੇ ਤਾਂ ਇਹ ਪੰਜੇ ਜਣੇ ਇਕੱਠੇ ਹੋ ਗਏ ਤੇ ਸ਼ਰਾਬਾਂ ਦੇ ਦੌਰ ਚੱਲਣ ਲੱਗੇ। ਪੰਜੇ ਸ਼ਰਾਬ ਪੀਣ ਵਿਚ ਇਕ-ਦੂਜੇ ਤੋਂ ਵੱਧ ਸਨ। ਜਦ ਨਸ਼ੇ ਦਾ ਰੰਗ ਖਿੜਿਆ, ਬਹਿਕ-ਬਹਿਕ ਕੇ ਗੱਲਾਂ ਕਰਨ ਲੱਗੇ।

ਮਜੀਦ—"ਕਿਉਂ ਬਈ ਕਮਲਾਚਰਣ, ਸੱਚ ਦੱਸੀਂ, ਬੀਵੀ ਨੂੰ ਵੇਖ ਕੇ ਚਿੱਤ ਖ਼ੁਸ਼ ਹੋਇਐ ਕਿ ਨਹੀਂ ?"

ਕਮਲਾ—"ਹੁਣ ਤੁਸੀਂ ਖਿੜਨ ਲੱਗ ਪਏ ਓਂ, ਕਿਉਂ ?"

ਰਾਮਸੇਵਕ—"ਦੱਸ ਕਿਉਂ ਨਹੀਂ ਦਿੰਦਾ, ਇਹਦੇ ਵਿਚ ਸੰਗਣ ਦੀ ਕਿਹੜੀ ਗੱਲ ਐ ?"

ਕਮਲਾ—"ਦੱਸ ਕੀ ਆਪਣਾ ਸਿਰ ਦਿਆਂ, ਕਦੇ ਸਾਹਮਣੇ ਜਾਣ ਦਾ ਸੰਜੋਗ ਤਾਂ ਜੁੜਿਆ ਹੋਵੇ। ਕੱਲ੍ਹ ਦਰਵਾਜ਼ੇ ਦੀ ਝੀਥ ਵਿਚੋਂ ਇਕ ਵਾਰ ਵੇਖ ਲਿਆ ਸੀ, ਅਜੇ ਤੱਕ ਤਸਵੀਰ ਅੱਖਾਂ ਮੂਹਰੇ ਘੁੰਮੀ ਜਾਂਦੀ ਐ।"

ਚੰਦੂਲਾਲ—"ਯਾਰ, ਤੂੰ ਬੜਾ ਖ਼ੁਸ਼ਕਿਸਮਤ ਐਂ।"

ਕਮਲਾ—"ਏਨਾ ਬੌਂਦਲ ਗਿਆ ਕਿ ਡਿੱਗਦਿਆਂ-ਡਿੱਗਦਿਆਂ ਬਚਿਆ। ਬਸ, ਹੂਰ ਸਮਝ ਲਓ।"

ਮਜੀਦ—"ਤਾਂ ਬਈ, ਇਹ ਯਾਰੀ ਕਿਸ ਦਿਨ ਕੰਮ ਆਉਣੀ ਐ। ਇਕ ਨਜ਼ਰ ਸਾਡੀ ਵੀ ਪੁਆ।"

ਸਈਅਦ—"ਬੇਸ਼ੱਕ, ਦੋਸਤੀ ਦੇ ਤਾਂ ਇਹੀ ਮਾਇਨੇ ਨੇ ਕਿ ਆਪਸ ਵਿੱਚ ਕੋਈ ਪਰਦਾ ਨਾ ਰਵੇ।"

ਚੰਦੂਲਾਲ—"ਦੋਸਤੀ 'ਚ ਕਾਹਦਾ ਪਰਦਾ ? ਅੰਗਰੇਜ਼ਾਂ ਨੂੰ ਵੇਖੋ, ਬੀਵੀ ਡੋਲੀ 'ਚੋਂ ਉੱਤਰੀ ਨਹੀਂ ਕਿ ਯਾਰ-ਬੇਲੀ ਹੱਥ ਮਿਲਾਉਣ ਲੱਗਦੇ ਨੇ।"

ਰਾਮਸੇਵਕ—"ਮੈਨੂੰ ਤਾਂ ਦੇਖੇ ਬਿਨਾਂ ਚੈਨ ਨ੍ਹੀਂ ਆਉਣਾ।"

ਕਮਲਾ—"(ਇੱਕ ਧੱਫਾ ਮਾਰ ਕੇ) ਜ਼ੁਬਾਨ ਖਿੱਚ ਲਵਾਂਗਾ, ਸਮਝਿਆ ?"

ਰਾਮਸੇਵਕ—"ਕੋਈ ਫ਼ਿਕਰ ਨਹੀਂ, ਅੱਖਾਂ ਤਾਂ ਵੇਖਣ ਨੂੰ ਰਹਿਣਗੀਆਂ।"

ਮਜੀਦ—"ਬਈ ਕਮਲਾਚਰਣ, ਬੁਰਾ ਮਨਾਉਣ ਦੀ ਗੱਲ ਨਹੀਂ ਐ, ਹੁਣ ਇਸ ਵੇਲੇ ਤੇਰਾ ਫ਼ਰਜ਼ ਐ ਕਿ ਦੋਸਤਾਂ ਦੀ ਫ਼ਰਮਾਇਸ਼ ਪੂਰੀ ਕਰ।"

ਕਮਲਾ—"ਓ ਯਾਰ! ਤਾਂ ਮੈਂ 'ਮਨ੍ਹਾ' ਕਦ ਕਰਦਾਂ ?"

ਚੰਦੂਲਾਲ—"ਜਿਊਂਦਾ ਰਹਿ ਮੇਰੇ ਸ਼ੇਰਾ! ਇਹੀ ਤਾਂ ਮਰਦਾਂ ਦੀ ਨਿਸ਼ਾਨੀ ਐ। ਤਾਂ ਅਸੀਂ ਲੋਕ ਸਜ-ਧਜ ਕੇ ਆ ਜਾਈਏ, ਕਿਉਂ ਠੀਕ ਐ ?"

ਕਮਲਾ—"ਬਿਲਕੁਲ, ਬੱਸ ਭੋਰਾ ਮੂੰਹ 'ਤੇ ਕਾਲਖ਼ ਮਲ ਲਓ, ਏਨਾ ਹੀ ਕਾਫ਼ੀ ਐ।"

ਸਈਅਦ—"ਤਾਂ ਅੱਜ ਪੱਕਾ ਐ ਨਾ!"

ਇਧਰ ਤਾਂ ਸ਼ਰਾਬਾਂ ਉੱਡ ਰਹੀਆਂ ਸਨ, ਉਧਰ ਬਿਰਜਨ ਪਲੰਘ 'ਤੇ ਲੇਟੀ ਹੋਈ ਸੋਚਾਂ ਵਿਚ ਖੁੱਭੀ ਹੋਈ ਸੀ। ਬਚਪਨ ਦੇ ਦਿਨ ਵੀ ਕਿੰਨੇ ਚੰਗੇ ਹੁੰਦੇ ਹਨ। ਜੇਕਰ ਉਹ ਦਿਨ ਇਕ ਵਾਰ ਫਿਰ ਪਰਤ ਆਉਂਦੇ! ਆਹ! ਕਿੰਨੀ ਚੰਗੀ ਜ਼ਿੰਦਗੀ ਸੀ! ਦੁਨੀਆਂ ਪਿਆਰ ਤੇ ਮੋਹ ਦੀ ਖਾਨ ਸੀ। ਕੀ ਉਹ ਕੋਈ ਅਵੱਲੀ ਦੁਨੀਆਂ ਸੀ ? ਕੀ ਉਨ੍ਹੀਂ ਦਿਨੀਂ ਦੁਨੀਆਂ ਦੀਆਂ ਸ਼ੈਆਂ ਬਹੁਤ ਖ਼ੂਬਸੂਰਤ ਹੁੰਦੀਆਂ ਸਨ ? ਇਨ੍ਹਾਂ ਸੋਚਾਂ ਵਿੱਚ ਡੁੱਬਿਆਂ ਹੀ ਅੱਖ ਲੱਗ ਗਈ ਤੇ ਬਚਪਨ ਦੀ ਇਕ ਘਟਨਾ ਉਸ ਦੀਆਂ ਅੱਖਾਂ ਅੱਗੇ ਘੁੰਮਣ ਲੱਗੀ। ਲੱਲੂ ਨੇ ਉਸ ਦੀ ਗੁੱਡੀ ਤਰੋੜ-ਮਰੋੜ ਦਿੱਤੀ ਉਸ ਨੇ ਉਸ ਦੀ ਕਿਤਾਬ ਦੇ ਦੋ ਪੰਨੇ ਫਾੜ ਦਿੱਤੇ। ਤਦ ਲੱਲੂ ਨੇ ਉਸ ਦੀ ਪਿੱਠ 'ਤੇ ਜ਼ੋਰ ਨਾਲ ਚੂੰਡੀ ਵੱਢੀ ਤੇ ਬਾਹਰ ਵੱਲ ਭੱਜ ਗਿਆ। ਉਹ ਰੋਣ ਲੱਗ ਪਈ ਤੇ ਲੱਲੂ ਨੂੰ ਕੋਸਣ ਵੀ ਲੱਗੀ ਕਿ ਸੁਵਾਮਾ ਲੱਲੂ ਦਾ ਹੱਥ ਫੜੀ ਆਈ ਤੇ ਬੋਲੀ—"ਕਿਉਂ ਮੇਰੀ ਧੀ, ਇਹਨੇ ਤੈਨੂੰ ਮਾਰਿਐ ਨਾ ? ਇਹ ਬਹੁਤ ਮਾਰ ਮਾਰ ਕੇ ਭੱਜਦੈ। ਅੱਜ ਇਹਦੀ ਖ਼ਬਰ ਲੈਨੀ ਆਂ। ਲਿਆ ਦੇਖਾਂ, ਕਿਥੇ ਮਾਰਿਐ।" ਲੱਲੂ ਨੇ ਡੌਰ-ਭੌਰ ਅੱਖਾਂ ਨਾਲ ਬਿਰਜਨ ਵੱਲ ਵੇਖਿਆ। ਤਦ ਬਿਰਜਨ ਨੇ ਮੁਸਕਰਾ ਕੇ ਕਿਹਾ—"ਮੈਨੂੰ ਇਹਨੇ ਕਦ ਮਾਰਿਐ। ਇਹ ਮੈਨੂੰ ਕਦੇ ਨਹੀਂ ਮਾਰਦਾ।" ਇਹ ਕਹਿ ਕੇ ਉਸ ਨੇ ਉਸ ਦਾ ਹੱਥ ਫੜ ਲਿਆ। ਆਪਣੇ ਹਿੱਸੇ ਦੀ ਮਿਠਿਆਈ ਖੁਆਈ ਤੇ ਫੇਰ ਦੋਨੋਂ ਰਲ ਕੇ ਖੇਡਣ ਲੱਗੇ। ਪਰ ਉਹ ਵੇਲਾ ਹੁਣ ਕਿੱਥੇ ?

ਕਾਫ਼ੀ ਰਾਤ ਬੀਤ ਚੁੱਕੀ ਸੀ, ਅਚਾਨਕ ਬਿਰਜਨ ਨੂੰ ਮਹਿਸੂਸ ਹੋਇਆ ਕਿ ਕੋਈ ਸਾਹਮਣੇ ਵਾਲੀ ਕੰਧ 'ਤੇ ਸੱਟਾਂ ਮਾਰ ਰਿਹਾ ਹੈ। ਉਸ ਨੇ ਕੰਨ ਲਗਾ ਕੇ ਸੁਣਿਆ। ਲਗਾਤਾਰ ਆਵਾਜ਼ਾਂ ਆ ਰਹੀਆਂ ਸਨ। ਕਦੇ ਰੁਕ ਜਾਂਦੀਆਂ, ਫੇਰ ਸੁਣਾਈ ਦੇਣ ਲੱਗਦੀਆਂ। ਥੋੜ੍ਹੀ ਦੇਰ ਵਿਚ ਮਿੱਟੀ ਡਿੱਗਣ ਲੱਗੀ। ਡਰ ਦੇ ਮਾਰੇ ਬਿਰਜਨ ਦੇ ਹੱਥ-ਪੈਰ ਫੁੱਲਣ ਲੱਗੇ। ਕਾਲਜਾ ਜ਼ੋਰ-ਜ਼ੋਰ ਨਾਲ ਧੜਕਣ ਲੱਗਿਆ। ਜੀਅ ਕੈੜਾ ਜਿਹਾ ਕਰ ਕੇ ਉਠੀ ਤੇ ਮਹਾਰਾਜਨ ਨੂੰ ਹਲੂਣਨ ਲੱਗੀ। ਉਸ ਦੀ ਘਿੱਗੀ ਬੱਝੀ ਹੋਈ ਸੀ। ਏਨੇ ਨੂੰ ਮਿੱਟੀ ਦਾ ਇਕ ਵੱਡਾ ਸਾਰਾ ਢੇਲਾ ਸਾਹਮਣੇ ਆ ਡਿੱਗਿਆ। ਮਹਾਰਾਜਨ ਹੜਬੜਾ ਕੇ ਉਠ ਬੈਠੀ। ਦੋਨਾਂ ਨੂੰ ਯਕੀਨ ਹੋ ਗਿਆ ਸੀ ਕਿ ਚੋਰ ਆਏ ਨੇ। ਮਹਾਰਾਜਨ ਚੁਸਤ ਜ਼ਨਾਨੀ ਸੀ। ਸੋਚਿਆ ਕਿ ਚੀਖਾਂਗੀ ਤਾਂ ਚੋਰਾਂ ਦੇ ਕੰਨ ਖੜੇ ਹੋ ਜਾਣਗੇ। ਉਸ ਨੇ ਸੁਣਿਆ ਹੋਇਆ ਸੀ ਕਿ ਚੋਰ ਸੰਨ੍ਹ ਵਿੱਚ ਪਹਿਲਾਂ ਪੈਰ ਪਾ ਕੇ ਵੇਖਦੇ ਨੇ, ਫੇਰ ਆਪ ਵੜਦੇ ਨੇ। ਉਸ ਨੇ ਇਕ ਡੰਡਾ ਚੁੱਕ ਲਿਆ ਕਿ ਜਦ ਪੈਰ ਪਾਏਗਾ ਤਾਂ ਅਜਿਹਾ ਕਸ ਕੇ ਮਾਰਾਂਗੀ ਕਿ ਲੱਤ ਟੁੱਟ ਜਾਏਗੀ। ਪਰ ਚੋਰ ਨੇ ਪੈਰ ਦੀ ਜਗ੍ਹਾ ਸਿਰ ਸੰਨ੍ਹ ਵਿਚੋਂ ਕੱਢਿਆ। ਮਹਾਰਾਜਨ ਤਾਂ ਘਾਤ ਲਾਈ ਬੈਠੀ ਹੀ ਸੀ, ਫੌਰਨ ਡੰਡਾ ਚਲਾ ਦਿੱਤਾ। ਖੜਾਕੇ ਦੀ ਆਵਾਜ਼ ਆਈ। ਚੋਰ ਨੇ ਝੱਟ ਸਿਰ ਖਿਚ ਲਿਆ ਤੇ ਇਹ ਕਹਿੰਦਾ ਹੋਇਆ ਸੁਣਾਈ ਦਿੱਤਾ—"ਆਹ! ਮਾਰ 'ਤਾ, ਖੋਪੜੀ ਹਿੱਲ ਗਈ।" ਫੇਰ ਕਈ ਬੰਦਿਆਂ ਦੇ ਹੱਸਣ ਦੀ ਆਵਾਜ਼ ਆਈ ਤੇ ਉਸ ਤੋਂ ਬਾਅਦ ਸੰਨਾਟਾ ਪਸਰ ਗਿਆ। ਏਨੇ ਨੂੰ ਹੋਰ ਲੋਕਾਂ ਵਿੱਚ ਵੀ ਭਗਦੜ ਮੱਚ ਗਈ ਤੇ ਬਾਕੀ ਰਾਤ ਗੱਲਾਂ-ਬਾਤਾਂ ਵਿਚ ਹੀ ਲੰਘੀ।

ਤੜਕੇ ਸਵੇਰ ਜਦ ਕਮਲਾਚਰਣ ਘਰੇ ਆਏ ਤਾਂ ਅੱਖਾਂ ਲਾਲ ਸਨ ਤੇ ਸਿਰ ਸੁੱਜਿਆ ਹੋਇਆ ਸੀ। ਮਹਾਰਾਜਨ ਨੇ ਨੇੜੇ ਜਾ ਕੇ ਵੇਖਿਆ, ਫੇਰ ਆ ਕੇ ਬਿਰਜਨ ਨੂੰ ਕਿਹਾ—"ਨੂੰਹ ਰਾਣੀਏ, ਇਕ ਗੱਲ ਕਹਾਂ, ਬੁਰਾ ਤਾਂ ਨੀਂ ਮੰਨੇਂਗੀ ?"

ਬਿਰਜਨ—"ਬੁਰਾ ਕਿਉਂ ਮੰਨਾਂਗੀ, ਕਹਿ ਕੀ ਕਹਿੰਨੀ ਐਂ?"

ਮਹਾਰਾਜਨ—"ਰਾਤੀਂ ਜਿਹੜੀ ਸੰਨ੍ਹ ਲੱਗੀ ਸੀ, ਉਹ ਚੋਰਾਂ ਨੇ ਨਹੀਂ ਲਾਈ ਸੀ।"

ਬਿਰਜਨ—"ਫੇਰ, ਹੋਰ ਕੌਣ ਸੀ?"

ਮਹਾਰਾਜਨ—"ਘਰ ਦੇ ਹੀ ਭੇਤੀ ਸੀ। ਬਾਹਰਲੇ ਕੋਈ ਨ੍ਹੀਂ ਸੀ।"

ਬਿਰਜਨ—"ਕੀ ਕਿਸੇ ਕਹਾਰ ਦੀ ਸ਼ਰਾਰਤ ਸੀ?"

ਮਹਾਰਾਜਨ—"ਨਹੀਂ, ਕਹਾਰਾਂ 'ਚ ਏਦਾਂ ਦਾ ਕੋਈ ਨ੍ਹੀਂ ਐ।"

ਬਿਰਜਨ—"ਫੇਰ ਕੌਣ ਸੀ, ਸਾਫ਼ ਕਿਉਂ ਨ੍ਹੀਂ ਦੱਸਦੀ?"

ਮਹਾਰਾਜਨ—"ਮੇਰੀ ਜਾਚੇ ਤਾਂ ਛੋਟੇ ਬਾਬੂ ਜੀ ਸੀ। ਮੈਂ ਜੋ ਡੰਡਾ ਮਾਰਿਆ ਸੀ, ਉਹ ਉਨ੍ਹਾਂ ਦੇ ਸਿਰ 'ਚ ਵੱਜਿਐ। ਸਿਰ ਸੁੱਜਿਆ ਹੋਇਐ।"

ਏਨਾ ਸੁਣਦਿਆਂ ਹੀ ਬਿਰਜਨ ਦੀਆਂ ਤਿਊੜੀਆਂ ਚੜ੍ਹ ਗਈਆਂ। ਚਿਹਰਾ ਤਣ ਗਿਆ। ਖਿਝ ਕੇ ਬੋਲੀ—"ਮਹਾਰਾਜਨ, ਹੋਸ਼ ਸੰਭਾਲ ਕੇ ਗੱਲ ਕਰ। ਤੈਨੂੰ ਇਹ ਕਹਿੰਦਿਆਂ ਸ਼ਰਮ ਨ੍ਹੀਂ ਆਉਂਦੀ। ਤੇਰੀ ਮੇਰੇ ਸਾਹਮਣੇ ਏਦਾਂ ਦੀਆਂ ਗੱਲਾਂ ਕਰਨ ਦੀ ਹਿੰਮਤ ਕਿਵੇਂ ਹੋਈ? ਸਿੱਧਾ ਹੀ ਮੇਰੇ ਮੱਥੇ ਕਲੰਕ ਦਾ ਟਿੱਕਾ ਲਾ ਰਹੀ ਐਂ। ਤੇਰੇ ਬੁਢੇਪੇ 'ਤੇ ਤਰਸ ਆਉਂਦੈ, ਨਹੀਂ ਤਾਂ ਹੁਣੇ ਖੜ੍ਹਿਆਂ-ਖੜ੍ਹਿਆਂ ਹੀ ਤੈਨੂੰ ਇਥੋਂ ਕੱਢਵਾ ਦਿੰਦੀ। ਤਾਂ ਤੈਨੂੰ ਪਤਾ ਲੱਗਦਾ ਕਿ ਜ਼ੁਬਾਨ ਨੂੰ ਕਾਬੂ ਵਿਚ ਨਾ ਰੱਖਣ ਦਾ ਕੀ ਨਤੀਜਾ ਹੁੰਦੈ! ਇਥੋਂ ਚਲੀ ਜਾ, ਤੈਨੂੰ ਦੇਖ ਕੇ ਮੇਰਾ ਪਾਰਾ ਚੜ੍ਹ ਰਿਹੈ। ਤੈਨੂੰ ਏਨਾ ਨਾ ਪਤਾ ਲੱਗਿਆ ਕਿ ਮੈਂ ਕਿਹੋ ਜਿਹੀ ਗੱਲ ਮੂੰਹੋਂ ਕੱਢ ਰਹੀ ਆਂ। ਉਨ੍ਹਾਂ ਨੂੰ ਰੱਬ ਨੇ ਕੀ ਨ੍ਹੀਂ ਦਿੱਤਾ? ਸਾਰਾ ਘਰ ਉਨ੍ਹਾਂ ਦਾ ਐ। ਮੇਰਾ ਜੋ ਕੁਝ ਐ, ਉਨ੍ਹਾਂ ਦਾ ਐ। ਮੈਂ ਤਾਂ ਆਪ ਉਨ੍ਹਾਂ ਦੀ ਦਾਸੀ ਆਂ। ਉਨ੍ਹਾਂ ਬਾਰੇ ਹੀ ਤੂੰ ਅਜਿਹੀ ਗੱਲ ਆਖ ਦਿੱਤੀ।"

ਪਰ ਜਿਸ ਗੱਲ 'ਤੇ ਬਿਰਜਨ ਏਨਾ ਆਪਿਓਂ ਬਾਹਰ ਹੋਈ, ਉਸੇ ਗੱਲ 'ਤੇ ਘਰ ਦੇ ਹੋਰ ਜੀਆਂ ਨੂੰ ਯਕੀਨ ਹੋ ਗਿਆ। ਡਿਪਟੀ ਸਾਹਿਬ ਦੇ ਕੰਨਾਂ ਤੱਕ ਵੀ ਗੱਲ ਪਹੁੰਚੀ। ਉਹ ਕਮਲਾਚਰਣ ਨੂੰ ਉਸ ਤੋਂ ਵੀ ਘਟੀਆ ਬੰਦਾ ਸਮਝਦੇ ਸੀ, ਜਿੰਨਾ ਉਹ ਸੀ। ਡਰ ਲੱਗਿਆ ਕਿ ਕਿਤੇ ਇਹ ਸ੍ਰੀਮਾਨ ਨੂੰਹ ਦੇ ਗਹਿਣਿਆਂ 'ਤੇ ਨਾ ਹੱਥ ਮਾਰਨ, ਚੰਗਾ ਰਹੇਗਾ ਕਿ ਇਸ ਨੂੰ ਹੋਸਟਲ ਭੇਜ ਦਿਆਂ। ਕਮਲਾਚਰਣ ਨੇ ਇਹ ਹੱਲ ਸੁਣਿਆ ਤਾਂ ਬਹੁਤ ਤੜਪਿਆ, ਪਰ ਫੇਰ ਕੁਝ ਸੋਚ ਕੇ ਹੋਸਟਲ ਚਲਾ ਗਿਆ। ਬਿਰਜਨ ਦੇ ਆਉਣ ਤੋਂ ਪਹਿਲਾਂ ਕਈ ਵਾਰ ਇਹ ਸਲਾਹ ਘਰ ਵਿਚ ਹੋਈ ਸੀ, ਪਰ ਕਮਲਾ ਦੀ ਜ਼ਿੱਦ ਦੇ ਅੱਗੇ ਇਕ ਨਹੀਂ ਚੱਲਦੀ ਸੀ। ਇਹ ਤਾਂ ਬੀਵੀ ਦੀਆਂ ਨਜ਼ਰਾਂ ਵਿਚ ਡਿੱਗ ਜਾਣ ਦਾ ਡਰ ਸੀ, ਜੋ ਇਸ ਵਾਰ ਉਸ ਨੂੰ ਹੋਸਟਲ ਲੈ ਗਿਆ।

13.
ਕਾਇਆ-ਕਲਪ

ਪਹਿਲਾ ਦਿਨ ਤਾਂ ਕਮਲਾਚਰਣ ਨੇ ਕਿਸੇ ਤਰ੍ਹਾਂ ਹੋਸਟਲ ਵਿਚ ਕੱਟ ਲਿਆ। ਸਵੇਰ ਤੋਂ ਲੈ ਕੇ ਸ਼ਾਮ ਤੱਕ ਸੌਂਦਾ ਰਿਹਾ। ਦੂਜੇ ਦਿਨ ਯਾਦ ਆਇਆ ਕਿ ਅੱਜ ਤਾਂ ਨਵਾਬ

ਸਾਹਿਬ ਤੇ ਤਿੱਖੇ ਮਿਰਜ਼ਾ ਦੇ ਬਟੇਰਿਆਂ ਵਿਚ ਬੜਾ ਰੌਚਕ ਮੁਕਾਬਲਾ ਹੈ। ਕਿੰਨੇ ਮਸਤ ਪੱਠੇ ਨੇ। ਅੱਜ ਉਨ੍ਹਾਂ ਦੇ ਜੱਫੇ-ਧੱਫੇ ਵੇਖਣ ਵਾਲੇ ਹੋਣਗੇ। ਸਾਰਾ ਸ਼ਹਿਰ ਟੁੱਟ ਪਏ ਤਾਂ ਹੈਰਾਨੀ ਨਹੀਂ ਹੋਏਗੀ। ਕਿੱਡਾ ਮਜ਼ਾਕ ਹੈ ਕਿ ਸ਼ਹਿਰ ਦੇ ਲੋਕ ਤਾਂ ਮਜ਼ੇ ਕਰਨ ਤੇ ਮੈਂ ਪਿਆ-ਪਿਆ ਰੋਈ ਜਾਵਾਂ। ਇਹ ਸੋਚਦਿਆਂ-ਸੋਚਦਿਆਂ ਉਹ ਉਠਿਆ ਤੇ ਪਲਕ ਝਪਕਦਿਆਂ ਹੀ ਅਖਾੜੇ ਵਿਚ ਪਹੁੰਚ ਗਿਆ।

ਇਥੇ ਅੱਜ ਬੜੀ ਭੀੜ ਸੀ। ਇਕ ਮੇਲਾ ਜਿਹਾ ਲੱਗਿਆ ਹੋਇਆ ਸੀ। ਮਾਸ਼ਕੀ ਪਾਣੀ ਛਿੜਕ ਰਹੇ ਸਨ, ਸਿਗਰਟ-ਬੀੜੀ ਵਾਲੇ, ਛਾਬੜੀ ਵਾਲੇ ਤੇ ਜੁਆਰੀ ਸਾਰੇ ਆਪਣੀਆਂ ਆਪਣੀਆਂ ਦੁਕਾਨਾਂ ਸਜਾਈ ਬੈਠੇ ਸਨ। ਸ਼ਹਿਰ ਦੇ ਮਨਚਲੇ ਨੌਜੁਆਨ ਆਪਣੇ ਹੱਥਾਂ ਵਿੱਚ ਬਟੇਰ ਫੜੀ ਜਾਂ ਰੇਸ਼ਮ ਚੜ੍ਹੇ ਅੱਡਿਆਂ (ਲੋਹੇ ਜਾਂ ਲੱਕੜੀ ਦਾ ਢਾਂਚਾ, ਜੋ ਜੁਲਾਹੇ ਖੱਡੀ 'ਤੇ ਬੁਣਾਈ ਕਰਨ ਵੇਲੇ ਆਪਣੀ ਉਂਗਲ 'ਤੇ ਚੜ੍ਹਾਉਂਦੇ ਸਨ) 'ਤੇ ਬੁਲਬੁਲਾਂ ਨੂੰ ਬਿਠਾਈ ਮਟਰਗਸ਼ਤੀ ਕਰ ਰਹੇ ਸਨ। ਕਮਲਾਚਰਣ ਦੇ ਦੋਸਤਾਂ ਦੀ ਇਥੇ ਕੋਈ ਘਾਟ ਨਹੀਂ ਸੀ। ਲੋਕ ਉਸ ਨੂੰ ਖ਼ਾਲੀ ਹੱਥ ਵੇਖਦੇ ਤਾਂ ਪੁੱਛਦੇ—"ਬਈ ਰਾਜਾ ਸਾਅਬ! ਅੱਜ ਖ਼ਾਲੀ ਹੱਥ ਕਿਵੇਂ ?" ਏਨੇ ਨੂੰ ਮੀਆਂ ਸਈਅਦ, ਮਜੀਦ, ਹਮੀਦ ਆਦਿ ਨਸ਼ੇ ਵਿੱਚ ਟੱਲੀ, ਸਿਗਰਟਾਂ ਦੇ ਧੂੰਏਂ ਦੇ ਛੱਲੇ ਉਡਾਉਂਦੇ ਨਜ਼ਰ ਆਏ। ਕਮਲਾਚਰਣ ਨੂੰ ਵੇਖਦਿਆਂ ਸਾਰ ਹੀ ਸਾਰੇ ਦੇ ਸਾਰੇ ਸਿਰ 'ਤੇ ਪੈਰ ਰੱਖ ਕੇ ਭੱਜੇ ਆਏ ਤੇ ਉਸ ਨਾਲ ਚਿੰਬੜ ਗਏ।

ਮਜੀਦ—"ਅੱਜ ਤੂੰ ਕਿਥੇ ਲੋਪ ਹੋ ਗਿਆ ਸੀ ਯਾਰ, ਕੁਰਾਨ ਦੀ ਕਸਮ, ਘਰ ਦੇ ਸੈਂਕੜੇ ਗੇੜੇ ਕੱਢੇ ਹੋਣਗੇ।"

ਰਾਮਸੇਵਕ—"ਅੱਜ ਕੱਲ੍ਹ ਸੁਰਗੀ ਝੂਟਿਆਂ ਦੀਆਂ ਰਾਤਾਂ ਨੇ, ਯਾਰ। ਅੱਖਾਂ ਨ੍ਹੀਂ ਦੇਖਦੇ, ਕਿਵੇਂ ਨਸ਼ਾ ਜਿਹਾ ਚੜ੍ਹਿਆ ਹੋਇਐ।"

ਚੰਦੂਲਾਲ—"ਮਜ਼ੇ ਕਰ ਰਿਹੈਂ ਬੱਚੂ। ਜਦੋਂ ਤੋਂ ਹੁਸਨਾਂ ਦੀ ਪਿਟਾਰੀ ਘਰ 'ਚ ਆਈ ਐ, ਇਹਨੇ ਬਾਜ਼ਾਰ ਦੀ ਸ਼ਕਲ ਤੱਕ ਨ੍ਹੀਂ ਵੇਖੀ। ਜਦ ਵੇਖੋ, ਘਰੇ ਵੜਿਆ ਰਹਿੰਦੈ ਖ਼ੂਬ ਮਜ਼ੇ ਉਡਾ ਲੈ ਬੱਚੂ।"

ਕਮਲਾਚਰਣ—"ਮਜ਼ੇ ਕੀ ਸੁਆਹ ਤੇ ਖੇਹ ਕਰਾਂ ? ਮੈਂ ਤਾਂ ਕੈਦ 'ਚ ਫਸਿਆ ਹੋਇਆਂ। ਤਿੰਨ ਦਿਨਾਂ ਤੋਂ ਬੋਰਡਿੰਗ 'ਚ ਪਿਆਂ।"

ਮਜੀਦ—"ਓਏ ਸੱਚੀਂ! ਖ਼ੁਦਾ ਦੀ ਕਸਮ ?"

ਕਮਲਾਚਰਣ—"ਸੱਚ ਕਹਿਨਾਂ, ਪਰਸੋਂ ਤੋਂ ਮਿੱਟੀ ਪਲੀਤ ਹੋ ਰਹੀ ਐ। ਅੱਜ ਮਸਾਂ ਸਭ ਦੀਆਂ ਅੱਖਾਂ ਤੋਂ ਬਚ ਕੇ ਨਿੱਕਲਿਆਂ।"

ਰਾਮਸੇਵਕ—"ਵਾਹ! ਬਹੁਤ ਖ਼ੂਬ, ਉਹ ਮੁੱਛੜ ਸੁਪਰੀਟੈਂਡੈਂਟ ਝੱਲਾ ਹੋ ਗਿਆ ਹੋਣੈ।"

ਕਮਲਾਚਰਣ—"ਅੱਜ ਦਾ ਇਹ ਫਸਵਾਂ ਭੇੜ ਛੱਡ ਕੇ ਕਿਤਾਬਾਂ ਨਾਲ ਮੱਥਾ ਕੌਣ ਮਾਰਦਾ ਯਾਰ।"

ਸਈਅਦ—"ਯਾਰ, ਅੱਜ ਖਿਸਕ ਆਇਆ ਤਾਂ ਕੀ ਹੋਇਆ ? ਸੱਚ ਤਾਂ ਇਹ ਐ ਕਿ ਤੇਰਾ ਉਥੇ ਰਹਿਣਾ ਬੜੀ ਆਫ਼ਤ ਐ। ਰੋਜ਼ ਤਾਂ ਤੂੰ ਭੱਜਣੋਂ ਰਿਹਾ ਤੇ ਇਥੇ ਤਾਂ ਆਏ ਦਿਨ ਨਵੀਂ ਚਹਿਲ-ਪਹਿਲ, ਨਵੀਆਂ-ਨਰੋਈਆਂ ਬਹਾਰਾਂ, ਕੱਲ੍ਹ ਲਾਲ ਡਿੱਗੀ 'ਤੇ (ਛੋਟਾ

ਤਲਾਅ), ਪਰਸੋਂ ਪ੍ਰੇਟ 'ਤੇ, ਨਰਸੋਂ ਬੇੜਿਆਂ ਦਾ ਮੇਲਾ....ਕਿਥੋਂ ਤੱਕ ਗਿਣਾਵਾਂ ? ਤੇਰਾ ਜਾਣਾ ਵਾਕਈ ਬੁਰਾ ਹੋਇਐ ਯਾਰਾ।"

ਕਮਲਾਚਰਣ—"ਕੱਲ੍ਹ ਦੇ ਪੇਚੇ ਤਾਂ ਮੈਂ ਜ਼ਰੂਰ ਵੇਖੂੰਗਾ, ਚਾਹੇ ਦੁਨੀਆਂ ਕਿਉਂ ਨਾ ਏਧਰ ਦੀ ਉਧਰ ਹੋ ਜਾਵੇ।"

ਸਈਅਦ—"ਤੇ ਬੇੜਿਆਂ ਦਾ ਮੁਕਾਬਲਾ ਜੇ ਨਾ ਵੇਖਿਆ ਤਾਂ ਕੀ ਵੇਖਿਆ।"

ਤੀਜੇ ਪਹਿਰ ਕਮਲਾਚਰਣ ਦੋਸਤਾਂ ਤੋਂ ਵਿਦਾ ਹੋ ਕੇ ਉਦਾਸ ਮਨ ਨਾਲ ਹੋਸਟਲ ਵੱਲ ਹੋ ਤੁਰਿਆ। ਮਨ ਵਿਚ ਇਕ ਚੋਰ ਜਿਹਾ ਬੈਠਾ ਹੋਇਆ ਸੀ। ਦਰਵਾਜ਼ੇ 'ਤੇ ਪਹੁੰਚ ਕੇ ਅੰਦਰ ਝਾਕਣ ਲੱਗਾ ਕਿ ਜੇ ਸੁਪਰੀਟੇਂਡੈਂਟ ਸਾਹਿਬ ਨਾ ਹੋਣ ਤਾਂ ਚੁੱਪ-ਚੁਪੀਤੇ ਖਿਸਕ ਕੇ ਕਮਰੇ ਵਿੱਚ ਜਾ ਵੜਾਂ, ਪਰ ਕੀ ਵੇਖਦਾ ਹੈ ਕਿ ਉਹ ਤਾਂ ਆਪ ਬਾਹਰ ਵੱਲ ਨੂੰ ਹੀ ਆ ਰਹੇ ਹਨ। ਮਨ ਨੂੰ ਚੰਗੀ ਤਰ੍ਹਾਂ ਦ੍ਰਿੜ ਕਰ ਕੇ ਅੰਦਰ ਵੜ ਗਿਆ। ਸੁਪਰੀਟੇਂਡੈਂਟ ਸਾਹਿਬ ਨੇ ਪੁੱਛਿਆ—"ਹੁਣ ਤੱਕ ਕਿਥੇ ਸੀ ?"

"ਇਕ ਜ਼ਰੂਰੀ ਕੰਮੋਂ ਬਾਜ਼ਾਰ ਗਿਆ ਸੀ।"

"ਇਹ ਬਾਜ਼ਾਰ ਜਾਣ ਦਾ ਵੇਲਾ ਨਹੀਂ ਐ।"

"ਮੈਨੂੰ ਪਤਾ ਨਹੀਂ ਸੀ, ਅੱਗੇ ਤੋਂ ਧਿਆਨ ਰੱਖੂੰਗਾ।" ਰਾਤ ਨੂੰ ਜਦ ਕਮਲਾਚਰਣ ਮੰਜੀ 'ਤੇ ਲੇਟਿਆ ਤਾਂ ਸੋਚਣ ਲੱਗਾ.....'ਯਾਰ, ਅੱਜ ਤਾਂ ਬਚ ਗਿਆ, ਪਰ ਮੇਰੀ ਖ਼ੈਰ ਤਾਂ ਤਾਂਹੀਉਂ ਹੈ ਜੇ ਕੱਲ੍ਹ ਬਚ ਜਾਵਾਂ ਤੇ ਪਰਸੋਂ ਵੀ ਸ੍ਰੀਮਾਨ ਜੀ ਦੀ ਅੱਖਾਂ 'ਚ ਘੱਟਾ ਪਾ ਦਿਆਂ। ਕੱਲ੍ਹ ਦਾ ਨਜ਼ਾਰਾ ਵੇਖਣ ਵਾਲਾ ਹੋਏਗਾ। ਪਤੰਗਾਂ ਆਸਮਾਨ ਨਾਲ ਬਾਤਾਂ ਪਾਉਣਗੀਆਂ ਤੇ ਲੰਮੇ-ਲੰਮੇ ਪੇਚੇ ਪੈਣਗੇ'—ਇਹ ਸੋਚਦਿਆਂ-ਸੋਚਦਿਆਂ ਹੀ ਉਹ ਸੌਂ ਗਿਆ। ਦੂਜੇ ਦਿਨ ਤੜਕੇ ਸਵੇਰੇ ਹੀ ਹੋਸਟਲ ਤੋਂ ਭੱਜ ਨਿੱਕਲਿਆ। ਯਾਰ-ਬੇਲੀ ਲਾਲ ਡਿੱਗੀ (ਛੋਟਾ ਤਲਾਅ) 'ਤੇ ਉਸ ਦੀ ਉਡੀਕ ਕਰ ਰਹੇ ਸਨ। ਦੇਖਦਿਆਂ ਹੀ ਉਨ੍ਹਾਂ ਦੀਆਂ ਵਾਛਾਂ ਖਿੜ ਗਈਆਂ ਤੇ ਕਮਲਾਚਰਣ ਨੂੰ ਸ਼ਾਬਾਸ਼ ਦੇਣ ਲੱਗੇ।

ਕਮਲਾਚਰਣ ਕੁਝ ਦੇਰ ਤੱਕ ਤਾਂ ਪਤੰਗਾਂ ਦੇ ਪੇਚੇ ਦੇਖਦਾ ਰਿਹਾ। ਫਿਰ ਸ਼ੌਂਕ ਤਿਲਮਿਲਾਇਆ ਕਿ ਕਿਉਂ ਨਾ ਮੈਂ ਵੀ ਆਪਣੇ ਪਤੰਗ ਮੰਗਵਾਵਾਂ ਤੇ ਆਪਣੇ ਹੱਥਾਂ ਦੀ ਕਾਰੀਗਰੀ ਦਿਖਾਵਾਂ ? ਸਈਅਦ ਨੇ ਉਕਸਾਇਆ ਕਿ ਜੰਮ-ਜੰਮ ਪੇਚੇ ਲੜਾ। ਰੁਪਏ ਅਸੀਂ ਦਿਆਂਗੇ। ਝਟਪਟ ਘਰੇ ਇਕ ਬੰਦਾ ਭੇਜ ਦਿੱਤਾ। ਪੂਰਾ ਯਕੀਨ ਸੀ ਕਿ ਆਪਣੇ ਮਾਂਝੇ (ਕੱਚ ਤੇ ਮੱਛੀ ਸ਼ਰੇਸ਼ ਨਾਲ ਪੱਕੀ ਕੀਤੀ ਡੋਰ) ਨਾਲ ਸਭ ਨੂੰ ਹਰਾ ਦਿਆਂਗਾ। ਪਰ ਜਦ ਬੰਦਾ ਘਰੋਂ ਖ਼ਾਲੀ ਹੱਥ ਪਰਤ ਆਇਆ, ਤਾਂ ਕਮਲਾਚਰਣ ਦੇ ਸੱਤੀਂ ਕੱਪੜੀਂ ਅੱਗ ਜਿਹੀ ਲੱਗ ਗਈ। ਹੰਟਰ ਲੈ ਕੇ ਘਰ ਵੱਲ ਸਰਪਟ ਭੱਜਿਆ ਤੇ ਘਰੇ ਪਹੁੰਚਦਿਆਂ ਹੀ ਕਹਾਰਾਂ ਨੂੰ ਇਕ ਸਿਰੇ ਤੋਂ ਹੰਟਰ ਨਾਲ ਕੁੱਟਣਾ ਸ਼ੁਰੂ ਕਰ ਦਿੱਤਾ। ਵਿਚਾਰੇ ਬੈਠੇ ਹੁੱਕਾ-ਤੰਬਾਕੂ ਪੀ ਖਾ ਰਹੇ ਸਨ। ਬਿਨਾਂ ਕਿਸੇ ਕਸੂਰ ਦੇ ਜਦ ਅਚਾਨਕ ਹੰਟਰ ਪਏ ਤਾਂ ਚੀਖ਼-ਚੀਖ਼ ਕੇ ਰੋਣ ਲੱਗੇ। ਸਾਰੇ ਮੁਹੱਲੇ ਵਿਚ ਕੌਤੂਹਲ ਮੱਚ ਗਿਆ। ਕਿਸੇ ਨੂੰ ਸਮਝ ਹੀ ਨਾ ਆਇਆ ਕਿ ਸਾਡਾ ਕਸੂਰ ਕੀ ਹੈ ? ਉਥੇ ਕਹਾਰਾਂ ਦੀ ਚੰਗੀ-ਭਲੀ ਸੇਵਾ ਕਰਨ ਤੋਂ ਬਾਅਦ ਕਮਲਾਚਰਣ ਆਪਣੇ ਕਮਰੇ ਵਿੱਚ ਪਹੁੰਚਿਆ। ਪਰ ਕਮਰੇ ਦੀ ਹਾਲਤ ਵੇਖ ਕੇ ਗ਼ੁੱਸਾ ਹੋਰ ਵੀ ਭੜਕ ਉਠਿਆ। ਪਤੰਗ ਫਟੇ ਪਏ

ਸਨ, ਚਰਖੀਆਂ ਟੁੱਟੀਆਂ ਹੋਈਆਂ ਸਨ, ਮਾਂਝਾ ਚੜ੍ਹੀ ਡੋਰ ਦੀਆਂ ਲੱਛੀਆਂ ਉਲਝੀਆਂ ਪਈਆਂ ਸਨ, ਜਿਵੇਂ ਕਿਸੇ ਆਫ਼ਤ ਨੇ ਇਨ੍ਹਾਂ ਪੌਣ-ਯੋਧਿਆਂ ਦਾ ਮਲੀਆਮੇਟ ਕਰ ਦਿੱਤਾ ਹੋਵੇ। ਸਮਝ ਗਿਆ ਕਿ ਯਕੀਨਨ ਇਹ ਮਾਤਾ ਜੀ ਦੀ ਹੀ ਕਰਤੂਤ ਹੈ। ਗ਼ੁੱਸੇ ਨਾਲ ਲਾਲ-ਪੀਲਾ ਹੋ ਕੇ ਮਾਂ ਦੇ ਕੋਲ ਗਿਆ ਤੇ ਉੱਚੀ-ਗਰਜਵੀਂ ਆਵਾਜ਼ ਵਿੱਚ ਬੋਲਿਆ—"ਕਿਉਂ ਮਾਂ! ਤੂੰ ਸੱਚੀਂ-ਮੁੱਚੀਂ ਮੇਰੀ ਜਾਨ ਹੀ ਲੈਣ 'ਤੇ ਤੁਲੀ ਹੋਈ ਐਂ? ਤਿੰਨ ਦਿਨ ਪਹਿਲਾਂ, ਕੈਦਖ਼ਾਨੇ ਵਿੱਚ ਭੇਜ 'ਤਾ, ਪਰ ਏਨੇ 'ਚ ਵੀ ਦਿਲ ਨਹੀਂ ਭਰਿਆ ਕਿ ਮੇਰੇ ਸ਼ੌਕ ਦੀਆਂ ਚੀਜ਼ਾਂ ਨੂੰ ਵੀ ਤਬਾਹ ਕਰ ਦਿੱਤਾ, ਕਿਉਂ?"

ਪ੍ਰੇਮਵਤੀ (ਹੈਰਾਨੀ ਨਾਲ)—"ਮੈਂ ਤਾਂ ਤੇਰੀ ਕਿਸੇ ਚੀਜ਼ ਨੂੰ ਹੱਥ ਵੀ ਨ੍ਹੀਂ ਲਾਇਆ! ਹੋ ਕੀ ਗਿਐ?"

ਕਮਲਾਚਰਣ (ਖਿਝ ਕੇ)—"ਝੂਠਿਆਂ ਦੇ ਮੂੰਹ 'ਚ ਕੀੜੇ ਪੈਂਦੇ ਨੇ। ਜੇ ਤੂੰ ਮੇਰੀਆਂ ਚੀਜ਼ਾਂ ਨੂੰ ਹੱਥ ਨ੍ਹੀਂ ਲਾਇਆ ਤਾਂ ਕੀਹਦੀ ਹਿੰਮਤ ਐ, ਜੋ ਮੇਰੇ ਕਮਰੇ 'ਚ ਜਾ ਕੇ ਮੇਰੇ ਪਤੰਗ ਤੇ ਚਰਖੀਆਂ ਤੋੜ-ਫੋੜ ਸੁੱਟੇ? ਕੀ ਏਨਾ ਵੀ ਨ੍ਹੀਂ ਦੇਖਿਆ-ਭਾਲਿਆ ਜਾਂਦਾ?'

ਪ੍ਰੇਮਵਤੀ—"ਰੱਬ ਗਵਾਹ ਐ, ਮੈਂ ਤੇਰੇ ਕਮਰੇ 'ਚ ਪੈਰ ਵੀ ਨ੍ਹੀਂ ਧਰਿਆ। ਚੱਲ ਦੇਖਾਂ, ਕਿਹੜੀ-ਕਿਹੜੀ ਚੀਜ਼ ਟੁੱਟੀ ਐ।"

ਇਹ ਕਹਿ ਕੇ ਪ੍ਰੇਮਵਤੀ ਤਾਂ ਉਸ ਦੇ ਕਮਰੇ ਵੱਲ ਚਲੀ ਗਈ ਤੇ ਕਮਲਚਾਰਣ ਗ਼ੁੱਸੇ ਨਾਲ ਭਰਿਆ-ਪੀਤਾ ਵਿਹੜੇ ਵਿਚ ਖੜਾ ਰਿਹਾ। ਏਨੇ ਨੂੰ ਮਾਧਵੀ ਬਿਰਜਨ ਦੇ ਕਮਰੇ 'ਚੋਂ ਨਿੱਕਲੀ ਤੇ ਕਮਲਾਚਰਣ ਦੇ ਹੱਥ ਵਿੱਚ ਇਕ ਚਿੱਠੀ ਫੜਾ ਕੇ ਪਰਤ ਗਈ। ਲਿਖਿਆ ਹੋਇਆ ਸੀ—

"ਗ਼ੁਨਾਹ ਮੈਂ ਕੀਤਾ ਹੈ। ਗ਼ੁਨਾਹਗਾਰ ਮੈਂ ਹਾਂ। ਜੋ ਚਾਹੋ ਸਜ਼ਾ ਦੇ ਦਿਓ।"

ਇਹ ਚਿੱਠੀ ਪੜ੍ਹਦਿਆਂ ਹੀ ਕਮਲਾਚਰਣ ਭਿੱਜੀ ਬਿੱਲੀ ਬਣ ਗਿਆ ਤੇ ਦੱਬੇ ਪੈਰੀਂ ਬੈਠਕ ਵੱਲ ਚਲਾ ਗਿਆ। ਪ੍ਰੇਮਵਤੀ ਪਰਦੇ ਪਿੱਛਿਓਂ ਸਹਿਕਦੇ ਹੋਏ ਨੌਕਰਾਂ ਨੂੰ ਝਿੜਕ ਰਹੀ ਸੀ। ਕਮਲਾਚਰਣ ਨੇ ਉਸ ਨੂੰ ਰੋਕ ਦਿੱਤਾ। ਉਸੇ ਵੇਲੇ ਕੁਝ ਹੋਰ ਪਤੰਗ ਜੋ ਬਚੇ ਹੋਏ ਸਨ, ਆਪ ਫਾੜ ਦਿੱਤੇ, ਚਰਖੀਆਂ ਟੁਕੜੇ-ਟੁਕੜੇ ਕਰ ਦਿੱਤੀਆਂ ਤੇ ਡੋਰਾਂ ਨੂੰ ਅੱਗ ਲਾ ਦਿੱਤੀ। ਮਾਂ ਨੂੰ ਸਮਝ ਹੀ ਨਹੀਂ ਆ ਰਿਹਾ ਸੀ ਕਿ ਗੱਲ ਕੀ ਹੈ। ਕਿਥੇ ਤਾਂ ਹੁਣੇ-ਹੁਣੇ ਇਨ੍ਹਾਂ ਚੀਜ਼ਾਂ ਦੇ ਲਈ ਹੀ ਘਰ ਸਿਰ 'ਤੇ ਚੁੱਕ ਲਿਆ ਸੀ ਤੇ ਕਿਥੇ ਹੁਣ ਆਪ ਹੀ ਇਨ੍ਹਾਂ ਦਾ ਦੁਸ਼ਮਣ ਬਣ ਗਿਐ। ਸਮਝੀ ਕਿ ਸ਼ਾਇਦ ਗ਼ੁੱਸੇ ਕਰਕੇ ਏਦਾਂ ਕਰ ਰਿਹਾ ਹੋਵੇ। ਮਨਾਉਣ ਲੱਗੀ, ਪਰ ਕਮਲਾਚਰਣ ਦੇ ਹਾਵਾਂ-ਭਾਵਾਂ ਵਿੱਚੋਂ ਗ਼ੁੱਸੇ ਦਾ ਨਾਂ-ਮਾਤਰ ਅੰਸ਼ ਵੀ ਨਹੀਂ ਝਲਕ ਰਿਹਾ ਸੀ। ਸਥਿਰਤਾ ਨਾਲ ਬੋਲਿਆ—"ਗ਼ੁੱਸੇ ਵਿਚ ਨਹੀਂ ਆਂ। ਅੱਜ ਤੋਂ ਦ੍ਰਿੜ ਸੰਕਲਪ ਕਰਦਾਂ ਕਿ ਕਦੇ ਵੀ ਪਤੰਗ ਨਹੀਂ ਉਡਾਊਂਗਾ। ਮੇਰੀ ਮੂਰਖਤਾ ਸੀ, ਜੋ ਇਨ੍ਹਾਂ ਚੀਜ਼ਾਂ ਲਈ ਤੁਹਾਡੇ ਨਾਲ ਲੜ ਬੈਠਾ।"

ਜਦ ਕਮਲਾਚਰਣ ਕਮਰੇ ਵਿੱਚ ਇਕੱਲਾ ਰਹਿ ਗਿਆ ਤਾਂ ਸੋਚਣ ਲੱਗਾ—'ਯਕੀਨਨ ਮੇਰਾ ਪਤੰਗ ਉਡਾਉਣਾ ਉਨ੍ਹਾਂ ਨੂੰ ਪਸੰਦ ਨਹੀਂ ਹੈ, ਇਸ ਨਾਲ ਦਿਲੀ-ਨਫ਼ਰਤ ਹੈ, ਨਹੀਂ ਤਾਂ ਮੇਰੇ 'ਤੇ ਇਹ ਜ਼ੁਲਮ ਕਦੇ ਨਾ ਕਰਦੇ। ਜੇ ਇਕ ਵਾਰ ਉਨ੍ਹਾਂ ਨਾਲ ਮੁਲਾਕਾਤ ਹੋ

ਜਾਂਦੀ ਤਾਂ ਜ਼ਰੂਰ ਪੁੱਛਦਾ ਕਿ ਤੁਹਾਡੀ ਕੀ ਖ਼ਾਹਿਸ਼ ਹੈ, ਪਰ ਮੂੰਹ ਕਿਵੇਂ ਵਿਖਾਵਾਂ। ਇਕ ਤਾਂ ਹਾਂ ਹੀ ਮਹਾਂਮੂਰਖ, ਉਪਰੋਂ ਕਈ ਵਾਰ ਆਪਣੀ ਮੂਰਖਤਾ ਦੇ ਦਰਸ਼ਨ ਵੀ ਕਰਵਾ ਦਿੱਤੇ। ਸੰਨ੍ਹ ਲਾਉਣ ਵਾਲੀ ਘਟਨਾ ਦੀ ਖ਼ਬਰ ਉਨ੍ਹਾਂ ਤੱਕ ਵੀ ਜ਼ਰੂਰ ਪਹੁੰਚੀ ਹੋਵੇਗੀ। ਉਨ੍ਹਾਂ ਨੂੰ ਮੂੰਹ ਦਿਖਾਉਣ ਦੇ ਕਾਬਿਲ ਹੁਣ ਕਿਥੇ ਰਿਹਾਂ। ਹੁਣ ਤਾਂ ਇਹੀ ਚਾਰਾ ਹੈ ਕਿ ਨਾ ਤਾਂ ਉਨ੍ਹਾਂ ਦਾ ਮੂੰਹ ਵੇਖਾਂ ਤੇ ਨਾ ਹੀ ਆਪਣਾ ਵਿਖਾਵਾਂ, ਜਾਂ ਕਿਸੇ ਤਰ੍ਹਾਂ ਕੁਝ ਪੜ੍ਹ-ਲਿਖ ਜਾਵਾਂ। ਹਾਏ! ਇਸ ਮਨ-ਮੋਹਣੀ ਨੇ ਕਿੰਨਾ ਹੁਸਨ ਪਾਇਆ ਹੈ। ਮੁਟਿਆਰ ਨਹੀਂ ਹੂਰ ਲੱਗਦੀ ਹੈ। ਕੀ ਕਦੇ ਉਹ ਦਿਨ ਵੀ ਆਏਗਾ, ਜਦ ਕਿ ਉਹ ਮੇਰੇ ਨਾਲ ਪਿਆਰ ਕਰੇਗੀ? ਕਿੰਨੇ ਲਾਲ-ਸੁਰਖ਼ ਰਸੀਲੇ ਹੋਠ ਨੇ। ਪਰ ਹੈ ਪੱਥਰ ਦਿਲ। ਤਰਸ ਦੀ ਭਾਵਨਾ ਤਾਂ ਉਸ ਨੂੰ ਛੂਹ ਕੇ ਵੀ ਨਹੀਂ ਲੰਘੀ। ਕਹਿੰਦੀ ਹੈ, ਜੋ ਚਾਹੋ ਸਜ਼ਾ ਦੇ ਦਿਓ। ਕੀ ਸਜ਼ਾ ਦੇਵਾਂ? ਜੇ ਮਿਲ ਜਾਵੇ, ਦਿਲ 'ਚ ਵਸਾ ਲਵਾਂ। ਠੀਕ ਹੈ, ਤਾਂ ਇਹਦਾ ਮਤਲਬ ਕਿ ਹੁਣੇ ਤੋਂ ਪੜ੍ਹਨਾ-ਲਿਖਣਾ ਸ਼ੁਰੂ ਕਰਨਾ ਚਾਹੀਦਾ ਹੈ।' ਇਹ ਸੋਚਦਿਆਂ-ਸੋਚਦਿਆਂ ਉਹ ਉਠਿਆ ਤੇ ਖੁੱਡੇ ਖੋਲ੍ਹ ਕੇ ਕਬੂਤਰਾਂ ਨੂੰ ਉਡਾਉਣ ਲੱਗਾ। ਸੈਂਕੜੇ ਜੋੜੇ ਸਨ ਤੇ ਉਹ ਵੀ ਇਕ ਤੋਂ ਵੱਧ ਕੇ ਇੱਕ। ਆਸਮਾਨ ਵਿੱਚ ਤਾਰੇ ਬਣ ਜਾਂਦੇ ਸਨ, ਉੱਡਦੇ ਤਾਂ ਸਾਰਾ ਦਿਨ ਥੱਲ੍ਹੇ ਉੱਤਰਣ ਦਾ ਨਾਂਅ ਨਹੀਂ ਲੈਂਦੇ ਸਨ। ਸ਼ਹਿਰ ਦੇ ਕਬੂਰਤਬਾਜ਼ ਇਕ-ਇਕ ਜੋੜੇ ਖ਼ਾਤਰ ਗ਼ੁਲਾਮੀ ਕਰਨ ਨੂੰ ਤਿਆਰ ਸਨ। ਪਰ ਪਲਕ ਝਪਕਦਿਆਂ ਹੀ ਸਾਰੇ ਦੇ ਸਾਰੇ ਉਡਾ ਦਿੱਤੇ। ਜਦ ਖੁੱਡੇ ਖ਼ਾਲੀ ਹੋ ਗਏ ਤਾਂ ਕਹਾਰਾਂ ਨੂੰ ਹੁਕਮ ਚਾੜ੍ਹਿਆ ਕਿ ਇਨ੍ਹਾਂ ਨੂੰ ਚੁੱਕ ਕੇ ਬਾਗ਼ ਵਿੱਚ ਲੈ ਜਾਓ ਤੇ ਜਲਾ ਦਿਓ, ਕਬੂਤਰਾਂ ਦੀ ਛੱਤਰੀ ਵੀ ਉਤਾਰ ਕੇ ਸੁੱਟ ਦਿਓ, ਨਹੀਂ ਤਾਂ ਸਾਰੇ ਕਬੂਤਰ ਆ ਕੇ ਉਸੇ 'ਤੇ ਬੈਠ ਜਾਣਗੇ। ਕਬੂਤਰਾਂ ਦਾ ਕੰਮ ਮੁਕਾ ਕੇ ਬਟੇਰਿਆਂ ਤੇ ਬੁਲਬੁਲਾਂ ਵੱਲ ਹੋ ਗਏ ਤੇ ਉਨ੍ਹਾਂ ਨੂੰ ਵੀ ਕੈਦਖ਼ਾਨਿਆਂ ਵਿਚੋਂ ਆਜ਼ਾਦ ਕਰ ਦਿੱਤਾ।

ਬਾਹਰ ਤਾਂ ਇਹ ਕੌਤਕ ਵਰਤ ਰਿਹਾ ਸੀ ਤੇ ਅੰਦਰ ਪ੍ਰੇਮਵਤੀ ਬੈਠੀ ਛਾਤੀ ਪਿੱਟ ਰਹੀ ਸੀ ਕਿ ਮੁੰਡਾ ਪਤਾ ਨਹੀਂ ਕੀ ਕਰਨ 'ਤੇ ਤੁਲਿਆ ਹੋਇਐ? ਬਿਰਜਨ ਨੂੰ ਬੁਲਾ ਕੇ ਕਿਹਾ—"ਧੀਏ! ਇਸ ਮੁੰਡੇ ਨੂੰ ਕਿਸੇ ਤਰ੍ਹਾਂ ਰੋਕ ਸਕਦੀ ਐਂ ਤਾਂ ਰੋਕ। ਪਤਾ ਨਹੀਂ ਮਨ ਵਿੱਚ ਕੀ ਧਾਰੀ ਬੈਠੈ?" ਇਹ ਕਹਿ ਕੇ ਉਹ ਰੋਣ ਲੱਗ ਪਈ। ਬਿਰਜਨ ਨੂੰ ਵੀ ਸ਼ੱਕ ਹੋ ਰਿਹਾ ਸੀ ਕਿ ਯਕੀਨਨ ਇਨ੍ਹਾਂ ਦੀ ਨੀਅਤ ਕੁਝ ਹੋਰ ਹੈ, ਨਹੀਂ ਤਾਂ ਏਨਾ ਗ਼ੁਸਾ ਕਾਹਦੇ ਲਈ? ਭਾਵੇਂ ਕਮਲਾਚਰਣ ਬੁਰੀ ਸੰਗਤ ਵਿੱਚ ਸੀ, ਵਿਹਾਰ ਦਾ ਕੋਝਾ ਸੀ, ਚਰਿੱਤਰ ਪੱਖੋਂ ਹੌਲਾ ਸੀ, ਪਰ ਇਨ੍ਹਾਂ ਸਾਰੀਆਂ ਬੁਰਾਈਆਂ ਦੇ ਹੁੰਦੇ ਹੋਏ ਵੀ ਉਸ ਵਿਚ ਇਕ ਵੱਡਾ ਗੁਣ ਵੀ ਸੀ, ਜਿਸ ਨੂੰ ਕੋਈ ਪਤਨੀ ਅੱਖੋਂ-ਪਰੋਖੇ ਨਹੀਂ ਕਰ ਸਕਦੀ। ਉਹ ਸੀ ਕਿ ਉਸ ਨੂੰ ਬ੍ਰਿਜਰਾਣੀ ਨਾਲ ਸੱਚੀ ਮੁਹੱਬਤ ਸੀ। ਤੇ ਇਸ ਦਾ ਗੁਪਤ ਤੌਰ 'ਤੇ ਕਈ ਵਾਰ ਪ੍ਰਗਟਾਵਾ ਵੀ ਹੋ ਚੁੱਕਾ ਸੀ। ਇਹੀ ਕਾਰਨ ਸੀ ਜਿਸ ਨੇ ਬਿਰਜਨ ਨੂੰ ਏਨਾ ਸਵੈਮਾਣੀ ਬਣਾ ਦਿੱਤਾ ਸੀ। ਉਸ ਨੇ ਕਾਗਜ਼ ਕੱਢਿਆ ਤੇ ਇਹ ਚਿੱਠੀ ਲਿਖ ਕੇ ਬਾਹਰ ਭੇਜੀ।

"ਮੇਰੇ ਪ੍ਰੀਤਮ,

ਇਹ ਗ਼ੁੱਸਾ ਕਿਸ ਲਈ ਹੈ? ਸਿਰਫ਼ ਇਸ ਲਈ ਕਿ ਮੈਂ ਦੋ-ਤਿੰਨ ਪਤੰਗ ਫਾੜ ਦਿੱਤੇ? ਜੇਕਰ ਮੈਨੂੰ ਪਤਾ ਹੁੰਦਾ ਕਿ ਤੁਸੀਂ ਬੱਸ ਏਨੀ ਕੁ ਗੱਲ 'ਤੇ ਏਦਾਂ ਗ਼ੁੱਸੇ ਹੋ

ਜਾਓਗੇ ਤਾਂ ਕਦੇ ਵੀ ਉਨ੍ਹਾਂ ਨੂੰ ਹੱਥ ਨਾ ਲਗਾਉਂਦੀ। ਪਰ ਹੁਣ ਤਾਂ ਗੁਨਾਹ ਹੋ ਗਿਆ, ਮੁਆਫ਼ ਕਰ ਦਿਓ। ਇਹ ਮੇਰਾ ਪਹਿਲਾ ਕਸੂਰ ਹੈ।

ਤੁਹਾਡੀ
ਬ੍ਰਿਜਰਾਣੀ।"

ਕਮਲਾਚਰਣ ਇਹ ਚਿੱਠੀ ਪੜ੍ਹ ਕੇ ਏਨਾ ਸੁਆਦ-ਸੁਆਦ ਹੋਇਆ, ਜਿਵੇਂ ਸਾਰੀ ਦੁਨੀਆਂ ਦੀ ਦੌਲਤ ਮਿਲ ਗਈ ਹੋਵੇ। ਜੁਆਬ ਲਿਖਣ ਦੀ ਖ਼ਾਹਿਸ਼ ਜਾਗੀ, ਪਰ ਕਲਮ ਹੀ ਨਹੀਂ ਚਲਦੀ ਸੀ। ਨਾ ਪ੍ਰਸੰਗ ਔੜਦਾ ਹੈ, ਨਾ ਸਤਿਕਾਰ ਦੇ ਪ੍ਰਗਟਾਵੇ ਦੇ ਲਫ਼ਜ਼, ਨਾ ਆਰੰਭ ਦੀ ਤੰਦ ਮਿਲਦੀ ਹੈ, ਨਾ ਅੰਤ ਦੀ। ਬਹੁਤ ਕਲਪਦਾ ਰਿਹਾ ਕਿ ਭਾਵਪੂਰਤ ਅਠਖੇਲੀਆਂ ਕਰਦਾ ਹੋਇਆ ਖ਼ਤ ਲਿਖਾਂ, ਪਰ ਅਕਲ ਤਾਂ ਜ਼ਰਾ ਜਿੰਨੀ ਵੀ ਅੱਗੇ ਨਹੀਂ ਤੁਰਦੀ ਸੀ। ਅੱਜ ਪਹਿਲੀ ਵਾਰ ਕਮਲਾਚਰਣ ਨੂੰ ਆਪਣੀ ਮੂਰਖਤਾ ਅਤੇ ਨਿਰੱਖਰਤਾ 'ਤੇ ਰੋਣਾ ਆਇਆ। ਆਹ! ਮੈਂ ਇਕ ਸਿੱਧ-ਪੱਧਰਾ ਖ਼ਤ ਵੀ ਨਹੀਂ ਲਿਖ ਸਕਦਾ। ਇਸ ਖ਼ਿਆਲ ਨਾਲ ਹੀ ਉਹ ਰੋਣ ਲੱਗ ਪਿਆ ਤੇ ਘਰ ਦੇ ਸਾਰੇ ਦਰਵਾਜ਼ੇ ਬੰਦ ਕਰ ਦਿੱਤੇ ਕਿ ਕਿਤੇ ਕੋਈ ਵੇਖ ਨਾ ਲਵੇ।

ਤੀਜੇ ਪਹਿਰ ਜਦ ਮੁਨਸ਼ੀ ਸ਼ਾਮਾਚਰਣ ਘਰ ਪਰਤੇ ਤਾਂ ਸਭ ਤੋਂ ਪਹਿਲੀ ਚੀਜ਼ ਜਿਹੜੀ ਉਨ੍ਹਾਂ ਦੇ ਨਜ਼ਰੀਂ ਚੜ੍ਹੀ, ਉਹ ਅੱਗ ਦੀਆਂ ਲਪਟਾਂ ਸਨ। ਹੈਰਾਨ ਹੋ ਕੇ ਨੌਕਰਾਂ ਨੂੰ ਪੁੱਛਿਆ—"ਇਹ ਲਪਟਾਂ ਕਾਹਦੀਆਂ ਨੇ?"

ਨੌਕਰਾਂ ਨੇ ਜੁਆਬ ਦਿੱਤਾ—"ਹਜ਼ੂਰ! ਕਬੂਤਰਾਂ ਦੇ ਖੁੱਡੇ ਸੜ ਰਹੇ ਨੇ।"

ਮੁਨਸ਼ੀ ਜੀ (ਉੱਖੜ ਕੇ)—"ਇਨ੍ਹਾਂ ਨੂੰ ਕਿਉਂ ਸਾੜਦੇ ਓਂ? ਹੁਣ ਕਬੂਤਰ ਕਿਥੇ ਰਹਿਣਗੇ?"

ਕਹਾਰ—"ਛੋਟੇ ਬਾਬੂ ਜੀ ਦਾ ਹੁਕਮ ਐ ਕਿ ਸਾਰੇ ਖੁੱਡੇ ਸਾੜ ਦਿਓ।"

ਮੁਨਸ਼ੀ ਜੀ—"ਕਬੂਤਰ ਕਿਥੇ ਗਏ?"

ਕਹਾਰ—"ਸਾਰੇ ਹੀ ਉਡਾ 'ਤੇ, ਇਕ ਵੀ ਨੀਂ ਰੱਖਿਆ। ਪਤੰਗ ਵੀ ਸਾਰੇ ਫਾੜ ਸੁੱਟੇ, ਡੋਰਾਂ ਵੀ ਸਾੜ ਦਿੱਤੀਆਂ, ਬੜਾ ਨੁਕਸਾਨ ਕੀਤੈ।"

ਕਹਾਰਾਂ ਨੇ ਆਪਣੀ ਜਾਚੇ ਆਪਣੀ ਕੁੱਟਮਾਰ ਦਾ ਬਦਲਾ ਲਿਆ। ਵਿਚਾਰੇ ਸਮਝੇ ਕਿ ਮੁਨਸ਼ੀ ਜੀ ਇਸ ਨੁਕਸਾਨ ਲਈ ਕਮਲਾਚਰਣ ਨੂੰ ਬੁਰਾ-ਭਲਾ ਕਹਿਣਗੇ, ਪਰ ਮੁਨਸ਼ੀ ਜੀ ਨੇ ਇਹ ਖ਼ਬਰ ਸੁਣੀ ਤਾਂ ਅਵਾਕ ਜਿਹੇ ਰਹਿ ਗਏ। ਉਨ੍ਹਾਂ ਪਸ਼ੂ-ਪੰਛੀਆਂ 'ਤੇ ਤਾਂ ਕਮਲਾਚਰਣ ਜਾਨ ਲੁਟਾਉਂਦਾ ਸੀ, ਪਰ ਅੱਜ ਅਚਾਨਕ ਇਹ ਕਾਇਆ-ਕਲਪ ਕਿਵੇਂ ਹੋ ਗਈ? ਜ਼ਰੂਰ ਕੋਈ ਭੇਤ ਹੈ।

ਕਹਾਰ ਨੂੰ ਕਿਹਾ—"ਜਾ, ਬੱਚੂ ਨੂੰ ਮੇਰੇ ਕੋਲ ਭੇਜ।"

ਇਕ ਮਿੰਟ ਵਿਚ ਕਹਾਰ ਨੇ ਪਰਤ ਕੇ ਆ ਕੇ ਕਿਹਾ—"ਹਜ਼ੂਰ, ਦਰਵਾਜ਼ਾ ਅੰਦਰੋਂ ਬੰਦ ਐ। ਬਹੁਤ ਖੜਕਾਇਆ, ਬੋਲੇ ਹੀ ਨਹੀਂ।"

ਏਨਾ ਹੀ ਸੁਣਿਆ ਸੀ ਕਿ ਮੁਨਸ਼ੀ ਜੀ ਦਾ ਸੰਘ ਸੁੱਕ ਗਿਆ। ਫ਼ੌਰਨ ਇਹ ਤੌਖ਼ਲਾ

ਹੋਇਆ ਕਿ ਬੱਚੂ ਨੇ ਜ਼ਹਿਰ ਖਾ ਲਿਆ ਹੈ। ਅੱਜ ਹੀ ਇਕ ਜ਼ਹਿਰ ਖੁਆਉਣ ਦੇ ਮੁਕੱਦਮੇ ਦਾ ਫ਼ੈਸਲਾ ਕੀਤਾ ਸੀ। ਨੰਗੇ ਪੈਰੀਂ ਭੱਜੇ ਤੇ ਬੰਦ ਕਮਰੇ ਦੇ ਦਰਵਾਜ਼ੇ 'ਤੇ ਜ਼ੋਰ ਨਾਲ ਲੱਤ ਮਾਰੀ ਤੇ ਕਿਹਾ—"ਮੇਰੇ ਬੱਚੇ! ਮੇਰੇ ਬੱਚੇ!" ਇਹ ਕਹਿੰਦਿਆਂ-ਕਹਿੰਦਿਆਂ ਗਲਾ ਭਰ ਆਇਆ। ਕਮਲਾਚਰਣ ਪਿਤਾ ਦੀ ਆਵਾਜ਼ ਪਛਾਣ ਕੇ ਝੱਟ ਉਠਿਆ ਤੇ ਆਪਣੇ ਹੰਝੂ ਪੂੰਝ ਕੇ ਦਰਵਾਜ਼ਾ ਖੋਲ੍ਹਿਆ। ਪਰ ਉਸ ਨੂੰ ਕਿੰਨੀ ਹੈਰਾਨੀ ਹੋਈ, ਜਦ ਮੁਨਸ਼ੀ ਜੀ ਨੇ ਗਾਹਲਾਂ-ਝਿੜਕਾਂ ਦੀ ਬਜਾਇ ਉਸ ਨੂੰ ਸੀਨੇ ਨਾਲ ਲਗਾ ਲਿਆ ਤੇ ਵਿਆਕੁਲ ਹੋ ਕੇ ਪੁੱਛਿਆ—"ਮੇਰੇ ਬੱਚੇ, ਤੈਨੂੰ ਮੇਰੇ ਸਿਰ ਦੀ ਸਹੁੰ, ਦੱਸ ਤੂੰ ਕੁਝ ਖਾ ਤਾਂ ਨਹੀਂ ਲਿਆ?" ਕਮਲਾਚਰਣ ਨੇ ਇਸ ਸੁਆਲ ਦਾ ਮਤਲਬ ਸਮਝਣ ਲਈ ਮੁਨਸ਼ੀ ਜੀ ਵੱਲ ਵੇਖਿਆ ਤਾਂ ਉਸ ਦੀਆਂ ਅੱਖਾਂ ਭਰ ਆਈਆਂ, ਮੁਨਸ਼ੀ ਜੀ ਜੀ ਨੂੰ ਪੂਰਾ ਯਕੀਨ ਹੋ ਗਿਆ ਕਿ ਯਕੀਨ ਕੋਈ ਆਫ਼ਤ ਖੜੀ ਹੋ ਗਈ ਹੈ। ਇਕ ਕਹਾਰ ਨੂੰ ਕਿਹਾ—"ਡਾਕਟਰ ਸਾਅਬ ਨੂੰ ਜਾ ਕੇ ਬੁਲਾ ਲਿਆ। ਕਹੀਂ, ਹੁਣੇ ਚੱਲੋ।"

ਹੁਣ ਕਿਤੇ ਜਾ ਕੇ ਬੇਅਕਲ ਕਮਲਾਚਰਣ ਨੇ ਪਿਤਾ ਦੀ ਇਸ ਘਬਰਾਹਟ ਦਾ ਮਤਲਬ ਸਮਝਿਆ। ਨੱਸ ਕੇ ਉਨ੍ਹਾਂ ਨਾਲ ਚਿੰਬੜ ਗਿਆ ਤੇ ਬੋਲਿਆ—"ਤੁਹਾਨੂੰ ਵਹਿਮ ਹੋਇਐ। ਤੁਹਾਡੇ ਸਿਰ ਦੀ ਸਹੁੰ, ਮੈਂ ਬਿਲਕੁਲ ਠੀਕ-ਠਾਕ ਆਂ।"

ਪਰ ਡਿਪਟੀ ਸਾਹਿਬ ਦੇ ਦਿਮਾਗ਼ ਵਿੱਚ ਇਹ ਵਹਿਮ ਘਰ ਕਰ ਚੁੱਕਾ ਸੀ, ਸਮਝੇ ਕਿ ਇਹ ਮੈਨੂੰ ਰੋਕ ਕੇ ਦੇਰੀ ਕਰਨਾ ਚਾਹੁੰਦਾ ਹੈ। ਨਿਮਰ-ਭਾਵ ਨਾਲ ਬੋਲੇ—"ਮੇਰੇ ਬੱਚੇ! ਰੱਬ ਦੇ ਵਾਸਤੇ ਮੈਨੂੰ ਛੱਡ ਦੇ, ਮੈਂ ਸੰਦੂਕ ਵਿਚੋਂ ਇਕ ਦਵਾਈ ਲੈ ਆਵਾਂ। ਮੈਨੂੰ ਕੀ ਪਤਾ ਸੀ ਕਿ ਤੂੰ ਇਸ ਨੀਅਤ ਨਾਲ ਹੋਸਟਲ 'ਚ ਜਾ ਰਿਹੈਂ।"

ਕਮਲਾਚਰਣ—"ਰੱਬ ਨੂੰ ਹਾਜ਼ਰ-ਨਾਜ਼ਰ ਜਾਣ ਕੇ ਕਹਿਨਾ, ਮੈਂ ਬਿਲਕੁਲ ਠੀਕ ਆਂ। ਮੈਂ ਏਨਾ ਸ਼ਰਮ ਦਾ ਮਾਰਿਆ ਹੁੰਦਾ ਤਾਂ ਏਨਾ ਮੂਰਖ ਕਿਉਂ ਬਣਿਆ ਬੈਠਾ ਰਹਿੰਦਾ? ਤੁਸੀਂ ਐਵੇਂ ਹੀ ਡਾਕਟਰ ਸਾਹਬ ਨੂੰ ਸੱਦ ਰਹੇ ਓਂ।"

ਮੁਨਸ਼ੀ ਜੀ (ਕੁਝ-ਕੁਝ ਯਕੀਨ ਕਰ ਕੇ)—"ਤਾਂ ਬੂਹੇ ਬੰਦ ਕਰ ਕੇ ਕੀ ਕਰ ਰਿਹਾ ਸੀ?"

ਕਮਲਾਚਰਣ—"ਅੰਦਰੋਂ ਇੱਕ ਚਿੱਠੀ ਆਈ ਸੀ, ਉਸ ਦਾ ਜੁਆਬ ਲਿਖ ਰਿਹਾ ਸੀ।"

ਮੁਨਸ਼ੀ ਜੀ—"ਤੇ ਇਹ ਕਬੂਤਰ ਬਗ਼ੈਰਾ ਕਿਉਂ ਉਡਾ ਦਿੱਤੇ?"

ਕਮਲਾਚਰਣ—"ਇਸੇ ਲਈ ਕਿ ਬੇਫ਼ਿਕਰ ਹੋ ਕੇ ਪੜ੍ਹ ਸਕਾਂ। ਇਨ੍ਹਾਂ ਝਮੇਲਿਆਂ ਵਿਚ ਸਮਾਂ ਹੀ ਖ਼ਰਾਬ ਹੁੰਦਾ ਸੀ। ਅੱਜ ਮੈਂ ਇਨ੍ਹਾਂ ਝਮੇਲਿਆਂ ਦਾ ਸਫ਼ਾਇਆ ਕਰ ਦਿੱਤੈ। ਹੁਣ ਤੁਸੀਂ ਵੇਖਿਓ ਕਿ ਮੈਂ ਪੜ੍ਹਾਈ ਵਿਚ ਕਿਵੇਂ ਮਨ ਲਗਾਉਨਾਂ।"

ਹੁਣ ਜਾ ਕੇ ਡਿਪਟੀ ਸਾਹਿਬ ਦੀ ਅਕਲ ਟਿਕਾਣੇ 'ਤੇ ਆਈ। ਅੰਦਰ ਆ ਕੇ ਪ੍ਰੇਮਵਤੀ ਤੋਂ ਖ਼ਬਰਸਾਰ ਪੁੱਛੀ ਤਾਂ ਉਸ ਨੇ ਸਾਰੀ ਰਾਮ ਕਹਾਣੀ ਸੁਣਾ ਦਿੱਤੀ। ਉਨ੍ਹਾਂ ਨੇ ਜਦ ਸੁਣਿਆ ਕਿ ਬਿਰਜਨ ਨੇ ਗ਼ੁੱਸੇ ਵਿੱਚ ਆ ਕੇ ਕਮਲਾਚਰਣ ਦੇ ਪਤੰਗ ਫਾੜ ਦਿੱਤੇ ਤੇ ਚਰਖੀਆਂ ਤੋੜ ਸੁੱਟੀਆਂ ਤਾਂ ਹੱਸ ਪਏ ਤੇ ਕਮਲਾਚਰਣ ਦੇ ਵਿਹਲੇ ਸ਼ੁਗ਼ਲਾਂ ਦਾ ਸਫ਼ਾਇਆ ਕਰਨ ਦਾ ਭੇਤ ਸਮਝ ਆ ਗਿਆ। ਬੋਲੇ—"ਲੱਗਦੈ ਕਿ ਨੂੰਹ ਰਾਣੀ ਇਨ੍ਹਾਂ ਲਾਲਾ ਜੀ ਨੂੰ ਸਿੱਧਾ ਕਰ ਕੇ ਹੀ ਦਮ ਲਏਗੀ।"

14.
ਗ਼ਲਤਫ਼ਹਿਮੀ

ਬ੍ਰਿਜਰਾਣੀ ਦੀ ਵਿਦਾਇਗੀ ਦੇ ਬਾਅਦ ਸੁਵਾਮਾ ਦਾ ਘਰ ਅਜਿਹਾ ਸੁੰਨਾ ਹੋ ਗਿਆ, ਜਿਵੇਂ ਪਿੰਜਰੇ 'ਚੋਂ ਜ਼ਿੰਦਗੀ ਫੁੱਰਰ ਕਰ ਕੇ ਉੱਡ ਗਈ ਹੋਵੇ। ਉਹ ਇਸ ਘਰ ਦੀ ਲੋਅ ਤੇ ਸਰੀਰ ਅੰਦਰਲੀ ਜਾਨ ਸੀ। ਘਰ ਉਹੀ ਹੈ, ਪਰ ਚਾਰੇ ਪਾਸੇ ਮਾਤਮ ਜਿਹਾ ਪਸਰਿਆ ਹੋਇਆ ਹੈ। ਵਸਨੀਕ ਵੀ ਉਹੀ ਹਨ ਪਰ ਸਭ ਦੇ ਚਿਹਰੇ ਉੱਤਰੇ ਹੋਏ ਤੇ ਅੱਖਾਂ ਦੀ ਲੋਅ ਜਾਂਦੀ ਰਹੀ ਹੈ। ਬਾਗ਼ ਵੀ ਉਹੀ ਹੈ, ਪਰ ਰੁੱਤ ਪਤਝੜ ਦੀ ਵਿਦਮਾਨ ਹੈ।

ਮੁਕਲਾਵੇ ਦੇ ਇਕ ਮਹੀਨੇ ਬਾਅਦ ਮੁਨਸ਼ੀ ਸੰਜੀਵਨਲਾਲ ਵੀ ਤੀਰਥ ਯਾਤਰਾ 'ਤੇ ਨਿੱਕਲ ਗਏ। ਧਨ-ਦੌਲਤ ਸਾਰੀ ਪ੍ਰਤਾਪ ਦੇ ਸਪੁਰਦ ਕਰ ਦਿੱਤੀ। ਆਪਣੇ ਨਾਲ ਮ੍ਰਿਗਛਾਲਾ (ਹਿਰਣ ਦੀ ਖੱਲ), ਭਗਵਤ ਗੀਤਾ ਤੇ ਕੁਝ ਪੁਸਤਕਾਂ ਦੇ ਇਲਾਵਾ ਹੋਰ ਕੁਝ ਨਾ ਲੈ ਕੇ ਗਏ।

ਪ੍ਰਤਾਪ ਚੰਦਰ ਅੰਦਰ ਪਿਆਰ ਦੀ ਖਿੱਚ ਬੜੀ ਪ੍ਰਬਲ ਸੀ। ਪਰ ਇਸ ਦੇ ਨਾਲ ਹੀ ਉਸ ਅੰਦਰ ਮਨ ਨੂੰ ਕਾਬੂ ਕਰਨ ਦੀ ਅਸੀਮ ਤਾਕਤ ਵੀ ਵਿਦਮਾਨ ਸੀ। ਘਰ ਦੀ ਇੱਕ-ਇਕ ਚੀਜ਼ ਉਸ ਨੂੰ ਬਿਰਜਨ ਦੀ ਯਾਦ ਦਿਵਾਉਂਦੀ ਰਹਿੰਦੀ ਸੀ। ਇਹ ਵਿਚਾਰ ਤਾਂ ਇਕ ਘੜੀ ਵੀ ਪਰ੍ਹੇ ਨਹੀਂ ਹੁੰਦਾ ਸੀ ਕਿ ਜੇ ਬਿਰਜਨ ਮੇਰੀ ਹੁੰਦੀ ਤਾਂ ਜ਼ਿੰਦਗੀ ਕਿੰਨੇ ਸੁੱਖ-ਆਰਾਮ ਨਾਲ ਲੰਘਦੀ....। ਪਰ ਇਸ ਵਿਚਾਰ ਨੂੰ ਉਹ ਹਰ ਹੀਲੇ ਮਨ 'ਚੋਂ ਕੱਢਦਾ ਰਹਿੰਦਾ ਸੀ। ਪੜ੍ਹਨ ਬੈਠਦਾ ਤਾਂ ਕਿਤਾਬ ਖੁੱਲ੍ਹੀ ਰਹਿੰਦੀ ਤੇ ਧਿਆਨ ਕਿਤੇ ਹੋਰ ਜਾ ਪਹੁੰਚਦਾ। ਰੋਟੀ ਖਾਣ ਬੈਠਦਾ ਤਾਂ ਬਿਰਜਨ ਦਾ ਮੁਹਾਂਦਰਾ ਅੱਖਾਂ ਅੱਗੇ ਘੁੰਮਣ ਲੱਗਦਾ। ਪਿਆਰ ਦੇ ਸੇਕ ਨੂੰ ਮਨ-ਮਾਰਨ ਦੀ ਤਾਕਤ ਨਾਲ ਕਾਬੂ ਕਰਦਿਆਂ-ਕਰਦਿਆਂ ਉਸ ਦੀ ਹਾਲਤ ਅਜਿਹੀ ਹੋ ਗਈ, ਜਿਵੇਂ ਸਾਲਾਂ ਤੋਂ ਰੋਗੀ ਹੋਵੇ। ਪ੍ਰੇਮੀਆਂ ਨੂੰ ਆਪਣੀ ਕਾਮਨਾ ਪੂਰੀ ਹੋਣ ਦੀ ਆਸ ਹੋਵੇ ਚਾਹੇ ਨਾ ਹੋਵੇ, ਪਰ ਉਹ ਮਨ ਹੀ ਮਨ ਆਪਣੀਆਂ ਪ੍ਰੇਮਿਕਾਵਾਂ ਨੂੰ ਮਿਲਣ ਦਾ ਸੁਆਦ ਚੱਖਦੇ ਰਹਿੰਦੇ ਹਨ। ਉਹ ਰੁਮਾਂਸ ਦੀ ਕਾਲਪਨਿਕ ਦੁਨੀਆਂ ਵਿੱਚ ਆਪਣੇ ਪ੍ਰੀਤਮ ਨਾਲ ਗੱਲਾਂ-ਬਾਤਾਂ ਕਰਦੇ ਹਨ, ਉਸ ਨੂੰ ਛੇੜਦੇ ਹਨ, ਉਸ ਨਾਲ ਰੁੱਸਦੇ ਹਨ, ਉਸ ਨੂੰ ਮਨਾਉਂਦੇ ਹਨ ਤੇ ਇਸ ਰੁਮਾਂਚਿਕ ਦੁਨੀਆਂ ਵਿੱਚ ਉਨ੍ਹਾਂ ਨੂੰ ਸੁਆਦ ਆਉਂਦਾ ਹੈ ਤੇ ਮਨ ਨੂੰ ਇਕ ਸਕੂਨ ਭਰਿਆ ਤੇ ਰਸ ਭਰਿਆ ਕੰਮ ਮਿਲ ਜਾਂਦਾ ਹੈ। ਪਰ ਜੇ ਕੋਈ ਤਾਕਤ ਉਨ੍ਹਾਂ ਨੂੰ ਇਸ ਰੁਮਾਂਚਕ ਦੁਨੀਆਂ ਦੀ ਸੈਰ ਕਰਨ ਤੋਂ ਵਰਜੇ, ਜੇ ਕੋਈ ਤਾਕਤ ਉਨ੍ਹਾਂ ਨੂੰ ਖ਼ਿਆਲਾਂ ਵਿਚ ਵੀ ਉਨ੍ਹਾਂ ਦੇ ਪ੍ਰੀਤਮ ਦਾ ਚਿਹਰਾ ਨਾ ਵੇਖਣ ਦੇਵੇ ਤਾਂ ਉਨ੍ਹਾਂ ਕਿਸਮਤ ਮਾਰੇ ਪ੍ਰੇਮੀਆਂ ਦੀ ਕੀ ਹਾਲਤ ਹੋਵੇਗੀ? ਪ੍ਰਤਾਪ ਇਨ੍ਹਾਂ ਬਦਕਿਸਮਤਾਂ ਵਿਚੋਂ ਹੀ ਇਕ ਸੀ। ਇਸ ਵਿਚ ਕੋਈ ਸ਼ੱਕ ਨਹੀਂ ਸੀ ਕਿ ਜੇ ਉਹ ਚਾਹੁੰਦਾ ਤਾਂ ਇਨ੍ਹਾਂ ਸੁਖਦ ਕਲਪਨਾਵਾਂ ਦਾ ਸੁਆਦ ਮਾਣ ਸਕਦਾ ਸੀ। ਭਾਵਪੂਰਤ ਕਲਪਨਾ-ਸੰਸਾਰ ਦੀ ਸੈਰ ਬਹੁਤ ਸੁਖਮਈ ਹੁੰਦੀ ਹੈ, ਪਰ ਮੁਸ਼ਕਿਲ ਤਾਂ ਇਹ ਸੀ ਕਿ ਉਹ ਬਿਰਜਨ ਬਾਰੇ ਉਗਮਦੇ, ਆਪਣੇ ਖ਼ਿਆਲਾਂ ਨੂੰ ਮੰਦੀਆਂ ਭਾਵਨਾਵਾਂ ਪੱਖੋਂ ਪਵਿੱਤਰ ਵੀ ਰੱਖਣਾ ਚਾਹੁੰਦਾ ਸੀ। ਉਸਦੀ ਸਿੱਖਿਆ ਅਜਿਹੇ ਪਵਿੱਤਰ ਨੇਮਾਂ ਅਧੀਨ ਹੋਈ ਸੀ ਤੇ ਉਸ ਨੂੰ ਅਜਿਹੀਆਂ

ਨੇਕ ਆਤਮਾਵਾਂ ਤੇ ਅਸੂਲ ਪ੍ਰਸਤ ਮਨੁੱਖਾਂ ਦੀ ਸੰਗਤ ਤੋਂ ਸਿੱਖਣ ਦੇ ਮੌਕੇ ਮਿਲੇ ਸਨ ਕਿ ਉਸ ਦੀ ਨਜ਼ਰ ਵਿਚ ਵਿਚਾਰ ਦੀ ਪਵਿੱਤਰਤਾ ਵੀ ਓਨੀ ਹੀ ਮੁੱਲਵਾਨ ਸੀ, ਜਿੰਨੀ ਵਿਹਾਰ ਦੀ ਪਵਿੱਤਰਤਾ। ਇਹ ਕਿਵੇਂ ਹੋ ਸਕਦਾ ਸੀ ਕਿ ਉਹ ਬਿਰਜਨ ਨੂੰ, ਜਿਸ ਨੂੰ ਕਈ ਵਾਰ ਉਹ ਭੈਣ ਕਹਿ ਚੁੱਕਿਆ ਸੀ ਤੇ ਜਿਸ ਨੂੰ ਹੁਣ ਵੀ ਭੈਣ ਸਮਝਣ ਦੀ ਕੋਸ਼ਿਸ਼ ਕਰਦਾ ਰਹਿੰਦਾ ਸੀ, ਖ਼ਿਆਲਾਂ ਦੀ ਦੁਨੀਆਂ ਵਿੱਚ ਵੀ ਅਜਿਹੀਆਂ ਕਲਪਨਾਵਾਂ ਦਾ ਪਾਤਰ ਬਣਾਉਂਦਾ, ਜਿਹੜੀਆਂ ਕਾਮ-ਵਾਸਨਾਵਾਂ ਪੱਖੋਂ ਭਾਵੇਂ ਹੀ ਪਵਿੱਤਰ ਹੋਣ, ਪਰ ਮਨ ਦੇ ਮੈਲੇ ਆਵੇਗਾਂ ਤੋਂ ਮੁਕਤ ਨਹੀਂ ਹੋ ਸਕਦੀਆਂ ਸਨ। ਜਦ ਤੱਕ ਤਾਂ ਮੁਨਸ਼ੀ ਸੰਜੀਵਨਲਾਲ ਮੌਜੂਦ ਸਨ ਉਸ ਦਾ ਕੁਝ ਵਕਤ ਉਨ੍ਹਾਂ ਨਾਲ ਗਿਆਨ ਤੇ ਧਰਮ ਦੀ ਚਰਚਾ ਕਰਦਿਆਂ ਲੰਘ ਜਾਂਦਾ ਸੀ, ਜਿਸ ਨਾਲ ਅੰਤਰ-ਆਤਮਾ ਨੂੰ ਸਕੂਨ ਜਿਹਾ ਮਿਲਦਾ ਸੀ। ਪਰ ਉਨ੍ਹਾਂ ਦੇ ਚਲੇ ਜਾਣ ਦੇ ਬਾਅਦ ਸਵੈ-ਸੁਧਾਰ ਦਾ ਇਹ ਮੌਕਾ ਵੀ ਗੁਆਚ ਗਿਆ।

ਸੁਵਾਮਾ ਉਸ ਨੂੰ ਏਦਾਂ ਉਦਾਸ-ਮਨ ਵੇਖਦੀ ਤਾਂ ਉਸ ਨੂੰ ਬਹੁਤ ਦੁੱਖ ਹੁੰਦਾ। ਇਕ ਦਿਨ ਉਸ ਨੇ ਕਿਹਾ—"ਜੇ ਤੇਰਾ ਦਿਲ ਨਹੀਂ ਲੱਗਦਾ ਤਾਂ ਪਰਿਯਾਗ ਚਲਾ ਜਾ। ਉਥੇ ਸ਼ਾਇਦ ਤੇਰਾ ਦਿਲ ਲੱਗ ਜਾਵੇ।" ਇਹ ਵਿਚਾਰ ਪ੍ਰਤਾਪ ਦੇ ਮਨ ਵਿੱਚ ਵੀ ਕਈ ਵਾਰ ਆਇਆ ਸੀ, ਪਰ ਇਸ ਡਰੋਂ ਕਿ ਮਾਂ ਨੂੰ ਇਥੇ ਇਕੱਲਿਆਂ ਰਹਿਣ ਵਿੱਚ ਤਕਲੀਫ਼ ਹੋਏਗੀ, ਉਸ ਨੇ ਇਸ ਵਿਚਾਰ 'ਤੇ ਜ਼ਿਆਦਾ ਗ਼ੌਰ ਨਹੀਂ ਕੀਤੀ ਸੀ। ਪਰ ਮਾਂ ਦਾ ਹੁਕਮ ਮਿਲਦਿਆਂ ਇਰਾਦਾ ਪੱਕਾ ਕਰ ਲਿਆ। ਯਾਤਰਾ ਦੀਆਂ ਤਿਆਰੀਆਂ ਕਰਨ ਲੱਗਾ, ਜਾਣ ਦਾ ਦਿਨ ਵੀ ਤੈਅ ਹੋ ਗਿਆ। ਹੁਣ ਸੁਵਾਮਾ ਦੀ ਇਹ ਹਾਲਤ ਹੈ ਕਿ ਜਦ ਦੇਖੋ, ਪ੍ਰਤਾਪ ਨੂੰ ਪਰਦੇਸ ਵਿਚ ਰਹਿਣ-ਸਹਿਣ ਦੀ ਸਿੱਖਿਆ ਦੇਣ ਲੱਗਦੀ—"ਪੁੱਤਰਾ, ਵੇਖ, ਕਿਸੇ ਨਾਲ ਵੀ ਲੜਾਈ-ਝਗੜਾ ਮੁੱਲ ਨਾ ਲਈਂ। ਝਗੜਨ ਦੀ ਤਾਂ ਵੈਸੇ ਵੀ ਤੇਰੀ ਆਦਤ ਨਹੀਂ ਐ, ਪਰ ਸਮਝਾ ਰਹੀ ਆਂ। ਪਰਦੇਸ ਜਾ ਰਿਹੈਂ, ਫੂਕ-ਫੂਕ ਕੇ ਪੈਰ ਪੁੱਟੀਂ। ਖਾਣ-ਪੀਣ ਵੱਲ ਗ਼ੌਰ ਕਰੀਂ। ਤੇਰੀ ਇਹ ਮਾੜੀ ਆਦਤ ਐ ਕਿ ਸਿਆਲਾਂ ਵਿੱਚ ਆਥਣੇ ਹੀ ਸੌਂ ਜਾਨੈਂ, ਫੇਰ ਭਾਵੇਂ ਕੋਈ ਕਿੰਨਾ ਹੀ ਚੀਖ਼ੇ, ਜਾਗਦਾ ਹੀ ਨਹੀਂ। ਇਹ ਸੁਭਾਅ ਪਰਦੇਸ ਵਿਚ ਵੀ ਬਣਾਈ ਰੱਖਿਆ ਤਾਂ ਤੈਨੂੰ ਲੌਢੇ ਵੇਲੇ ਦੀ ਰੋਟੀ ਕਿੱਥੋਂ ਮਿਲੂ? ਦਿਨੇ ਥੋੜ੍ਹੇ ਚਿਰ ਲਈ ਸੌਂ ਜਾਇਆ ਕਰੀਂ। ਤੇਰੀਆਂ ਅੱਖਾਂ 'ਚ ਤਾਂ ਜਿਵੇਂ ਦਿਨੇ ਨੀਂਦ ਹੀ ਨਹੀਂ ਉੱਤਰਦੀ।"

ਉਸ ਨੂੰ ਜਦ ਵੀ ਮੌਕਾ ਮਿਲਦਾ, ਬੇਟੇ ਨੂੰ ਅਜਿਹੀਆਂ ਹੀ ਸੁਚੱਜੀਆਂ ਸਿੱਖਿਆਵਾਂ ਦੇਣ ਲੱਗਦੀ। ਅਖ਼ੀਰ ਜਾਣ ਦਾ ਦਿਨ ਵੀ ਆ ਗਿਆ। ਗੱਡੀ ਸਵੇਰੇ ਦਸ ਵਜੇ ਤੁਰਦੀ ਸੀ। ਪ੍ਰਤਾਪ ਨੇ ਸੋਚਿਆ—ਬਿਰਜਨ ਨੂੰ ਮਿਲ ਲਵਾਂ। ਪਰਦੇਸ ਜਾ ਰਿਹਾ ਹਾਂ। ਫੇਰ ਪਤਾ ਨਹੀਂ ਕਦ ਮੁਲਾਕਾਤ ਹੋਵੇ। ਮਨ ਉਤਾਵਲਾ ਹੋ ਗਿਆ ਤਾਂ ਮਾਂ ਨੂੰ ਕਹਿ ਸੁਣਾਇਆ। ਸੁਵਾਮਾ ਬਹੁਤ ਖ਼ੁਸ਼ ਹੋਈ। ਇਕ ਥਾਲ ਵਿੱਚ ਲੱਡੂ, ਸਮੋਸੇ ਤੇ ਦੋ-ਤਿੰਨ ਤਰ੍ਹਾਂ ਦੇ ਮੁਰੱਬੇ ਰੱਖ ਕੇ ਰਧੀਆ ਨੂੰ ਦਿੱਤੇ ਤੇ ਕਿਹਾ ਕਿ ਲੱਲੂ ਨਾਲ ਜਾ। ਪ੍ਰਤਾਪ ਨੇ ਵਾਲ ਸੰਵਾਰੇ, ਕੱਪੜੇ ਬਦਲੇ। ਕਹਿਣ ਨੂੰ ਤਾਂ ਤੁਰਦਾ ਜਾ ਰਿਹਾ ਹੈ ਪਰ, ਜਿਉਂ-ਜਿਉਂ ਪੱਬ ਪੁੱਟਦਾ, ਦਿਲ ਬੈਠਦਾ ਜਾਂਦਾ। ਤਰ੍ਹਾਂ-ਤਰ੍ਹਾਂ ਦੇ ਖ਼ਿਆਲ ਆ ਰਹੇ ਹਨ। 'ਬਿਰਜਨ ਪਤਾ ਨਹੀਂ ਮਨ ਵਿੱਚ ਕੀ ਸੋਚੇ, ਕੀ ਨਾ ਸੋਚੇ। ਚਾਰ ਮਹੀਨੇ ਲੰਘ ਗਏ ਸਨ, ਉਸ ਨੇ ਇੱਕ ਚਿੱਠੀ ਵੀ ਤਾਂ ਮੈਨੂੰ ਅਲੱਗ ਤੋਂ ਨਹੀਂ ਲਿਖੀ। ਫਿਰ

ਕਿਵੇਂ ਕਹਿ ਸਕਦਾ ਹਾਂ ਕਿ ਮੈਨੂੰ ਮਿਲ ਕੇ ਉਹ ਖ਼ੁਸ਼ ਹੋਏਗੀ। ਯਾਰ, ਹੁਣ ਉਸ ਨੂੰ ਤੇਰੀ ਫ਼ਿਕਰ ਹੀ ਕਿਥੇ ਹੈ ? ਤੂੰ ਮਰ ਵੀ ਜਾਵੇਂ ਤਾਂ ਵੀ ਹੰਝੂ ਨਾ ਕੇਰੇ। ਇਥੇ ਦੀ ਗੱਲ ਹੋਰ ਸੀ। ਤੂੰ ਯਕੀਨਨ ਉਸ ਦੀਆਂ ਅੱਖਾਂ ਵਿਚ ਰੜਕੇਂਗਾ। ਕਿਤੇ ਇਹ ਨਾ ਸਮਝੇ ਕਿ ਲਾਲਾ ਜੀ ਸਜ-ਧਜ ਕੇ ਮੈਨੂੰ ਰਿਝਾਉਣ ਆਏ ਨੇ।' ਇਸੇ ਸੋਚ-ਵਿਚਾਰ ਵਿਚ ਉਹ ਤੁਰਦਾ ਜਾ ਰਿਹਾ ਸੀ। ਇਸੇ ਦੌਰਾਨ ਸ਼ਾਮਾਚਰਣ ਦਾ ਮਕਾਨ ਵਿਖਾਈ ਦੇਣ ਲੱਗਿਆ। ਕਮਲਾਚਰਣ ਵਿਹੜੇ ਵਿਚ ਟਹਿਲ ਰਿਹਾ ਸੀ। ਉਸ ਨੂੰ ਵੇਖਦਿਆਂ ਹੀ ਪ੍ਰਤਾਪ ਦੀ ਉਹ ਹਾਲਤ ਹੋ ਗਈ, ਜੋ ਇਕ ਪੁਲਸ ਵਾਲੇ ਨੂੰ ਵੇਖ ਕੇ ਕਿਸੇ ਚੋਰ ਦੀ ਹੁੰਦੀ ਹੈ। ਝੱਟ ਇਕ ਘਰ ਦੀ ਓਟ ਵਿੱਚ ਲੁਕ ਗਿਆ ਤੇ ਰਧੀਆ ਨੂੰ ਬੋਲਿਆ—"ਤੂੰ ਜਾ, ਇਹ ਸਾਮਾਨ ਦੇ ਆ। ਮੈਂ ਕਿਸੇ ਕੰਮੋਂ ਬਾਜ਼ਾਰ ਜਾ ਰਿਹਾਂ। ਪਰਤਦਾ ਹੋਇਆ ਮਿਲਦਾ ਜਾਊਂਗਾ।" ਇਹ ਕਹਿ ਕੇ ਬਾਜ਼ਾਰ ਵੱਲ ਤੁਰ ਪਿਆ, ਪਰ ਅਜੇ ਸਿਰਫ਼ ਦਸ ਕਦਮ ਹੀ ਪੁੱਟੇ ਸਨ ਕਿ ਫਿਰ ਕੰਮ ਵਾਲੀ ਨੂੰ ਬੁਲਾਇਆ ਤੇ ਬੋਲਿਆ—"ਮੈਨੂੰ ਸ਼ਾਇਦ ਦੇਰ ਹੋ ਜਾਵੇ, ਇਸ ਲਈ ਨਹੀਂ ਆ ਸਕਾਂਗਾ, ਜੇ ਪੁੱਛੇ ਤਾਂ ਇਹ ਚਿੱਠੀ ਦੇ ਦਈਂ।" ਇਹ ਕਹਿ ਕੇ ਜੇਬ ਵਿਚੋਂ ਪੈਨਸਿਲ ਕੱਢੀ ਤੇ ਕੁਝ ਸਤਰਾਂ ਇਕ ਕਾਗਜ਼ 'ਤੇ ਲਿਖ ਕੇ ਦੇ ਦਿੱਤੀਆਂ, ਜਿਨ੍ਹਾਂ ਤੋਂ ਉਸ ਦੇ ਮਨ ਦੀ ਹਾਲਤ ਦਾ ਚੰਗੀ ਤਰ੍ਹਾਂ ਅੰਦਾਜ਼ਾ ਲਗਾਇਆ ਜਾ ਸਕਦਾ ਸੀ—

"ਮੈਂ ਅੱਜ ਪਰਿਯਾਗ ਜਾ ਰਿਹਾ ਹਾਂ, ਹੁਣ ਉਥੇ ਹੀ ਪੜ੍ਹਾਂਗਾ। ਜਲਦੀ ਦੇ ਕਾਰਨ ਤੈਨੂੰ ਮਿਲ ਨਹੀਂ ਸਕਿਆ। ਜ਼ਿੰਦਾ ਰਿਹਾ ਤਾਂ ਫਿਰ ਆਵਾਂਗਾ। ਕਦੇ-ਕਦੇ ਆਪਣੀ ਸੁੱਖ-ਸ਼ਾਂਦ ਦੀ ਖ਼ਬਰ ਭੇਜਦੀ ਰਹੀਂ।

ਤੇਰਾ

ਪ੍ਰਤਾਪ"

ਪ੍ਰਤਾਪ ਇਹ ਚਿੱਠੀ ਦੇ ਕੇ ਚਲਾ ਗਿਆ ਤੇ ਰਧੀਆ ਹੌਲੀ-ਹੌਲੀ ਬਿਰਜਨ ਦੇ ਘਰ ਪਹੁੰਚ ਗਈ। ਉਹ ਇਸ ਨੂੰ ਵੇਖਦਿਆਂ ਹੀ ਨੱਸਦੀ ਆਈ ਤੇ ਸੁੱਖ ਸਾਂਦ ਪੁੱਛਣ ਲੱਗੀ— "ਪਿਤਾ ਜੀ ਦੀ ਕੋਈ ਚਿੱਠੀ ਆਈ ਸੀ ?"

ਰਧੀਆ—"ਜਦੋਂ ਤੋਂ ਗਏ ਨੇ, ਚਿੱਠੀ-ਪੱਤਰ ਕੁਝ ਵੀ ਨਹੀਂ ਆਇਆ।"

ਬਿਰਜਨ—"ਚਾਚੀ ਤਾਂ ਠੀਕ-ਠਾਕ ਨੇ ?"

ਰਧੀਆ--"ਲੱਲੂ ਬਾਬੂ ਪਰਿਯਾਗ ਜਾ ਰਹੇ ਨੇ ਤੇ ਥੋੜ੍ਹੇ ਉਦਾਸ ਵੀ ਰਹਿੰਦੇ ਨੇ।"

ਬਿਰਜਨ (ਚੌਂਕ ਕੇ)—"ਲੱਲੂ ਪਰਿਯਾਗ ਜਾ ਰਹੇ ਨੇ ?"

ਰਧੀਆ—"ਹਾਂ, ਮੈਂ ਤਾਂ ਆਪਣੇ ਵੱਲੋਂ ਬਹੁਤ ਸਮਝਾਇਆ ਕਿ ਪਰਦੇਸਾਂ 'ਚ ਕਿਥੇ ਰੁਲੋਗੇ। ਪਰ ਮੇਰੀ ਕੌਣ ਸੁਣਦੈ ?"

ਬਿਰਜਨ—"ਕਦੋਂ ਜਾਣਗੇ ?"

ਰਧੀਆ—"ਅੱਜ ਦਸ ਵਜੇ ਦੀ ਟ੍ਰੇਨ 'ਤੇ ਜਾ ਰਹੇ ਨੇ। ਤੁਹਾਨੂੰ ਮਿਲਣ ਵੀ ਆ ਰਹੇ ਸਨ, ਪਰ ਦਰਾਂ 'ਤੇ ਆ ਕੇ ਹੀ ਪਰਤ ਗਏ।"

ਬਿਰਜਨ—"ਇਥੋਂ ਤੱਕ ਆ ਕੇ ਪਰਤ ਗਏ! ਦਰਾਂ 'ਤੇ ਕੋਈ ਸੀ ਕਿ ਨਹੀਂ ?"

ਰਧੀਆ—"ਦਰਵਾਜ਼ੇ ਦੀ ਚੌਖਟ 'ਤੇ ਕਿਥੇ ਆਏ, ਸੜਕ ਤੋਂ ਹੀ ਪਰਤ ਗਏ।"

ਬਿਰਜਨ—"ਕੁਝ ਦੱਸਿਆ ਨਹੀਂ, ਕਿਉਂ ਵਾਪਸ ਜਾ ਰਿਹਾਂ ?"

ਰਧੀਆ—"ਕੁਝ ਨਹੀਂ ਦੱਸਿਆ, ਬੱਸ ਏਨਾ ਬੋਲੇ ਕਿ ਮੇਰੀ ਟ੍ਰੇਨ ਛੁੱਟ ਜਾਏਗੀ, ਇਸ ਲਈ ਮੈਂ ਜਾ ਰਿਹਾਂ।"

ਬ੍ਰਿਜਰਾਣੀ ਨੇ ਘੜੀ 'ਤੇ ਨਜ਼ਰ ਮਾਰੀ, ਅੱਠ ਵੱਜਣ ਵਾਲੇ ਸਨ। ਪ੍ਰੇਮਵਤੀ ਕੋਲ ਜਾ ਕੇ ਬੋਲੀ—"ਮਾਂ ਜੀ! ਲੱਲੂ ਅੱਜ ਪਰਿਯਾਗ ਜਾ ਰਹੇ ਨੇ, ਜੇ ਤੁਸੀਂ ਆਖੋਂ ਤਾਂ ਉਨ੍ਹਾਂ ਨੂੰ ਮਿਲ ਆਵਾਂ। ਫੇਰ ਪਤਾ ਨਹੀਂ ਕਦ ਮਿਲ ਸਕੀਏ, ਕਦ ਨਾ ਮਿਲ ਸਕੀਏ। ਕੰਮ ਵਾਲੀ ਕਹਿੰਦੀ ਐ ਕਿ ਬੱਸ ਮੈਨੂੰ ਮਿਲਣ ਆ ਹੀ ਰਹੇ ਸਨ, ਪਰ ਸੜਕ ਦੇ ਦੂਸਰੇ ਬੰਨਿਓਂ ਹੀ ਪਰਤ ਗਏ।"

ਪ੍ਰੇਮਵਤੀ—"ਅਜੇ ਨਾ ਤੂੰ ਵਾਲ ਗੁੰਦਵਾਏ, ਨਾ ਮਾਂਗ ਭਰਵਾਈ, ਨਾ ਕੱਪੜੇ ਬਦਲੇ ਤੇ ਬੱਸ ਜਾਣ ਨੂੰ ਤਿਆਰ ਵੀ ਹੋ ਗਈ।"

ਬਿਰਜਨ—"ਮੇਰੇ ਪਿਆਰੇ ਮਾਂ ਜੀ। ਅੱਜ ਏਦਾਂ ਹੀ ਜਾਣ ਦਿਓ। ਵਾਲ ਗੁੰਦਵਾਉਣ ਬੈਠਾਂਗੀ ਤਾਂ ਦਸ ਇਥੇ ਹੀ ਵੱਜ ਜਾਣਗੇ।"

ਪ੍ਰੇਮਵਤੀ—"ਅੱਛਾ, ਤਾਂ ਫੇਰ ਜਾ, ਪਰ ਸ਼ਾਮ ਤੱਕ ਪਰਤ ਆਈਂ। ਗੱਡੀ ਤਿਆਰ ਕਰਵਾ ਲੈ, ਮੇਰੇ ਵਲੋਂ ਸੁਵਾਮਾ ਨੂੰ ਪੈਰੀਂ ਪੈਣਾ ਆਖੀਂ।"

ਬਿਰਜਨ ਨੇ ਕੱਪੜੇ ਬਦਲੇ, ਮਾਧਵੀ ਨੂੰ ਬਾਹਰ ਭਜਾਇਆ ਕਿ ਜਾ ਕੇ ਗੱਡੀ (ਘੋੜਾ ਬੱਘੀ) ਤਿਆਰ ਕਰਨ ਲਈ ਕਹਿ ਦੇ ਤੇ ਉਦੋਂ ਤੱਕ ਕੋਈ ਖ਼ਿਆਲ ਹੀ ਨਾ ਆਇਆ ਕਿ ਚਿੱਠੀ-ਪੱਤਰ ਬਾਰੇ ਪੁੱਛੇ। ਹੁਣ ਰਧੀਆ ਨੂੰ ਪੁੱਛਿਆ—"ਕੋਈ ਚਿੱਠੀ-ਪੱਤਰ ਤਾਂ ਨਹੀਂ ਦਿੱਤਾ?"

ਰਧੀਆ ਨੇ ਚਿੱਠੀ ਕੱਢ ਕੇ ਫੜਾ ਦਿੱਤੀ। ਬਿਰਜਨ ਨੇ ਖ਼ੁਸ਼ੀ-ਖ਼ੁਸ਼ੀ ਫੜ ਲਈ, ਪਰ ਉਸ ਨੂੰ ਪੜ੍ਹਦਿਆਂ ਹੀ ਉਸ ਦਾ ਚਿਹਰਾ ਕੁਮਲਾ ਗਿਆ। ਸੋਚਣ ਲੱਗੀ ਕਿ ਆਖ਼ਿਰ ਉਹ ਦਰਾਂ 'ਤੇ ਆ ਕੇ ਕਿਉਂ ਪਰਤ ਗਏ ਤੇ ਚਿੱਠੀ ਵੀ ਲਿਖੀ ਤਾਂ ਉੱਖੜੀ ਜਿਹੀ ਤੇ ਗੁੰਝਲਦਾਰ। ਅਜਿਹੀ ਕਾਹਦੀ ਜਲਦੀ ਸੀ। ਕੀ ਰੇਲ ਗੱਡੀ ਦਾ ਕੋਈ ਕਰਜ਼ਾ ਲਾਹੁਣਾ ਸੀ, ਸਾਰੇ ਦਿਨ ਵਿਚ ਜ਼ਿਆਦਾ ਨਹੀਂ ਤਾਂ ਪੰਜ-ਛੇ ਗੱਡੀਆਂ ਤਾਂ ਜਾਂਦੀਆਂ ਹੀ ਹੋਣਗੀਆਂ। ਕੀ ਮੈਨੂੰ ਮਿਲਣ ਲਈ ਉਨ੍ਹਾਂ ਨੂੰ ਦੋ ਘੰਟੇ ਦੀ ਦੇਰੀ ਵੀ ਅਸਹਿ ਲੱਗੀ? ਜ਼ਰੂਰ ਇਹਦੇ ਵਿੱਚ ਕੋਈ ਨਾ ਕੋਈ ਭੇਤ ਲੁਕਿਆ ਹੋਇਆ ਹੈ। ਮੈਥੋਂ ਕੀ ਗੁਨਾਹ ਹੋ ਗਿਆ? ਅਚਾਨਕ ਉਸ ਨੂੰ ਉਸ ਦਿਨ ਦੀ ਗੱਲ ਯਾਦ ਆਈ, ਜਦ ਉਹ ਅਤਿ ਉਤਾਵਲੀ ਹੋ ਕੇ ਪ੍ਰਤਾਪ ਕੋਲ ਗਈ ਸੀ ਤੇ ਉਸ ਦੇ ਮੂੰਹੋਂ ਨਿਕਲ ਗਿਆ ਸੀ—"ਲੱਲੂ, ਮੈਂ ਕਿਵੇਂ ਸਹਾਂਗੀ!" ਬਿਰਜਨ ਨੂੰ ਅੱਜ ਤੋਂ ਪਹਿਲਾਂ ਵੀ ਕਈ ਵਾਰ ਇਹ ਖ਼ਿਆਲ ਆਇਆ ਸੀ ਕਿ ਉਸ ਸਮੇਂ ਮੇਰਾ ਉਸ ਹਾਲਤ ਵਿੱਚ ਲੱਲੂ ਕੋਲ ਜਾਣਾ ਗ਼ਲਤ ਸੀ। ਝੱਟ ਯਕੀਨ ਹੋ ਗਿਆ ਕਿ ਮੈਂ ਜ਼ਰੂਰ ਲੱਲੂ ਦੀਆਂ ਨਜ਼ਰਾਂ ਵਿੱਚੋਂ ਗਿਰ ਗਈ ਹਾਂ। ਮੇਰਾ ਪਿਆਰ ਤੇ ਮੇਰਾ ਦਿਲ ਹੁਣ ਉਨ੍ਹਾਂ ਨੂੰ ਭੁੱਲ-ਭੁਲਾ ਗਿਆ ਹੈ। ਇਕ ਠੰਢਾ ਹਉਕਾ ਭਰ ਕੇ ਉਹ ਬੈਠ ਗਈ ਤੇ ਮਾਧਵੀ ਨੂੰ ਬੋਲੀ—"ਕੋਚਵਾਨ ਨੂੰ ਕਹਿ ਦੇ, ਹੁਣ ਗੱਡੀ ਤਿਆਰ ਨਾ ਕਰੇ। ਮੈਂ ਨਹੀਂ ਜਾ ਰਹੀ।"

15.
ਫ਼ਰਜ਼ ਤੇ ਪਿਆਰ ਵਿਚਲਾ ਸੰਘਰਸ਼

ਜਦ ਤੱਕ ਬਿਰਜਨ ਸਹੁਰੀਂ ਨਹੀਂ ਆਈ ਸੀ, ਉਦੋਂ ਤੱਕ ਉਸ ਦੇ ਨਜ਼ਰੀਏ ਵਿਚ ਇਕ ਹਿੰਦੂ ਪਤੀਵਰਤਾ ਔਰਤ ਦੇ ਫ਼ਰਜ਼ਾਂ ਤੇ ਆਦਰਸ਼ਾਂ ਦਾ ਕੋਈ ਨਿਯਮ ਸਥਾਪਤ ਨਹੀਂ ਹੋਇਆ ਸੀ। ਘਰ ਵਿਚ ਕਦੇ ਪਤੀ ਦੇ ਬਾਰੇ ਚਰਚਾ ਨਹੀਂ ਹੁੰਦੀ ਸੀ। ਭਾਵੇਂ ਉਸ ਨੇ ਸਤੀ-ਧਰਮ ਦੀਆਂ ਕਿਤਾਬਾਂ ਜ਼ਰੂਰ ਪੜ੍ਹੀਆਂ ਸਨ, ਪਰ ਉਨ੍ਹਾਂ ਦਾ ਕੋਈ ਡੂੰਘਾ ਪ੍ਰਭਾਵ ਉਸ 'ਤੇ ਨਹੀਂ ਪਿਆ ਸੀ। ਕਦੇ ਉਸ ਨੂੰ ਇਹ ਗੱਲ ਧਿਆਨ ਵਿੱਚ ਵੀ ਨਹੀਂ ਆਉਂਦੀ ਸੀ ਕਿ ਇਹ ਘਰ ਮੇਰਾ ਨਹੀਂ ਹੈ ਤੇ ਮੈਨੂੰ ਬੜੀ ਛੇਤੀ ਇਥੋਂ ਜਾਣਾ ਪਏਗਾ।

ਪਰ ਜਦ ਉਹ ਸਹੁਰੀਂ ਆਈ ਤੇ ਆਪਣੇ ਪਤੀ-ਪਰਮੇਸ਼ਵਰ ਨੂੰ ਹਰ ਵੇਲੇ ਅੱਖਾਂ ਸਾਹਮਣੇ ਵੇਖਣ ਲੱਗੀ ਤਾਂ ਹੌਲੀ-ਹੌਲੀ ਮਨੋਬਿਰਤੀਆਂ ਵਿਚ ਪਰਿਵਰਤਨ ਆਉਣ ਲੱਗਾ। ਪਤਾ ਚੱਲ ਗਿਆ ਕਿ ਮੈਂ ਕੌਣ ਹਾਂ, ਮੇਰਾ ਕੀ ਧਰਮ ਤੇ ਕੀ ਉਸ ਨੂੰ ਨਿਭਾਉਣ ਦੀ ਰਸਮ ਹੈ ? ਪਹਿਲੀਆਂ ਗੱਲਾਂ ਸੁਪਨਿਆਂ ਵਰਗੀਆਂ ਜਾਪਣ ਲੱਗੀਆਂ। ਹਾਂ, ਜਿਸ ਵੇਲੇ ਇਹਸਾਸ ਹੋ ਜਾਂਦਾ ਕਿ ਮੈਥੋਂ ਅਜਿਹਾ ਗੁਨਾਹ ਹੋ ਗਿਆ ਹੈ, ਜਿਸ ਦੀ ਕਾਲਖ਼ ਮੈਂ ਉਤਾਰ ਨਹੀਂ ਸਕਦੀ ਤਾਂ ਖ਼ੁਦ ਸ਼ਰਮਿੰਦਗੀ ਨਾਲ ਸਿਰ ਝੁਕਾ ਲੈਂਦੀ ਤੇ ਆਪਣੇ ਆਪ ਨੂੰ ਦੁਰਕਾਰਦੀ। ਉਸ ਨੂੰ ਹੈਰਾਨੀ ਹੁੰਦੀ ਕਿ ਮੈਂ ਲੱਲੂ ਦੇ ਸਨਮੁਖ ਜਾਣ ਦੀ ਹਿੰਮਤ ਕਿਉਂ ਕੀਤੀ ! ਅਕਸਰ ਇਸ ਘਟਨਾ ਨੂੰ ਉਹ ਸੁਪਨੇ ਦੀ ਤਰ੍ਹਾਂ ਸਮਝਣ ਦੀ ਕੋਸ਼ਿਸ਼ ਕਰਦੀ, ਉਦੋਂ ਲੱਲੂ ਦੀ ਖ਼ੂਬਸੂਰਤ ਮੂਰਤ ਉਸ ਦੇ ਸਾਹਮਣੇ ਆ ਜਾਂਦੀ ਤੇ ਉਹ ਦਿਲੋਂ ਉਸ ਨੂੰ ਅਸੀਸਾਂ ਦਿੰਦੀ, ਪਰ ਅੱਜ ਜਦ ਪ੍ਰਤਾਪ ਚੰਦਰ ਦੀ ਤੰਗਦਿਲੀ ਕਰਕੇ ਉਸ ਨੂੰ ਇਹ ਖ਼ਿਆਲ ਆ ਕੇ ਕੋਸਣ ਲੱਗਾ ਕਿ ਲੱਲੂ ਉਸ ਘਟਨਾ ਨੂੰ ਅਜੇ ਤੱਕ ਭੁੱਲਿਆ ਨਹੀਂ ਹੈ, ਉਸ ਦੀ ਨਜ਼ਰ ਵਿਚ ਮੇਰੀ ਹੁਣ ਕੋਈ ਇੱਜ਼ਤ ਨਹੀਂ ਰਹੀ, ਇਥੋਂ ਤੱਕ ਕਿ ਉਹ ਮੇਰਾ ਮੂੰਹ ਵੀ ਵੇਖਣਾ ਨਹੀਂ ਚਾਹੁੰਦਾ ਤਾਂ ਉਸ ਅੰਦਰ ਸ਼ਰਮਿੰਦਗੀ ਭਰਿਆ ਗ਼ੁੱਸਾ ਪੈਦਾ ਹੋ ਗਿਆ। ਪ੍ਰਤਾਪ ਵੱਲੋਂ ਉਸ ਦਾ ਮਨ ਫਿਰ ਗਿਆ ਸੀ ਤੇ ਉਸ ਪ੍ਰਤੀ ਜੋ ਪਿਆਰ ਤੇ ਇੱਜ਼ਤ ਉਸ ਦੇ ਦਿਲ ਵਿਚ ਸੀ, ਉਹ ਪਲਾਂ ਵਿੱਚ ਪਾਣੀ ਦੀ ਤਰ੍ਹਾਂ ਵਹਿ ਗਈ। ਔਰਤਾਂ ਦਾ ਮਨ ਬਹੁਤ ਛੇਤੀ ਪ੍ਰਭਾਵ ਵਿੱਚ ਆ ਜਾਂਦਾ ਹੈ, ਜਿਸ ਪ੍ਰਤਾਪ ਦੇ ਲਈ ਉਹ ਆਪਣੀ ਹੋਂਦ ਤੱਕ ਮਿੱਟੀ ਵਿਚ ਮਿਲਾ ਦੇਣ ਲਈ ਕਾਹਲੀ ਸੀ, ਕੀ ਉਹ ਉਸ ਦੀ ਇਕ ਬਚਕਾਨਾ ਹਰਕਤ ਨੂੰ ਵੀ ਮੁਆਫ਼ ਨਹੀਂ ਕਰ ਸਕਦਾ ? ਕੀ ਉਸ ਦਾ ਦਿਲ ਏਨਾ ਸੌੜਾ ਹੈ ? ਇਹ ਖ਼ਿਆਲ ਬਿਰਜਨ ਦੇ ਦਿਲ ਵਿਚ ਕੰਡੇ ਦੀ ਤਰ੍ਹਾਂ ਚੁਭਣ ਲੱਗਾ।

ਅੱਜ ਤੋਂ ਬਿਰਜਨ ਦੀ ਸਜੀਵਤਾ ਅਲੋਪ ਹੋ ਗਈ। ਮਨ 'ਤੇ ਇਕ ਬੋਝ ਜਿਹਾ ਮਹਿਸੂਸ ਹੋਣ ਲੱਗਾ। ਸੋਚਦੀ ਕਿ ਜਦ ਪ੍ਰਤਾਪ ਮੈਨੂੰ ਭੁੱਲ ਗਿਆ ਤੇ ਮੇਰੀ ਭੋਰਾ ਜਿੰਨੀ ਵੀ ਇੱਜ਼ਤ ਨਹੀਂ ਕਰਦਾ ਤਾਂ ਇਸ ਗ਼ਮ ਵਿੱਚ ਮੈਂ ਕਿਉਂ ਆਪਣੀ ਜਾਨ ਸੁਕਾਵਾਂ ? ਨਾਲੇ ਇਹ ਤਾਂ 'ਹੱਥ ਨੂੰ ਹੱਥ' ਹੁੰਦੈ। ਜੇ ਉਸ ਨੂੰ ਮੇਰੇ ਨਾਲ ਨਫ਼ਰਤ ਹੈ ਜੇ ਉਹ ਮੇਰਾ ਚਿਹਰਾ ਨਹੀਂ ਵੇਖਣਾ ਚਾਹੁੰਦਾ ਤਾਂ ਮੈਂ ਵੀ ਉਸ ਦਾ ਚਿਹਰਾ ਵੇਖਣ ਨੂੰ ਨਫ਼ਰਤ ਕਰਦੀ ਹਾਂ ਤੇ ਮੈਨੂੰ ਵੀ ਉਸ ਨਾਲ ਮਿਲਣ ਦੀ ਕੋਈ ਤਾਂਘ ਨਹੀਂ। ਹੁਣ ਉਹ ਆਪਣੇ ਹੀ ਉਪਰ ਖਿਝ ਜਾਂਦੀ ਕਿ ਮੈਂ ਹਰ ਘੜੀ

ਉਸ ਦੀਆਂ ਗੱਲਾਂ ਕਿਉਂ ਸੋਚਦੀ ਰਹਿੰਦੀ ਹਾਂ ਤੇ ਨਾਲ ਹੀ ਸੰਕਲਪ ਕਰਦੀ ਕਿ ਹੁਣ ਉਸ ਦਾ ਖ਼ਿਆਲ ਵੀ ਮੈਂ ਆਪਣੇ ਮਨ ਵਿੱਚ ਨਹੀਂ ਆਉਣ ਦਿਆਂਗੀ, ਪਰ ਅਗਲੇ ਹੀ ਪਲ ਖ਼ਿਆਲਾਂ ਦੀ ਤੰਦ ਫੇਰ ਪ੍ਰਤਾਪ ਦੇ ਨਾਲ ਜਾ ਜੁੜਦੀ ਤੇ ਉਹੀ ਖ਼ਿਆਲ ਫੇਰ ਉਸ ਨੂੰ ਬੇਚੈਨ ਕਰਨ ਲੱਗਦੇ। ਦਿਲ ਦੀ ਇਸ ਤ੍ਰਾਸਦੀ ਨੂੰ ਭੁਲਾਉਣ ਲਈ ਉਹ ਕਮਲਾਚਰਣ ਨੂੰ ਆਪਣੇ ਸੱਚੇ ਪਿਆਰ ਦਾ ਇਜ਼ਹਾਰ ਕਰਨ ਲੱਗੀ। ਉਹ ਥੋੜ੍ਹੀ ਦੇਰ ਲਈ ਕਿਤੇ ਚਲਾ ਜਾਂਦਾ ਤਾਂ ਉਸ ਨੂੰ ਉਲਾਂਭਾ ਦੇਣ ਲੱਗਦੀ। ਜਿੰਨੇ ਰੁਪਏ ਜੋੜ ਕੇ ਰੱਖੇ ਹੋਏ ਸਨ, ਉਹ ਸਾਰੇ ਕਮਲਾਚਰਣ ਨੂੰ ਦੇ ਦਿੱਤੇ ਕਿ ਆਪਣੇ ਲਈ ਸੋਨੇ ਦੀ ਘੜੀ ਤੇ ਗਲੇ ਦੀ ਚੇਨ ਖ਼ਰੀਦ ਲਓ। ਕਮਲਾਚਰਣ ਨੇ ਮਨ੍ਹਾ ਕੀਤਾ ਤਾਂ ਉਦਾਸ ਹੋ ਗਈ। ਕਮਲਾਚਰਣ ਤਾਂ ਉਂਜ ਹੀ ਉਸ ਦਾ ਗ਼ੁਲਾਮ ਬਣਿਆ ਹੋਇਆ ਸੀ, ਉਸ ਦੇ ਪਿਆਰ ਦੀ ਅਸੀਮਤਾ ਵੇਖ ਕੇ ਹੋਰ ਵੀ ਜਾਨ ਲੁਟਾਉਣ ਲੱਗਾ। ਦੋਸਤਾਂ ਨੇ ਸੁਣਿਆ ਤਾਂ ਮੁਬਾਰਕਬਾਦ ਦੇਣ ਲੱਗੇ। ਮੀਆਂ ਹਮੀਦ ਤੇ ਸਈਅਦ ਆਪਣੀ ਕਿਸਮਤ ਨੂੰ ਕੋਸਣ ਲੱਗੇ ਕਿ "ਅਜਿਹੀ ਪ੍ਰੀਤਵਾਨ ਬੀਵੀ ਸਾਨੂੰ ਕਿਉਂ ਨਾ ਮਿਲੀ। ਤੈਨੂੰ ਉਹ ਬਿਨਾਂ ਮੰਗੇ ਹੀ ਰੁਪਏ ਥਮਾ ਦਿੰਦੀ ਹੈ ਤੇ ਸਾਡਾ ਤਾਂ ਬੀਵੀਆਂ ਦੀ ਖਿੱਚੋਤਾਣ ਨੇ ਨੱਕ 'ਚ ਦਮ ਕੀਤਾ ਹੋਇਐ। ਭਾਵੇਂ ਸਾਡੇ ਪੱਲੇ ਫੁੱਟੀ ਕੌਡੀ ਨਾ ਹੋਵੇ, ਪਰ ਉਨ੍ਹਾਂ ਦੀ ਖ਼ਾਹਿਸ਼ ਹਰ ਹੀਲੇ ਜ਼ਰੂਰ ਪੂਰੀ ਹੋਣੀ ਚਾਹੀਦੀ ਹੈ, ਨਹੀਂ ਤਾਂ ਪਰਲੋ ਆ ਜਾਵੇ। ਯਾਰ ਹੋਰ ਕੀ ਕਹੀਏ, ਕਦੇ ਘਰ ਵਿਚ ਇਕ ਪਾਨ-ਬੀੜੇ ਲਈ ਹੀ ਚਲੇ ਜਾਈਏ ਤਾਂ ਵੀ ਪੰਜ ਦਸ ਵਾਰ ਕੁੱਤੇ-ਖਾਣੀ ਕਰਵਾਏ ਬਿਨਾਂ ਬੁੱਤਾ ਨਹੀਂ ਸਰਦਾ। ਅੱਲ੍ਹਾ ਸਾਨੂੰ ਵੀ ਤੇਰੀ ਬੀਵੀ ਵਰਗੀ ਬੀਵੀ ਦੇਵੇ।"

ਇਹ ਸਾਰਾ ਕੁਝ ਵਾਪਰ ਰਿਹਾ ਸੀ, ਕਮਲਾਚਰਣ ਵੀ ਬ੍ਰਿਜਰਾਣੀ ਨੂੰ ਪਿਆਰ ਕਰਦਾ ਸੀ ਤੇ ਬ੍ਰਿਜਰਾਣੀ ਵੀ ਉਸ ਨੂੰ ਪਿਆਰ ਕਰਦੀ ਸੀ ਪਰ ਪ੍ਰੇਮੀਆਂ ਨੂੰ ਮਿਲਾਪ ਨਾਲ ਜੋ ਖ਼ੁਸ਼ੀ ਹੁੰਦੀ ਹੈ, ਉਸ ਦਾ ਕੋਈ ਵੀ ਨਿਸ਼ਾਨ ਬਿਰਜਨ ਦੇ ਚਿਹਰੇ ਤੋਂ ਨਹੀਂ ਝਲਕ ਰਿਹਾ ਸੀ। ਉਹ ਦਿਨ-ਬ-ਦਿਨ ਕਮਜ਼ੋਰ ਤੇ ਪਤਲੀ ਹੁੰਦੀ ਜਾ ਰਹੀ ਸੀ। ਕਮਲਾਚਰਣ ਸਹੁੰ ਚੁਕਾ-ਚੁਕਾ ਕੇ ਪੁੱਛਦਾ ਕਿ ਤੂੰ ਕਮਜ਼ੋਰ ਕਿਉਂ ਹੁੰਦੀ ਜਾ ਰਹੀ ਹੈਂ ? ਉਸ ਨੂੰ ਖ਼ੁਸ਼ ਰੱਖਣ ਦੇ ਜੋ-ਜੋ ਉਪਰਾਲੇ ਉਹ ਕਰ ਸਕਦਾ ਸੀ, ਜ਼ਰੂਰ ਕਰਦਾ। ਦੋਸਤਾਂ ਤੋਂ ਵੀ ਇਸ ਬਾਰੇ ਸਲਾਹ ਲੈਂਦਾ ਪਰ ਕੋਈ ਫ਼ਾਇਦਾ ਨਹੀਂ ਹੋ ਰਿਹਾ ਸੀ। ਬ੍ਰਿਜਰਾਣੀ ਹੱਸ ਕੇ ਟਾਲ ਦਿੰਦੀ ਸੀ ਕਿ ਤੁਸੀਂ ਐਵੇਂ ਫ਼ਿਕਰ ਨਾ ਕਰੋ, ਮੈਂ ਬਿਲਕੁਲ ਠੀਕ-ਠਾਕ ਹਾਂ। ਇਹ ਕਹਿੰਦਿਆਂ-ਕਹਿੰਦਿਆਂ ਉੱਠ ਕੇ ਉਸ ਦੇ ਵਾਲਾਂ ਵਿਚ ਕੰਘੀ ਕਰਨ ਲੱਗਦੀ ਜਾਂ ਪੱਖਾ ਝੱਲਣ ਲੱਗ ਜਾਂਦੀ। ਇਸ ਤਰ੍ਹਾਂ ਦੀ ਸੇਵਾ ਤੇ ਸਤਿਕਾਰ ਭਾਵਨਾ ਵੇਖ ਕੇ ਕਮਲਾਚਰਣ ਫੁੱਲਿਆ ਨਾ ਸਮਾਉਂਦਾ। ਪਰ ਲੱਕੜ ਉਪਰ ਰੰਗ-ਰੋਗਣ ਕਰਨ ਨਾਲ ਉਹ ਕੀੜਾ ਨਹੀਂ ਮਰ ਜਾਂਦਾ, ਜਿਹੜਾ ਉਸ ਦੇ ਅੰਦਰ ਬੈਠ ਕੇ ਉਸ ਦਾ ਕਾਲਜਾ ਚੱਟ ਕਰਦਾ ਰਹਿੰਦਾ ਹੈ। ਇਹ ਖ਼ਿਆਲ ਕਿ ਪ੍ਰਤਾਪ ਮੈਨੂੰ ਭੁੱਲ ਗਏ ਨੇ ਤੇ ਮੈਂ....ਉਨ੍ਹਾਂ ਦੀਆਂ ਨਜ਼ਰਾਂ ਵਿਚ ਗਿਰ ਗਈ ਹਾਂ, ਸੂਲ ਦੀ ਤਰ੍ਹਾਂ ਉਸ ਦੇ ਦਿਲ ਨੂੰ ਵਿੰਨ੍ਹਦਾ ਰਹਿੰਦਾ ਸੀ। ਉਸ ਦੀ ਹਾਲਤ ਦਿਨੋ-ਦਿਨ ਵਿਗੜਦੀ ਗਈ—ਇਥੋਂ ਤੱਕ ਕਿ ਬਿਸਤਰੇ 'ਤੋਂ ਉਠਣਾ ਵੀ ਮੁਹਾਲ ਹੋ ਗਿਆ। ਡਾਕਟਰਾਂ ਦੀਆਂ ਦਵਾਈਆਂ ਚਾਲੂ ਹੋ ਗਈਆਂ।

ਦੂਜੇ ਪਾਸੇ, ਪ੍ਰਤਾਪਚੰਦਰ ਦਾ ਮਨ ਪਰਿਯਾਗ ਵਿਚ ਲੱਗਣ ਲੱਗ ਪਿਆ ਸੀ। ਕਸਰਤ ਦਾ ਤਾਂ ਉਸ ਨੂੰ ਸ਼ੌਕ ਸੀ ਹੀ। ਉਥੇ ਇਸ ਦਾ ਬੜਾ ਪ੍ਰਚਾਰ ਤੇ ਪ੍ਰਸਾਰ ਸੀ। ਮਾਨਸਿਕ

ਤਣਾਅ ਘਟਾਉਣ ਲਈ ਸਰੀਰਕ ਮਿਹਨਤ ਤੋਂ ਵੱਡਾ ਇਲਾਜ ਕੋਈ ਨਹੀਂ ਹੈ। ਸਵੇਰੇ ਤੜਕੇ ਜਿਮਨਾਸਟਿਕ ਕਰਦਾ, ਸ਼ਾਮ ਨੂੰ ਕ੍ਰਿਕਟ ਤੇ ਫੁੱਟਬਾਲ ਖੇਡਦਾ, ਅੱਠ-ਨੌਂ ਵਜੇ ਰਾਤ ਤੱਕ ਬਾਗ਼ ਦੀ ਸੈਰ ਕਰਦਾ। ਏਨੀ ਸਰੀਰਕ ਮਿਹਨਤ ਦੇ ਬਾਅਦ ਮੰਜੀ 'ਤੇ ਡਿੱਗਦਾ ਤਾਂ ਸਵੇਰ ਹੋਣ 'ਤੇ ਹੀ ਅੱਖ ਖੁੱਲ੍ਹਦੀ। ਛੇ ਮਹੀਨਿਆਂ ਵਿੱਚ ਹੀ ਕ੍ਰਿਕਟ ਤੇ ਫੁੱਟਬਾਲ ਟੀਮਾਂ ਦਾ ਕਪਤਾਨ ਬਣ ਗਿਆ ਤੇ ਦੋ-ਤਿੰਨ ਮੈਚ ਤਾਂ ਅਜਿਹੇ ਲਾਜਵਾਬ ਖੇਡੇ ਕਿ ਪੂਰੇ ਸ਼ਹਿਰ ਵਿਚ ਧੂਮ ਮੱਚ ਗਈ।

ਅੱਜ ਕ੍ਰਿਕਟ ਵਿਚ ਅਲੀਗੜ੍ਹ ਦੇ ਨਿਪੁੰਨ ਖਿਡਾਰੀਆਂ ਨਾਲ ਉਸ ਦੀ ਟੀਮ ਦਾ ਮੁਕਾਬਲਾ ਸੀ। ਇਹ ਖਿਡਾਰੀ ਹਿੰਦੁਸਤਾਨ ਦੇ ਮਸ਼ਹੂਰ ਪੇਸ਼ੇਵਰ ਖਿਡਾਰੀਆਂ ਨੂੰ ਹਰਾ ਕੇ ਜਿੱਤ ਦਾ ਝੰਡਾ ਲਹਿਰਾਉਂਦੇ ਹੋਏ ਇਥੇ ਅੱਪੜੇ ਸਨ। ਉਨ੍ਹਾਂ ਨੂੰ ਆਪਣੀ ਜਿੱਤ ਪ੍ਰਤੀ ਭੋਰਾ ਵੀ ਸ਼ੱਕ ਨਹੀਂ ਸੀ। ਪਰ ਪਰਿਯਾਗ ਵਾਲੇ ਵੀ ਹਤਾਸ਼ ਨਹੀਂ ਸਨ। ਉਨ੍ਹਾਂ ਦੀਆਂ ਆਸਾਂ ਪ੍ਰਤਾਪਚੰਦਰ 'ਤੇ ਬੱਝੀਆਂ ਸਨ। ਜੇ ਉਹ ਅੱਧਾ ਘੰਟਾ ਵੀ ਮੈਦਾਨ ਵਿਚ ਟਿਕ ਜਾਂਦਾ ਤਾਂ ਰਨਾਂ ਦਾ ਅੰਬਾਰ ਲਗਾ ਦਿੰਦਾ। ਤੇ ਜੇ ਏਨੀ ਹੀ ਦੇਰ ਤੱਕ ਉਸ ਦੀ ਗੇਂਦ ਚੱਲ ਜਾਂਦੀ ਤਾਂ ਫੇਰ ਟੀਮ ਦੇ ਵਾਰੇ-ਨਿਆਰੇ ਹੋਏ ਸਮਝੋ। ਪ੍ਰਤਾਪ ਨੂੰ ਵੀ ਕਦੇ ਏਡਾ ਵੱਡਾ ਮੈਚ ਖੇਡਣ ਦਾ ਸਬੱਬ ਨਹੀਂ ਬਣਿਆ ਸੀ। ਦਿਲ ਜ਼ੋਰ ਨਾਲ ਧੜਕ ਰਿਹਾ ਸੀ ਕਿ ਪਤਾ ਨਹੀਂ ਕੀ ਹੋਵੇ ? ਦਸ ਵਜੇ ਖੇਡ ਸ਼ੁਰੂ ਹੋਈ। ਪਹਿਲਾਂ ਅਲੀਗੜ੍ਹ ਵਾਲਿਆਂ ਦੀ ਬੱਲੇਬਾਜ਼ੀ ਦੀ ਵਾਰੀ ਸੀ। ਦੋ-ਤਿੰਨ ਘੰਟਿਆਂ ਤੱਕ ਉਨ੍ਹਾਂ ਨੇ ਖ਼ੂਬ ਕੌਤਕ ਵਿਖਾਏ। ਇਕ ਵੱਜਦਿਆਂ—ਵੱਜਦਿਆਂ ਉਨ੍ਹਾਂ ਦੀ ਪਾਰੀ ਖ਼ਤਮ ਹੋ ਗਈ। ਅਲੀਗੜ੍ਹ ਨੇ ਚਾਰ ਸੌ ਰਨ ਬਣਾਏ। ਹੁਣ ਪਰਿਯਾਗ ਵਾਲਿਆਂ ਦੀ ਪਾਰੀ ਸ਼ੁਰੂ ਹੋ ਗਈ ਤਾਂ ਖਿਡਾਰੀਆਂ ਦੇ ਹੱਥ-ਪੈਰ ਫੁੱਲੇ ਹੋਏ ਸਨ। ਯਕੀਨ ਬੱਝ ਗਿਆ ਸੀ ਕਿ ਅਸੀਂ ਹੁਣ ਨਹੀਂ ਜਿੱਤ ਸਕਾਂਗੇ। ਹੁਣ ਮੁਕਾਬਲੇ ਵਿਚ ਬਰਾਬਰੀ ਹੋਣੀ ਮੁਸ਼ਕਿਲ ਹੈ। ਏਨੇ ਰਨ ਕੌਣ ਬਣਾਏਗਾ, ਇਕੱਲਾ ਪ੍ਰਤਾਪ ਕੀ ਬਣਾ ਲਏਗਾ ? ਪਹਿਲਾ ਖਿਡਾਰੀ ਆਇਆ ਤੇ ਤੀਜੀ ਹੀ ਗੇਂਦ ਵਿਚ ਵਾਪਸ ਪਰਤ ਗਿਆ। ਦੂਜਾ ਖਿਡਾਰੀ ਆਇਆ ਤੇ ਮੁਸ਼ਕਿਲ ਨਾਲ ਪੰਜ ਗੇਂਦਾਂ ਹੀ ਖੇਡ ਸਕਿਆ। ਤੀਜਾ ਆਇਆ ਤੇ ਪਹਿਲੀ ਹੀ ਗੇਂਦ ਵਿੱਚ ਚਿੱਤ ਹੋ ਗਿਆ। ਚੌਥੇ ਨੇ ਆ ਕੇ ਦੋ-ਤਿੰਨ ਚੰਗੇ ਸ਼ਾਟ ਖੇਡੇ, ਪਰ ਟਿਕ ਨਾ ਸਕਿਆ। ਪੰਜਵੇਂ ਜਨਾਬ ਕਾਲਜ ਦੇ ਖਿਡਾਰੀਆਂ ਵਿਚੋਂ ਹੀ ਇਕ ਸਨ, ਪਰ ਇਥੇ ਉਨ੍ਹਾਂ ਦੀ ਵੀ ਇਕ ਨਾ ਚਲੀ। ਬੱਲਾ ਮੈਦਾਨ 'ਚ ਰੱਖਦਿਆਂ-ਰੱਖਦਿਆਂ ਹੀ ਵਾਪਸ ਪਰਤ ਗਏ। ਹੁਣ ਪ੍ਰਤਾਪਚੰਦਰ ਦ੍ਰਿੜ੍ਹ-ਇਰਾਦੇ ਨਾਲ ਕਦਮ ਪੁੱਟਦਾ, ਬੈਟ ਘੁਮਾਉਂਦਾ ਹੋਇਆ ਮੈਦਾਨ ਵਿੱਚ ਆਇਆ। ਦੋਨੋਂ ਟੀਮਾਂ ਦੇ ਹਿਮਾਇਤੀ ਤਾੜੀਆਂ ਵਜਾਉਣ ਲੱਗ ਪਏ। ਪਰਿਯਾਗ ਵਾਸੀਆਂ ਦੀ ਹਾਲਤ ਬਿਆਨ ਨਹੀਂ ਕੀਤੀ ਜਾ ਸਕਦੀ ਸੀ। ਹਰੇਕ ਸ਼ਖ਼ਸ ਦੀ ਨਜ਼ਰ ਪ੍ਰਤਾਪਚੰਦਰ 'ਤੇ ਟਿਕੀ ਹੋਈ ਸੀ। ਸਾਰਿਆਂ ਦੇ ਦਿਲਾਂ ਵਿੱਚ ਧੁੜਕੂ ਜਿਹਾ ਛਿੜਿਆ ਹੋਇਆ ਸੀ। ਚਾਰੇ ਪਾਸੇ ਚੁੱਪ-ਸਰਾਂ ਪਸਰੀ ਹੋਈ ਸੀ। ਕੁਝ ਲੋਕ ਦੂਰ ਬੈਠੇ-ਬੈਠੇ ਰੱਬ ਅੱਗੇ ਅਰਦਾਸ ਕਰ ਰਹੇ ਸਨ ਕਿ ਪ੍ਰਤਾਪ ਦੀ ਜਿੱਤ ਹੋਵੇ। ਦੇਵੀ-ਦੇਵਤਿਆਂ ਨੂੰ ਯਾਦ ਕੀਤਾ ਜਾ ਰਿਹਾ ਸੀ। ਪਹਿਲੀ ਗੇਂਦ ਆਈ, ਪ੍ਰਤਾਪ ਨੇ ਖ਼ਾਲੀ ਜਾਣ ਦਿੱਤੀ। ਪਰਿਯਾਗ ਵਾਲਿਆਂ ਦਾ ਦਿਲ ਬੈਠ ਗਿਆ। ਦੂਸਰੀ ਗੇਂਦ ਆਈ, ਉਹ ਵੀ ਖ਼ਾਲੀ ਛੱਡ ਦਿੱਤੀ। ਪਰਿਯਾਗ ਵਾਲਿਆਂ ਦਾ ਦਿਲ ਧੁੰਨੀ ਤੱਕ ਬੈਠ ਗਿਆ। ਬਹੁਤ ਸਾਰੇ

ਲੋਕ ਆਪਣੀਆਂ ਛੱਤਰੀਆਂ ਸੰਭਾਲ ਕੇ ਘਰਾਂ ਵੱਲ ਜਾਣ ਲੱਗੇ। ਤੀਜੀ ਗੇਂਦ ਆਈ। ਇਕ ਤੜਾਕ ਦੀ ਆਵਾਜ਼ ਆਈ ਤੇ ਗੇਂਦ ਤਪਦੀ ਲੂ ਦੀ ਤਰ੍ਹਾਂ ਆਸਮਾਨ ਨੂੰ ਚੀਰਦੀ ਹੋਈ ਮੈਦਾਨ ਦੀ ਹੱਦ 'ਤੇ ਖੜੇ ਖਿਡਾਰੀਆਂ ਤੋਂ ਸੌ ਗਜ਼ ਅੱਗੇ ਲੰਘ ਕੇ ਡਿੱਗੀ। ਲੋਕਾਂ ਨੇ ਤਾੜੀਆਂ ਵਜਾਈਆਂ। ਝੋਨੇ ਦੇ ਸੁੱਕੇ ਖੇਤ ਵਿਚ ਜਿਵੇਂ ਮੀਂਹ ਵਰ੍ਹ ਗਿਆ ਹੋਵੇ। ਜਾਣ ਵਾਲੇ ਵੀ ਥਾਏਂ ਜੰਮ ਗਏ। ਬੇਆਸ ਹੋਇਆਂ ਦੀ ਆਸ ਮੁੜ ਬੱਝ ਗਈ। ਚੌਥੀ ਗੇਂਦ ਆਈ ਤੇ ਪਹਿਲੀ ਤੋਂ ਵੀ ਦਸ ਗਜ ਦੂਰ ਡਿੱਗੀ। ਫ਼ੀਲਡਰ ਹੜਬੜਾ ਗਏ, ਹੱਦਬੰਦੀ 'ਤੇ ਹੋਰ ਫ਼ੀਲਡਰ ਤਾਇਨਾਤ ਕੀਤੇ। ਪੰਜਵੀਂ ਗੇਂਦ ਆਈ ਤੇ ਕੱਟ ਵਾਲੇ ਪਾਸੇ ਗਈ। ਏਨੇ ਵਿਚ ਓਵਰ ਖ਼ਤਮ ਹੋ ਗਿਆ। ਬਾਲਰ ਬਦਲਿਆ, ਨਵਾਂ ਬਾਲਰ ਪੂਰਾ ਨਿਪੁੰਨ ਸੀ। ਬੜੀ ਘਾਤਕ ਗੇਂਦਬਾਜ਼ੀ ਕਰਦਾ ਸੀ। ਪਰ ਉਸ ਦੀ ਪਹਿਲੀ ਹੀ ਗੇਂਦ ਨੂੰ ਪ੍ਰਤਾਪ ਨੇ ਆਸਮਾਨ ਵਿਚ ਭੇਜ ਕੇ ਸੂਰਜ ਦੀ ਚੁੰਮੀ ਦੁਆ ਦਿੱਤੀ। ਫੇਰ ਤਾਂ ਜਿਵੇਂ ਗੇਂਦ ਤੇ ਪ੍ਰਤਾਪ ਦੇ ਬੱਲੇ ਵਿੱਚ ਦੋਸਤੀ ਜਿਹੀ ਹੋ ਗਈ। ਗੇਂਦ ਆਉਂਦੀ ਤੇ ਬੱਲੇ ਤੋਂ ਅਗਵਾਈ ਲੈ ਕੇ ਕਦੇ ਪੂਰਬ ਵਾਲੇ ਪਾਸੇ ਜਾਂਦੀ, ਕਦੇ ਪੱਛਮ ਵਾਲੇ ਪਾਸੇ, ਕਦੇ ਉੱਤਰ ਵੱਲ ਤੇ ਕਦੇ ਦੱਖਣ ਵਾਲੇ ਪਾਸੇ। ਭੱਜਦਿਆਂ-ਭੱਜਦਿਆਂ ਫ਼ੀਲਡਰਾਂ ਦੇ ਸਾਹ ਫੁੱਲ ਗਏ, ਪਰਿਯਾਗ ਵਾਸੀ ਖ਼ੁਸ਼ੀ ਵਿੱਚ ਨੱਚ-ਟੱਪ ਰਹੇ ਸਨ ਤੇ ਤਾੜੀਆਂ ਵਜਾ ਰਹੇ ਸਨ। ਟੋਪੀਆਂ ਹਵਾ ਵਿਚ ਉਛਾਲੀਆਂ ਜਾ ਰਹੀਆਂ ਸਨ। ਕੋਈ ਪ੍ਰਤਾਪ 'ਤੇ ਰੁਪਏ ਲੁਟਾ ਰਿਹਾ ਸੀ ਤੇ ਕੋਈ ਆਪਣੀ ਸੋਨੇ ਦੀ ਚੇਨ ਲੁਟਾ ਰਿਹਾ ਸੀ। ਵਿਰੋਧੀ ਵਿਚਾਰੇ ਮਨ ਵਿਚ ਹੀ ਕੁੜ੍ਹ ਰਹੇ ਸਨ, ਝੱਲੇ ਜਿਹੇ ਹੋ ਗਏ ਸਨ, ਕਦੇ ਫ਼ੀਲਡਰਾਂ ਦੀ ਤਰਤੀਬ ਬਦਲਦੇ, ਕਦੇ ਬਾਲਰ ਬਦਲਦੇ। ਪਰ ਸਾਰੀ ਚਾਲਾਕੀ ਤੇ ਖੇਡ ਨਿਪੁੰਨਤਾ ਵਿਅਰਥ ਹੋ ਰਹੀ ਸੀ। ਗੇਂਦ ਦੀ ਬੱਲੇ ਨਾਲ ਦੋਸਤੀ ਹੋਰ ਵੀ ਗੂੜ੍ਹੀ ਹੋ ਗਈ ਸੀ। ਪੂਰੇ ਦੋ ਘੰਟਿਆਂ ਤੱਕ ਪ੍ਰਤਾਪ ਪਟਾਖੇ, ਗੋਲੇ-ਬੰਬ ਤੇ ਆਤਿਸ਼ਬਾਜ਼ੀਆਂ ਫੋੜਦਾ ਰਿਹਾ ਤੇ ਫ਼ੀਲਡਰਾਂ ਗੇਂਦ ਨੂੰ ਨਿਰਾਸ਼ ਜਿਹੇ ਹੋ ਕੇ ਏਦਾਂ ਫੜਨ ਦੀ ਕੋਸ਼ਿਸ਼ ਕਰਦੇ, ਜਿਵੇਂ ਬੱਚੇ ਚੰਨ ਨੂੰ ਫੜਨ ਦੀ ਕੋਸ਼ਿਸ਼ ਕਰਦੇ ਹਨ। ਰਨਾਂ ਦੀ ਗਿਣਤੀ ਤਿੰਨ ਸੌ ਤੱਕ ਅੱਪੜ ਗਈ। ਵਿਰੋਧੀਆਂ ਦੇ ਪਸੀਨੇ ਛੁੱਟ ਗਏ। ਦਿਲ ਏਦਾਂ ਡੋਲ ਗਏ ਕਿ ਇਕ ਗੇਂਦ ਵੀ ਸਿੱਧੀ ਨਾ ਸੁੱਟੀ ਜਾਂਦੀ। ਇਥੋਂ ਤੱਕ ਕਿ ਪ੍ਰਤਾਪ ਨੇ ਪੰਜਾਹ ਰਨ ਹੋਰ ਠੋਕ ਦਿੱਤੇ, ਤੇ ਹੁਣ ਉਸ ਨੇ ਅੰਪਾਇਰ ਤੋਂ ਜ਼ਰਾ ਆਰਾਮ ਕਰਨ ਲਈ ਥੋੜ੍ਹੀ ਮੁਹਲਤ ਮੰਗੀ, ਉਸ ਨੂੰ ਮੈਦਾਨ 'ਚੋਂ ਬਾਹਰ ਆਉਂਦਾ ਵੇਖ ਕੇ ਹਜ਼ਾਰਾਂ ਲੋਕ ਉਸ ਵੱਲ ਦੌੜੇ ਤੇ ਵਾਰੀ-ਵਾਰੀ ਉਸ ਨੂੰ ਗੋਦੀ ਚੁੱਕਣ ਲੱਗੇ। ਚਾਰੇ ਪਾਸੇ ਭਜਦੜ ਮੱਚ ਗਈ। ਸੈਂਕੜੇ ਛੱਤਰੀਆਂ, ਟੋਪੀਆਂ ਤੇ ਜੁੱਤੀਆਂ ਵੀ ਤਰਥੱਲੀ ਮਚਾਉਣ ਲੱਗੀਆਂ, ਲੱਗਦਾ ਸੀ ਜਿਵੇਂ ਉਹ ਖ਼ੁਸ਼ੀ ਵਿੱਚ ਉੱਛਲ ਪਈਆਂ ਸਨ। ਠੀਕ ਉਸੇ ਵੇਲੇ ਤਾਰਘਰ (ਟੈਲੀਗ੍ਰਾਮ ਦਫ਼ਤਰ) ਦਾ ਚਪੜਾਸੀ ਸਾਈਕਲ 'ਤੇ ਆਉਂਦਾ ਹੋਇਆ ਵਿਖਾਈ ਦਿੱਤਾ।

ਨੇੜੇ ਆ ਕੇ ਬੋਲਿਆ—"ਪ੍ਰਤਾਪਚੰਦ ਕਿਸ ਦਾ ਨਾਂਅ ਐ ?" ਪ੍ਰਤਾਪ ਨੇ ਹੜਬੜਾ ਕੇ ਉਹਦੇ ਵੱਲ ਵੇਖਿਆ ਤੇ ਚਪੜਾਸੀ ਨੇ ਤਾਰ ਦਾ ਲਿਫ਼ਾਫ਼ਾ ਉਹਦੇ ਹੱਥ ਵਿੱਚ ਫੜਾ ਦਿੱਤਾ। ਉਸ ਨੂੰ ਪੜ੍ਹਦਿਆਂ ਹੀ ਪ੍ਰਤਾਪ ਦਾ ਰੰਗ ਪੀਲਾ ਪੈ ਗਿਆ। ਲੰਮਾ ਹਉਕਾ ਭਰ ਕੇ ਕੁਰਸੀ 'ਤੇ ਬੈਠ ਗਿਆ ਤੇ ਬੋਲਿਆ—"ਦੋਸਤੋ! ਹੁਣ ਮੈਚ ਦਾ ਨਿਪਟਾਰਾ ਤੁਹਾਡੇ ਹੱਥਾਂ 'ਚ ਐ। ਮੈਂ ਆਪਣਾ ਫ਼ਰਜ਼ ਨਿਭਾ ਚੱਲਿਐਂ, ਇਸੇ ਵੇਲੇ ਘਰ ਜਾ ਰਿਹਾਂ।"

ਇਹ ਕਹਿ ਕੇ ਉਹ ਬੋਰਡਿੰਗ ਹਾਊਸ ਵੱਲ ਚੱਲ ਪਿਆ। ਸੈਂਕੜੇ ਲੋਕ ਪੁੱਛਣ ਲੱਗੇ—"ਕੀ ਹੋਇਐ ? ਕੀ ਹੋਇਐ ?" ਲੋਕਾਂ ਦੇ ਚਿਹਰੇ ਉੱਤਰ ਗਏ, ਪਰ ਪ੍ਰਤਾਪ ਕੋਲ ਗੱਲ ਕਰਨ ਦੀ ਵਿਹਲ ਕਿਥੇ ! ਉਸੇ ਵੇਲੇ ਟਾਂਗੇ 'ਤੇ ਬੈਠਿਆ ਤੇ ਸਟੇਸ਼ਨ ਵੱਲ ਚੱਲ ਪਿਆ। ਸਾਰੇ ਰਾਹ ਉਹਦੇ ਮਨ ਵਿਚ ਵਾਦ-ਵਿਵਾਦ ਚੱਲਦਾ ਰਿਹਾ। ਵਾਰ-ਵਾਰ ਆਪਣੇ ਆਪ ਨੂੰ ਦੁਰਕਾਰਦਾ ਕਿ ਕਿਉਂ ਨਾ ਆਉਂਦੇ ਵੇਲੇ ਉਸ ਨੂੰ ਮਿਲ ਲੈਂਦਾ ? ਪਤਾ ਨਹੀਂ ਹੁਣ ਮੁਲਾਕਾਤ ਹੋਵੇ ਵੀ ਜਾਂ ਨਾ। ਰੱਬ ਨਾ ਕਰੇ ਕਿ ਕਿਤੇ ਉਹਨੂੰ ਵੇਖ ਵੀ ਨਾ ਸਕਾਂ, ਜੇ ਏਦਾਂ ਹੋਇਆ ਤਾਂ ਮੈਂ ਵੀ ਮੂੰਹ ਕਾਲਾ ਕਰ ਕੇ ਕਿਤੇ ਜਾ ਕੇ ਮਰ ਮਿਟਾਂਗਾ। ਇਹ ਸੋਚ ਕੇ ਉਹ ਕਈ ਵਾਰ ਰੋਇਆ। ਨੌਂ ਵਜੇ ਰਾਤ ਨੂੰ ਗੱਡੀ ਬਨਾਰਸ ਅੱਪੜੀ। ਗੱਡੀਓਂ ਉੱਤਰਦਿਆਂ ਹੀ ਸਿੱਧਾ ਸ਼ਾਮਾਚਰਣ ਦੇ ਘਰ ਵੱਲ ਹੋ ਗਿਆ। ਫ਼ਿਕਰ ਦੇ ਨਾਲ ਅੱਖਾਂ ਅੱਡੀਆਂ ਪਈਆਂ ਸਨ ਤੇ ਕਾਲਜਾ ਫਟਣ 'ਤੇ ਆ ਰਿਹਾ ਸੀ। ਡਿਪਟੀ ਸਾਹਿਬ ਨੀਵੀਂ ਪਾਈ ਕੁਰਸੀ 'ਤੇ ਬੈਠੇ ਸਨ ਤੇ ਕਮਲਾਚਾਰਣ ਡਾਕਟਰ ਸਾਹਿਬ ਦੇ ਕੋਲ ਜਾਣ ਲਈ ਤਿਆਰ ਖੜ੍ਹਾ ਸੀ। ਪ੍ਰਤਾਪਚੰਦਰ ਨੂੰ ਵੇਖਦਿਆਂ ਹੀ ਭੱਜ ਕੇ ਚਿੰਬੜ ਗਿਆ। ਸ਼ਾਮਾਚਰਣ ਵੀ ਗਲੇ ਮਿਲਿਆ ਤੇ ਬੋਲਿਆ—"ਤੁਸੀਂ ਹੁਣੇ ਸਿੱਧੇ ਹੀ ਇਲਾਹਾਬਾਦ ਤੋਂ ਆ ਰਹੇ ਓ ?"

ਪ੍ਰਤਾਪ—"ਹਾਂ ਜੀ ! ਅੱਜ ਹੀ ਮਾਂ ਦਾ ਤਾਰ ਮਿਲਿਆ ਕਿ ਬਿਰਜਨ ਦੀ ਹਾਲਤ ਬਹੁਤ ਖ਼ਰਾਬ ਐ। ਕੀ ਅਜੇ ਵੀ ਹਾਲਤ ਉਸੇ ਤਰ੍ਹਾਂ ਐ ?"

ਸ਼ਾਮਾਚਰਣ—"ਕੀ ਦੱਸਾਂ, ਦੋ-ਤਿੰਨ ਮਹੀਨਿਆਂ ਤੋਂ ਦਿਨੋ-ਦਿਨ ਉਹਦਾ ਸਰੀਰ ਅੰਦਰੋਂ-ਅੰਦਰੀ ਸੁੱਕਦਾ ਜਾ ਰਿਹੈ, ਦਵਾਈਆਂ ਦਾ ਵੀ ਕੋਈ ਅਸਰ ਨਹੀਂ ਹੋ ਰਿਹਾ। ਪਤਾ ਨਹੀਂ, ਰੱਬ ਦੀ ਕੀ ਮਰਜ਼ੀ ਐ। ਡਾਕਟਰ ਸਾਅਬ ਤਾਂ ਕਹਿੰਦੇ ਸੀ, ਤਪਦਿਕ ਐ। ਪਰ ਹਕੀਮ ਜੀ ਦਿਲ ਦੀ ਬੀਮਾਰੀ ਕਹਿੰਦੇ ਨੇ।"

ਬਿਰਜਨ ਨੇ ਜਦ ਸੁਣਿਆ ਕਿ ਪ੍ਰਤਾਪਚੰਦਰ ਆਏ ਨੇ ਤਾਂ ਉਸੇ ਵੇਲੇ ਤੋਂ ਉਸ ਦੇ ਦਿਲ ਵਿਚ ਆਸ ਤੇ ਡਰ ਦੀ ਇਕ ਜੰਗ ਜਿਹੀ ਛਿੜ ਗਈ। ਕਦੇ ਸੋਚਦੀ ਕਿ 'ਘਰੇ ਆਏ ਹੋਣਗੇ ਤੇ ਚਾਚੀ ਨੇ ਜ਼ਬਰਦਸਤੀ ਕਹਿ-ਕੁਹਾ ਕੇ ਇਥੇ ਭੇਜ ਦਿੱਤਾ ਹੋਣੈ। ਫੇਰ ਖ਼ਿਆਲ ਆਇਆ ਕਿ ਹੋਵੇ ਨਾ ਹੋਵੇ, ਮੇਰੀ ਬੀਮਾਰੀ ਦੀ ਖ਼ਬਰ ਮਿਲਦਿਆਂ ਹੀ ਘਬਰਾਹਟ ਵਿਚ ਆ ਗਏ ਹੋਣਗੇ। ਪਰ ਕਿਉਂ, ਉਨ੍ਹਾਂ ਨੂੰ ਮੇਰੀ ਏਨੀ ਫ਼ਿਕਰ ਕਿਉਂ ਪਈ ਐ ? ਸੋਚਿਆ ਹੋਣੈ, ਕਿਤੇ ਮਰ ਨਾ ਜਾਵੇ, ਜਾਵਾਂ ਦੁਨੀਆਂਦਾਰੀ ਤਾਂ ਨਿਭਾ ਆਵਾਂ। ਉਨ੍ਹਾਂ ਨੂੰ ਮੇਰੇ ਜੀਣ-ਮਰਨ ਦੀ ਕੀ ਫ਼ਿਕਰ ? ਅੱਜ ਮੈਂ ਵੀ ਸ਼੍ਰੀਮਾਨ ਨਾਲ ਦਿਲ ਖੋਲ੍ਹ ਕੇ ਦਿਲ ਦੀਆਂ ਗੱਲਾਂ ਫਰੋਲਾਂਗੀ। ਪਰ ਕਿਉਂ, ਗੱਲਾਂ ਦੀ ਲੋੜ ਹੀ ਕੀ ਹੈ ? ਉਨ੍ਹਾਂ ਨੇ ਚੁੱਪ ਧਾਰੀ ਹੈ ਤਾਂ ਮੈਂ ਕਿਉਂ ਬੋਲਾਂ ? ਬੱਸ ਏਨਾ ਹੀ ਕਹਿ ਦਿਆਂਗੀ ਕਿ ਮੈਂ ਤਾਂ ਬਹੁਤ ਚੰਗੀ-ਭਲੀ ਆਂ ਤੇ ਤੁਹਾਡੀ ਰਾਜ਼ੀ-ਖ਼ੁਸ਼ੀ ਦੀ ਕਾਮਨਾ ਕਰਦੀ ਹਾਂ। ਉਸ ਤੋਂ ਬਾਅਦ ਫੇਰ ਮੂੰਹ ਨਹੀਂ ਖੋਲ੍ਹਣਾ। ਨਾਲੇ ਮੈਂ ਇਹ ਮੈਲੀ-ਕੁਚੈਲੀ ਸਾੜ੍ਹੀ ਕਿਉਂ ਪਹਿਣੀ ਹੋਈ ਹੈ ? ਜੋ ਆਪਣਾ ਸਨੇਹੀ ਨਾ ਹੋਵੇ, ਉਸ ਦੇ ਅੱਗੇ ਇਸ ਤਰ੍ਹਾਂ ਦਾ ਭੇਸ ਧਾਰਨ ਦਾ ਕੀ ਫ਼ਾਇਦਾ ? ਉਹ ਮਹਿਮਾਨ ਦੀ ਤਰ੍ਹਾਂ ਆਏ ਨੇ। ਮੈਂ ਵੀ ਮੇਜ਼ਬਾਨ ਦੀ ਤਰ੍ਹਾਂ ਉਨ੍ਹਾਂ ਨੂੰ ਮਿਲਾਂਗੀ।' ਮਨੁੱਖ ਦਾ ਮਨ ਕਿੰਨਾ ਚੰਚਲ ਹੁੰਦਾ ਹੈ। ਜਿਸ ਮਨੁੱਖ ਦੀ ਬੇਰੁਖ਼ੀ ਨੇ ਬਿਰਜਨ ਦੀ ਇਹ ਹਾਲਤ ਬਣਾ ਦਿੱਤੀ ਸੀ, ਉਸੇ ਨੂੰ ਜਲਾਉਣ ਲਈ ਉਹ ਅਜਿਹੇ-ਅਜਿਹੇ

ਢੰਗ ਲੱਭ ਰਹੀ ਹੈ।

ਦਸ ਵਜੇ ਦਾ ਵੇਲਾ ਸੀ। ਮਾਧਵੀ ਬੈਠੀ ਪੱਖਾ ਝੱਲ ਰਹੀ ਸੀ। ਦਵਾਈਆਂ ਦੀਆਂ ਸ਼ੀਸ਼ੀਆਂ ਇਧਰ-ਉਧਰ ਚਿਣੀਆਂ ਪਈਆਂ ਸਨ ਤੇ ਬਿਰਜਨ ਪਲੰਘ 'ਤੇ ਪਈ ਹੋਈ ਉਕਤ ਸਾਰੀਆਂ ਗੱਲਾਂ ਹੀ ਸੋਚ ਰਹੀ ਸੀ ਕਿ ਪ੍ਰਤਾਪ ਆ ਗਿਆ। ਮਾਧਵੀ ਹੜਬੜਾ ਕੇ ਬੋਲੀ— "ਦੀਦੀ ਉਠੋ, ਆ ਗਏ।" ਬਿਰਜਨ ਇਕਦਮ ਉਠੀ ਤੇ ਪਲੰਘ ਤੋਂ ਉਤਰਣਾ ਚਾਹ ਰਹੀ ਸੀ, ਪਰ ਕਮਜ਼ੋਰੀ ਕਾਰਨ ਜ਼ਮੀਨ 'ਤੇ ਡਿੱਗ ਪਈ। ਪ੍ਰਤਾਪ ਨੇ ਉਸ ਨੂੰ ਸੰਭਾਲਿਆ ਤੇ ਪਲੰਘ 'ਤੇ ਲਿਟਾ ਦਿੱਤਾ। 'ਆਹ! ਇਹ ਉਹੀ ਬਿਰਜਨ ਹੈ। ਜਿਹੜੀ ਅੱਜ ਤੋਂ ਕੁਝ ਮਹੀਨੇ ਪਹਿਲਾਂ ਰੂਪ-ਰੰਗ ਤੇ ਹੁਸਨ ਦੀ ਲਟ-ਲਟ ਬਲਦੀ ਲੋਅ ਸੀ, ਜਿਸਦੇ ਚਿਹਰੇ 'ਤੇ ਚਮਕ ਤੇ ਅੱਖਾਂ ਵਿੱਚ ਹਾਸੇ ਦੀ ਦਮਕ ਸੀ, ਜਿਸ ਦੇ ਬੋਲ ਮਧੁਰ ਗੀਤ ਵਰਗੇ ਤੇ ਹਾਸਾ ਦਿਲ-ਟੁੰਬਵਾਂ ਸੀ। ਉਹ ਰਸ-ਭਰੀਆਂ ਅੱਖਾਂ ਵਾਲੀ, ਮਿੱਠੀਆਂ ਗੱਲਾਂ ਵਾਲੀ ਬਿਰਜਨ ਅੱਜ ਸਿਰਫ਼ ਇਕ ਬੇਜਾਨ ਪਿੰਜਰ ਦੀ ਤਰ੍ਹਾਂ ਲੱਗ ਰਹੀ ਹੈ, ਪਛਾਣੀ ਵੀ ਨਹੀਂ ਜਾਂਦੀ।' ਪ੍ਰਤਾਪ ਦੀਆਂ ਅੱਖਾਂ ਵਿੱਚ ਅੱਥਰੂ ਭਰ ਆਏ। ਸੁੱਖ-ਸਾਂਦ ਪੁੱਛਣਾ ਚਾਹੁੰਦਾ ਸੀ, ਪਰ ਮੂੰਹੋਂ ਸਿਰਫ਼ ਏਨਾ ਨਿਕਲਿਆ— "ਬਿਰਜਨ!" ਤੇ ਇਸ ਦੇ ਨਾਲ ਹੀ ਹੰਝੂਆਂ ਦਾ ਮੀਂਹ ਵਰ੍ਹ ਪਿਆ। ਪਿਆਰ ਦੀਆਂ ਅੱਖਾਂ ਹੀ ਮਨੋਭਾਵਾਂ ਨੂੰ ਪੜਚੋਲਣ ਦੀ ਕਸਵੱਟੀ ਹੁੰਦੀਆਂ ਹਨ। ਬਿਰਜਨ ਨੇ ਅੱਖਾਂ ਚੁੱਕ ਕੇ ਵੇਖਿਆ ਤੇ ਪ੍ਰਤਾਪ ਦੇ ਹੰਝੂਆਂ ਦੀ ਵਰਖਾ ਨੇ ਉਸ ਦੇ ਮਨ ਦੀ ਸਾਰੀ ਮੈਲ, ਸਾਰੇ ਰੋਸੇ ਧੋ ਦਿੱਤੇ।

ਜਿਵੇਂ ਕੋਈ ਜਰਨੈਲ ਹੋਣ ਵਾਲੇ ਯੁੱਧ ਦਾ ਚਿੱਤਰ ਮਨ ਵਿਚ ਘੜਦਾ ਹੈ ਤੇ ਦੁਸ਼ਮਣ ਨੂੰ ਆਪਣੇ ਮੋਢਿਆਂ 'ਤੇ ਇਕਦਮ ਚੜ੍ਹਿਆ ਵੇਖ ਕੇ ਬੌਂਦਲ ਜਾਂਦਾ ਹੈ ਤੇ ਉਸ ਨੂੰ ਅਸਲੀ ਦ੍ਰਿਸ਼ ਦਾ ਜ਼ਰਾ ਵੀ ਖ਼ਿਆਲ ਨਹੀਂ ਰਹਿੰਦਾ, ਉਸੇ ਪ੍ਰਕਾਰ ਬਿਰਜਨ ਪ੍ਰਤਾਪਚੰਦਰ ਨੂੰ ਆਪਣੇ ਸਾਹਮਣੇ ਵੇਖ ਕੇ ਸਾਰੀਆਂ ਗੱਲਾਂ ਭੁੱਲ ਗਈ, ਜਿਨ੍ਹਾਂ ਬਾਰੇ ਉਹ ਹੁਣੇ ਲੇਟੀ-ਲੇਟੀ ਸੋਚ ਰਹੀ ਸੀ। ਉਹ ਪ੍ਰਤਾਪ ਨੂੰ ਰੋਂਦਿਆਂ ਵੇਖ ਕੇ ਆਪਣਾ ਸਾਰਾ ਦੁੱਖ ਭੁੱਲ ਗਈ ਤੇ ਪਲੰਘ ਤੋਂ ਉੱਠ ਕੇ ਪੱਲੇ ਨਾਲ ਉਸ ਦੇ ਹੰਝੂ ਪੂੰਝਣ ਲੱਗ ਗਈ। ਪ੍ਰਤਾਪ, ਜਿਸ ਨੂੰ ਗੁਨਾਹਗਾਰ ਕਿਹਾ ਜਾ ਸਕਦਾ ਹੈ, ਇਸ ਵੇਲੇ ਦੀਨ ਜਿਹਾ ਬਣਿਆ ਹੋਇਆ ਸੀ ਤੇ ਬਿਰਜਨ, ਜਿਸ ਨੇ ਆਪਣੇ ਆਪ ਨੂੰ ਸੁਕਾ ਕੇ ਇਸ ਤਰ੍ਹਾਂ ਤੀਲ੍ਹਾ ਕੀਤਾ ਹੋਇਆ ਸੀ, ਰੋ-ਰੋ ਕੇ ਉਸ ਨੂੰ ਕਹਿ ਰਹੀ ਸੀ— "ਲੱਲੂ ਚੁੱਪ ਹੋ ਜਾ, ਰੱਬ ਜਾਣਦੈ ਕਿ ਮੈਂ ਬਿਲਕੁਲ ਠੀਕ-ਠਾਕ ਆਂ।" ਲੱਗਦਾ ਸੀ ਜਿਵੇਂ ਬੀਮਾਰ ਹੋਣਾ ਉਸ ਦਾ ਗ਼ੁਨਾਹ ਸੀ। ਔਰਤਾਂ ਦੀ ਸੰਵੇਦਨਸ਼ੀਲਤਾ ਵੀ ਕਿੰਨੀ ਕੋਮਲ ਹੁੰਦੀ ਹੈ। ਪ੍ਰਤਾਪਚੰਦਰ ਦੇ ਇਕ ਆਮ ਜਿਹੇ ਸੰਕੋਚ ਦੇ ਕਾਰਨ ਬਿਰਜਨ ਇਸ ਜੀਵਨ ਤੋਂ ਨਿਰਾਸ਼ ਹੋ ਗਈ ਸੀ। ਅੱਜ ਹੰਝੂਆਂ ਦੇ ਕੁਝ ਤੁਪਕਿਆਂ ਨੇ ਉਸ ਦੇ ਦਿਲ ਦੀ ਉਸ ਤ੍ਰਾਸਦੀ, ਉਸ ਅੱਗ ਤੇ ਉਸ ਸੇਕ ਨੂੰ ਠੰਢਾ ਕਰ ਦਿੱਤਾ ਸੀ, ਜੋ ਕਈ ਮਹੀਨਿਆਂ ਤੋਂ ਉਸ ਦੀ ਰੂਹ ਤੇ ਮਨ ਨੂੰ ਸਾੜ ਰਹੀ ਸੀ। ਜਿਸ ਬੀਮਾਰੀ ਨੂੰ ਵੱਡੇ-ਵੱਡੇ ਵੈਦ-ਹਕੀਮ ਤੇ ਡਾਕਟਰ ਆਪਣੀ ਦਵਾਈ ਤੇ ਇਲਾਜ ਨਾਲ ਠੀਕ ਨਹੀਂ ਕਰ ਸਕੇ, ਉਸ ਨੂੰ ਹੰਝੂਆਂ ਦੀ ਧਾਰਾ ਨੇ ਪਲ ਭਰ ਵਿਚ ਚੰਗਾ-ਭਲਾ ਕਰ ਦਿੱਤਾ। ਕੀ ਇਹ ਖਾਰੇ ਪਾਣੀ ਦੀ ਧਾਰਾ ਅੰਮ੍ਰਿਤ ਦੀ ਧਾਰਾ ਸੀ ?

ਪ੍ਰਤਾਪ ਨੇ ਧਰਵਾਸ ਜਿਹਾ ਧਰ ਕੇ ਪੁੱਛਿਆ—"ਬਿਰਜਨ! ਤੂੰ ਇਹ ਆਪਣੀ ਕੀ ਹਾਲਤ ਬਣਾਈ ਹੋਈ ਐ ?"

ਬਿਰਜਨ (ਹੱਸ ਕੇ)—"ਇਹ ਹਾਲਤ ਮੈਂ ਨਹੀਂ ਬਣਾਈ, ਤੂੰ ਬਣਾਈ ਐ।"

ਪ੍ਰਤਾਪ—"ਮਾਂ ਦਾ ਤਾਰ ਨਾ ਮਿਲਦਾ ਤਾਂ ਮੈਨੂੰ ਪਤਾ ਵੀ ਨਾ ਲੱਗਦਾ।"

ਬਿਰਜਨ—"ਲੋੜ ਵੀ ਕੀ ਸੀ ? ਜਿਸ ਨੂੰ ਭੁਲਾਉਣ ਦੇ ਮਾਰੇ ਤੂੰ ਪਰਿਯਾਗ ਚਲਾ ਗਿਆ ਸੀ, ਉਸ ਦੇ ਜੀਣ-ਮਰਨ ਦੀ ਤੈਨੂੰ ਕੀ ਪਰਵਾਹ ?"

ਪ੍ਰਤਾਪ—"ਬੇਗਾਨਾ ਬਣਾ ਰਹੀ ਐਂ ! ਬੇਗਾਨੇ ਨੂੰ ਤੂੰ ਕਿਹੜਾ ਚਿੱਠੀ ਪਾਈ ਸੀ ?"

ਬਿਰਜਨ—"ਕਿਸੇ ਨੂੰ ਕੀ ਸੁਆਹ ਉਮੀਦ ਸੀ ਕਿ ਤੂੰ ਏਨੀ ਦੂਰੋਂ ਆ ਜਾਏਂਗਾ ਜਾਂ ਚਿੱਠੀ ਦਾ ਜੁਆਬ ਲਿਖਣ ਦੀ ਤਕਲੀਫ਼ ਕਰੇਂਗਾ ? ਜਿਹੜਾ ਦਰਾਂ 'ਤੇ ਆ ਕੇ ਮੁੜ ਜਾਵੇ ਤੇ ਮੂੰਹ ਦੇਖਣ ਤੋਂ ਵੀ ਨਫ਼ਰਤ ਕਰੇ, ਉਸ ਨੂੰ ਚਿੱਠੀ ਲਿਖ ਕੇ ਕੀ ਕਰਦੀ ?"

ਪ੍ਰਤਾਪ—"ਉਸ ਵੇਲੇ ਪਰਤ ਜਾਣ ਦਾ ਜਿੰਨਾ ਦੁਖ ਮੈਨੂੰ ਹੋਇਆ, ਮੇਰਾ ਦਿਲ ਹੀ ਜਾਣਦੈ। ਤੂੰ ਤਾਂ ਉਦੋਂ ਤੱਕ ਮੈਨੂੰ ਇਕ ਚਿੱਠੀ ਤੱਕ ਵੀ ਨਹੀਂ ਭੇਜੀ ਸੀ। ਮੈਂ ਸਮਝਿਆ, ਹੁਣ ਮੈਨੂੰ ਭੁੱਲ ਗਈ ਐਂ।"

ਬਿਰਜਨ—"ਜੇ ਮੈਂ ਤੇਰੀਆਂ ਗੱਲਾਂ ਨੂੰ ਸੱਚ ਨਾ ਮੰਨਦੀ ਹੁੰਦੀ ਤਾਂ ਕਹਿ ਦਿੰਦੀ ਕਿ ਇਹ ਸਭ ਬਹਾਨੇਬਾਜ਼ੀਆਂ ਨੇ।"

ਪ੍ਰਤਾਪ—"ਚੰਗਾ, ਜੋ ਮਰਜ਼ੀ ਸਮਝ, ਹੁਣ ਇਹ ਦੱਸ ਕਿ ਤਬੀਅਤ ਕਿਵੇਂ ਐ ? ਮੈਂ ਤਾਂ ਤੈਨੂੰ ਪਛਾਣਿਆ ਵੀ ਨਹੀਂ ਸੀ, ਚਿਹਰਾ ਏਨਾ ਪੀਲਾ-ਭੂਕ ਹੋਇਆ ਪਿਐ।"

ਬਿਰਜਨ—"ਹੁਣ ਠੀਕ ਹੋ ਜਾਵਾਂਗੀ, ਦਵਾਈ ਜੋ ਮਿਲ ਗਈ ਐ।"

ਪ੍ਰਤਾਪ ਇਸ਼ਾਰਾ ਸਮਝ ਗਿਆ। 'ਆਹ! ਮੇਰੀ ਜ਼ਰਾ ਜਿੰਨੀ ਗ਼ਲਤੀ ਨੇ ਇਹ ਪਰਲੋ ਲਿਆ ਖੜੀ ਕੀਤੀ।' ਦੇਰ ਤੱਕ ਉਹ ਉਸ ਨੂੰ ਸਮਝਾਉਂਦਾ ਰਿਹਾ ਤੇ ਤੜਕੇ ਸਵੇਰੇ ਜਦ ਉਹ ਆਪਣੇ ਘਰ ਜਾਣ ਲੱਗਿਆ ਤਾਂ ਬਿਰਜਨ ਦੀ ਹਾਲਤ ਕੁਝ ਸੰਭਲ ਗਈ ਸੀ। ਉਸ ਨੂੰ ਯਕੀਨ ਹੋ ਗਿਆ ਕਿ ਲੱਲੂ ਮੈਨੂੰ ਭੁੱਲਿਆ ਨਹੀਂ ਹੈ ਤੇ ਮੇਰੇ ਲਈ ਫ਼ਿਕਰ ਤੇ ਇੱਜ਼ਤ ਅਜੇ ਤੱਕ ਉਸ ਦੇ ਦਿਲ ਵਿੱਚ ਬਣੀ ਹੋਈ ਹੈ। ਪ੍ਰਤਾਪ ਨੇ ਉਸ ਦੇ ਮਨ ਵਿੱਚੋਂ ਉਹ ਕੰਡਾ ਕੱਢ ਦਿੱਤਾ ਸੀ, ਜੋ ਕਈ ਮਹੀਨਿਆਂ ਤੋਂ ਚੁਭ ਰਿਹਾ ਸੀ ਤੇ ਜਿਸ ਨੇ ਉਸ ਦੀ ਇਹ ਹਾਲਤ ਬਣਾਈ ਹੋਈ ਸੀ। ਇਕ ਹਫ਼ਤੇ ਵਿਚ ਹੀ ਉਸ ਦਾ ਚਿਹਰਾ ਪਹਿਲਾਂ ਦੀ ਤਰ੍ਹਾਂ ਸੋਨੇ ਦੀ ਭਾਅ ਮਾਰਨ ਲੱਗ ਪਿਆ, ਜਿਵੇਂ ਉਹ ਕਦੇ ਬੀਮਾਰ ਹੀ ਨਾ ਹੋਈ ਹੋਵੇ।

16.
ਪਿਆਰ ਉੱਤੇ ਫ਼ਰਜ਼ ਦੀ ਜਿੱਤ

ਰੋਗੀ ਜਦੋਂ ਤੱਕ ਬੀਮਾਰ ਰਹਿੰਦਾ ਹੈ, ਉਸ ਨੂੰ ਸੁਰਤ ਨਹੀਂ ਰਹਿੰਦੀ ਕਿ ਕੌਣ ਮੇਰੀ ਦਵਾ-ਦਾਰੂ ਕਰ ਰਿਹਾ ਹੈ, ਕੌਣ ਮੈਨੂੰ ਵੇਖਣ-ਮਿਲਣ ਆ ਰਿਹਾ ਹੈ। ਉਹ ਆਪਣੀ ਹੀ ਤਕਲੀਫ਼ ਵਿਚ ਏਨਾ ਦੁਖੀ ਰਹਿੰਦਾ ਹੈ ਕਿ ਕਿਸੇ ਹੋਰ ਦੀ ਕੋਈ ਗੱਲ ਦਾ ਖ਼ਿਆਲ ਹੀ ਚਿੱਤ-ਚੇਤੇ ਨਹੀਂ ਰਹਿੰਦਾ। ਪਰ ਜਦੋਂ ਉਹ ਤੰਦਰੁਸਤ ਹੋ ਜਾਂਦਾ ਹੈ, ਤਾਂ ਉਸ ਨੂੰ ਆਪਣੀ ਸੇਵਾ-ਸੰਭਾਲ ਕਰਨ ਵਾਲਿਆਂ ਦਾ ਖ਼ਿਆਲ ਤੇ ਉਨ੍ਹਾਂ ਦੀਆਂ ਕੋਸ਼ਿਸ਼ਾਂ ਤੇ ਮਿਹਨਤਾਂ ਦਾ

ਅੰਦਾਜ਼ਾ ਹੋਣ ਲੱਗਦਾ ਹੈ ਤੇ ਉਸ ਦੇ ਦਿਲ ਵਿੱਚ ਉਨ੍ਹਾਂ ਲਈ ਪਿਆਰ ਤੇ ਸਤਿਕਾਰ ਹੋਰ ਵਧ ਜਾਂਦਾ ਹੈ। ਠੀਕ ਇਹੀ ਹਾਲਤ ਬ੍ਰਿਜਰਾਣੀ ਦੀ ਸੀ। ਜਦੋਂ ਤੱਕ ਉਹ ਖ਼ੁਦ ਆਪਣੀ ਤਕਲੀਫ਼ ਵਿੱਚ ਡੁੱਬੀ ਹੋਈ ਸੀ, ਕਮਲਾਚਰਣ ਦੀ ਬਿਹਬਲਤਾ ਤੇ ਤਕਲੀਫ਼ ਨੂੰ ਮਹਿਸੂਸ ਨਹੀਂ ਕਰ ਸਕਦੀ ਸੀ। ਬਿਨਾਂ ਸ਼ੱਕ ਉਹ ਉਸ ਦੀ ਸੇਵਾ ਵਿਚ ਰੱਤੀ ਭਰ ਫ਼ਰਕ ਨਹੀਂ ਰੱਖਦੀ ਸੀ, ਪਰ ਇਹ ਸੇਵਾ ਤਾਂ ਫ਼ਰਜ਼ ਨਿਭਾਉਣ ਦੀ ਵਿਹਾਰਿਕ ਭਾਵਨਾ ਨਾਲ ਹੁੰਦੀ ਸੀ, ਨਾ ਕਿ ਸੱਚੇ ਪਿਆਰ ਨਾਲ। ਪਰ ਹੁਣ ਜਦ ਉਸ ਦੇ ਦਿਲ ਵਿਚੋਂ ਪ੍ਰਤਾਪ ਦਾ ਪ੍ਰਸੰਗ ਨਿੱਕਲ ਗਿਆ ਤਾਂ ਉਸ ਨੂੰ ਕਮਲਾਚਰਣ ਦੀ ਮਿਹਨਤ ਤੇ ਕੋਸ਼ਿਸ਼ਾਂ ਦਾ ਖ਼ਿਆਲ ਆਇਆ ਤੇ ਇਹ ਫ਼ਿਕਰ ਪੈ ਗਿਆ ਕਿ ਉਸ ਦੇ ਇਸ ਵੱਡੇ ਅਹਿਸਾਨ ਦਾ ਮੋੜਾ ਕਿਵੇਂ ਦੇਵੇ? 'ਇਹ ਤਾਂ, ਮੇਰਾ ਧਰਮ ਸੀ ਕਿ ਸੇਵਾ-ਸਤਿਕਾਰ ਨਾਲ ਉਨ੍ਹਾਂ ਨੂੰ ਸੁੱਖ ਦਿੰਦੀ, ਪਰ ਕੀ ਸੁੱਖ ਦਿੱਤਾ! ਉਲਟਾ ਸਗੋਂ ਉਨ੍ਹਾਂ ਦੀ ਜਾਨ ਸੁਕਾਈ ਰੱਖੀ ਹੈ! ਉਹ ਤਾਂ ਏਨੇ ਸੱਚੇ ਦਿਲੋਂ ਮੈਨੂੰ ਪਿਆਰ ਕਰਦੇ ਹਨ ਤੇ ਮੈਂ ਆਪਣਾ ਫ਼ਰਜ਼ ਹੀ ਨਹੀਂ ਨਿਭਾ ਸਕੀ। ਰੱਬ ਨੂੰ ਕੀ ਮੂੰਹ ਵਿਖਾਵਾਂਗੀ?' ਸੱਚੇ ਪਿਆਰ ਦਾ ਕਮਲ ਫੁੱਲ ਅਕਸਰ ਰਹਿਮਤ ਦੇ ਪ੍ਰਭਾਵ ਨਾਲ ਖਿੜ ਉੱਠਦਾ ਹੈ। ਜਿਥੇ ਰੂਪ, ਜੋਬਨ, ਧਨ-ਦੌਲਤ ਤੇ ਸਰਦਾਰੀ ਅਤੇ ਸੁਭਾਵਿਕ ਸਬੱਬ, ਪਿਆਰ ਦਾ ਬੀਜ ਬੀਜਣ ਵਿਚ ਅਸਮਰੱਥ ਰਹਿੰਦੇ ਹਨ, ਉਥੇ ਅਕਸਰ ਅਹਿਸਾਨ ਦਾ ਜਾਦੂ ਅਸਰ ਕਰ ਜਾਂਦਾ ਹੈ, ਕੋਈ ਦਿਲ ਅਜਿਹਾ ਪੱਥਰ ਤੇ ਕਰੜਾ ਨਹੀਂ ਹੋ ਸਕਦਾ ਕਿ ਉਹ ਸੱਚੀ ਸੇਵਾ ਨਾਲ ਪਿਘਲ ਨਾ ਜਾਵੇ।

ਕਮਲਾਚਰਣ ਤੇ ਬ੍ਰਿਜਰਾਣੀ ਵਿਚ ਦਿਨੋ-ਦਿਨ ਪਿਆਰ ਵਧਣ ਲੱਗਾ। ਇੱਕ ਪਿਆਰ ਦਾ ਗ਼ੁਲਾਮ ਸੀ, ਦੂਜੀ ਫ਼ਰਜ਼ ਦੀ ਦਾਸੀ। ਨਾਮੁਮਕਿਨ ਸੀ ਕਿ ਬ੍ਰਿਜਰਾਣੀ ਦੇ ਮੂੰਹੋਂ ਕੋਈ ਗੱਲ ਨਿੱਕਲੇ ਤੇ ਕਮਲਾਚਰਣ ਉਸ ਨੂੰ ਪੂਰੀ ਨਾ ਕਰੇ। ਹੁਣ ਉਸਦੀ ਬਿਹਬਲਤਾ ਤੇ ਯੋਗਤਾ ਇਨ੍ਹਾਂ ਜਤਨਾਂ ਵਿਚ ਹੀ ਖਪਤ ਹੁੰਦੀ ਸੀ। ਪੜ੍ਹਨਾ ਤਾਂ ਸਿਰਫ਼ ਮਾਂ-ਪਿਓ ਨੂੰ ਧੋਖਾ ਦੇਣ ਲਈ ਸੀ। ਉਹ ਹਮੇਸ਼ਾ ਉਸਦਾ ਮਿਜ਼ਾਜ ਵੇਖਦਾ ਰਹਿੰਦਾ ਤੇ ਇਸ ਆਸ ਉਪਰ ਕਿ ਇਹ ਕੰਮ ਉਸ ਦੀ ਖ਼ੁਸ਼ੀ ਦਾ ਸਬੱਬ ਬਣੇਗਾ, ਉਹ ਸਾਰਾ ਕੁਝ ਕਰਨ ਲਈ ਉਤਾਵਲਾ ਰਹਿੰਦਾ। ਇਕ ਦਿਨ ਉਸ ਨੇ ਮਾਧਵੀ ਨੂੰ ਫੁਲਵਾੜੀ ਵਿਚੋਂ ਫੁੱਲ ਚੁਗਦੇ ਵੇਖਿਆ। ਇਹ ਉਨ੍ਹਾਂ ਦੇ ਘਰ ਦੇ ਪਿੱਛੇ ਇਕ ਛੋਟਾ ਜਿਹਾ ਬਾਗ਼ ਸੀ। ਪਰ ਘਰ ਦੇ ਕਿਸੇ ਵੀ ਜੀਅ ਨੂੰ ਉਸ ਨਾਲ ਮੋਹ ਨਹੀਂ ਸੀ, ਇਸ ਲਈ ਬਾਰ੍ਹਾਂ ਮਹੀਨੇ-ਤੀਹ ਦਿਨ ਉਸ 'ਤੇ ਉਦਾਸੀ ਜਿਹੀ ਪਸਰੀ ਰਹਿੰਦੀ ਸੀ। ਬ੍ਰਿਜਰਾਣੀ ਨੂੰ ਫੁੱਲਾਂ ਨਾਲ ਦਿਲੀ ਮੁਹੱਬਤ ਸੀ। ਬਾਗ਼ ਦੀ ਇਹ ਦੁਰਗਤ ਵੇਖੀ ਤਾਂ ਮਾਧਵੀ ਨੂੰ ਕਿਹਾ ਕਿ ਕਦੇ-ਕਦੇ ਇਸ ਨੂੰ ਪਾਣੀ ਦੇ ਦਿਆ ਕਰ। ਹੌਲੀ-ਹੌਲੀ ਬਾਗ਼ ਦੀ ਹਾਲਤ ਕੁਝ ਸੁਧਰ ਜਿਹੀ ਗਈ ਤੇ ਪੌਦਿਆਂ ਦੀਆਂ ਟਹਿਣੀਆਂ 'ਤੇ ਫੁੱਲਾ ਟਹਿਕਣ ਲੱਗ ਗਏ। ਕਮਲਾਚਰਣ ਲਈ ਤਾਂ ਇਸ਼ਾਰਾ ਹੀ ਕਾਫ਼ੀ ਸੀ। ਉਹ ਤਨੋ-ਮਨੋਂ ਬਾਗ ਨੂੰ ਸੰਵਾਰਨ ਵਿਚ ਮਗਨ ਹੋ ਗਿਆ। ਦੋ ਨਿਪੁੰਨ ਮਾਲੀ ਰੱਖ ਲਏ। ਤਰ੍ਹਾਂ-ਤਰ੍ਹਾਂ ਦੇ ਸੁਹਣੇ-ਸੁਹਣੇ ਫੁੱਲ ਤੇ ਪੌਦੇ ਲਗਾਏ ਜਾਣ ਲੱਗੇ। ਵਿਭਿੰਨ ਤਰ੍ਹਾਂ ਦੇ ਘਾਹ ਤੇ ਬੂਟੀਆਂ ਗਮਲਿਆਂ ਵਿਚ ਸਜਾਈਆਂ ਜਾਣ ਲੱਗੀਆਂ, ਕਿਆਰੀਆਂ ਤੇ ਵੱਟਾਂ ਠੀਕ ਕੀਤੀਆਂ ਜਾਣ ਲੱਗੀਆਂ। ਸਮੇਂ-ਸਮੇਂ 'ਤੇ ਵੇਲਾਂ ਵੀ ਚੜ੍ਹਾਈਆਂ ਗਈਆਂ। ਕਮਲਾਚਰਣ ਸਾਰਾ ਦਿਨ ਹੱਥ ਵਿੱਚ ਕਿਤਾਬ ਫੜੀ ਬਾਗ਼ ਵਿੱਚ ਟਹਿਲਦਾ ਰਹਿੰਦਾ ਸੀ, ਸਿਰਫ਼ ਇਸ ਲਈ ਕਿ ਬਿਰਜਨ ਖ਼ੁਸ਼ ਹੋ ਜਾਵੇਗੀ। ਅਜਿਹੇ

ਪ੍ਰੇਮ-ਪੁਜਾਰੀ ਦਾ ਜਾਦੂ ਭਲਾ ਕਿਸ 'ਤੇ ਨਹੀਂ ਚਲ ਸਕਦਾ। ਇਕ ਦਿਨ ਕਮਲਾਚਰਣ ਨੇ ਕਿਹਾ—"ਆ, ਤੈਨੂੰ ਬਾਗ਼ ਦੀ ਸੈਰ ਕਰਾਵਾਂ।" ਬ੍ਰਿਜਰਾਣੀ ਉਸ ਦੇ ਨਾਲ ਤੁਰ ਪਈ।

ਚੰਨ ਨਿੱਕਲ ਆਇਆ ਸੀ। ਉਸ ਦੀਆਂ ਚਾਨਣੀ ਰਿਸ਼ਮਾਂ ਵਿਚ ਫੁੱਲ ਤੇ ਪੱਤੇ ਖ਼ੂਬਸੂਰਤੀ ਦੇ ਨਵੇਂ ਮਿਆਰ ਸਥਾਪਤ ਕਰ ਰਹੇ ਸਨ। ਧੀਮੀ-ਧੀਮੀ ਹਵਾ ਚੱਲ ਰਹੀ ਸੀ। ਮੋਤੀਏ ਤੇ ਬੇਲਾ-ਚਮੇਲੀ ਦੇ ਫੁੱਲਾਂ ਦੀ ਸੁਗੰਧੀ ਮਨ-ਮਸਤਕ ਨੂੰ ਸੁਗੰਧਿਤ ਕਰ ਰਹੀ ਸੀ। ਅਜਿਹੇ ਪਲਾਂ ਵਿਚ ਬਿਰਜਨ ਇਕ ਰੇਸ਼ਮੀ ਸਾੜ੍ਹੀ ਤੇ ਇਕ ਖ਼ੂਬਸੂਰਤ ਸਲਿਪਰ ਪਹਿਨੀ ਪਗਡੰਡੀਆਂ ਵਿੱਚ ਟਹਿਲਦੀ ਦਿਖ ਗਈ। ਉਸ ਦੇ ਜਿਸਮ ਦਾ ਉਭਾਰ ਫੁੱਲਾਂ ਨੂੰ ਵੀ ਸ਼ਰਮਸਾਰ ਕਰ ਰਿਹਾ ਸੀ, ਲੱਗਦਾ ਸੀ ਜਿਵੇਂ ਫੁੱਲਾਂ ਦੀ ਦੇਵੀ ਹੋਵੇ। ਕਮਲਾਚਰਣ ਬੋਲਿਆ—"ਅੱਜ ਮਿਹਨਤ ਰੰਗ ਲੈ ਆਈ।"

ਜਿਵੇਂ ਗੁਲਾਬਦਾਨੀ ਵਿੱਚ ਗੁਲਾਬ ਰਸ ਭਰਿਆ ਹੁੰਦਾ ਹੈ, ਉਸੇ ਤਰ੍ਹਾਂ ਹੀ ਬ੍ਰਿਜਰਾਣੀ ਦੀਆਂ ਅੱਖਾਂ ਵਿਚੋਂ ਵੀ ਪਿਆਰ ਦਾ ਰਸ ਛਲਕ ਰਿਹਾ ਸੀ। ਉਹ ਮੁਸਕੁਰਾਈ, ਪਰ ਮੂੰਹੋਂ ਕੁਝ ਨਾ ਬੋਲੀ।

ਕਮਲਾਚਰਣ—"ਮੇਰੇ ਵਰਗਾ ਖ਼ੁਸ਼ਕਿਸਮਤ ਬੰਦਾ ਦੁਨੀਆਂ 'ਚ ਨਹੀਂ ਹੋਣਾ।"

ਬਿਰਜਨ—"ਕੀ ਮੇਰੇ ਤੋਂ ਵੀ ਜ਼ਿਆਦਾ ਖ਼ੁਸ਼ਕਿਸਮਤ ?"

ਕਮਲਾਚਰਣ ਉਤਾਵਲਾ ਹੋ ਰਿਹਾ ਸੀ, ਉਸ ਨੇ ਬਿਰਜਨ ਨੂੰ ਗਲੇ ਨਾਲ ਲਗਾ ਲਿਆ।

ਕੁਝ ਦਿਨਾਂ ਤੱਕ ਨਿੱਤ-ਦਿਨ ਦਾ ਇਹੀ ਨੇਮ ਬਣਿਆ ਰਿਹਾ। ਇਸੇ ਦੌਰਾਨ ਮਨੋਰੰਜਨ ਦੀ ਇਕ ਨਵੀਂ ਸ਼ੈਅ ਹਾਜ਼ਿਰ ਹੋ ਗਈ। ਰਾਧਾਚਰਣ ਨੇ ਤਸਵੀਰਾਂ ਦੀ ਇਕ ਬਹੁਤ ਸੁਹਣੀ ਐਲਬਮ ਬਿਰਜਨ ਨੂੰ ਭੇਜੀ। ਇਸ ਵਿਚ ਕਈ ਤਸਵੀਰਾਂ ਚੰਦਰਾ ਦੀਆਂ ਵੀ ਸਨ। ਕਿਤੇ ਉਹ ਬੈਠੀ ਸ਼ਾਮਾ ਨੂੰ ਪੜ੍ਹਾ ਰਹੀ ਹੈ, ਕਿਤੇ ਬੈਠੀ ਚਿੱਠੀ-ਪੱਤਰ ਲਿਖ ਰਹੀ ਹੈ। ਉਸ ਦੀ ਇਕ ਤਸਵੀਰ ਮਰਦਾਨਾ ਕੱਪੜਿਆਂ ਵਿਚ ਵੀ ਸੀ। ਰਾਧਾਚਰਣ ਫੋਟੋਗ੍ਰਾਫ਼ੀ ਦੀ ਕਲਾ ਵਿਚ ਨਿਪੁੰਨ ਸਨ। ਬਿਰਜਨ ਨੂੰ ਇਹ ਐਲਬਮ ਬਹੁਤ ਪਸੰਦ ਆਈ। ਫਿਰ ਕੀ ਸੀ ? ਕਮਲਾਚਰਣ 'ਤੇ ਧੁਨ ਸੁਆਰ ਹੋ ਗਈ ਕਿ ਮੈਂ ਵੀ ਫੋਟੋਆਂ ਖਿੱਚਣ ਦਾ ਅਭਿਆਸ ਸ਼ੁਰੂ ਕਰਾਂ ਤੇ ਬਿਰਜਨ ਦੀ ਤਸਵੀਰ ਖਿੱਚਾਂ। ਭਰਾ ਨੂੰ ਚਿੱਠੀ ਲਿਖ ਭੇਜੀ ਕਿ ਕੈਮਰਾ ਤੇ ਹੋਰ ਜ਼ਰੂਰੀ ਸਾਮਾਨ ਮੇਰੇ ਕੋਲ ਭੇਜ ਦਿਓ ਤੇ ਅਭਿਆਸ ਸ਼ੁਰੂ ਕਰ ਦਿੱਤਾ। ਘਰੋਂ ਕਹਿ ਕੇ ਜਾਂਦੇ ਕਿ ਸਕੂਲ ਜਾ ਰਿਹਾ ਹਾਂ, ਪਰ ਵਿਚਾਲੇ ਹੀ ਇਕ ਪਾਰਸੀ ਫੋਟੋਗ੍ਰਾਫ਼ਰ ਦੀ ਦੁਕਾਨ 'ਤੇ ਆ ਬੈਠਦੇ। ਤਿੰਨ-ਚਾਰ ਮਹੀਨਿਆਂ ਦੀ ਮਿਹਨਤ ਤੇ ਮੁਸ਼ੱਕਤ ਨਾਲ ਉਹ ਇਸ ਕਲਾ ਵਿਚ ਨਿਪੁੰਨ ਹੋ ਗਏ। ਪਰ ਅਜੇ ਘਰੇ ਕਿਸੇ ਨੂੰ ਇਸ ਬਾਰੇ ਪਤਾ ਨਹੀਂ ਸੀ। ਕਈ ਵਾਰ ਬਿਰਜਨ ਨੇ ਪੁੱਛਿਆ ਸੀ—"ਅੱਜ ਕੱਲ੍ਹ ਸਾਰਾ ਦਿਨ ਕਿਥੇ ਰਹਿੰਦੇ ਓ ? ਛੁੱਟੀ ਵਾਲੇ ਦਿਨ ਵੀ ਨਹੀਂ ਦਿਖਦੇ।" ਪਰ ਕਮਲਾਚਰਣ ਨੇ ਹਰ ਵਾਰ ਹੂੰ-ਹਾਂ ਕਰ ਕੇ ਟਾਲ ਦਿੱਤਾ।

ਇਕ ਦਿਨ ਕਮਲਾਚਰਣ ਕਿਤੇ ਬਾਹਰ ਗਏ ਹੋਏ ਸਨ। ਬਿਰਜਨ ਦੇ ਦਿਲ ਵਿਚ ਆਇਆ ਕਿ ਚਲੋ, ਪ੍ਰਤਾਪਚੰਦਰ ਨੂੰ ਇਕ ਚਿੱਠੀ ਹੀ ਲਿਖ ਦੇਵਾਂ, ਪਰ ਬਕਸਾ ਖੋਲ੍ਹਿਆ ਤਾਂ ਚਿੱਠੀ ਵਾਲਾ ਕਾਗਜ਼ ਨਹੀਂ ਸੀ। ਮਾਧਵੀ ਨੂੰ ਕਿਹਾ ਕਿ ਜਾ ਕੇ ਆਪਣੇ ਵੀਰ ਜੀ ਦੇ ਡੈਸਕ

'ਚੋਂ ਕਾਗਜ਼ ਕੱਢ ਲਿਆ। ਮਾਧਵੀ ਭੱਜਦੀ ਹੋਈ ਗਈ। ਉਸ ਨੇ ਡੈਸਕ ਉੱਤੇ ਤਸਵੀਰਾਂ ਦੀ ਐਲਬਮ ਖੁੱਲ੍ਹੀ ਪਈ ਵੇਖੀ। ਉਸ ਨੇ ਐਲਬਮ ਨੂੰ ਚੁੱਕ ਲਿਆ ਤੇ ਅੰਦਰ ਜਾ ਕੇ ਬਿਰਜਨ ਨੂੰ ਕਿਹਾ—"ਦੀਦੀ! ਵੇਖੋ, ਇਹ ਤਸਵੀਰਾਂ ਮਿਲੀਆਂ ਨੇ।"

ਬਿਰਜਨ ਨੇ ਉਸ ਨੂੰ ਬੜੇ ਚਾਅ ਨਾਲ ਹੱਥ 'ਚ ਫੜਿਆ ਤੇ ਐਲਬਮ ਦਾ ਪਹਿਲਾ ਪੰਨਾ ਪਲਟਦਿਆਂ ਹੀ ਉਹ ਅਵਾਕ ਰਹਿ ਗਈ। ਇਹ ਉਸੇ ਦੀ ਤਸਵੀਰ ਸੀ। ਉਹ ਆਪਣੇ ਪਲੰਘ 'ਤੇ ਚਾਦਰ ਤਾਣੀ ਸੌਂ ਰਹੀ ਸੀ, ਵਾਲ ਮੱਥੇ 'ਤੇ ਖਿਲਰੇ ਹੋਏ ਸਨ, ਹੋਠਾਂ 'ਤੇ ਇਕ ਲੁਭਾਵਣੀ ਮੁਸਕੁਰਾਹਟ ਝਲਕ ਰਹੀ ਸੀ, ਜਿਵੇਂ ਕੋਈ ਮਨ-ਇੱਛੁਕ ਸੁਪਨਾ ਵੇਖ ਰਹੀ ਹੋਵੇ। ਤਸਵੀਰ ਦੇ ਹੇਠਾਂ ਲਿਖਿਆ ਹੋਇਆ ਸੀ—"ਮੁਹੱਬਤੀ ਸੁਪਨਾ।" ਬਿਰਜਨ ਹੈਰਾਨ ਸੀ, ਮੇਰੀ ਤਸਵੀਰ ਉਨ੍ਹਾਂ ਨੇ ਕਿਵੇਂ ਖਿਚਵਾਈ ਤੇ ਕਿਸ ਤੋਂ ਖਿਚਵਾਈ ? ਕੀ ਕਿਸੇ ਫੋਟੋਗ੍ਰਾਫਰ ਨੂੰ ਘਰੇ ਲਿਆਏ ਹੋਣਗੇ ? ਨਹੀਂ, ਅਜਿਹਾ ਉਹ ਕਿਉਂ ਕਰਨਗੇ ? ਕੀ ਪਤਾ, ਆਪ ਹੀ ਖਿੱਚ ਲਈ ਹੋਵੇ। ਕਾਫ਼ੀ ਮਹੀਨਿਆਂ ਤੋਂ ਉਹ ਬਹੁਤ ਅਭਿਆਸ-ਮੁਸ਼ੱਕਤ ਵੀ ਤਾਂ ਕਰ ਰਹੇ ਨੇ। ਜੇ ਖ਼ੁਦ ਇਹ ਤਸਵੀਰ ਖਿੱਚੀ ਹੈ ਤਾਂ ਵਾਕਈ ਉਨ੍ਹਾਂ ਨੇ ਬਹੁਤ ਹੀ ਕਾਬਿਲਿ-ਤਾਰੀਫ਼ ਕੰਮ ਕੀਤਾ ਹੈ। ਦੂਜਾ ਪੰਨਾ ਪਲਟਿਆ ਤਾਂ ਉਸ ਵਿਚ ਵੀ ਆਪਣੀ ਹੀ ਤਸਵੀਰ ਵੇਖੀ। ਉਹ ਇਕ ਸਾੜ੍ਹੀ ਪਹਿਨੀ, ਅੱਧੇ ਸਿਰ 'ਤੇ ਪੱਲਾ ਪਾਈ ਬਾਗ਼ ਵਿਚ ਟਹਿਲ ਰਹੀ ਸੀ। ਇਸ ਤਸਵੀਰ ਦੇ ਥੱਲ੍ਹੇ ਲਿਖਿਆ ਹੋਇਆ ਸੀ—'ਬਾਗ਼ ਦੀ ਸੈਰ'। ਤੀਜਾ ਪੰਨਾ ਪਲਟਿਆ ਤਾਂ ਉਥੇ ਵੀ ਆਪਣੀ ਹੀ ਤਸਵੀਰ ਵੇਖੀ। ਉਹ ਬਾਗ਼ ਵਿਚ ਜ਼ਮੀਨ 'ਤੇ ਬੈਠੀ ਇਕ ਹਾਰ ਗੁੰਦ ਰਹੀ ਸੀ। ਇਹ ਤਸਵੀਰ ਤਿੰਨਾਂ ਵਿਚੋਂ ਸਭ ਤੋਂ ਸੁਹਣੀ ਸੀ, ਕਿਉਂ ਕਿ ਫੋਟੋਗ੍ਰਾਫਰ ਨੇ ਇਸ ਵਿਚ ਬੜੀ ਨਿਪੁੰਨਤਾ ਨਾਲ ਕੁਦਰਤੀ ਰੰਗ ਜੋੜੇ ਸਨ। ਇਸ ਤਸਵੀਰ ਦੇ ਹੇਠਾਂ ਲਿਖਿਆ ਹੋਇਆ ਸੀ—'ਅਲਬੇਲੀ ਮਾਲਨ।' ਹੁਣ ਬਿਰਜਨ ਨੂੰ ਖ਼ਿਆਲ ਆਇਆ ਕਿ ਇਕ ਦਿਨ ਜਦ ਮੈਂ ਹਾਰ ਗੁੰਦ ਰਹੀ ਸੀ ਤਾਂ ਕਮਲਾਚਰਣ ਨੀਲ ਦੀ ਕੰਡੇਦਾਰ ਝਾੜੀ ਪਿੱਛਿਓਂ ਮੁਸਕੁਰਾਉਂਦੇ ਹੋਏ ਨਿੱਕਲੇ ਸਨ। ਯਕੀਨਨ ਉਸੇ ਦਿਨ ਇਹ ਤਸਵੀਰ ਖਿੱਚੀ ਹੋਣੀ ਏ। ਚੌਥਾ ਪੰਨਾ ਪਲਟਿਆ ਤਾਂ ਇਕ ਬਹੁਤ ਹੀ ਮਨੋਹਰ ਤੇ ਸੁਹਾਵਨਾ ਦ੍ਰਿਸ਼ ਵਿਖਾਈ ਦਿੱਤਾ। ਨਿਰਮਲ ਪਾਣੀ ਦਾ ਲਹਿਰਾਉਂਦਾ ਹੋਇਆ ਇਕ ਸਰੋਵਰ ਸੀ ਤੇ ਉਸ ਦੇ ਦੋਨੋਂ ਕਿਨਾਰਿਆਂ 'ਤੇ, ਜਿਥੋਂ ਤੱਕ ਨਜ਼ਰ ਦੌੜਦੀ ਸੀ, ਗੁਲਾਬਾਂ ਦੀ ਰੰਗਤ ਵਿਖਾਈ ਦੇ ਰਹੀ ਸੀ। ਗੁਲਾਬ ਦੇ ਨਾਜ਼ੁਕ ਫੁੱਲ ਹਵਾ ਦੇ ਬੁੱਲਿਆਂ ਨਾਲ ਲਚਕਦੇ ਜਾ ਰਹੇ ਸਨ। ਏਦਾਂ ਲੱਗਦਾ ਸੀ ਜਿਵੇਂ ਕੁਦਰਤ ਨੇ ਸਾਵੇ-ਰੰਗੇ ਆਸਮਾਨ 'ਤੇ ਲਾਲ-ਸੁਰਖ਼ ਤਾਰੇ ਟੰਗ ਦਿੱਤੇ ਹੋਣ। ਇਹ ਕਿਸੇ ਅੰਗਰੇਜ਼ੀ ਤਸਵੀਰ ਦਾ ਉਤਾਰਾ ਲੱਗ ਰਿਹਾ ਸੀ। ਐਲਬਮ ਦੇ ਬਾਕੀ ਪੰਨੇ ਅਜੇ ਕੋਰੇ ਸਨ।

ਬਿਰਜਨ ਨੇ ਆਪਣੀਆਂ ਤਸਵੀਰਾਂ ਦੋਬਾਰਾ ਵੇਖੀਆਂ ਤੇ ਉਸ ਸਵੈਮਾਣੀ ਆਨੰਦ ਨਾਲ, ਜੋ ਹਰੇਕ ਸੁੰਦਰੀ ਨੂੰ ਆਪਣੀ ਖ਼ੂਬਸੂਰਤੀ ਵੇਖ ਕੇ ਆਉਂਦਾ ਹੈ, ਐਲਬਮ ਨੂੰ ਲੁਕੋ ਕੇ ਰੱਖ ਦਿੱਤਾ। ਸ਼ਾਮ ਨੂੰ ਕਮਲਾਚਰਣ ਨੇ ਆ ਕੇ ਵੇਖਿਆ ਤਾਂ ਐਲਬਮ ਦਾ ਕੋਈ ਅਤਾ-ਪਤਾ ਨਹੀਂ ਸੀ। ਹੱਥਾਂ ਦੇ ਤੋਤੇ ਉੱਡ ਗਏ। ਉਹ ਤਸਵੀਰਾਂ ਉਸ ਦੀ ਕਈ ਮਹੀਨਿਆਂ ਦੀ ਸਖ਼ਤ ਮਿਹਨਤ ਦਾ ਫਲ ਸਨ ਤੇ ਉਸ ਨੂੰ ਉਮੀਦ ਸੀ ਕਿ ਇਹੀ ਐਲਬਮ ਤੋਹਫ਼ੇ ਵਜੋਂ ਦੇ ਕੇ ਉਹ ਬਿਰਜਨ ਦੇ ਦਿਲ ਵਿੱਚ ਆਪਣਾ ਪਿਆਰ ਹੋਰ ਮਜ਼ਬੂਤ ਕਰ ਲਏਗਾ। ਉਹ ਬਹੁਤ ਵਿਆਕੁਲ

ਹੋ ਗਿਆ। ਅੰਦਰ ਜਾ ਕੇ ਬਿਰਜਨ ਨੂੰ ਪੁੱਛਿਆ ਤਾਂ ਉਸ ਨੇ ਸਾਫ਼ ਮਨ੍ਹਾ ਕਰ ਦਿੱਤਾ। ਵਿਚਾਰਾ ਬੌਖ਼ਲਾਇਆ ਹੋਇਆ ਆਪਣੇ ਦੋਸਤਾਂ ਦੇ ਘਰ ਗਿਆ ਕਿ ਕਿਤੇ ਉਨ੍ਹਾਂ ਵਿਚੋਂ ਕੋਈ ਚੁੱਕ ਕੇ ਨਾ ਲੈ ਗਿਆ ਹੋਵੇ। ਪਰ ਉਥੇ ਵੀ ਟਿੱਚਰਾਂ ਦੇ ਬਿਨਾਂ ਹੋਰ ਕੁਝ ਨਾ ਮਿਲਿਆ। ਅਖ਼ੀਰ ਜਦ ਸ੍ਰੀਮਾਨ ਪੂਰੀ ਤਰ੍ਹਾਂ ਨਿਰਾਸ਼ ਹੋ ਗਏ ਤਾਂ ਸ਼ਾਮ ਨੂੰ ਬਿਰਜਨ ਨੇ ਐਲਬਮ ਦੇ ਬਾਰੇ ਦੱਸ ਦਿੱਤਾ। ਇਸ ਤਰ੍ਹਾਂ ਦਿਨ ਹਾਸੇ-ਠੱਠੇ ਵਿਚ ਲੰਘ ਰਹੇ ਸਨ। ਦੋਨੋਂ ਇਹੀ ਚਾਹੁੰਦੇ ਸਨ ਕਿ ਪਿਆਰ ਦੇ ਇਜ਼ਹਾਰ ਵਿਚ ਮੈਂ ਦੂਜੇ ਤੋਂ ਅੱਗੇ ਲੰਘ ਜਾਵਾਂ! ਪਰ ਦੋਹਾਂ ਦੇ ਪਿਆਰ ਵਿਚ ਬਹੁਤ ਫ਼ਰਕ ਸੀ। ਕਮਲਾਚਰਣ ਪਿਆਰ ਦੇ ਨਸ਼ੇ ਵਿੱਚ ਆਪਣੇ-ਆਪ ਨੂੰ ਭੁੱਲ ਗਿਆ ਸੀ। ਪਰ ਇਸ ਦੇ ਉਲਟ ਬਿਰਜਨ ਦਾ ਪਿਆਰ ਫ਼ਰਜ਼ ਦੀ ਨੀਂਹ 'ਤੇ ਖੜ੍ਹਾ ਹੋਇਆ ਸੀ। ਪਰ ਹਾਂ, ਇਹ ਸੁਖਮਈ ਫ਼ਰਜ਼ ਸੀ।

ਤਿੰਨ ਸਾਲ ਲੰਘ ਗਏ। ਉਹ ਉਨ੍ਹਾਂ ਦੀ ਜ਼ਿੰਦਗੀ ਦੇ ਤਿੰਨ ਖ਼ੂਬਸੂਰਤ ਸਾਲ ਸਨ। ਚੌਥੇ ਸਾਲ ਦਾ ਆਰੰਭ ਮੁਸੀਬਤਾਂ ਦਾ ਆਰੰਭ ਬਣ ਕੇ ਬਹੁੜਿਆ। ਕਿੰਨੇ ਹੀ ਬੰਦਿਆਂ ਨੂੰ ਦੁਨੀਆਂ ਦੀਆਂ ਸੁੱਖ-ਸੁਵਿਧਾਵਾਂ ਇਸ ਢੰਗ ਨਾਲ ਮਿਲਦੀਆਂ ਹਨ ਕਿ ਉਨ੍ਹਾਂ ਦੇ ਲਈ ਦਿਨ ਹਮੇਸ਼ਾ ਹੋਲੀ ਦੀ ਤਰ੍ਹਾਂ ਰੰਗੀਨ ਤੇ ਰਾਤ ਹਮੇਸ਼ਾ ਦੀਵਾਲੀ ਦੀ ਤਰ੍ਹਾਂ ਰੌਸ਼ਨ ਰਹਿੰਦੀ ਹੈ। ਪਰ ਕਿੰਨੇ ਹੀ ਅਜਿਹੇ ਅਭਾਗੇ ਬੰਦੇ ਵੀ ਹਨ, ਜਿਨ੍ਹਾਂ ਦੀਆਂ ਖ਼ੁਸ਼ੀਆਂ ਆਸਮਾਨੀ ਬਿਜਲੀ ਦੀ ਤਰ੍ਹਾਂ ਇਕ ਵਾਰ ਲਿਸ਼ਕ ਕੇ ਹਮੇਸ਼ਾ ਲਈ ਲੋਪ ਹੋ ਜਾਂਦੀਆਂ ਹਨ। ਬ੍ਰਿਜਰਾਣੀ ਉਨ੍ਹਾਂ ਬਦਕਿਸਮਤਾਂ ਵਿਚੋਂ ਇਕ ਸੀ। ਬਸੰਤ ਦੀ ਰੁੱਤ ਸੀ। ਸ਼ੀਤ ਪੌਣ ਵਗ ਰਹੀ ਸੀ। ਠੰਢ ਏਨੀ ਕੜਾਕੇ ਦੀ ਪੈ ਰਹੀ ਸੀ ਕਿ ਖੂਹਾਂ ਦਾ ਪਾਣੀ ਵੀ ਜੰਮ ਰਿਹਾ ਸੀ। ਉਸ ਦੌਰਾਨ ਇਲਾਕੇ ਵਿੱਚ ਪਲੇਗ ਦਾ ਪ੍ਰਕੋਪ ਫੈਲ ਗਿਆ। ਹਜ਼ਾਰਾਂ ਲੋਕ ਉਸ ਦੀ ਭੇਟ ਚੜ੍ਹਨ ਲੱਗੇ। ਇਕ ਦਿਨ ਬਹੁਤ ਤੇਜ਼ ਬੁਖ਼ਾਰ ਚੜ੍ਹਦਾ, ਇਕ ਗਿਲਟੀ ਜਿਹੀ ਨਿੱਕਲਦੀ ਤੇ ਰੋਗੀ ਪੂਰਾ ਹੋ ਜਾਂਦਾ। ਗਿਲਟੀ ਦਾ ਨਿਕਲਣਾ ਜਿਵੇਂ ਮੌਤ ਦਾ ਸੁਨੇਹਾ ਸੀ। ਕੀ ਵੈਦ, ਕੀ ਡਾਕਟਰ ਕਿਸੇ ਦੀ ਪੇਸ਼ ਨਹੀਂ ਜਾਂਦੀ ਸੀ। ਸੈਂਕੜੇ ਘਰਾਂ ਦੇ ਚਿਰਾਗ਼ ਬੁਝ ਗਏ। ਹਜ਼ਾਰਾਂ ਬੱਚੇ ਅਨਾਥ ਤੇ ਹਜ਼ਾਰਾਂ ਔਰਤਾਂ ਵਿਧਵਾ ਹੋ ਗਈਆਂ। ਜਿਸ ਨੂੰ ਜਿਧਰ ਰਾਹ ਮਿਲਿਆ ਭੱਜ ਨਿੱਕਲਿਆ। ਹਰੇਕ ਇਨਸਾਨ ਨੂੰ ਆਪੋ-ਆਪਣੀ ਪਈ ਹੋਈ ਸੀ। ਕੋਈ ਕਿਸੇ ਦਾ ਮਦਦਗਾਰ ਤੇ ਹਿਤੈਸ਼ੀ ਨਹੀਂ ਸੀ। ਮਾਪੇ ਬੱਚਿਆਂ ਨੂੰ ਛੱਡ ਕੇ ਭੱਜ ਗਏ। ਔਰਤਾਂ ਨੇ ਪਤੀਆਂ ਦਾ ਸਾਥ ਛੱਡ ਦਿੱਤਾ। ਗਲੀਆਂ ਵਿਚ, ਸੜਕਾਂ 'ਤੇ, ਘਰਾਂ ਵਿਚ ਜਿਧਰ ਵੇਖੋ, ਲਾਸ਼ਾਂ ਦੇ ਢੇਰ ਲੱਗੇ ਹੋਏ ਸਨ। ਦੁਕਾਨਾਂ ਬੰਦ ਹੋ ਗਈਆਂ। ਬੂਹਿਆਂ 'ਤੇ ਜੰਦਰੇ ਲੱਗ ਗਏ। ਚਾਰੇ ਪਾਸੇ ਧੂੜ ਉੱਡਣ ਲੱਗੀ। ਮੁਸ਼ਕਿਲ ਨਾਲ ਕੋਈ ਜਿਉਂਦਾ-ਜਾਗਦਾ ਬੰਦਾ ਤੁਰਦਾ-ਫਿਰਦਾ ਵਿਖਾਈ ਦਿੰਦਾ ਸੀ ਤੇ ਜੇ ਕੋਈ ਕਿਸੇ ਕਾਰਨ ਘਰੋਂ ਨਿੱਕਲ ਪੈਂਦਾ ਤਾਂ ਏਦਾਂ ਕਾਹਲੀ ਨਾਲ ਤੁਰਦਾ ਜਾਂਦਾ, ਜਿਵੇਂ ਮੌਤ ਦਾ ਦੂਤ ਉਹਦੇ ਪਿੱਛੇ ਪਿਆ ਹੋਵੇ। ਸਾਰੀ ਬਸਤੀ ਹੀ ਉੱਜੜ ਗਈ ਸੀ। ਜੇਕਰ ਕੁਝ ਆਬਾਦ ਸੀ ਤਾਂ ਉਹ ਸਨ ਕਬਰਿਸਤਾਨ ਜਾਂ ਸ਼ਮਸ਼ਾਨਘਾਟ। ਚਾਰੇ ਪਾਸੇ ਡਾਕੂ-ਲੁਟੇਰਿਆਂ ਦੀ ਮੌਜ ਹੋ ਗਈ। ਸਿਖਰ-ਦੁਪਹਿਰੇ ਤਾਲ਼ੇ ਟੁੱਟਦੇ ਸਨ ਤੇ ਸੂਰਜ ਖੜ੍ਹਿਆਂ ਹੀ ਸੰਨ੍ਹਾਂ ਲੱਗਦੀਆਂ ਸਨ। ਉਸ ਹੌਲਨਾਕ ਦੁੱਖ ਦਾ ਵਰਣਨ ਨਹੀਂ ਹੋ ਸਕਦਾ।

ਬਾਬੂ ਸ਼ਾਮਾਚਰਣ ਬਹੁਤ ਹੀ ਦ੍ਰਿੜ ਇਰਾਦੇ ਵਾਲੇ ਮਨੁੱਖ ਸਨ। ਘਰ ਦੇ

ਆਲੇ-ਦੁਆਲੇ ਮੁਹੱਲਿਆਂ ਦੇ ਮੁਹੱਲੇ ਖ਼ਾਲੀ ਹੋ ਗਏ ਸਨ, ਪਰ ਉਹ ਅਜੇ ਤੱਕ ਆਪਣੇ ਘਰ ਵਿਚ ਨਿਡਰਤਾ ਨਾਲ ਡਟੇ ਹੋਏ ਸਨ, ਪਰ ਜਦ ਉਨ੍ਹਾਂ ਦੀ ਹਿੰਮਤ ਵੀ ਜੁਆਬ ਦੇ ਗਈ ਤਾਂ ਸਾਰੇ ਘਰ ਵਿਚ ਤਰਥੱਲੀ ਮਚ ਗਈ। ਪਿੰਡ ਜਾਣ ਦੀਆਂ ਤਿਆਰੀਆਂ ਹੋਣ ਲੱਗੀਆਂ। ਮੁਨਸ਼ੀ ਜੀ ਨੇ ਉਸ ਜ਼ਿਲ੍ਹੇ ਦੇ ਕੁਝ ਪਿੰਡ ਖ਼ਰੀਦ ਲਏ ਸਨ ਤੇ ਮਝਗਾਓਂ ਨਾਮੀ ਪਿੰਡ ਵਿੱਚ ਇਕ ਵਧੀਆ ਜਿਹਾ ਘਰ ਵੀ ਬਣਵਾਇਆ ਹੋਇਆ ਸੀ। ਉਨ੍ਹਾਂ ਦੀ ਖ਼ਾਹਿਸ਼ ਸੀ ਕਿ ਪੈਨਸ਼ਨ ਸ਼ੁਰੂ ਹੋ ਜਾਣ 'ਤੇ ਇਥੇ ਪਿੰਡ ਹੀ ਰਹਾਂਗਾ, ਕਾਸ਼ੀ ਛੱਡ ਕੇ ਭਲਾ ਆਗਰੇ ਕੌਣ ਮਰਨ ਲਈ ਜਾਵੇ। ਬਿਰਜਨ ਨੇ ਇਹ ਸੁਣਿਆ ਤਾਂ ਬਹੁਤ ਖ਼ੁਸ਼ ਹੋਈ। ਪੇਂਡੂ ਜੀਵਨ ਦੇ ਮਨੋਹਰ ਦ੍ਰਿਸ਼ ਉਸ ਦੀਆਂ ਅੱਖਾਂ ਅੱਗੇ ਘੁੰਮ ਰਹੇ ਸਨ। ਹਰੇ-ਭਰੇ ਬਿਰਖ ਤੇ ਲਹਿਲਹਾਉਂਦੇ ਖੇਤ, ਹਿਰਨਾਂ ਦੀਆਂ ਡਾਰਾਂ ਤੇ ਪੰਛੀਆਂ ਦਾ ਚਹਿਚਹਾਉਣਾ। ਇਹ ਦ੍ਰਿਸ਼ ਵੇਖਣ ਲਈ ਉਸ ਦਾ ਮਨ ਕਾਹਲਾ ਪੈ ਰਿਹਾ ਸੀ। ਕਮਲਾਚਰਣ ਵੀ ਸ਼ਿਕਾਰ ਖੇਡਣ ਲਈ ਆਪਣੇ ਅਸਤਰ-ਸ਼ਸਤਰ ਤੇਜ਼ ਧਾਰ ਕਰਨ ਲੱਗਾ। ਪਰ ਅਚਾਨਕ ਮੁਨਸ਼ੀ ਜੀ ਨੇ ਉਸ ਨੂੰ ਬੁਲਾ ਕੇ ਕਿਹਾ ਕਿ ਤੂੰ ਪਰਿਯਾਗ ਜਾਣ ਲਈ ਤਿਆਰ ਹੋ ਜਾ। ਪ੍ਰਤਾਪਚੰਦਰ ਉਥੇ ਤੇਰੀ ਮਦਦ ਕਰੇਗਾ। ਪਿੰਡਾਂ ਵਿਚ ਫਾਲਤੂ ਕੰਮਾਂ ਵਿੱਚ ਸਮਾਂ ਗੁਆਉਣ ਦਾ ਕੀ ਫ਼ਾਇਦਾ ? ਏਨਾ ਸੁਣਨ ਦੀ ਦੇਰ ਸੀ ਕਿ ਕਮਲਾਚਰਣ ਨੂੰ ਜਿਵੇਂ ਸੱਪ ਸੁੰਘ ਗਿਆ। ਪਰਿਯਾਗ ਜਾਣ ਤੋਂ ਸਾਫ਼ ਮਨ੍ਹਾ ਕਰ ਦਿੱਤਾ। ਕਾਫ਼ੀ ਦੇਰ ਤੱਕ ਮੁਨਸ਼ੀ ਜੀ ਉਸਨੂੰ ਸਮਝਾਉਂਦੇ ਰਹੇ ਪਰ ਉਹ ਜਾਣ ਨੂੰ ਨਾ ਮੰਨਿਆ। ਅਖ਼ੀਰ ਮੁਨਸ਼ੀ ਜੀ ਦੇ ਇਨ੍ਹਾਂ ਸ਼ਬਦਾਂ ਨੇ ਗੱਲ ਮੁਕਾ ਦਿੱਤੀ—"ਤੇਰੀ ਕਿਸਮਤ ਵਿਚ ਪੜ੍ਹਾਈ-ਲਿਖਾਈ ਲਿਖੀ ਹੀ ਨਹੀਂ ਐ। ਮੈਂ ਹੀ ਮੂਰਖ ਆਂ ਕਿ ਤੇਰੇ ਨਾਲ ਝਗੜਦਾ ਵਾਂ।"

ਬ੍ਰਿਜਰਾਣੀ ਨੇ ਜਦ ਇਹ ਗੱਲ ਸੁਣੀ ਤਾਂ ਉਸ ਨੂੰ ਬਹੁਤ ਦੁੱਖ ਹੋਇਆ। ਬ੍ਰਿਜਰਾਣੀ ਭਾਵੇਂ ਸਮਝਦੀ ਸੀ ਕਿ ਕਮਲਾਚਰਣ ਦਾ ਮਨ ਪੜ੍ਹਾਈ ਵਿਚ ਨਹੀਂ ਲੱਗਦਾ, ਪਰ ਫਿਰ ਵੀ ਪੜ੍ਹਾਈ ਪ੍ਰਤੀ ਉਸ ਦੀ ਇਹ ਬੇਰੁਖ਼ੀ ਉਸ ਨੂੰ ਬੁਰੀ ਨਹੀਂ ਲੱਗਦੀ ਸੀ, ਸਗੋਂ ਕਈ ਵਾਰ ਤਾਂ ਉਸ ਦਾ ਦਿਲ ਕਰਦਾ ਸੀ ਕਿ ਅੱਜ ਕਮਲਾਚਰਣ ਦਾ ਸਕੂਲ ਨਾ ਜਾਣਾ ਜ਼ਿਆਦਾ ਚੰਗਾ ਹੈ। ਕਮਲਾਚਰਣ ਦੇ ਪਿਆਰ ਭਰੇ ਬੋਲ ਉਸ ਦੇ ਕੰਨਾਂ ਨੂੰ ਬਹੁਤ ਮਿੱਠੇ ਲੱਗਦੇ ਸਨ। ਪਰ ਜਦ ਉਸ ਨੂੰ ਇਹ ਪਤਾ ਲੱਗਿਆ ਕਿ ਕਮਲਾਚਰਣ ਨੇ ਪਰਿਯਾਗ ਜਾਣ ਤੋਂ ਮਨ੍ਹਾ ਕਰ ਦਿੱਤਾ ਹੈ ਤੇ ਲਾਲਾ ਜੀ ਬਹੁਤ ਸਮਝਾ ਰਹੇ ਨੇ, ਤਾਂ ਉਸ ਨੂੰ ਹੋਰ ਵੀ ਜ਼ਿਆਦਾ ਦੁੱਖ ਹੋਇਆ, ਕਿਉਂ ਕਿ ਉਸ ਨੂੰ ਕੁਝ ਦਿਨਾਂ ਤੱਕ ਇਕੱਲਿਆਂ ਰਹਿਣਾ ਮਨਜ਼ੂਰ ਸੀ, ਪਰ ਕਮਲਾਚਰਣ ਪਿਤਾ ਦੇ ਹੁਕਮ ਦਾ ਉਲੰਘਣ ਕਰੇ, ਇਹ ਉਸ ਦੇ ਲਈ ਅਸਹਿ ਸੀ। ਮਾਧਵੀ ਨੂੰ ਭੇਜਿਆ ਕਿ ਜਾ ਆਪਣੇ ਵੀਰ ਜੀ ਨੂੰ ਬੁਲਾ ਲਿਆ। ਪਰ ਕਮਲਾਚਰਣ ਨੇ ਆਪਣੀ ਜਗ੍ਹਾ ਤੋਂ ਟਸ ਤੋਂ ਮਸ ਨਾ ਹੋਣ ਦੀ ਸਹੁੰ ਹੀ ਖਾ ਲਈ ਸੀ। ਸੋਚਦਾ ਸੀ ਕਿ 'ਜੇ ਅੰਦਰ ਗਿਆ ਤਾਂ ਉਹ ਜ਼ਰੂਰ ਪਰਿਯਾਗ ਜਾਣ ਦੇ ਲਈ ਮੈਨੂੰ ਕਹੇਗੀ। ਉਹ ਕੀ ਜਾਣਦੀ ਐ ਕਿ ਇਥੇ ਮੇਰੇ ਦਿਲ 'ਤੇ ਕੀ ਬੀਤ ਰਹੀ ਹੈ। ਗੱਲਾਂ ਤਾਂ ਬੜੀਆਂ ਮਿੱਠੀਆਂ-ਮਿੱਠੀਆਂ ਕਰਦੀ ਹੈ, ਪਰ ਜਦ ਕਦੇ ਪਿਆਰ ਦਾ ਇਮਤਿਹਾਨ ਦੇਣ ਦਾ ਸਮਾਂ ਆਉਂਦਾ ਹੈ ਤਾਂ ਫ਼ਰਜ਼ਾਂ ਤੇ ਅਸੂਲਾਂ ਦੀ ਆੜ ਵਿੱਚ ਮੂੰਹ ਲੁਕੋ ਲੈਂਦੀ ਹੈ। ਬਿਲਕੁਲ ਸੱਚ ਹੈ ਕਿ ਔਰਤਾਂ ਵਿੱਚ ਪਿਆਰ ਦੀ ਮਹਿਕ ਤੱਕ ਨਹੀਂ ਹੁੰਦੀ।'

ਜਦੋਂ ਬਹੁਤ ਦੇਰ ਹੋ ਗਈ ਤੇ ਕਮਲਾਚਰਣ ਕਮਰੇ ਵਿਚੋਂ ਨਾ ਨਿਕਲਿਆ ਤਾਂ

ਬ੍ਰਿਜਰਾਣੀ ਆਪ ਆ ਗਈ ਤੇ ਬੋਲੀ—"ਅੱਜ ਕੀ ਘਰ ਦੇ ਅੰਦਰ ਨਾ ਆਉਣ ਦੀ ਸਹੁੰ ਖਾਧੀ ਐ। ਉਡੀਕਦਿਆਂ-ਉਡੀਕਦਿਆਂ ਅੱਖਾਂ ਪਥਰਾ ਗਈਆਂ।"

ਕਮਲਾਚਰਣ—"ਅੰਦਰ ਆਉਂਦਿਆਂ ਡਰ ਲੱਗਦੈ।"

ਬਿਰਜਨ—"ਚੰਗਾ ਚੱਲੋ, ਮੈਂ ਨਾਲ-ਨਾਲ ਚੱਲਦੀ ਆਂ, ਹੁਣ ਤਾਂ ਨਹੀਂ ਡਰੋਂਗੇ ?"

ਕਮਲਾਚਰਣ—"ਮੈਨੂੰ ਪਰਿਯਾਗ ਜਾਣ ਦਾ ਹੁਕਮ ਹੋਇਐ।"

ਬਿਰਜਨ—"ਮੈਂ ਵੀ ਤੁਹਾਡੇ ਨਾਲ ਚੱਲਾਂਗੀ।"

ਇਹ ਕਹਿ ਕੇ ਬਿਰਜਨ ਨੇ ਕਮਲਾਚਰਣ ਵੱਲ ਅੱਖਾਂ ਚੁੱਕ ਕੇ ਵੇਖਿਆ। ਬਿਰਜਨ ਦੀਆਂ ਅੱਖਾਂ ਵਿਚੋਂ ਹੰਝੂਆਂ ਦੇ ਮਾਲਾ-ਮਣਕੇ ਝੂਲ ਰਹੇ ਸਨ। ਕਮਲਾਚਰਣ ਹਾਰ ਗਿਆ। ਇਨ੍ਹਾਂ ਮਿਰਗ-ਅੱਖਾਂ ਵਿਚੋਂ ਹੰਝੂ ਛਲਕਦਿਆਂ ਵੇਖ ਕੇ ਭਲਾ ਕਿਸ ਦਾ ਦਿਲ ਸੀ, ਕਿ ਆਪਣੀ ਜ਼ਿੱਦ 'ਤੇ ਅੜਿਆ ਰਹਿੰਦਾ ? ਕਮਲਾਚਰਣ ਨੇ ਉਸ ਨੂੰ ਆਪਣੇ ਗਲ ਨਾਲ ਲਗਾ ਲਿਆ ਤੇ ਕਿਹਾ—"ਮੈਂ ਜਾਣਦਾ ਸੀ ਕਿ ਤੂੰ ਜਿੱਤ ਜਾਏਂਗੀ। ਇਸੇ ਲਈ ਅੰਦਰ ਨਹੀਂ ਆ ਰਿਹਾ ਸੀ।" ਸਾਰੀ ਰਾਤ ਪਿਆਰ-ਵਿਛੋੜੇ ਦੀਆਂ ਗੱਲਾਂ ਹੁੰਦੀਆਂ ਰਹੀਆਂ। ਵਾਰ-ਵਾਰ ਅੱਖਾਂ ਆਪਸ ਵਿੱਚ ਮਿਲਦੀਆਂ, ਜਿਵੇਂ ਉਹ ਫੇਰ ਕਦੇ ਮਿਲਣਗੀਆਂ ਹੀ ਨਹੀਂ! ਅਫ਼ਸੋਸ, ਕਿਸੇ ਨੂੰ ਨਹੀਂ ਪਤਾ ਸੀ ਕਿ ਇਹ ਆਖ਼ਰੀ ਮੁਲਾਕਾਤ ਹੈ। ਬਿਰਜਨ ਨੂੰ ਫੇਰ ਕਦੇ ਕਮਲਾਚਰਣ ਨਾਲ ਮਿਲਣਾ ਨਸੀਬ ਨਾ ਹੋਇਆ।

17
ਕਮਲਾਚਰਣ ਦੇ ਨਾਂਅ ਬਿਰਜਨ ਦੇ ਖ਼ਤ

ਮਝਗਾਓਂ

ਮੇਰੇ ਪ੍ਰੀਤਮ,

ਪਿਆਰ ਭਰਿਆ ਖ਼ਤ ਮਿਲਿਆ। ਮੱਥੇ ਛੂਹਾ ਕੇ ਅੱਖਾਂ ਨੂੰ ਛੂਹਾਇਆ। ਅਜਿਹੇ ਖ਼ਤ ਤੁਸੀਂ ਨਾ ਲਿਖਿਆ ਕਰੋ। ਦਿਲ ਵਲੂੰਧਰਿਆ ਜਾਂਦਾ ਹੈ। ਮੈਂ ਜੇ ਲਿਖਾਂਗੀ ਤਾਂ ਗ਼ਲਤ ਨਹੀਂ ਹੋਵੇਗਾ ਕਿ ਇਥੇ ਮੇਰਾ ਜੀਅ ਬਹੁਤ ਉਤਾਵਲਾ ਹੋ ਰਿਹਾ ਹੈ। ਕੀ ਸੁਣਿਆ ਸੀ ਤੇ ਇਥੇ ਆ ਕੇ ਕੀ ਵੇਖਿਆ ਹੈ ? ਟੁੱਟੀਆਂ-ਫੁੱਟੀਆਂ ਘਾਹ-ਫੂਸ ਦੀਆਂ ਝੌਂਪੜੀਆਂ, ਮਿੱਟੀ ਦੀਆਂ ਕੰਧਾਂ, ਘਰਾਂ ਅੱਗੇ ਕੂੜੇ-ਕਰਕਟ ਦੇ ਵੱਡੇ-ਵੱਡੇ ਢੇਰ, ਚਿੱਕੜ ਵਿੱਚ ਲਿੱਬੜੀ ਹੋਈ ਮੱਝ, ਹੱਡੀਆਂ ਦਾ ਢਾਂਚਾ ਬਣੀਆਂ ਗਾਵਾਂ, ਜਦ ਇਹ ਸਾਰਾ ਕੁਝ ਵੇਖਦੀ ਹਾਂ ਤਾਂ ਦਿਲ ਕਰਦਾ ਹੈ ਕਿ ਕਿਤੇ ਨੱਠ ਜਾਵਾਂ। ਇਨਸਾਨਾਂ ਨੂੰ ਵੇਖੋ ਤਾਂ ਉਨ੍ਹਾਂ ਦੀ ਹਾਲਤ ਵੀ ਤਰਸਯੋਗ ਹੈ, ਹੱਡੀਆਂ ਬਾਹਰ ਨਿੱਕਲੀਆਂ ਪਈਆਂ ਹਨ। ਉਹ ਲੋਕ ਕਰੋਪੀ ਦੀਆਂ ਮੂਰਤਾਂ ਤੇ ਦਰਿੱਦਰਤਾ ਦੇ ਜਿਉਂਦੇ ਜਾਗਦੇ ਨਮੂਨੇ ਹਨ। ਕਿਸੇ ਦੇ ਸਰੀਰ 'ਤੇ ਵੀ ਸਾਬਤ ਸਰੂਪ ਕੱਪੜਾ ਨਹੀਂ ਹੈ ਤੇ ਕਿੰਨੇ ਬਦਕਿਸਮਤ ਹਨ ਕਿ ਦਿਨ-ਰਾਤ ਪਸੀਨਾ ਵਹਾਉਂਦੇ ਰਹਿਣ 'ਤੇ ਵੀ ਕਦੇ ਪੇਟ-ਭਰ ਰੋਟੀਆਂ ਨਹੀਂ ਮਿਲਦੀਆਂ। ਆਪਣੇ ਘਰ ਦੇ ਪਿੱਛੇ ਇੱਕ ਟੋਭਾ ਹੈ। ਮਾਧਵੀ ਖੇਡਦੀ ਪਈ ਸੀ, ਪੈਰ, ਤਿਲ੍ਹਕਿਆ ਤੇ ਪਾਣੀ ਵਿੱਚ ਡਿੱਗ ਪਈ। ਇਥੇ ਧਾਰਨਾ ਹੈ ਕਿ ਟੋਭੇ ਵਿੱਚ ਚੁੜੈਲਾਂ ਨਹਾਉਣ ਆਉਂਦੀਆਂ ਹਨ ਤੇ ਉਹ ਬਿਨਾਂ ਵਜ੍ਹਾ ਰਾਹਗੀਰਾਂ ਨਾਲ ਛੇੜ-ਛਾੜ ਕਰਦੀਆਂ ਰਹਿੰਦੀਆਂ

ਹਨ। ਇਸੇ ਤਰ੍ਹਾਂ ਬੂਹੇ 'ਤੇ ਇਕ ਪਿੱਪਲ ਦਾ ਦਰੱਖ਼ਤ ਹੈ, ਉਹ ਭੂਤਾਂ ਦਾ ਘਰ ਹੈ। ਟੋਭੇ ਦਾ ਤਾਂ ਸਹਿਮ ਨਹੀਂ ਹੈ ਪਰ ਇਸ ਪਿੱਪਲ ਦਾ ਸਹਿਮ ਸਾਰੇ ਪਿੰਡ ਵਾਸੀਆਂ ਦੇ ਦਿਲਾਂ 'ਤੇ ਅਜਿਹਾ ਕਾਬਜ਼ ਹੈ ਕਿ ਸੂਰਜ ਛਿਪਦਿਆਂ ਹੀ ਇਹ ਰਾਹ ਬੰਦ ਹੋ ਜਾਂਦਾ ਹੈ। ਬੱਚੇ ਤੇ ਔਰਤਾਂ ਤਾਂ ਉਧਰ ਵੱਲ ਪੈਰ ਵੀ ਨਹੀਂ ਪੁੱਟਦੀਆਂ! ਹਾਂ, ਛੜੇ-ਛਟਾਂਗ ਬੰਦੇ ਕਦੇ-ਕਦੇ ਉਧਰ ਵੱਲ ਚਲੇ ਜਾਂਦੇ ਹਨ, ਪਰ ਉਹ ਵੀ ਡਰੇ-ਸਹਿਮੇ ਜਿਹੇ। ਇਹ ਦੋ ਥਾਵਾਂ ਜਿਵੇਂ ਉਨ੍ਹਾਂ ਦੁਸ਼ਟ ਸ਼ੈਆਂ ਦਾ ਗੜ੍ਹ ਬਣੀਆਂ ਹੋਈਆਂ ਹਨ। ਇਨ੍ਹਾਂ ਤੋਂ ਬਿਨਾਂ ਸੈਂਕੜੇ ਭੂਤ-ਪ੍ਰੇਤ ਵੱਖ-ਵੱਖ ਥਾਵਾਂ 'ਤੇ ਵੀ ਰਹਿੰਦੇ ਹਨ। ਇਥੋਂ ਦੇ ਵਸਨੀਕਾਂ ਨੂੰ ਚੁੜੈਲਾਂ ਅਕਸਰ ਦਿਸ ਜਾਂਦੀਆਂ ਹਨ। ਲੋਕਾਂ ਨੇ ਇਨ੍ਹਾਂ ਦੇ ਸੁਭਾਅ ਪਛਾਣ ਲਏ ਹਨ। ਕਿਸੇ ਭੂਤ ਬਾਰੇ ਕਿਹਾ ਜਾਂਦਾ ਹੈ ਕਿ ਉਹ ਕਿਸੇ 'ਤੇ ਚੜ੍ਹ ਜਾਂਦਾ ਹੈ ਤਾਂ ਮਹੀਨਿਆਂ ਤੱਕ ਨਹੀਂ ਉੱਤਰਦਾ ਤੇ ਕੋਈ ਦੂਸਰਾ ਇਕ-ਦੋ ਝਾੜੇ ਕਰਵਾ ਕੇ ਹੀ ਉੱਤਰ ਜਾਂਦਾ ਹੈ। ਪਿੰਡ ਵਾਲਿਆਂ ਵਿੱਚ ਇਨ੍ਹਾਂ ਬਾਰੇ ਇਸ ਤਰ੍ਹਾਂ ਗੱਲਾਂ ਛਿੜਦੀਆਂ ਹਨ, ਜਿਵੇਂ ਇਹ ਪ੍ਰਤੱਖ ਅੱਖੀਂ-ਡਿਠੀਆਂ ਘਟਨਾਵਾਂ ਹੋਣ। ਇਥੋਂ ਤੱਕ ਵੀ ਸੁਣਿਆ ਹੈ ਕਿ ਚੁੜੈਲਾਂ ਰੋਟੀ-ਪਾਣੀ ਮੰਗਣ ਵੀ ਆ ਧਮਕਦੀਆਂ ਹਨ। ਉਨ੍ਹਾਂ ਦੀਆਂ ਸਾੜ੍ਹੀਆਂ ਅਕਸਰ ਬਗਲੇ ਦੇ ਖੰਭਾਂ ਦੀ ਤਰ੍ਹਾਂ ਦੁੱਧ-ਚਿੱਟੀਆਂ ਹੁੰਦੀਆਂ ਹਨ ਤੇ ਉਹ ਗੱਲਾਂ ਕੁਝ-ਕੁਝ ਮੋਮੋਠੱਗਣੀਆਂ ਦੇ ਅੰਦਾਜ਼ ਵਿਚ ਕਰਦੀਆਂ ਹਨ। ਹਾਂ, ਗਹਿਣਿਆਂ ਦਾ ਸ਼ੌਕ ਇਸ ਬਿਰਾਦਰੀ ਵਿੱਚ ਘੱਟ ਹੀ ਹੈ। ਉਨ੍ਹਾਂ ਹੀ ਔਰਤਾਂ 'ਤੇ ਉਨ੍ਹਾਂ ਦੇ ਹੱਲੇ ਦਾ ਡਰ ਰਹਿੰਦਾ ਹੈ, ਜੋ ਸਜ-ਧਜ ਕੇ, ਰੰਗ-ਬਰੰਗੇ ਕੱਪੜੇ ਪਾਈ, ਇਕੱਲੀ ਤੁਰੀ ਜਾਂਦੀ ਉਨ੍ਹਾਂ ਦੀ ਨਜ਼ਰ ਚੜ੍ਹ ਜਾਂਦੀ ਹੈ। ਫੁੱਲਾਂ ਦੀ ਮਹਿਕ ਉਨ੍ਹਾਂ ਨੂੰ ਖ਼ੂਬ ਆਪਣੇ ਵੱਲ ਖਿੱਚਦੀ ਹੈ। ਇਸ ਲਈ ਜ਼ਰੂਰੀ ਹੈ ਕਿ ਕੋਈ ਔਰਤ ਜਾਂ ਬੱਚਾ ਰਾਤ ਨੂੰ ਆਪਣੇ ਕੋਲ ਫੁੱਲ ਰੱਖ ਕੇ ਨਾ ਸੌਂਵੇ।

ਭੂਤਾਂ ਦੇ ਮਾਣ ਤੇ ਰੁਤਬੇ ਦਾ ਅੰਦਾਜ਼ਾ ਬੜੀ ਸੂਝਬੂਝ ਨਾਲ ਲਗਾਇਆ ਗਿਆ ਹੈ। ਜੋਗੀ ਬਾਬੇ ਦਾ ਭੂਤ ਅੱਧੀ ਰਾਤੀਂ ਕਾਲਾ ਚਾਦਰਾ ਜਿਹਾ ਬੰਨ੍ਹ ਕੇ ਖੜਾਵਾਂ ਪਾਈ ਪਿੰਡ ਦੇ ਚਾਰੋਂ ਪਾਸੇ ਗਸ਼ਤ ਕਰਦਾ ਹੈ ਤੇ ਭੁੱਲੇ-ਭਟਕੇ ਰਾਹਗੀਰਾਂ ਨੂੰ ਰਾਹ ਵਿਖਾਉਂਦਾ ਹੈ। ਸਾਲ ਵਿਚ ਇਕ ਵਾਰੀ ਲੋਕ ਉਸਦੀ ਪੂਜਾ ਕਰਦੇ ਹਨ। ਉਹ ਭੂਤਾਂ ਵਿੱਚ ਨਹੀਂ ਸਗੋਂ ਦੇਵਤਿਆਂ ਵਿੱਚ ਗਿਣਿਆ ਜਾਂਦਾ ਹੈ, ਉਹ ਕਿਸੇ ਵੀ ਬਿੱਪਤਾ ਨੂੰ ਛੇਤੀ-ਕੀਤਿਆਂ ਪਿੰਡ ਦੀ ਜੂਹ ਅੰਦਰ ਪੈਰ ਨਹੀਂ ਧਰਨ ਦਿੰਦਾ। ਉਨ੍ਹਾਂ ਤੋਂ ਉਲਟ ਧੋਬੀ ਬਾਬੇ ਤੋਂ ਸਾਰਾ ਪਿੰਡ ਥਰ-ਥਰ ਕੰਬਦਾ ਹੈ। ਜਿਸ ਬਿਰਖ 'ਤੇ ਉਹ ਰਹਿੰਦਾ ਹੈ, ਉਧਰ ਵਾਲੇ ਪਾਸਿਓਂ ਜੇ ਕੋਈ ਹਨੇਰਾ ਹੋਣ ਪਿਛੋਂ ਗੁਜ਼ਰ ਜਾਵੇ ਤਾਂ ਉਸਦੀ ਜਾਨ ਦੀ ਖ਼ੈਰ ਨਹੀਂ। ਉਸ ਨੂੰ ਭਜਾਉਣ ਲਈ ਬੱਸ ਦੋ ਬੋਤਲਾਂ ਸ਼ਰਾਬ ਹੀ ਕਾਫ਼ੀ ਹੈ। ਉਸ ਭੂਤ ਦਾ ਪੁਜਾਰੀ ਮੰਗਲਵਾਰ ਵਾਲੇ ਦਿਨ ਉਸ ਬਿਰਖ ਦੇ ਹੇਠਾਂ ਗਾਂਜਾ ਤੇ ਚਰਸ ਰੱਖ ਆਉਂਦਾ ਹੈ। ਇਕ ਲਾਲਾ ਜੀ ਵੀ ਭੂਤ ਬਣੇ ਬੈਠੇ ਨੇ। ਇਹ ਸ੍ਰੀਮਾਨ ਪਟਵਾਰੀ ਸੀ। ਉਸ ਨੂੰ ਕਈ ਪੰਡਿਤ ਅਸਾਮੀਆਂ ਨੇ ਮਾਰ ਦਿੱਤਾ ਸੀ। ਉਸ ਦੀ ਪਕੜ ਏਨੀ ਘਾਤਕ ਹੈ ਕਿ ਜਾਨ ਲਏ ਬਿਨਾਂ ਨਹੀਂ ਛੱਡਦੀ। ਕੋਈ ਵੀ ਪਟਵਾਰੀ ਇਥੇ ਇਕ ਸਾਲ ਤੋਂ ਵੱਧ ਨਹੀਂ ਜੀਊਂਦਾ। ਪਿੰਡ ਤੋਂ ਥੋੜ੍ਹੀ ਵਿੱਥ 'ਤੇ ਇਕ ਦਰੱਖ਼ਤ ਹੈ, ਉਸ 'ਤੇ ਇਕ ਮੌਲਵੀ ਸਾਹਿਬ ਦੇ ਭੂਤ ਦਾ ਟਿਕਾਣਾ ਹੈ। ਉਹ ਵਿਚਾਰੇ ਕਿਸੇ ਨੂੰ ਨਹੀਂ ਛੇੜਦੇ। ਹਾਂ, ਜੇ ਬੁੱਧਵਾਰ ਦੇ ਦਿਨ ਪੂਜਾ ਨਾ ਪਹੁੰਚੇ ਤਾਂ ਬੱਚਿਆਂ ਨੂੰ ਤੰਗ ਕਰਦੇ ਹਨ।

ਕਿੱਦਾਂ ਦੀ ਮੂਰਖਤਾ ਹੈ ? ਕੇਹੀ ਮਿੱਥ-ਭਗਤੀ ਹੈ! ਇਹ ਭਾਵਨਾਵਾਂ ਲੋਕਾਂ ਦੇ ਦਿਲਾਂ 'ਤੇ ਪੱਥਰ ਦੀ ਲੀਕ ਵਾਂਗ ਅਮਿੱਟ ਹੋ ਗਈਆਂ ਹਨ। ਬੱਚਾ ਬੀਮਾਰ ਹੋਵੇ ਤਾਂ ਭੂਤ ਦੀ ਪੂਜਾ ਹੋਣ ਲੱਗਦੀ ਹੈ। ਖੇਤਾਂ-ਖਲਿਆਨਾਂ ਵਿੱਚ ਵੀ ਭੂਤਾਂ ਦੇ ਭੋਗ ਪਾਏ ਜਾਂਦੇ ਹਨ, ਜਿਧਰ ਵੇਖੋ ਭੂਤ ਹੀ ਭੂਤ ਦਿਖਦੇ ਹਨ। ਇਥੇ ਨਾ ਕੋਈ ਦੇਵੀ ਹੈ, ਨਾ ਦੇਵਤਾ। ਭੂਤਾਂ ਦੀ ਹੀ ਹਕੂਮਤ ਹੈ। ਯਮਰਾਜ ਜੀ ਇਥੇ ਪੈਰ ਧਰਨ ਦੀ ਹਿੰਮਤ ਨਹੀਂ ਕਰਦੇ, ਸਗੋਂ ਭੂਤ ਹੀ ਲੋਕਾਂ ਦੀਆਂ ਜਾਨਾਂ ਕੱਢਦੇ ਹਨ। ਇਨ੍ਹਾਂ ਮਨੋਭਾਵਾਂ ਨੂੰ ਕਿਵੇਂ ਬਦਲਿਆ ਜਾਵੇ ? ਰੱਬ ਖ਼ੈਰ ਕਰੇ!

ਤੁਹਾਡੀ
ਬਿਰਜਨ।

(2)

ਮਝਗਾਓਂ

ਮੇਰੇ ਹਜ਼ੂਰ,

ਬਹੁਤ ਦਿਨ ਦੇ ਬਾਦ ਤੁਹਾਡੀ ਪਿਆਰ-ਗੜੁੱਚੀ ਚਿੱਠੀ ਮਿਲੀ। ਕੀ ਸੱਚੀਂ ਚਿੱਠੀ ਲਿਖਣ ਦੀ ਵਿਹਲ ਨਹੀਂ ਹੈ ? ਖ਼ਤ ਕੀ ਲਿਖਿਆ ਹੈ, ਐਵੇਂ ਖ਼ਾਨਾਪੂਰਤੀ ਹੀ ਕੀਤੀ ਹੈ। ਤੁਹਾਡੀ ਤਾਂ ਇਹ ਆਦਤ ਨਹੀਂ ਸੀ। ਕੀ ਉਥੇ ਜਾ ਕੇ ਏਨੇ ਬਦਲ ਗਏ ? ਤੁਹਾਨੂੰ ਇਥੋਂ ਗਿਆਂ ਨੂੰ ਦੋ ਮਹੀਨਿਆਂ ਤੋਂ ਉੱਪਰ ਸਮਾਂ ਹੋ ਗਿਆ ਹੈ। ਇਸ ਦੌਰਾਨ ਕਈ ਛੋਟੀਆਂ-ਲੰਮੀਆਂ ਛੁੱਟੀਆਂ ਆਈਆਂ, ਪਰ ਤੁਸੀਂ ਨਾ ਆਏ। ਤੁਹਾਨੂੰ ਹੱਥ ਜੋੜ ਕੇ ਕਹਿੰਦੀ ਹਾਂ ਕਿ ਹੋਲੀ ਦੀ ਛੁੱਟੀ ਵੇਲੇ ਜ਼ਰੂਰ ਆਇਓ। ਜੇ ਇਸ ਵਾਰ ਤਰਸਾਇਆ ਤਾਂ ਮੈਨੂੰ ਸਦਾ ਉਲਾਂਭਾ ਰਹੇਗਾ।

ਇਥੇ ਆ ਕੇ ਏਦਾਂ ਲੱਗਾ ਹੈ, ਜਿਵੇਂ ਕਿਸੇ ਦੂਸਰੀ ਦੁਨੀਆਂ ਵਿੱਚ ਪਹੁੰਚ ਗਈ ਹੋਵਾਂ। ਰਾਤੀਂ ਸੌਂ ਰਹੀ ਸਾਂ ਕਿ ਅਚਾਨਕ 'ਹਾ-ਹਾ, ਹੂ-ਹੂ' ਦਾ ਕੌਤੂਹਲ ਜਿਹਾ ਸੁਣਿਆ। ਹੜਬੜਾ ਕੇ ਉਠ ਬੈਠੀ, ਪੁੱਛਿਆ ਤਾਂ ਪਤਾ ਲੱਗਿਆ ਕਿ ਮੁੰਡੇ ਘਰ-ਘਰ ਤੋਂ ਪਾਥੀਆਂ ਤੇ ਲੱਕੜਾਂ ਇਕੱਠੀਆਂ ਕਰ ਰਹੇ ਸਨ। ਹੋਲੀ (ਹੋਲਿਕਾ) ਮਾਤਾ ਦਾ ਇਹੀ ਚੜ੍ਹਾਵਾ ਹੈ। ਇਹ ਬੇਹੂਦਾ ਖੱਪਬਾਜ਼ੀ ਇਥੋਂ ਤੱਕ ਪੁੱਜ ਗਈ ਕਿ ਬਾਲਣ ਦਾ ਦਿਵਾਲਾ ਨਿੱਕਲ ਗਿਆ। ਕਿਸੇ ਦੀ ਹਿੰਮਤ ਨਹੀਂ ਕਿ ਇਸ ਮੁੰਡ੍ਹੀਰ ਨੂੰ ਰੋਕ ਸਕੇ। ਇਕ ਨੰਬਰਦਾਰ ਦਾ ਛੱਪਰ ਲੋਪ ਹੋ ਗਿਆ। ਉਸ ਵਿਚ ਦਸ-ਬਾਰਾਂ ਬਲਦ ਆਰਾਮ ਨਾਲ ਬੰਨ੍ਹੇ ਜਾ ਸਕਦੇ ਸਨ। ਇਹ ਹੋਲੀ ਵਾਲੇ ਕਈ ਦਿਨਾਂ ਤੋਂ ਘਾਤ ਲਾਈ ਬੈਠੇ ਸਨ। ਮੌਕਾ ਮਿਲਦਿਆਂ ਹੀ ਲੈ ਉੱਡੇ। ਇਕ ਜ਼ਿਮੀਂਦਾਰ ਦੀ ਝੌਂਪੜੀ ਵੀ ਉਡ ਗਈ, ਪਤਾ ਨਹੀਂ ਉਸ ਵਿਚਲੀਆਂ ਕਿੰਨੀਆਂ ਹੀ ਪਾਥੀਆਂ ਢਹਿ ਕੇ ਖਿੱਲਰ ਗਈਆਂ। ਲੋਕ ਆਪਣੀਆਂ ਲੱਕੜਾਂ ਘਰਾਂ ਵਿਚ ਲੁਕੋ ਕੇ ਰੱਖਦੇ ਨੇ। ਲਾਲਾ ਜੀ ਨੇ ਇਕ ਮੁੱਢ ਬਾਲਣ ਦੇ ਲਈ ਖ਼ਰੀਦਿਆ ਸੀ। ਅੱਜ ਰਾਤੀਂ ਉਹ ਵੀ ਹੋਲੀ ਦੇਵੀ ਦੇ ਢਿੱਡ ਵਿੱਚ ਚਲਾ ਗਿਆ। ਦੋ-ਤਿੰਨ ਘਰਾਂ ਦੇ ਤਾਂ ਕਪਾਟ ਹੀ ਪੁੱਟੇ ਗਏ। ਪਟਵਾਰੀ ਸਾਹਿਬ ਬੂਹੇ 'ਤੇ ਸੌਂ ਰਹੇ ਸਨ। ਉਨ੍ਹਾਂ ਨੂੰ ਜ਼ਮੀਨ 'ਤੇ ਪਟਕ ਕੇ ਲੋਕ ਮੰਜੀ ਲੈ ਉੱਡੇ। ਚਾਰੇ ਪਾਸੇ ਬਾਲਣ ਦੀ ਲੁੱਟ ਮੱਚੀ ਹੈ। ਜਿਹੜੀ ਚੀਜ਼ ਇਕ ਵਾਰੀ ਹੋਲੀ ਮਾਤਾ ਦੇ ਮੂੰਹ ਵਿਚ ਚਲੀ ਗਈ, ਉਸ ਨੂੰ ਵਾਪਸ ਲਿਆਉਣਾ ਮਹਾਂਪਾਪ ਹੈ, ਪਟਵਾਰੀ ਸਾਹਿਬ ਨੇ ਬੜੀਆਂ ਧਮਕੀਆਂ ਦਿੱਤੀਆਂ, ਅਖੇ ਮੈਂ ਜਮ੍ਹਾਬੰਦੀ ਬਦਲ ਦਿਆਂਗਾ, ਖਸਰਾ ਝੂਠਾ ਪਾ ਦਿਆਂਗਾ, ਪਰ ਕਿਸੇ 'ਤੇ ਕੋਈ ਅਸਰ

ਨਾ ਹੋਇਆ! ਇਥੋਂ ਦਾ ਰਿਵਾਜ਼ ਹੀ ਹੈ ਕਿ ਇਨ੍ਹਾਂ ਦਿਨਾਂ ਵਿਚ ਹੋਲੀ ਵਾਲੇ ਜਿਹੜੀ ਚੀਜ਼ ਚਾਹੁਣ, ਬਿਨਾਂ ਪੁੱਛੇ ਲੈ ਜਾਣ। ਕਿਹੜਾ ਕਿਸੇ ਦੀ ਗੱਲ ਸੁਣੇ ? ਨੌਜੁਆਨ ਪੁੱਤਰ ਆਪਣੇ ਪਿਓ ਤੋਂ ਅੱਖ ਬਚਾ ਕੇ ਆਪਣੀ ਹੀ ਕੋਈ ਚੀਜ਼ ਚੁਕਵਾ ਦਿੰਦਾ ਹੈ। ਜੇ ਉਹ ਅਜਿਹਾ ਨਾ ਕਰੇ ਤਾਂ ਆਪਣੇ ਵਰਗ ਵਿੱਚ ਨਿਰਾਦਰ ਦਾ ਪਾਤਰ ਬਣ ਜਾਵੇ।

ਖੇਤ ਪੱਕ ਗਏ ਨੇ, ਪਰ ਕਟਾਈ ਵਿੱਚ ਅਜੇ ਦੋ ਹਫ਼ਤਿਆਂ ਦਾ ਸਮਾਂ ਹੈ। ਆਪਣੇ ਬੂਹੇ 'ਚੋਂ ਮੀਲਾਂ ਤੱਕ ਦੀ ਝਾਕੀ ਦਿਖਦੀ ਹੈ। ਕਣਕ ਤੇ ਜੌਂ ਦੇ ਭਰੇ-ਭੁਕੰਨੇ ਖੇਤਾਂ ਦੇ ਬੰਨੇ-ਬੰਨੇ ਅਣਛੂਹੀਆਂ ਕਰੂੰਬਲਾਂ ਤੇ ਕੇਸਰ ਰੰਗੇ ਫੁੱਲਾਂ ਦੀਆਂ ਕਤਾਰਾਂ ਬਹੁਤ ਪਿਆਰੀਆਂ ਲੱਗਦੀਆਂ ਹਨ। ਤੋਤੇ ਚਾਰੇ ਪਾਸੇ ਮੰਡਰਾਉਂਦੇ ਰਹਿੰਦੇ ਹਨ।

ਮਾਧਵੀ ਨੇ ਇਥੇ ਕਈ ਸਹੇਲੀਆਂ ਬਣਾ ਲਈਆਂ ਨੇ। ਗੁਆਂਢ ਵਿੱਚ ਇਕ ਦੋਧੀ ਰਹਿੰਦਾ ਹੈ, ਨਾਂਅ ਹੈ ਰਾਧਾ। ਪਿਛਲੇ ਸਾਲ ਮਾਂ-ਪਿਓ ਪਲੇਗ ਦੇ ਕਰੋਪ ਦੀ ਚਪੇਟ ਵਿੱਚ ਆ ਗਏ ਸਨ। ਘਰ-ਪਰਿਵਾਰ ਦਾ ਸਾਰਾ ਬੋਝ ਉਸੇ ਦੇ ਸਿਰ 'ਤੇ ਹੈ। ਉਸਦੀ ਘਰਵਾਲੀ ਤੁਲਸਾ ਅਕਸਰ ਆਪਣੇ ਘਰ ਆਉਂਦੀ ਹੈ। ਸਿਰ ਤੋਂ ਲੈ ਕੇ ਪੈਰਾਂ ਤੀਕ ਨੱਕੋ-ਨੱਕ ਸੁਹੱਪਣ ਨਾਲ ਲੱਦੀ ਹੋਈ ਹੈ। ਏਨੀ ਭੋਲੀ ਹੈ ਕਿ ਦਿਲ ਕਰਦਾ ਹੈ ਕਿ ਘੰਟਿਆਂਬੱਧੀ ਉਸ ਦੀਆਂ ਗੱਲਾਂ ਸੁਣਦੀ ਹੀ ਰਹਾਂ। ਮਾਧਵੀ ਨੇ ਇਸ ਨੂੰ ਮੂੰਹਬੋਲੀ ਭੈਣ ਬਣਾਇਆ ਹੋਇਆ ਹੈ। ਕੱਲ੍ਹ ਉਨ੍ਹਾਂ ਦੀਆਂ ਗੁੱਡੀਆਂ ਦਾ ਵਿਆਹ ਹੈ। ਤੁਲਸਾ ਦੀ ਗੁੱਡੀ ਤੇ ਮਾਧਵੀ ਦਾ ਗੁੱਡਾ। ਸੁਣਿਆ ਹੈ ਕਿ ਵਿਚਾਰੀ ਬਹੁਤ ਗ਼ਰੀਬ ਹੈ। ਪਰ ਮੈਂ ਉਸ ਦੇ ਚਿਹਰੇ 'ਤੇ ਕਦੇ ਉਦਾਸੀ ਨਹੀਂ ਵੇਖੀ। ਕਹਿੰਦੀ ਸੀ ਕਿ ਪਾਥੀਆਂ ਵੇਚ ਕੇ ਦੋ ਰੁਪਏ ਜੋੜ ਲਏ ਨੇ, ਇਕ ਰੁਪਇਆ ਦਹੇਜ ਦਿਆਂਗੀ ਤੇ ਇਕ ਰੁਪਏ ਨਾਲ ਬਰਾਤੀਆਂ ਦਾ ਖਾਣਾ-ਪੀਣਾ ਹੋ ਜਾਏਗਾ। ਗੁੱਡੀਆਂ ਦੇ ਕੱਪੜਿਆਂ-ਲੱਤਿਆਂ ਦਾ ਬੋਝ ਰਾਧੇ ਦੇ ਸਿਰ ਹੈ! ਕਿੰਨਾ ਸਾਦਾ ਤੇ ਸੰਤੋਖੀ ਜੀਵਨ ਹੈ!

ਚੰਗਾ ਫੇਰ, ਹੁਣ ਆਗਿਆ ਦਿਓ। ਤੁਹਾਡਾ ਸਮਾਂ ਐਵੇਂ ਫ਼ਾਲਤੂ ਗੱਲਾਂ ਨਾਲ ਖ਼ਰਾਬ ਕਰ ਦਿੱਤਾ। ਮੁਆਫ਼ ਕਰਨਾ। ਤੁਹਾਨੂੰ ਖ਼ਤ ਲਿਖਣ ਬੈਠਦੀ ਹਾਂ ਤਾਂ ਕਲਮ ਰੁਕਦੀ ਹੀ ਨਹੀਂ। ਅਜੇ ਵੀ ਬਹੁਤ ਸਾਰੀਆਂ ਗੱਲਾਂ ਲਿਖਣ ਵਾਲੀਆਂ ਪਈਆਂ ਨੇ। ਪ੍ਰਤਾਪਚੰਦਰ ਨੂੰ ਮੇਰਾ ਪੈਰੀਂ-ਪੈਣਾ ਕਹਿਣਾ।

ਤੁਹਾਡੀ
ਬਿਰਜਨ

(3)

ਮਝਗਾਓਂ

ਮੇਰੇ ਸਾਹਿਬ,

ਤੁਹਾਡਾ ਪਿਆਰ ਭਿੱਜਿਆ ਖ਼ਤ ਮਿਲਿਆ। ਸੀਨੇ ਨਾਲ ਲਾਇਆ। ਵਾਹ! ਨਾਲੇ ਚੋਰੀ ਨਾਲ ਸੀਨਾਜ਼ੋਰੀ, ਆਪਣੇ ਨਾ ਆਉਣ ਦਾ ਦੋਸ਼ ਵੀ ਮੇਰੇ ਸਿਰ ਮੜ੍ਹਦੇ ਹੋ? ਮੇਰੇ ਦਿਲ ਤੋਂ ਕੋਈ ਪੁੱਛੇ ਕਿ ਤੁਹਾਡੇ ਦੀਦਾਰ ਦੀ ਉਸ ਨੂੰ ਕਿੰਨੀ ਤਾਂਘ ਹੈ? ਹੁਣ ਇਹ ਤਾਂਘ ਨਿੱਤ-ਦਿਨ ਵਿਆਕੁਲਤਾ ਵਿੱਚ ਬਦਲਦੀ ਜਾ ਰਹੀ ਹੈ। ਕਦੇ-ਕਦੇ ਤਾਂ ਬੇਸੁਰਤ ਜਿਹੀ ਹੋ ਜਾਂਦੀ ਹਾਂ। ਮੇਰੀ ਇਹ ਹਾਲਤ ਥੋੜ੍ਹੇ ਹੀ ਦਿਨਾਂ ਤੋਂ ਹੋਣ ਲੱਗੀ ਹੈ। ਜਿਸ ਵੇਲੇ ਤੁਸੀਂ ਇਥੋਂ ਗਏ ਸੀ, ਮੈਨੂੰ ਨਹੀਂ ਪਤਾ ਸੀ ਕਿ ਉਥੇ ਜਾ ਕੇ ਮੇਰੀ ਬੇਕਦਰੀ ਕਰੋਗੇ। ਖ਼ੈਰ ਛੱਡੋ, ਤੁਸੀਂ ਸੱਚੇ ਤੇ ਮੈਂ ਝੂਠੀ। ਮੈਨੂੰ

ਬੜੀ ਖ਼ੁਸ਼ੀ ਹੋਈ ਕਿ ਤੁਸੀਂ ਮੇਰੇ ਦੋਨੋਂ ਖ਼ਤ ਪਸੰਦ ਕੀਤੇ। ਪਰ ਪ੍ਰਤਾਪਚੰਦਰ ਨੂੰ ਐਵੇਂ ਹੀ ਵਿਖਾਏ। ਉਹ ਖ਼ਤ ਐਵੇਂ ਬੱਸ ਬੇਪਰਵਾਹੀ ਵਿਚ ਲਿਖ ਦਿੱਤੇ ਸਨ। ਯਕੀਨਨ ਉਨ੍ਹਾਂ ਵਿੱਚ ਤਰੁੱਟੀਆਂ ਰਹਿ ਗਈਆਂ ਹੋਣਗੀਆਂ। ਮੈਨੂੰ ਯਕੀਨ ਨਹੀਂ ਆਉਂਦਾ ਕਿ ਪ੍ਰਤਾਪ ਨੇ ਉਨ੍ਹਾਂ ਨੂੰ ਬਹੁਮੁੱਲੇ ਸਮਝਿਆ ਹੋਵੇ। ਜੇ ਉਹ ਮੇਰੇ ਖ਼ਤਾਂ ਦਾ ਏਨਾ ਸਤਿਕਾਰ ਕਰਦੇ ਹਨ ਕਿ ਉਨ੍ਹਾਂ ਦੇ ਆਧਾਰ 'ਤੇ ਸਾਡੇ ਪੇਂਡੂ ਜੀਵਨ 'ਤੇ ਕੋਈ ਰੌਚਕ ਨਿਬੰਧ ਲਿਖ ਸਕਦੇ ਨੇ, ਤਾਂ ਮੈਂ ਆਪਣੇ-ਆਪ ਨੂੰ ਬਹੁਤ ਖ਼ੁਸ਼ਕਿਸਮਤ ਸਮਝਦੀ ਹਾਂ।

ਕੱਲ੍ਹ ਇਥੇ ਦੇਵੀ-ਮਾਤਾ ਦੀ ਪੂਜਾ ਸੀ। ਹਲ, ਚੱਕੀ, ਪੁਰੇ ਤੇ ਚੁੱਲ੍ਹੇ ਸਭ ਬੰਦ ਸਨ। ਦੇਵੀ-ਮਾਤਾ ਦੀ ਆਗਿਆ ਹੀ ਅਜਿਹੀ ਹੈ, ਫਿਰ ਭਲਾ ਆਗਿਆ ਦਾ ਉਲੰਘਣ ਕੌਣ ਕਰੇ? ਹੁੱਕਾ-ਪਾਣੀ ਤੱਕ ਬੰਦ ਹੋ ਜਾਂਦਾ ਹੈ। ਸਾਰੇ ਸਾਲ ਵਿੱਚ ਇਹੀ ਇਕ ਦਿਨ ਹੈ, ਜਿਸ ਨੂੰ ਪਿੰਡ ਵਾਲੇ ਵੀ ਛੁੱਟੀ ਦਾ ਦਿਨ ਸਮਝਦੇ ਹਨ। ਨਹੀਂ ਤਾਂ ਹੋਲੀ, ਦੀਵਾਲੀ ਵੀ ਰੋਜ਼ਾਨਾ ਦੇ ਲੋੜਵੰਦ ਕੰਮਾਂ ਨੂੰ ਰੋਕ ਨਹੀਂ ਸਕਦੀ। ਬੱਕਰਾ ਚੜ੍ਹਾਇਆ ਗਿਆ, ਹਵਨ ਹੋਇਆ, ਸੱਤੂ ਖੁਆਇਆ ਗਿਆ। ਹੁਣ ਪਿੰਡ ਦੇ ਬੱਚੇ-ਬੱਚੇ ਨੂੰ ਪੂਰਾ ਯਕੀਨ ਹੈ ਕਿ ਪਲੇਗ ਦਾ ਕਾਲਾ ਪਰਛਾਵਾਂ ਇਸ ਪਿੰਡ 'ਤੇ ਨਹੀਂ ਪਏਗਾ। ਅਜੇ ਇਹ ਸਾਰੇ ਕੌਤਕ-ਤਮਾਸ਼ੇ ਵੇਖ ਕੇ ਸੁੱਤੀ ਹੀ ਸਾਂ ਕਿ ਲਗਭਗ ਰਾਤ ਦੇ ਬਾਰ੍ਹਾਂ ਵਜੇ ਸੈਂਕੜੇ ਬੰਦੇ ਹੱਥਾਂ ਵਿਚ ਮਸ਼ਾਲਾਂ ਫੜੀ ਕੋਤੂਹਲ ਮਚਾਉਂਦੇ ਹੋਏ ਆਏ ਤੇ ਉਨ੍ਹਾਂ ਨੇ ਸਾਰੇ ਪਿੰਡ ਦਾ ਚੱਕਰ ਲਗਾਇਆ। ਇਸਦਾ ਮਤਲਬ ਇਹ ਸੀ ਕਿ ਇਸ ਹੱਦ ਦੇ ਅੰਦਰ ਹੁਣ ਬਿਮਾਰੀ ਪੈਰ ਨਹੀਂ ਰੱਖ ਸਕੇਗੀ। ਚੱਕਰ ਲਗਾਉਣ ਤੋਂ ਬਾਅਦ ਕਈ ਬੰਦੇ ਦੂਸਰੇ ਪਿੰਡ ਦੀ ਜੂਹ ਵਿੱਚ ਵੜ ਗਏ ਤੇ ਥੋੜ੍ਹੇ ਫੁੱਲ, ਪਾਨ,ਚੌਲ, ਲੌਂਗ ਆਦਿ ਵਸਤਾਂ ਜ਼ਮੀਨ 'ਤੇ ਰੱਖ ਆਏ। ਇਸ ਦਾ ਮਤਲਬ ਸੀ ਕਿ ਆਪਣੇ ਪਿੰਡ ਦੀ ਬਲਾ ਦੂਸਰੇ ਪਿੰਡ ਦੇ ਸਿਰ ਵਿੱਚ ਪਾ ਆਏ। ਜਦੋਂ ਇਹ ਲੋਕ ਆਪਣਾ ਕੰਮ ਖ਼ਤਮ ਕਰਕੇ ਉਥੋਂ ਤੁਰਨ ਲੱਗੇ ਤਾਂ ਉਸ ਪਿੰਡ ਵਾਲਿਆਂ ਨੂੰ ਸੂਹ ਮਿਲ ਗਈ। ਸੈਂਕੜੇ ਪਿੰਡ ਵਾਲੇ ਸੋਟੇ ਲੈ ਕੇ ਆ ਧਮਕੇ। ਦੋਨੋਂ ਪਿੰਡਾਂ ਦੇ ਲੋਕਾਂ ਵਿਚ ਖ਼ੂਬ ਕੁੱਟਮਾਰ ਹੋਈ। ਇਸ ਵੇਲੇ ਉਨ੍ਹਾਂ 'ਚੋਂ ਕਈ ਜਣੇ ਦੁੱਧ 'ਚ ਹਲਦੀ ਘੋਲ ਕੇ ਪੀ ਰਹੇ ਨੇ।

ਅੱਜ ਤੜਕੇ-ਸਵੇਰੇ ਬਾਕੀ ਬਚੀਆਂ ਰਸਮਾਂ ਪੂਰੀਆਂ ਹੋਈਆਂ, ਜਿਨ੍ਹਾਂ ਨੂੰ ਇਥੇ ਕੜਾਹੀ ਦੇਣਾ ਕਹਿੰਦੇ ਹਨ। ਆਪਣੇ ਘਰ ਦੇ ਦਰਾਂ ਮੂਹਰੇ ਇੱਕ ਭੱਠੀ ਪੁੱਟੀ ਗਈ ਤੇ ਉਸ ਵਿੱਚ ਬਾਲਣ ਬਾਲ ਕੇ, ਉੱਪਰ ਇਕ ਕੜਾਹਾ ਦੁੱਧ ਨਾਲ ਭਰਿਆ ਹੋਇਆ ਰੱਖ ਦਿੱਤਾ। ਕਾਸ਼ੀ ਨਾਂਅ ਦਾ ਇਕ ਭਰ (ਇਕ ਨੀਵੀਂ ਜ਼ਾਤ ਜੋ ਕਾਲੀ ਮਾਤਾ ਦੀ ਉਪਾਸਕ ਹੈ) ਸਰੀਰ 'ਤੇ ਸੁਆ ਮਲ੍ਹ ਕੇ ਆਇਆ। ਪਿੰਡ ਵਾਲੇ ਜ਼ਮੀਨ 'ਤੇ ਵਿਛੇ ਟਾਟਾਂ 'ਤੇ ਬੈਠੇ ਸਨ। ਸੰਖ ਵੱਜਣ ਲੱਗਾ ਕੜਾਹੇ ਦੇ ਚਾਰੇ ਪਾਸੇ ਫੁੱਲ-ਹਾਰ ਖਿਲਾਰ ਦਿੱਤੇ ਗਏ। ਜਦ ਕੜਾਹੇ ਦਾ ਦੁੱਧ ਖ਼ੂਬ ਉੱਬਲ ਗਿਆ ਤਾਂ ਕਾਸ਼ੀ ਝੱਟ ਉਠਿਆ ਤੇ 'ਜੈ ਕਾਲੀ ਜੀ ਕੀ' ਦਾ ਜੈਕਾਰਾ ਲਗਾਉਂਦਾ ਹੋਇਆ ਕੜਾਹੇ ਵਿੱਚ ਕੁੱਦ ਪਿਆ। ਮੈਨੂੰ ਤਾਂ ਲੱਗਿਆ, ਹੁਣ ਇਹ ਜਿਉਂਦਾ ਬਾਹਰ ਨਹੀਂ ਨਿੱਕਲੇਗਾ, ਪਰ ਪੰਜ ਮਿੰਟ ਦੇ ਬਾਅਦ ਕਾਸ਼ੀ ਨੇ ਫੇਰ ਛਾਲ ਮਾਰੀ ਤੇ ਕੜਾਹੇ ਤੋਂ ਬਾਹਰ ਆ ਗਿਆ। ਉਸ ਦਾ ਵਾਲ ਤੱਕ ਵਿੰਗਾ ਨਾ ਹੋਇਆ। ਲੋਕਾਂ ਨੇ ਉਸ ਦੇ ਗਲ ਹਾਰ ਪਾਇਆ। ਉਹ ਹੱਥ ਜੋੜ ਕੇ ਪੁੱਛਣ ਲੱਗੇ—'ਮਹਾਰਾਜ! ਇਸ ਸਾਲ ਖੇਤੀ ਦੀ ਪੈਦਾਵਾਰ ਕਿਵੇਂ ਰਹੇਗੀ?

ਪਾਣੀ ਕਿੰਨਾ ਕੁ ਵਰ੍ਹੇਗਾ ? ਬੀਮਾਰੀ ਆਏਗੀ ਜਾਂ ਨਹੀਂ ? ਪਿੰਡ ਦੇ ਲੋਕ ਰਾਜ਼ੀ-ਖੁਸ਼ੀ ਰਹਿਣਗੇ ? ਗੁੜ ਦਾ ਭਾਅ ਕਿੰਨਾ ਕੁ ਰਹੇਗਾ, ਆਦਿ।' ਕਾਸ਼ੀ ਨੇ ਇਨ੍ਹਾਂ ਸਾਰੇ ਸੁਆਲਾਂ ਦੇ ਜੁਆਬ ਸਪੱਸ਼ਟ, ਪਰ ਕੁਝ ਰਹੱਸ ਭਰੇ ਲਫ਼ਜ਼ਾਂ ਵਿਚ ਦਿੱਤੇ। ਇਸ ਦੇ ਬਾਅਦ ਇਹ ਸਭਾ ਸਮਾਪਤ ਹੋ ਗਈ। ਸੁਣਿਆ ਹੈ ਕਿ ਇਹ ਕਰਮ-ਕਾਂਡ ਹਰ ਸਾਲ ਹੁੰਦਾ ਹੈ। ਕਾਸ਼ੀ ਦੀਆਂ ਸਾਰੀਆਂ ਭਵਿੱਖਬਾਣੀਆਂ ਸੱਚੀਆਂ ਸਾਬਿਤ ਹੁੰਦੀਆਂ ਹਨ ਤੇ ਜੇ ਕਿਧਰੇ ਇੱਕ-ਅੱਧੀ ਭਵਿੱਖਬਾਣੀ ਝੂਠੀ ਵੀ ਨਿਕਲ ਜਾਵੇ ਤਾਂ ਕਾਸ਼ੀ ਉਹਦਾ ਹੱਲ ਵੀ ਬੜੀ ਨਿਪੁੰਨਤਾ ਨਾਲ ਦੱਸ ਦਿੰਦਾ ਹੈ। ਕਾਸ਼ੀ ਦੀ ਪਹੁੰਚ ਬਹੁਤ ਦੂਰ ਤੱਕ ਹੈ। ਪਿੰਡ ਵਿੱਚ ਕਿਤੇ ਵੀ ਚੋਰੀ ਹੋਵੇ, ਕਾਸ਼ੀ ਉਸ ਦਾ ਅਤਾ-ਪਤਾ ਦੱਸ ਦਿੰਦਾ ਹੈ। ਜਿਹੜਾ ਕੰਮ ਪੁਲਿਸ ਦੇ ਮੁਖ਼ਬਰਾਂ ਤੋਂ ਪੂਰਾ ਨਹੀਂ ਹੁੰਦਾ, ਉਸ ਨੂੰ ਕਾਸ਼ੀ ਨੇਪਰੇ ਚਾੜ੍ਹ ਦਿੰਦਾ ਹੈ। ਭਾਵੇਂ ਉਹ ਜ਼ਾਤ ਦਾ ਭਰ ਹੈ, ਫਿਰ ਵੀ ਪਿੰਡ ਵਿਚ ਉਸ ਦਾ ਬਹੁਤ ਮਾਣ-ਸਤਿਕਾਰ ਹੈ। ਇਨ੍ਹਾਂ ਸਾਰੀਆਂ ਸੇਵਾਵਾਂ ਦੇ ਬਦਲੇ ਵਿਚ ਉਹ ਸ਼ਰਾਬ ਦੇ ਇਲਾਵਾ ਹੋਰ ਕੁਝ ਨਹੀਂ ਲੈਂਦਾ। ਨਾਂਅ ਕਢਵਾਓ, ਪਰ ਇਕ ਬੋਤਲ ਉਸ ਨੂੰ ਭੇਟ ਕਰ ਦਿਓ, ਤੁਹਾਡਾ ਮਾਮਲਾ ਅਦਾਲਤ ਵਿਚ ਚੱਲ ਰਿਹਾ ਹੈ, ਕਾਸ਼ੀ ਉਸ ਦੀ ਜਿੱਤ ਦੇ ਲਈ ਪੂਜਾ ਕਰ ਰਿਹਾ ਹੈ ਤਾਂ ਬੱਸ, ਤੁਸੀਂ ਉਸਨੂੰ ਇੱਕ ਬੋਤਲ ਲਾਲ-ਪਰੀ ਦੀ ਦੇ ਦਿਓ।

ਹੋਲੀ ਦਾ ਦਿਹਾੜਾ ਬਹੁਤ ਨੇੜੇ ਹੈ। ਇਕ ਹਫ਼ਤੇ ਤੋਂ ਵੱਧ ਦੂਰ ਨਹੀਂ। ਆਹ ! ਮੇਰਾ ਦਿਲ ਇਸ ਵੇਲੇ ਕਿਵੇਂ ਲਿਖ ਰਿਹਾ ਹੈ ? ਮਨ ਵਿਚ ਚਾਅਵਾਂ-ਮਲ੍ਹਾਰਾਂ ਭਰੀ ਕੁਤਕੁਤਾੜੀ ਹੋ ਰਹੀ ਹੈ। ਅੱਖਾਂ ਤੁਹਾਨੂੰ ਵੇਖਣ ਲਈ ਕਾਹਲੀਆਂ ਪੈ ਰਹੀਆਂ ਨੇ। ਇਹ ਹਫ਼ਤਾ ਬੜੀ ਮੁਸ਼ਕਿਲ ਨਾਲ ਲੰਘੇਗਾ। ਤਾਂ ਕਿਤੇ ਜਾ ਕੇ ਮੈਂ ਆਪਣੇ ਪ੍ਰੀਤਮ ਦਾ ਦੀਦਾਰ ਕਰਾਂਗੀ।

ਤੁਹਾਡੀ
ਬਿਰਜਨ

(4)

ਮਝਗਾਓਂ

ਮੇਰੇ ਪ੍ਰੀਤਮ,

ਤੁਸੀਂ ਬਹੁਤ ਪੱਥਰ-ਦਿਲ ਹੋ, ਕੱਟੜ ਹੋ, ਨਿਰਮੋਹੀ ਹੋ, ਨਿਰਦਈ ਹੋ, ਜਾਬਰ ਹੋ, ਝੂਠੇ ਹੋ ! ਮੈਂ ਤੁਹਾਨੂੰ ਹੋਰ ਕੀ ਆਖਾਂ ਤੇ ਕੀ ਕੋਸਾਂ ? ਜੇ ਤੁਸੀਂ ਇਸ ਵੇਲੇ ਮੇਰੇ ਸਾਹਮਣੇ ਹੁੰਦੇ ਤਾਂ ਇਸ ਤੰਗ-ਦਿਲੀ ਦਾ ਜੁਆਬ ਦੇ ਦਿੰਦੀ। ਮੈਂ ਕਹਿ ਦਿੰਦੀ ਹਾਂ ਕਿ ਤੁਸੀਂ ਧੋਖੇਬਾਜ਼ ਹੋ। ਤੁਸੀਂ ਨਹੀਂ ਆਉਣਾ ਤਾਂ ਨਾ ਆਓ, ਮੇਰਾ ਕੀ ਵਿਗਾੜ ਲਓਗੇ ? ਮੇਰੀ ਜਾਨ ਕੱਢਣਾ ਚਾਹੁੰਦੇ ਹੋ, ਕੱਢ ਲਓ। ਰੁਆਉਣਾ ਚਾਹੁੰਦੇ ਹੋ, ਰੁਆ ਲਓ। ਪਰ ਮੈਂ ਕਿਉਂ ਰੋਵਾਂ ! ਮੇਰੀ ਬਲਾ ਰੋਵੇ। ਜਦ ਤੁਹਾਨੂੰ ਏਨਾ ਖ਼ਿਆਲ ਨਹੀਂ ਕਿ ਦੋ ਘੰਟਿਆਂ ਦਾ ਤਾਂ ਸਫ਼ਰ ਹੈ, ਜ਼ਰਾ ਜਾ ਕੇ ਉਸ ਦਾ ਪਤਾ ਲੈ ਆਵਾਂ, ਤਾਂ ਮੈਨੂੰ ਵੀ ਕੀ ਪਈ ਹੈ ਕਿ ਰੋਵਾਂ ਤੇ ਜਾਨ ਦੇਵਾਂ ?

ਏਨਾ ਗ਼ੁੱਸਾ ਆ ਰਿਹਾ ਹੈ ਕਿ ਚਿੱਠੀ ਫਾੜ ਕੇ ਸੁੱਟ ਦਿਆਂ ਤੇ ਫੇਰ ਮੁੜ ਕੇ ਤੁਹਾਡੇ ਨਾਲ ਗੱਲ ਹੀ ਨਾ ਕਰਾਂ। ਹਾਂ, ਹੋਰ ਕੀ, ਤੁਹਾਨੂੰ ਪਤਾ ਹੈ ਕਿ ਤੁਸੀਂ ਮੇਰੀਆਂ ਸਾਰੀਆਂ ਖ਼ਾਹਿਸ਼ਾਂ, ਸਾਰੇ ਚਾਅ ਕਿਵੇਂ ਮਿੱਟੀ ਵਿੱਚ ਮਿਲਾਏ ਨੇ ? 'ਹੋਲੀ ! ਹੋਲੀ !' ਕਿਸੇ ਦੇ ਮੂੰਹੋਂ ਇਹ ਲਫ਼ਜ਼ ਸੁਣਿਆ ਤਾਂ ਮੇਰੇ ਦਿਲ ਵਿੱਚ ਮਿਲਣ ਦੀ ਆਸ ਜਾਗਣ ਲੱਗੀ, ਪਰ ਅਫ਼ਸੋਸ। ਹੋਲੀ

ਵੀ ਲੰਘ ਗਈ ਤੇ ਮੈਂ.....! ਨਿਰਾਸ਼, ਹੋਈ ਉਡੀਕਦੀ ਹੀ ਰਹਿ ਗਈ। ਪਹਿਲਾਂ ਇਹ ਲਫ਼ਜ਼ 'ਹੋਲੀ' ਸੁਣਕੇ ਚਾਅ ਚੜ੍ਹਦਾ ਸੀ, ਹੁਣ ਤਕਲੀਫ਼ ਹੁੰਦੀ ਹੈ। ਆਪਣੀ-ਆਪਣੀ ਕਿਸਮਤ ਹੈ। ਪਿੰਡ ਦੇ ਭੁੱਖੇ-ਨੰਗੇ ਲੋਕ ਲੰਗੋਟੀਆਂ ਬੰਨ੍ਹੀ ਹੋਲੀ ਖੇਡਣ, ਖ਼ੁਸ਼ੀਆਂ ਮਨਾਉਣ ਰੰਗ ਉਡਾਉਣ ਤੇ ਮੈਂ ਕਰਮਾਂਮਾਰੀ ਆਪਣੇ ਪਲੰਘ 'ਤੇ ਬੇਦਾਗ਼-ਚਿੱਟੀ ਸਾੜ੍ਹੀ ਪਹਿਣ ਕੇ ਲੇਟੀ ਰਹਾਂ। ਸਹੁੰ ਚੁਕਾ ਲਓ, ਜੇ ਉਸ 'ਤੇ ਗੁਲਾਲ ਦਾ ਇਕ ਛਿੱਟਾ ਵੀ ਪਿਆ ਹੋਵੇ। ਮੇਰੀ ਇੱਤਰਾਂ ਵਿਚ ਰਚੀ ਹੋਈ ਕਸਤੂਰੀ, ਕੇਵੜੇ ਵਿੱਚ ਘੋਲਿਆ ਗੁਲਾਲ, ਹੱਥੀਂ ਬਣਾਏ ਹੋਏ ਰਸੀਲੇ ਪਾਨ-ਸਾਰੇ ਤੁਹਾਡੀ ਕਠੋਰਤਾ ਦਾ ਰੋਣਾ ਰੋ ਰਹੇ ਨੇ। ਮਾਧਵੀ ਨੇ ਜਦ ਬਹੁਤ ਜ਼ਿੱਦ ਕੀਤੀ ਤਾਂ ਮੈਂ ਉਸ ਤੋਂ ਇਕ ਲਾਲ ਟਿੱਕਾ ਮੱਥੇ 'ਤੇ ਲਗਵਾ ਲਿਆ। ਪਰ ਅੱਜ ਤੋਂ ਇਨ੍ਹਾਂ ਉਲਾਂਭਿਆ ਦਾ ਵੀ ਭੋਗ ਪੈਂਦਾ ਹੈ। ਜੇ ਫੇਰ ਕਦੇ ਕੋਈ ਉਲਾਂਭਾ ਜਾਂ ਤਾਅਨਾ ਮੂੰਹੋਂ ਨਿੱਕਲਿਆ ਤਾਂ ਜੀਭ ਕੱਟ ਲਵਾਂਗੀ!

ਪਰਸੋਂ ਸ਼ਾਮ ਵੇਲੇ ਤੋਂ ਹੀ ਪਿੰਡ ਵਿੱਚ ਰੌਣਕਾਂ ਸਜਣ ਲੱਗੀਆਂ ਸਨ। ਅੱਲੜ੍ਹ ਨੌਜੁਆਨਾਂ ਦਾ ਇਕ ਟੋਲਾ ਹੱਥ ਵਿਚ ਡਫ਼ਲੀ ਫੜ ਕੇ ਭੱਦੇ ਲਫ਼ਜ਼ ਮੂੰਹੋਂ ਬਕ-ਬਕ ਕੇ ਪਿੰਡ ਦੇ ਹਰ ਦਰ 'ਤੇ ਆਪਣੀ ਹਾਜ਼ਰੀ ਲਗਾ ਰਿਹਾ ਸੀ। ਮੈਨੂੰ ਨਹੀਂ ਪਤਾ ਸੀ ਕਿ ਅੱਜ ਇਥੇ ਏਨੀਆਂ ਗਾਲ੍ਹਾਂ ਖਾਣੀਆਂ ਪੈਣਗੀਆਂ। ਬੇਹੂਦਾ-ਬੇਹਯਾ ਲਫ਼ਜ਼ ਉਨ੍ਹਾਂ ਦੇ ਮੂੰਹੋਂ ਏਦਾਂ ਬੇਝਿਜਕ ਨਿੱਕਲ ਰਹੇ ਸਨ, ਜਿਵੇਂ ਮੀਂਹ ਵਰ੍ਹਦਾ ਹੋਵੇ। ਸ਼ਰਮ ਤੇ ਸੰਕੋਚ ਦਾ ਤਾਂ ਨਾਂ-ਪਤਾ ਵੀ ਨਹੀਂ ਸੀ ਮਿਲ ਰਿਹਾ। ਪਿਤਾ ਪੁੱਤਰ ਦੇ ਸਾਹਮਣੇ ਤੇ ਪੁੱਤਰ ਪਿਤਾ ਦੇ ਸਾਹਮਣੇ ਬੇਧੜਕ ਗਾਲ੍ਹਾਂ ਬਕ ਰਹੇ ਸਨ। ਪਿਤਾ ਲਲਕਾਰ ਕੇ ਆਪਣੀ ਨੂੰਹ ਨੂੰ ਕਹਿੰਦਾ ਹੈ—'ਅੱਜ ਹੋਲੀ ਹੈ!'—ਨੂੰਹ ਘਰ ਅੰਦਰ ਸਿਰ ਝੁਕਾ ਕੇ ਹੀ ਸੁਣਦੀ ਹੈ ਤੇ ਮੁਸਕੁਰਾ ਦਿੰਦੀ ਹੈ। ਆਪਣੇ ਪਟਵਾਰੀ ਸਾਹਿਬ ਤਾਂ ਸਭ ਤੋਂ ਵੱਡੇ ਮਹਾਤਮਾ ਨਿੱਕਲੇ। ਆਪ ਸ਼ਰਾਬ ਵਿੱਚ ਧੁੱਤ, ਇਕ ਮੈਲੀ ਜਿਹੀ ਟੋਪੀ ਸਿਰ 'ਤੇ ਪਾ ਕੇ ਇਸ ਟੋਲੀ ਦੀ ਅਗਵਾਈ ਕਰ ਰਹੇ ਸਨ। ਉਨ੍ਹਾਂ ਦੀਆਂ ਨੂੰਹਾਂ-ਧੀਆਂ ਵੀ ਉਨ੍ਹਾਂ ਦੀਆਂ ਗੰਦੀਆਂ-ਭੱਦੀਆਂ ਗਾਲ੍ਹਾਂ ਦੇ ਪ੍ਰਭਾਵ ਤੋਂ ਬਚ ਨਾ ਸਕੀਆਂ। ਗਾਲ੍ਹਾਂ ਖਾਓ ਤੇ ਹੱਸੋ। ਜੇ ਚਿਹਰੇ 'ਤੇ ਜ਼ਰਾ ਵੀ ਸ਼ਿਕਨ ਆਈ ਤਾਂ ਲੋਕ ਸਮਝਣਗੇ ਕਿ ਇਸ ਦਾ ਮੁਹੱਰਮ ਦਾ ਜਨਮ ਹੈ। ਅਜੀਬ ਰੀਤ ਹੈ!

ਲਗਭਗ ਤਿੰਨ ਵਜੇ ਰਾਤ ਦੇ ਟੋਲਾ ਹੋਲੀ-ਮਾਤਾ ਦੇ ਕੋਲ ਅੱਪੜਿਆ। ਮੁੰਡੇ ਅੱਗ ਬਾਲਣ ਲਈ ਕਾਹਲੇ ਸਨ। ਮੈਂ ਵੀ ਕਈ ਔਰਤਾਂ ਦੇ ਇਕ ਝੁੰਡ ਵਾਲੇ ਪਾਸੇ ਗਈ, ਉਥੇ ਔਰਤਾਂ ਇਕ ਪਾਸੇ ਹੋ ਕੇ ਹੋਲੀ ਦੇ ਗੀਤ ਗਾ ਰਹੀਆਂ ਸਨ। ਅਖ਼ੀਰ ਹੋਲੀ ਦੀ ਅੱਗ ਬਾਲਣ ਦਾ ਵੇਲਾ ਹੋ ਗਿਆ। ਅੱਗ ਲੱਗਦਿਆਂ ਹੀ ਭਾਂਬੜ ਉੱਠਣ ਲੱਗੇ ਤੇ ਸਾਰਾ ਆਸਮਾਨ ਸੁਨਹਿਰੀ-ਰੰਗਨ ਵਿਚ ਰੰਗ ਗਿਆ। ਦੂਰ-ਦੂਰ ਤੱਕ ਦੇ ਬਿਰਖ-ਪੱਤੇ ਵੀ ਰੌਸ਼ਨ ਹੋ ਗਏ। ਫੇਰ ਸਾਰੇ ਇਸ ਅੱਗ ਦੇ ਚਾਰ ਚੁਫੇਰੇ 'ਹੋਲੀ-ਮਾਤਾ ਦੀ ਜੈ!' ਦੇ ਚੀਖ਼-ਚੀਖ਼ ਕੇ ਜੈਕਾਰੇ ਲਾਉਂਦੇ ਹੋਏ ਭੱਜਣ ਲੱਗੇ। ਸਾਰਿਆਂ ਦੇ ਹੱਥਾਂ ਵਿੱਚ ਕਣਕ ਤੇ ਜੌਂ ਦੀਆਂ ਬੱਲੀਆਂ ਸਨ, ਜਿਸ ਨੂੰ ਉਹ ਇਸ ਅੱਗ ਵਿੱਚ ਸੁੱਟਦੇ ਜਾ ਰਹੇ ਸਨ।

ਜਦ ਅੱਗ ਦੇ ਭਾਂਬੜ ਬਹੁਤ ਵੱਧ ਗਏ ਤਾਂ ਲੋਕ ਇਕ ਪਾਸੇ ਖੜੇ ਹੋ ਕੇ 'ਕਬੀਰ-ਕਬੀਰ' ਕਹਿਣ ਲੱਗੇ। ਛੇ ਘੰਟਿਆਂ ਤੱਕ ਇਹ ਲੀਲਾ ਹੁੰਦੀ ਰਹੀ, ਲੱਕੜ ਦੀਆਂ ਮੁੱਢੀਆਂ ਵਿਚੋਂ 'ਚਟਾਕ-ਪਟਾਕ' ਦੀਆਂ ਆਵਾਜ਼ਾਂ ਆ ਰਹੀਆਂ ਸਨ। ਪਸ਼ੂ-ਡੰਗਰ ਆਪਣੇ-ਆਪਣੇ ਕਿੱਲਿਆਂ ਨਾਲ ਬੰਨ੍ਹੇ ਹੋਏ ਸਹਿਮ ਨਾਲ ਰਿੰਙ ਰਹੇ ਸਨ। ਤੁਲਸਾ ਨੇ ਮੈਨੂੰ ਦੱਸਿਆ—'ਇਸ

ਵਾਰੀ ਹੋਲੀ ਦੀ ਅੱਗ ਟੇਢੀ ਜਾ ਰਹੀ ਹੈ। ਸ਼ੁੱਖ ਨਹੀਂ। ਜਦ ਅੱਗ ਦੇ ਭਾਂਬੜ ਸਿੱਧੇ ਉਠਦੇ ਹਨ ਤਾਂ ਪਿੰਡ ਵਿੱਚ ਸਾਰਾ ਸਾਲ ਖ਼ੁਸ਼ਹਾਲੀ ਦੇ ਢੋਲ ਵੱਜਦੇ ਹਨ। ਪਰ ਭਾਂਬੜ ਦਾ ਟੇਢਾ ਹੋ ਜਾਣਾ ਅਸ਼ੁੱਭ ਹੈ।' ਅਖ਼ੀਰ ਭਾਂਬੜ ਬੈਠਣ ਲੱਗੇ ਜਦ ਸੇਕ ਦੀ ਮਾਰ ਘੱਟ ਗਈ ਤਾਂ ਕੁਝ ਲੋਕ ਹੋਲੀ ਦੇ ਨੇੜੇ ਜਾ ਕੇ ਧਿਆਨ ਨਾਲ ਵੇਖਣ ਲੱਗੇ। ਜਿਵੇਂ ਕੋਈ ਚੀਜ਼ ਲੱਭ ਰਹੇ ਹੋਣ। ਤੁਲਸਾ ਨੇ ਦੱਸਿਆ ਕਿ ਜਦ ਬਸੰਤ ਪੰਚਮੀ ਦੇ ਦਿਨ ਹੋਲੀ ਦੀ ਨੀਂਹ ਧਰੀ ਜਾਂਦੀ ਹੈ ਤਾਂ ਪਹਿਲਾਂ ਇਕ ਏਰੰਡ ਦਾ ਬੂਟਾ ਗੱਡਿਆ ਜਾਂਦਾ ਹੈ। ਬਾਅਦ ਵਿੱਚ ਉਸੇ 'ਤੇ ਲੱਕੜਾਂ ਤੇ ਪਾਥੀਆਂ ਦਾ ਢੇਰ ਲਗਾਇਆ ਜਾਂਦਾ ਹੈ। ਇਸ ਵੇਲੇ ਲੋਕ ਉਸੇ ਏਰੰਡ ਦੇ ਬੂਟੇ ਨੂੰ ਲੱਭ ਰਹੇ ਸਨ। ਉਸ ਬੰਦੇ ਦੀ ਗਿਣਤੀ ਯੋਧਿਆਂ ਵਿਚ ਹੁੰਦੀ ਹੈ, ਜਿਹੜਾ ਸਭ ਤੋਂ ਪਹਿਲਾਂ ਉਸ ਬੂਟੇ 'ਤੇ ਅਜਿਹਾ ਵਾਰ ਕਰੇ ਕਿ ਉਹ ਟੁੱਟ ਕੇ ਦੂਰ ਜਾ ਡਿੱਗੇ। ਸਭ ਤੋਂ ਪਹਿਲਾਂ ਪਟਵਾਰੀ ਸਾਹਿਬ ਪੈਂਤੜੇ ਬਦਲ-ਬਦਲ ਕੇ ਆਏ, ਪਰ ਦਸ ਗਜ਼ ਦੂਰ ਤੋਂ ਹੀ ਝਾਕ ਕੇ ਮੁੜ ਗਏ। ਫੇਰ ਰਾਧਾ ਹੱਥ ਵਿੱਚ ਇਕ ਛੋਟਾ ਜਿਹਾ ਸੋਟਾ ਫੜ ਕੇ ਹਿੰਮਤ ਤੇ ਦਲੇਰੀ ਨਾਲ ਅੱਗੇ ਵਧਿਆ ਤੇ ਅੱਗ ਵਿੱਚ ਵੜ ਕੇ ਉਸ ਨੇ ਅਜਿਹਾ ਜ਼ੋਰਦਾਰ ਹੱਥ ਚਲਾਇਆ ਕਿ ਬੂਟਾ ਟੁੱਟ ਕੇ ਡਿੱਗ ਪਿਆ। ਲੋਕ ਉਸ ਦੇ ਟੋਟਿਆਂ ਨੂੰ ਲੁੱਟਣ ਲੱਗੇ। ਲੋਕ ਮੱਥੇ 'ਤੇ ਉਸ ਬੂਟੇ ਦਾ ਟਿੱਕਾ ਲਗਾਉਂਦੇ ਹਨ ਤੇ ਇਸ ਨੂੰ ਸ਼ੁੱਭ ਮੰਨਦੇ ਹਨ।

ਇੱਥੋਂ ਵਿਹਲੇ ਹੋ ਕੇ ਮਰਦਾਂ ਦੀ ਢਾਣੀ ਦੇਵੀ-ਮਾਤਾ ਦੇ ਚਬੂਤਰੇ ਵੱਲ ਤੁਰ ਪਈ। ਇਹ ਨਾ ਸਮਝਿਓ ਕਿ ਇਥੇ ਦੇਵੀ-ਮਾਤਾ ਦੀ ਪੂਜਾ ਕੀਤੀ ਗਈ ਹੋਵੇਗੀ। ਅੱਜ ਦੇ ਦਿਨ ਉਹ ਵੀ ਗਾਲ੍ਹਾਂ ਸੁਣਨੀਆਂ ਪਸੰਦ ਕਰਦੀ ਹੈ। ਛੋਟੇ-ਵੱਡੇ ਸਾਰੇ ਉਨ੍ਹਾਂ ਨੂੰ ਭੱਦੀਆਂ ਗਾਲ੍ਹਾਂ ਕੱਢ ਰਹੇ ਸਨ। ਅੱਜ ਤੋਂ ਕੁਝ ਦਿਨ ਪਹਿਲਾਂ ਉਸੇ ਦੇਵੀ-ਮਾਤਾ ਦੀ ਪੂਜਾ ਕੀਤੀ ਗਈ ਸੀ। ਸੱਚ ਤਾਂ ਇਹ ਹੈ ਕਿ ਪਿੰਡਾਂ ਵਿੱਚ ਅੱਜ ਕੱਲ੍ਹ ਰੱਬ ਨੂੰ ਗਾਲ੍ਹਾਂ ਕੱਢਣਾ ਵੀ ਮੁਆਫ਼ ਹੈ, ਫਿਰ ਮਾਵਾਂ-ਭੈਣਾਂ ਦੀ ਤਾਂ ਕੋਈ ਗਿਣਤੀ ਹੀ ਨਹੀਂ।

ਦਿਨ ਚੜ੍ਹਦਿਆਂ ਹੀ ਲਾਲਾ ਜੀ ਨੇ ਮਹਾਰਾਜ (ਰਸੋਈਆ) ਨੂੰ ਕਿਹਾ-'ਅੱਜ ਕੋਈ ਦੋ ਕਿੱਲੋ ਦੇ ਕਰੀਬ ਭੰਗ ਪਿਸਵਾ ਲਓ। ਦੋ ਤਰ੍ਹਾਂ ਦੀ ਅਲੱਗ-ਅਲੱਗ ਬਣਵਾਂ ਲਓ, ਸਲੂਣੀ ਤੇ ਮਿੱਠੀ।' ਮਹਾਰਾਜ ਬਾਹਰ ਨਿੱਕਲੇ ਤੇ ਕਈ ਬੰਦਿਆਂ ਨੂੰ ਪਕੜ ਲਿਆਏ। ਭੰਗ ਪੀਸੀ ਜਾਣ ਲੱਗੀ। ਬਹੁਤ ਸਾਰੇ ਕੁੱਜੇ ਮੰਗਵਾ ਕੇ ਤਰਤੀਬਵਾਰ ਰੱਖੇ ਗਏ। ਦੋ ਵੱਡੇ ਘੜਿਆਂ ਵਿਚ ਦੋਨੋਂ ਪ੍ਰਕਾਰ ਦੀ ਭੰਗ ਪਾ ਕੇ ਰੱਖੀ ਗਈ। ਫਿਰ ਕੀ ਸੀ, ਤਿੰਨ-ਚਾਰ ਘੰਟੇ ਪਿਆਕੜਾਂ ਦੀ ਰੌਣਕ ਲੱਗੀ ਰਹੀ। ਲੋਕ ਲਾਲਾ ਜੀ ਦੀ ਖ਼ੂਬ ਵਡਿਆਈ ਤੇ ਧੌਣ ਹਿਲਾ-ਹਿਲਾ ਕੇ ਮਹਾਰਾਜ ਦੀ ਮੁਹਾਰਤ ਦੀ ਤਾਰੀਫ਼ ਕਰ ਰਹੇ ਸਨ। ਇਧਰ ਕਿਸੇ ਨੇ ਵਡਿਆਈ ਕੀਤੀ ਨਹੀਂ ਕਿ ਮਹਾਰਾਜ ਨੇ ਦੂਸਰਾ ਕੁੱਜਾ ਭਰਿਆ ਤੇ ਬੋਲੇ—'ਇਹ ਸਲੂਣੀ ਹੈ। ਇਹਦਾ ਵੀ ਸੁਆਦ ਚੱਖ ਕੇ ਵੇਖੋ।.....ਯਾਰ, ਪੀ ਵੀ ਲਓ। ਕਿਤੇ ਨਿੱਤ-ਨਿੱਤ ਹੋਲੀ ਆਉਣੀ ਐ ਕਿ ਸਾਰਾ ਦਿਨ ਸਾਡਾ ਪ੍ਰਸਾਦ ਵਰਤਦਾ ਰਹੇਗਾ, ਇਸ ਦੇ ਪ੍ਰਤੀਕਰਮ ਵਜੋਂ ਕਿਸਾਨ ਏਦਾਂ ਵੇਖਦਾ, ਜਿਵੇਂ ਕਿਸੇ ਨੇ ਸੰਜੀਵਨੀ ਬੂਟੀ ਦਾ ਰਸ ਦੇ ਦਿੱਤਾ ਹੋਵੇ ਤੇ ਉਹ ਇਕ ਹੀ ਵਾਰੀ ਵਿਚ ਤਿੰਨ-ਤਿੰਨ ਕੁੱਜੇ ਚੱਟ ਕਰ ਜਾਂਦਾ। ਪਟਵਾਰੀ ਦੇ ਸਹਿਕਰਮੀ ਮੁਨਸ਼ੀ ਜਗਦੰਬਾ ਪ੍ਰਸਾਦ ਸਾਹਿਬ ਵੀ ਤਸ਼ਰੀਫ਼ ਲਿਆਏ ਸਨ। ਇਹ ਕਚਹਿਰੀ ਵਿੱਚ ਅਰਜ਼ੀ-ਨਵੀਸ ਹਨ। ਉਨ੍ਹਾਂ ਨੂੰ ਮਹਾਰਾਜ ਨੇ ਏਨੀ ਭੰਗ ਪਿਆ ਦਿੱਤੀ ਕਿ ਉਹ ਆਪੇ ਤੋਂ ਬਾਹਰ ਹੋ ਗਏ ਤੇ ਨੱਚਣ-ਟੱਪਣ ਲੱਗੇ। ਸਾਰਾ ਪਿੰਡ ਉਨ੍ਹਾਂ ਨਾਲ ਟਿੱਚਰ-ਮਖ਼ੌਲ ਕਰਦਾ ਸੀ। ਇਕ ਕਿਸਾਨ ਆਇਆ ਤੇ ਉਨ੍ਹਾਂ ਵੱਲ ਮੁਸਕੁਰਾ ਕੇ ਕਹਿਣ ਲੱਗਾ—'ਤੂੰ ਇਥੇ ਟੱਲੀ ਹੋਇਆ ਬੈਠੈਂ, ਜਾ ਘਰ ਜਾ ਕੇ ਰੋਟੀ

ਬਣਵਾ, ਅਸੀਂ ਆਉਨੇ ਆਂ।' ਇਸ ਗੱਲ 'ਤੇ ਚਾਰੇ ਪਾਸੇ ਹਾਸਾ ਗੂੰਜ ਗਿਆ। ਕਾਸ਼ੀ ਭਰ ਭੰਗ ਦੇ ਨਸ਼ੇ ਵਿੱਚ ਝੂਮਦਾ ਡਾਂਗ ਮੋਢੇ 'ਤੇ ਧਰੀ ਆਇਆ ਤੇ ਸਾਰਿਆਂ ਵੱਲ ਬਨਾਉਟੀ ਗ਼ੁੱਸੇ ਨਾਲ ਵੇਖਦਾ ਹੋਇਆ ਗਰਜਿਆ—'ਮਹਾਰਾਜ, ਇਹ ਚੰਗੀ ਗੱਲ ਨਹੀਂ ਕਿ ਤੂੰ ਸਾਡੀ ਨਵੀਂ-ਨਵੇਲੀ ਵਹੁਟੀ ਨਾਲ ਮਜ਼ੇ ਉਡਾ ਰਿਹੈਂ।'' ਇਹ ਕਹਿ ਕੇ ਉਸ ਨੇ ਮੁਨਸ਼ੀ ਜੀ ਨੂੰ ਘੁੱਟ ਕੇ ਸੀਨੇ ਨਾਲ ਲਗਾ ਲਿਆ।

ਮੁਨਸ਼ੀ ਜੀ ਵਿਚਾਰੇ ਛੋਟੇ ਕੱਦ ਦੇ ਕਾਰਨ ਇਧਰ-ਉਧਰ ਹੱਥ-ਪੈਰ ਮਾਰ ਰਹੇ ਸਨ, ਪਰ ਨਗਾਰਿਆਂ ਦੀ ਗੂੰਜ ਵਿਚ ਤੂਤੀ ਦੀ ਆਵਾਜ਼ ਕੌਣ ਸੁਣਦਾ ਹੈ? ਕੋਈ ਉਨ੍ਹਾਂ ਨੂੰ ਪਿਆਰ ਪੁਚਕਾਰ ਰਿਹਾ ਸੀ ਤੇ ਕੋਈ ਗਲ ਨਾਲ ਲਗਾ ਰਿਹਾ ਸੀ। ਦੁਪਹਿਰ ਤੱਕ ਇਹੀ ਛੇੜ-ਛਾੜ ਹੁੰਦੀ ਰਹੀ। ਤੁਲਸਾ ਅਜੇ ਤੱਕ ਮੇਰੇ ਕੋਲ ਬੈਠੀ ਹੋਈ ਸੀ। ਮੈਂ ਉਸ ਨੂੰ ਕਿਹਾ—'ਅੱਜ ਸਾਡੇ ਘਰ ਤੈਨੂੰ ਨਿਓਤਾ ਹੈ। ਆਪਾਂ ਦੋਵੇਂ ਇਕੱਠੀਆਂ ਰੋਟੀਆਂ ਖਾਵਾਂਗੀਆਂ।' ਇਹ ਸੁਣਦਿਆਂ ਹੀ ਮਹਾਰਾਜਨ ਦੋ ਥਾਲੀਆਂ ਵਿੱਚ ਖਾਣਾ ਪਰੋਸ ਲਿਆਈ। ਤੁਲਸਾ ਉਸ ਵੇਲੇ ਬਾਗੀ ਵੱਲ ਮੂੰਹ ਕਰ ਕੇ ਖੜੀ ਸੀ। ਮੈਂ ਜਦ ਉਸ ਨੂੰ ਹੱਥੋਂ ਫੜ ਕੇ ਆਪਣੇ ਵੱਲ ਖਿੱਚਿਆ ਤਾਂ ਉਹ ਆਪਣੀਆਂ ਪਿਆਰੀਆਂ-ਪਿਆਰੀਆਂ ਅੱਖਾਂ ਵਿਚੋਂ ਹੰਝੂਆਂ ਦੇ ਮੋਤੀ ਕੇਰ ਰਹੀ ਸੀ। ਮੈਂ ਉਸ ਨੂੰ ਗਲ ਨਾਲ ਲਾ ਕੇ ਪੁੱਛਿਆ—'ਨੀ ਅੜੀਏ, ਸੱਚ-ਸੱਚ ਦੱਸ, ਕਿਉਂ ਰੋਂਦੀ ਐਂ? ਮੇਰੇ ਤੋਂ ਕੋਈ ਪਰਦਾ ਨਾ ਰੱਖ।' ਇਸ ਨਾਲ ਉਹ ਹੋਰ ਵੀ ਸਿਸਕੀਆਂ ਭਰਨ ਲੱਗੀ। ਜਦ ਮੈਂ ਬਹੁਤ ਜ਼ਿੱਦ ਕੀਤੀ ਤਾਂ ਉਸ ਨੇ ਮੂੰਹ ਫੇਰ ਕੇ ਕਿਹਾ—'ਭੈਣੇ! ਅੱਜ ਸਵੇਰੇ ਹੀ ਇਨ੍ਹਾਂ 'ਤੇ ਛਾਪਾ ਪੈ ਗਿਆ। ਪਤਾ ਨਹੀਂ ਉਨ੍ਹਾਂ 'ਤੇ ਕੀ ਬੀਤਦੀ ਹੋਣੀ ਐ!' ਇਹ ਕਹਿ ਕੇ ਉਹ ਫੁੱਟ-ਫੁੱਟ ਕੇ ਰੋਣ ਲੱਗ ਪਈ। ਹੌਲੀ-ਹੌਲੀ ਪਤਾ ਲੱਗਿਆ ਕਿ ਰਾਧੇ ਦੇ ਪਿਓ ਨੇ ਕੁਝ ਕਰਜ਼ਾ ਲਿਆ ਸੀ। ਉਹ ਅਜੇ ਤੱਕ ਉੱਤਰਿਆ ਨਹੀਂ ਸੀ। ਸ਼ਾਹੂਕਾਰ ਨੇ ਸੋਚਿਆ ਕਿ ਰਾਧੇ ਨੂੰ ਹਵਾਲਾਤ ਵਿਚ ਬੰਦ ਕਰਵਾ ਦੇਵਾਂ ਤਾਂ ਰੁਪਏ ਆਪੇ ਵਸੂਲ ਹੋ ਜਾਣਗੇ। ਰਾਧਾ ਕਈ ਦਿਨਾਂ ਤੋਂ ਕੰਨੀ ਕਤਰਾਉਂਦਾ ਫਿਰਦਾ ਸੀ। ਅੱਜ ਦੁਸ਼ਮਣਾਂ ਨੂੰ ਮੌਕਾ ਮਿਲ ਗਿਆ ਤੇ ਉਨ੍ਹਾਂ ਆਪਣਾ ਕੰਮ ਕਰ ਦਿੱਤਾ। ਪਰ ਅਫ਼ਸੋਸ! ਮੂਲ ਰਾਸ਼ੀ ਵੀਹ ਰੁਪਏ ਤੋਂ ਵੀ ਘੱਟ ਸੀ। ਮੈਨੂੰ ਪਹਿਲਾਂ ਪਤਾ ਲੱਗ ਜਾਂਦਾ ਤਾਂ ਵਿਚਾਰੇ ਨੂੰ ਦਿਨ-ਤਿਉਹਾਰ ਦੇ ਦਿਹਾੜੇ ਇਹ ਮੁਸੀਬਤ ਨਾ ਝੱਲਣੀ ਪੈਂਦੀ। ਮੈਂ ਚੁੱਪ-ਚੁਪੀਤੇ ਮਹਾਰਾਜ ਨੂੰ ਬੁਲਾਇਆ ਤੇ ਉਨ੍ਹਾਂ ਨੂੰ ਵੀਹ ਰੁਪਏ ਦੇ ਕੇ ਰਾਧੇ ਨੂੰ ਛੁਡਾਉਣ ਦੇ ਲਈ ਭੇਜਿਆ।

ਇਸ ਦੌਰਾਨ ਮੇਰੇ ਕਮਰੇ ਦੇ ਬੂਹੇ ਅੱਗੇ ਇਕ ਟਾਟ ਵਿਛਾ ਦਿੱਤਾ ਗਿਆ ਸੀ। ਲਾਲਾ ਜੀ ਵਿਚਕਾਰ ਇਕ ਕਾਲੀਨ 'ਤੇ ਬੈਠੇ ਸਨ। ਕਿਸਾਨ ਲੋਕ ਗੋਡਿਆਂ ਤੱਕ ਧੋਤੀਆਂ ਬੰਨ੍ਹੀ, ਕੋਈ ਕੁਰਤਾ ਪਾਈ, ਕੋਈ ਨੰਗੇ ਧੜ, ਕੋਈ ਸਿਰ 'ਤੇ ਪੱਗ ਬੰਨ੍ਹੀ ਤੇ ਕੋਈ ਨੰਗੇ ਸਿਰ, ਮੂੰਹ 'ਤੇ ਗੁਲਾਲ ਲਾਈ—ਜੋ ਉਨ੍ਹਾਂ ਦੇ ਪੱਕੇ ਰੰਗ 'ਤੇ ਵਿਲੱਖਣ ਪ੍ਰਭਾਵ ਛੱਡ ਰਿਹਾ ਸੀ—ਵਾਰੀ ਵਾਰੀ ਆਉਣ ਲੱਗੇ। ਜਿਹੜਾ ਆਉਂਦਾ, ਲਾਲਾ ਜੀ ਦੇ ਪੈਰਾਂ 'ਤੇ ਥੋੜ੍ਹਾ ਜਿਹਾ ਗੁਲਾਲ ਲਗਾ ਦਿੰਦਾ। ਲਾਲਾ ਜੀ ਵੀ ਆਪਣੀ ਤਸ਼ਤਰੀ ਵਿਚੋਂ ਥੋੜ੍ਹਾ ਜਿਹਾ ਗੁਲਾਲ ਚੁੱਕ ਕੇ ਉਸ ਦੇ ਮੱਥੇ 'ਤੇ ਲਗਾ ਦਿੰਦੇ ਤੇ ਮੁਸਕੁਰਾ ਕੇ ਕੋਈ ਹਾਸੇ-ਠੱਠੇ ਦੀ ਗੱਲ ਕਹਿ ਦਿੰਦੇ ਸਨ। ਉਹ ਬੰਦਾ ਨਿਹਾਲ ਹੋ ਜਾਂਦਾ, ਆਦਰ ਸਹਿਤ ਨਮਸਕਾਰ ਕਰਦਾ ਤੇ ਏਦਾਂ ਖ਼ੁਸ਼ ਹੋ ਕੇ

ਆਪਣੀ ਜਗ੍ਹਾ 'ਤੇ ਆ ਬੈਠਦਾ, ਜਿਵੇਂ ਉਸ ਨੂੰ ਰੰਗ ਨਹੀਂ, ਕੋਈ ਰਤਨ-ਜਵਾਹਰ ਮਿਲ ਗਿਆ ਹੋਵੇ। ਮੈਨੂੰ ਸੁਪਨੇ ਵਿਚ ਵੀ ਇਹਸਾਸ ਨਹੀਂ ਸੀ ਕਿ ਲਾਲਾ ਜੀ ਇਨ੍ਹਾਂ ਉਜੱਡ ਪੇਂਡੂਆਂ ਨਾਲ ਬੈਠ ਕੇ ਏਦਾਂ ਹੱਸ-ਹੱਸ ਕੇ ਗੱਲਬਾਤ ਕਰ ਸਕਦੇ ਹਨ। ਇਸੇ ਦਰਮਿਆਨ ਕਾਸ਼ੀ ਭਰ ਆਇਆ। ਉਸਦੇ ਹੱਥ ਵਿੱਚ ਇਕ ਛੋਟੀ ਜਿਹੀ ਕਟੋਰੀ ਸੀ। ਉਸ ਕਟੋਰੀ ਵਿਚ ਗੁਲਾਲ ਸੀ। ਉਸ ਨੇ ਦੂਸਰੇ ਲੋਕਾਂ ਦੀ ਤਰ੍ਹਾਂ ਲਾਲਾ ਜੀ ਦੇ ਪੈਰਾਂ 'ਤੇ ਗੁਲਾਲ ਨਹੀਂ ਲਾਇਆ, ਪਰ ਬੜੀ ਨਿਡਰਤਾ ਨਾਲ ਮੁੱਠੀ ਭਰ ਕੇ ਉਸ ਨੇ ਲਾਲਾ ਜੀ ਦੇ ਮੂੰਹ 'ਤੇ ਚੰਗੀ ਤਰ੍ਹਾਂ ਮਲ ਦਿੱਤਾ। ਮੈਂ ਤਾਂ ਡਰੀ ਕਿ ਕਿਤੇ ਲਾਲਾ ਜੀ ਨਾਰਾਜ਼ ਨਾ ਹੋ ਜਾਣ। ਪਰ ਉਹ ਬਹੁਤ ਖ਼ੁਸ਼ ਹੋਏ ਤੇ ਖ਼ੁਦ ਉਨ੍ਹਾਂ ਨੇ ਵੀ ਇਕ ਟਿੱਕਾ ਲਗਾਉਣ ਦੀ ਥਾਂ, ਦੋਨੋਂ ਹੱਥਾਂ ਨਾਲ ਕਾਸ਼ੀ ਦੇ ਮੂੰਹ 'ਤੇ ਗੁਲਾਲ ਮਲ੍ਹ ਦਿੱਤਾ। ਨਾਲ ਹੀ ਲਾਲਾ ਜੀ ਉਸ ਵੱਲ ਏਦਾਂ ਵੇਖ ਰਹੇ ਸਨ, ਜਿਵੇਂ ਕਹਿ ਰਹੇ ਹੋਣ ਕਿ ਸੱਚਮੁੱਚ ਤੂੰ ਯੋਧਾ ਹੈਂ ਤੇ ਇਸ ਕਾਬਿਲ ਹੈਂ ਕਿ ਸਾਡਾ ਨਾਇਕ ਬਣ ਸਕੇਂ। ਇਸ ਤਰ੍ਹਾਂ ਇਕ-ਇਕ ਕਰ ਕੇ ਦੋ-ਢਾਈ ਸੌ ਦੇ ਕਰੀਬ ਬੰਦੇ ਆਏ! ਅਚਾਨਕ ਲਾਲਾ ਜੀ ਨੇ ਪੁੱਛਿਆ— 'ਅੱਜ ਕਿਤੇ ਰਾਧਾ ਨਹੀਂ ਦਿਖ ਰਿਹਾ, ਕੀ ਗੱਲ ਹੈ ? ਕੋਈ ਉਹਦੇ ਘਰ ਜਾ ਕੇ ਵੇਖੇ ਤਾਂ ਜ਼ਰਾ!' ਮੁਨਸ਼ੀ ਜਗਦੰਬਾ ਪ੍ਰਸਾਦ ਆਪਣੀ ਕਾਬਲੀਅਤ ਸਾਬਿਤ ਕਰਨ ਦਾ ਢੁੱਕਵਾਂ ਮੌਕਾ ਵੇਖ ਕੇ ਬੋਲ ਪਏ—'ਹਜ਼ੂਰ! ਉਹ ਤਾਂ ਦਫ਼ਾ 13 ਐਕਟ ਨੰਬਰ (I) ਵਿਚ ਗ੍ਰਿਫਤਾਰ ਹੋ ਗਿਐ। ਰਾਮਦੀਨ ਪਾਂਡੇ ਨੇ ਵਾਰੰਟ ਜਾਰੀ ਕਰਵਾਇਐ।' ਰੱਬ ਦੀ ਕਰਨੀ ਕਿ ਰਾਮਦੀਨ ਪਾਂਡੇ ਵੀ ਉਥੇ ਹੀ ਬੈਠੇ ਹੋਏ ਸਨ। ਲਾਲਾ ਜੀ ਨੇ ਉਨ੍ਹਾਂ ਵੱਲ ਘੋਰ ਨਿਰਾਦਰ-ਭਾਵ ਨਾਲ ਵੇਖਿਆ ਤੇ ਕਿਹਾ—'ਕਿਉਂ ਪਾਂਡੇ ਜੀ, ਉਸ ਗ਼ਰੀਬ ਨੂੰ ਹਵਾਲਾਤ ਵਿਚ ਬੰਦ ਕਰਕੇ ਤੁਹਾਡਾ ਘਰ ਭਰ ਜਾਏਗਾ ? ਇਹੀ ਇਨਸਾਨੀਅਤ ਤੇ ਸ਼ਿਸ਼ਟਾਚਾਰ ਬਾਕੀ ਰਹਿ ਗਿਆ ਹੈ। ਤੁਹਾਨੂੰ ਜ਼ਰਾ ਵੀ ਤਰਸ ਨਾ ਆਇਆ ਕਿ ਅੱਜ ਹੋਲੀ ਵਾਲੇ ਦਿਨ ਉਸਨੂੰ ਬੀਵੀ-ਬੱਚਿਆਂ ਤੋਂ ਅਲੱਗ ਕਰ ਦਿੱਤਾ। ਮੈਂ ਤਾਂ ਸੱਚ ਕਹਿਨਾਂ ਕਿ ਜੇ ਮੈਂ ਰਾਧਾ ਹੁੰਦਾ ਤਾਂ ਹਵਾਲਾਤ 'ਚੋਂ ਨਿੱਕਲਦਿਆਂ ਮੇਰਾ ਪਹਿਲਾ ਕੰਮ ਇਹੀ ਹੁੰਦਾ ਕਿ ਜਿਸ ਨੇ ਮੈਨੂੰ ਇਹ ਦਿਨ ਵਿਖਾਇਐ, ਉਸ ਨੂੰ ਵੀ ਮੈਂ ਕੁਝ ਦਿਨਾਂ ਲਈ ਮੰਜੇ 'ਤੇ ਪਾ ਦੇਵਾਂ। ਤੁਹਾਨੂੰ ਸ਼ਰਮ ਨਹੀਂ ਆਉਂਦੀ ਕਿ ਏਨੇ ਵੱਡੇ ਸ਼ਾਹੂਕਾਰ ਹੋ ਕੇ ਤੁਸੀਂ ਸਿਰਫ਼ ਵੀਹ ਰੁਪਏ ਦੇ ਲਈ ਇਕ ਗ਼ਰੀਬ ਬੰਦੇ ਨੂੰ ਇਸ ਤਰ੍ਹਾਂ ਬਿਪਤਾ ਵਿਚ ਪਾਇਆ। ਅਜਿਹੇ ਲਾਲਚ 'ਤੇ ਡੁੱਬ ਮਰੋ!' ਲਾਲਾ ਜੀ ਨੂੰ ਬਹੁਤ ਗ਼ੁੱਸਾ ਚੜ੍ਹ ਗਿਆ ਸੀ। ਰਾਮਦੀਨ ਅਜਿਹਾ ਸ਼ਰਮਿੰਦਾ ਹੋਇਆ ਕਿ ਸਾਰੀ ਚੁਸਤ-ਚਾਲਾਕੀ ਭੁੱਲ ਗਈ। ਮੂੰਹੋਂ ਕੋਈ ਲਫ਼ਜ਼ ਨਾ ਔੜਿਆ। ਚੁੱਪ-ਚੁਪੀਤੇ ਉੱਠ ਕੇ ਕਚਹਿਰੀ ਵੱਲ ਚੱਲ ਪਏ।

ਸਾਰੇ ਦੇ ਸਾਰੇ ਕਿਸਾਨ ਉਸ ਵੱਲ ਗ਼ੁਸੈਲੀਆਂ ਨਜ਼ਰਾਂ ਨਾਲ ਵੇਖ ਰਹੇ ਸਨ। ਜੇਕਰ ਲਾਲਾ ਜੀ ਦਾ ਡਰ ਨਾ ਹੁੰਦਾ ਤਾਂ ਪਾਂਡੇ ਜੀ ਦੀਆਂ ਹੱਡੀਆਂ-ਪਸਲੀਆਂ ਦਾ ਉਥੇ ਹੀ ਸੁਰਮਾ ਬਣ ਜਾਂਦਾ।

ਇਸ ਦੇ ਬਾਅਦ ਲੋਕਾਂ ਨੇ ਗਾਉਣਾ ਸ਼ੁਰੂ ਕਰ ਦਿੱਤਾ। ਨਸ਼ੇ ਵਿਚ ਚੂਰ ਹੋ ਕੇ ਤਾਂ ਗਾ ਹੀ ਰਹੇ ਸਨ, ਉਪਰੋਂ ਲਾਲਾ ਜੀ ਦੇ ਇਸ ਭਰਾਤਰੀ-ਭਾਵ ਭਰੇ ਸਤਿਕਾਰ ਨਾਲ ਉਨ੍ਹਾਂ ਦੇ ਮਨ ਹੋਰ ਵੀ ਉਤਸ਼ਾਹਿਤ ਹੋ ਉੱਠੇ। ਉਨ੍ਹਾਂ ਨੇ ਖ਼ੂਬ ਦਿਲ ਖੋਲ੍ਹ ਕੇ ਗਾਇਆ। ਡੱਫ਼ਲੀਆਂ ਤਾਂ ਏਨੇ ਜ਼ੋਰ ਨਾਲ ਵਜਾ ਰਹੇ ਸਨ ਕਿ ਲੱਗਦਾ ਸੀ ਬੱਸ ਹੁਣ ਫਟੀਆਂ ਤੇ ਹੁਣ ਫਟੀਆਂ।

ਜਗਦੰਬਾ ਪ੍ਰਸਾਦ ਨੇ ਦੁੱਗਣਾ ਨਸ਼ਾ ਕੀਤਾ ਹੋਇਆ ਸੀ। ਕੁਝ ਤਾਂ ਉਨ੍ਹਾਂ ਦੇ ਮਨ ਵਿੱਚ ਆਪਣੇ-ਆਪ ਝੱਲ ਜਿਹਾ ਉੱਠਿਆ, ਕੁੱਝ ਲੋਕਾਂ ਨੇ ਉਕਸਾ ਦਿੱਤਾ। ਉਹ ਸਭਾ ਦੇ ਬਿਲਕੁਲ ਵਿਚਕਾਰ ਖੜੇ ਹੋ ਕੇ ਨੱਚਣ ਲੱਗੇ-ਸੱਚੀਂ ਯਕੀਨ ਮੰਨੋ, ਨੱਚਣ ਲੱਗੇ। ਮੈਂ ਅਜੇ ਤੱਕ ਕਿਸੇ ਅਚਕਨ, ਟੋਪੀ, ਧੋਤੀ ਤੇ ਮੁੱਛਾਂ ਵਾਲੇ ਬੰਦੇ ਨੂੰ ਨੱਚਦਿਆਂ ਨਹੀਂ ਵੇਖਿਆ ਸੀ। ਅੱਧੇ ਘੰਟੇ ਤੱਕ ਉਹ ਬਾਂਦਰਾਂ ਦੀ ਤਰ੍ਹਾਂ ਨੱਚਦੇ-ਟੱਪਦੇ ਰਹੇ। ਅਖ਼ੀਰ ਨਸ਼ੇ ਦੀ ਲੋਰ ਨਾਲ ਉਹ ਜ਼ਮੀਨ 'ਤੇ ਲੇਟ ਗਏ। ਇਸ ਤੋਂ ਬਾਅਦ ਇੱਕ ਹੋਰ ਦੋਧੀ ਉਠਿਆ, ਇਕ ਦੋਧਣ ਵੀ ਜੁੱਟ ਵਿਚੋਂ ਨਿੱਕਲੀ ਤੇ ਦੋਵੇਂ ਜਣੇ ਚੌਂਕ ਵਿਚ ਜਾ ਕੇ ਨੱਚਣ ਲੱਗ ਪਏ। ਦੋਨੋਂ ਅੱਲੜ੍ਹ ਬਹੁਤ ਫੁਰਤੀਲੇ ਸਨ। ਉਨ੍ਹਾਂ ਦੇ ਲੱਕ ਤੇ ਪਿੱਠ ਦੀ ਲਚਕ ਵਿਲੱਖਣ ਸੀ। ਉਨ੍ਹਾਂ ਦੇ ਹਾਵ-ਭਾਵ, ਲੱਕ ਦਾ ਲਚਕਾਉਣਾ, ਰੋਮ-ਰੋਮ ਦਾ ਫੜਕਾਉਣਾ, ਗਰਦਨ ਦਾ ਘੁਮਾਉਣਾ ਤੇ ਅੰਗਾਂ ਦਾ ਮਰੋੜਨਾ ਵੇਖ ਕੇ ਹੈਰਾਨੀ ਹੁੰਦੀ ਸੀ। ਇਹ ਬਹੁਤ ਅਭਿਆਸ ਤੇ ਮੁਸ਼ੱਕਤ ਵਾਲਾ ਕੰਮ ਹੈ।

ਅਜੇ ਇਥੇ ਨਾਚ ਹੋ ਹੀ ਰਿਹਾ ਸੀ ਕਿ ਸਾਹਮਣਿਓਂ ਬਹੁਤ ਸਾਰੇ ਬੰਦੇ ਲੰਮੀਆਂ-ਲੰਮੀਆਂ ਡਾਂਗਾਂ ਮੋਢਿਆਂ 'ਤੇ ਰੱਖੀ ਆਉਂਦੇ ਵਿਖਾਈ ਦਿੱਤੇ। ਉਨ੍ਹਾਂ ਕੋਲ ਡੱਫ਼ਲੀਆਂ ਵੀ ਸਨ। ਕਈਆਂ ਦੇ ਹੱਥਾਂ ਵਿੱਚ ਛੈਣੇ ਤੇ ਘੁੰਗਰੂ ਫੜੇ ਹੋਏ ਸਨ। ਉਹ ਗਾਉਂਦੇ-ਵਜਾਉਂਦੇ ਆਏ ਤੇ ਆਪਣੇ ਦਰਾਂ 'ਤੇ ਆ ਕੇ ਰੁਕ ਗਏ। ਅਚਾਨਕ ਤਿੰਨ-ਚਾਰ ਬੰਦਿਆਂ ਨੇ ਮਿਲ ਕੇ ਅਜਿਹੇ ਗਗਨਚੁੰਬੀ ਜੈਕਾਰੇ-'ਅਰਰਰ......ਕਬੀਰ'—ਛੱਡੇ ਕਿ ਪੂਰਾ ਘਰ ਕੰਬ ਗਿਆ। ਲਾਲਾ ਜੀ ਬਾਹਰ ਨਿੱਕਲੇ। ਇਹ ਲੋਕ ਉਸੇ ਪਿੰਡ ਦੇ ਸਨ, ਜਿਥੇ ਕੁਝ ਦਿਨ ਪਹਿਲਾਂ ਬਲਾ ਟਾਲਣ ਦੇ ਚੱਕਰ ਵਿੱਚ ਬਲਾ ਦੀਆਂ ਡਾਂਗਾਂ ਚੱਲੀਆਂ ਸਨ। ਲਾਲਾ ਜੀ ਨੂੰ ਵੇਖਦਿਆਂ ਹੀ ਕਈ ਬੰਦਿਆਂ ਨੇ ਉਨ੍ਹਾਂ ਦੇ ਚਿਹਰੇ 'ਤੇ ਗੁਲਾਲ ਮਲ਼ਿਆ। ਲਾਲਾ ਜੀ ਨੇ ਵੀ ਉਹੀ ਪ੍ਰਤੀਉੱਤਰ ਦਿੱਤਾ। ਫੇਰ ਉਹ ਲੋਕ ਫ਼ਰਸ਼ 'ਤੇ ਬੈਠ ਗਏ। ਇਲਾਇਚੀ ਤੇ ਪਾਨ ਨਾਲ ਉਨ੍ਹਾਂ ਦਾ ਮਾਣ-ਸਤਿਕਾਰ ਕੀਤਾ ਗਿਆ। ਫੇਰ ਗਾਉਣਾ-ਵਜਾਉਣਾ ਹੋਇਆ। ਆਪਣੇ ਪਿੰਡ ਵਾਲਿਆਂ ਨੇ ਵੀ ਗੁਲਾਲ ਮਲ਼ੇ ਤੇ ਮਲ਼ਵਾਏ। ਜਦ ਇਹ ਲੋਕ ਜਾਣ ਲੱਗੇ ਤਾਂ ਇਹ ਹੋਲੀ ਗਾਈ ਗਈ—

'ਸਦਾ ਆਨੰਦ ਰਹੇ ਇਹੇ ਦੁਆਰੇ, ਮੋਹਨ ਖੇਲੇ ਹੋਰੀ।'

ਕਿੰਨਾ ਸੁਹਣਾ ਗੀਤ ਹੈ! ਮੈਨੂੰ ਤਾਂ ਇਸ ਵਿੱਚ ਰਸ ਤੇ ਭਾਵ ਕੁੱਟ-ਕੁੱਟ ਕੇ ਭਰਿਆ ਹੋਇਆ ਮਹਿਸੂਸ ਹੁੰਦਾ ਹੈ। ਹੋਲੀ ਦਾ ਅਰਥ ਕਿੰਨੇ ਸਾਦਾ ਤੇ ਸੰਖੇਪ ਸ਼ਬਦਾਂ ਵਿੱਚ ਪ੍ਰਗਟਾਇਆ ਗਿਆ ਹੈ। ਮੈਂ ਵਾਰ-ਵਾਰ ਇਹ ਪਿਆਰਾ ਗੀਤ ਗਾਉਂਦੀ ਰਹਿੰਦੀ ਹਾਂ, ਸੁਆਦ-ਸੁਆਦ ਹੁੰਦੀ ਰਹਿੰਦੀ ਹਾਂ। ਹੋਲੀ ਦਾ ਤਿਉਹਾਰ ਪਰਸਪਰ ਪਿਆਰ ਤੇ ਦਿਲਾਂ ਨੂੰ ਜੋੜਨ ਦਾ ਤਿਉਹਾਰ ਹੈ। ਨਹੀਂ ਤਾਂ ਇਹ ਕਿਵੇਂ ਹੋ ਸਕਦਾ ਸੀ ਕਿ ਉਹ ਹੀ ਲੋਕ, ਜਿਨ੍ਹਾਂ ਨਾਲ ਕੁਝ ਦਿਨ ਪਹਿਲਾਂ ਡਾਂਗਾਂ ਸੇਕੀਆਂ ਸਨ, ਇਸ ਪਿੰਡ ਵਿੱਚ ਇਸ ਤਰ੍ਹਾਂ ਨਿਧੜਕ ਹੋ ਕੇ ਆ ਜਾਂਦੇ। ਪਰ ਇਹ ਹੋਲੀ ਦਾ ਦਿਹਾੜਾ ਹੈ, ਅੱਜ ਕਿਸੇ ਨੂੰ ਕਿਸੇ ਨਾਲ ਰੋਸਾ ਨਹੀਂ ਹੈ। ਅੱਜ ਪਿਆਰ ਤੇ ਆਨੰਦ ਦੀ ਹੀ ਹਕੂਮਤ ਹੈ। ਅੱਜ ਦੇ ਦਿਨ ਜੇ ਕੋਈ ਦੁਖੀ ਹੋਵੇ ਤਾਂ ਪਰਦੇਸੀ ਮਾਹੀ ਦੀ ਅਬਲਾ, ਰੋਵੇ ਤਾਂ ਜੁਆਨ ਵਿਧਵਾ! ਇਨ੍ਹਾਂ ਤੋਂ ਬਿਨਾਂ ਬਾਕੀ ਸਾਰਿਆਂ ਦੇ ਲਈ ਖ਼ੁਸ਼ੀਆਂ ਤੇ ਵਧਾਈਆਂ ਦਾ ਦਿਹਾੜਾ ਹੈ।

ਸ਼ਾਮ ਵੇਲੇ ਪਿੰਡ ਦੀਆਂ ਸਾਰੀਆਂ ਔਰਤਾਂ ਆਪਣੇ ਘਰ ਹੋਲੀ ਖੇਡਣ ਆਈਆਂ। ਮਾਂ ਜੀ ਨੇ ਉਨ੍ਹਾਂ ਨੂੰ ਬੜੇ ਸਤਿਕਾਰ ਨਾਲ ਬਿਠਾਇਆ। ਰੰਗ ਖੇਡੇ, ਪਾਨ ਵੰਡੇ। ਮੈਂ ਤਾਂ ਡਰਦੀ ਮਾਰੀ ਬਾਹਰ ਹੀ ਨਾ ਨਿੱਕਲੀ। ਇਸ ਤਰ੍ਹਾਂ ਮੈਨੂੰ ਛੁਟਕਾਰਾ ਮਿਲਿਆ। ਫੇਰ ਮੈਨੂੰ ਯਾਦ ਆਇਆ ਕਿ ਮਾਧਵੀ ਤਾਂ ਦੁਪਹਿਰ ਤੋਂ ਹੀ ਗਾਇਬ ਹੈ। ਮੈਂ ਸੋਚਿਆ ਸੀ ਕਿ ਸ਼ਾਇਦ ਪਿੰਡ ਵਿਚ ਹੋਲੀ ਖੇਡਣ ਗਈ ਹੋਵੇ, ਪਰ ਇਨ੍ਹਾਂ ਔਰਤਾਂ ਦੇ ਨਾਲ ਤਾਂ ਉਹ ਮੈਨੂੰ ਦਿਖੀ ਨਹੀਂ। ਤੁਲਸਾ ਅਜੇ ਤੱਕ ਚੁੱਪ-ਚਾਪ ਬਾਰੀ ਵੱਲ ਮੂੰਹ ਕਰੀ ਬੈਠੀ ਸੀ। ਚਿਰਾਗ਼ਾਂ ਵਿਚ ਬੱਤੀਆਂ ਪੈਣ ਲੱਗ ਪਈਆਂ ਸਨ ਕਿ ਉਹ ਅਚਾਨਕ ਉਠੀ ਤੇ ਮੇਰੇ ਪੈਰਾਂ 'ਤੇ ਡਿੱਗ ਪਈ ਤੇ ਫੁੱਟ-ਫੁੱਟ ਕੇ ਰੋਣ ਲੱਗ ਪਈ। ਮੈਂ ਬਾਰੀ ਵਿਚੋਂ ਵੇਖਿਆ ਤਾਂ ਕੀ ਵੇਖਿਆ ਕਿ ਅੱਗੇ-ਅੱਗੇ ਮਹਾਰਾਜ, ਉਸ ਦੇ ਪਿਛੇ ਰਾਧਾ ਤੇ ਸਭ ਤੋਂ ਪਿੱਛੇ ਰਾਮਦੀਨ ਪਾਂਡੇ ਤੁਰੇ ਆ ਰਹੇ ਸਨ। ਪਿੰਡ ਦੇ ਬਹੁਤ ਸਾਰੇ ਬੰਦੇ ਉਨ੍ਹਾਂ ਦੇ ਨਾਲ ਸਨ। ਰਾਧੇ ਦਾ ਸਰੀਰ ਕੁਮਲਾਇਆ ਹੋਇਆ ਸੀ। ਲਾਲਾ ਜੀ ਨੇ ਜਿਉਂ ਹੀ ਸੁਣਿਆ ਕਿ ਰਾਧਾ ਆ ਗਿਆ ਤਾਂ ਉਹ ਝੱਟ ਬਾਹਰ ਆ ਗਏ ਤੇ ਬੜੇ ਅਪਣੱਤ ਨਾਲ ਰਾਧੇ ਨੂੰ ਗਲ ਨਾਲ ਲਗਾ ਲਿਆ, ਜਿਵੇਂ ਕੋਈ ਆਪਣੇ ਪੁੱਤਰ ਨੂੰ ਗਲ ਨਾਲ ਲਗਾਉਂਦਾ ਹੈ। ਰਾਧਾ ਚੀਖ਼-ਚੀਖ਼ ਕੇ ਰੋਣ ਲੱਗ ਪਿਆ। ਤੁਲਸਾ ਤੋਂ ਵੀ ਰਿਹਾ ਨਾ ਗਿਆ। ਉਹ ਪੌੜੀਆਂ 'ਤੋਂ ਉੱਤਰੀ ਤੇ ਲਾਲਾ ਜੀ ਦੇ ਪੈਰਾਂ ਵਿੱਚ ਡਿੱਗ ਪਈ। ਲਾਲਾ ਜੀ ਨੇ ਉਸ ਨੂੰ ਵੀ ਬੜੇ ਪਿਆਰ ਨਾਲ ਉਠਾਇਆ। ਮੇਰੀਆਂ ਅੱਖਾਂ ਵਿਚੋਂ ਵੀ ਹੰਝੂਆਂ ਦੀ ਝੜੀ ਇਸ ਵੇਲੇ ਠੱਲੀ ਨਾ ਗਈ। ਪਿੰਡ ਦੇ ਹੋਰ ਵੀ ਬਹੁਤ ਸਾਰੇ ਬੰਦੇ ਰੋ ਰਹੇ ਸਨ। ਬੜੀ ਭਾਵ-ਪੂਰਤ ਝਾਕੀ ਸੀ। ਲਾਲਾ ਜੀ ਦੀਆਂ ਅੱਖਾਂ ਵਿਚ ਮੈਂ ਕਦੇ ਵੀ ਹੰਝੂ ਨਹੀਂ ਵੇਖੇ ਸਨ, ਪਰ ਇਸ ਵੇਲੇ ਉਹ ਵੀ ਵੇਖ ਲਏ। ਰਾਮਦੀਨ ਪਾਂਡੇ ਨੀਵੀਂ ਪਾਈ ਇਸ ਤਰ੍ਹਾਂ ਖੜਾ ਸੀ, ਜਿਵੇਂ ਗਊ-ਹੱਤਿਆ ਕੀਤੀ ਹੋਵੇ। ਉਸ ਨੇ ਕਿਹਾ—'ਮੇਰੇ ਰੁਪਏ ਮਿਲ ਗਏ ਨੇ ਪਰ ਮੇਰੀ ਤਮੰਨਾ ਹੈ ਕਿ ਇਨ੍ਹਾਂ ਨਾਲ ਤੁਲਸਾ ਲਈ ਇਕ ਗਾਂ ਖ਼ਰੀਦ ਕੇ ਲੈ ਦਿਆਂ।'

ਰਾਧਾ ਤੇ ਤੁਲਸਾ ਦੋਵੇਂ ਆਪਣੇ ਘਰ ਚਲੇ ਗਏ। ਪਰ ਥੋੜ੍ਹੀ ਦੇਰ ਬਾਅਦ ਤੁਲਸਾ ਮਾਧਵੀ ਦਾ ਹੱਥ ਫੜੀ, ਹੱਸਦੀ ਹੋਈ ਮੇਰੇ ਕਮਰੇ ਵਿਚ ਆਈ ਤੇ ਬੋਲੀ—'ਇਸ ਤੋਂ ਪੁੱਛੋ, ਇਹ ਹੁਣ ਤੱਕ ਕਿਥੇ ਸੀ ?'

ਮੈਂ ਪੁੱਛਿਆ—'ਕਿਥੇ ਸੀ ? ਦੁਪਹਿਰ ਤੋਂ ਗਾਇਬ ਐਂ।'

ਮਾਧਵੀ ਕਹਿੰਦੀ—'ਇਥੇ ਹੀ ਤਾਂ ਸੀ।'

ਮੈਂ ਕਿਹਾ—'ਇਥੇ ਕਿਥੇ ਸੀ ? ਮੈਂ ਤਾਂ ਦੁਪਹਿਰ ਤੋਂ ਨਹੀਂ ਵੇਖਿਆ। ਸੱਚ-ਸੱਚ ਦੱਸ, ਮੈਂ ਨਾਰਾਜ਼ ਨਹੀਂ ਹੋਵਾਂਗੀ।'

ਮਾਧਵੀ ਬੋਲੀ—'ਜ਼ਰਾ ਤੁਲਸਾ ਦੇ ਘਰ ਚਲੀ ਗਈ ਸੀ।'

ਮੈਂ ਪੁੱਛਿਆ—'ਤੁਲਸਾ ਤਾਂ ਇਥੇ ਬੈਠੀ ਸੀ, ਤੂੰ ਉਹਦੇ ਘਰ ਜਾ ਕੇ ਕੀ ਸੌਂ ਰਹੀ ਸੀ ?'

ਤੁਲਸਾ ਹੱਸ ਕੇ ਕਹਿੰਦੀ—'ਸੌਂ ਕਿਥੇ ਰਹੀ ਸੀ, ਜਾਗ ਰਹੀ ਸੀ, ਖਾਣਾ ਬਣਾਉਂਦੀ ਰਹੀ ਤੇ ਭਾਂਡੇ-ਬਰਤਨ ਮਾਂਜਦੀ ਰਹੀ।'

ਮਾਧਵੀ ਬੋਲੀ—'ਹਾਂ, ਸੁਆਹ ਭਾਂਡੇ-ਬਰਤਨ ਮਾਂਜਦੀ ਰਹੀ। ਮੈਂ ਤੇਰੀ ਨੌਕਰਾਣੀ

ਲੱਗੀ ਹੋਈ ਆਂ ਨਾ।'

ਬਾਅਦ ਵਿਚ ਮੈਨੂੰ ਪਤਾ ਲੱਗਿਆ ਕਿ ਜਦ ਮੈਂ ਮਹਾਰਾਜ ਨੂੰ ਰਾਧੇ ਨੂੰ ਛੁਡਾਉਣ ਲਈ ਭੇਜਿਆ ਸੀ ਤਾਂ ਉਦੋਂ ਤੋਂ ਹੀ ਮਾਧਵੀ ਤੁਲਸਾ ਦੇ ਘਰ ਖਾਣਾ ਬਣਾਉਣ ਵਿਚ ਰੁੱਝੀ ਹੋਈ ਸੀ। ਉਸ ਦੇ ਘਰ ਦੇ ਕਪਾਟ ਖੋਲ੍ਹੇ। ਆਟਾ, ਘਿਓ, ਸ਼ੱਕਰ ਸਾਰਾ ਕੁਝ ਇਥੋਂ ਲੈ ਗਈ। ਉਥੇ ਅੱਗ ਬਾਲੀ ਤੇ ਪੂਰੀਆਂ, ਕਚੌਰੀਆਂ, ਗੁਲਗੁਲੇ ਤੇ ਮਿੱਠੀਆਂ ਸਮੋਸੀਆਂ, ਸਾਰਾ ਕੁਝ ਬਣਾ ਦਿੱਤਾ। ਉਸ ਨੇ ਸੋਚਿਆ ਸੀ ਕਿ ਮੈਂ ਇਹ ਸਾਰਾ ਕੁੱਝ ਚੁੱਪ-ਚਪੀਤੇ ਬਣਾ ਕੇ ਰੱਖ ਆਵਾਂਗੀ। ਜਦੋਂ ਰਾਧਾ ਤੇ ਤੁਲਸਾ ਦੋਵੇਂ ਆਉਣਗੇ ਤਾਂ ਹੈਰਾਨ ਹੋ ਜਾਣਗੇ ਕਿ ਕਿਹੜਾ ਬਣਾ ਕੇ ਰੱਖ ਗਿਆ। ਪਰ ਥੋੜ੍ਹਾ ਸਮਾਂ ਜ਼ਿਆਦਾ ਲੱਗ ਗਿਆ ਤੇ ਅਪਰਾਧੀ ਫੜਿਆ ਗਿਆ। ਦੇਖਿਆ, ਕਿੰਨੀ ਸਿਆਣੀ ਕੁੜੀ ਹੈ।

ਹੁਣ ਆਗਿਆ ਦਿਓ। ਮੇਰੀ ਭੁੱਲ ਮੁਆਫ਼ ਕਰਨਾ। ਤੁਹਾਡੀ ਦਾਸੀ ਹਾਂ, ਜਿਵੇਂ ਰੱਖੋਗੇ ਉਵੇਂ ਹੀ ਰਹਾਂਗੀ। ਇਹ ਕਸਤੂਰੀ ਤੇ ਗੁਲਾਲ ਭੇਜ ਰਹੀ ਹਾਂ। ਇਹ ਤੁਹਾਡੀ ਦਾਸੀ ਦੀ ਭੇਟ ਹੈ। ਤੁਹਾਨੂੰ ਮੇਰੀ ਸਹੁੰ ਕਿ ਕਿਤੇ ਮਨੋਵੇਗ ਦੀ ਉਤੇਜਨਾ ਵਿਚ ਆ ਕੇ ਇਸ ਨੂੰ ਸੁੱਟ ਨਾ ਦੇਣਾ, ਨਹੀਂ ਤਾਂ ਮੇਰਾ ਦਿਲ ਬਹੁਤ ਦੁਖੀ ਹੋਏਗਾ।

ਤੁਹਾਡੀ
ਬਿਰਜਨ

(5)

ਮਝਗਾਓਂ

ਪ੍ਰੀਤਮ ਜੀਓ!

ਤੁਹਾਡੇ ਖ਼ਤ ਨੇ ਬਹੁਤ ਰੁਆਇਆ। ਹੁਣ ਨਹੀਂ ਰਿਹਾ ਜਾਂਦਾ। ਮੈਨੂੰ ਕੋਲ ਬੁਲਾ ਲਓ। ਇਕ ਵਾਰ ਵੇਖ ਕੇ ਪਰਤ ਆਵਾਂਗੀ। ਸੱਚ ਦੱਸੋ, ਜੇ ਮੈਂ ਤੁਹਾਡੇ ਕੋਲ ਆ ਜਾਵਾਂ ਤਾਂ ਮਜ਼ਾਕ ਤਾਂ ਨਹੀਂ ਉਡਾਓਗੇ? ਪਤਾ ਨਹੀਂ ਦਿਲ ਵਿਚ ਕੀ ਸੋਚੋਗੇ? ਪਰ ਆਵਾਂ ਕਿਵੇਂ? ਤੁਸੀਂ ਲਾਲਾ ਜੀ ਨੂੰ ਲਿਖੋ। ਕਹਿਣਗੇ-ਬਹੁਤ ਖ਼ੂਬ! ਇਹ ਨਵੀਂ ਧੁਨ ਸੁਆਰ ਹੋਈ ਹੈ।

ਕੱਲ੍ਹ ਪਲੰਘ 'ਤੇ ਲੇਟੀ ਹੋਈ ਸਾਂ। ਪਹੁ-ਫੁਟਾਲਾ ਹੋ ਗਿਆ ਸੀ, ਠੰਢੀ-ਮਿੱਠੀ ਪੌਣ ਹੌਲੀ-ਹੌਲੀ ਰੁਮਕ ਰਹੀ ਸੀ ਕਿ ਕੁਝ ਔਰਤਾਂ ਦੇ ਗਾਉਣ ਦੀ ਆਵਾਜ਼ ਸੁਣਾਈ ਦਿੱਤੀ। ਇਹ ਔਰਤਾਂ ਖੇਤਾਂ ਵਿੱਚ ਵਾਢੀ ਕਰਨ ਜਾ ਰਹੀਆਂ ਸਨ। ਮੈਂ ਬਾਰੀ ਵਿਚੋਂ ਝਾਕ ਕੇ ਵੇਖਿਆ ਤਾਂ ਦਸ-ਦਸ, ਬਾਰ੍ਹਾਂ-ਬਾਰ੍ਹਾਂ ਔਰਤਾਂ ਦਾ ਇਕ-ਇਕ ਜੁੱਟ ਸੀ। ਸਾਰਿਆਂ ਦੇ ਹੱਥਾਂ ਵਿਚ ਦਾਤੀ, ਮੋਢਿਆਂ 'ਤੇ ਗੱਠਾਂ ਬੰਨ੍ਹਣ ਲਈ ਰੱਸੀ ਤੇ ਸਿਰ ਉੱਤੇ ਭੁੰਨੇ ਹੋਏ ਮਟਰਾਂ ਦੀ ਛਾਬੜੀ ਰੱਖੀ ਹੋਈ ਸੀ। ਇਹ ਇਸ ਵੇਲੇ ਜਾਂਦੀਆਂ ਹਨ ਤੇ ਕਰੀਬ ਬਾਰ੍ਹਾਂ ਵਜੇ ਪਰਤਦੀਆਂ ਹਨ। ਆਪਸ ਵਿਚ ਗਾਉਂਦੀਆਂ ਤੇ ਗੁਟਕਦੀਆਂ ਜਾ ਰਹੀਆਂ ਸਨ।

ਦੁਪਹਿਰ ਤੱਕ ਤਾਂ ਬੜੀ ਸ਼ਾਂਤੀ ਰਹੀ, ਫਿਰ ਅਚਾਨਕ ਆਸਮਾਨ ਵਿੱਚ ਕਾਲੇ ਬੱਦਲ ਘਿਰ ਆਏ। ਹਨੇਰੀ ਆ ਗਈ ਤੇ ਗੜੇ ਵਰਸਣ ਲੱਗੇ। ਮੈਂ ਏਨੇ ਵੱਡੇ ਗੜੇ ਡਿੱਗਦੇ ਪਹਿਲਾਂ ਨਹੀਂ ਵੇਖੇ ਸਨ, ਆਲੂਆਂ ਤੋਂ ਵੀ ਵੱਡੇ ਤੇ ਨਾਲੇ ਏਨੇ ਜ਼ੋਰ ਨਾਲ ਵਰ੍ਹੇ, ਜਿਵੇਂ ਬੰਦੂਕ 'ਚੋਂ ਗੋਲੀ ਨਿੱਕਲਦੀ ਹੈ। ਪਲ ਭਰ ਵਿਚ ਜ਼ਮੀਨ 'ਤੇ ਇਕ ਫੁੱਟ ਉੱਚਾ ਸਫ਼ੈਦ ਕਾਲੀਨ ਜਿਹਾ

ਵਿਛ ਗਿਆ। ਚਾਰੇ ਪਾਸਿਓਂ ਕਿਸਾਨਾਂ ਨੂੰ ਭਾਜੜਾਂ ਪੈ ਗਈਆਂ। ਗਾਵਾਂ, ਬੱਕਰੀਆਂ, ਭੇਡਾਂ ਸਾਰੀਆਂ ਹੀ ਚੀਕ਼ਦੀਆਂ ਹੋਈਆਂ ਬਿਰਖਾਂ ਦੀ ਓਟ ਲੱਭਦੀਆਂ ਫਿਰ ਰਹੀਆਂ ਸਨ। ਮੈਂ ਡਰ ਗਈ ਕਿ ਪਤਾ ਨਹੀਂ ਤੁਲਸਾ 'ਤੇ ਕੀ ਬੀਤੀ ਹੋਊ ? ਅੱਖਾਂ ਨੂੰ ਇਕਾਗਰ ਕਰ ਕੇ ਵੇਖਿਆ ਤਾਂ ਖੁੱਲ੍ਹੇ ਮੈਦਾਨ ਵਿੱਚ ਤੁਲਸਾ, ਰਾਧਾ ਤੇ ਉਨ੍ਹਾਂ ਦੀ ਗਾਂ 'ਸੁਨੱਖੀ' ਵਿਖਾਈ ਦਿੱਤੀ। ਤਿੰਨੋਂ ਗੜਿਆਂ ਦੀ ਘਮਾਸਾਨ ਮਾਰ ਹੇਠ ਆਏ ਹੋਏ ਸਨ। ਤੁਲਸਾ ਦੇ ਸਿਰ 'ਤੇ ਇਕ ਛੋਟੀ ਜਿਹੀ ਟੋਕਰੀ ਸੀ ਤੇ ਰਾਧੇ ਦੇ ਸਿਰ 'ਤੇ ਇਕ ਵੱਡੀ ਸਾਰੀ ਗੱਠ ! ਮੇਰੀਆਂ ਅੱਖਾਂ ਵਿਚੋਂ ਹੰਝੂ ਕਿਰਨ ਲੱਗੇ ਕਿ ਪਤਾ ਨਹੀਂ ਇਨ੍ਹਾਂ ਵਿਚਾਰਿਆਂ ਦੀ ਕੀ ਹਾਲਤ ਹੋਊ। ਅਚਾਨਕ ਹਵਾ ਦੇ ਇਕ ਜ਼ੋਰਦਾਰ ਬੁੱਲ੍ਹੇ ਨੇ ਰਾਧੇ ਦੇ ਸਿਰ ਤੋਂ ਗੱਠ ਹੇਠਾਂ ਸੁੱਟ ਦਿੱਤੀ। ਗੱਠ ਡਿੱਗਣ ਦੀ ਦੇਰ ਸੀ ਕਿ ਝੱਟ ਤੁਲਸਾ ਨੇ ਆਪਣੀ ਟੋਕਰੀ ਉਸ ਦੇ ਸਿਰ 'ਤੇ ਮੂਧੀ ਮਾਰ ਦਿੱਤੀ। ਪਤਾ ਨਹੀਂ ਉਸ ਫੁੱਲਾਂ ਵਰਗੇ ਨਾਜ਼ੁਕ ਸਿਰ 'ਤੇ ਕਿੰਨੇ ਗੜੇ ਵਰਸੇ। ਉਸ ਦੇ ਹੱਥ ਕਦੇ ਪਿੱਠ 'ਤੇ ਸਰਕਦੇ ਤੇ ਕਦੇ ਸਿਰ ਨੂੰ ਸਹਿਲਾਉਂਦੇ। ਅਜੇ ਇਕ ਸੈਕਿੰਡ ਤੋਂ ਵੀ ਵੱਧ ਇਹ ਸਥਿਤੀ ਨਹੀਂ ਰਹੀ ਹੋਏਗੀ ਕਿ ਰਾਧੇ ਨੇ ਬਿਜਲੀ ਦੀ ਤੇਜ਼ੀ ਨਾਲ ਲਪਕ ਕੇ ਗੱਠ ਚੁੱਕ ਲਈ ਤੇ ਟੋਕਰੀ ਤੁਲਸਾ ਨੂੰ ਦੇ ਦਿੱਤੀ, ਕਿੰਨਾ ਸੰਘਣਾ ਪਿਆਰ ਹੈ !

ਜਾਬਰ ਸ਼ੈਤਾਨ ਕੁਦਰਤੀ ਆਫ਼ਤ ਨੇ ਸਾਰੀ ਖੇਡ ਵਿਗਾੜ ਦਿੱਤੀ। ਤੜਕੇ-ਸਵੇਰੇ ਤਾਂ ਔਰਤਾਂ ਗਾਉਂਦੀਆਂ-ਗੁਟਕਦੀਆਂ ਜਾ ਰਹੀਆਂ ਸਨ, ਪਰ ਸ਼ਾਮ ਨੂੰ ਹਰ ਘਰ ਸੋਗ ਵਿੱਚ ਡੁੱਬਿਆ ਹੋਇਆ ਸੀ। ਕਿੰਨਿਆਂ ਦੇ ਸਿਰ ਲਹੂ-ਲੁਹਾਨ ਹੋਏ ਸਨ ਤੇ ਕਿੰਨੇ ਦੁੱਧ ਵਿੱਚ ਹਲਦੀ ਘੋਲ ਕੇ ਪੀਣ ਲਈ ਮਜਬੂਰ ਹੋ ਗਏ ਸਨ। ਖੇਤੀ ਸਾਰੀ ਬਰਬਾਦ ਹੋ ਗਈ। ਸਾਰਾ ਅੰਨ ਬਰਫ਼ ਦੇ ਥੱਲ੍ਹੇ ਦੱਬਿਆ ਗਿਆ। ਬੁਖ਼ਾਰ ਦਾ ਪ੍ਰਕੋਪ ਪਸਰ ਗਿਆ। ਸਾਰਾ ਪਿੰਡ ਹਸਪਤਾਲ ਬਣਿਆ ਹੋਇਆ ਹੈ। ਕਾਸ਼ੀ ਭਰ ਦੀ ਭਵਿੱਖਬਾਣੀ ਸੱਚ ਸਾਬਿਤ ਹੋਈ। ਹੋਲੀ ਦੀ ਅੱਗ ਦੇ ਭਾਂਬੜ ਟੇਢੇ ਉੱਠਣ ਦਾ ਭੇਦ ਖੁੱਲ੍ਹ ਗਿਆ। ਇਕ ਪਾਸੇ ਖੇਤੀ ਦੀ ਇਹ ਹਾਲਤ, ਉਪਰੋਂ ਲਗਾਨ ਦੀ ਉਗਰਾਹੀ ਹੋ ਰਹੀ ਹੈ। ਬੜੀ ਮੁਸੀਬਤ ਦਾ ਸਾਹਮਣਾ ਕਰਨਾ ਪੈ ਰਿਹਾ ਹੈ। ਕੁੱਟ-ਮਾਰ, ਗਾਲੀ-ਗਲੋਚ, ਅਪਸ਼ਬਦ ਆਦਿ ਸਾਰੇ ਹਥਕੰਡੇ ਵਰਤੇ ਜਾ ਰਹੇ ਸਨ। ਇਸ ਤੋਂ ਵੀ ਉੱਪਰ ਇਹ ਕੁਦਰਤੀ ਆਫ਼ਤ !

ਤੁਹਾਡੀ
ਬਿਰਜਨ

(6)

ਮਝਗਾਓਂ

ਮੇਰੇ ਜਾਨੋਂ ਵੱਧ ਪਿਆਰੇ ਪ੍ਰੀਤਮ,

ਪੂਰੇ ਪੰਦਰ੍ਹਾਂ ਦਿਨਾਂ ਦੇ ਬਾਅਦ ਤੁਸੀਂ ਬਿਰਜਨ ਦੀ ਸਾਰ ਲਈ। ਚਿੱਠੀ ਨੂੰ ਵਾਰ-ਵਾਰ ਪੜ੍ਹਿਆ। ਤੁਹਾਡੀ ਚਿੱਠੀ ਰੁਆਏ ਬਿਨਾਂ ਨਹੀਂ ਟਲਦੀ। ਮੈਂ ਤਾਂ ਵੈਸੇ ਵੀ ਬਹੁਤ ਰੋਂਦੀ ਰਹਿੰਦੀ ਹਾਂ। ਤੁਹਾਨੂੰ ਕਿਹੜੀਆਂ-ਕਿਹੜੀਆਂ ਗੱਲਾਂ ਦੱਸਾਂ ? ਮੇਰਾ ਦਿਲ ਏਨਾ ਕਮਜ਼ੋਰ ਹੈ

ਕਿ ਜਦ ਕਦੇ ਇਨ੍ਹਾਂ ਗੱਲਾਂ ਵੱਲ ਧਿਆਨ ਜਾਂਦਾ ਹੈ ਤਾਂ ਅਜੀਬ ਜਿਹੀ ਹਾਲਤ ਹੋ ਜਾਂਦੀ ਹੈ। ਗਰਮੀ ਜਿਹੀ ਲੱਗਣ ਲੱਗ ਪੈਂਦੀ ਹੈ। ਇਕ ਬਹੁਤ ਵਿਚਲਿਤ ਕਰਨ ਵਾਲੀ, ਬਹੁਤ ਸੁਆਦਲੀ ਬਹੁਤ ਰੁਆਉਣ ਵਾਲੀ ਤੇ ਬਹੁਤ ਨਿਰਾਸ਼ਾ ਭਰੀ ਵੇਦਨਾ ਪੈਦਾ ਹੋ ਜਾਂਦੀ ਹੈ। ਮੈਂ ਜਾਣਦੀ ਹਾਂ ਕਿ ਤੁਸੀਂ ਨਹੀਂ ਆ ਰਹੇ ਤੇ ਨਹੀਂ ਆਓਗੇ, ਪਰ ਫਿਰ ਵੀ ਵਾਰ-ਵਾਰ ਦਰਾਂ 'ਤੇ ਜਾ ਕੇ ਖੜ੍ਹੀ ਹੋ ਜਾਂਦੀ ਹਾਂ ਕਿ ਕਿਤੇ ਤੁਸੀਂ ਆ ਤਾਂ ਨਹੀਂ ਗਏ!

ਕੱਲ੍ਹ ਸ਼ਾਮੀਂ ਇਥੇ ਇਕ ਬੜਾ ਦਿਲਚਸਪ ਪ੍ਰਸੰਗ ਵੇਖਣ ਨੂੰ ਮਿਲਿਆ। ਇਹ ਧੋਬੀਆਂ ਦਾ ਨਾਚ ਸੀ। ਪੰਦਰਾਂ-ਵੀਹ ਬੰਦਿਆਂ ਦਾ ਇਕ ਗੁੱਟ ਸੀ। ਉਸ ਵਿੱਚ ਇਕ ਗੱਭਰੇਟ ਸਫ਼ੈਦ ਚੋਗ਼ਾ (ਅੱਗਿਓਂ ਬੰਦ) ਪਹਿਨੀ, ਲੱਕ ਦੁਆਲੇ ਅਣਗਿਣਤ ਘੰਟੀਆਂ ਬੰਨ੍ਹੀ, ਪੈਰਾਂ ਵਿੱਚ ਘੁੰਗਰੂ ਪਾਈ, ਸਿਰ 'ਤੇ ਲਾਲ ਟੋਪੀ ਸਜਾਈ ਨੱਚ ਰਿਹਾ ਸੀ। ਜਦ ਉਹ ਨੱਚਦਾ ਸੀ ਤਾਂ ਮਿਰਦੰਗ ਵੀ ਵੱਜਣ ਲੱਗ ਪੈਂਦੀ ਸੀ। ਪਤਾ ਚੱਲਿਆ ਕਿ ਇਹ ਲੋਕ ਹੋਲੀ ਦੀ ਵਧਾਈ ਮੰਗਣ ਆਏ ਹਨ। ਵਧਾਈਆਂ ਲੈਣਾ ਹੀ ਇਸ ਜ਼ਾਤੀ ਦਾ ਪੇਸ਼ਾ ਹੈ। ਤੁਹਾਡੇ ਘਰ ਕੋਈ ਦਿਨ ਤਿਉਹਾਰ ਹੋਵੇ, ਤਾਂ ਉਨ੍ਹਾਂ ਨੂੰ ਵਧਾਈ ਦਿਓ, ਉਨ੍ਹਾਂ ਦੇ ਘਰ ਕੋਈ ਦਿਨ-ਤਿਉਹਾਰ ਹੋਵੇ ਤਾਂ ਵੀ ਉਨ੍ਹਾਂ ਨੂੰ ਵਧਾਈ ਮਿਲਣੀ ਚਾਹੀਦੀ ਹੈ। ਇਹ ਲੋਕ ਨੱਚਣ ਵੇਲੇ ਗੀਤ ਨਹੀਂ ਗਾਉਂਦੇ। ਇਨ੍ਹਾਂ ਦੀ ਕਵਿਤਾ ਹੀ ਇਨ੍ਹਾਂ ਦਾ ਗਾਣਾ ਹੈ। ਅੱਗਿਓਂ ਬੰਦ ਚੋਗ਼ੇ ਵਾਲਾ ਗੱਭਰੂ ਮਿਰਦੰਗ 'ਤੇ ਥਾਪ ਦੇ ਕੇ ਇਕ ਬਿਰਹੜਾ ਸੁਣਾਉਂਦਾ ਹੈ। ਦੂਜਾ ਬੰਦਾ ਉਸ ਦੇ ਸਾਹਮਣੇ ਆ ਕੇ ਉਸ ਦਾ ਜੁਆਬ ਦਿੰਦਾ ਹੈ ਤੇ ਦੋਨੋਂ ਬੈਠਿਆਂ-ਬੈਠਿਆਂ ਬਿਰਹੜੇ ਘੜਦੇ ਜਾਂਦੇ ਹਨ। ਇਸ ਬਿਰਾਦਰੀ ਵਿਚ ਕਾਵਿ-ਗੁਣ ਬਹੁਤ ਜ਼ਿਆਦਾ ਹੈ। ਇਨ੍ਹਾਂ ਬਿਰਹੜਿਆਂ ਨੂੰ ਧਿਆਨ ਨਾਲ ਸੁਣੋ ਤਾਂ ਉਨ੍ਹਾਂ ਵਿਚੋਂ ਬਹੁਤਿਆਂ ਵਿਚ ਉੱਤਮ ਕਾਵਿ-ਰਸ ਪ੍ਰਗਟ ਹੋਏ ਮਹਿਸੂਸ ਕੀਤੇ ਜਾ ਸਕਦੇ ਹਨ। ਅੱਗਿਓਂ ਬੰਦ ਚੋਗ਼ੇ ਵਾਲੇ ਗੱਭਰੇਟ ਨੇ ਪਹਿਲਾ ਜੋ ਬਿਰਹੜਾ ਕਿਹਾ ਸੀ, ਉਸ ਦਾ ਅਰਥ ਹੈ ਕਿ—'ਓ ਧੋਬੀ ਦੇ ਬੱਚਿਓ! ਤੁਸੀਂ ਕਿਸ ਦੇ ਦਰਾਂ 'ਤੇ ਆ ਕੇ ਖੜੇ ਹੋ?' ਦੂਸਰਾ ਬੰਦਾ ਜੁਆਬ ਦਿੰਦਾ ਹੈ—'ਹੁਣ ਨਾ ਅਕਬਰ ਬਾਦਸ਼ਾਹ ਹੈ, ਨਾ ਰਾਜਾ ਭੋਜ, ਹੁਣ ਤਾਂ ਜੋ ਵੀ ਨੇ, ਸਾਡੇ ਇਹ ਮਾਲਿਕ ਹੀ ਨੇ, ਇਨ੍ਹਾਂ ਤੋਂ ਹੀ ਮੰਗੋ।' ਤੀਸਰੇ ਬਿਰਹੜੇ ਦਾ ਅਰਥ ਹੈ ਕਿ—'ਮੰਗਣ ਨਾਲ ਬਿਨੇਕਾਰਾਂ ਦੀ ਇੱਜ਼ਤ ਘਟਦੀ ਹੈ, ਇਸ ਲਈ ਕੁਝ ਨਾ ਮੰਗੋ। ਬੱਸ, ਗਾ-ਵਜਾ ਕੇ ਚੱਲੇ ਚੱਲੋ, ਦੇਣ ਵਾਲਾ ਬਿਨਾਂ ਮੰਗਿਆ ਹੀ ਦੇਵੇਗਾ।' ਕਰੀਬ ਘੰਟੇ ਭਰ ਤੱਕ ਇਹ ਲੋਕ ਬਿਰਹੜੇ ਸੁਣਾਉਂਦੇ ਰਹੇ। ਤੁਸੀਂ ਸੋਚ ਵੀ ਨਹੀਂ ਸਕਦੇ ਕਿ ਉਨ੍ਹਾਂ ਦੇ ਮੂੰਹੋਂ ਬਿਰਹੜੇ ਏਨੇ ਬੇਧੜਕ ਹੋ ਕੇ ਨਿੱਕਲ ਰਹੇ ਸਨ ਕਿ ਹੈਰਾਨੀ ਹੁੰਦੀ ਸੀ। ਸ਼ਾਇਦ ਏਨੀ ਸਹਿਜਤਾ ਨਾਲ ਤਾਂ ਉਹ ਗੱਲਾਂ ਵੀ ਨਾ ਕਰ ਸਕਦੇ ਹੋਣ। ਇਹ ਸਾਰੀ ਬਿਰਾਦਰੀ ਹੀ ਪਿਆਕੜ ਹੈ। ਸ਼ਰਾਬ ਨੂੰ ਤਾਂ ਪਾਣੀ ਦੀ ਤਰ੍ਹਾਂ ਪੀਂਦੀ ਹੈ। ਵਿਆਹ ਮੌਕੇ ਸ਼ਰਾਬ, ਮੁਕਲਾਵੇ ਵੇਲੇ ਸ਼ਰਾਬ, ਪੰਚਾਇਤ ਬੈਠਣ ਵੇਲੇ ਸ਼ਰਾਬ, ਪੂਜਾ-ਪਾਠ ਕਰਨ ਮੌਕੇ ਵੀ ਸ਼ਰਾਬ। ਵਧਾਈਆਂ ਵੀ ਮੰਗਣਗੇ ਤਾਂ ਪੀਣ ਦੇ ਨਾਂ 'ਤੇ। ਧੋਬੀ ਦੇ ਕਿੱਤੇ ਵਜੋਂ ਧੁਲਾਈ ਦੇ ਪੈਸੇ ਮੰਗਣਗੇ ਤਾਂ ਇਹ ਕਹਿ ਕੇ ਕਿ ਅੱਜ ਪੀਣ ਲਈ ਪੈਸੇ ਨਹੀਂ ਹਨ। ਜਾਂਦੀ ਵਾਰੀ ਬੇਚੂ ਧੋਬੀ ਨੇ ਜਿਹੜਾ ਮੰਗਲ-ਬਿਰਹੜਾ ਸੁਣਾਇਆ ਸੀ, ਉਹ ਕਾਵਿ-ਅਲੰਕਾਰ ਨਾਲ ਗੜੁੱਚਿਆ ਹੋਇਆ ਸੀ।

ਅਖੇ—'ਤੁਹਾਡਾ ਪਰਿਵਾਰ ਇਸ ਤਰ੍ਹਾਂ ਵਧੇ-ਫੁਲੇ, ਜਿਵੇਂ ਗੰਗਾ ਜੀ ਦਾ ਜਲ।

ਪੁੱਤਰ ਏਦਾਂ ਫਲਣ-ਫੁੱਲਣ, ਜਿਵੇਂ ਅੰਬ ਦਾ ਬੂਰ। ਮਾਲਕਣ ਦਾ ਸੁਹਾਗ ਸਦਾ ਏਦਾਂ ਬਣਿਆ ਰਹੇ, ਜਿਵੇਂ ਖੱਬਲ ਦੀ ਹਰਿਆਲੀ।' ਕਿੰਨੀ ਅਨੋਖੀ ਕਵਿਤਾ ਹੈ!

ਤੁਹਾਡੀ
ਬਿਰਜਨ

(7)

ਮਝਗਾਓਂ

ਪਿਆਰੇ ਸਾਹਿਬ ਜੀਓ,

ਇਕ ਹਫਤੇ ਤੱਕ ਨਿਸ਼ਬਦ ਰਹਿਣ ਦੀ ਖਿਮਾ ਚਾਹੁੰਦੀ ਹਾਂ। ਮੈਨੂੰ ਹਫ਼ਤੇ ਭਰ ਤੋਂ ਜ਼ਰਾ ਵੀ ਵਿਹਲ ਨਾ ਮਿਲੀ। ਮਾਧਵੀ ਵਿਚਾਰੀ ਬੀਮਾਰ ਹੋ ਗਈ ਸੀ। ਪਹਿਲਾਂ ਤਾਂ ਕੁਨੈਨ ਦੀਆਂ ਕਈ ਪੁੜੀਆਂ ਖੁਆਈਆਂ ਗਈਆਂ, ਪਰ ਜਦ ਉਨ੍ਹਾਂ ਨਾਲ ਕੋਈ ਫ਼ਾਇਦਾ ਨਾ ਹੋਇਆ ਤੇ ਮਾਧਵੀ ਦੀ ਹਾਲਤ ਹੋਰ ਵੀ ਖ਼ਰਾਬ ਹੋਣ ਲੱਗੀ ਤਾਂ ਦਿਹਲੂਰਾਏ ਵੈਦ ਜੀ ਨੂੰ ਬੁਲਾਇਆ ਗਿਆ। ਕੋਈ ਪੰਜਾਹ ਕੁ ਸਾਲ ਦੀ ਉਮਰ ਹੋਏਗੀ ਉਨ੍ਹਾਂ ਦੀ। ਨੰਗੇ ਪੈਰ, ਸਿਰ 'ਤੇ ਇੱਕ ਪੱਗ ਬੰਨ੍ਹੀ, ਮੋਢੇ 'ਤੇ ਗਮਛਾ ਰੱਖੀ, ਹੱਥ ਵਿੱਚ ਮੋਟਾ ਜਿਹਾ ਸੋਟਾ ਫੜੀ ਦਰਾਂ 'ਤੇ ਆ ਕੇ ਬੈਠ ਗਏ। ਘਰੋਂ ਵੱਡੇ ਜ਼ਿਮੀਂਦਾਰ ਹਨ, ਪਰ ਕਿਸੇ ਨੇ ਉਨ੍ਹਾਂ ਨੂੰ ਫਾਲਤੂ ਦੇ ਅਡੰਬਰ ਕਰਦਿਆਂ ਨਹੀਂ ਵੇਖਿਆ। ਉਨ੍ਹਾਂ ਨੂੰ ਏਨੀ ਵਿਹਲ ਵੀ ਕਿੱਥੇ ਸੀ ਕਿ ਆਪਣੇ ਸਰੀਰ ਨੂੰ ਬਣਾ-ਸੰਵਾਰ ਕੇ ਰੱਖ ਸਕਣ। ਇਸ ਪੂਰੇ ਇਲਾਕੇ ਦੇ ਅੱਠ ਦਸ ਕੋਹ ਤੱਕ ਲੋਕ ਉਨ੍ਹਾਂ 'ਤੇ ਯਕੀਨ ਕਰਦੇ ਹਨ। ਲੋਕ ਨਾ ਕਿਸੇ ਹਕੀਮ ਨੂੰ ਜਾਣਦੇ ਹਨ, ਨਾ ਕਿਸੇ ਡਾਕਟਰ ਨੂੰ, ਉਨ੍ਹਾਂ ਦੇ ਲਈ ਤਾਂ ਹਕੀਮ, ਡਾਕਟਰ ਜੋ ਕੁੱਝ ਵੀ ਨੇ, ਉਹ ਦਿਹਲੂਰਾਏ ਹੀ ਨੇ। ਸੁਨੇਹਾ ਮਿਲਦਿਆਂ ਹੀ ਆ ਕੇ ਦਰਾਂ 'ਤੇ ਬੈਠ ਗਏ। ਡਾਕਟਰਾਂ ਦੀ ਤਰ੍ਹਾਂ ਨਹੀਂ ਕਿ ਪਹਿਲਾਂ ਸੁਆਰੀ ਮੰਗਣਗੇ, ਤੇ ਉਹ ਵੀ ਤੇਜ਼ ਤਾਂ ਕਿ ਉਨ੍ਹਾਂ ਦਾ ਸਮਾਂ ਜ਼ਾਇਆ ਨਾ ਜਾਵੇ। ਤੁਹਾਡੇ ਘਰ ਏਦਾਂ ਬੈਠੇ ਰਹਿਣਗੇ, ਜਿਵੇਂ ਕਿਸੇ ਗੂੰਗੇ ਦਾ ਜੂਠਾ ਗੁੜ ਖਾ ਲਿਆ ਹੋਵੇ। ਮਰੀਜ਼ ਨੂੰ ਵੇਖਣ ਜਾਣਗੇ ਤਾਂ ਏਦਾਂ ਮਰੀਜ਼ ਨੂੰ ਵੇਖ ਕੇ ਜਾਂਚ ਕੇ ਭੱਜਦੇ ਹਨ, ਜਿਵੇਂ ਕਮਰੇ ਦੀ ਆਬੋ-ਹਵਾ ਜ਼ਹਿਰੀਲੀ ਹੋਵੇ। ਮਰਜ਼ ਪਛਾਣ ਕੇ ਦਵਾ-ਦਾਰੂ ਦਿੱਤੀ, ਬੱਸ ਦੋ ਮਿੰਟਾਂ ਵਿੱਚ ਕੰਮ ਤਮਾਮ। ਦਿਹਲੂਰਾਏ ਡਾਕਟਰ ਨਹੀਂ ਹਨ, ਪਰ ਜਿੰਨੇ ਲੋਕਾਂ ਨੂੰ ਉਨ੍ਹਾਂ ਦੇ ਇਲਾਜ ਨਾਲ ਆਰਾਮ ਆਉਂਦਾ ਹੈ, ਉਨ੍ਹਾਂ ਦੀ ਗਿਣਤੀ ਦਾ ਅੰਦਾਜ਼ਾ ਲਗਾ ਸਕਣਾ ਆਸਾਨ ਨਹੀਂ ਹੈ। ਉਹ ਹਮਦਰਦੀ ਦੀ ਸਾਖਿਅਤ ਮੂਰਤ ਹਨ। ਉਨ੍ਹਾਂ ਨੂੰ ਆਇਆ ਵੇਖ ਕੇ ਹੀ ਮਰੀਜ਼ ਦੀ ਅੱਧੀ ਬੀਮਾਰੀ ਠੀਕ ਹੋ ਜਾਂਦੀ ਹੈ। ਉਨ੍ਹਾਂ ਦੀਆਂ ਦਵਾਈਆਂ ਏਨੀਆਂ ਸਾਦੀਆਂ ਤੇ ਸਸਤੀਆਂ ਹੁੰਦੀਆਂ ਹਨ ਕਿ 'ਹਿੰਗ ਲੱਗੇ ਨਾ ਫਟਕੜੀ, ਰੰਗ ਚੋਖਾ' ਦੀ ਕਹਾਵਤ ਸੱਚੀ ਸਾਬਤ ਹੋ ਜਾਂਦੀ ਹੈ। ਤਿੰਨ ਹੀ ਦਿਨਾਂ ਵਿੱਚ ਮਾਧਵੀ ਤੁਰਨ-ਫਿਰਨ ਲੱਗ ਪਈ। ਕਹਿ ਸਕਦੇ ਹਾਂ ਕਿ ਉਸ ਵੈਦ ਦੀ ਦਵਾਈ ਵਿੱਚ ਚਮਤਕਾਰ ਹੈ।

ਇਨ੍ਹੀਂ ਦਿਨੀਂ ਇਧਰ ਮੁਗ਼ਲੀਏ (ਤੈਮੂਰ ਦੇ ਭਾਰਤ-ਹਮਲੇ ਵੇਲੇ ਭਾਰਤ ਵਿੱਚ ਆਏ) ਬਹੁਤ ਹੜਕੰਪ ਮਚਾ ਰਹੇ ਹਨ। ਇਹ ਲੋਕ ਸਿਆਲ ਵਿਚ ਗਰਮ ਕੱਪੜੇ ਲੋਕਾਂ ਨੂੰ

ਉਧਾਰੇ ਦਿੰਦੇ ਹਨ ਤੇ ਚੇਤ ਦੇ ਮਹੀਨੇ ਕਿਰਾਏ ਵਜੋਂ ਪੈਸੇ ਵਸੂਲ ਕਰਦੇ ਹਨ। ਵਸੂਲੀ ਵੇਲੇ ਇਹ ਕੋਈ ਬਹਾਨਾ ਨਹੀਂ ਸੁਣਦੇ। ਗਾਲੀ-ਗਲੋਚ, ਕੁੱਟਮਾਰ ਤੱਕ ਵੀ ਪਹੁੰਚ ਜਾਂਦੇ ਹਨ। ਦੋ ਤਿੰਨ-ਬੰਦਿਆਂ ਨੂੰ ਤਾਂ ਇਨ੍ਹਾਂ ਨੇ ਬਹੁਤ ਕੁੱਟਿਆ। ਰਾਧੇ ਨੇ ਵੀ ਕੁਝ ਕੱਪੜੇ ਉਧਾਰੇ ਲਏ ਸਨ। ਉਨ੍ਹਾਂ ਦੇ ਘਰ ਜਾ ਕੇ ਇਨ੍ਹਾਂ ਸਾਰਿਆਂ ਨੇ ਬਹੁਤ ਗਾਹਲਾਂ ਕੱਢੀਆਂ। ਤੁਲਸਾ ਨੇ ਅੰਦਰੋਂ ਦਰਵਾਜ਼ੇ ਬੰਦ ਕਰ ਲਏ। ਜਦੋਂ ਇਨ੍ਹਾਂ ਦਾ ਕੋਈ ਵੱਸ ਨਾ ਚੱਲਿਆ ਤਾਂ ਇਕ ਜਣਾ ਕਿੱਲੇ ਨਾਲ ਬੰਨ੍ਹੀ ਉਨ੍ਹਾਂ ਦੀ ਗਾਂ 'ਸੁਨੱਖੀ' ਨੂੰ ਖੋਲ੍ਹ ਕੇ ਧਰੀਕਦਾ ਹੋਇਆ ਤੁਰ ਪਿਆ। ਏਨੇ ਨੂੰ ਰਾਧਾ ਦੂਰੋਂ ਆਉਂਦਾ ਵਿਖਾਈ ਦਿੱਤਾ। ਆਉਂਦਿਆਂ ਹੀ ਉਸ ਨੇ ਅਜਿਹੀ ਡਾਂਗ ਚਲਾਈ ਕਿ ਇਕ ਮੁਗ਼ਲੀਏ ਦਾ ਗੁੱਟ ਉੱਤਰ ਗਿਆ। ਫਿਰ ਕੀ ਸੀ, ਮੁਗ਼ਲੀਏ ਹੋਰ ਭੜਕ ਗਏ ਤੇ ਰਾਧੇ ਨੂੰ ਘੇਰਨ ਲੱਗੇ। ਰਾਧਾ ਵੀ ਜਾਨ 'ਤੇ ਖੇਡ ਗਿਆ ਤੇ ਤਿੰਨ ਜਣਿਆਂ ਨੂੰ ਨਾਕਾਰਾ ਕਰ ਦਿੱਤਾ। ਏਨੇ ਨੂੰ ਕਾਸ਼ੀ ਭਰ ਨੇ ਆ ਕੇ ਵੀ ਇਕ ਮੁਗ਼ਲੀਏ ਦੀ ਚੰਗੀ ਸੇਵਾ ਕੀਤੀ। ਦਿਹਲੂਰਾਏ ਨੂੰ ਮੁਗ਼ਲੀਆਂ ਤੋਂ ਬਹੁਤ ਚਿੜ੍ਹ ਹੈ। ਬੜੇ ਮਾਣ ਨਾਲ ਦੱਸਦੇ ਹੁੰਦੇ ਨੇ ਕਿ ਮੈਂ ਇਨ੍ਹਾਂ ਦੇ ਏਨੇ ਰੁਪਏ ਡੁਬੋ ਦਿੱਤੇ, ਏਨਿਆਂ ਨੂੰ ਕੁਟਾਪਾ ਚੜ੍ਹਵਾ ਦਿੱਤਾ ਕਿ ਜਿਸ ਦੀ ਕੋਈ ਗਿਣਤੀ ਨਹੀਂ। ਇਹ ਕੌਤੂਹਾਲ ਸੁਣਦੇ-ਸਾਰ ਉਹ ਵੀ ਆ ਧਮਕੇ। ਫੇਰ ਤਾਂ ਸੈਂਕੜੇ ਬੰਦੇ ਡਾਂਗਾਂ ਲੈ-ਲੈ ਕੇ ਪਹੁੰਚ ਗਏ। ਉਨ੍ਹਾਂ ਸਾਰਿਆਂ ਨੇ ਮੁਗ਼ਲੀਆਂ ਦੀ ਏਨੀ ਚੰਗੀ ਤਰ੍ਹਾਂ ਖ਼ਾਤਿਰਦਾਰੀ ਕੀਤੀ ਕਿ ਲੱਗਦਾ ਹੈ ਕਿ ਹੁਣ ਉਹ ਏਧਰ ਆਉਣ ਦੀ ਕਦੇ ਹਿੰਮਤ ਨਹੀਂ ਕਰਨਗੇ।

ਹੁਣ ਤਾਂ ਮਈ ਦਾ ਮਹੀਨਾ ਵੀ ਲੰਘ ਗਿਆ। ਕੀ ਹੋਇਆ ਅਜੇ ਵੀ ਛੁੱਟੀ ਨਹੀਂ ਹੋਈ ? ਦਿਨੇ-ਰਾਤੀਂ ਤੁਹਾਡੇ ਆਉਣ ਦੀ ਹੀ ਉਡੀਕ ਕਰਦੀ ਰਹਿੰਦੀ ਹਾਂ। ਸ਼ਹਿਰ ਵਿਚ ਬੀਮਾਰੀ ਘੱਟ ਹੋ ਗਈ ਹੈ। ਅਸੀਂ ਸਾਰੇ ਬਹੁਤ ਜਲਦੀ ਇਥੋਂ ਚਲੇ ਜਾਵਾਂਗੇ। ਅਫ਼ਸੋਸ ! ਤੁਸੀਂ ਇਸ ਪਿੰਡ ਦੀ ਸੈਰ ਨਹੀਂ ਕਰ ਸਕੋਗੇ।

ਤੁਹਾਡੀ
ਬਿਰਜਨ

18
ਪ੍ਰਤਾਪਚੰਦਰ ਤੇ ਕਮਲਾਚਰਣ

ਪ੍ਰਤਾਪਚੰਦਰ ਨੂੰ ਪਰਿਯਾਗ ਕਾਲਜ ਵਿਚ ਪੜ੍ਹਦਿਆਂ ਤਿੰਨ ਸਾਲ ਹੋ ਚੁੱਕੇ ਸਨ। ਇਸ ਦੌਰਾਨ ਉਸ ਨੇ ਆਪਣੇ ਹਮਜਮਾਤੀਆਂ ਤੇ ਅਧਿਆਪਕਾਂ ਦੀ ਨਜ਼ਰ ਵਿੱਚ ਖ਼ਾਸ ਮੁਕਾਮ ਸਥਾਪਤ ਕਰ ਲਿਆ ਸੀ। ਕਾਲਜ ਦੀ ਜ਼ਿੰਦਗੀ ਦਾ ਕੋਈ ਅਜਿਹਾ ਖੇਤਰ ਨਹੀਂ ਸੀ, ਜਿਥੇ ਉਸ ਦੀ ਕਾਬਲੀਅਤ ਸਾਬਿਤ ਨਾ ਹੋਈ ਹੋਵੇ। ਪ੍ਰੋਫ਼ੈਸਰ ਉਸ 'ਤੇ ਮਾਣ ਕਰਦੇ ਤੇ ਵਿਦਿਆਰਥੀ ਉਸ ਨੂੰ ਆਪਣਾ ਨੇਤਾ ਸਮਝਦੇ ਸਨ। ਜਿਸ ਤਰ੍ਹਾਂ ਖੇਡ ਮੈਦਾਨ ਵਿੱਚ ਉਸ ਦਾ ਪ੍ਰਦਰਸ਼ਨ ਸਰਾਹੁਣਯੋਗ ਸੀ, ਉਸੇ ਤਰ੍ਹਾਂ ਲੈਕਚਰ-ਹਾਲ ਵਿਚ ਵੀ ਉਸ ਦੀ ਯੋਗਤਾ ਤੇ ਸੂਖਮਤਾ ਕਸਵੱਟੀ 'ਤੇ ਪੂਰੀ ਉੱਤਰਦੀ ਸੀ। ਕਾਲਜ ਨਾਲ ਸੰਬੰਧਿਤ ਇਕ 'ਮਿੱਤਰ-ਸਭਾ' ਸਥਾਪਤ ਕੀਤੀ ਗਈ ਸੀ। ਸ਼ਹਿਰ ਦੇ ਆਮ ਸੱਭਿਅਕ ਨਾਗਰਿਕ, ਕਾਲਜ ਦੇ ਪ੍ਰੋਫ਼ੈਸਰ ਅਤੇ

ਵਿਦਿਆਰਥੀ ਸਾਰੇ ਇਸ ਸਭਾ ਦੇ ਮੈਂਬਰ ਸਨ। ਪ੍ਰਤਾਪ ਇਸ ਸਭਾ ਦਾ ਰਿਸ਼ਮਾਂ ਬਿਖੇਰਦਾ ਚੰਨ ਸੀ। ਇਸ ਵਿੱਚ ਪ੍ਰਾਂਤਕ ਤੇ ਸਮਾਜਕ ਵਿਸ਼ਿਆਂ 'ਤੇ ਚਰਚਾ ਹੁੰਦੀ ਰਹਿੰਦੀ ਸੀ। ਪ੍ਰਤਾਪ ਦੀਆਂ ਟਿੱਪਣੀਆਂ ਏਨੀਆਂ ਸਟੀਕ ਤੇ ਤਰਕ-ਭਰਪੂਰ ਹੁੰਦੀਆਂ ਸਨ ਕਿ ਪ੍ਰੋਫ਼ੈਸਰਾਂ ਨੂੰ ਵੀ ਉਸ ਦੇ ਵਿਚਾਰਾਂ ਅਤੇ ਵਿਸ਼ੇ ਮੁਹਾਰਤ 'ਤੇ ਹੈਰਾਨੀ ਹੁੰਦੀ ਸੀ। ਉਸ ਦੀ ਭਾਸ਼ਣ-ਕਲਾ ਅਤੇ ਖੇਡ-ਪ੍ਰਤਿਭਾ ਦੋਨੋਂ ਹੀ ਪ੍ਰਭਾਵਸ਼ਾਲੀ ਸਨ। ਜਿਸ ਵੇਲੇ ਉਹ ਸਾਦਾ ਕੱਪੜੇ ਪਾਈ ਸਟੇਜ 'ਤੇ ਆਉਂਦਾ ਤਾਂ ਉਸ ਵੇਲੇ ਸਭਾ ਵਿਚ ਬਿਰਾਜਮਾਨ ਸਾਰੇ ਲੋਕਾਂ ਦੀਆਂ ਨਜ਼ਰਾਂ ਉਸੇ 'ਤੇ ਇਕਟੱਕ ਕੇਂਦਰਿਤ ਹੋ ਜਾਂਦੀਆਂ ਤੇ ਮਨ ਵਿਚ ਉਤਸੁਕਤਾ ਤੇ ਉਤਸ਼ਾਹ ਦੀਆਂ ਰਲੀਆਂ-ਮਿਲੀਆਂ ਤਰੰਗਾਂ ਤਰੰਗਿਤ ਹੋਣ ਲੱਗਦੀਆਂ। ਉਸਦੀ ਭਾਸ਼ਣ-ਨਿਪੁੰਨਤਾ, ਉਸ ਦੇ ਸੰਕੇਤ ਤੇ ਸ਼ੁੱਧ ਉਚਾਰਨ, ਉਸ ਦੀ ਮੁਹਾਵਰਾ ਬੋਲਣ ਦੀ ਗਤੀ, ਸਾਰੇ ਏਨੇ ਪ੍ਰਭਾਵਸ਼ਾਲੀ ਹੁੰਦੇ ਸਨ ਕਿ ਲੱਗਦਾ ਸੀ, ਜਿਵੇਂ ਸੁਰਸਵਤੀ ਆਪ ਉਸ ਦੀ ਜ਼ੁਬਾਨ 'ਤੇ ਵਾਸ ਕਰਦੀ ਹੋਵੇ। ਜਦੋਂ ਤੱਕ ਉਹ ਮੰਚ 'ਤੇ ਰਹਿੰਦਾ, ਸਭਾ-ਮੈਂਬਰਾਂ 'ਤੇ ਇੱਕ ਸਰੂਰ ਜਿਹਾ ਭਾਰੂ ਰਹਿੰਦਾ। ਉਸ ਦਾ ਇਕ-ਇਕ ਵਾਕ ਦਿਲ ਵਿੱਚ ਉੱਤਰ ਜਾਂਦਾ ਤੇ ਮੂੰਹੋਂ ਸਹਿਜੇ ਹੀ 'ਵਾਹ-ਵਾਹ!' ਨਿੱਕਲ ਜਾਂਦੀ। ਇਸੇ ਕਰਕੇ ਉਸ ਦੇ ਭਾਸ਼ਣ ਅਕਸਰ ਸਭ ਤੋਂ ਅਖ਼ੀਰ ਵਿਚ ਹੁੰਦੇ ਸਨ, ਕਿਉਂ ਕਿ ਬਹੁਤੇ ਸਰੋਤੇ ਉਸੇ ਦੀ ਭਾਸ਼ਣ-ਕਲਾ ਦਾ ਸੁਆਦ ਮਾਣਨ ਆਇਆ ਕਰਦੇ ਸਨ। ਉਸ ਦੀ ਸ਼ਬਦ-ਚੋਣ ਤੇ ਉਚਾਰਨ ਵਿਚ ਇਕ ਸਹਿਜ ਪ੍ਰਭਾਵ ਸੀ। ਸਾਹਿਤ ਤੇ ਇਤਿਹਾਸ ਉਸ ਦੀ ਖੋਜ ਤੇ ਅਧਿਐਨ ਦੇ ਮੁੱਖ ਵਿਸ਼ੇ ਸਨ। ਨਿਮਨ ਜ਼ਾਤਾਂ ਦੀ ਤਰੱਕੀ ਤੇ ਸੁਧਾਰ ਅਤੇ ਉਸਦੇ ਕਾਰਨਾਂ ਤੇ ਰਫ਼ਤਾਰ 'ਤੇ ਉਹ ਅਕਸਰ ਚਰਚਾ ਕਰਿਆ ਕਰਦਾ ਸੀ। ਇਸ ਵੇਲੇ ਉਸ ਦੀ ਇਸ ਮਿਹਨਤ ਤੇ ਪ੍ਰਤਿਭਾ ਦੀ ਪ੍ਰੇਰਨਾ ਸ੍ਰੋਤ ਤੇ ਮਾਰਗ-ਦਰਸ਼ਕ ਖ਼ਾਸ ਕਰਕੇ ਸਰੋਤਿਆਂ ਵਲੋਂ ਮਿਲਦੀ ਹੱਲਾਸ਼ੇਰੀ ਹੀ ਹੁੰਦੀ ਸੀ ਤੇ ਉਸ ਨੂੰ ਉਹ ਆਪਣੀ ਸਖ਼ਤ ਮੁਸ਼ੱਕਤ ਦਾ ਇਨਾਮ ਸਮਝਦਾ ਸੀ। ਪਰ ਹਾਂ, ਉਸ ਦੇ ਉਤਸ਼ਾਹ ਦਾ ਇਹ ਵਧਦਾ ਗਰਾਫ਼ ਵੇਖ ਕੇ ਇਹ ਅੰਦਾਜ਼ਾ ਸਹਿਜੇ ਲਗਾਇਆ ਜਾ ਸਕਦਾ ਸੀ ਕਿ ਇਹ ਹੋਣਹਾਰ ਪ੍ਰਤਿਭਾ ਅੱਗੇ ਜਾ ਕੇ ਕੀ-ਕੀ ਉਚਾਈਆਂ ਛੂਹੇਗੀ ਤੇ ਮੰਜ਼ਿਲਾਂ ਸਰ ਕਰੇਗੀ। ਅਜੇ ਤੱਕ ਉਸ ਨੇ ਪਲ ਭਰ ਲਈ ਵੀ ਇਸ ਬਾਰੇ ਨਹੀਂ ਸੋਚਿਆ ਸੀ ਕਿ ਮੇਰੇ ਭਵਿੱਖੀ ਜੀਵਨ ਦਾ ਕੀ ਸਰੂਪ ਹੋਵੇਗਾ। ਕਦੇ ਸੋਚਦਾ ਕਿ ਪ੍ਰੋਫ਼ੈਸਰ ਬਣ ਜਾਵਾਂਗਾ ਤੇ ਢੇਰ ਸਾਰੀਆਂ ਪੁਸਤਕਾਂ ਦੀ ਰਚਨਾ ਕਰਾਂਗਾ। ਕਦੇ ਵਕੀਲ ਬਣਨ ਬਾਰੇ ਸੋਚਦਾ, ਕਦੇ ਸੋਚਦਾ ਕਿ ਜੇ ਡਿਗਰੀ ਹਾਸਿਲ ਹੋ ਗਈ ਤਾਂ ਸਿਵਲ ਸਰਵਿਸ ਵੱਲ ਚਲਾ ਜਾਵਾਂਗਾ। ਕਿਸੇ ਇਕ ਉਦੇਸ਼ 'ਤੇ ਮਨ ਕੇਂਦਰਿਤ ਨਹੀਂ ਹੁੰਦਾ ਸੀ।

ਪਰ ਪ੍ਰਤਾਪਚੰਦਰ ਉਨ੍ਹਾਂ ਵਿਦਿਆਰਥੀਆਂ ਵਿਚੋਂ ਨਹੀਂ ਸੀ, ਜਿਨ੍ਹਾਂ ਦਾ ਸਾਰਾ ਕਾਰਜ- ਖੇਤਰ ਲੈਕਚਰਾਂ ਤੇ ਪੁਸਤਕਾਂ ਤੱਕ ਹੀ ਸੀਮਤ ਰਹਿੰਦਾ ਹੈ। ਉਸ ਦੀ ਪ੍ਰਤਿਭਾ, ਸੰਜਮਤਾ ਤੇ ਯੋਗਤਾ ਦਾ ਇਕ ਛੋਟਾ ਜਿਹਾ ਹਿੱਸਾ ਲੋਕ-ਸੇਵਾ ਵਿਚ ਵੀ ਲੱਗਦਾ ਸੀ। ਉਸ ਨੂੰ ਕੁਦਰਤ ਤੋਂ ਉਦਾਰ ਤੇ ਦਿਆਲੂ ਦਿਲ ਮਿਲਿਆ ਸੀ ਤੇ ਆਮ ਜਨ-ਸਾਧਾਰਨ ਨਾਲ ਘੁਲਣ-ਮਿਲਣ ਤੇ ਉਨ੍ਹਾਂ ਦੇ ਕੰਮ ਆਉਣ ਦਾ ਗੁਣ ਉਸ ਨੂੰ ਪਿਤਾ ਤੋਂ ਵਿਰਾਸਤ ਵਜੋਂ ਮਿਲਿਆ ਸੀ। ਇਨ੍ਹਾਂ ਲੋਕ-ਸੇਵਾਵਾਂ ਨਾਲ ਉਸ ਦੀ ਨੇਕੀ ਤੇ ਉਤਸ਼ਾਹ ਪੂਰੀ ਤਰ੍ਹਾਂ ਸਾਬਿਤ ਹੋ ਰਹੀ ਸੀ। ਬਹੁਤ ਵਾਰ ਸ਼ਾਮ ਵੇਲੇ ਉਹ ਕੀਟਗੰਜ ਤੇ ਕਟੜੇ ਦੀਆਂ ਬਦਬੂਦਾਰ ਗਲੀਆਂ

ਵਿੱਚ ਘੁੰਮਦਾ ਮਿਲਦਾ, ਜਿਥੇ ਆਮ ਤੌਰ 'ਤੇ ਨੀਵੀਆਂ ਜ਼ਾਤਾਂ ਦੇ ਦਲਿਤ ਲੋਕ ਰਹਿੰਦੇ ਹਨ ਜਿਹੜੇ ਲੋਕਾਂ ਦੇ ਪਰਛਾਵੇਂ ਮਾਤਰ ਨਾਲ ਹੀ ਉੱਚੀ ਜ਼ਾਤ ਵਾਲਿਆਂ ਦਾ ਹਿੰਦੂਤਵ ਮੈਲਾ ਹੋ ਜਾਂਦਾ ਹੈ, ਉਨ੍ਹਾਂ ਲੋਕਾਂ ਨਾਲ ਹੀ ਪ੍ਰਤਾਪ ਭੱਜੀ ਮੰਜੀ 'ਤੇ ਬੈਠ ਘੰਟਿਆਂਬੱਧੀ ਗੱਲਾਂ ਕਰਦਾ ਤੇ ਇਹੀ ਕਾਰਨ ਸੀ ਕਿ ਇਨ੍ਹਾਂ ਮੁਹੱਲਿਆਂ ਦੇ ਲੋਕ ਉਸ ਉਪਰੋਂ ਆਪਣੀ ਜਾਨ ਲੁਟਾਉਂਦੇ ਸਨ। ਐਸ਼ਪ੍ਰਸਤੀ ਤੇ ਭੋਗ-ਵਿਲਾਸ ਇਹ ਦੋ ਔਗੁਣ ਪ੍ਰਤਾਪਚੰਦਰ ਵਿਚ ਨਾਂ-ਮਾਤਰ ਵੀ ਨਹੀਂ ਸਨ। ਕੋਈ ਵੀ ਬੇਸਹਾਰਾ ਬੰਦਾ ਮਿਲ ਜਾਂਦਾ ਤਾਂ ਪ੍ਰਤਾਪ ਉਸ ਦੀ ਮਦਦ ਲਈ ਹਮੇਸ਼ਾ ਤਤਪਰ ਰਹਿੰਦਾ। ਕਿੰਨੀਆਂ ਹੀ ਰਾਤਾਂ ਉਸ ਨੇ ਝੁੱਗੀਆਂ ਵਿੱਚ ਦਰਦ ਨਾਲ ਕਰਾਹੁੰਦੇ ਮਰੀਜ਼ਾਂ ਦੇ ਸਿਰਹਾਣੇ ਖੜੇ ਰਹਿ ਕੇ ਕੱਟੀਆਂ ਸਨ। ਇਸੇ ਲੋਕ-ਸੇਵਾ ਦੇ ਉਦੇਸ਼ ਲਈ ਉਸ ਨੇ ਇਕ ਸਭਾ ਵੀ ਸਥਾਪਤ ਕੀਤੀ ਹੋਈ ਸੀ ਤੇ ਢਾਈ ਸਾਲਾਂ ਦੇ ਸਮੇਂ ਵਿਚ ਹੀ ਇਸ ਸਭਾ ਨੇ ਲੋਕ-ਸੇਵਾ ਵਿਚ ਏਨੀ ਸਫ਼ਲਤਾ ਹਾਸਿਲ ਕਰ ਲਈ ਸੀ ਕਿ ਪਰਿਯਾਗ ਵਾਸੀਆਂ ਨੂੰ ਪ੍ਰਤਾਪ ਨਾਲ ਪਿਆਰ ਜਿਹਾ ਹੋ ਗਿਆ ਸੀ।

ਕਮਲਾਚਰਣ ਜਿਸ ਵੇਲੇ ਪਰਿਯਾਗ ਪਹੁੰਚਿਆ, ਪ੍ਰਤਾਪਚੰਦਰ ਨੇ ਉਸ ਦੀ ਬੜੀ ਆਉਭਗਤ ਕੀਤੀ। ਸਮੇਂ ਨੇ ਉਸ ਦੇ ਮਨ ਵਿਚਲੀ ਈਰਖਾ ਠੰਢੀ ਕਰ ਦਿੱਤੀ ਸੀ। ਜਿਸ ਵੇਲੇ ਉਹ ਬਿਰਜਨ ਦੀ ਬੀਮਾਰੀ ਦੀ ਖ਼ਬਰ ਸੁਣ ਕੇ ਬਨਾਰਸ ਪਹੁੰਚਿਆ ਸੀ ਤੇ ਉਸ ਨਾਲ ਮੁਲਾਕਾਤ ਹੁੰਦਿਆਂ ਹੀ ਬਿਰਜਨ ਦੀ ਹਾਲਤ ਵਿੱਚ ਸੁਧਾਰ ਆ ਗਿਆ ਸੀ, ਉਸੇ ਵੇਲੇ ਪ੍ਰਤਾਪ ਚੰਦਰ ਨੂੰ ਯਕੀਨ ਹੋ ਗਿਆ ਸੀ ਕਿ ਕਮਾਲਚਰਣ ਨੂੰ ਅਜੇ ਬਿਰਜਨ ਦੇ ਦਿਲ ਵਿਚ ਉਹ ਜਗ੍ਹਾ ਨਹੀਂ ਮਿਲੀ ਹੈ, ਜੋ ਮੇਰੇ ਲਈ ਸੁਰੱਖਿਅਤ ਹੈ। ਇਹ ਗੱਲ ਉਸ ਦੀ ਈਰਖਾ-ਭਾਵਨਾ ਨੂੰ ਸ਼ਾਂਤ ਕਰਨ ਲਈ ਕਾਫ਼ੀ ਸੀ। ਇਸ ਦੇ ਇਲਾਵਾ ਉਸ ਨੂੰ ਅਕਸਰ ਇਹ ਗੱਲ ਵੀ ਦੁਤਕਾਰਦੀ ਸੀ ਕਿ ਮੈਂ ਸੁਸ਼ੀਲਾ (ਬਿਰਜਨ ਦੀ ਮਾਂ) ਦਾ ਕਾਤਲ ਹਾਂ। ਮੇਰੀਆਂ ਤਲਖ਼ ਚੁਗ਼ਲੀਆਂ ਨੇ ਹੀ ਉਸ ਵਿਚਾਰੀ ਦੀ ਜਾਨ ਲੈ ਲਈ ਤੇ ਉਸੇ ਸਮੇਂ ਤੋਂ, ਜਦੋਂ ਸੁਸ਼ੀਲਾ ਨੇ ਮਰਦੇ ਵੇਲੇ ਰੋ-ਰੋ ਕੇ ਉਸ ਤੋਂ ਆਪਣੀਆਂ ਭੁੱਲਾਂ ਦੀ ਮੁਆਫ਼ੀ ਮੰਗੀ ਸੀ, ਪ੍ਰਤਾਪ ਨੇ ਮਨ ਵਿਚ ਧਾਰ ਲਿਆ ਸੀ ਕਿ ਮੌਕਾ ਮਿਲੇਗਾ ਤਾਂ ਮੈਂ ਇਸ ਪਾਪ ਦਾ ਪਰਾਸਚਿਤ ਜ਼ਰੂਰ ਕਰਾਂਗਾ। ਕਮਲਾਚਰਣ ਦੇ ਆਦਰ-ਮਾਣ ਅਤੇ ਉਹਦੇ ਵਿੱਦਿਅਕ-ਸੁਧਾਰ ਵਿਚ ਉਸ ਨੂੰ ਇਕ ਅੰਸ਼ ਦੇ ਰੂਪ ਵਿੱਚ ਪਰਾਸਚਿਤ ਕਰਨ ਦਾ ਵਧੀਆ ਮੌਕਾ ਮਿਲ ਗਿਆ। ਉਹ ਉਸ ਨਾਲ ਇਸ ਤਰ੍ਹਾਂ ਦਾ ਵਿਹਾਰ ਰੱਖਦਾ, ਜਿਵੇਂ ਇਕ ਛੋਟਾ ਭਰਾ ਵੱਡੇ ਭਰਾ ਨਾਲ। ਆਪਣੀ ਰੂਟੀਨ ਦਾ ਉਹ ਕੁਝ ਸਮਾਂ ਉਸ ਦੀ ਮਦਦ ਕਰਨ ਵਿਚ ਲੰਘਾਉਂਦਾ ਤੇ ਏਨੀ ਸਹਿਜਤਾ ਨਾਲ ਅਧਿਆਪਕ ਦਾ ਫ਼ਰਜ਼ ਨਿਭਾਉਂਦਾ ਕਿ ਪੜ੍ਹਾਈ ਇਕ ਰੌਚਕ ਕਹਾਣੀ ਦਾ ਰੂਪ ਧਾਰ ਲੈਂਦੀ ਸੀ।

ਪਰ ਪ੍ਰਤਾਪਚੰਦਰ ਦੇ ਇਨ੍ਹਾਂ ਜਤਨਾਂ ਦੇ ਬਾਵਜੂਦ ਕਮਲਾਚਰਣ ਦਾ ਦਿਲ ਇਥੇ ਬਹੁਤ ਘਬਰਾਉਂਦਾ। ਪੂਰੇ ਹੋਸਟਲ ਵਿਚ ਉਸ ਦੇ ਸੁਭਾਅ ਨਾਲ ਮਿਲਦਾ-ਜੁਲਦਾ ਇਕ ਵੀ ਵਿਦਿਆਰਥੀ ਨਹੀਂ ਸੀ, ਜਿਸ ਨਾਲ ਉਹ ਮਨ ਦਾ ਦੁੱਖ ਸਾਂਝਾ ਕਰਦਾ। ਉਹ ਪ੍ਰਤਾਪ ਨਾਲ ਨਿਸੰਗ ਰਹਿੰਦਿਆਂ ਹੋਇਆਂ ਵੀ ਮਨ ਦੀਆਂ ਬਹੁਤੀਆਂ ਗੱਲਾਂ ਉਸ ਨਾਲ ਨਹੀਂ ਕਰਦਾ ਸੀ। ਜਦ ਬੇਵਸੀ ਵਿਚ ਮਨ ਬਹੁਤ ਘਬਰਾਉਣ ਲੱਗਦਾ ਤਾਂ ਉਹ ਬਿਰਜਨ ਨੂੰ ਕੋਸਣ ਲੱਗ

ਜਾਂਦਾ ਕਿ ਮੇਰੇ ਸਿਰ 'ਤੇ ਇਹ ਸਾਰੀਆਂ ਮੁਸੀਬਤਾਂ ਉਸੇ ਦੀਆਂ ਲੱਦੀਆਂ ਹੋਈਆਂ ਹਨ। ਉਸ ਨੂੰ ਮੇਰੇ ਨਾਲ ਭੋਰਾ ਪਿਆਰ ਨਹੀਂ। ਗੱਲੀਂਬਾਤੀਂ ਤੇ ਚਿੱਠੀ-ਪੱਤਰੀ ਦਾ ਪਿਆਰ ਵੀ ਕੋਈ ਪਿਆਰ ਹੈ? ਮੈਂ ਚਾਹੇ ਉਹਦੇ 'ਤੇ ਜਾਨ ਹੀ ਕਿਉਂ ਨਾ ਲੁਟਾ ਦਿਆਂ ਪਰ ਉਹਦਾ ਪਿਆਰ ਗੱਲਾਂਬਾਤਾਂ ਤੇ ਖ਼ਤਾਂ ਦੀ ਚਾਰਦੀਵਾਰੀ 'ਚੋਂ ਬਾਹਰ ਨਹੀਂ ਆਏਗਾ। ਅਜਿਹੀ ਪੱਥਰ ਦਿਲ ਦੇ ਅੱਗੇ, ਜੋ ਪਸੀਜਦੀ ਹੀ ਨਹੀਂ, ਸਿਰ ਫੋੜਨ ਦਾ ਕੀ ਫ਼ਾਇਦਾ? ਇਨ੍ਹਾਂ ਸੋਚਾਂ ਨੇ ਏਨਾ ਜ਼ੋਰ ਫੜਿਆ ਕਿ ਉਸ ਨੇ ਬਿਰਜਨ ਨੂੰ ਖ਼ਤ ਲਿਖਣਾ ਵੀ ਬੰਦ ਕਰ ਦਿੱਤਾ। ਉਹ ਵਿਚਾਰੀ ਆਪਣੇ ਖ਼ਤਾਂ ਵਿਚ ਆਪਣਾ ਕਾਲਜਾ ਵੀ ਕੱਢ ਕੇ ਰੱਖ ਦਿੰਦੀ ਸੀ, ਪਰ ਕਮਲਾਚਰਣ ਕੋਈ ਜੁਆਬ ਹੀ ਨਾ ਦਿੰਦਾ। ਜੇ ਦਿੰਦਾ ਵੀ ਤਾਂ ਰੁੱਖਾ ਜਿਹਾ ਤੇ ਦਿਲ-ਚੀਰਵਾਂ। ਇਸ ਵੇਲੇ ਬਿਰਜਨ ਦੀ ਇਕ-ਇੱਕ ਗੱਲ, ਉਸ ਦੀ ਇਕ-ਇਕ ਹਰਕਤ ਉਸ ਦੇ ਪਿਆਰ ਦੇ ਖੋਖਲੇਪਣ ਦੀ ਗਵਾਹੀ ਭਰਦੀ ਉਸ ਨੂੰ ਮਹਿਸੂਸ ਹੋ ਰਹੀ ਸੀ। ਹਾਂ, ਜੇ ਕੁਝ ਭੁੱਲ ਗਿਆ ਸੀ ਤਾਂ ਉਹ ਸੀ, ਬਿਰਜਨ ਦੀਆਂ ਪਿਆਰ-ਗੜੁੱਚੀਆਂ ਗੱਲਾਂ, ਉਹ ਸੇਜਲ ਅੱਖਾਂ ਜੋ ਵਿਛੜਨ ਵੇਲੇ ਹੀ ਓਦਰ ਗਈਆਂ ਸਨ ਤੇ ਉਹ ਨਾਜ਼ੁਕ ਹੱਥ ਜਿਨ੍ਹਾਂ ਨੇ ਪਿਆਰ-ਖਿੱਚ ਵਿਚ ਜੁੜ ਕੇ ਉਸ ਅੱਗੇ ਅਰਜ਼ੋਈ ਕੀਤੀ ਸੀ ਕਿ ਖ਼ਤ ਬਰਾਬਰ ਭੇਜਦੇ ਰਹਿਣਾ। ਜੇ ਇਹ ਗੱਲਾਂ ਉਸ ਨੂੰ ਯਾਦ ਆ ਜਾਂਦੀਆਂ ਤਾਂ ਯਕੀਨਨ ਉਸ ਨੂੰ ਕੁਝ ਧਰਵਾਸ ਮਿਲਦਾ। ਪਰ ਅਜਿਹੇ ਮੌਕਿਆਂ 'ਤੇ ਇਨਸਾਨ ਦੀ ਯਾਦ-ਸ਼ਕਤੀ ਅਕਸਰ ਪਟਖਣੀ ਦੇ ਜਾਂਦੀ ਹੈ।

ਅਖ਼ੀਰ ਕਮਲਾਚਰਣ ਨੇ ਆਪਣੇ ਮਨ ਪ੍ਰਚਾਵੇ ਦਾ ਇਕ ਢੰਗ ਕੱਢ ਹੀ ਲਿਆ। ਜਦੋਂ ਤੋਂ ਉਸ ਨੂੰ ਇਹ ਢੰਗ ਲੱਭਿਆ ਸੀ, ਉਦੋਂ ਤੋਂ ਹੀ ਉਸ ਨੂੰ 'ਸੁਹੱਪਣ-ਬਾਗ਼' ਵਿੱਚ ਸੈਰ ਕਰਨ ਦੀ ਲਤ ਲੱਗ ਗਈ ਸੀ ਤੇ ਸੁਹੱਪਣ-ਦਰਸ਼ਣ ਕਰਨਾ ਜਿਵੇਂ ਉਸ ਦਾ ਸੁਭਾਅ ਹੀ ਬਣ ਗਿਆ ਸੀ। ਇਹ ਉਸ ਦੇ ਲਈ ਜ਼ਿੰਦਗੀ ਦੀ ਅਜਿਹੀ ਲੋੜ ਬਣ ਗਈ ਸੀ, ਜਿਵੇਂ ਕਿ ਜ਼ਿੰਦਾ ਰਹਿਣ ਲਈ ਖਾਣਾ ਖਾਣਾ। ਬੋਰਡਿੰਗ ਹਾਊਸ ਤੋਂ ਮਿਲਿਆ ਇਹ ਬਾਗ਼ ਇਕ ਸੇਠ ਦਾ ਸੀ ਤੇ ਇਸ ਦੀ ਸਾਂਭ-ਸੰਭਾਲ ਲਈ ਉਸ ਨੇ ਇਕ ਮਾਲੀ ਰੱਖਿਆ ਹੋਇਆ ਸੀ। ਉਸ ਮਾਲੀ ਦੀ ਸਰਜੂ ਦੇਵੀ ਨਾਂਅ ਦੀ ਇਕ ਕੁਆਰੀ ਕੁੜੀ ਸੀ। ਭਾਵੇਂ ਉਹ ਬਹੁਤ ਸੋਹਣੀ ਨਹੀਂ ਸੀ, ਪਰ ਕਮਲਾਚਰਣ ਵੀ ਤਾਂ ਸੁਹੱਪਣ ਦਾ ਏਨਾ ਤਲਬਗ਼ਾਰ ਨਹੀਂ ਸੀ, ਜਿੰਨਾ ਇਕ ਮਨ-ਪ੍ਰਚਾਵੇ ਦੇ ਸਾਧਨ ਦਾ। ਕੋਈ ਵੀ ਔਰਤ, ਜੋ ਜੋਬਨ ਹੰਢਾ ਰਹੀ ਹੋਵੇ, ਉਸ ਦਾ ਮਨ-ਪ੍ਰਚਾਉਣ ਲਈ ਕਾਫ਼ੀ ਸੀ। ਕਮਲਾਚਰਣ ਉਸ ਕੁੜੀ 'ਤੇ ਡੋਰੇ ਪਾਉਣ ਲੱਗ ਪਿਆ। ਸ਼ਾਮਾਂ ਵੇਲੇ ਉਹ ਬੇਨਾਗ਼ਾ ਬਾਗ਼ ਵਿਚਲੀਆਂ ਪਗਡੰਡੀਆਂ 'ਤੇ ਟਹਿਲਦਾ ਦਿਖਾਈ ਦਿੰਦਾ। ਹੋਰ ਮੁੰਡੇ ਤਾਂ ਮੈਦਾਨ ਵਿਚ ਜਾ ਕੇ ਕਸਰਤਾਂ ਕਰਦੇ, ਖੇਡਦੇ ਪਰ ਕਮਲਾਚਰਣ ਬਾਗ਼ ਵਿਚ ਆ ਕੇ ਤਾਂਕ-ਝਾਂਕ ਕਰਦਾ ਰਹਿੰਦਾ। ਹੌਲੀ-ਹੌਲੀ ਸਰਜੂ ਦੇਵੀ ਨਾਲ ਉਸ ਦੀ ਜਾਣ-ਪਛਾਣ ਹੋ ਗਈ। ਉਹ ਉਸ ਤੋਂ ਗਜਰੇ ਖ਼ਰੀਦਦਾ ਤੇ ਚੌਗੁਣੀ ਕੀਮਤ ਦਿੰਦਾ। ਮਾਲੀ ਨੂੰ ਦਿਨ-ਤਿਉਹਾਰ ਵੇਲੇ ਸਭ ਤੋਂ ਵੱਧ ਆਮਦਨੀ ਕਮਲਾਚਰਣ ਤੋਂ ਹੀ ਹੁੰਦੀ। ਇਥੋਂ ਤੱਕ ਕਿ ਸਰਜੂ ਦੇਵੀ ਕਮਲਾਚਰਣ ਦੇ ਝੂਠੇ ਪਿਆਰ ਦੇ ਜਾਲ ਵਿੱਚ ਵੀ ਫਸ ਗਈ ਤੇ ਇਕ-ਦੋ ਵਾਰੀ ਰਾਤ ਦੀ ਕਾਲਖ਼ ਦੇ ਪਰਦੇ ਪਿੱਛੇ ਉਨ੍ਹਾਂ ਦੇ ਨਾਜਾਇਜ਼ ਸੰਬੰਧ ਵੀ ਬਣ ਗਏ।

ਇਕ ਦਿਨ ਸ਼ਾਮ ਦਾ ਵੇਲਾ ਸੀ, ਸਾਰੇ ਵਿਦਿਆਰਥੀ ਸੈਰ ਨੂੰ ਗਏ ਹੋਏ ਸਨ,

ਕਮਲਾਚਰਣ ਇਕੱਲਾ ਬਾਗ਼ ਵਿਚ ਟਹਿਲ ਰਿਹਾ ਸੀ ਤੇ ਰੁਕ-ਰੁਕ ਕੇ ਮਾਲੀ ਦੀ ਝੁੱਗੀ ਵਿਚ ਝਾਕ ਰਿਹਾ ਸੀ। ਅਚਾਨਕ ਝੁੱਗੀ ਵਿਚੋਂ ਸਰਜੂ ਦੇਵੀ ਨੇ ਉਸ ਨੂੰ ਇਸ਼ਾਰਾ ਕਰ ਕੇ ਬੁਲਾਇਆ। ਕਮਲਾਚਰਣ ਛੇਤੀ-ਛੇਤੀ ਝੁੱਗੀ ਅੰਦਰ ਵੜ ਗਿਆ। ਅੱਜ ਸਰਜੂ ਦੇਵੀ ਨੇ ਮਖ਼ਮਲ ਦੀ ਸਾੜ੍ਹੀ ਪਾਈ ਹੋਈ ਸੀ, ਜੋ ਬਾਬੂ ਕਮਲਾਚਰਣ ਨੇ ਹੀ ਉਸ ਨੂੰ ਤੋਹਫ਼ੇ ਵਜੋਂ ਦਿੱਤੀ ਸੀ। ਸਿਰ ਵਿਚ ਖ਼ੁਸ਼ਬੂਦਾਰ ਤੇਲ ਲਾਇਆ ਹੋਇਆ ਸੀ, ਜੋ ਕਮਲਾਚਰਣ ਬਨਾਰਸ ਤੋਂ ਨਾਲ ਲਿਆਏ ਸਨ ਤੇ ਉਸ ਨੇ ਇਕ ਛੀਂਟ (ਸੂਤੀ) ਦੀ ਚੋਲੀ ਵੀ ਪਹਿਨੀ ਹੋਈ ਸੀ, ਜਿਹੜੀ ਕਮਲਾਚਰਣ ਨੇ ਹੀ ਉਸ ਨੂੰ ਬਣਵਾ ਕੇ ਦਿੱਤੀ ਸੀ। ਅੱਜ ਉਹ ਆਪਣੇ-ਆਪ ਵਿਚ ਹੁਸਨਾਂ ਦੀ ਪਰੀ ਲੱਗ ਰਹੀ ਸੀ, ਨਹੀਂ ਤਾਂ ਕਮਲਾਚਰਣ ਵਰਗੇ ਰਈਸ ਬੰਦੇ ਦਾ ਦਿਲ ਉਸ 'ਤੇ ਕਿਵੇਂ ਆ ਜਾਂਦਾ? ਕਮਲਾਚਰਣ ਝੂਲਾ-ਕੁਰਸੀ 'ਤੇ ਬੈਠਾ ਸਰਜੂ ਦੇਵੀ ਦੇ ਹਾਵ-ਭਾਵ ਤ੍ਰਿਹਾਈਆਂ ਨਜ਼ਰਾਂ ਨਾਲ ਵੇਖ ਰਿਹਾ ਸੀ। ਉਸ ਨੂੰ ਉਸ ਵੇਲੇ ਸਰਜੂ ਦੇਵੀ ਬ੍ਰਿਜਰਾਣੀ ਤੋਂ ਕਿਸੇ ਪੱਖੋਂ ਵੀ ਘੱਟ ਸੁਹਣੀ ਨਹੀਂ ਲੱਗ ਰਹੀ ਸੀ। ਬੱਸ, ਰੰਗ ਦਾ ਥੋੜ੍ਹਾ ਜਿਹਾ ਫ਼ਰਕ ਸੀ, ਪਰ ਇਹ ਕੋਈ ਵੱਡਾ ਫ਼ਰਕ ਨਹੀਂ। ਉਸ ਨੂੰ ਸਰਜੂ ਦੇਵੀ ਦਾ ਪਿਆਰ ਸੱਚਾ ਤੇ ਤੀਬਰ ਲੱਗਦਾ ਸੀ, ਕਿਉਂ ਕਿ ਉਹ ਜਦ ਕਦੇ ਵੀ ਬਨਾਰਸ ਜਾਣ ਦੀ ਗੱਲ ਕਰਦਾ ਤਾਂ ਸਰਜੂ ਦੇਵੀ ਫੁੱਟ-ਫੁੱਟ ਕੇ ਰੋਣ ਲੱਗਦੀ ਤੇ ਕਹਿੰਦੀ ਕਿ ਮੈਨੂੰ ਵੀ ਨਾਲ ਲੈ ਜਾਣਾ। ਮੈਂ ਤੁਹਾਡਾ ਸਾਥ ਨਹੀਂ ਛੱਡਾਂਗੀ। ਕਿਥੇ ਇਹ ਪਿਆਰ ਦੀ ਤੀਬਰਤਾ ਤੇ ਉਤਸੁਕਤਾ ਦੀ ਬਹੁਤਾਤ ਤੇ ਕਿਥੇ ਉਹ ਬਿਰਜਨ ਦੀ ਉਦਾਸੀਨ ਸੇਵਾ ਤੇ ਨਿਰਦਈ ਪਿਆਰ-ਇਜ਼ਹਾਰ?

ਕਮਲਾਚਰਣ ਅਜੇ ਚੰਗੀ ਤਰ੍ਹਾਂ ਅੱਖਾਂ ਵੀ ਸੇਕ ਨਹੀਂ ਸਕਿਆ ਸੀ ਕਿ ਅਚਾਨਕ ਮਾਲੀ ਨੇ ਆ ਕੇ ਬੂਹਾ ਖੜਕਾਇਆ। ਕਮਲਾਚਰਣ ਦੀ ਜਿਵੇਂ ਜਾਨ ਹੀ ਸੁੱਕ ਗਈ। ਚਿਹਰੇ ਦਾ ਰੰਗ ਉੱਡ ਗਿਆ। ਸਰਜੂ ਦੇਵੀ ਅੱਗੇ ਲੇਲੜੀਆਂ ਕੱਢਦਾ ਬੋਲਿਆ—"ਮੈਂ ਹੁਣ ਕਿਧਰ ਜਾਵਾਂ?" ਸਰਜੂ ਦੇਵੀ ਦੀ ਸੁਰਤ ਵੀ ਮਰ ਗਈ ਸੀ, ਘਬਰਾਹਟ ਵਿਚ ਮੂੰਹੋਂ ਇਕ ਲਫ਼ਜ਼ ਨਾ ਨਿਕਲਿਆ। ਏਨੇ ਨੂੰ ਮਾਲੀ ਨੇ ਫੇਰ ਦਰਵਾਜ਼ਾ ਖੜਕਾਇਆ। ਵਿਚਾਰੀ ਸਰਜੂ ਦੇਵੀ ਬੇਵਸ ਸੀ। ਉਸ ਨੇ ਡਰਦਿਆਂ-ਡਰਦਿਆਂ ਦਰਵਾਜ਼ਾ ਖੋਲ੍ਹ ਦਿੱਤਾ। ਕਮਲਾਚਰਣ ਇਕ ਨੁੱਕਰ ਵਿੱਚ ਸਾਹ ਰੋਕ ਕੇ ਖੜਾ ਹੋ ਗਿਆ।

ਜਿਵੇਂ ਬਲੀ ਦਾ ਬੱਕਰਾ ਖ਼ੰਜਰ ਦੀ ਧਾਰ ਥੱਲੇ ਖੜਾ ਤੜਪਦਾ ਹੈ, ਉਸੇ ਤਰ੍ਹਾਂ ਇਕ ਨੁੱਕਰੇ ਖੜੇ ਕਮਲਾਚਰਣ ਦਾ ਕਾਲਜਾ ਵੀ ਤੇਜ਼-ਤੇਜ਼ ਧੜਕ ਰਿਹਾ ਸੀ। ਉਹ ਆਪਣੀ ਜ਼ਿੰਦਗੀ ਦੀ ਇਸ ਹਰਕਤ 'ਤੇ ਪਛਤਾ ਰਿਹਾ ਸੀ ਤੇ ਰੱਬ ਨੂੰ ਸੱਚੇ ਦਿਲੋਂ ਯਾਦ ਕਰ ਕੇ ਕਹਿ ਰਿਹਾ ਸੀ ਕਿ 'ਬੱਸ, ਇਸ ਵਾਰੀ ਇਸ ਮੁਸੀਬਤ ਵਿਚੋਂ ਕੱਢ ਦਿਓ ਤਾਂ ਮੈਂ ਦੋਬਾਰਾ ਅਜਿਹਾ ਕੰਮ ਨਹੀਂ ਕਰਾਂਗਾ।'

ਏਨੇ ਨੂੰ ਮਾਲੀ ਦੀ ਨਜ਼ਰ ਉਸ 'ਤੇ ਪੈ ਗਈ, ਪਹਿਲਾਂ ਤਾਂ ਉਹ ਘਬਰਾਇਆ, ਫਿਰ ਨੇੜੇ ਆ ਕੇ ਬੋਲਿਆ—"ਇਹ ਕੌਣ ਖੜੈ! ਕੌਣ ਐ ਉਥੇ?"

ਏਨਾ ਸੁਣਨ ਦੀ ਦੇਰ ਸੀ ਕਿ ਕਮਲਾਚਰਣ ਝੱਟ ਦੇਣੇ ਬਾਹਰ ਨਿਕਲਿਆ ਤੇ ਵੱਡੇ ਫਾਟਕ ਵੱਲ ਸਿਰ 'ਤੇ ਪੈਰ ਧਰ ਕੇ ਭੱਜਿਆ। ਮਾਲੀ ਇਕ ਹੱਥ ਵਿਚ ਡਾਂਗ ਫੜੀ—"ਫੜੋ-ਫੜੋ, ਭੱਜ ਨਾ ਜਾਵੇ!" ਕਹਿੰਦਾ ਹੋਇਆ ਪਿੱਛੇ ਭੱਜ ਲਿਆ। ਇਹ ਉਹੀ ਕਮਲਾਚਰਣ ਹੈ,

ਜਿਹੜਾ ਮਾਲੀ ਨੂੰ ਇਨਾਮ ਤੇ ਬਖ਼ਸ਼ਿਸ਼ ਦਿਆ ਕਰਦਾ ਸੀ, ਜਿਸ ਕਰਕੇ ਮਾਲੀ ਉਸ ਨੂੰ 'ਸਰਕਾਰ' ਤੇ 'ਹਜ਼ੂਰ' ਕਹਿ ਕੇ ਸੰਬੋਧਨ ਕਰਦਾ ਹੁੰਦਾ ਸੀ। ਅੱਜ ਉਹੀ ਕਮਲਾਚਰਣ ਮਾਲੀ ਦੇ ਅੱਗੇ-ਅੱਗੇ ਏਦਾਂ ਜਾਨ ਬਚਾ ਕੇ ਭੱਜਿਆ ਜਾਂਦਾ ਹੈ। ਪਾਪਾਂ ਦਾ ਅਗਨੀ-ਕੁੰਡ ਪਲ ਭਰ ਵਿਚ ਹੀ ਇਨਸਾਨ ਦੇ ਆਦਰ-ਮਾਣ ਅਤੇ ਹਿੰਮਤ-ਹੌਸਲੇ ਨੂੰ ਸਾੜ ਕੇ ਸੁਆਹ ਕਰ ਦਿੰਦਾ ਹੈ।

ਕਮਲਾਚਰਣ ਦਰੱਖ਼ਤਾਂ ਤੇ ਝਾੜੀਆਂ ਦੇ ਵਿਚ ਦੀ ਭੱਜਦਾ ਹੋਇਆ ਫਾਟਕ ਪਾਰ ਕਰ ਗਿਆ। ਸੜਕ 'ਤੇ ਇਕ ਟਾਂਗਾ ਜਾ ਰਿਹਾ ਸੀ, ਉਹ ਲਪਕ ਕੇ ਉਹਦੇ 'ਤੇ ਚੜ੍ਹ ਗਿਆ ਤੇ ਹਫ਼ਦਿਆਂ-ਹਫ਼ਦਿਆਂ ਬੇਸੁਰਤ ਜਿਹਾ ਹੋ ਕੇ ਟਾਂਗੇ ਦੇ ਵਿਚ ਹੀ ਡਿੱਗ ਪਿਆ। ਭਾਵੇਂ ਮਾਲੀ ਨੇ ਫਾਟਕ ਤੱਕ ਵੀ ਉਹਦਾ ਪਿਛਾ ਨਹੀਂ ਕੀਤਾ ਸੀ, ਪਰ ਕਮਲਾਚਰਣ ਹਰੇਕ ਆਉਣ-ਜਾਣ ਵਾਲੇ ਵੱਲ ਅੱਡੀਆਂ ਅੱਖਾਂ ਨਾਲ ਵੇਖ ਰਿਹਾ ਸੀ, ਜਿਵੇਂ ਸਾਰੀ ਦੁਨੀਆਂ ਉਹਦੀ ਵੈਰੀ ਹੋ ਗਈ ਹੋਵੇ। ਬਦਕਿਸਮਤੀ ਨੇ ਇਕ ਹੋਰ ਪੈਂਤੜਾ ਬਦਲਿਆ। ਰੇਲਵੇ ਸਟੇਸ਼ਨ 'ਤੇ ਪਹੁੰਚਦਿਆਂ ਹੀ ਉਹ ਘਬਰਾਹਟ ਦਾ ਮਾਰਿਆ ਗੱਡੀ ਵਿਚ ਜਾ ਚੜ੍ਹਿਆ, ਪਰ ਉਸ ਨੂੰ ਟਿਕਟ ਖ਼ਰੀਦਣ ਦੀ ਕੋਈ ਸੁਰਤ ਹੀ ਨਾ ਰਹੀ ਤੇ ਨਾ ਹੀ ਉਸ ਨੂੰ ਇਹ ਖ਼ਬਰ ਸੀ ਕਿ ਮੈਂ ਕਿਧਰ ਜਾ ਰਿਹਾਂ। ਉਹ ਤਾਂ ਬੱਸ, ਇਸ ਵੇਲੇ ਇਸ ਸ਼ਹਿਰ ਤੋਂ ਕਿਤੇ ਦੂਰ ਭੱਜਣਾ ਚਾਹੁੰਦਾ ਸੀ, ਚਾਹੇ ਕਿਤੇ ਵੀ। ਅਜੇ ਗੱਡੀ ਥੋੜ੍ਹੀ ਦੂਰ ਤੱਕ ਹੀ ਚੱਲੀ ਸੀ ਕਿ ਇਕ ਅੰਗਰੇਜ਼ ਅਫ਼ਸਰ ਲਾਲਟੈਨ ਲਈ ਆਉਂਦਾ ਵਿਖਾਈ ਦਿੱਤਾ। ਉਸ ਦੇ ਨਾਲ ਇਕ ਸਿਪਾਹੀ ਵੀ ਸੀ। ਉਹ ਮੁਸਾਫ਼ਿਰਾਂ ਦੀਆਂ ਟਿਕਟਾਂ ਵੇਖਦਾ ਆ ਰਿਹਾ ਸੀ, ਪਰ ਕਮਲਾਚਰਣ ਨੇ ਸਮਝਿਆ ਕਿ ਸ਼ਾਇਦ ਕੋਈ ਪੁਲਿਸ ਅਫ਼ਸਰ ਹੈ। ਡਰ ਦੇ ਮਾਰੇ ਉਹਦੇ ਹੱਥ-ਪੈਰ ਫੁੱਲਣ ਲੱਗ ਪਏ, ਕਾਲਜਾ ਮੂੰਹ ਨੂੰ ਆ ਗਿਆ। ਜਦੋਂ ਤੱਕ ਅੰਗਰੇਜ਼ ਦੂਸਰੇ ਡੱਬਿਆਂ ਵਿਚ ਟਿਕਟਾਂ ਚੈੱਕ ਕਰਦਾ ਰਿਹਾ, ਉਦੋਂ ਤੱਕ ਤਾਂ ਉਹ ਕਿਸੇ ਤਰ੍ਹਾਂ ਮਨ ਕਰੜਾ ਕਰਕੇ ਬੈਠਾ ਰਿਹਾ ਪਰ ਜਿਉਂ ਹੀ ਅੰਗਰੇਜ਼ ਉਸ ਦੇ ਡੱਬੇ ਵਿੱਚ ਚੜ੍ਹਿਆ, ਕਮਲਾਚਰਣ ਦੇ ਹੱਥ-ਪੈਰ ਸੁੰਨ ਹੋ ਗਏ, ਅੱਖਾਂ ਅੱਗੇ ਹਨੇਰਾ ਪਸਰ ਗਿਆ। ਘਬਰਾ ਕੇ ਡੱਬੇ ਦੇ ਦੂਜੇ ਪਾਸੇ ਵਾਲਾ ਦਰਵਾਜ਼ਾ ਖੋਲ੍ਹ ਕੇ ਚੱਲਦੀ ਗੱਡੀ 'ਚੋਂ ਕੁੱਦ ਗਿਆ। ਸਿਪਾਹੀ ਤੇ ਅੰਗਰੇਜ਼ ਰੇਲਵੇ ਅਫ਼ਸਰ ਨੇ ਉਸ ਨੂੰ ਏਦਾਂ ਛਾਲ ਮਾਰਦਿਆਂ ਵੇਖਿਆ ਤਾਂ ਸਮਝੇ ਕਿ ਜ਼ਰੂਰ ਕੋਈ ਡਾਕੂ-ਲੁਟੇਰਾ ਹੈ, ਉਹ ਖ਼ੁਸ਼ੀ ਦੇ ਮਾਰੇ ਫੁੱਲੇ ਨਾ ਸਮਾਏ ਕਿ ਇਨਾਮ ਤਾਂ ਮਿਲੇਗਾ ਹੀ, ਨਾਲ ਦੀ ਨਾਲ ਤਨਖ਼ਾਹ ਵਿਚ ਵੀ ਤਰੱਕੀ ਹੋਵੇਗੀ, ਉਨ੍ਹਾਂ ਝੱਟ ਇੰਜਣ ਡਰਾਇਵਰ ਨੂੰ ਲਾਲ ਬੱਤੀ ਵਿਖਾਈ। ਥੋੜ੍ਹੀ ਦੇਰ ਵਿਚ ਗੱਡੀ ਰੁਕ ਗਈ। ਹੁਣ ਗਾਰਡ, ਸਿਪਾਹੀ ਤੇ ਅੰਗਰੇਜ਼ ਟਿਕਟ ਚੈੱਕਰ ਕੁਝ ਹੋਰ ਲੋਕਾਂ ਨਾਲ ਗੱਡੀ 'ਚੋਂ ਥੱਲ੍ਹੇ ਉੱਤਰੇ ਤੇ ਲਾਲਟੈਨ ਲੈ ਕੇ ਇਧਰ-ਉਧਰ ਭਾਲਣ ਲੱਗੇ। ਕਿਸੇ ਨੇ ਕਿਹਾ—"ਹੁਣ ਤਾਂ ਉਹਦੇ ਪੈਰਾਂ ਦੀ ਮਿੱਟੀ ਵੀ ਨਹੀਂ ਮਿਲਣੀ, ਪੱਕਾ ਡਕੈਤ ਸੀ।" ਕੋਈ ਬੋਲਿਆ—"ਇਨ੍ਹਾਂ ਲੋਕਾਂ ਨੂੰ ਕਾਲੀ ਮਾਤਾ ਦਾ ਵਰ ਹੋਇਆ ਹੁੰਦੈ, ਜਿੰਨਾ ਆਖੋਂ ਓਨਾ ਹੀ ਥੋੜ੍ਹਾ।" ਪਰ ਗਾਰਡ ਅੱਗੇ ਦੇ ਅੱਗੇ ਤੁਰਦਾ ਗਿਆ। ਤਨਖ਼ਾਹ ਵਿਚ ਤਰੱਕੀ ਦੀ ਆਸ ਉਸ ਨੂੰ ਅੱਗੇ ਵੱਲ ਹੀ ਧੱਕੀ ਜਾਂਦੀ ਸੀ। ਇਥੋਂ ਤੱਕ ਕਿ ਉਹ ਉਸ ਜਗ੍ਹਾ 'ਤੇ ਵੀ ਜਾ ਪਹੁੰਚਿਆ, ਜਿਥੇ ਕਮਲਾਚਰਣ ਗੱਡੀ 'ਚੋਂ ਕੁੱਦਿਆ ਸੀ। ਏਨੇ ਨੂੰ ਸਿਪਾਹੀ ਨੇ ਇਕ ਖੱਡੇ ਵੱਲ ਇਸ਼ਾਰਾ ਕਰ ਕੇ ਕਿਹਾ—"ਵੇਖੋ, ਉਹ

ਚਿੱਟੀ-ਚਿੱਟੀ ਚੀਜ਼ ਕੀ ਐ ? ਮੈਨੂੰ ਤਾਂ ਕੋਈ ਬੰਦਾ ਜਿਹਾ ਲੱਗਦੈ।" ਬਾਕੀ ਲੋਕਾਂ ਨੇ ਵੇਖਿਆ ਤਾਂ ਉਨ੍ਹਾਂ ਨੂੰ ਵੀ ਯਕੀਨ ਹੋ ਗਿਆ ਕਿ ਜ਼ਰੂਰ ਉਹ ਖ਼ੂੰਖਾਰ ਡਾਕੂ ਇਥੇ ਹੀ ਲੁਕਿਆ ਹੋਇਆ ਹੈ। 'ਚੱਲੋ ਚੱਲ ਕੇ ਉਸ ਨੂੰ ਘੇਰ ਲਈਏ, ਕਿਤੇ ਭੱਜ ਨਾ ਜਾਵੇ, ਪਰ ਜ਼ਰਾ ਸਾਵਧਾਨ ਰਹਿਣਾ— ਇਹ ਡਾਕੂ ਜਾਨ 'ਤੇ ਵੀ ਖੇਡ ਜਾਂਦੇ ਨੇ।' ਗਾਰਡ ਸਾਹਿਬ ਨੇ ਪਿਸਤੌਲ ਕੱਢ ਲਈ, ਸਿਪਾਹੀ ਜੀ ਨੇ ਡਾਂਗ ਹੱਥ 'ਚ ਕਸ ਲਈ। ਕਈ ਮੁਸਾਫ਼ਿਰਾਂ ਨੇ ਆਪਣੇ ਜੁੱਤੇ ਉਤਾਰ ਕੇ ਹੱਥਾਂ ਵਿਚ ਫੜ ਲਏ, ਕੁੱਟਣ ਲਈ ਨਹੀਂ ਸਗੋਂ ਇਸ ਲਈ ਕਿ ਜੇ ਕਿਤੇ ਡਾਕੂ ਨੇ ਹੱਲਾ ਬੋਲ ਦਿੱਤਾ ਤਾਂ ਭੱਜਣ ਵਿਚ ਸੌਖ ਰਹੇਗੀ। ਦੋ ਬੰਦਿਆਂ ਨੇ ਵੱਟੇ ਚੁੱਕ ਲਏ ਤਾਂ ਕਿ ਦੂਰੋਂ ਹੀ ਨਿਸ਼ਾਨਾ ਮਾਰ ਸਕਣ। ਡਾਕੂ ਦੇ ਨੇੜੇ ਕੌਣ ਜਾਵੇ, ਕੀਹਦਾ ਦਿਲ ਏਨਾ ਕਰੜਾ ਹੈ ? ਪਰ ਜਦੋਂ ਲੋਕਾਂ ਨੇ ਨੇੜੇ ਜਾ ਕੇ ਵੇਖਿਆ ਤਾਂ ਨਾ ਉਹ ਬੰਦਾ ਡਾਕੂ ਸੀ, ਨਾ ਡਾਕੂ ਦਾ ਰਿਸ਼ਤੇਦਾਰ ਸਗੋਂ ਉਹ ਤਾਂ ਇਕ ਭੋਲੀ ਸੂਰਤ, ਗੋਰੇ ਰੰਗ ਵਾਲਾ ਤੇ ਇਕਹਿਰੇ ਤੰਦਰੁਸਤ ਸਰੀਰ ਵਾਲਾ ਨੌਜੁਆਨ ਸੀ, ਜੋ ਜ਼ਮੀਨ 'ਤੇ ਮੂਧੇ ਮੂੰਹ ਪਿਆ ਸੀ ਤੇ ਉਸ ਦੇ ਨੱਕ ਤੇ ਕੰਨਾਂ ਵਿਚੋਂ ਹੌਲੀ-ਹੌਲੀ ਲਹੂ ਰਿਸ ਰਿਹਾ ਸੀ।

ਕਮਲਾਚਰਣ ਨੇ ਇਧਰ ਸਾਹਾਂ ਦੀ ਲੜੀ ਤੋੜੀ ਤੇ ਉਧਰ ਬਿਰਜਨ ਇਕ ਖ਼ੌਫ਼ਨਾਕ ਸੁਪਨੇ 'ਚੋਂ ਜਾਗ ਕੇ ਚੌਂਕ ਪਈ। ਸਰਜੂ ਦੇਵੀ ਨੇ ਬਿਰਜਨ ਦਾ ਸੁਹਾਗ ਲੁੱਟ ਲਿਆ ਸੀ।

19
ਦੁਖਦ ਹਾਲਤ

ਭਾਗਾਂ-ਭਰੀ ਔਰਤ ਦੇ ਲਈ ਉਸ ਦਾ ਪਤੀ ਦੁਨੀਆਂ ਦੀ ਸਭ ਤੋਂ ਬੇਸ਼ਕੀਮਤੀ ਦੌਲਤ ਹੁੰਦਾ ਹੈ। ਉਹ ਉਸੇ ਦੇ ਲਈ ਜਿਉਂਦੀ ਹੈ ਤੇ ਉਸੇ ਦੇ ਲਈ ਮਰਦੀ ਹੈ। ਉਸਦਾ ਹੱਸਣਾ-ਬੋਲਣਾ ਉਸੇ ਦੀ ਖ਼ੁਸ਼ੀ ਲਈ ਤੇ ਉਸ ਦਾ ਬਣਨਾ-ਸੰਵਰਨਾ ਵੀ ਉਸ ਨੂੰ ਭਰਮਾਉਣ ਲਈ ਹੁੰਦਾ ਹੈ। ਉਸ ਦੇ ਲਈ ਉਸਦਾ ਸੁਹਾਗ ਹੀ ਜੀਵਨ ਹੈ ਤੇ ਸੁਹਾਗ ਦਾ ਲੁੱਟ-ਪੁੱਟ ਜਾਣਾ ਇਕ ਤਰ੍ਹਾਂ ਨਾਲ ਉਸ ਦੀ ਜ਼ਿੰਦਗੀ ਦਾ ਅੰਤ ਹੈ।

ਕਮਲਾਚਰਣ ਦਾ ਅਕਾਲ-ਚਲਾਣਾ ਬ੍ਰਿਜਰਾਣੀ ਲਈ ਮੌਤ ਤੋਂ ਘੱਟ ਨਹੀਂ ਸੀ। ਉਸ ਦੀ ਜ਼ਿੰਦਗੀ ਦੀਆਂ ਆਸਾਂ ਤੇ ਉਮੰਗਾਂ ਸਾਰੀਆਂ ਹੀ ਮਿੱਟੀ ਵਿੱਚ ਮਿਲ ਗਈਆਂ। ਕੀ-ਕੀ ਖ਼ਾਹਿਸ਼ਾਂ ਸਨ ਤੇ ਕੀ ਭਾਣਾ ਵਰਤ ਗਿਆ ? ਹਰ ਖਿਣ ਮ੍ਰਿਤ ਕਮਲਾਚਰਣ ਦਾ ਚਿਹਰਾ ਉਸ ਦੀਆਂ ਅੱਖਾਂ ਅੱਗੇ ਘੁੰਮਦਾ ਰਹਿੰਦਾ। ਜੇ ਥੋੜ੍ਹੀ ਦੇਰ ਲਈ ਜ਼ਰਾ ਝਪਕੀ ਲੱਗ ਵੀ ਜਾਂਦੀ ਤਾਂ ਵੀ ਉਸ ਦਾ ਚਿਹਰਾ ਪ੍ਰਤੱਖ ਰੂਪ ਵਿੱਚ ਅੱਖਾਂ ਅੱਗੇ ਆ ਜਾਂਦਾ।

ਕਿਸੇ-ਕਿਸੇ ਵੇਲੇ ਵਿਨਾਸ਼ਕਾਰੀ ਅਣਹੋਣੀਆਂ ਨੂੰ ਕਿਸੇ ਖ਼ਾਸ ਆਦਮੀ ਜਾਂ ਖ਼ਾਨਦਾਨ ਨਾਲ ਪਿਆਰ ਜਿਹਾ ਹੋ ਜਾਂਦਾ ਹੈ। ਕਮਲਾਚਰਣ ਦਾ ਸੋਗ ਅਜੇ ਘਟਿਆ ਵੀ ਨਹੀਂ ਸੀ ਕਿ ਬਾਬੂ ਸ਼ਾਮਾਚਰਣ ਦੀ ਵਾਰੀ ਵੀ ਆ ਗਈ। ਟਾਹਣੀ ਕੱਟਣ ਨਾਲ ਦਰੱਖ਼ਤ ਨੂੰ ਸੁੱਕਿਆ ਨਾ ਵੇਖ ਕੇ ਇਸ ਵਾਰੀ ਅਣਹੋਣੀ ਨੇ ਜੜ੍ਹ ਹੀ ਪੁੱਟ ਸੁੱਟੀ। ਰਾਮਦੀਨ ਪਾਂਡੇ ਬੜਾ ਹਰਖੀ ਬੰਦਾ ਸੀ। ਜਦੋਂ ਤੱਕ ਤਾਂ ਡਿਪਟੀ ਸਾਹਿਬ ਮਝਗਾਓਂ ਵਿਚ ਸਨ, ਉਹ ਦੁਬਕ ਕੇ ਬੈਠਾ

ਰਿਹਾ, ਪਰ ਜਿਉਂ ਹੀ ਉਹ ਸ਼ਹਿਰ ਨੂੰ ਪਰਤ ਗਏ, ਉਸੇ ਦਿਨ ਤੋਂ ਉਸ ਨੇ ਹੜਕੰਪ ਮਚਾਉਣਾ ਸ਼ੁਰੂ ਕਰ ਦਿੱਤਾ। ਪੂਰੇ ਦਾ ਪੂਰਾ ਪਿੰਡ ਉਸ ਦਾ ਵੈਰੀ ਸੀ। ਜਿੰਦਾਂ ਦੀਆਂ ਕੋੜੀਆਂ ਨਜ਼ਰਾਂ ਨਾਲ ਮਝਗਾਓਂ ਦੇ ਪਿੰਡ ਵਾਸੀਆਂ ਨੇ ਹੋਲੀ ਦੇ ਦਿਹਾੜੇ ਉਸ ਵੱਲ ਵੇਖਿਆ ਸੀ, ਉਹ ਨਜ਼ਰਾਂ ਅਜੇ ਵੀ ਉਸ ਦੇ ਦਿਲ ਨੂੰ ਵਲੂੰਧਰ ਰਹੀਆਂ ਸਨ। ਜਿਸ ਬਲਾਕ ਵਿਚ ਮਝਗਾਓਂ ਪੈਂਦਾ ਸੀ, ਉਸ ਬਲਾਕ ਦੇ ਥਾਣੇ ਦੇ ਥਾਣੇਦਾਰ ਸਾਹਿਬ ਜ਼ਾਲਿਮ ਖ਼ਾਂ ਇਕ ਬੜੇ ਵੱਡੇ ਭ੍ਰਿਸ਼ਟ ਤੇ ਹੰਢੇ ਹੋਏ ਰਿਸ਼ਵਤਖੋਰ ਸਨ। ਹਜ਼ਾਰਾਂ ਦੀ ਰਕਮ ਹਜ਼ਮ ਕਰ ਜਾਣ, ਪਰ ਡਕਾਰ ਤੱਕ ਨਾ ਲੈਣ। ਝੂਠਾ ਮਾਮਲਾ ਦਰਜ ਕਰਨ ਤੇ ਸਬੂਤ ਘੜਨ ਵਿਚ ਏਨੇ ਮਾਹਿਰ ਸਨ ਕਿ ਆਪਣੇ ਰਾਹ ਤੁਰੇ ਜਾਂਦੇ ਬੰਦੇ ਨੂੰ ਵੀ ਫਸਾ ਲੈਣ ਤੇ ਉਹ ਬੰਦਾ ਮੁੜ ਕੇ ਨਾ ਕਦੇ ਛੁੱਟਦਾ। ਉਪਰਲੇ ਅਫਸਰਾਂ ਨੂੰ ਵੀ ਉਸ ਦੇ ਇਨ੍ਹਾਂ ਹਥਕੰਡਿਆਂ ਬਾਰੇ ਪਤਾ ਸੀ, ਪਰ ਉਸ ਦੀ ਚਲਾਕੀ ਤੇ ਹੱਥਾਂ ਦੀ ਸਫ਼ਾਈ ਅੱਗੇ ਕਿਸੇ ਦਾ ਕੋਈ ਵੱਸ ਨਹੀਂ ਚੱਲਦਾ ਸੀ। ਰਾਮਦੀਨ ਥਾਣੇਦਾਰ ਸਾਹਿਬ ਨੂੰ ਮਿਲਿਆ ਤੇ ਆਪਣੇ ਦਿਲ ਦੇ ਦਰਦ ਦੀ ਦਵਾਈ ਮੰਗੀ। ਇਸ ਘਟਨਾ ਦੇ ਇਕ ਹਫ਼ਤੇ ਬਾਦ ਹੀ ਮਝਗਾਓਂ ਪਿੰਡ ਵਿੱਚ ਡਾਕਾ ਪੈ ਗਿਆ। ਦਰਅਸਲ ਇਕ ਸ਼ਾਹੂਕਾਰ ਸ਼ਹਿਰ ਵੱਲ ਆ ਰਿਹਾ ਸੀ। ਰਸਤੇ ਵਿੱਚ ਰਾਤ ਹੋ ਗਈ ਤਾਂ ਉਹ ਰਾਤ ਕੱਟਣ ਲਈ ਮਝਗਾਓਂ ਦੇ ਨੰਬਰਦਾਰ ਦੇ ਘਰ ਠਹਿਰ ਗਿਆ। ਪਰ ਡਾਕੂਆਂ ਨੇ ਉਸ ਨੂੰ ਸਹੀ-ਸਲਾਮਤ ਆਪਣੇ ਘਰ ਪਰਤਣ ਨਹੀਂ ਦਿੱਤਾ। ਸਵੇਰੇ-ਤੜਕੇ ਹੀ ਥਾਣੇਦਾਰ ਸਾਹਿਬ ਤਫ਼ਤੀਸ਼ ਕਰਨ ਲਈ ਪਧਾਰੇ ਤੇ ਸਾਰੇ ਪਿੰਡ ਨੂੰ ਇਕੋ ਰੱਸੀ ਨਾਲ ਬੰਨ੍ਹ ਕੇ ਲੈ ਗਏ।

ਸੰਜੋਗਵੱਸ ਮੁਕੱਦਮਾ ਬਾਬੂ ਸ਼ਾਮਾਚਰਣ ਦੀ ਅਦਾਲਤ ਵਿੱਚ ਪੇਸ਼ ਹੋਇਆ। ਉਨ੍ਹਾਂ ਨੂੰ ਤਾਂ ਪਹਿਲਾਂ ਤੋਂ ਹੀ ਸਾਰਾ ਕੱਚਾ-ਚਿੱਠਾ ਪਤਾ ਸੀ ਤੇ ਇਹ ਥਾਣੇਦਾਰ ਸਾਹਿਬ ਵੀ ਕਾਫ਼ੀ ਸਮੇਂ ਤੋਂ ਉਨ੍ਹਾਂ ਦੀ ਨਿਗਾਹ ਵਿਚ ਚੜ੍ਹੇ ਹੋਏ ਸਨ। ਡਿਪਟੀ ਸਾਹਿਬ ਨੇ ਅਜਿਹਾ ਦੁੱਧੋਂ ਪਾਣੀ ਪੁਣਿਆ ਕਿ ਥਾਣੇਦਾਰ ਸਾਹਿਬ ਦੇ ਸਾਰੇ ਭੇਤ ਖੁੱਲ ਗਏ। ਛੇ ਮਹੀਨਿਆਂ ਤੱਕ ਮਾਮਲਾ ਚੱਲਿਆ ਤੇ ਉਹ ਵੀ ਜ਼ੋਰ-ਸ਼ੋਰ ਨਾਲ। ਸਰਕਾਰੀ ਵਕੀਲਾਂ ਨੇ ਬੜੇ ਹੀਲੇ ਕੀਤੇ, ਪਰ ਘਰ ਦੇ ਭੇਤੀ ਤੋਂ ਕੀ ਕੁਝ ਲੁਕ ਸਕਦਾ ਸੀ ? ਫ਼ੈਸਲਾ ਇਹ ਹੋਇਆ ਕਿ ਡਿਪਟੀ ਸਾਹਿਬ ਨੇ ਸਾਰੇ ਮੁਲਜ਼ਮਾਂ ਨੂੰ ਬਾਇੱਜ਼ਤ ਬਰੀ ਕਰ ਦਿੱਤਾ ਤੇ ਨਾਲ ਹੀ ਉਸੇ ਸ਼ਾਮ ਥਾਣੇਦਾਰ ਸਾਹਿਬ ਨੂੰ ਵੀ ਮੁਅੱਤਲ ਕਰ ਦਿੱਤਾ।

ਜਦੋਂ ਡਿਪਟੀ ਸਾਹਿਬ ਫ਼ੈਸਲਾ ਸੁਣਾ ਕੇ ਪਰਤੇ ਤਾਂ ਇਕ ਸ਼ੁਭਚਿੰਤਕ ਕਰਮਚਾਰੀ ਨੇ ਉਨ੍ਹਾਂ ਨੂੰ ਆ ਕੇ ਦੱਸਿਆ—"ਹਜ਼ੂਰ, ਥਾਣੇਦਾਰ ਸਾਹਿਬ ਤੋਂ ਹੁਸ਼ਿਆਰ ਰਹਿਓ। ਅੱਜ ਬਹੁਤ ਭੜਕਿਆ ਹੋਇਐ। ਪਹਿਲਾਂ ਵੀ ਉਹ ਦੋ-ਤਿੰਨ ਅਫ਼ਸਰਾਂ ਨੂੰ ਝਕਾਨੀ ਦੇ ਚੁੱਕਿਐ। ਤੁਹਾਡੇ 'ਤੇ ਵੀ ਉਹ ਜ਼ਰੂਰ ਹਮਲਾ ਕਰੇਗਾ।" ਡਿਪਟੀ ਸਾਹਿਬ ਨੇ ਸੁਣਿਆ ਤੇ ਮੁਸਕੁਰਾ ਕੇ ਉਸ ਹਿਤੈਸ਼ੀ ਦਾ ਧੰਨਵਾਦ ਕੀਤਾ, ਪਰ ਆਪਣੀ ਸੁਰੱਖਿਆ ਲਈ ਕੋਈ ਖ਼ਾਸ ਜਤਨ ਨਾ ਕੀਤਾ। ਉਨ੍ਹਾਂ ਨੂੰ ਏਦਾਂ ਕਰਨ ਵਿਚ ਆਪਣੀ ਬੁਜ਼ਦਿਲੀ ਜਿਹੀ ਪ੍ਰਤੀਤ ਹੁੰਦੀ ਸੀ। ਰਾਧਾ ਦੋਧੀ ਬਹੁਤ ਅਰਜ਼ੋਈਆਂ ਕਰਦਾ ਰਿਹਾ ਕਿ ਮੈਂ ਤੁਹਾਡੇ ਨਾਲ ਰਹਾਂਗਾ। ਕਾਸ਼ੀ ਭਰ ਵੀ ਬਹੁਤ ਹਾੜੇ ਕੱਢਦਾ ਰਿਹਾ, ਪਰ ਉਨ੍ਹਾਂ ਨੇ ਕਿਸੇ ਨੂੰ ਨਾਲ ਨਾ ਰੱਖਿਆ ਤੇ ਪਹਿਲਾਂ ਵਾਂਗ ਹੀ ਆਪਣਾ ਕੰਮ ਬੇਖ਼ੌਫ਼ ਹੋ ਕੇ ਕਰਦੇ ਰਹੇ।

ਜ਼ਾਲਿਮ ਖਾਂ ਧੁਨ ਦਾ ਪੱਕਾ ਸੀ, ਉਹ ਜਾਨ ਮਾਰ ਕੇ ਬਾਬੂ ਸ਼ਾਮਾਚਰਣ ਦੇ ਪਿਛੇ ਪੈ ਗਿਆ। ਇਕ ਦਿਨ ਡਿਪਟੀ ਸਾਹਿਬ ਸੈਰ ਕਰਕੇ ਸ਼ਿਵਪੁਰ ਤੋਂ ਕੁਝ ਹਨੇਰੇ ਹੋਏ ਪਰਤ ਰਹੇ ਸਨ ਕਿ ਪਾਗਲਖ਼ਾਨੇ ਦੇ ਨੇੜੇ ਕੁਝ ਵੇਖ ਕੇ ਉਨ੍ਹਾਂ ਦੀ ਬੱਘੀ ਦਾ ਘੋੜਾ ਬਿਦਕ ਗਿਆ। ਬੱਘੀ ਰੁਕ ਗਈ ਤੇ ਘੜੀ ਭਰ ਵਿਚ ਜ਼ਾਲਿਮ ਖ਼ਾਂ ਨੇ ਇਕ ਦਰੱਖ਼ਤ ਦੇ ਓਹਲੇ ਵਿਚੋਂ ਪਿਸਤੌਲ ਚਲਾ ਦਿੱਤੀ। 'ਠਾਹ' ਦੀ ਆਵਾਜ਼ ਆਈ ਤੇ ਬਾਬੂ ਸ਼ਾਮਾਚਰਣ ਦੀ ਵੱਖੀ ਵਿਚੋਂ ਗੋਲੀ ਪਾਰ ਹੋ ਗਈ। ਪਾਗਲਖ਼ਾਨੇ ਦੇ ਸਿਪਾਹੀ ਭੱਜ ਕੇ ਆਏ। ਜ਼ਾਲਿਮ ਖ਼ਾਂ ਨੂੰ ਫੜ ਲਿਆ ਗਿਆ, ਕੋਤਵਾਲ ਨੇ ਉਸ ਨੂੰ ਭੱਜਣ ਦਾ ਮੌਕਾ ਨਹੀਂ ਦਿੱਤਾ ਸੀ।

ਇਸ ਦੁਰਘਟਨਾ ਨੇ ਪੂਰੇ ਖ਼ਾਨਦਾਨ ਦਾ ਵਿਨਾਸ਼ ਕਰ ਦਿੱਤਾ ਸੀ। ਪ੍ਰੇਮਵਤੀ ਭਾਵੇਂ ਬੜੀ ਸੁਸ਼ੀਲ ਤੇ ਹੱਸਮੁੱਖ ਔਰਤ ਸੀ ਪਰ ਇਨ੍ਹਾਂ ਦੋ ਅਣਹੋਣੀਆਂ ਨੇ ਉਸ ਦੇ ਸੁਭਾਅ ਤੇ ਵਿਹਾਰ ਵਿਚ ਅਚਾਨਕ ਬੜਾ ਵੱਡਾ ਫੇਰਬਦਲ ਲੈ ਆਂਦਾ। ਉਸ ਨੂੰ ਇਹ ਵਹਿਮ ਹੋ ਗਿਆ ਸੀ ਕਿ ਇਹ ਸਾਰੀਆਂ ਮੁਸੀਬਤਾਂ ਇਸੇ ਨੂੰਹ ਦੇ ਆਉਣ ਕਰਕੇ ਹੀ ਸਾਡੇ ਸਿਰ ਪਈਆਂ ਹਨ। ਇਹੀ ਮਨਹੂਸ ਜਦੋਂ ਤੋਂ ਸਾਡੇ ਘਰ ਆਈ ਹੈ, ਘਰ ਤਬਾਹ ਹੋ ਗਿਆ ਹੈ। ਇਸ ਦਾ ਪੈੜਾ ਬਹੁਤ ਅਸ਼ੁੱਭ ਹੈ। ਕਈ ਵਾਰ ਉਸ ਨੇ ਸਾਫ਼-ਸਾਫ਼ ਵੀ ਬਿਰਜਨ ਨੂੰ ਕਹਿ ਦਿੱਤਾ ਸੀ ਕਿ— "ਤੇਰੇ ਚੋਪੜੇ-ਚਿਕਨੇ ਸੁਹੱਪਣ ਨੇ ਮੈਨੂੰ ਠੱਗ ਲਿਆ। ਮੈਨੂੰ ਕੀ ਪਤਾ ਸੀ ਕਿ ਤੇਰੇ ਪੈੜ ਹੀ ਏਨੇ ਮਨਹੂਸ ਨੇ।" ਬਿਰਜਨ ਇਹ ਗੱਲਾਂ ਸੁਣਦੀ ਤੇ ਦਿਲ ਮਸੋਸ ਕੇ ਰਹਿ ਜਾਂਦੀ। ਜਦੋਂ ਦਿਨ ਹੀ ਮਾੜੇ ਚੱਲ ਪੈਣ, ਫਿਰ ਚੰਗੀਆਂ ਗੱਲਾਂ ਕੰਨਾਂ ਵਿੱਚ ਕਿਵੇਂ ਪੈਣ। ਇਹ ਅੱਠਾਂ ਪਹਿਰਾਂ ਦਾ ਸੰਤਾਪ ਉਸ ਨੂੰ ਦੁਖ ਦੇ ਅੱਥਰੂ ਵੀ ਨਾ ਕੇਰਨ ਦਿੰਦਾ। ਅੱਥਰੂ ਤਾਂ ਉਦੋਂ ਹੀ ਕਿਰਦੇ ਨੇ ਜਦੋਂ ਕੋਈ ਆਪਣਾ ਹੋਵੇ ਤੇ ਦਿਲ ਦਾ ਦੁਖ ਸੁਣੇ। ਤਾਅਨਿਆਂ ਤੇ ਟਿੱਚਰਾਂ ਦੇ ਸੇਕ ਨਾਲ ਤਾਂ ਅੱਥਰੂ ਵੀ ਸੜ ਜਾਂਦੇ ਹਨ। ਇਕ ਦਿਨ ਬਿਰਜਨ ਦਾ ਮਨ ਘਰ ਅੰਦਰ ਬੈਠਿਆਂ-ਬੈਠਿਆਂ ਏਨਾ ਘਬਰਾਇਆ ਕਿ ਉਹ ਥੋੜ੍ਹੀ ਦੇਰ ਲਈ ਬਾਗ਼ ਵਿਚ ਚਲੀ ਗਈ। ਆਹ! ਇਸ ਬਾਗ਼ ਵਿੱਚ ਕਿਵੇਂ-ਕਿਵੇਂ ਦੇ ਖੁਸ਼ੀਆਂ ਭਰੇ ਦਿਨ ਲੰਘੇ ਸਨ। ਇਸ ਬਾਗ਼ ਦਾ ਇਕ-ਇਕ ਬੂਟਾ ਮਰਨ ਵਾਲੇ ਦੇ ਅਸੀਮ ਪਿਆਰ ਦੀ ਯਾਦਗਾਰ ਸੀ। ਕਦੇ ਉਹ ਦਿਨ ਵੀ ਸਨ ਕਿ ਇਨ੍ਹਾਂ ਫੁੱਲਾਂ-ਪੱਤੀਆਂ ਨੂੰ ਵੇਖ ਕੇ ਮਨ ਖਿੜ ਜਾਂਦਾ ਸੀ ਤੇ ਸੁਗੰਧਿਤ ਪੌਣ ਮਨ ਵਿਚ ਖੇੜਾ ਭਰ ਦਿੰਦੀ ਸੀ। ਇਹੀ ਉਹ ਜਗ੍ਹਾ ਹੈ, ਜਿਥੇ ਅਣਗਿਣਤ ਸ਼ਾਮਾਂ ਪਿਆਰ ਦੇ ਇਜ਼ਹਾਰ ਵਿਚ ਲੰਘੀਆਂ ਸਨ। ਉਸ ਵੇਲੇ ਫੁੱਲ-ਕਲੀਆਂ ਆਪਣੀਆਂ ਨਾਜ਼ੁਕ ਪੰਖੜੀਆਂ ਛੂਹਾ ਕੇ ਉਨ੍ਹਾਂ ਦਾ ਸੁਆਗਤ ਕਰਦੀਆਂ ਸਨ। ਪਰ ਅਫ਼ਸੋਸ! ਅੱਜ ਉਨ੍ਹਾਂ ਦੇ ਸਿਰ ਝੁਕੇ ਹੋਏ ਤੇ ਨਾਜ਼ੁਕ ਹੋਠਾਂ ਵਰਗੀਆਂ ਪੰਖੜੀਆਂ ਸੀਤੀਆਂ ਹੋਈਆਂ ਲੱਗ ਰਹੀਆਂ ਸਨ। ਕੀ ਇਹ ਉਹੀ ਜਗ੍ਹਾ ਨਹੀਂ ਸੀ, ਜਿਥੇ 'ਅਲਬੇਲੀ ਮਾਲਨ' ਫੁੱਲਾਂ ਦੇ ਹਾਰ ਗੁੰਦਦੀ ਹੁੰਦੀ ਸੀ ? ਪਰ ਵਿਚਾਰੀ ਭੋਲੀ-ਭਾਲੀ ਮਾਲਨ ਨੂੰ ਕੀ ਪਤਾ ਸੀ ਕਿ ਇਸੇ ਜਗ੍ਹਾ 'ਤੇ ਉਸ ਨੂੰ ਆਪਣੀਆਂ ਅੱਖਾਂ 'ਚੋਂ ਚੋਏ ਹੰਝੂਆਂ ਦੇ ਮੋਤੀਆਂ ਦੇ ਹਾਰ ਗੁੰਦਣੇ ਪੈਣਗੇ। ਇਨ੍ਹਾਂ ਸੋਚਾਂ ਵਿਚ ਡੁੱਬੀ ਬਿਰਜਨ ਦੀ ਨਜ਼ਰ ਅਚਾਨਕ ਉਸ ਝਾੜੀ ਵੱਲ ਗਈ, ਜਿਸ ਦੇ ਓਹਲਿਓਂ ਇਕ ਵਾਰੀ ਕਮਲਾਚਰਣ ਮੁਸਕਰਾਉਂਦਾ ਹੋਇਆ ਬਾਹਰ ਨਿਕਲਿਆ ਸੀ। ਅੱਜ ਜਿਵੇਂ ਉਹ ਇਸ ਝਾੜੀ ਦੀਆਂ ਪੱਤੀਆਂ ਦਾ ਹਿੱਲਣਾ ਤੇ ਇਸ ਦੇ ਓਹਲਿਓਂ ਕਮਲਾਚਰਣ ਦੇ ਕੱਪੜਿਆਂ ਦੀ ਝਲਕ ਮਹਿਸੂਸ ਕਰ ਰਹੀ ਸੀ। ਉਸ ਦੇ

ਚਿਹਰੇ 'ਤੇ ਇਸ ਵੇਲੇ ਹਲਕੀ-ਹਲਕੀ ਮੁਸਕਾਨ ਜਿਹੀ ਤੈਰ ਰਹੀ ਸੀ, ਜਿਵੇਂ ਗੰਗਾ ਵਿਚ ਡੁੱਬਦੇ ਹੋਏ ਸੂਰਜ ਦੀਆਂ ਸੁਨਹਿਰੀ ਤੇ ਮੱਧਮ ਹੋਈਆਂ ਕਿਰਨਾਂ ਦਾ ਝਲਕਾਰਾ ਪੈਂਦਾ ਹੈ। ਅਚਾਨਕ ਪ੍ਰੇਮਵਤੀ ਨੇ ਆ ਕੇ ਤਲਖ਼ ਲਫ਼ਜ਼ਾਂ ਵਿਚ ਉਸ ਨੂੰ ਕਿਹਾ—"ਹੁਣ ਮਹਾਰਾਣੀ ਜੀ ਨੂੰ ਸੈਰ ਕਰਨ ਦਾ ਸ਼ੌਕ ਚਿੰਬੜ ਗਿਐ!"

ਬਿਰਜਨ ਤ੍ਰਭਕ ਗਈ ਤੇ ਰੋਂਦੀ ਹੋਈ ਬੋਲੀ—"ਮਾਂ ਜੀ! ਜਿਸ ਨੂੰ ਰੱਬ ਦੀ ਮਾਰ ਪਈ ਹੋਵੇ, ਉਸ ਨੂੰ ਤੁਸੀਂ ਕਿਉਂ ਤੜਫਾਉਂਦੇ ਓ!"

ਅਖ਼ੀਰ ਪ੍ਰੇਮਵਤੀ ਦਾ ਮਨ ਉਥੋਂ ਦੇ ਮਾਹੌਲ ਤੋਂ ਏਨਾ ਉਚਾਟ ਹੋ ਗਿਆ ਕਿ ਉਹ ਇਕ ਮਹੀਨੇ ਦੇ ਅੰਦਰ-ਅੰਦਰ ਹੀ ਸਾਰਾ ਸਾਮਾਨ ਪੂਰੇ-ਸੂਰੇ ਭਾਅ 'ਚ ਵੇਚ ਕੇ ਮਝਗਾਓਂ ਚਲੀ ਗਈ। ਬ੍ਰਿਜਰਾਣੀ ਹੁਣ ਹਵੇਲੀ ਵਿਚ ਇਕੱਲੀ ਰਹਿ ਗਈ ਸੀ। ਮਾਧਵੀ ਦੇ ਇਲਾਵਾ ਹੁਣ ਉਸ ਦਾ ਕੋਈ ਹਿਤੈਸ਼ੀ ਨਹੀਂ ਸੀ ਰਿਹਾ। ਸੁਵਾਮਾ ਨੂੰ ਆਪਣੀ ਇਸ ਮੂੰਹ-ਬੋਲੀ ਧੀ ਦੇ ਦੁੱਖਾਂ-ਦਰਦਾਂ ਦਾ ਓਨਾ ਹੀ ਅਫ਼ਸੋਸ ਹੋਇਆ, ਜਿੰਨਾ ਆਪਣੀ ਸਕੀ ਧੀ ਦਾ ਹੁੰਦਾ। ਕਈ ਦਿਨਾਂ ਤੱਕ ਉਹ ਰੋਂਦੀ ਰਹੀ ਤੇ ਕਈ ਦਿਨ ਲਗਾਤਾਰ ਉਹ ਬਿਰਜਨ ਨੂੰ ਧਰਵਾਸ ਦੇਣ ਆਉਂਦੀ ਰਹੀ। ਜਦੋਂ ਬਿਰਜਨ ਇਕੱਲੀ ਰਹਿ ਗਈ ਤਾਂ ਸੁਵਾਮਾ ਨੇ ਚਾਹਿਆ ਕਿ ਉਹ ਮੇਰੇ ਕੋਲ ਆ ਜਾਵੇ ਤੇ ਆਰਾਮ ਨਾਲ ਰਹੇ। ਉਹ ਆਪ ਵੀ ਕਈ ਵਾਰ ਉਸ ਨੂੰ ਲੈਣ ਗਈ, ਪਰ ਬਿਰਜਨ ਕਿਸੇ ਹੀਲੇ ਵੀ ਜਾਣ ਨੂੰ ਤਿਆਰ ਨਾ ਹੋਈ। ਉਹ ਸੋਚਦੀ ਸੀ ਕਿ ਸਹੁਰਾ ਸਾਹਿਬ ਨੂੰ ਸੁਰਗ ਸਿਧਾਰਿਆਂ ਅਜੇ ਤਿੰਨ ਮਹੀਨੇ ਵੀ ਨਹੀਂ ਹੋਏ ਤੇ ਜੇ ਏਨੀ ਜਲਦੀ ਇਹ ਘਰ ਸੁੰਨਾ ਛੱਡ ਦਿੱਤਾ ਤਾਂ ਲੋਕ ਕਹਿਣਗੇ ਕਿ ਉਨ੍ਹਾਂ ਦੇ ਮਰਦਿਆਂ ਹੀ ਨੂੰਹ-ਸੱਸ ਲੜ ਮਰੀਆਂ। ਇਥੋਂ ਤੱਕ ਕਿ ਬਿਰਜਨ ਦੀ ਇਸ ਜ਼ਿੱਦ ਕਰਕੇ ਸੁਵਾਮਾ ਦਾ ਮਨ ਵੀ ਦੁਖੀ ਹੋ ਗਿਆ।

ਮਝਗਾਓਂ ਵਿਚ ਪ੍ਰੇਮਵਤੀ ਨੇ ਹੜਕੰਪ ਮਚਾਇਆ ਹੋਇਆ ਸੀ। ਦੇਣਦਾਰਾਂ ਨੂੰ ਮੰਦੇ ਬੋਲ ਬੋਲਦੀ। ਇਕ ਕਾਰਿੰਦੇ ਦੇ ਸਿਰ 'ਤੇ ਜੁੱਤੀ ਕੱਢ ਮਾਰੀ। ਪਟਵਾਰੀ ਨੂੰ ਫਿਟਕਾਰਿਆ। ਰਾਧੇ ਦੋਧੀ ਦੀ ਗਾਂ ਬਗ਼ੈਰਾ ਖੋਹ ਲਈ। ਇਸ ਵਿਹਾਰ ਨਾਲ ਪੂਰੇ ਪਿੰਡ ਵਾਲੇ ਦਹਿਸ਼ਤ ਵਿਚ ਆ ਗਏ। ਉਨ੍ਹਾਂ ਨੇ ਰਾਧਾਚਰਣ ਬਾਬੂ ਨੂੰ ਸ਼ਿਕਾਇਤ ਕੀਤੀ। ਰਾਧਾਚਰਣ ਨੇ ਇਹ ਗੱਲ ਸੁਣੀ ਤਾਂ ਯਕੀਨ ਹੋ ਗਿਆ ਕਿ ਜ਼ਰੂਰ ਹੀ ਇਨ੍ਹਾਂ ਦੁਰਘਟਨਾਵਾਂ ਨੇ ਮਾਂ ਦੀ ਮੱਤ ਮਾਰ ਦਿੱਤੀ ਹੈ। ਇਸ ਵੇਲੇ ਕਿਸੇ ਤਰ੍ਹਾਂ ਇਨ੍ਹਾਂ ਦੇ ਮਨ ਨੂੰ ਪਰਚਾਉਣਾ ਪਏਗਾ। ਸੇਵਤੀ ਨੂੰ ਖ਼ਤ ਲਿਖਿਆ ਕਿ ਤੂੰ ਮਾਂ ਕੋਲ ਚਲੀ ਜਾ ਤੇ ਉਨ੍ਹਾਂ ਦੇ ਨਾਲ ਹੀ ਕੁਝ ਦਿਨ ਰਹਿ। ਸੇਵਤੀ ਦੀ ਗੋਦੀ ਵਿਚ ਉਨ੍ਹੀਂ ਦਿਨੀਂ ਇਕ ਚੰਨ ਵਰਗਾ ਸੁਹਣਾ ਬੱਚਾ ਅਠਖੇਲੀਆਂ ਕਰ ਰਿਹਾ ਸੀ ਤੇ ਪ੍ਰਾਣਨਾਥ ਵੀ ਦੋ ਮਹੀਨਿਆਂ ਦੀ ਛੁੱਟੀ ਲੈ ਕੇ ਦਰਭੰਗਾ ਤੋਂ ਘਰ ਆਏ ਸਨ। ਹੁਣ ਉਹ ਰਾਜਾ ਸਾਹਿਬ ਦੇ ਪ੍ਰਾਈਵੇਟ ਸੈਕਰੇਟਰੀ ਹੋ ਗਏ ਸਨ। ਅਜਿਹੇ ਮੌਕੇ ਸੇਵਤੀ ਕਿਵੇਂ ਆ ਸਕਦੀ ਸੀ। ਤਿਆਰੀਆਂ ਕਰਦਿਆਂ-ਕਰਦਿਆਂ ਮਹੀਨੇ ਗੁਜ਼ਰ ਗਏ। ਕਦੇ ਬੱਚਾ ਬੀਮਾਰ ਹੋ ਜਾਂਦਾ, ਕਦੇ ਸੱਸ ਨਾਰਾਜ਼ ਹੋ ਜਾਂਦੀ, ਕਦੇ ਸਲਾਹ ਨਾ ਬਣਦੀ। ਅਖ਼ੀਰ ਛੇ ਮਹੀਨਿਆਂ ਬਾਅਦ ਉਸ ਨੂੰ ਵਿਹਲ ਮਿਲੀ, ਉਹ ਵੀ ਬੜੀ ਮੁਸ਼ਕਿਲ ਨਾਲ।

ਪਰ ਪ੍ਰੇਮਵਤੀ 'ਤੇ ਉਸ ਦੇ ਆਉਣ ਦਾ ਕੋਈ ਅਸਰ ਨਾ ਹੋਇਆ, ਉਹ ਤਾਂ ਉਹਦੇ ਗਲ੍ਹ ਲੱਗ ਕੇ ਰੋਈ ਵੀ ਨਹੀਂ ਤੇ ਉਹਦੇ ਬੱਚੇ ਵੱਲ ਵੀ ਅੱਖ ਚੁੱਕ ਨਹੀਂ ਵੇਖਿਆ। ਉਸ

ਦੇ ਦਿਲ ਵਿਚ ਹੁਣ ਮਮਤਾ ਤੇ ਪਿਆਰ ਨਾਂ-ਮਾਤਰ ਵੀ ਨਹੀਂ ਰਹਿ ਗਿਆ ਸੀ। ਜਿਵੇਂ ਗੰਨੇ ਵਿਚੋਂ ਰਸ ਕੱਢ ਲੈਣ 'ਤੇ ਸਿਰਫ਼ ਅੱਕ ਬਾਕੀ ਰਹਿ ਜਾਂਦੇ ਹਨ, ਉਸੇ ਤਰ੍ਹਾਂ ਜਿਸ ਬੰਦੇ ਦੇ ਦਿਲ ਵਿਚੋਂ ਪਿਆਰ ਨਿਕਲ ਜਾਂਦਾ ਹੈ, ਉਹ ਸਿਰਫ਼ ਹੱਡੀਆਂ ਦੇ ਚੂਰੇ ਦਾ ਢੇਰ ਬਣ ਕੇ ਰਹਿ ਜਾਂਦਾ ਹੈ। ਦੇਵੀ-ਦੇਵਤਿਆਂ ਦਾ ਨਾਂਅ ਸੁਣਦਿਆਂ ਹੀ ਉਹਦੇ ਰੰਗ-ਢੰਗ ਬਦਲ ਜਾਂਦੇ ਸਨ। ਮਝਗਾਓਂ ਵਿਚ ਜਨਮ-ਅਸ਼ਟਮੀ ਮਨਾਈ ਗਈ। ਲੋਕਾਂ ਨੇ ਠਾਕੁਰ ਜੀ ਦਾ ਵਰਤ ਰੱਖਿਆ ਤੇ ਚੰਦਾ ਇਕੱਠਾ ਕਰ ਕੇ ਨਾਚ ਕਰਵਾਉਣ ਦੀਆਂ ਤਿਆਰੀਆਂ ਆਰੰਭੀਆਂ। ਪਰ ਪ੍ਰੇਮਵਤੀ ਨੇ ਠੀਕ ਜਨਮ-ਅਸ਼ਟਮੀ ਵਾਲੇ ਦਿਨ ਆਪਣੇ ਘਰ ਵਿੱਚ ਸੁਸ਼ੋਭਿਤ ਕ੍ਰਿਸ਼ਨ ਜੀ ਦੀ ਮੂਰਤੀ ਖੇਤ ਵਿਚ ਸੁਟਵਾ ਦਿੱਤੀ। ਇਕਾਦਸ਼ੀ ਦਾ ਵਰਤ ਟੁੱਟ ਗਿਆ ਤੇ ਦੇਵਤਿਆਂ ਦੀ ਪੂਜਾ ਵੀ ਛੁੱਟ ਗਈ। ਇਹ ਪ੍ਰੇਮਵਤੀ ਅਸਲ ਪ੍ਰੇਮਵਤੀ ਹੀ ਨਹੀਂ ਸੀ।

ਸੇਵਤੀ ਨੇ ਜਿਵੇਂ-ਤਿਵੇਂ ਕਰਕੇ ਇਥੇ ਦੋ ਮਹੀਨੇ ਲੰਘਾਏ। ਉਸ ਦਾ ਮਨ ਬਹੁਤ ਘਬਰਾਉਂਦਾ। ਕੋਈ ਸਹੇਲੀ-ਸਾਥਣ ਵੀ ਨਹੀਂ ਸੀ, ਜਿਸ ਦੇ ਨਾਲ ਬੈਠ ਕੇ ਦਿਨ-ਕੱਟੀ ਕਰਦੀ। ਬਿਰਜਨ ਨੇ ਤਾਂ ਇਥੇ ਤੁਲਸਾ ਨੂੰ ਸਹੇਲੀ ਬਣਾ ਲਿਆ ਸੀ, ਪਰ ਸੇਵਤੀ ਦਾ ਸੁਭਾਅ ਏਨਾ ਸਾਦਾ ਨਹੀਂ ਸੀ। ਅਜਿਹੀਆਂ ਨੀਵੀਂ ਜ਼ਾਤ ਦੀਆਂ ਔਰਤਾਂ ਨਾਲ ਮੇਲ-ਜੋਲ ਰੱਖਣ ਨੂੰ ਉਹ ਆਪਣੀ ਹੱਤਕ ਸਮਝਦੀ ਸੀ। ਤੁਲਸਾ ਵਿਚਾਰੀ ਤਾਂ ਕਈ ਵਾਰ ਆਈ, ਪਰ ਜਦ ਵੇਖਿਆ ਕਿ ਇਹ ਤਾਂ ਉਪਰਲੇ ਮਨੋਂ ਵੀ ਖੁੱਲ੍ਹ ਕੇ ਨਹੀਂ ਮਿਲਦੀ ਤਾਂ ਉਸ ਨੇ ਵੀ ਆਉਣਾ-ਜਾਣਾ ਛੱਡ ਦਿੱਤਾ।

ਤਿੰਨ ਮਹੀਨੇ ਲੰਘ ਚੁੱਕੇ ਸਨ। ਇਕ ਦਿਨ ਸੇਵਤੀ ਵੱਡੇ ਦਿਨ ਤੱਕ ਸੌਂਦੀ ਰਹੀ। ਪ੍ਰਾਣਨਾਥ ਦੇ ਖ਼ਤ ਨੇ ਪਿਛਲੀ ਰਾਤ ਬਹੁਤ ਰੁਆਇਆ ਸੀ। ਜਦ ਨੀਂਦ ਟੁੱਟੀ ਤਾਂ ਕੀ ਵੇਖਦੀ ਹੈ ਕਿ ਪ੍ਰੇਮਵਤੀ ਉਸ ਦੇ ਬੱਚੇ ਨੂੰ ਗੋਦੀ ਵਿੱਚ ਚੁੱਕ ਕੇ ਚੁੰਮ ਰਹੀ ਹੈ। ਕਦੇ ਅੱਖਾਂ ਨਾਲ ਛੁਹਾਉਂਦੀ ਹੈ, ਕਦੇ ਛਾਤੀ ਨਾਲ ਲਗਾਉਂਦੀ ਹੈ। ਸਾਹਮਣੇ ਅੰਗੀਠੀ 'ਤੇ ਹਲਵਾ ਬਣ ਰਿਹਾ ਹੈ। ਬੱਚਾ ਉਸ ਦੇ ਵੱਲ ਉਂਗਲ ਨਾਲ ਇਸ਼ਾਰਾ ਕਰ ਕੇ ਕਿਲਕਾਰੀ ਮਾਰਦਾ ਹੈ ਕਿ ਬੱਸ, ਜਾ ਕੇ ਕਟੋਰੇ ਵਿਚ ਹੀ ਬੈਠ ਜਾਵਾਂ ਤੇ ਗਰਮਾ-ਗਰਮ ਹਲਵਾ ਖਾਈ ਜਾਵਾਂ। ਅੱਜ ਉਹਦਾ ਚਿਹਰਾ ਵੀ ਕਮਲ ਦੀ ਤਰ੍ਹਾਂ ਖਿੜਿਆ ਹੋਇਆ ਹੈ, ਸ਼ਾਇਦ ਉਸਦੀ ਸੂਖਮ ਨਜ਼ਰ ਨੇ ਭਾਂਪ ਲਿਆ ਹੈ ਕਿ ਪ੍ਰੇਮਵਤੀ ਦੇ ਕਠੋਰ ਦਿਲ ਵਿਚ ਅੱਜ ਪਿਆਰ ਨੇ ਮੁੜ ਤੋਂ ਪੈਰ ਪਾਏ ਨੇ। ਸੇਵਤੀ ਨੂੰ ਤਾਂ ਜਿਵੇਂ ਯਕੀਨ ਹੀ ਨਾ ਹੋਇਆ। ਉਹ ਪਲੰਘ 'ਤੇ ਪਈ ਨਿਰਮਲ ਹੋਈਆਂ ਅੱਖਾਂ ਨਾਲ ਵੇਖ ਰਹੀ ਸੀ, ਜਿਵੇਂ ਸੁਪਨਾ ਵੇਖ ਰਹੀ ਹੋਵੇ। ਏਨੇ ਨੂੰ ਪ੍ਰੇਮਵਤੀ ਪਿਆਰ ਨਾਲ ਬੋਲੀ—"ਉਠ ਧੀਏ! ਉੱਠ! ਵੇਖ ਕਿੱਡਾ ਦਿਨ ਚੜ੍ਹ ਗਿਐ।"

ਸੇਵਤੀ ਅਵਾਕ ਰਹਿ ਗਈ ਤੇ ਅੱਖਾਂ ਭਰ ਆਈ। ਅੱਜ ਉਸ ਨੇ ਬਹੁਤ ਦੇਰ ਬਾਅਦ ਮਾਂ ਦੇ ਮੂੰਹੋਂ ਪਿਆਰ ਭਿੱਜੇ ਬੋਲ ਸੁਣੇ ਸਨ। ਝੱਟ ਉੱਠ ਕੇ ਬੈਠ ਗਈ ਤੇ ਮਾਂ ਦੇ ਗਲ੍ਹ ਨਾਲ ਚਿੰਬੜ ਕੇ ਰੋਣ ਲੱਗ ਪਈ। ਪ੍ਰੇਮਵਤੀ ਦੀਆਂ ਅੱਖਾਂ ਵਿਚੋਂ ਵੀ ਹੰਝੂਆਂ ਦੀ ਝੜੀ ਲੱਗ ਗਈ, ਆਖ਼ਰ ਸੁੱਕਾ ਬਿਰਖ ਹਰਾ ਹੋ ਗਿਆ। ਜਦ ਦੋਨਾਂ ਦੇ ਹੰਝੂ ਰੁਕੇ ਤਾਂ ਪ੍ਰੇਮਵਤੀ ਬੋਲੀ— "ਸੀਤੋ! ਤੈਨੂੰ ਅੱਜ ਇਹ ਗੱਲਾਂ ਅਜੀਬ ਲੱਗ ਰਹੀਆਂ ਹੋਣਗੀਆਂ, ਹਾਂ ਬੱਚੀਏ! ਅਜੀਬ ਹੀ ਤਾਂ ਲੱਗਣਗੀਆਂ। ਹੁਣ ਤੂੰ ਹੀ ਦੱਸ ਮੈਂ ਕਿਵੇਂ ਰੋਵਾਂ, ਜਦ ਅੱਖਾਂ 'ਚੋਂ ਹੰਝੂ ਹੀ ਮੁੱਕ ਗਏ?

ਲਾਡ ਕਿਵੇਂ ਲੜਾਵਾਂ, ਜਦ ਕਾਲਜਾ ਹੀ ਸੁੱਕ ਕੇ ਪੱਥਰ ਹੋ ਗਿਆ ? ਇਹ ਸਭ ਕਿਸਮਤ ਦਾ ਚੱਕਰ ਐ। ਹੰਝੂ ਤੇਰੇ ਪਿਤਾ ਜੀ ਦੇ ਨਾਲ ਚਲੇ ਗਏ ਤੇ ਲਾਡ ਕਮਲਾਚਰਣ ਦੇ ਨਾਲ। ਅੱਜ ਪਤਾ ਨਹੀਂ ਇਹ ਦੋ ਤੁਪਕੇ ਕਿਥੋਂ ਨਿੱਕਲ ਆਏ ? ਬੱਚੀਏ ! ਮੇਰੀਆਂ ਸਾਰੀਆਂ ਭੁੱਲਾਂ ਮੁਆਫ਼ ਕਰੀਂ।"

ਇਹ ਕਹਿੰਦਿਆਂ-ਕਹਿੰਦਿਆਂ ਉਸ ਦੀਆਂ ਅੱਖਾਂ ਫਰਕਣ ਲੱਗੀਆਂ। ਸੇਵਤੀ ਘਬਰਾ ਗਈ। ਮਾਂ ਨੂੰ ਪਲੰਘ 'ਤੇ ਲਿਟਾ ਦਿੱਤਾ ਤੇ ਆਪ ਪੱਖਾ ਝੱਲਣ ਲੱਗ ਗਈ। ਉਸ ਦਿਨ ਤੋਂ ਪ੍ਰੇਮਵਤੀ ਦੀ ਹਾਲਤ ਇਹ ਹੋ ਗਈ ਕਿ ਜਦੋਂ ਵੀ ਵੇਖੋ, ਉਹ ਰੋਂਦੀ ਰਹਿੰਦੀ। ਬੱਚੇ ਨੂੰ ਤਾਂ ਪਲ ਭਰ ਲਈ ਵੀ ਆਪਣੇ ਤੋਂ ਦੂਰ ਨਹੀਂ ਕਰਦੀ ਸੀ। ਕੰਮ ਵਾਲੀਆਂ ਨਾਲ ਬੋਲਦੀ ਤਾਂ ਮੂੰਹੋਂ ਫੁੱਲ ਝੜਦੇ। ਹੁਣ ਉਹ ਪਹਿਲਾਂ ਵਰਗੀ ਨੇਕ ਦਿਲ ਪ੍ਰੇਮਵਤੀ ਬਣ ਗਈ ਸੀ। ਏਦਾਂ ਲੱਗਦਾ ਸੀ, ਜਿਵੇਂ ਉਹਦੇ ਦਿਲ ਤੋਂ ਕੋਈ ਬੁਰਾ ਪਰਛਾਵਾਂ ਹਟ ਗਿਆ ਹੋਵੇ ! ਜਦੋਂ ਕੜਾਕੇ ਦੀ ਠੰਢ ਪੈਂਦੀ ਹੈ ਤਾਂ ਅਕਸਰ ਨਦੀਆਂ ਦੇ ਪਾਣੀ ਦੀ ਉਪਰਲੀ ਪਰਤ ਬਰਫ਼ ਬਣ ਕੇ ਜੰਮ ਜਾਂਦੀ ਹੈ। ਉਸ ਵਿਚ ਰਹਿਣ ਵਾਲੇ ਜਲ-ਜੀਵ ਬਰਫ਼ ਦੇ ਪਰਦੇ ਪਿੱਛੇ ਲੁਕ ਜਾਂਦੇ ਹਨ, ਬੇੜੀਆਂ ਫਸ ਜਾਂਦੀਆਂ ਹਨ ਤੇ ਇਨ੍ਹਾਂ ਧੀਮੇ, ਚਾਂਦੀ ਰੰਗੇ ਤੇ ਜੀਵਨ-ਰੱਖਿਅਕ ਜਲ-ਸੋਮਿਆਂ ਦਾ ਕੋਈ ਵੀ ਵਜੂਦ ਦਿਸਣਾ ਬੰਦ ਹੋ ਜਾਂਦਾ ਹੈ। ਭਾਵੇਂ ਬਰਫ਼ ਦੀ ਚਾਦਰ ਦੇ ਥੱਲੇ ਇਹ ਮਿੱਠੀ ਨੀਂਦ ਵਿਚ ਅਲਸਾਉਂਦੇ ਰਹਿੰਦੇ ਹਨ ਤੇ ਜਿਵੇਂ ਹੀ ਗਰਮੀ ਦੀ ਹਕੂਮਤ ਸ਼ੁਰੂ ਹੁੰਦੀ ਹੈ, ਤਾਂ ਸਾਰੀ ਬਰਫ਼ ਪਿਘਲ ਜਾਂਦੀ ਹੈ ਤੇ ਚਾਂਦੀ-ਰੰਗੀਆਂ ਨਦੀਆਂ ਆਪਣੇ ਉਪਰੋਂ ਬਰਫ਼ੀਲੀਆਂ ਚਾਦਰਾਂ ਉਠਾ ਕੇ ਵਗਾਹ ਮਾਰਦੀਆਂ ਹਨ, ਇਨ੍ਹਾਂ ਵਿਚ ਦੋਬਾਰਾ ਤੋਂ ਮੱਛੀਆਂ ਤੇ ਹੋਰ ਜਲ-ਜੀਵ ਤੈਰਨ ਲੱਗਦੇ ਹਨ, ਬੇੜੀਆਂ ਦੇ ਝੁਰਮਟ ਪਾਣੀ 'ਤੇ ਲਹਿਰਾਉਣ ਲੱਗਦੇ ਹਨ ਤੇ ਕੰਢਿਆਂ 'ਤੇ ਇਨਸਾਨਾਂ ਤੇ ਪੰਛੀਆਂ ਦਾ ਜਮਾਵੜਾ ਲੱਗ ਜਾਂਦਾ ਹੈ। ਇਹੀ ਹਾਲਤ ਇਨਸਾਨੀ ਸੁਭਾਅ ਦੀ ਹੁੰਦੀ ਹੈ।

ਪਰ ਪ੍ਰੇਮਵਤੀ ਦੀ ਇਹ ਹਾਲਤ ਬਹੁਤੀ ਦੇਰ ਤੱਕ ਸਥਿਰ ਨਾ ਰਹੀ। ਇਹ ਚੇਤੰਨਤਾ ਜਿਵੇਂ ਉਸ ਦੀ ਮੌਤ ਦਾ ਸੁਨੇਹਾ ਸੀ। ਇਹ ਉਸ ਦੀ ਇਸ ਦੋਹਰੀ ਮਨੋਦਸ਼ਾ ਦੀ ਬਲਦੀ-ਬੁਝਦੀ ਲੋਅ ਦਾ ਪ੍ਰਭਾਵ ਹੀ ਸੀ ਕਿ ਪ੍ਰੇਮਵਤੀ ਹੁਣ ਤੱਕ ਜ਼ਿੰਦਾ ਸੀ, ਨਹੀਂ ਤਾਂ ਉਸ ਵਰਗੀ ਨਰਮ-ਦਿਲ ਔਰਤ ਮੁਸੀਬਤ ਦੇ ਅਜਿਹੇ ਤੱਤੇ ਬੁੱਲ੍ਹੇ ਕਦੇ ਨਾ ਸਹਾਰ ਸਕਦੀ।

ਸੇਵਤੀ ਨੇ ਸਾਰੇ ਪਾਸੇ ਤਾਰ ਭਿਜਵਾਏ ਕਿ ਆ ਕੇ ਇਕ ਵਾਰੀ ਮਾਂ ਜੀ ਨੂੰ ਵੇਖ ਜਾਓ, ਪਰ ਕਿਸੇ ਪਾਸਿਓਂ ਕੋਈ ਨਾ ਬਹੁੜਿਆ। ਪ੍ਰਾਣਨਾਥ ਨੂੰ ਛੁੱਟੀ ਨਾ ਮਿਲੀ, ਬਿਰਜਨ ਬੀਮਾਰ ਪਈ ਸੀ, ਬਚੇ ਰਾਧਾਚਰਣ-ਉਹ ਨੈਨੀਤਾਲ ਗਏ ਹੋਏ ਸਨ ਆਪਣਾ ਹਵਾ-ਪਾਣੀ ਬਦਲਣ ਲਈ। ਪ੍ਰੇਮਵਤੀ ਨੂੰ ਤਾਂ ਬੱਸ ਆਪਣੇ ਪੁੱਤਰ ਨੂੰ ਵੇਖਣ ਦੀ ਹੀ ਲਾਲਸਾ ਸੀ, ਪਰ ਜਦ ਉਸ ਦਾ ਖ਼ਤ ਆ ਗਿਆ ਕਿ ਇਸ ਵੇਲੇ ਮੈਂ ਨਹੀਂ ਆ ਸਕਦਾ ਤਾਂ ਉਸ ਨੇ ਇਕ ਲੰਮਾ ਹਉਕਾ ਭਰ ਕੇ ਅੱਖਾਂ ਮੀਚ ਲਈਆਂ ਤੇ ਅਜਿਹੀ ਸੁੱਤੀ ਕਿ ਫਿਰ ਉੱਠਣਾ ਨਸੀਬ ਨਾ ਹੋਇਆ।

20.
ਜ਼ੋਰਾਵਰ ਮਨ

ਮਨੁੱਖੀ ਦਿਲ ਇਕ ਰਹੱਸਮਈ ਸ਼ੈਅ ਹੈ। ਕਦੇ ਤਾਂ ਇਹ ਲੱਖਾਂ ਵੱਲ ਵੀ ਅੱਖ ਚੁੱਕ ਕੇ ਨਹੀਂ ਵੇਖਦਾ ਤੇ ਕਦੇ ਕੱਖਾਂ 'ਤੇ ਵੀ ਡੁੱਲ੍ਹ ਜਾਂਦਾ ਹੈ। ਕਦੇ ਤਾਂ ਸੈਂਕੜੇ ਬੇਦੋਸ਼ਿਆਂ ਦੇ ਕਤਲ 'ਤੇ ਵੀ ਉਫ਼ ਤੱਕ ਨਹੀਂ ਕਰਦਾ ਤੇ ਕਦੇ ਇਕ ਵਿਲ੍ਹਕਦੇ ਬੱਚੇ ਨੂੰ ਵੇਖ ਕੇ ਹੀ ਰੋ ਪੈਂਦਾ ਹੈ। ਪ੍ਰਤਾਪ ਚੰਦਰ ਤੇ ਕਮਲਾਚਰਣ ਵਿਚ ਭਾਵੇਂ ਸਕੇ ਭਰਾਵਾਂ ਵਰਗਾ ਪਿਆਰ ਪੈ ਗਿਆ ਸੀ, ਫਿਰ ਵੀ ਕਮਲਾਚਰਣ ਦੇ ਅਕਾਲ-ਚਲਾਣੇ ਦਾ ਜੋ ਦੁੱਖ ਪ੍ਰਤਾਪ ਨੂੰ ਹੋਣਾ ਚਾਹੀਦਾ ਸੀ, ਉਹ ਨਾ ਹੋਇਆ। ਸੁਣ ਕੇ ਉਹ ਹੜਬੜਾ ਜ਼ਰੂਰ ਗਿਆ ਸੀ ਤੇ ਥੋੜ੍ਹੀ ਦੇਰ ਲਈ ਉਦਾਸ ਵੀ ਹੋ ਗਿਆ ਸੀ, ਪਰ ਉਹ ਦੁੱਖ ਜੋ ਕਿਸੇ ਸੱਚੇ ਦੋਸਤ ਦੀ ਮੌਤ ਨਾਲ ਹੁੰਦਾ ਹੈ, ਉਹ ਉਸ ਨੂੰ ਨਾ ਹੋਇਆ। ਬੇਸ਼ੱਕ ਉਹ ਵਿਆਹ ਤੋਂ ਪਹਿਲਾਂ ਤੋਂ ਹੀ ਬਿਰਜਨ ਨੂੰ ਆਪਣੀ ਸਮਝਦਾ ਸੀ, ਫਿਰ ਵੀ ਉਸ ਦੀ ਇਹ ਸੋਚ ਕਦੇ ਵੀ ਸਾਕਾਰ ਨਹੀਂ ਹੋ ਸਕੀ। ਸਮੇਂ-ਸਮੇਂ ਉਸ ਦੀ ਇਹ ਸੋਚ ਇਸ ਪਵਿੱਤਰ ਰਿਸ਼ਤੇ ਦੀ ਹੱਦ ਵੀ ਟੱਪ ਜਾਂਦੀ ਸੀ। ਕਮਲਾਚਰਣ ਨਾਲ ਉਸ ਨੂੰ ਕੋਈ ਨਿੱਜੀ ਪਿਆਰ ਨਹੀਂ ਸੀ, ਸਗੋਂ ਉਸ ਦਾ ਜੋ ਆਦਰ-ਮਾਣ ਤੇ ਪਿਆਰ ਉਹ ਕਰਦਾ ਸੀ, ਕੁਝ ਤਾਂ ਉਹ ਇਹ ਸੋਚ ਕੇ ਕਰਦਾ ਸੀ ਕਿ ਬਿਰਜਨ ਇਹ ਸੁਣ ਕੇ ਖ਼ੁਸ਼ ਹੋਵੇਗੀ ਤੇ ਕੁਝ ਇਹ ਸੋਚ ਕੇ ਕਰਦਾ ਸੀ ਕਿ ਸੁਸ਼ੀਲਾ ਦੀ ਮੌਤ ਦਾ ਪਰਾਸਚਿਤ ਇਸੇ ਤਰ੍ਹਾਂ ਹੀ ਹੋ ਸਕਦਾ ਹੈ। ਜਦੋਂ ਬਿਰਜਨ ਸਹੁਰੀਂ ਚਲੀ ਗਈ ਤਾਂ ਕੁਝ ਦਿਨ ਜ਼ਰੂਰ ਪ੍ਰਤਾਪ ਨੇ ਉਸ ਨੂੰ ਆਪਣੇ ਖ਼ਿਆਲਾਂ ਵਿਚ ਆਉਣ ਨਾ ਦਿੱਤਾ, ਪਰ ਜਦੋਂ ਤੋਂ ਉਹ ਬਿਰਜਨ ਦੀ ਬੀਮਾਰੀ ਦੀ ਖ਼ਬਰ ਸੁਣ ਕੇ ਬਨਾਰਸ ਮਿਲਣ ਗਿਆ ਸੀ ਤੇ ਉਸ ਨਾਲ ਹੋਈ ਮੁਲਾਕਾਤ ਨੇ ਬਿਰਜਨ 'ਤੇ ਜੋ ਸੰਜੀਵਨੀ ਬੂਟੀ ਦਾ ਅਸਰ ਕੀਤਾ ਸੀ, ਉਦੋਂ ਤੋਂ ਪ੍ਰਤਾਪ ਨੂੰ ਯਕੀਨ ਹੋ ਗਿਆ ਸੀ ਕਿ ਬਿਰਜਨ ਦੇ ਦਿਲ ਵਿਚ ਕਮਲਾਚਰਣ ਨੂੰ ਅਜੇ ਤੱਕ ਉਹ ਜਗ੍ਹਾ ਨਹੀਂ ਮਿਲੀ, ਜੋ ਪ੍ਰਤਾਪ ਲਈ ਸੁਰੱਖਿਅਤ ਸੀ।

ਪ੍ਰਤਾਪ ਨੇ ਬਿਰਜਨ ਨੂੰ ਇਕ ਹਮਦਰਦੀ ਭਰਿਆ ਖ਼ਤ ਲਿਖਿਆ। ਪਰ ਜਦੋਂ ਉਹ ਇਹ ਖ਼ਤ ਲਿਖ ਰਿਹਾ ਸੀ ਤਾਂ ਸੋਚ ਰਿਹਾ ਸੀ ਕਿ ਪਤਾ ਨਹੀਂ ਇਸ ਖ਼ਤ ਦਾ ਉਸ 'ਤੇ ਕੀ ਪ੍ਰਭਾਵ ਪਏਗਾ ? ਆਮ ਤੌਰ 'ਤੇ ਸੰਵੇਦਨਾਵਾਂ ਪਿਆਰ ਨੂੰ ਪ੍ਰੌੜ੍ਹ ਕਰਦੀਆਂ ਹਨ। ਇਸ ਵਿਚ ਹੈਰਾਨੀ ਕਾਹਦੀ, ਜੇ ਇਹ ਖ਼ਤ ਕੁਝ ਅਸਰ ਕਰ ਜਾਵੇ ? ਇਸ ਦੇ ਇਲਾਵਾ ਉਸ ਦੀ ਧਾਰਮਿਕ ਬਿਰਤੀ ਨੇ ਵੀ ਇਕ ਅਜੀਬ ਰੂਪ ਧਾਰਨ ਕਰ ਕੇ ਉਸ ਦੇ ਮਨ ਵਿਚ ਇਹ ਮਿੱਥਕ-ਸੋਚ ਪੈਦਾ ਕਰ ਦਿੱਤੀ ਸੀ ਕਿ ਰੱਬ ਨੇ ਆਖ਼ਿਰ ਮੇਰੇ ਪਿਆਰ ਦਾ ਸਤਿਕਾਰ ਕੀਤਾ ਤੇ ਕਮਲਾਚਰਣ ਨੂੰ ਆਪੇ ਮੇਰੇ ਰਸਤੇ ਵਿਚੋਂ ਹਟਾ ਦਿੱਤਾ, ਉਸ ਲਈ ਜਿਵੇਂ ਇਹ ਆਕਾਸ਼ਬਾਣੀ ਹੋਈ ਹੋਵੇ ਕਿ ਜਾ, ਹੁਣ ਜਾ ਕੇ ਬਿਰਜਨ ਤੋਂ ਆਪਣੇ ਪਿਆਰ ਦਾ ਫਲ ਲੈ ਲੈ। ਪ੍ਰਤਾਪ ਭਾਵੇਂ ਇਹ ਤਾਂ ਜਾਣਦਾ ਸੀ ਕਿ ਬਿਰਜਨ ਤੋਂ ਕਿਸੇ ਅਜਿਹੇ ਵਿਹਾਰ ਦੀ ਆਸ ਰੱਖਣੀ, ਜੋ ਸਦਾਚਾਰ ਤੇ ਮਰਿਆਦਾ ਨਾਲੋਂ ਨਾਂ-ਮਾਤਰ ਵੀ ਟੁੱਟਿਆ ਹੋਇਆ ਹੋਵੇ, ਮੂਰਖਤਾ ਹੀ ਹੈ, ਪਰ ਫਿਰ ਵੀ ਉਸ ਨੂੰ ਵਿਸ਼ਵਾਸ ਸੀ ਕਿ ਸਦਾਚਾਰ ਤੇ ਸਤੀ ਧਰਮ ਦੀ ਸੀਮਾ ਅੰਦਰ ਰਹਿੰਦਿਆਂ ਜੇ ਮੇਰੀਆਂ

ਕਾਮਨਾਵਾਂ ਪੂਰੀਆਂ ਹੋ ਸਕਣ ਤਾਂ ਬਿਰਜਨ ਜ਼ਿਆਦਾ ਦੇਰ ਤੱਕ ਮੇਰੇ ਨਾਲ ਨਿਰਦਈ ਰਵੱਈਆ ਨਹੀਂ ਰੱਖ ਸਕਦੀ।

ਇਕ ਮਹੀਨਾ ਉਸ ਨੂੰ ਇਹ ਖ਼ਿਆਲ ਤੜਪਾਉਂਦੇ ਰਹੇ। ਇਥੋਂ ਤੱਕ ਕਿ ਉਸ ਦੇ ਮਨ ਵਿਚ ਬਿਰਜਨ ਨਾਲ ਇਕ ਵਾਰੀ ਚੋਰੀ-ਛਿਪੇ ਮਿਲਣ ਦੀ ਪ੍ਰਬਲ ਇੱਛਾ ਵੀ ਜਾਗੀ, ਪਰ ਉਹ ਇਹ ਜਾਣਦਾ ਸੀ ਕਿ ਅਜੇ ਬਿਰਜਨ ਦੇ ਦਿਲ ਦੇ ਜ਼ਖ਼ਮ ਅੱਲੇ ਹਨ ਤੇ ਜੇ ਮੇਰੀ ਕਿਸੇ ਗੱਲ ਜਾਂ ਵਿਹਾਰ ਨਾਲ ਉਸ ਨੂੰ ਮੇਰੇ ਮਨ ਦੀ ਮੈਲ ਦੀ ਸੂਹ ਲੱਗ ਗਈ ਤਾਂ ਮੈਂ ਬਿਰਜਨ ਦੀਆਂ ਨਜ਼ਰਾਂ 'ਚੋਂ ਹਮੇਸ਼ਾ ਲਈ ਡਿੱਗ ਪਵਾਂਗਾ। ਪਰ ਜਿਵੇਂ ਕੋਈ ਚੋਰ ਸਾਹਮਣੇ ਪਈ ਰੁਪਇਆਂ ਦੀ ਥੈਲੀ ਵੇਖ ਕੇ ਧੀਰਜ ਨਹੀਂ ਧਰ ਕੇ ਰੱਖ ਸਕਦਾ, ਉਸੇ ਤਰ੍ਹਾਂ ਪ੍ਰਤਾਪ ਲਈ ਵੀ ਧੀਰਜ ਧਰਨਾ ਔਖਾ ਹੋ ਗਿਆ। ਇਨਸਾਨ ਦੀ ਪ੍ਰਵਿਰਤੀ ਬਹੁਤ ਹੱਦ ਤੱਕ ਹਾਲਾਤ ਦੇ ਹੱਥ ਦੀ ਕਠਪੁਤਲੀ ਹੁੰਦੀ ਹੈ। ਹਾਲਾਤ ਉਸ ਨੂੰ ਨੇਕ ਵੀ ਬਣਾ ਦਿੰਦਾ ਹੈ ਤੇ ਮਾੜਾ ਵੀ। ਜਦੋਂ ਤੱਕ ਕਮਲਾਚਰਣ ਜ਼ਿੰਦਾ ਸੀ, ਪ੍ਰਤਾਪ ਦੀ ਕਦੇ ਏਨਾ ਸਿਰ ਚੁੱਕਣ ਦੀ ਹਿੰਮਤ ਨਹੀਂ ਸੀ ਹੋਈ, ਪਰ ਉਸ ਦੀ ਮੌਤ ਨੇ ਤਾਂ ਜਿਵੇਂ ਉਸ ਨੂੰ ਇਹ ਮੌਕਾ ਦੇ ਦਿੱਤਾ ਸੀ। ਇਸ ਸੁਆਰਥਪੁਣੇ ਦਾ ਨਸ਼ਾ ਏਨਾ ਚੜ੍ਹਿਆ ਕਿ ਇਕ ਦਿਨ, ਉਸ ਨੂੰ ਅਜਿਹਾ ਮਹਿਸੂਸ ਹੋਣ ਲੱਗਿਆ, ਜਿਵੇਂ ਬਿਰਜਨ ਮੈਨੂੰ ਯਾਦ ਕਰ ਰਹੀ ਹੈ। ਆਪਣੀ ਬਿਹਬਲਤਾ 'ਚੋਂ ਉਹ ਬਿਰਜਨ ਦੀ ਬਿਹਬਲਤਾ ਲੱਭਣ ਲੱਗਾ। ਉਸ ਨੇ ਅਖ਼ੀਰ ਬਨਾਰਸ ਜਾਣ ਦਾ ਪੱਕਾ ਇਰਾਦਾ ਕਰ ਹੀ ਲਿਆ।

ਰਾਤ ਦੇ ਦੋ ਵੱਜੇ ਹੋਏ ਸਨ। ਦਹਿਲਾਉਂਦੀ ਸੁੰਨ-ਸਰਾਂ ਪਸਰੀ ਹੋਈ ਸੀ। ਨੀਂਦ ਨੇ ਸਾਰੇ ਸ਼ਹਿਰ 'ਤੇ ਰਾਤ ਦੇ ਹਨੇਰੇ ਦੀ ਸਿਆਹ ਚਾਦਰ ਪਸਾਰ ਦਿੱਤੀ ਹੋਈ ਸੀ। ਕਦੇ-ਕਦੇ ਦਰੱਖ਼ਤਾਂ ਦੇ ਪੱਤਿਆਂ ਦੀ ਸਰਸਰਾਹਟ ਸੁਣਾਈ ਦੇ ਰਹੀ ਸੀ। ਧੂੰਆਂ ਘਰਾਂ ਤੇ ਦਰੱਖ਼ਤਾਂ ਉੱਪਰ ਇਕ ਕਾਲੀ ਚਾਦਰ ਦੀ ਤਰ੍ਹਾਂ ਲਹਿਰਾ ਰਿਹਾ ਸੀ ਤੇ ਸੜਕ 'ਤੇ ਬਲਦੀਆਂ ਲਾਲਟੈਨਾਂ ਧੂੰਏਂ ਦੀ ਕਾਲਖ਼ ਵਿਚੋਂ ਏਦਾਂ ਰੂਪਮਾਨ ਹੋ ਰਹੀਆਂ ਸਨ, ਜਿਵੇਂ ਬੱਦਲਾਂ ਓਹਲੇ ਲੁਕੇ ਤਾਰੇ। ਪ੍ਰਤਾਪਚੰਦਰ ਰੇਲ ਗੱਡੀ 'ਚੋਂ ਉਤਰਿਆ। ਉਸ ਦਾ ਕਾਲਜਾ ਜਿਵੇਂ ਮੂੰਹ ਨੂੰ ਆ ਰਿਹਾ ਸੀ ਤੇ ਹੱਥ-ਪੈਰ ਕੰਬ ਰਹੇ ਸਨ। ਉਹ ਜ਼ਿੰਦਗੀ ਵਿਚ ਪਹਿਲੀ ਵਾਰੀ ਪਾਪ ਦਾ ਇਹਸਾਸ ਕਰ ਰਿਹਾ ਸੀ। ਅਫ਼ਸੋਸ ਦੀ ਗੱਲ ਹੈ ਕਿ ਮਨ ਦੀ ਇਹ ਹਾਲਤ ਬਹੁਤੀ ਦੇਰ ਤੱਕ ਟਿਕੀ ਨਹੀਂ ਰਹਿੰਦੀ ਤੇ ਇਨਸਾਨ ਇਸ ਇਹਸਾਸ ਦੀ ਹਾਲਤ ਵਿਚੋਂ ਬਾਹਰ ਨਿੱਕਲ ਕੇ ਮੁੜ ਮਾੜੇ ਪੰਧ ਦਾ ਪਾਂਧੀ ਬਣ ਜਾਂਦਾ ਹੈ। ਜਿਸ ਬੰਦੇ ਨੇ ਕਦੇ ਸ਼ਰਾਬ ਨਾ ਪੀਤੀ ਹੋਵੇ, ਉਸ ਨੂੰ ਉਸਦੀ ਬਦਬੂ ਨਾਲ ਵੀ ਨਫ਼ਰਤ ਹੁੰਦੀ ਹੈ। ਜਦੋਂ ਉਹ ਪਹਿਲੀ ਵਾਰ ਇਸ ਨੂੰ ਪੀਂਦਾ ਹੈ ਤਾਂ ਘੰਟਿਆਂ ਤੱਕ ਉਹਦੇ ਮੂੰਹ ਦਾ ਸੁਆਦ ਕੌੜਾ ਰਹਿੰਦਾ ਹੈ ਤੇ ਉਹ ਹੈਰਾਨ ਹੁੰਦਾ ਹੈ ਕਿ ਕਿਉਂ ਲੋਕ ਅਜਿਹੀ ਜ਼ਹਿਰੀਲੀ ਤੇ ਕੌੜੀ ਚੀਜ਼ ਦਾ ਸੇਵਨ ਕਰਦੇ ਹਨ, ਪਰ ਥੋੜ੍ਹੇ ਹੀ ਦਿਨਾਂ ਵਿਚ ਉਹਦੀ ਨਫ਼ਰਤ ਖ਼ਤਮ ਹੋ ਜਾਂਦੀ ਹੈ ਤੇ ਉਹ ਵੀ ਲਾਲ ਪਰੀ ਦਾ ਗ਼ੁਲਾਮ ਬਣ ਜਾਂਦਾ ਹੈ। ਪਾਪ ਦੀ ਲਤ ਸ਼ਰਾਬ ਤੋਂ ਵੀ ਕਿਤੇ ਵੱਧ ਖ਼ਤਰਨਾਕ ਹੁੰਦੀ ਹੈ।

ਪ੍ਰਤਾਪਚੰਦਰ ਹਨੇਰੇ ਵਿਚ ਹੌਲੀ-ਹੌਲੀ ਜਾ ਰਿਹਾ ਸੀ। ਉਸ ਦੇ ਪੈਰ ਤੇਜ਼ ਗਤੀ ਨਾਲ ਇਸ ਲਈ ਨਹੀਂ ਉੱਠ ਰਹੇ ਸਨ ਕਿਉਂ ਕਿ ਪਾਪ ਨੇ ਉਨ੍ਹਾਂ ਵਿੱਚ ਬੇੜੀਆਂ ਕਸੀਆਂ ਹੋਈਆਂ ਸਨ। ਉਸ ਅਫ਼ਸੋਸ ਦਾ, ਜੋ ਅਜਿਹੇ ਮੌਕੇ 'ਤੇ ਪੈਰਾਂ ਦੀ ਚਾਲ ਨੂੰ ਤੇਜ਼ ਕਰ ਦਿੰਦਾ ਹੈ,

ਉਸ ਦੇ ਚਿਹਰੇ 'ਤੇ ਨਾਂ-ਨਿਸ਼ਾਨ ਵੀ ਨਹੀਂ ਸੀ। ਉਹ ਚੱਲਦਿਆਂ-ਚੱਲਦਿਆਂ ਰੁਕ ਜਾਂਦਾ ਤੇ ਕੁਝ ਸੋਚ ਕੇ ਅੱਗੇ ਵੱਲ ਵਧ ਤੁਰਦਾ। ਮਨ ਦਾ ਸ਼ੈਤਾਨ ਉਸ ਨੂੰ ਪਾਪ ਦੇ ਖੱਡੇ ਵੱਲ ਕਿਵੇਂ ਧੂਹ ਕੇ ਲਈ ਜਾ ਰਿਹਾ ਸੀ ?

ਪ੍ਰਤਾਪ ਦਾ ਸਿਰ ਫਟ ਰਿਹਾ ਸੀ ਤੇ ਡਰ ਨਾਲ ਉਸ ਦੀਆਂ ਲੱਤਾਂ ਕੰਬ ਰਹੀਆਂ ਸਨ। ਸੋਚਾਂ ਦੇ ਤਾਣੇ ਬੁਣਦਾ-ਉਧੇੜਦਾ ਘੰਟੇ ਭਰ ਵਿਚ ਮੁਨਸ਼ੀ ਸ਼ਾਮਾਚਰਣ ਦੀ ਵੱਡੀ ਸਾਰੀ ਕੋਠੀ ਦੇ ਸਾਹਮਣੇ ਜਾ ਪਹੁੰਚਿਆ। ਅੱਜ ਹਨੇਰੇ ਵਿੱਚ ਇਹ ਕੋਠੀ ਬਹੁਤ ਹੀ ਡਰਾਉਣੀ ਲੱਗ ਰਹੀ ਸੀ, ਜਿਵੇਂ ਪਾਪ ਦਾ ਸ਼ੈਤਾਨ ਸਾਹਮਣੇ ਮੂੰਹ ਅੱਡੀ ਖੜਾ ਹੋਵੇ। ਪ੍ਰਤਾਪ ਕੰਧ ਦੇ ਓਹਲੇ ਖੜਾ ਹੋ ਗਿਆ, ਜਿਵੇਂ ਕਿਸੇ ਨੇ ਉਹਦੇ ਪੈਰ ਬੰਨ੍ਹ ਦਿੱਤੇ ਹੋਣ। ਅੱਧਾ ਘੰਟਾ ਉਹ ਇਹੀ ਸੋਚਦਾ ਰਿਹਾ ਕਿ ਵਾਪਸ ਪਰਤ ਜਾਵਾਂ ਜਾਂ ਅੰਦਰ ਵੜ ਜਾਵਾਂ ? ਜੇ ਕਿਸੇ ਨੇ ਵੇਖ ਲਿਆ ਤਾਂ ਬੜੀ ਆਫ਼ਤ ਖੜੀ ਹੋ ਜਾਏਗੀ। ਬਿਰਜਨ ਮੈਨੂੰ ਵੇਖ ਕੇ ਕੀ ਸੋਚੇਗੀ ? ਕਿਤੇ ਏਦਾਂ ਨਾ ਹੋਵੇ ਕਿ ਮੇਰਾ ਇਹ ਕਾਰਾ ਹਮੇਸ਼ਾ ਲਈ ਮੈਨੂੰ ਉਹਦੀਆਂ ਨਜ਼ਰਾਂ 'ਚੋਂ ਡੇਗ ਦੇਵੇ। ਪਰ ਇਨ੍ਹਾਂ ਸਾਰੇ ਸ਼ੰਕਿਆਂ 'ਤੇ ਸ਼ੈਤਾਨ ਦਾ ਪ੍ਰਭਾਵ ਜ਼ਿਆਦਾ ਹਾਵੀ ਹੋ ਗਿਆ। ਇੰਦਰੀਆਂ ਦੇ ਵੱਸ ਵਿੱਚ ਹੋ ਕੇ ਬੰਦੇ ਨੂੰ ਚੰਗੇ-ਮਾੜੇ ਦਾ ਖ਼ਿਆਲ ਨਹੀਂ ਰਹਿੰਦਾ। ਉਸਨੇ ਮਨ ਨੂੰ ਕਰੜਾ ਕੀਤਾ। ਉਹ ਇਸ ਕਾਇਰਤਾ ਲਈ ਆਪਣੇ-ਆਪ ਨੂੰ ਦੁਤਕਾਰਨ ਲੱਗਿਆ ਤੇ ਅਗਲੇ ਹੀ ਪਲ ਘਰ ਦੇ ਪਿਛਲੇ ਪਾਸੇ ਜਾ ਕੇ ਬਾਗ਼ ਦੀ ਚਾਰਦੀਵਾਰੀ ਤੋਂ ਟੱਪ ਗਿਆ। ਬਾਗ਼ ਵਿਚੋਂ ਘਰ ਅੰਦਰ ਜਾਣ ਲਈ ਇਕ ਛੋਟਾ ਜਿਹਾ ਦਰਵਾਜ਼ਾ ਸੀ। ਸੰਜੋਗਵੱਸ ਉਹ ਇਸ ਵੇਲੇ ਖੁੱਲ੍ਹਾ ਹੋਇਆ ਸੀ। ਪ੍ਰਤਾਪ ਨੂੰ ਇਹ ਵੇਖ ਕੇ ਰਾਹਤ ਜਿਹੀ ਮਿਲੀ, ਪਰ ਅਸਲ ਵਿਚ ਇਹ ਅਧਰਮ ਦਾ ਦਰਵਾਜ਼ਾ ਸੀ। ਅੰਦਰ ਵੜਦਿਆਂ ਹੋਇਆਂ ਪ੍ਰਤਾਪ ਦੇ ਹੱਥ ਕੰਬਣ ਲੱਗੇ। ਦਿਲ ਏਨੀ ਜ਼ੋਰ ਨਾਲ ਧੜਕ ਰਿਹਾ ਸੀ, ਲੱਗਦਾ ਸੀ ਜਿਵੇਂ ਹੁਣੇ ਛਾਤੀ 'ਚੋਂ ਨਿੱਕਲ ਕੇ ਬਾਹਰ ਡਿੱਗ ਪਏਗਾ। ਉਸ ਦਾ ਦਮ ਘੁੱਟ ਰਿਹਾ ਸੀ, ਧਰਮ ਨੇ ਆਪਣਾ ਸਾਰਾ ਜ਼ੋਰ ਉਸ ਨੂੰ ਰੋਕਣ ਲਈ ਲਗਾ ਦਿੱਤਾ ਪਰ ਭਟਕਿਆ ਮਨ ਰੁਕ ਨਾ ਸਕਿਆ। ਪ੍ਰਤਾਪ ਦਰਵਾਜ਼ੇ ਰਾਹੀਂ ਅੰਦਰ ਵੜ ਗਿਆ। ਵਿਹੜੇ ਵਿਚ ਤੁਲਸੀ ਦੇ ਚਬੂਤਰੇ ਕੋਲ ਚੋਰਾਂ ਦੀ ਤਰ੍ਹਾਂ ਖੜਾ ਹੋ ਕੇ ਉਹ ਸੋਚਣ ਲੱਗਾ ਕਿ 'ਬਿਰਜਨ ਨਾਲ ਮੁਲਾਕਾਤ ਕਿਵੇਂ ਹੋਵੇ ? ਘਰ ਦੇ ਸਾਰੇ ਦਰਵਾਜ਼ੇ ਬੰਦ ਹਨ, ਕੀ ਬਿਰਜਨ ਵੀ ਇਥੋਂ ਚਲੀ ਗਈ ?' ਅਚਾਨਕ ਉਸ ਨੂੰ ਇਕ ਕਮਰੇ ਦੇ ਬੰਦ ਪਏ ਦਰਵਾਜ਼ੇ ਦੀਆਂ ਸ਼ੀਥਾਂ ਵਿਚੋਂ ਚਾਨਣ ਦਾ ਝਲਕਾਰਾ ਜਿਹਾ ਦਿਸਿਆ। ਦੱਬੇ ਪੈਰੀਂ ਜਾ ਕੇ ਉਹ ਉਸ ਸ਼ੀਥ ਵਿਚੋਂ ਅੰਦਰ ਵੱਲ ਵੇਖਣ ਲੱਗਿਆ।

ਬਿਰਜਨ ਇਕ ਸਫ਼ੈਦ ਸਾੜ੍ਹੀ ਪਾਈ, ਵਾਲ ਖੋਲ੍ਹੀ, ਹੱਥ ਵਿੱਚ ਕਲਮ ਪਕੜੀ ਜ਼ਮੀਨ 'ਤੇ ਬੈਠੀ ਸੀ ਤੇ ਕੰਧ ਵੱਲ ਵੇਖ-ਵੇਖ ਕੇ ਕਾਗਜ਼ 'ਤੇ ਕੁਝ ਲਿਖਦੀ ਜਾ ਰਹੀ ਸੀ, ਜਿਵੇਂ ਕੋਈ ਕਵੀ ਖ਼ਿਆਲਾਂ ਦੇ ਸਮੁੰਦਰ ਵਿਚੋਂ ਭਾਵਾਂ ਦੇ ਮੋਤੀ ਕੱਢ ਰਿਹਾ ਹੋਵੇ। ਕਲਮ ਨੂੰ ਦੰਦਾਂ ਵਿਚ ਘੁੱਟਦੀ, ਕੁਝ ਸੋਚਦੀ ਤੇ ਲਿਖਣ ਲੱਗ ਪੈਂਦੀ, ਫਿਰ ਥੋੜ੍ਹੀ ਦੇਰ ਬਾਅਦ ਕੰਧ ਵੱਲ ਵੇਖਣ ਲੱਗ ਪੈਂਦੀ। ਪ੍ਰਤਾਪ ਕਾਫ਼ੀ ਦੇਰ ਤੱਕ ਸਾਹ ਰੋਕੀ, ਇਹ ਅਜਬ ਨਜ਼ਾਰਾ ਵੇਖਦਾ ਰਿਹਾ। ਮਨ ਉਸ ਨੂੰ ਵਾਰ-ਵਾਰ ਉਕਸਾ ਰਿਹਾ ਸੀ, ਪਰ ਇਹ ਧਰਮ ਤੇ ਅਧਰਮ ਦਾ ਆਖ਼ਰੀ ਭੇੜ ਸੀ। ਇਸ ਮੌਕੇ ਧਰਮ ਦਾ ਹਾਰ ਜਾਣਾ, ਇਕ ਤਰ੍ਹਾਂ ਨਾਲ ਮਨ 'ਤੇ ਸ਼ੈਤਾਨ ਦਾ ਪੂਰੀ ਤਰ੍ਹਾਂ

ਕਾਬਜ਼ ਹੋ ਜਾਣਾ ਸੀ। ਪਰ ਧਰਮ ਨੇ ਇਸ ਵਾਰ ਪ੍ਰਤਾਪ ਨੂੰ ਉਸ ਖਾਈ ਵਿਚ ਡਿੱਗਣ ਤੋਂ ਬਚਾ ਲਿਆ, ਜਿਥੋਂ ਉਹ ਮਰਦੇ ਦਮ ਤੱਕ ਨਿੱਕਲ ਨਹੀਂ ਸਕਦਾ ਸੀ। ਬਲਕਿ ਇਹ ਕਹਿਣਾ ਜ਼ਿਆਦਾ ਠੀਕ ਹੋਵੇਗਾ ਕਿ ਪਾਪ ਦੀ ਖਾਈ ਵਿਚ ਡਿੱਗਣ ਤੋਂ ਬਚਾਉਣ ਵਾਲਾ ਇਸ ਵੇਲੇ ਧਰਮ ਨਹੀਂ ਸੀ, ਸਗੋਂ ਇਸ ਕਾਰੇ ਦਾ ਮਾੜਾ ਨਤੀਜਾ ਤੇ ਬੇਇੱਜ਼ਤੀ ਦਾ ਡਰ ਹੀ ਸੀ। ਕਿਸੇ-ਕਿਸੇ ਵੇਲੇ ਜਦੋਂ ਸਾਡੀਆਂ ਸਦਭਾਵਨਾਵਾਂ ਹਾਰ ਜਾਂਦੀਆਂ ਹਨ ਤਾਂ ਉਦੋਂ ਇਸ ਦੇ ਮਾੜੇ ਨਤੀਜੇ ਦਾ ਡਰ ਹੀ ਸਾਨੂੰ ਆਪਣੇ ਫ਼ਰਜ਼ਾਂ ਤੋਂ ਬੇਮੁਖ ਹੋਣ ਤੋਂ ਬਚਾ ਲੈਂਦਾ ਹੈ। ਬਿਰਜਨ ਦੇ ਸੋਨ-ਰੰਗੇ ਸਰੀਰ 'ਤੇ ਇੱਕ ਅਜਿਹਾ ਜਲੌਅ ਸੀ, ਜੋ ਉਸ ਦੇ ਦਿਲ ਦੀ ਪਾਕੀਜ਼ਗੀ ਤੇ ਵਿਚਾਰਾਂ ਦੀ ਪੁਖ਼ਤਗੀ ਦੀ ਗਵਾਹੀ ਭਰ ਰਿਹਾ ਸੀ। ਉਸ ਦੇ ਚਿਹਰੇ ਦੇ ਤੇਜ ਤੇ ਤੱਕਣੀ ਦੀ ਸਾਫ਼ਗੋਈ ਵਿਚ ਉਹ ਸੇਕ ਸੀ, ਜਿਸ ਨੇ ਪ੍ਰਤਾਪ ਦੀਆਂ ਮੰਦ-ਭਾਵਨਾਵਾਂ ਨੂੰ ਪਲ ਭਰ ਵਿੱਚ ਸੁਆਹ ਕਰ ਦਿੱਤਾ! ਉਸ ਨੂੰ ਆਪਣੀ ਭੁੱਲ ਦਾ ਗਿਆਨ ਹੋ ਗਿਆ ਤੇ ਆਪਣੇ ਆਤਮਿਕ ਪਤਨ 'ਤੇ ਉਹ ਏਨਾ ਸ਼ਰਮਿੰਦਾ ਹੋਇਆ ਕਿ ਉਥੇ ਖੜਾ-ਖੜਾ ਹੀ ਰੋਣ ਲੱਗ ਪਿਆ।

ਭੌਤਿਕ ਇੰਦਰੀਆਂ ਨੇ ਜਿੰਨੇ ਮਾੜੇ ਵਿਕਾਰ ਉਸ ਦੇ ਦਿਲ ਵਿਚ ਪੈਦਾ ਕੀਤੇ ਸਨ, ਉਹ ਸਾਰੇ ਇਸ ਝਾਕੀ ਨਾਲ ਏਦਾਂ ਲੋਪ ਹੋ ਗਏ, ਜਿਵੇਂ ਚਾਨਣ ਨਾਲ ਹਨੇਰਾ ਲੋਪ ਹੋ ਜਾਂਦਾ ਹੈ। ਇਸ ਵੇਲੇ ਉਸ ਦਾ ਦਿਲ ਕੀਤਾ ਕਿ ਬਿਰਜਨ ਦੇ ਪੈਰਾਂ 'ਤੇ ਡਿੱਗ ਕੇ ਆਪਣੀਆਂ ਭੁੱਲਾਂ ਲਈ ਮੁਆਫ਼ੀ ਮੰਗੇ। ਜਿਵੇਂ ਕਿਸੇ ਮਹਾਂਪੁਰਖ ਸੰਨਿਆਸੀ ਦੇ ਸਨਮੁਖ ਜਾ ਕੇ ਸਾਡੇ ਮਨ ਦੀ ਹਾਲਤ ਸਥਿਰ ਹੋ ਜਾਂਦੀ ਹੈ, ਉਸੇ ਤਰ੍ਹਾਂ ਪ੍ਰਤਾਪ ਦੇ ਦਿਲ ਵਿਚ ਵੀ ਆਪਣੇ-ਆਪ ਪਛਤਾਵੇ ਦੀ ਭਾਵਨਾ ਪੈਦਾ ਹੋ ਗਈ। ਪਾਪਾਂ ਦਾ ਸ਼ੈਤਾਨ ਉਸ ਨੂੰ ਇਥੋਂ ਤੱਕ ਤਾਂ ਲੈ ਆਇਆ, ਪਰ ਅੱਗੇ ਨਾ ਲਿਜਾ ਸਕਿਆ। ਪ੍ਰਤਾਪ ਪੁੱਠੇ ਪੈਰੀਂ ਘੁੰਮਿਆ ਤੇ ਏਨੀ ਤੇਜ਼ੀ ਨਾਲ ਬਾਗ਼ ਵਿੱਚ ਆਇਆ ਤੇ ਫਿਰ ਕੰਧ ਟੱਪ ਗਿਆ, ਜਿਵੇਂ ਕੋਈ ਉਸ ਦਾ ਪਿੱਛਾ ਕਰ ਰਿਹਾ ਹੋਵੇ।

ਪਹੁ-ਫੁੱਟਣ ਦਾ ਵੇਲਾ ਹੋ ਗਿਆ ਸੀ, ਆਸਮਾਨ ਵਿਚ ਤਾਰੇ ਝਿਲਮਿਲਾ ਰਹੇ ਸਨ ਤੇ ਚੱਕੀ ਦੀ 'ਘੁਰ-ਘੁਰ' ਆਵਾਜ਼ ਕੰਨਾਂ ਵਿਚ ਪੈ ਰਹੀ ਸੀ। ਪ੍ਰਤਾਪ ਦੱਬੇ ਪੈਰੀਂ, ਲੋਕਾਂ ਦੀਆਂ ਨਜ਼ਰਾਂ ਤੋਂ ਬਚਦਾ-ਬਚਾਉਂਦਾ ਗੰਗਾ ਜੀ ਵੱਲ ਜਾ ਰਿਹਾ ਸੀ। ਅਚਾਨਕ ਉਸ ਨੇ ਆਪਣੇ ਸਿਰ 'ਤੇ ਹੱਥ ਰੱਖਿਆ ਤਾਂ ਟੋਪੀ ਗ਼ਾਇਬ ਸੀ ਤੇ ਨਾ ਹੀ ਜੇਬ ਵਿਚ ਘੜੀ ਦਾ ਕੁਝ ਅਤਾ-ਪਤਾ ਸੀ। ਉਸ ਦਾ ਕਾਲਜਾ ਧੜਕ ਕੇ ਰਹਿ ਗਿਆ। ਦਿਲ ਵਿਚੋਂ ਇਕ ਦਿਲ-ਚੀਰਵੀਂ ਆਹ ਨਿੱਕਲੀ। ਕਦੇ-ਕਦੇ ਜ਼ਿੰਦਗੀ ਵਿੱਚ ਅਜਿਹੀਆਂ ਘਟਨਾਵਾਂ ਹੋ ਜਾਂਦੀਆਂ ਹਨ, ਜੋ ਪਲ ਭਰ ਵਿਚ ਇਨਸਾਨ ਦੀ ਪ੍ਰਵਿਰਤੀ ਨੂੰ ਪਲਟਾ ਦਿੰਦੀ ਹੈ। ਕਦੇ-ਕਦੇ ਮਾਂ-ਪਿਓ ਦੀ ਇਕ ਝਿੜਕ ਵਿਗੜੈਲ ਪੁੱਤਰ ਨੂੰ ਮਾਣ-ਸਨਮਾਨ ਦੀਆਂ ਉੱਚੀਆਂ ਬੁਲੰਦੀਆਂ ਤੱਕ ਪਹੁੰਚਾ ਦਿੰਦੀ ਹੈ ਤੇ ਕਦੇ ਪਤਨੀ ਦੀ ਇਕ ਸਿੱਖਿਆ ਪਤੀ ਦੇ ਗਿਆਨ-ਦੁਆਰਾਂ ਨੂੰ ਖੋਲ੍ਹ ਦਿੰਦੀ ਹੈ। ਸਵੈਮਾਣੀ ਪੁਰਸ਼ ਆਪਣੇ ਸਨੇਹੀਆਂ ਦੀਆਂ ਨਜ਼ਰਾਂ ਵਿਚ ਡਿੱਗ ਕੇ ਦੁਨੀਆਂ 'ਤੇ ਇਕ ਬੋਝ ਦੀ ਤਰ੍ਹਾਂ ਜੀਣਾ ਨਹੀਂ ਚਾਹੁੰਦੇ। ਮਨੁੱਖੀ ਜ਼ਿੰਦਗੀ ਵਿਚ ਅਜਿਹੇ ਮਨ-ਪਲਟਾਊ ਮੌਕੇ ਰੱਬੀ ਦੇਣ ਹੁੰਦੇ ਹਨ। ਪ੍ਰਤਾਪਚੰਦਰ ਦੀ ਜ਼ਿੰਦਗੀ ਵਿਚ ਵੀ ਇਹ ਸ਼ੁਭ-ਵੇਲਾ ਸੀ, ਜਦੋਂ ਉਹ ਤੰਗ ਗਲੀਆਂ ਵਿਚੋਂ ਹੁੰਦਾ ਹੋਇਆ ਗੰਗਾ ਕੰਢੇ ਆ ਕੇ ਬੈਠ ਗਿਆ ਤੇ ਪਛਤਾਵੇ ਤੇ ਸ਼ਰਮਿੰਦਗੀ ਦੇ ਹੰਝੂ ਕੇਰਨ ਲੱਗਾ। ਮਨ ਦੇ ਵਿਕਾਰਾਂ ਦੀ ਪ੍ਰੇਰਨਾ ਨੇ ਉਸ ਨੂੰ ਤਬਾਹ ਕਰਨ ਵਿਚ ਕੋਈ

ਕਸਰ ਨਹੀਂ ਛੱਡੀ ਸੀ, ਪਰ ਉਸ ਦੇ ਲਈ ਬਿਰਜਨ ਦਾ ਨਿਰਮਲ ਜਲੌਅ ਇਕ ਕਠੋਰ-ਦਿਆਲੂ ਗੁਰੂ ਦੀ ਤਾੜਨਾ ਸਿੱਧ ਹੋਇਆ। ਕੀ ਇਹ ਗੱਲ ਸੱਚ ਸਾਬਿਤ ਨਹੀਂ ਹੈ ਕਿ ਕਈ ਵਾਰ ਹਾਲਾਤ ਮੁਤਾਬਿਕ ਜ਼ਹਿਰ ਵੀ ਅੰਮ੍ਰਿਤ ਦਾ ਕੰਮ ਕਰ ਜਾਂਦਾ ਹੈ ?

ਜਿਸ ਤਰ੍ਹਾਂ ਹਵਾ ਦਾ ਬੁੱਲ੍ਹਾ ਸੁਲਘਦੀ ਹੋਈ ਅੱਗ ਨੂੰ ਭਾਂਬੜ ਬਣਾ ਦਿੰਦਾ ਹੈ, ਉਸੇ ਤਰ੍ਹਾਂ ਬਹੁਤੀ ਵਾਰੀ ਦਿਲ ਵਿਚ ਦੱਬੀ ਪਈ ਉਮੰਗ ਨੂੰ ਭੜਕਾਉਣ ਲਈ ਇਕ ਪਰਸਪਰ ਹਲੂਣੇ ਦੀ ਹੀ ਲੋੜ ਹੁੰਦੀ ਹੈ। ਆਪਣੇ ਦੁੱਖਾਂ ਦਾ ਇਹਸਾਸ ਤੇ ਦੂਸਰਿਆਂ ਦੀ ਤਕਲੀਫ਼ ਮਹਿਸੂਸ ਕਰਨ ਨਾਲ ਅਕਸਰ ਜੋ ਵੈਰਾਗ ਪੈਦਾ ਹੋ ਜਾਂਦਾ ਹੈ, ਉਹ ਕਿਸੇ ਸਤਸੰਗ, ਅਧਿਐਨ ਤੇ ਧਿਆਨ-ਸਾਧਨਾ ਕਰਨ ਨਾਲ ਵੀ ਨਹੀਂ ਹੁੰਦਾ। ਭਾਵੇਂ ਪ੍ਰਤਾਪਚੰਦਰ ਦੇ ਮਨ ਵਿਚ ਸਾਰਥਕ ਤੇ ਨਿਰਸੁਆਰਥ ਜ਼ਿੰਦਗੀ ਜੀਉਣ ਦਾ ਖ਼ਿਆਲ ਪਹਿਲਾਂ ਤੋਂ ਹੀ ਸੀ, ਫਿਰ ਵੀ ਮਨ ਦੇ ਵਿਕਾਰਾਂ ਦਾ ਝਟਕਾ ਸਹਿ ਕੇ ਉਸ ਦਾ ਜੀਵਨ ਏਨਾ ਬਦਲ ਗਿਆ, ਜਿਸਨੂੰ ਸੁਭਾਵਿਕ ਤੌਰ 'ਤੇ ਸ਼ਾਇਦ ਕਈ ਵਰ੍ਹੇ ਲੱਗ ਜਾਂਦੇ। ਸਾਧਾਰਨ ਹਾਲਾਤ ਵਿਚ 'ਦਲਿਤ-ਸੇਵਾ' ਕਰਨੀ ਸ਼ਾਇਦ ਉਸ ਦੀ ਜ਼ਿੰਦਗੀ ਦਾ ਇੱਕ ਛੋਟਾ ਜਿਹਾ ਉਦੇਸ਼ ਹੀ ਹੁੰਦਾ, ਪਰ ਇਸ ਹਲੂਣੇ ਨੇ ਲੋਕ-ਸੇਵਾ ਨੂੰ ਉਸ ਦੀ ਜ਼ਿੰਦਗੀ ਦਾ ਮੂਲ-ਉਦੇਸ਼ ਬਣਾ ਦਿੱਤਾ ਸੀ। ਸੁਵਾਮਾ ਦੀ ਦਿਲੀ ਤਮੰਨਾ ਪੂਰੀ ਹੋਣ ਦੇ ਆਸਾਰ ਪੈਦਾ ਹੋ ਗਏ ਸਨ। ਇਨ੍ਹਾਂ ਘਟਨਾਵਾਂ ਦੀ ਉਧੇੜ-ਬੁਣ ਪਿਛੇ ਕੋਈ ਅਦਿੱਖ ਪ੍ਰੇਰਕ-ਸ਼ਕਤੀ ਕੰਮ ਕਰ ਰਹੀ ਸੀ ? ਕੀ ਕਹਿ ਸਕਦੇ ਹਾਂ ?

21
ਵਿਦਵਾਨ ਬ੍ਰਿਜਰਾਣੀ

ਜਦੋਂ ਤੋਂ ਮੁਨਸ਼ੀ ਸੰਜੀਵਨਲਾਲ ਤੀਰਥ ਯਾਤਰਾ 'ਤੇ ਨਿੱਕਲੇ ਸਨ ਤੇ ਪ੍ਰਤਾਪਚੰਦਰ ਪਰਿਯਾਗ ਚਲਾ ਗਿਆ ਸੀ, ਉਸ ਵੇਲੇ ਤੋਂ ਸੁਵਾਮਾ ਦੀ ਜ਼ਿੰਦਗੀ ਵਿਚ ਬੜਾ ਫ਼ਰਕ ਆ ਗਿਆ ਸੀ। ਉਹ ਮੁਨਸ਼ੀ ਜੀ ਦੇ ਠੇਕੇ ਦੇ ਕੰਮ ਨੂੰ ਪ੍ਰਫੁੱਲਿਤ ਕਰਨ ਲੱਗੀ। ਮੁਨਸ਼ੀ ਸੰਜੀਵਨ ਲਾਲ ਦੇ ਹੁੰਦਿਆਂ ਵੀ ਵਪਾਰ ਏਨਾ ਨਹੀਂ ਫਲਿਆ ਸੀ। ਸੁਵਾਮਾ ਸਾਰੀ-ਸਾਰੀ ਰਾਤ ਬੈਠ ਕੇ ਇੱਟਾਂ-ਪੱਥਰਾਂ ਨਾਲ ਮੱਥਾ ਮਾਰਦੀ ਰਹਿੰਦੀ ਤੇ ਗਾਰੇ-ਚੂਨੇ ਦੀ ਫ਼ਿਕਰ ਨਾਲ ਵਿਚਲਿਤ ਰਹਿੰਦੀ। ਪੈਸੇ-ਪੈਸੇ ਦਾ ਹਿਸਾਬ ਰੱਖਦੀ ਤੇ ਕਦੇ-ਕਦੇ ਤਾਂ ਖ਼ੁਦ ਮਜ਼ਦੂਰਾਂ ਦੇ ਕੰਮ ਦਾ ਵੀ ਮੁਆਇਨਾ ਕਰਦੀ। ਇਨ੍ਹਾਂ ਕੰਮਾਂ ਵਿੱਚ ਉਸ ਦੀ ਬਿਰਤੀ ਅਜਿਹੀ ਜੁੜੀ ਕਿ ਦਾਨ-ਪੁੰਨ ਤੇ ਵਰਤਾਂ ਪ੍ਰਤੀ ਵੀ ਉਸ ਦਾ ਮੋਹ ਪਹਿਲਾਂ ਨਾਲੋਂ ਘੱਟ ਗਿਆ ਸੀ। ਰੋਜ਼ਾਨਾ ਦੀ ਆਮਦਨ ਲਗਾਤਾਰ ਵਧਦੇ ਰਹਿਣ ਦੇ ਬਾਵਜੂਦ ਸੁਵਾਮਾ ਨੇ ਖਰਚਾ ਬਿਲਕੁਲ ਨਾ ਵਧਾਇਆ। ਪੈਸੇ-ਪੈਸੇ ਦੀ ਕਿਰਸ ਕਰਦੀ ਤੇ ਇਹ ਸਿਰਫ਼ ਇਸ ਲਈ ਕਿ ਪ੍ਰਤਾਪਚੰਦਰ ਦੌਲਤਮੰਦ ਹੋ ਜਾਵੇ ਤੇ ਸਾਰੀ ਜ਼ਿੰਦਗੀ ਆਰਾਮ ਨਾਲ ਰਹੇ।

ਸੁਵਾਮਾ ਨੂੰ ਆਪਣੇ ਹੋਣਹਾਰ ਪੁੱਤਰ 'ਤੇ ਬਹੁਤ ਮਾਣ ਸੀ। ਉਸ ਦੀ ਜ਼ਿੰਦਗੀ ਦੀ ਪ੍ਰਗਤੀ ਵੇਖ ਕੇ ਉਸ ਨੂੰ ਯਕੀਨ ਹੋ ਗਿਆ ਸੀ ਕਿ ਮਨ ਵਿਚ ਜਿਹੀ ਮੁਰਾਦ ਸੁੱਖ ਕੇ ਮੈਂ ਇਸ ਪੁੱਤਰ ਨੂੰ ਵਰਦਾਨ ਵਿੱਚ ਮੰਗਿਆ ਸੀ, ਉਹ ਜ਼ਰੂਰ ਪੂਰੀ ਹੋਏਗੀ। ਉਹ ਚੋਰੀ-ਛਿਪੇ ਕਾਲਜ

ਦੇ ਪ੍ਰਿੰਸੀਪਲ ਤੇ ਪ੍ਰੋਫ਼ੈਸਰਾਂ ਤੋਂ ਪ੍ਰਤਾਪ ਦੀ ਖ਼ਬਰ-ਸਾਰ ਪੁੱਛਦੀ ਰਹਿੰਦੀ ਸੀ। ਤੇ ਉਨ੍ਹਾਂ ਦੀਆਂ ਟਿੱਪਣੀਆਂ ਦਾ ਅਧਿਐਨ ਕਰਨਾ ਉਸ ਦੇ ਲਈ ਇਕ ਸੁਪਨਾ ਸੱਚ ਹੋਣ ਦੇ ਬਰਾਬਰ ਸੀ। ਅਜਿਹੀ ਹਾਲਤ ਵਿਚ ਪਰਿਯਾਗ ਤੋਂ ਜਦੋਂ ਪ੍ਰਤਾਪਚੰਦਰ ਦੇ ਅਚਾਨਕ ਲੋਪ ਹੋ ਜਾਣ ਦਾ ਤਾਰ ਮਿਲਿਆ ਤਾਂ ਜਿਵੇਂ ਉਸ ਦੇ ਦਿਲ 'ਤੇ ਪਹਾੜ ਹੀ ਡਿੱਗ ਪਿਆ। ਸੁਵਾਮਾ ਇਕ ਠੰਢਾ ਹਉਕਾ ਭਰ ਕੇ ਸਿਰ ਫੜ ਕੇ ਬੈਠ ਗਈ। ਤੀਸਰੇ ਦਿਨ ਪ੍ਰਤਾਪਚੰਦਰ ਦੀਆਂ ਕਿਤਾਬਾਂ, ਕੱਪੜੇ ਤੇ ਹੋਰ ਚੀਜ਼ਾਂ ਵੀ ਆ ਗਈਆਂ। ਇਹ ਇਕ ਤਰ੍ਹਾਂ ਨਾਲ ਜ਼ਖ਼ਮਾਂ 'ਤੇ ਲੂਣ ਦਾ ਛਿੜਕਣਾ ਹੀ ਸੀ।

ਪ੍ਰੇਮਵਤੀ ਦੀ ਮੌਤ ਦੀ ਖ਼ਬਰ ਮਿਲਦਿਆਂ ਹੀ ਪ੍ਰਾਣਨਾਥ ਪਟਨਾ ਤੋਂ ਤੇ ਰਾਧਾਚਰਣ ਨੈਨੀਤਾਲ ਤੋਂ ਆ ਗਏ। ਉਸ ਦੇ ਜਿਉਂਦੇ-ਜੀਅ ਆਉਂਦੇ ਤਾਂ ਮੁਲਾਕਾਤ ਹੋ ਜਾਂਦੀ, ਪਰ ਹੁਣ ਮੌਤ ਤੋਂ ਬਾਅਦ ਤਾਂ ਉਸ ਦੀ ਦੇਹ ਦੇ ਦਰਸ਼ਨ ਕਰਨ ਦਾ ਵੀ ਸਬੱਬ ਨਾ ਮਿਲਿਆ। ਅੰਤਿਮ ਸੰਸਕਾਰ ਬੜੀ ਧੂਮ-ਧਾਮ ਨਾਲ ਕੀਤਾ ਗਿਆ। ਦੋ ਹਫ਼ਤੇ ਪਿੰਡ ਵਿਚ ਬੜੀ ਆਵਾਜਾਈ ਰਹੀ। ਉਸ ਤੋਂ ਬਾਅਦ ਰਾਧਾਚਰਣ ਮੁਰਾਦਾਬਾਦ ਚਲੇ ਗਏ ਤੇ ਪ੍ਰਾਣਨਾਥ ਨੇ ਪਟਨਾ ਜਾਣ ਦੀ ਤਿਆਰੀ ਆਰੰਭ ਲਈ। ਉਨ੍ਹਾਂ ਦੀ ਇੱਛਾ ਸੀ ਕਿ ਪਤਨੀ ਨੂੰ ਪਰਿਯਾਗ ਛੱਡਦੇ ਹੋਏ ਪਟਨਾ ਚਲੇ ਜਾਣ, ਪਰ ਸੇਵਤੀ ਨੇ ਜ਼ਿੱਦ ਕੀਤੀ ਕਿ ਜਦ ਏਨੀ ਦੂਰ ਆਏ ਹੀ ਹਾਂ ਤਾਂ ਬਿਰਜਨ ਨੂੰ ਵੀ ਮਿਲਦੇ ਜਾਈਏ, ਨਹੀਂ ਤਾਂ ਵਿਚਾਰੀ ਬੜੀ ਦੁਖੀ ਹੋਏਗੀ। ਸਮਝੇਗੀ ਕਿ ਮੈਨੂੰ ਬੇਸਹਾਰਾ ਸਮਝ ਕੇ ਇਨ੍ਹਾਂ ਲੋਕਾਂ ਨੇ ਵੀ ਛੱਡ ਦਿੱਤਾ ਹੈ।

ਸੇਵਤੀ ਦਾ ਇਸ ਬੇਰੌਣਕ ਕੋਠੀ ਵਿਚ ਆਉਣਾ ਜਿਵੇਂ ਫੁੱਲਾਂ ਵਿਚ ਸੁਗੰਧੀਆਂ ਦਾ ਭਰ ਜਾਣਾ ਸੀ। ਹਫ਼ਤਾ ਭਰ ਖ਼ੁਸ਼ੀਆਂ-ਖੇੜਿਆਂ ਦੀ ਰੌਣਕ ਲੱਗੀ ਰਹੀ। ਬਿਰਜਨ ਬਹੁਤ ਖ਼ੁਸ਼ ਹੋਈ ਤੇ ਖ਼ੂਬ ਰੋਈ। ਮਾਧਵੀ ਨੇ ਮੁੰਨੇ ਨੂੰ ਬੁੱਕਲ ਵਿਚ ਲੈ ਕੇ ਬਹੁਤ ਲਾਡ ਲਡਾਇਆ। ਬਾਹਰਲੀ ਬੈਠਕ ਕਈ ਮਹੀਨਿਆਂ ਤੋਂ ਬੰਦ ਸੀ, ਅੱਜ ਉਸ ਦੇ ਵੀ ਭਾਗ ਖੁੱਲ੍ਹ ਗਏ ਸਨ। ਉੱਜੜਿਆ ਘਰ ਮੁੜ ਵਸ ਗਿਆ ਸੀ।

ਪ੍ਰੇਮਵਤੀ ਦੇ ਸੁਰਗ ਸਿਧਾਰ ਜਾਣ 'ਤੇ ਬਿਰਜਨ ਉਸ ਘਰ ਵਿਚ ਇਕੱਲੀ ਰਹਿ ਗਈ ਸੀ। ਸਿਰਫ਼ ਮਾਧਵੀ ਹੀ ਉਸ ਦੇ ਨਾਲ ਸੀ। ਦਿਲ ਦੀ ਤੜਪ ਤੇ ਮਾਨਸਿਕ ਦੁੱਖ ਨੇ ਉਸ ਦਾ ਉਹ ਗੁਣ ਉਜਾਗਰ ਕਰ ਦਿੱਤਾ, ਜੋ ਅਜੇ ਤੱਕ ਉਸ ਦੇ ਅੰਦਰ ਕਿਸੇ ਕੋਨੇ ਵਿਚ ਬੇਪਛਾਣਿਆ ਪਿਆ ਸੀ। ਉਹ ਕਵਿਤਾ ਤੇ ਛੰਦ ਲਿਖਣ ਦਾ ਅਭਿਆਸ ਕਰਨ ਲੱਗ ਪਈ। ਕਵਿਤਾ ਸੱਚੀਆਂ-ਸੁੱਚੀਆਂ ਭਾਵਨਾਵਾਂ ਦਾ ਬਿੰਬ ਹੁੰਦੀ ਹੈ ਤੇ ਇਹ ਭਾਵਨਾਵਾਂ ਚਾਹੇ ਦੁਖਦ ਹੋਣ ਚਾਹੇ ਸੁਖਦ, ਸਿਰਫ਼ ਉਸੇ ਵੇਲੇ ਸਾਕਾਰ ਹੁੰਦੀਆਂ ਹਨ ਜਦੋਂ ਅਸੀਂ ਦੁੱਖ ਜਾਂ ਸੁੱਖ ਨੂੰ ਮਹਿਸੂਸ ਕਰਦੇ ਹਨ। ਬਿਰਜਨ ਇਨ੍ਹੀਂ ਦਿਨੀਂ ਸਾਰੀ-ਸਾਰੀ ਰਾਤ ਬੈਠੀ ਸ਼ਬਦਾਂ ਵਿਚ ਆਪਣੇ ਮਨੋਭਾਵਾਂ ਦੇ ਮੋਤੀਆਂ ਦੀ ਮਾਲਾ ਪਰੋਂਦੀ ਰਹਿੰਦੀ। ਉਸ ਦਾ ਇਕ-ਇਕ ਲਫ਼ਜ਼ ਦਰਦ ਤੇ ਵੈਰਾਗ ਨਾਲ ਗੜੁੱਚ ਹੁੰਦਾ ਸੀ। ਹੋਰਾਂ ਕਵੀਆਂ ਦੇ ਮਨਾਂ ਵਿੱਚ ਦੋਸਤਾਂ-ਮਿਤਰਾਂ ਦੀ ਵਾਹ-ਵਾਹੀ ਤੇ ਸਰੋਤਿਆਂ ਦੀ ਮੁਬਾਰਕਬਾਦ ਦੀ ਲਲ੍ਹਕ ਹੁੰਦੀ ਹੈ, ਪਰ ਬਿਰਜਨ ਆਪਣੀ ਦੁਖਦ ਕਹਾਣੀ ਆਪਣੇ ਹੀ ਮਨ ਨੂੰ ਸੁਣਾਉਂਦੀ ਸੀ।

ਸੇਵਤੀ ਨੂੰ ਆਏ ਦੋ-ਤਿੰਨ ਦਿਨ ਹੋ ਗਏ ਸਨ। ਇਕ ਦਿਨ ਉਹ ਬਿਰਜਨ ਨੂੰ ਕਹਿਣ ਲੱਗੀ—"ਮੈਂ ਤੈਨੂੰ ਅਕਸਰ ਕਿਸੇ ਧਿਆਨ ਵਿਚ ਖੁੱਭੀ ਵੇਖਦੀ ਆਂ ਤੇ ਕੁਝ ਨਾ ਕੁਝ

ਲਿਖਦੀ ਵੀ ਵੇਖਦੀ ਆਂ। ਇਸ ਬਾਰੇ ਮੈਨੂੰ ਨਹੀਂ ਕੁਝ ਦੱਸੇਂਗੀ?" ਬਿਰਜਨ ਸ਼ਰਮਸਾਰ ਹੋ ਗਈ। ਬਹਾਨਾ ਕਰਨ ਲੱਗੀ ਕਿ 'ਕੁਝ ਨਹੀਂ, ਐਵੇਂ ਹੀ ਦਿਲ ਕੁਝ ਉਦਾਸ ਜਿਹਾ ਰਹਿੰਦੈ।' ਸੇਵਤੀ ਨੇ ਕਿਹਾ—"ਮੈਂ ਨਹੀਂ ਮੰਨਦੀ।" ਫੇਰ ਉਹ ਬਿਰਜਨ ਦਾ ਉਹ ਬਕਸਾ ਚੁੱਕ ਲਿਆਈ, ਜਿਸ ਵਿਚ ਕਵਿਤਾ ਦੇ ਅਮੋਲਕ ਮੋਤੀ ਸਾਂਭੇ ਪਏ ਸਨ। ਬੇਵੱਸ ਹੋ ਕੇ ਬਿਰਜਨ ਨੇ ਆਪਣੇ ਨਵੇਂ ਛੰਦ ਸੁਣਾਉਣੇ ਸ਼ੁਰੂ ਕਰ ਦਿੱਤੇ। ਮੂੰਹੋਂ ਪਹਿਲਾ ਛੰਦ ਨਿੱਕਲਿਆ ਸੀ ਕਿ ਸੇਵਤੀ ਦੇ ਰੌਂਗਟੇ ਖੜੇ ਹੋ ਗਏ ਤੇ ਜਦੋਂ ਤੱਕ ਸਾਰਾ ਛੰਦ ਖ਼ਤਮ ਨਾ ਹੋਇਆ, ਉਹ ਅਵਾਕ ਹੋ ਕੇ ਸੁਣਦੀ ਰਹੀ। ਪ੍ਰਾਣਨਾਥ ਦੀ ਸੰਗਤ ਨੇ ਉਸ ਨੂੰ ਕਾਵਿ-ਰਸੀਆ ਬਣਾ ਦਿੱਤਾ ਸੀ। ਵਾਰ-ਵਾਰ ਉਸ ਦੀਆਂ ਅੱਖਾਂ ਸੇਜਲ ਹੋ ਜਾਂਦੀਆਂ। ਹੁਣ ਜਦ ਬਿਰਜਨ ਚੁੱਪ ਹੋ ਗਈ ਤਾਂ ਇਕ ਸਮਾਂ ਜਿਹਾ ਬੰਨ੍ਹਿਆ ਗਿਆ ਸੀ, ਜਿਵੇਂ ਕੋਈ ਮਿੱਠਾ ਰਾਗ ਹੁਣੇ ਖ਼ਤਮ ਹੋਇਆ ਹੋਵੇ। ਸੇਵਤੀ ਨੇ ਬਿਰਜਨ ਨੂੰ ਕਲਾਵੇ ਵਿਚ ਲੈ ਲਿਆ ਤੇ ਫੇਰ ਉਸ ਨੂੰ ਛੱਡ ਕੇ ਭੱਜਦੀ ਹੋਈ ਪ੍ਰਾਣਨਾਥ ਕੋਲ ਪਹੁੰਚ ਗਈ, ਜਿਵੇਂ ਕੋਈ ਬੱਚਾ ਨਵਾਂ ਖਿਡੌਣਾ ਲੈ ਕੇ ਚਾਅ ਨਾਲ ਭੱਜਦਾ ਹੋਇਆ ਆਪਣੇ ਦੋਸਤਾਂ ਨੂੰ ਵਿਖਾਉਣ ਲਈ ਜਾਂਦਾ ਹੈ। ਪ੍ਰਾਣਨਾਥ ਉਸ ਵੇਲੇ ਆਪਣੇ ਵੱਡੇ ਅਫ਼ਸਰ ਨੂੰ ਬੇਨਤੀ-ਪੱਤਰ ਲਿਖ ਰਹੇ ਸਨ ਕਿ 'ਮੇਰੀ ਮਾਂ ਬਹੁਤ ਬੀਮਾਰ ਹੋ ਗਈ ਹੈ, ਇਸੇ ਕਾਰਨ ਕੰਮ 'ਤੇ ਪਰਤਣ ਵਿੱਚ ਦੇਰੀ ਹੋ ਗਈ ਹੈ। ਆਸ ਕਰਦਾ ਹਾਂ ਕਿ ਮੈਨੂੰ ਇਕ ਹਫ਼ਤੇ ਦੀ ਇਤਫ਼ਾਕੀਆ ਛੁੱਟੀ ਦੇ ਦਿੱਤੀ ਜਾਵੇਗੀ।' ਸੇਵਤੀ ਨੂੰ ਵੇਖਦਿਆਂ ਹੀ ਉਨ੍ਹਾਂ ਨੇ ਝੱਟ ਆਪਣਾ ਬੇਨਤੀ-ਪੱਤਰ ਲੁਕੋ ਲਿਆ ਤੇ ਮੁਸਕੁਰਾ ਪਏ। ਮਨੁੱਖ ਕਿੰਨਾ ਮੂਰਖ ਹੈ! ਉਹ ਆਪਣੇ-ਆਪ ਨੂੰ ਵੀ ਧੋਖਾ ਦੇਣ ਤੋਂ ਪਰਹੇਜ਼ ਨਹੀਂ ਕਰਦਾ।

ਸੇਵਤੀ—"ਜ਼ਰਾ ਅੰਦਰ ਤਾਂ ਚੱਲੋ, ਤੁਹਾਨੂੰ ਬਿਰਜਨ ਦੀ ਕਵਿਤਾ ਸੁਣਵਾਵਾਂ, ਸੁਣ ਕੇ ਦੰਗ ਰਹਿ ਜਾਓਂਗੇ।"

ਪ੍ਰਾਣਨਾਥ—"ਅੱਛਾ, ਤਾਂ ਹੁਣ ਉਨ੍ਹਾਂ ਨੂੰ ਕਵਿਤਾ ਦਾ ਸ਼ੌਕ ਚੜ੍ਹਿਐ? ਤੇਰੀ ਵੱਡੀ ਭਾਬੀ ਤਾਂ ਗਾਉਂਦੀ ਹੁੰਦੀ ਸੀ—'ਤੁਸੀਂ ਤਾਂ ਸ਼ਾਮ ਬੜੇ ਬੇਖ਼ਬਰ ਹੋ'।"

ਸੇਵਤੀ—"ਪਹਿਲਾਂ ਚੱਲ ਕੇ ਸੁਣ ਤਾਂ ਲਓ, ਬਾਅਦ 'ਚ ਹੱਸੀ ਜਾਣਾ। ਮੈਨੂੰ ਤਾਂ ਉਹਦੀ ਕਵਿਤਾ ਸੁਣ ਕੇ ਹੈਰਾਨੀ ਹੋ ਰਹੀ ਐ।"

ਪ੍ਰਾਣਨਾਥ—"ਤੂੰ ਚੱਲ, ਮੈਂ ਇਕ ਚਿੱਠੀ ਲਿਖ ਕੇ ਹੁਣੇ ਆਉਨਾਂ।"

ਸੇਵਤੀ—"ਹੁਣ ਇਹੀ ਮੈਨੂੰ ਚੰਗਾ ਨਹੀਂ ਲੱਗਦਾ। ਮੈਂ ਤੁਹਾਡੀ ਚਿੱਠੀ ਫਾੜ ਕੇ ਸੁੱਟ ਦਿਆਂਗੀ।"

ਸੇਵਤੀ ਪ੍ਰਾਣਨਾਥ ਨੂੰ ਮੱਲੋ-ਜ਼ੋਰੀ ਘੜੀਸ ਲਿਆਈ। ਪ੍ਰਾਣਨਾਥ ਅਜੇ ਤੱਕ ਇਹੀ ਸਮਝ ਰਿਹਾ ਸੀ ਕਿ ਬਿਰਜਨ ਨੇ ਕੋਈ ਸਾਧਾਰਨ ਜਿਹਾ ਭਜਨ ਬਗ਼ੈਰਾ ਲਿਖਿਆ ਹੋਣਾ, ਉਸੇ ਨੂੰ ਸੁਣਾਉਣ ਲਈ ਇਹ ਸੇਵਤੀ ਕਾਹਲੀ ਪੈ ਰਹੀ ਹੈ। ਪਰ ਜਦੋਂ ਉਹ ਅੰਦਰ ਆ ਕੇ ਬੈਠੇ ਤੇ ਬਿਰਜਨ ਨੇ ਸੰਗਦੇ ਹੋਏ ਆਪਣੀ ਭਾਵਪੂਰਤ ਕਵਿਤਾ—'ਇਸ਼ਕ ਦੀ ਕਮਲੀ' ਪੜ੍ਹਨੀ ਸ਼ੁਰੂ ਕੀਤੀ ਤਾਂ ਪ੍ਰਾਣਨਾਥ ਦੀਆਂ ਅੱਖਾਂ ਅੱਡੀਆਂ ਰਹਿ ਗਈਆਂ। ਕਵਿਤਾ ਕੀ ਸੀ, ਦਿਲ ਦੇ ਦਰਦ ਦੀ ਇਕ ਫੁਹਾਰ ਤੇ ਪਿਆਰ-ਰਹੱਸ ਦਾ ਇਕ ਕਥਾ-ਸਾਰ ਸੀ। ਉਹ ਸੁਣ ਰਿਹਾ ਸੀ ਤਾਂ ਲੀਨ ਹੋ ਕੇ ਝੂਮੀ ਵੀ ਜਾ ਰਿਹਾ ਸੀ। ਲਫ਼ਜ਼ਾਂ ਦੀ ਇਕ-ਇਕ ਬੁਣਤ-ਘੜਤ 'ਤੇ, ਭਾਵਾਂ ਦੇ ਇਕ-ਇਕ ਪ੍ਰਗਟਾਅ ਤੇ ਨਿਭਾਅ 'ਤੇ ਉਹ ਨਿਸ਼ਾਵਰ ਹੋ ਰਿਹਾ ਸੀ। ਉਸ ਨੇ ਬਹੁਤ ਸਾਰੇ

ਕਵੀਆਂ ਦੀਆਂ ਕਵਿਤਾਵਾਂ ਪੜ੍ਹੀਆਂ-ਸੁਣੀਆਂ ਸਨ, ਪਰ ਇਹ ਖ਼ਿਆਲਾਂ ਦੀ ਉੱਤਮਤਾ, ਇਹ ਨਵੀਨਤਾ, ਇਹ ਭਾਵਪੂਰਨਤਾ ਉਸ ਨੇ ਕਿਧਰੇ ਨਹੀਂ ਵੇਖੀ-ਸੁਣੀ ਸੀ। ਉਸ ਦੀਆਂ ਅੱਖਾਂ ਅੱਗੇ ਉਹ ਦ੍ਰਿਸ਼ ਸਾਕਾਰ ਹੋ ਰਿਹਾ ਸੀ, ਜਦੋਂ ਪਹੁ-ਫੁਟਾਲੇ ਤੋਂ ਪਹਿਲਾਂ ਧੁੰਦਲਾ ਹਨੇਰਾ ਲਹਿਰਾਉਣ ਲੱਗਦਾ ਹੈ, ਕਲੀਆਂ ਖਿੜਨ ਲੱਗਦੀਆਂ ਹਨ, ਫੁੱਲ ਮਹਿਕਣ ਲੱਗਦੇ ਹਨ ਤੇ ਆਸਮਾਨ 'ਤੇ ਹਲਕੀ-ਹਲਕੀ ਲਾਲੀ ਉੱਘੜਨ ਲੱਗਦੀ ਹੈ। ਕਵਿਤਾ ਦੇ ਇਕ-ਇਕ ਲਫ਼ਜ਼ ਵਿਚ ਤਾਜ਼ੇ ਖਿੜੇ ਫੁੱਲਾਂ ਦੀ ਨਜ਼ਾਕਤ ਤੇ ਬਰਫ਼ੀਲੀਆਂ-ਠੰਢੀਆਂ ਪੌਣਾਂ ਦੀ ਨਫ਼ਾਸਤ ਮੌਜੂਦ ਸੀ। ਉਪਰੋਂ ਬਿਰਜਨ ਦਾ ਸੁਰੀਲਾਪਣ ਤੇ ਆਵਾਜ਼ ਦੀ ਮਿਠਾਸ ਸੋਨੇ 'ਤੇ ਸੁਹਾਗਾ ਸੀ। ਇਹ ਉਹ ਛੰਦ ਸਨ, ਜਿਨ੍ਹਾਂ ਲਈ ਬਿਰਜਨ ਨੇ ਆਪਣੇ ਦਿਲ ਨੂੰ ਦੀਵੇ ਦੀ ਤਰ੍ਹਾਂ ਬਾਲਿਆ ਸੀ। ਪ੍ਰਾਣਨਾਥ ਭਾਵੇਂ ਹਾਸੇ-ਠੱਠੇ ਦੇ ਮੰਤਵ ਨਾਲ ਆਇਆ ਸੀ, ਪਰ ਜਦ ਉਸ ਨੇ ਏਨੀਆਂ ਖ਼ੂਬਸੂਰਤ ਤੇ ਭਾਵਪੂਰਤ ਕਵਿਤਾਵਾਂ ਸੁਣੀਆਂ ਤਾਂ ਏਦਾਂ ਮਹਿਸੂਸ ਹੋਇਆ, ਜਿਵੇਂ ਸੀਨੇ ਵਿਚੋਂ ਦਿਲ ਹੀ ਨਿੱਕਲ ਗਿਆ ਹੋਵੇ। ਇਕ ਦਿਨ ਉਸ ਨੇ ਬਿਰਜਨ ਨੂੰ ਕਿਹਾ—"ਜੇ ਤੇਰੀਆਂ ਕਵਿਤਾਵਾਂ ਛਪ ਜਾਣ ਤਾਂ ਉਨ੍ਹਾਂ ਨੂੰ ਬੜਾ ਪਿਆਰ-ਸਤਿਕਾਰ ਮਿਲੇ।"

ਬਿਰਜਨ ਨੇ ਨੀਵੀਂ ਪਾ ਕੇ ਕਿਹਾ—"ਮੈਨੂੰ ਨਹੀਂ ਯਕੀਨ ਕਿ ਕੋਈ ਇਨ੍ਹਾਂ ਨੂੰ ਪਸੰਦ ਵੀ ਕਰੇਗਾ।"

ਪ੍ਰਾਣਨਾਥ—"ਏਦਾਂ ਹੋ ਹੀ ਨਹੀਂ ਸਕਦਾ। ਜੇ ਪਾਠਕਾਂ ਦੇ ਦਿਲਾਂ ਵਿੱਚ ਭੋਰਾ ਵੀ ਕਾਵਿ-ਰੁਚੀ ਹੋਏਗੀ ਤਾਂ ਤੇਰੀਆਂ ਕਵਿਤਾਵਾਂ ਨੂੰ ਜ਼ਰੂਰ ਮਾਣ ਮਿਲੇਗਾ। ਜੇ ਏਦਾਂ ਦੇ ਲੋਕ ਮੌਜੂਦ ਨੇ, ਜਿਹੜੇ ਫੁੱਲਾਂ ਦੀ ਖ਼ੁਸ਼ਬੂ ਨਾਲ ਸੁਆਦ-ਸੁਆਦ ਹੋ ਜਾਂਦੇ ਨੇ, ਜਿਹੜੇ ਪੰਛੀਆਂ ਦੇ ਚਹਿਚਹਾਉਣ ਤੇ ਚਾਨਣੀ ਰਾਤ ਦੇ ਦਿਲ-ਠੱਗਵੇਂ ਹੁਸਨ ਦਾ ਆਨੰਦ ਲੈ ਸਕਦੇ ਨੇ, ਤਾਂ ਉਹ ਤੇਰੀਆਂ ਕਵਿਤਾਵਾਂ ਨੂੰ ਵੀ ਜ਼ਰੂਰ ਆਪਣੇ ਦਿਲਾਂ ਵਿਚ ਵਸਾਉਣਗੇ।" ਬਿਰਜਨ ਦੇ ਦਿਲ ਵਿਚ ਖ਼ੁਸ਼ੀ ਦੀ ਉਹ ਲਹਿਰ ਤਰੰਗਿਤ ਹੋ ਉੱਠੀ ਜਿਹੜੀ ਹਰੇਕ ਕਵੀ ਨੂੰ ਆਪਣੀ ਕਾਵਿ-ਸਿਰਜਨਾ ਦੀ ਪ੍ਰਸੰਸਾ ਸੁਣ ਕੇ ਤੇ ਉਸ ਦੇ ਛਾਪੇ ਜਾਣ ਦੇ ਖ਼ਿਆਲ ਨਾਲ ਉੱਠਦੀ ਹੈ। ਭਾਵੇਂ ਉਪਰੋਂ ਉਹ 'ਨਹੀਂ-ਨਹੀਂ' ਕਰਦੀ ਰਹੀ, ਪਰ ਉਹ 'ਨਹੀਂ' 'ਹਾਂ' ਦੇ ਬਰਾਬਰ ਸੀ। ਪਰਿਯਾਗ ਤੋਂ ਉਨ੍ਹੀਂ ਦਿਨੀਂ 'ਕਮਲਾ' ਨਾਂਅ ਦਾ ਇਕ ਚੰਗਾ ਮਾਸਿਕ-ਪੱਤਰ ਨਿੱਕਲਦਾ ਸੀ। ਪ੍ਰਾਣਨਾਥ ਨੇ ਬਿਰਜਨ ਦੀ ਕਵਿਤਾ 'ਇਸ਼ਕ ਦੀ ਕਮਲੀ' ਨੂੰ ਉਸ ਰਿਸਾਲੇ ਲਈ ਭੇਜ ਦਿੱਤਾ। ਇਸ ਪੱਤਰ ਦੇ ਸੰਪਾਦਕ ਇਕ ਵਿਦਵਾਨ ਕਾਵਿ-ਅਨੁਭਵੀ ਸਨ। ਕਵਿਤਾ ਭੇਜਣ ਲਈ ਉਨ੍ਹਾਂ ਨੇ ਦਿਲੀ-ਧੰਨਵਾਦ ਭੇਜਿਆ ਤੇ ਜਦੋਂ ਇਹ ਕਵਿਤਾ ਪ੍ਰਕਾਸ਼ਿਤ ਹੋਈ ਤਾਂ ਸਾਹਿਤ-ਜਗਤ ਵਿਚ ਜਿਵੇਂ ਧੂਮ ਮੱਚ ਗਈ। ਸ਼ਾਇਦ ਹੀ ਕਿਸੇ ਕਵੀ ਨੂੰ ਆਪਣੇ ਪਲੇਠੇ ਜਤਨ 'ਤੇ ਏਡੀ ਸ਼ੁਹਰਤ ਮਿਲੀ ਹੋਵੇ। ਲੋਕ ਪੜ੍ਹਦੇ ਤੇ ਹੈਰਾਨੀ ਨਾਲ ਇਕ-ਦੂਜੇ ਦੇ ਮੂੰਹ ਵੱਲ ਝਾਕਣ ਲੱਗਦੇ। ਕਾਵਿ-ਸ਼ੌਕੀਨਾਂ ਵਿਚ ਕਈ ਹਫ਼ਤਿਆਂ ਤੱਕ ਇਸ ਕਵਿਤਾ ਦੀ ਚਰਚਾ ਹੁੰਦੀ ਰਹੀ। ਕਿਸੇ ਨੂੰ ਯਕੀਨ ਹੀ ਨਹੀਂ ਆ ਰਿਹਾ ਸੀ ਕਿ ਇਹ ਇਕ ਨਵੀਂ ਉੱਭਰ ਰਹੀ ਕਵਿਤਰੀ ਦੀ ਰਚਨਾ ਹੈ।

ਫਿਰ ਤਾਂ ਹਰ ਮਹੀਨੇ 'ਕਮਲਾ' ਦੇ ਪੰਨੇ ਬਿਰਜਨ ਦੀਆਂ ਕਵਿਤਾਵਾਂ ਨਾਲ ਸੁਸ਼ੋਭਿਤ ਹੋਣ ਲੱਗ ਪਏ ਤੇ ਬਿਰਜਨ ਦੇ ਕਲਮੀ-ਨਾਂਅ 'ਭਾਰਤ ਮਹਿਲਾ' ਨੂੰ ਲੋਕਮਨਾਂ ਨੇ

ਕਵੀਆਂ ਦੀ ਸ਼੍ਰੋਮਣੀ ਕਤਾਰ ਵਿਚ ਲਿਆ ਖੜਾ ਕੀਤਾ। 'ਭਾਰਤ ਮਹਿਲਾ' ਦਾ ਨਾਂਅ ਹੁਣ ਬੱਚੇ-ਬੱਚੇ ਦੀ ਜ਼ੁਬਾਨ 'ਤੇ ਸੀ। ਕੋਈ ਅਖ਼ਬਾਰ ਜਾਂ ਰਿਸਾਲਾ ਅਜਿਹਾ ਨਹੀਂ ਸੀ, ਜਿਹੜਾ 'ਭਾਰਤ ਮਹਿਲਾ' ਦੀਆਂ ਰਚਨਾਵਾਂ ਛਾਪਣ ਦਾ ਇੱਛੁਕ ਨਾ ਹੋਵੇ। ਕੋਈ ਰਿਸਾਲਾ ਖੋਲ੍ਹਦਿਆਂ ਸਭ ਤੋਂ ਪਹਿਲਾਂ ਪਾਠਕਾਂ ਦੀਆਂ ਨਜ਼ਰਾਂ 'ਭਾਰਤ ਮਹਿਲਾ' ਨੂੰ ਹੀ ਲੱਭਦੀਆਂ। ਪਰ ਹਾਂ, ਉਸ ਦੀ ਕਵਿਤਾ ਦੀਆਂ ਅਲੌਕਿਕ ਤਰੰਗਾਂ ਹੁਣ ਕਿਸੇ ਨੂੰ ਹੈਰਾਨ ਨਾ ਕਰਦੀਆਂ, ਕਿਉਂਕਿ ਉਸ ਨੇ ਖ਼ੁਦ ਹੀ ਕਵਿਤਾ ਦੇ ਨਵੇਂ ਤੇ ਉੱਚੇ ਮਿਆਰ ਸਥਾਪਤ ਕਰ ਦਿੱਤੇ ਸਨ।

ਤਿੰਨ ਸਾਲਾਂ ਤੱਕ ਕਿਸੇ ਨੂੰ ਵੀ ਪਤਾ ਨਾ ਲੱਗਿਆ ਕਿ 'ਭਾਰਤ ਮਹਿਲਾ' ਕੌਣ ਹੈ ? ਅਖ਼ੀਰ ਪ੍ਰਾਣਨਾਥ ਤੋਂ ਰਿਹਾ ਨਾ ਗਿਆ। ਉਹ ਤਾਂ ਬਿਰਜਨ ਦਾ ਭਗਤ ਬਣ ਗਿਆ ਸੀ। ਉਹ ਕਈ ਮਹੀਨਿਆਂ ਤੋਂ ਬਿਰਜਨ ਦੀ ਜੀਵਨੀ ਨੂੰ ਅੰਦਰ ਤੱਕ ਪੜ੍ਹਨਾ ਚਾਹੁੰਦਾ ਸੀ। ਸੇਵਤੀ ਦੀ ਮਦਦ ਨਾਲ ਹੌਲੀ-ਹੌਲੀ ਉਸ ਨੇ ਉਸ ਦੀ ਸਾਰੀ 'ਜੀਵਨੀ' ਦਾ ਪਤਾ ਲਾ ਲਿਆ ਤੇ ਫਿਰ 'ਭਾਰਤ ਮਹਿਲਾ' ਦੇ ਸਿਰਲੇਖ ਹੇਠ ਬੜਾ ਪ੍ਰਭਾਵਸ਼ਾਲੀ ਲੇਖ ਲਿਖਿਆ। ਪ੍ਰਾਣਨਾਥ ਨੇ ਪਹਿਲਾਂ ਕਦੇ ਕੋਈ ਲੇਖ ਨਹੀਂ ਲਿਖਿਆ ਸੀ, ਪਰ ਸ਼ਰਧਾ-ਭਾਵਨਾ ਨੇ ਅਭਿਆਸ ਦੀ ਘਾਟ ਰੜਕਣ ਨਾ ਦਿੱਤੀ। ਲੇਖ ਬਹੁਤ ਹੀ ਰੌਚਕ, ਭਾਵਪੂਰਤ ਤੇ ਸਮਾਲੋਚਨਾਤਮਕ ਸੀ।

ਇਸ ਲੇਖ ਦੇ ਛਪਣ ਦੀ ਦੇਰ ਸੀ ਕਿ ਬਿਰਜਨ ਨੂੰ ਚਾਰੇ ਪਾਸਿਓਂ ਪਿਆਰ 'ਤੇ ਸਤਿਕਾਰ ਦੇ ਤੋਹਫ਼ੇ ਮਿਲਣ ਲੱਗੇ। ਰਾਧਾਚਰਣ ਮੁਰਾਦਾਬਾਦ ਤੋਂ ਉਸ ਨੂੰ ਮਿਲਣ ਲਈ ਆਏ। ਕਮਲਾ, ਉਮਾਦੇਵੀ, ਚੰਦਰਕੁੰਵਰ ਤੇ ਹੋਰ ਕਿੰਨੀਆਂ ਹੀ ਪੁਰਾਣੀਆਂ ਸਹੇਲੀਆਂ, ਜਿਨ੍ਹਾਂ ਨੇ ਉਸ ਨੂੰ ਭੁਲਾ ਹੀ ਦਿੱਤਾ ਸੀ, ਹੁਣ ਰੋਜ਼ਾਨਾ ਬਿਰਜਨ ਨੂੰ ਮਿਲਣ ਆਉਂਦੀਆਂ। ਵੱਡੇ-ਵੱਡੇ ਪਹੁੰਚੇ ਹੋਏ ਲੋਕ, ਜਿਹੜੇ ਆਪਣੀ ਵਿਦਵਤਾ ਦੀ ਆਕੜ ਵਿਚ ਹਾਕਮਾਂ ਦੇ ਅੱਗੇ ਵੀ ਸਿਰ ਨਹੀਂ ਝੁਕਾਉਂਦੇ ਸਨ, ਬਿਰਜਨ ਦੇ ਦਰਾਂ 'ਤੇ ਉਸ ਦੇ ਦਰਸ਼ਣ ਕਰਨ ਆਉਂਦੇ। ਚੰਦਰਾ ਰਾਧਾਚਰਣ ਨਾਲ ਆਪ ਤਾਂ ਨਾ ਆ ਸਕੀ, ਪਰ ਇਕ ਚਿੱਠੀ ਵਿਚ ਲਿਖ ਕੇ ਭੇਜਿਆ— "ਦਿਲ ਕਰਦਾ ਹੈ ਕਿ ਤੇਰੇ ਪੈਰਾਂ ਵਿਚ ਸਿਰ ਰੱਖ ਕੇ ਘੰਟਿਆਂਬੱਧੀ ਰੋਵਾਂ।"

22
ਮਾਧਵੀ

ਕਦੇ-ਕਦੇ ਜੰਗਲੀ ਫੁੱਲਾਂ ਵਿਚੋਂ ਵੀ ਉਹ ਸੁਗੰਧੀ ਤੇ ਰੰਗ-ਰੂਪ ਉਮੜ-ਉਮੜ ਪੈਂਦਾ ਹੈ, ਜਿਹੜਾ ਸਜੇ-ਸੰਵਰੇ ਬਾਗ਼ਾਂ ਦੇ ਫੁੱਲਾਂ ਵਿੱਚੋਂ ਵੀ ਨਹੀਂ ਉਮੜਦਾ। ਮਾਧਵੀ ਹੈ ਤਾਂ ਸੀ ਇਕ ਮੂਰਖ ਤੇ ਆਲਸੀ ਬੰਦੇ ਦੀ ਔਲਾਦ, ਪਰ ਵਿਧਾਤਾ ਨੇ ਉਸ ਨੂੰ ਇਕ ਸੁਘੜ ਨਾਰੀ ਦੇ ਸਾਰੇ ਉੱਤਮ ਗੁਣਾਂ ਨਾਲ ਭਰਿਆ-ਪੂਰਿਆ ਸੀ। ਉਸ ਵਿਚ ਸਿੱਖਦੇ ਰਹਿਣ ਦੀ ਵਿਸ਼ੇਸ਼ ਯੋਗਤਾ ਤੇ ਰੁਚੀ ਸੀ। ਮਾਧਵੀ ਤੇ ਬਿਰਜਨ ਦਾ ਮੇਲ ਉਦੋਂ ਹੋਇਆ ਸੀ, ਜਦੋਂ ਬਿਰਜਨ ਵਿਆਹ ਕੇ ਸਹੁਰੀਂ ਆਈ ਸੀ। ਇਸ ਭੋਲੀ-ਭਾਲੀ ਕੁੜੀ ਨੇ ਉਸੇ ਵੇਲੇ ਤੋਂ ਬਿਰਜਨ ਪ੍ਰਤੀ ਅਸਾਧਾਰਨ ਸਨੇਹ ਪ੍ਰਗਟ ਕਰਨਾ ਸ਼ੁਰੂ ਕਰ ਦਿੱਤਾ ਸੀ। ਪਤਾ ਨਹੀਂ ਉਹ ਬਿਰਜਨ ਨੂੰ ਦੇਵੀ ਸਮਝਦੀ ਸੀ ਜਾਂ ਕੀ ? ਪਰ ਉਸ ਨੇ ਕਦੇ ਉਸ ਦੇ ਖ਼ਿਲਾਫ਼ ਇਕ ਲਫ਼ਜ਼ ਵੀ ਮੂੰਹੋਂ ਨਹੀਂ

ਕੱਢਿਆ ਸੀ। ਬਿਰਜਨ ਵੀ ਉਸ ਨੂੰ ਆਪਣੇ ਨਾਲ ਸੁਆਉਂਦੀ ਤੇ ਚੰਗੇ-ਚੰਗੇ ਰੇਸ਼ਮੀਂ ਕੱਪੜੇ ਪਹਿਣਨ ਨੂੰ ਦਿੰਦੀ। ਇਸ ਤੋਂ ਜ਼ਿਆਦਾ ਪਿਆਰ ਤਾਂ ਉਹ ਆਪਣੀ ਸਕੀ ਛੋਟੀ ਭੈਣ ਨਾਲ ਵੀ ਨਹੀਂ ਕਰ ਸਕਦੀ ਸੀ। ਦਿਲ ਨੂੰ ਦਿਲ ਦੀ ਰਾਹ ਹੁੰਦੀ ਹੈ। ਜੇ ਪ੍ਰਤਾਪ ਨੂੰ ਬ੍ਰਿਜਰਾਣੀ ਨਾਲ ਦਿਲੀ-ਮੁਹੱਬਤ ਸੀ ਤਾਂ ਬ੍ਰਿਜਰਾਣੀ ਵੀ ਪ੍ਰਤਾਪ ਦੇ ਪਿਆਰ ਵਿਚ ਪੀਢੀ ਹੋਈ ਸੀ। ਜਦ ਕਮਲਾਚਰਣ ਨਾਲ ਉਸਦੇ ਵਿਆਹ ਦੀ ਗੱਲ ਪੱਕੀ ਹੋਈ ਸੀ ਤਾਂ ਉਹ ਪ੍ਰਤਾਪਚੰਦਰ ਤੋਂ ਕਿਸੇ ਤਰ੍ਹਾਂ ਵੀ ਘੱਟ ਦੁਖੀ ਨਹੀਂ ਸੀ ਹੋਈ। ਹਾਂ, ਸ਼ਰਮ ਦੇ ਮਾਰੇ ਉਸਦੇ ਦਿਲ ਦੀ ਭਾਵਨਾ ਕਦੇ ਪ੍ਰਗਟ ਨਹੀਂ ਸੀ ਹੋ ਸਕੀ। ਵਿਆਹ ਹੋ ਜਾਣ ਤੋਂ ਬਾਅਦ ਉਸ ਨੂੰ ਰੋਜ਼ ਇਹ ਫ਼ਿਕਰ ਰਹਿੰਦੀ ਸੀ ਕਿ ਪ੍ਰਤਾਪਚੰਦਰ ਦੇ ਟੁੱਟੇ ਦਿਲ ਨੂੰ ਕਿਵੇਂ ਤਸੱਲੀ ਦੇਵਾਂ ? ਮੇਰੀ ਜ਼ਿੰਦਗੀ ਤਾਂ ਏਨੀ ਸੁਖਮਈ ਹੈ, ਵਿਚਾਰੇ ਪ੍ਰਤਾਪ 'ਤੇ ਪਤਾ ਨਹੀਂ ਕੀ ਬੀਤਦੀ ਹੋਊ। ਮਾਧਵੀ ਉਨ੍ਹੀਂ ਦਿਨੀਂ ਗਿਆਰ੍ਹਵੇਂ ਸਾਲ ਵਿਚ ਸੀ। ਉਸ ਦੇ ਰੂਪ-ਰੰਗ ਦੀ ਖ਼ੂਬਸੂਰਤੀ, ਸੁਭਾਅ ਤੇ ਗੁਣਾਂ ਨੂੰ ਵੇਖ-ਵੇਖ ਕੇ ਬਿਰਜਨ ਨੂੰ ਹੈਰਾਨੀ ਹੁੰਦੀ ਸੀ। ਉਸ ਸਮੇਂ ਦੌਰਾਨ ਹੀ ਬਿਰਜਨ ਨੂੰ ਅਚਾਨਕ ਇਹ ਖ਼ਿਆਲ ਆਇਆ ਕਿ 'ਕੀ ਮੇਰੀ ਮਾਧਵੀ ਇਸ ਯੋਗ ਨਹੀਂ ਹੈ ਕਿ ਪ੍ਰਤਾਪ ਉਸ ਨੂੰ ਆਪਣੇ ਗਲ੍ਹੇ ਦਾ ਹਾਰ ਬਣਾਵੇ ? ਉਸ ਦਿਨ ਤੋਂ ਉਹ ਮਾਧਵੀ ਵਿਚ ਸੁਧਾਰ ਤੇ ਪਿਆਰ ਪ੍ਰਤੀ ਹੋਰ ਵੀ ਜ਼ਿਆਦਾ ਰੁਚਿਤ ਹੋ ਗਈ ਸੀ। ਉਹ ਸੋਚ-ਸੋਚ ਕੇ ਮਨ ਹੀ ਮਨ ਫੁੱਲੀ ਨਹੀਂ ਸਮਾ ਰਹੀ ਸੀ ਕਿ ਜਦ ਮਾਧਵੀ ਸੋਲ੍ਹਾਂ-ਸਤਾਰ੍ਹਾਂ ਸਾਲਾਂ ਦੀ ਹੋ ਜਾਏਗੀ, ਉਦੋਂ ਮੈਂ ਪ੍ਰਤਾਪ ਦੇ ਕੋਲ ਜਾਵਾਂਗੀ ਤੇ ਉਸ ਅੱਗੇ ਹੱਥ ਬੰਨ੍ਹ ਕੇ ਕਹਾਂਗੀ ਕਿ ਮਾਧਵੀ ਮੇਰੀ ਛੋਟੀ ਭੈਣ ਹੈ, ਉਸ ਨੂੰ ਅੱਜ ਤੋਂ ਤੂੰ ਆਪਣੀ ਚੇਲੀ ਸਮਝ। ਕੀ ਪ੍ਰਤਾਪ ਮੇਰੀ ਗੱਲ ਟਾਲ ਦਏਗਾ ? ਨਹੀਂ, ਉਹ ਏਦਾਂ ਨਹੀਂ ਕਰ ਸਕਦਾ। ਮਜ਼ਾ ਤਾਂ ਉਦੋਂ ਹੀ ਹੈ ਜਦੋਂ ਚਾਚੀ ਖ਼ੁਦ ਮਾਧਵੀ ਨੂੰ ਆਪਣੀ ਨੂੰਹ ਬਣਾਉਣ ਦੀ ਰੀਝ ਪ੍ਰਗਟ ਕਰਨ।' ਇਸੇ ਖ਼ਿਆਲ ਨਾਲ ਬਿਰਜਨ ਨੇ ਪ੍ਰਤਾਪਚੰਦਰ ਦੇ ਪ੍ਰਸ਼ੰਸਾਯੋਗ ਗੁਣਾਂ ਦਾ ਖਾਕਾ ਮਾਧਵੀ ਦੇ ਦਿਲ 'ਤੇ ਖਿੱਚਣਾ ਸ਼ੁਰੂ ਕਰ ਦਿੱਤਾ ਤਾਂ ਕਿ ਮਾਧਵੀ ਦਾ ਰੋਆਂ-ਰੋਆਂ ਪ੍ਰਤਾਪ ਦੇ ਪਿਆਰ ਵਿਚ ਡੁੱਬ ਜਾਵੇ। ਉਹ ਜਦ ਪ੍ਰਤਾਪਚੰਦਰ ਦੀਆਂ ਗੱਲਾਂ ਸੁਣਾਉਣ ਲੱਗਦੀ ਤਾਂ ਉਸ ਦੇ ਲਫ਼ਜ਼ ਆਪਣੇ-ਆਪ ਅਸਾਧਾਰਨ ਰੂਪ ਵਿਚ ਵਧੇਰੇ ਮਿੱਠੇ ਤੇ ਨਰਮ ਹੋ ਜਾਂਦੇ। ਹੌਲੀ-ਹੌਲੀ ਮਾਧਵੀ ਦਾ ਨਾਜ਼ੁਕ ਜਿਹਾ ਦਿਲ ਪ੍ਰਤਾਪ ਦੇ ਪਿਆਰ ਵਿਚ ਬੱਝਣ ਲੱਗਾ। ਮਾਧਵੀ ਦੇ ਦਿਲ ਦੇ ਸ਼ੀਸ਼ੇ ਵਿੱਚ ਪ੍ਰਤਾਪ ਦੇ ਪਿਆਰ ਦਾ ਅਕਸ ਉੱਤਰ ਹੀ ਗਿਆ।

ਭੋਲੀ-ਭਾਲੀ ਮਾਧਵੀ ਸੋਚਣ ਲੱਗੀ—'ਮੈਂ ਕਿੰਨੀ ਖ਼ੁਸ਼ਕਿਸਮਤ ਹਾਂ। ਮੈਨੂੰ ਅਜਿਹੇ ਪਤੀ ਮਿਲਣਗੇ ਜਿਨ੍ਹਾਂ ਦੇ ਮੈਂ ਪੈਰ ਧੋ ਕੇ ਪੀਣ ਦੇ ਯੋਗ ਵੀ ਨਹੀਂ ਹਾਂ। ਪਰ ਕੀ ਉਹ ਮੈਨੂੰ ਆਪਣੀ ਅਰਧਾਂਗਣੀ ਬਣਾਉਣਗੇ ? ਕੁਝ ਵੀ ਹੋਵੇ, ਮੈਂ ਜ਼ਰੂਰ ਉਨ੍ਹਾਂ ਦੀ ਦਾਸੀ ਬਣਾਂਗੀ ਤੇ ਜੇ ਮੇਰੇ ਪਿਆਰ ਵਿੱਚ ਜ਼ਰਾ ਵੀ ਖਿੱਚ ਹੋਈ ਤਾਂ ਮੈਂ ਉਨ੍ਹਾਂ ਨੂੰ ਜ਼ਰੂਰ ਆਪਣਾ ਬਣਾ ਲਵਾਂਗੀ।' ਪਰ ਅਫ਼ਸੋਸ ! ਉਸ ਵਿਚਾਰੀ ਨੂੰ ਕੀ ਪਤਾ ਸੀ ਕਿ ਇਹ ਆਸਾਂ ਸੋਗ ਬਣ ਕੇ ਅੱਖਾਂ ਦੇ ਰਸਤਿਓਂ ਵਹਿ ਜਾਣਗੀਆਂ ? ਉਸ ਦੀ ਉਮਰ ਦਾ ਪੰਦਰ੍ਹਵਾਂ ਸਾਲ ਪੂਰਾ ਵੀ ਨਹੀਂ ਹੋਇਆ ਸੀ ਕਿ ਬਿਰਜਨ ਦਾ ਸੁਹਾਗ ਉੱਜੜ ਗਿਆ ਤੇ ਮਗਰੋਂ ਸਹੁਰਾ ਸਾਹਿਬ ਦੇ ਕਤਲ ਤੇ ਫਿਰ ਪ੍ਰੇਮਵਤੀ ਦੀ ਮੌਤ ਦੇ ਬਾਅਦ ਤਾਂ ਜਿਵੇਂ ਸਾਰਾ ਘਰ ਤਬਾਹ ਹੋ ਗਿਆ। ਉਸ ਹਨੇਰੀ-ਝੱਖੜ ਨੇ ਮਾਧਵੀ ਦੀ ਇਸ ਕਲਪਿਤ ਫੁਲਵਾੜੀ ਨੂੰ ਵੀ ਤਹਿਸ-ਨਹਿਸ ਕਰ ਦਿੱਤਾ ਸੀ। ਇਸੇ

ਦਰਮਿਆਨ ਪ੍ਰਤਾਪਚੰਦਰ ਦੇ ਲੋਪ ਹੋਣ ਦੀ ਖ਼ਬਰ ਮਿਲ ਗਈ। ਉਸ ਝੱਖੜ ਨੇ ਜੋ ਕੁਝ ਆਸ ਬਾਕੀ ਛੱਡ ਦਿੱਤੀ ਸੀ, ਉਹ ਇਸ ਖ਼ਬਰ ਦੀ ਅੱਗ ਵਿਚ ਝੁਲਸ ਗਈ।

ਪਰ ਮਨੁੱਖ ਕੋਈ ਵਸਤੂ ਤਾਂ ਨਹੀਂ ਕਿ ਇਸ ਅੰਦਰੋਂ ਜਜ਼ਬਾਤ ਨਾਦਾਰਦ ਹੋ ਜਾਣ। ਮਾਧਵੀ ਵੀ ਮਨ ਹੀ ਮਨ ਪ੍ਰਤਾਪਚੰਦਰ ਦੀ ਪਤਨੀ ਬਣ ਚੁੱਕੀ ਸੀ। ਉਸ ਨੇ ਆਪਣਾ ਤਨ-ਮਨ ਉਸ ਨੂੰ ਸਮਰਪਿਤ ਕਰ ਦਿੱਤਾ ਸੀ। ਭਾਵੇਂ ਪ੍ਰਤਾਪ ਨੂੰ ਖ਼ਬਰ ਨਹੀਂ ਸੀ। ਪਰ ਸੱਚ ਤਾਂ ਇਹੀ ਹੈ ਕਿ ਉਸ ਨੂੰ ਅਜਿਹੀ ਅਮੋਲਕ ਸ਼ੈਅ ਮਿਲੀ ਸੀ, ਜਿਸ ਦੇ ਬਰਾਬਰ ਦੁਨੀਆਂ ਦੀ ਕੋਈ ਸ਼ੈਅ ਤੁਲ ਨਹੀਂ ਸਕਦੀ। ਮਾਧਵੀ ਨੇ ਸਿਰਫ਼ ਇਕ ਵਾਰ ਪ੍ਰਤਾਪ ਨੂੰ ਵੇਖਿਆ ਸੀ ਤੇ ਸਿਰਫ਼ ਇਕ ਵਾਰ ਹੀ ਉਸ ਦੇ ਅੰਮ੍ਰਿਤ-ਬੋਲ ਸੁਣੇ ਸਨ। ਪਰ ਏਨੇ ਨਾਲ ਹੀ ਉਹ ਤਸਵੀਰ ਹੋਰ ਗੂੜ੍ਹੀ ਹੋ ਗਈ ਸੀ, ਜਿਹੜੀ ਬਿਰਜਨ ਨੇ ਪਹਿਲਾਂ ਤੋਂ ਹੀ ਉਸ ਦੇ ਦਿਲ 'ਤੇ ਉਕੇਰੀ ਹੋਈ ਸੀ। ਪ੍ਰਤਾਪ ਨੂੰ ਕੁਝ ਪਤਾ ਨਹੀਂ ਸੀ, ਪਰ ਏਧਰ ਮਾਧਵੀ ਉਸਦੇ ਪਿਆਰ ਦੀ ਅੱਗ ਵਿੱਚ ਨਿੱਤ-ਦਿਨ ਪਿਘਲਦੀ ਜਾ ਰਹੀ ਸੀ। ਉਸ ਦਿਨ ਤੋਂ ਅਜਿਹਾ ਕੋਈ ਵਰਤ ਨਹੀਂ ਸੀ, ਜਿਹੜਾ ਮਾਧਵੀ ਨਾ ਰੱਖਦੀ, ਅਜਿਹਾ ਕੋਈ ਦੇਵੀ-ਦੇਵਤਾ ਨਹੀਂ ਸੀ, ਜਿਸ ਦੀ ਉਹ ਪੂਜਾ ਨਾ ਕਰਦੀ ਹੋਵੇ ਤੇ ਇਹ ਸਾਰਾ ਕੁਝ ਉਹ ਸਿਰਫ਼ ਲਈ ਕਰਦੀ ਕਿ ਰੱਬ ਪ੍ਰਤਾਪ ਨੂੰ, ਉਹ ਜਿਥੇ ਕਿਤੇ ਵੀ ਰਹਿਣ, ਰਾਜ਼ੀ-ਖੁਸ਼ੀ ਰੱਖੇ। ਇਨ੍ਹਾਂ ਪਿਆਰ-ਹੁਲਾਰਿਆਂ ਨੇ ਇਸ ਕੁੜੀ ਨੂੰ ਹੋਰ ਵੀ ਜ਼ਿਆਦਾ ਦ੍ਰਿੜ, ਸਿਆਣੀ ਤੇ ਨਿਮਰ ਬਣਾ ਦਿੱਤਾ ਸੀ। ਸ਼ਾਇਦ ਉਸ ਦੇ ਦਿਲ ਨੇ ਇਹ ਮੰਨ ਲਿਆ ਸੀ ਕਿ ਮੇਰਾ ਵਿਆਹ ਤਾਂ ਪ੍ਰਤਾਪਚੰਦਰ ਨਾਲ ਹੋ ਚੁੱਕਾ ਹੈ। ਬਿਰਜਨ ਉਸ ਦੀ ਇਹ ਹਾਲਤ ਵੇਖਦੀ ਤਾਂ ਰੋਣ ਲੱਗਦੀ ਕਿ 'ਇਹ ਭਾਂਬੜ ਮੇਰਾ ਹੀ ਬਾਲਿਆ ਹੋਇਐ। ਇਹ ਨਵੀਂ ਫੁੱਟੀ ਕਲੀ ਕਿਸ ਦੇ ਗਲ੍ਹ ਦਾ ਹਾਰ ਬਣੇਗੀ ? ਇਹ ਕਿਸ ਦੀ ਬਣ ਕੇ ਰਹੇਗੀ ? ਆਹ ! ਜਿਸ ਬੀਜ ਨੂੰ ਮੈਂ ਏਨੀ ਮਿਹਨਤ ਨਾਲ ਬੀਜਿਆ ਤੇ ਏਨੇ ਪਿਆਰ ਨਾਲ ਸਿੰਜਿਆ, ਉਸ ਬੀਜ ਤੋਂ ਬਣੇ ਬੂਟੇ ਦਾ ਫੁੱਲ ਕਿਸ ਤਰ੍ਹਾਂ ਡਾਲੀ 'ਤੇ ਹੀ ਕੁਮਲਾਈ ਜਾ ਰਿਹਾ ਹੈ !' ਬਿਰਜਨ ਤਾਂ ਭਲਾ ਕਵਿਤਾ ਲਿਖਣ ਵਿਚ ਰੁੱਝੀ ਰਹਿੰਦੀ ਸੀ, ਪਰ ਮਾਧਵੀ ਕੋਲ ਤਾਂ ਇਹ ਸੰਤੋਖ ਵੀ ਨਹੀਂ ਸੀ। ਉਸ ਨੇ ਤਾਂ ਆਪਣੇ ਉਸ ਪ੍ਰੀਤਮ ਦੇ ਖ਼ਿਆਲਾਂ ਨੂੰ ਹੀ ਆਪਣੇ ਸੰਗੀ ਸਾਥੀ ਬਣਾ ਲਿਆ ਸੀ ਜਿਹੜਾ ਉਸ ਦੇ ਲਈ ਪੂਰੀ ਤਰ੍ਹਾਂ ਓਪਰਾ ਸੀ। ਪ੍ਰਤਾਪ ਦੇ ਲੋਪ ਹੋ ਜਾਣ ਦੇ ਕਈ ਮਹੀਨਿਆਂ ਬਾਅਦ ਇਕ ਦਿਨ ਮਾਧਵੀ ਨੇ ਸੁਪਨਾ ਵੇਖਿਆ ਕਿ ਪ੍ਰਤਾਪ ਸੰਨਿਆਸੀ ਹੋ ਗਏ ਹਨ। ਉਸ ਵੇਲੇ ਮਾਧਵੀ ਦਾ ਅਸੀਮ ਪਿਆਰ ਪ੍ਰਗਟ ਹੋਇਆ। ਉਸ ਨੂੰ ਇਕ ਆਕਾਸ਼ਬਾਣੀ ਜਿਹੀ ਹੋ ਗਈ ਕਿ ਪ੍ਰਤਾਪ ਨੇ ਜ਼ਰੂਰ ਸੰਨਿਆਸ ਧਾਰ ਲਿਆ ਹੈ। ਬੱਸ, ਉਸੇ ਦਿਨ ਤੋਂ ਉਹ ਵੀ ਸਾਧਕੀ ਬਣ ਗਈ। ਉਸ ਨੇ ਆਪਣੇ ਸੁੱਖ ਤੇ ਵਿਲਾਸ ਦੀ ਸਾਰੀ ਕਾਮਨਾ ਦਿਲ ਵਿਚੋਂ ਕੱਢ ਦਿੱਤੀ।

ਜਦ ਕਦੇ ਬੈਠਿਆਂ-ਬੈਠਿਆਂ ਮਾਧਵੀ ਦਾ ਦਿਲ ਬਹੁਤ ਵਿਚਲਿਤ ਹੋ ਜਾਂਦਾ ਤਾਂ ਉਹ ਪ੍ਰਤਾਪਚੰਦਰ ਦੇ ਘਰੇ ਚਲੀ ਜਾਂਦੀ। ਉਥੇ ਉਸ ਦੇ ਦਿਲ ਨੂੰ ਥੋੜ੍ਹੀ ਦੇਰ ਲਈ ਧਰਵਾਸ ਮਿਲ ਜਾਂਦਾ ਸੀ। ਇਹ ਘਰ ਮਾਧਵੀ ਦੇ ਲਈ ਇਕ ਪਵਿੱਤਰ ਮੰਦਰ ਵਰਗਾ ਸੀ। ਜਦ ਤੱਕ ਬਿਰਜਨ ਤੇ ਸੁਵਾਮਾ ਦੇ ਦਿਲਾਂ ਵਿਚ ਗੰਢ ਪਈ ਰਹੀ, ਉਹ ਇਥੇ ਬਹੁਤ ਘੱਟ ਆਉਂਦੀ ਸੀ, ਪਰ ਜਦ ਅਖ਼ੀਰ ਨੂੰ ਬਿਰਜਨ ਦੇ ਪਵਿੱਤਰ ਤੇ ਆਦਰਸ਼-ਜੀਵਨ ਨੇ ਇਹ ਗੰਢ ਖੋਲ੍ਹ ਦਿੱਤੀ ਤੇ ਉਹ ਦੋਵੇਂ ਗੰਗਾ-ਜਮਨਾ ਦੀ ਤਰ੍ਹਾਂ ਪਰਸਪਰ ਗਲ੍ਹੇ ਲੱਗ ਕੇ ਇਕ ਹੋ ਗਈਆਂ ਤਾਂ ਮਾਧਵੀ

ਦਾ ਆਉਣਾ-ਜਾਣਾ ਵਧ ਗਿਆ। ਸੁਵਾਮਾ ਦੇ ਕੋਲ ਉਹ ਸਾਰਾ-ਸਾਰਾ ਦਿਨ ਬੈਠੀ ਰਹਿੰਦੀ। ਇਸ ਘਰ ਦਾ ਜ਼ੱਰਾ-ਜ਼ੱਰਾ ਉਸ ਲਈ ਪ੍ਰਤਾਪ ਦੀ ਯਾਦਗਾਰ ਸੀ। ਇਸੇ ਵਿਹੜੇ ਵਿਚ ਪ੍ਰਤਾਪ ਨੇ ਲੱਕੜ ਦੇ ਘੋੜੇ ਭਜਾਏ ਸਨ ਤੇ ਇਸੇ ਕੁੰਡ ਵਿਚ ਕਾਗ਼ਜ਼ ਦੀਆਂ ਕਿਸ਼ਤੀਆਂ ਠੱਲੀਆਂ ਸਨ। ਕਿਸ਼ਤੀਆਂ ਤਾਂ ਸ਼ਾਇਦ ਸਮੇਂ ਦੇ ਗੋਤਿਆਂ ਵਿਚ ਫਸ ਕੇ ਡੁੱਬ ਗਈਆਂ, ਪਰ ਘੋੜਾ ਅਜੇ ਵੀ ਮੌਜੂਦ ਸੀ। ਮਾਧਵੀ ਨੇ ਉਸ ਦੀ ਖਸਤਾ ਹਾਲਤ ਵਿਚ ਜਾਨ ਫੂਕ ਦਿੱਤੀ ਤੇ ਉਸ ਨੂੰ ਬਾਗ਼ ਵਿਚ ਬਣੇ ਕੁੰਡ ਦੇ ਕਿਨਾਰੇ ਕਾਮਦੂਤੀ ਦੇ ਇਕ ਰੁੱਖ ਦੀ ਛਾਂ ਹੇਠ ਸੁਸ਼ੋਭਿਤ ਕਰ ਦਿੱਤਾ। ਇਹੀ ਲਾਗੇ ਦਾ ਕਮਰਾ ਪ੍ਰਤਾਪਚੰਦਰ ਦੀ ਅਰਾਮਗਾਹ ਸੀ। ਮਾਧਵੀ ਹੁਣ ਇਸ ਨੂੰ ਆਪਣੇ ਸੁਆਮੀ ਦੇਵਤੇ ਦਾ ਮੰਦਰ ਸਮਝਦੀ ਸੀ। ਇਥੇ ਪਏ ਪਲੰਘ ਨੇ ਬਹੁਤ ਦਿਨਾਂ ਤੱਕ ਪ੍ਰਤਾਪ ਨੂੰ ਆਪਣੀ ਬੁੱਕਲ ਵਿਚ ਲੈ ਕੇ ਥਪਥਪਾ ਕੇ ਸੁਆਇਆ ਸੀ। ਮਾਧਵੀ ਹੁਣ ਉਸੇ ਪਲੰਘ ਨੂੰ ਫੁੱਲਾਂ ਨਾਲ ਸਜਾਉਂਦੀ ਸੀ। ਮਾਧਵੀ ਨੇ ਇਸ ਕਮਰੇ ਨੂੰ ਅਜਿਹਾ ਸਜਾਇਆ, ਜਿੰਨਾ ਉਹ ਪਹਿਲਾਂ ਕਦੇ ਨਹੀਂ ਸਜਿਆ ਸੀ। ਤਸਵੀਰਾਂ ਦੇ ਉੱਤੋਂ ਮਿੱਟੀ-ਘੱਟੇ ਦੀ ਪੇਪੜੀ ਉੱਤਰ ਗਈ। ਲੈਂਪ ਦੇ ਭਾਗ ਮੁੜ ਤੋਂ ਜਾਗ ਗਏ। ਮਾਧਵੀ ਦੀ ਇਸ ਅਸੀਮ ਪਿਆਰ-ਭਗਤੀ ਨੂੰ ਵੇਖ ਕੇ ਸੁਵਾਮਾ ਦੇ ਦੁੱਖ ਵੀ ਕੱਟੇ ਗਏ। ਚਿਰਾਂ ਤੋਂ ਉਸ ਦੀ ਜ਼ੁਬਾਨ ’ਤੇ ਪ੍ਰਤਾਪਚੰਦਰ ਦਾ ਨਾਂਅ ਤੱਕ ਨਹੀਂ ਆਇਆ ਸੀ। ਬਿਰਜਨ ਨਾਲ ਮੇਲ-ਮਿਲਾਪ ਹੁੰਦਾ ਤਾਂ ਵੀ ਦੋਨੋਂ ਔਰਤਾਂ ਵਿਚ ਕਦੇ ਵੀ ਪ੍ਰਤਾਪਚੰਦਰ ਦਾ ਜ਼ਿਕਰ ਨਾ ਛਿੜਦਾ। ਬਿਰਜਨ ਸ਼ਰਮ ਦੀ ਮਾਰੀ ਚੁੱਪ ਸੀ ਤੇ ਸੁਵਾਮਾ ਗ਼ੁੱਸੇ ਦੀ ਮਾਰੀ, ਪਰ ਮਾਧਵੀ ਦੀ ਪਿਆਰ-ਤਪਸ਼ ਨਾਲ ਇਹ ਪੱਥਰ ਵੀ ਪਿੱਘਲ ਗਿਆ। ਹੁਣ ਜਦ ਮਾਧਵੀ ਪਿਆਰ ਵਿਚ ਬਿਹਬਲ ਹੋ ਕੇ ਪ੍ਰਤਾਪ ਦੇ ਬਚਪਨ ਦੀਆਂ ਗੱਲਾਂ ਪੁੱਛਦੀ ਤਾਂ ਸੁਵਾਮਾ ਤੋਂ ਰਿਹਾ ਨਾ ਜਾਂਦਾ। ਉਸ ਦੀਆਂ ਅੱਖਾਂ ਵਿਚ ਹੰਝੂ ਤੈਰਨ ਲੱਗਦੇ। ਉਦੋਂ ਫੇਰ ਦੋਵੇਂ ਜਣੀਆਂ ਰੋਂਦੀਆਂ ਤੇ ਸਾਰਾ-ਸਾਰਾ ਦਿਨ ਪ੍ਰਤਾਪ ਦੀਆਂ ਗੱਲਾਂ ਨਾ ਮੁੱਕਦੀਆਂ। ਕੀ ਅਜੇ ਵੀ ਮਾਧਵੀ ਦੇ ਦਿਲ ਦੀ ਹਾਲਤ ਸੁਵਾਮਾ ਤੋਂ ਲੁਕੀ ਰਹਿ ਸਕਦੀ ਸੀ? ਉਹ ਅਕਸਰ ਇਹ ਸੋਚਦੀ ਕਿ ਕੀ ਇਹ ਸਾਧਕੀ ਇਸੇ ਤਰ੍ਹਾਂ ਪਿਆਰ ਦੇ ਸੇਕ ਵਿਚ ਸੜਕੀ ਰਹੇਗੀ ਤੇ ਉਹ ਵੀ ਬਿਨਾਂ ਕਿਸੇ ਆਸ ਦੇ? ਇਕ ਦਿਨ ਬ੍ਰਿਜਰਾਣੀ ਨੇ ‘ਕਮਲਾ’ ਰਿਸਾਲੇ ਦੇ ਨਵੇਂ ਆਏ ਅੰਕ ਦਾ ਪੈਕਟ ਖੋਲ੍ਹਿਆ ਤਾਂ ਮੁੱਖ ਪੰਨੇ ’ਤੇ ਹੀ ਇਕ ਬਹੁਤ ਪ੍ਰਤਿਭਾਵਾਨ ਰੰਗੀਨ ਅਕਸ ਵਿਖਾਈ ਦਿੱਤਾ। ਇਹ ਕਿਸੇ ਮਹਾਂਪੁਰਖ ਦਾ ਚਿੱਤਰ ਸੀ। ਉਸ ਨੂੰ ਲੱਗਿਆ ਕਿ ਮੈਂ ਇਸ ਮਹਾਂਪੁਰਖ ਨੂੰ ਜ਼ਰੂਰ ਕਿਧਰੇ ਵੇਖਿਆ ਹੈ। ਸੋਚਦਿਆਂ-ਸੋਚਦਿਆਂ ਅਚਾਨਕ ਉਸ ਦਾ ਧਿਆਨ ਪ੍ਰਤਾਪਚੰਦਰ ਵੱਲ ਗਿਆ। ਖ਼ੁਸ਼ੀ ਤੇ ਚਾਅ ਵਿਚ ਉੱਛਲਦੀ ਹੋਈ ਉਹ ਬੋਲੀ— “ਮਾਧਵੀ, ਜਲਦੀ ਉਰੇ ਆ!”

ਮਾਧਵੀ ਉਸ ਵੇਲੇ ਫੁੱਲਾਂ ਦੀਆਂ ਕਿਆਰੀਆਂ ਸਿੰਜ ਰਹੀ ਸੀ। ਉਸ ਦੇ ਮਨ-ਪਰਚਾਵੇ ਦਾ ਅੱਜ-ਕੱਲ੍ਹ ਇਹੀ ਰੁਝੇਵਾਂ ਸੀ। ਉਹ ਪਾਣੀ ਨਾਲ ਭਿੱਜੀ ਸਾੜ੍ਹੀ ਪਹਿਨੀ, ਸਿਰ ਦੇ ਵਾਲ ਖਿੱਲਰੇ ਹੋਏ, ਮੱਥੇ ’ਤੇ ਪਸੀਨੇ ਦੀਆਂ ਬੂੰਦਾਂ ਤੇ ਅੱਖਾਂ ਵਿਚ ਪਿਆਰ ਦਾ ਰਸ ਭਰੀ ਹੋਈ ਆ ਕੇ ਬਿਰਜਨ ਕੋਲ ਖੜੀ ਹੋ ਗਈ। ਬਿਰਜਨ ਨੇ ਕਿਹਾ—“ਉਰੇ ਆ, ਤੈਨੂੰ ਇਕ ਤਸਵੀਰ ਵਿਖਾਵਾਂ।”

ਮਾਧਵੀ ਨੇ ਪੁੱਛਿਆ—“ਕਿਸ ਦੀ ਤਸਵੀਰ ਐ, ਦੇਖਾਂ ਤਾਂ ਸਹੀ?”

ਮਾਧਵੀ ਨੇ ਤਸਵੀਰ ਨੂੰ ਧਿਆਨ ਨਾਲ ਵੇਖਿਆ। ਉਸ ਦੀਆਂ ਅੱਖਾਂ ਭਰ ਆਈਆਂ।

ਬਿਰਜਨ—"ਪਛਾਣ ਲਿਆ?"

ਮਾਧਵੀ—"ਕਿਉਂ ਨਹੀਂ! ਇਹ ਸਰੂਪ ਤਾਂ ਮੈਂ ਕਈ ਵਾਰ ਸੁਪਨਿਆਂ ਵਿਚ ਵੇਖ ਚੁੱਕੀ ਆਂ? ਪੂਰੀ ਦੇਹ ਤੋਂ ਜਲੌਅ ਟਪਕ ਰਿਹੈ।"

ਬਿਰਜਨ—"ਵੇਖ, ਬਿਰਤਾਂਤ ਵੀ ਲਿਖਿਐ।"

ਮਾਧਵੀ ਨੇ ਦੂਜਾ ਪੰਨਾ ਪਲਟਿਆ ਤਾਂ 'ਸੁਆਮੀ ਬਾਲਾਜੀ' ਸਿਰਲੇਖ ਹੇਠ ਲੇਖ ਛਪਿਆ ਮਿਲਿਆ।

ਥੋੜ੍ਹੀ ਦੇਰ ਤੱਕ ਦੋਵੇਂ ਜਣੀਆਂ ਖੁੱਭ ਕੇ ਇਹ ਲੇਖ ਪੜ੍ਹਦੀਆਂ ਰਹੀਆਂ। ਫਿਰ ਗੱਲਬਾਤ ਸ਼ੁਰੂ ਹੋ ਗਈ—

ਬਿਰਜਨ—"ਮੈਨੂੰ ਤਾਂ ਪਹਿਲਾਂ ਹੀ ਲੱਗਦਾ ਸੀ ਕਿ ਉਨ੍ਹਾਂ ਨੇ ਜ਼ਰੂਰ ਸੰਨਿਆਸ ਧਾਰ ਲਿਐ ਹੋਣੈ।"

ਮਾਧਵੀ ਜ਼ਮੀਨ 'ਤੇ ਅੱਖਾਂ ਗੱਡੀ ਬੈਠੀ ਸੀ, ਮੂੰਹੋਂ ਕੁਝ ਨਾ ਬੋਲੀ।

ਬਿਰਜਨ—"ਉਦੋਂ ਤੇ ਹੁਣ ਵਿਚ ਕਿੰਨਾ ਫ਼ਰਕ ਐ! ਚਿਹਰੇ ਤੋਂ ਕਿੰਨਾ ਤੇਜ ਝਲਕ ਰਿਹੈ। ਉਦੋਂ ਏਨੇ ਸੁਹਣੇ ਨਹੀਂ ਸਨ।"

ਮਾਧਵੀ—"ਹੂੰ।"

ਬਿਰਜਨ—"ਰੱਬ ਉਨ੍ਹਾਂ ਦੀ ਮਦਦ ਕਰੇ! ਬੜੀ ਘਾਲਣਾ ਘਾਲੀ ਐ (ਅੱਖਾਂ ਭਰ ਕੇ) ਕੀ ਸੰਜੋਗ ਐ। ਅਸੀਂ ਦੋਵੇਂ 'ਕੱਠਿਆਂ ਖੇਡੇ, 'ਕੱਠਿਆਂ ਰਹੇ, ਅੱਜ ਉਹ ਸੰਨਿਆਸੀ ਨੇ ਤੇ ਮੈਂ ਵਿਜੋਗਣ। ਪਤਾ ਨਹੀਂ ਉਨ੍ਹਾਂ ਨੂੰ ਮੇਰੀ ਕੋਈ ਸੁਧ ਹੈ ਵੀ ਜਾਂ ਨਹੀਂ? ਜੀਹਨੇ ਸੰਨਿਆਸ ਧਾਰ ਲਿਆ, ਉਹਨੂੰ ਕਿਸੇ ਨਾਲ ਕੀ ਮਤਲਬ? ਜਦ ਚਾਚੀ ਨੂੰ ਹੀ ਕੋਈ ਚਿੱਠੀ ਨਾ ਲਿਖੀ ਤਾਂ ਭਲਾ ਮੈਂ ਕੀ ਚੀਜ਼ ਆਂ? ਮਾਧਵੀ! ਬਚਪਨ ਵਿਚ ਉਹ ਕਦੇ-ਕਦੇ ਜੋਗੀ-ਜੋਗੀ ਖੇਡਦੇ ਤਾਂ ਮੈਂ ਮਿਠਿਆਈਆਂ ਦੀ ਭਿਖਿਆ ਦਿਆ ਕਰਦੀ ਸਾਂ।"

ਮਾਧਵੀ ਨੇ ਰੋਂਦਿਆਂ ਹੋਇਆਂ—"ਪਤਾ ਨਹੀਂ ਕਦੋਂ ਦਰਸ਼ਣ ਹੋਣਗੇ", ਕਹਿ ਕੇ ਸ਼ਰਮ ਨਾਲ ਨੀਵੀਂ ਪਾ ਲਈ।

ਬਿਰਜਨ—"ਛੇਤੀ ਹੀ ਆਉਣਗੇ। ਪ੍ਰਾਣਨਾਥ ਨੇ ਇਹ ਲੇਖ ਬੜਾ ਖ਼ੂਬਸੂਰਤ ਲਿਖਿਐ।"

ਮਾਧਵੀ—"ਇਕ-ਇਕ ਲਫ਼ਜ਼ 'ਚੋਂ ਸ਼ਰਧਾ ਝਲਕਦੀ ਐ।"

ਬਿਰਜਨ—"ਇਸ ਸ਼ਬਦ-ਚਿੱਤਰ ਦੇ ਮੁੱਖ ਪਾਤਰ ਦੀ ਕਿੰਨੀ ਸੁਹਣੀ ਤਾਰੀਫ਼ ਕੀਤੀ ਐ। ਉਹਦੀ ਭਾਸ਼ਾ ਵਿਚ ਤਾਂ ਪਹਿਲਾਂ ਹੀ ਜਾਦੂ ਸੀ, ਹੁਣ ਤਾਂ ਕਹਿਣਾ ਹੀ ਕੀ! ਪ੍ਰਾਣਨਾਥ ਦੇ ਮਨ 'ਤੇ ਜਿਸ ਸ਼ਖ਼ਸ ਦੇ ਬੋਲਾਂ ਨੇ ਏਨਾ ਪ੍ਰਭਾਵ ਪਾਇਐ, ਉਹ ਤਾਂ ਪੂਰੀ ਧਰਤੀ 'ਤੇ ਆਪਣਾ ਜਾਦੂ ਬਿਖੇਰ ਸਕਦੈ।"

ਮਾਧਵੀ—"ਚੱਲੋ, ਚਾਚੀ ਕੋਲ ਚੱਲੀਏ।"

ਬਿਰਜਨ—"ਹਾਂ ਸੱਚ, ਉਨ੍ਹਾਂ ਦਾ ਤਾਂ ਖ਼ਿਆਲ ਹੀ ਨਹੀਂ ਆਇਆ। ਦੇਖੀਏ, ਕੀ

ਕਹਿੰਦੇ ਨੇ। ਖ਼ੁਸ਼ ਤਾਂ ਉਨ੍ਹਾਂ ਕੀ ਹੋਣੈ!"

ਮਾਧਵੀ—"ਉਨ੍ਹਾਂ ਦੀ ਤਾਂ ਖ਼ਾਹਿਸ਼ ਹੀ ਇਹ ਸੀ, ਫਿਰ ਖ਼ੁਸ਼ ਕਿਉਂ ਨਾ ਹੋਣਗੇ?"

ਬਿਰਜਨ—"ਜਾਣ ਦੇ! ਕੋਈ ਮਾਂ ਏਦਾਂ ਦੀ ਖ਼ਬਰ ਸੁਣ ਕੇ ਕਦੇ ਖ਼ੁਸ਼ ਨਹੀਂ ਹੁੰਦੀ।"

ਦੋਨੋਂ ਜਣੀਆਂ ਘਰੋਂ ਤੁਰ ਪਈਆਂ। ਬਿਰਜਨ ਦਾ ਫੁੱਲਾਂ ਵਰਗਾ ਚਿਹਰਾ ਮੁਰਝਾਇਆ ਹੋਇਆ ਸੀ, ਪਰ ਮਾਧਵੀ ਦਾ ਰੋਆਂ-ਰੋਆਂ ਖ਼ੁਸ਼ੀ ਨਾਲ ਖਿੜ ਰਿਹਾ ਸੀ। ਕੋਈ ਭਲਾ ਮਾਧਵੀ ਨੂੰ ਪੁੱਛੇ—"ਤੇਰੇ ਪੈਰ ਹੁਣ ਜ਼ਮੀਨ 'ਤੇ ਕਿਉਂ ਨਹੀਂ ਟਿਕ ਰਹੇ? ਤੇਰੇ ਸੋਨ-ਰੰਗੇ ਸਰੀਰ 'ਤੇ ਖ਼ੁਸ਼ੀ ਦੀ ਲਾਲੀ ਕਿਉਂ ਉਘੜ ਰਹੀ ਹੈ? ਤੈਨੂੰ ਭਲਾ ਕਿਹੜੀ ਧਨ-ਦੌਲਤ ਮਿਲ ਗਈ ਹੈ? ਤੂੰ ਹੁਣ ਦੁਖੀ ਤੇ ਉਦਾਸ ਕਿਉਂ ਨਹੀਂ ਲੱਗ ਰਹੀ? ਆਪਣੇ ਪ੍ਰੀਤਮ ਨਾਲ ਮਿਲਣ ਦੀਆਂ ਤੇਰੀਆਂ ਸਾਰੀਆਂ ਆਸਾਂ ਹੁਣ ਮਿੱਟੀ ਵਿਚ ਮਿਲ ਗਈਆਂ ਨੇ, ਤੇਰੇ 'ਤੇ ਉਨ੍ਹਾਂ ਦੀ ਪਿਆਰ ਭਰੀ ਸਵੱਲੀ ਨਜ਼ਰ ਹੁਣ ਕਦੇ ਨਹੀਂ ਪਏਗੀ, ਫਿਰ ਵੀ ਤੂੰ ਕਿਉਂ ਖ਼ੁਸ਼ੀ ਵਿਚ ਕਮਲੀ ਹੋ ਰਹੀ ਹੈਂ?" ਕੀ ਇਨ੍ਹਾਂ ਸੁਆਲਾਂ ਦੇ ਜੁਆਬ ਮਾਧਵੀ ਦਏਗੀ? ਕਦੇ ਨਹੀਂ। ਉਹ ਨੀਵੀਂ ਪਾ ਲਏਗੀ, ਉਸ ਦੀਆਂ ਨਜ਼ਰਾਂ ਵੀ ਥੱਲ੍ਹੇ ਵੱਲ ਝੁਕ ਜਾਣਗੀਆਂ, ਜਿਵੇਂ ਟਾਹਣੀਆਂ ਫੁੱਲਾਂ ਤੇ ਫਲਾਂ ਦੇ ਭਾਰ ਨਾਲ ਲਿਫ਼ ਜਾਂਦੀਆਂ ਹਨ। ਹੋ ਸਕਦੈ, ਉਸ ਦੀਆਂ ਅੱਖਾਂ ਵੀ ਚੋਅ ਪੈਣ, ਪਰ ਉਸ ਦੀ ਜ਼ੁਬਾਨ 'ਚੋਂ ਇਕ ਲਫ਼ਜ਼ ਵੀ ਨਹੀਂ ਨਿਕਲੇਗਾ।

ਮਾਧਵੀ ਪਿਆਰ ਦੇ ਨਸ਼ੇ ਵਿੱਚ ਚੂਰ ਹੈ। ਉਸ ਦਾ ਦਿਲ ਪਿਆਰ ਨਾਲ ਭਰਿਆ-ਭੁਕੰਨਾ ਹੈ। ਉਸ ਦਾ ਪਿਆਰ ਹੱਟੀ 'ਤੇ ਵਿਕਣ ਵਾਲਾ ਸੌਦਾ ਨਹੀਂ ਹੈ, ਉਸ ਦਾ ਪਿਆਰ ਕਿਸੇ ਚੀਜ਼ ਦਾ ਭੁੱਖਾ ਨਹੀਂ ਹੈ, ਉਹ ਪਿਆਰ ਦੇ ਬਦਲੇ ਪਿਆਰ ਨਹੀਂ ਚਾਹੁੰਦੀ। ਉਸ ਨੂੰ ਤਾਂ ਮਾਣ ਹੈ ਕਿ ਅਜਿਹੀ ਪਵਿੱਤਰ ਰੂਹ ਵਾਲੇ ਇਨਸਾਨ ਦੀ ਮੂਰਤ ਮੇਰੇ ਦਿਲ ਵਿਚ ਉਦੈਮਾਨ ਹੈ। ਇਹ ਮਾਣ ਹੀ ਉਸ ਦੀ ਪ੍ਰਸੰਨਤਾ ਦਾ ਸਬੱਬ ਹੈ, ਉਸ ਦੇ ਪਿਆਰ ਦਾ ਫਲ ਹੈ।

ਅਗਲੇ ਮਹੀਨੇ ਹੀ ਬ੍ਰਿਜਰਾਣੀ ਨੇ 'ਬਾਲਾ ਜੀ' ਦੇ ਅਭਿਨੰਦਨ ਵਿਚ ਇਕ ਪ੍ਰਭਾਵਸ਼ਾਲੀ ਕਵਿਤਾ ਲਿਖੀ। ਇਹ ਇਕ ਵਿਲੱਖਣ ਰਚਨਾ ਸੀ। ਜਦ ਇਹ ਛਪੀ ਤਾਂ ਸਮੁੱਚਾ ਸਾਹਿਤ ਜਗਤ ਬਿਰਜਨ ਦੀ ਕਾਵਿ-ਕਲਾ ਤੋਂ ਜਾਣੂੰ ਹੁੰਦਿਆਂ ਹੋਇਆਂ ਵੀ, ਅਚੰਭਿਤ ਹੋ ਗਿਆ। ਉਹ ਕਲਪਨਾ-ਰੂਪੀ ਪੰਛੀ, ਜਿਹੜਾ ਕਾਵਿ-ਅੰਬਰ ਵਿਚ ਦਿਸਹੱਦੇ ਤੋਂ ਵੀ ਅੱਗੇ ਤੱਕ ਉਡਾਰੀ ਮਾਰ ਜਾਂਦਾ ਸੀ, ਇਸ ਵਾਰ ਤਾਰਾ ਬਣ ਕੇ ਚਮਕ ਉਠਿਆ। ਕਵਿਤਾ ਦਾ ਇਕ-ਇਕ ਲਫ਼ਜ਼ ਆਕਾਸ਼ਬਾਣੀ ਦੇ ਤੇਜ ਨਾਲ ਪ੍ਰਕਾਸ਼ਮਾਨ ਸੀ। ਜਿਨ੍ਹਾਂ ਲੋਕਾਂ ਨੇ ਇਹ ਕਵਿਤਾ ਪੜ੍ਹੀ, ਉਹ ਬਾਲਾ ਜੀ ਦੇ ਭਗਤ ਹੋ ਗਏ। ਕਵੀ ਹੀ ਉਹ ਸਪੇਰਾ ਹੈ, ਜਿਸ ਦੀ ਪਿਟਾਰੀ ਵਿੱਚ ਸੱਪਾਂ ਦੀ ਥਾਂ ਦਿਲ ਬੰਦ ਹੁੰਦੇ ਹਨ।

23
ਬਾਲਾਜੀ ਦਾ ਕਾਸ਼ੀ ਆਉਣਾ

ਜਦੋਂ ਤੋਂ ਬ੍ਰਿਜਰਾਣੀ ਦੀ ਕਵਿਤਾ ਦਾ ਚੰਨ ਚੜ੍ਹਿਆ ਸੀ, ਉਦੋਂ ਤੋਂ ਹੀ ਉਸਦੇ ਦੁਆਲੇ ਹਮੇਸ਼ਾ ਔਰਤਾਂ ਦਾ ਜਮਾਵੜਾ ਲੱਗਾ ਰਹਿੰਦਾ ਸੀ। ਸ਼ਹਿਰ ਵਿਚ ਔਰਤਾਂ ਦੀਆਂ

ਕਈ ਸਭਾਵਾਂ ਕੰਮ ਕਰ ਰਹੀਆਂ ਸਨ। ਉਨ੍ਹਾਂ ਸਭਨਾਂ ਦਾ ਸਾਰਾ ਪ੍ਰਬੰਧ ਬਿਰਜਨ ਨੂੰ ਹੀ ਚਲਾਉਣਾ ਪੈ ਰਿਹਾ ਸੀ। ਇਸ ਦੇ ਇਲਾਵਾ ਦੂਸਰੇ ਸ਼ਹਿਰਾਂ ਤੋਂ ਵੀ ਬਹੁਤ ਸਾਰੀਆਂ ਔਰਤਾਂ ਉਸ ਨੂੰ ਮਿਲਣ ਆਉਂਦੀਆਂ ਰਹਿੰਦੀਆਂ ਸਨ। ਜਿਹੜਾ ਵੀ ਸ਼ਖ਼ਸ ਤੀਰਥ ਯਾਤਰਾ ਕਰਨ ਕਾਸ਼ੀ ਆਉਂਦਾ, ਉਹ ਬਿਰਜਨ ਨੂੰ ਜ਼ਰੂਰ ਮਿਲਦਾ। ਰਾਜਾ ਧਰਮ ਸਿੰਘ ਨੇ ਉਸ ਦੀਆਂ ਕਵਿਤਾਵਾਂ ਦਾ ਬਹੁਤ ਹੀ ਖ਼ੂਬਸੂਰਤ ਸੰਗ੍ਰਹਿ ਪ੍ਰਕਾਸ਼ਿਤ ਕੀਤਾ ਸੀ। ਭਾਰਤ ਦੇਸ ਦੀ ਕੀ ਕਹੀਏ, ਸਗੋਂ ਯੂਰਪ ਤੇ ਅਮਰੀਕਾ ਦੇ ਮੰਨੇ-ਪ੍ਰਮੰਨੇ ਕਵੀਆਂ ਨੇ ਵੀ ਬਿਰਜਨ ਨੂੰ ਉਸ ਦੀ ਕਾਵਿ-ਕਲਾ ਲਈ ਵਧਾਈਆਂ ਦਿੱਤੀਆਂ ਸਨ। ਭਾਰਤ ਵਿਚ ਸ਼ਾਇਦ ਹੀ ਕੋਈ ਸਾਹਿਤ-ਪ੍ਰੇਮੀ ਅਜਿਹਾ ਹੋਵੇਗਾ, ਜਿਸ ਦੀ ਲਾਇਬਰੇਰੀ ਵਿਚ ਬਿਰਜਨ ਦੀ ਕਿਤਾਬ ਸੁਸ਼ੋਭਿਤ ਨਾ ਹੋਵੇ। ਬਿਰਜਨ ਦੀਆਂ ਕਵਿਤਾਵਾਂ ਦਾ ਸਤਿਕਾਰ ਕਰਨ ਵਾਲਿਆਂ ਵਿੱਚ ਬਾਲਾ ਜੀ ਸਭ ਤੋਂ ਮੂਹਰੇ ਸਨ। ਉਹ ਆਪਣੀਆਂ ਪ੍ਰਭਾਵਸ਼ਾਲੀ ਵਾਰਤਾਵਾਂ ਤੇ ਲੇਖਾਂ ਵਿਚ ਅਕਸਰ ਉਸੇ ਦੀਆਂ ਕਵਿਤਾਵਾਂ ਵਿਚੋਂ ਉਦਾਹਰਣਾਂ ਦਿਆ ਕਰਦੇ ਸਨ, ਉਨ੍ਹਾਂ ਨੇ 'ਸਰਸਵਤੀ' ਰਿਸਾਲੇ ਵਿਚ ਇਕ ਵਾਰ ਬਿਰਜਨ ਦੇ ਕਾਵਿ-ਸੰਗ੍ਰਹਿ ਦੀ ਵਿਸਥਾਰ ਸਹਿਤ ਸਮਾਲੋਚਨਾ ਵੀ ਲਿਖੀ ਸੀ।

ਇਕ ਦਿਨ ਤੜਕ-ਸਵੇਰੇ ਹੀ ਸੀਤਾ, ਚੰਦਰਕੁੰਵਰ, ਰੁਕਮਣੀ ਤੇ ਰਾਣੀ ਬਿਰਜਨ ਦੇ ਘਰ ਆਈਆਂ। ਚੰਦਰਾ ਨੇ ਇਨ੍ਹਾਂ ਔਰਤਾਂ ਨੂੰ ਗਲੀਚਿਆਂ 'ਤੇ ਬਿਠਾਇਆ ਤੇ ਬਹੁਤ ਆਦਰ-ਮਾਣ ਦਿੱਤਾ। ਬਿਰਜਨ ਘਰ ਅੰਦਰ ਨਹੀਂ ਸੀ, ਕਿਉਂ ਕਿ ਉਸ ਨੇ ਸਵੇਰ ਦਾ ਸਮਾਂ ਕਾਵਿ-ਚਿੰਤਨ ਦੇ ਲਈ ਤੈਅ ਕੀਤਾ ਹੋਇਆ ਸੀ। ਉਸ ਵੇਲੇ ਉਹ ਕਿਸੇ ਬਹੁਤ ਜ਼ਰੂਰੀ ਕੰਮ ਤੋਂ ਬਿਨਾਂ, ਆਪਣੀਆਂ ਸਹੇਲੀਆਂ ਨੂੰ ਵੀ ਨਹੀਂ ਮਿਲਦੀ ਸੀ। ਬਾਗ਼ ਵਿਚ ਇਕ ਰਮਣੀਕ ਜਗ੍ਹਾ ਸੀ। ਗੁਲਾਬਾਂ ਦੀ ਸੁਗੰਧੀ ਨਾਲ ਸੁਗੰਧਿਤ ਪੌਣ ਰੁਮਕਦੀ ਰਹਿੰਦੀ ਸੀ। ਉਥੇ ਹੀ ਬਿਰਜਨ ਇਕ ਪੱਥਰ ਦੇ ਚਬੂਤਰੇ 'ਤੇ ਬੈਠੀ ਹੋਈ ਕਾਵਿ-ਸਿਰਜਣਾ ਕਰਿਆ ਕਰਦੀ ਸੀ। ਉਹ ਕਾਵਿ-ਰੂਪੀ ਸਾਗਰ ਵਿਚੋਂ ਜਿਹੜੇ ਮੋਤੀਆਂ ਨੂੰ ਚੁਗਦੀ, ਉਨ੍ਹਾਂ ਨੂੰ ਮਾਧਵੀ ਆਪਣੀ ਕਲਮ ਦਾ ਸਾਥ ਦੇ ਕੇ ਮਾਲਾ ਵਿਚ ਪਰੋਅ ਦਿੰਦੀ ਸੀ। ਅੱਜ ਕਾਫ਼ੀ ਦਿਨਾਂ ਦੇ ਬਾਅਦ ਸ਼ਹਿਰ-ਵਾਸੀਆਂ ਦੇ ਬਹੁਤ ਜ਼ਿਆਦਾ ਹਾੜੇ ਕੱਢਣ 'ਤੇ ਬਿਰਜਨ ਨੇ ਬਾਲਾਜੀ ਨੂੰ ਕਾਸ਼ੀ ਆਉਣ ਦਾ ਸੱਦਾ ਦੇਣ ਲਈ ਕਲਮ ਚੁੱਕੀ ਸੀ। ਬਨਾਰਸ ਹੀ ਉਹ ਸ਼ਹਿਰ ਸੀ, ਜਿਸ ਦੀ ਯਾਦ ਕਦੇ-ਕਦੇ ਬਾਲਾ ਜੀ ਨੂੰ ਵਿਚਲਿਤ ਕਰ ਦਿੰਦੀ ਸੀ। ਪਰ ਕਾਸ਼ੀ ਦੇ ਲੋਕਾਂ ਦੇ ਲਗਾਤਾਰ ਅਰਜ਼ੋਈਆਂ ਕਰਨ ਦੇ ਬਾਵਜੂਦ ਵੀ ਉਨ੍ਹਾਂ ਨੂੰ ਕਾਸ਼ੀ ਆਉਣ ਦੀ ਵਿਹਲ ਨਾ ਮਿਲੀ। ਉਹ ਸੰਗਲਾਦੀਪ ਤੇ ਰੰਗੂਨ ਤੱਕ ਜਾ ਆਏ, ਪਰ ਕਾਸ਼ੀ ਵੱਲ ਉਨ੍ਹਾਂ ਦਾ ਮੂੰਹ ਨਾ ਹੋਇਆ। ਇਸ ਸ਼ਹਿਰ ਨੂੰ ਉਹ ਆਪਣਾ ਪ੍ਰੀਖਿਆ-ਕੇਂਦਰ ਸਮਝਦੇ ਸਨ। ਇਸੇ ਲਈ ਅੱਜ ਬਿਰਜਨ ਉਨ੍ਹਾਂ ਨੂੰ ਕਾਸ਼ੀ ਆਉਣ ਦਾ ਸੱਦਾ ਦੇ ਰਹੀ ਸੀ। ਲੋਕਾਂ ਦਾ ਖ਼ਿਆਲ ਸੀ ਕਿ ਇਹ ਸੱਦਾ-ਪੱਤਰ ਉਨ੍ਹਾਂ ਨੂੰ ਜ਼ਰੂਰ ਧੂਹ ਲਿਆਏਗਾ। ਜਦ ਕੋਈ ਨਿਵੇਕਲਾ ਵਿਚਾਰ ਮਨ ਵਿਚ ਉਮੜਦਾ ਤਾਂ ਬਿਰਜਨ ਦਾ ਚੰਨ ਵਰਗਾ ਮੁਖੜਾ ਖਿੜ ਜਾਂਦਾ ਤੇ ਮਾਧਵੀ ਦਾ ਅੰਤਰਮਨ ਵੀ ਖੇੜੇ ਨਾਲ ਭਰ ਜਾਂਦਾ। ਬਾਗ਼ ਵਿਚ ਬਹੁਤ ਸਾਰੇ ਕਾਮਦੂਤੀ ਦੇ ਫੁੱਲ ਖਿੜੇ ਹੋਏ ਸਨ, ਤ੍ਰੇਲ ਦੇ ਤੁਪਕਿਆਂ ਨੂੰ ਮਸਤਕ 'ਤੇ ਸਜਾਈ ਉਹ ਹੋਰ ਵੀ ਸੁਹਣੇ ਲੱਗ ਰਹੇ ਸਨ, ਪਰ ਇਸ ਵੇਲੇ ਜਿਹੜਾ ਖੇੜਾ ਤੇ

ਸੁਹੱਪਣ ਇਨ੍ਹਾਂ ਦੋਨਾਂ ਜਿਊਂਦੇ-ਜਾਗਦੇ ਫੁੱਲਾਂ 'ਤੇ ਸੀ, ਉਸ ਨੂੰ ਵੇਖ-ਵੇਖ ਕੇ ਦੂਜੇ ਫੁੱਲ ਸ਼ਰਮਸਾਰ ਹੋ ਰਹੇ ਸਨ।

ਨੌਂ ਵੱਜਦਿਆਂ-ਵੱਜਦਿਆਂ, ਬਿਰਜਨ ਘਰ ਅੰਦਰ ਆਈ। ਸੇਵਤੀ ਨੇ ਕਿਹਾ—"ਅੱਜ ਬੜੀ ਦੇਰ ਲਾ 'ਤੀ।"

ਬਿਰਜਨ—"ਕੁੰਤੀ ਨੇ ਸੂਰਜ ਦੇਵਤੇ ਨੂੰ ਬਲਾਉਣ ਲਈ ਕਿੰਨੀ ਸਾਧਨਾ ਕੀਤੀ ਸੀ!"

ਸੀਤਾ—"ਬਾਲਾਜੀ ਬੜੇ ਕਠੋਰ-ਦਿਲ ਨੇ। ਮੈਂ ਤਾਂ ਏਦਾਂ ਦੇ ਬੰਦੇ ਨੂੰ ਕਦੇ ਮੂੰਹ ਨਾ ਲਾਵਾਂ।"

ਰੁਕਮਣੀ—"ਜੀਹਨੇ ਸੰਨਿਆਸ ਹੀ ਧਾਰ ਲਿਆ, ਉਹਨੂੰ ਘਰ-ਪਰਿਵਾਰ ਨਾਲ ਕੀ?"

ਚੰਦਰਕੁੰਵਰ—"ਇਥੇ ਆਏ ਤਾਂ ਮੈਂ ਮੂੰਹ 'ਤੇ ਹੀ ਕਹਿ ਦਿਆਂਗੀ ਕਿ ਜਨਾਬ, ਇਹ ਨਖ਼ਰੇ ਕਿਥੋਂ ਸਿੱਖੇ?"

ਰੁਕਮਣੀ—"ਮਹਾਰਾਣੀ ਜੀ! ਰਿਸ਼ੀਆਂ-ਮੁਨੀਆਂ ਦਾ ਤਾਂ ਸਤਿਕਾਰ ਕਰਿਆ ਕਰ। ਜ਼ੁਬਾਨ ਐ ਜਾਂ ਕੈਂਚੀ!"

ਚੰਦਰਕੁੰਵਰ—"ਹੋਰ ਕੀ, ਕਦੋਂ ਤੱਕ ਸਬਰ ਕਰੀਏ! ਸਭ ਥਾਈਂ ਜਾਂਦੇ ਨੇ, ਇਥੇ ਆਉਂਦਿਆਂ ਹੀ ਪੈਰ ਥੱਕਦੇ ਨੇ।"

ਬਿਰਜਨ (ਮੁਸਕੁਰਾ ਕੇ)—"ਹੁਣ ਬਹੁਤ ਜਲਦੀ ਦਰਸ਼ਣ ਹੋ ਜਾਣਗੇ। ਮੈਨੂੰ ਯਕੀਨ ਐ ਕਿ ਇਸ ਮਹੀਨੇ ਉਹ ਜ਼ਰੂਰ ਆਉਣਗੇ।"

ਸੀਤਾ—"ਧੰਨ-ਭਾਗ ਕਿ ਦਰਸ਼ਣ ਹੋਣਗੇ। ਮੈਂ ਤਾਂ ਜਦ ਉਨ੍ਹਾਂ ਦਾ ਨਿਬੰਧ ਪੜ੍ਹਦੀ ਆਂ, ਇਹੀ ਦਿਲ ਕਰਦੈ ਕਿ ਮਿਲਣ ਤਾਂ ਪੈਰ ਫੜ ਕੇ ਘੰਟਿਆਂਬੱਧੀ ਰੋਈ ਜਾਵਾਂ।"

ਰੁਕਮਣੀ—"ਰੱਬ ਨੇ ਉਨ੍ਹਾਂ ਦੇ ਹੱਥਾਂ ਵਿਚ ਬੜੀ ਬਰਕਤ ਦਿੱਤੀ ਐ। ਦਾਰਾਨਗਰ ਦੀ ਰਾਣੀ ਸਾਹਿਬਾਂ ਮਰ ਚੁੱਕੇ ਸਨ। ਸਾਹ ਉੱਖੜੇ ਸਨ ਕਿ ਬਾਲਾਜੀ ਨੂੰ ਖ਼ਬਰ ਮਿਲ ਗਈ। ਝਟ ਆ ਗਏ ਤੇ ਪਲਾਂ ਵਿਚ ਰਾਣੀ ਸਾਹਿਬਾਂ ਨੂੰ ਉਠਾਕੇ ਬਿਠਾ ਦਿੱਤਾ। ਮੇਰੇ ਇਹ ਮੁਨਸ਼ੀ ਜੀ ਉਨ੍ਹੀਂ ਦਿਨੀਂ ਉਥੇ ਹੀ ਸਨ। ਕਹਿ ਰਹੇ ਸਨ ਕਿ ਰਾਣੀ ਜੀ ਨੇ ਖ਼ਜ਼ਾਨੇ ਦੀ ਚਾਬੀ ਬਾਲਾਜੀ ਦੇ ਪੈਰਾਂ ਵਿੱਚ ਰੱਖ ਦਿੱਤੀ ਤੇ ਕਿਹਾ—'ਤੁਸੀਂ ਇਸ ਦੇ ਮਾਲਕ ਓ!' ਫਿਰ ਬਾਲਾਜੀ ਨੇ ਕਿਹਾ—'ਮੈਨੂੰ ਧਨ-ਦੌਲਤ ਦੀ ਲੋੜ ਨਹੀਂ। ਆਪਣੇ ਪ੍ਰਾਂਤ 'ਚ ਤਿੰਨ ਸੌ ਗਊਸ਼ਾਲਾਵਾਂ ਖੁੱਲ੍ਹਵਾ ਦਿਓ।' ਇਹ ਬੋਲ ਮੂੰਹੋਂ ਨਿਕਲਣ ਦੀ ਦੇਰ ਸੀ, ਅੱਜ ਵੇਖੋ ਦਾਰਾਨਗਰ ਵਿਚ ਦੁਧ ਦਾ ਦਰਿਆ ਵਹਿੰਦੈ। ਏਡਾ ਧਰਮਾਤਮਾ ਕੌਣ ਹੋਏਗਾ?"

ਚੰਦਰਕੁੰਵਰ—"ਰਾਜੇ ਨੌਲੱਖੇ ਦੀ ਟੀ. ਬੀ. ਉਨ੍ਹਾਂ ਦੀਆਂ ਜੜ੍ਹੀਆਂ-ਬੂਟੀਆਂ ਨਾਲ ਹੀ ਠੀਕ ਹੋਈ। ਸਾਰੇ ਵੈਦਾਂ ਤੇ ਡਾਕਟਰਾਂ ਨੇ ਜੁਆਬ ਦੇ 'ਤਾ ਸੀ। ਜਦੋਂ ਬਾਲਾ ਜੀ ਜਾਣ ਲੱਗੇ ਤਾਂ ਮਹਾਰਾਣੀ ਜੀ ਨੇ ਨੌ ਲੱਖ ਦੀ ਕੀਮਤ ਵਾਲਾ ਮੋਤੀਆਂ ਦਾ ਹਾਰ ਉਨ੍ਹਾਂ ਦੇ ਪੈਰੀਂ ਧਰ ਦਿੱਤਾ, ਪਰ ਬਾਲਾਜੀ ਨੇ ਉਸ ਹਾਰ ਵੱਲ ਵੇਖਿਆ ਤੱਕ ਨਹੀਂ।"

ਰਾਣੀ—"ਕਿੱਡੇ ਰੁੱਖੇ ਬੰਦੇ ਨੇ।"

ਰੁਕਮਣੀ—"ਹਾਂ, ਹੋਰ ਕੀ, ਉਨ੍ਹਾਂ ਨੂੰ ਚਾਹੀਦਾ ਸੀ ਕਿ ਹਾਰ ਲੈ ਲੈਂਦੇ....ਨਹੀਂ-ਨਹੀਂ, ਸਗੋਂ ਗਲ੍ਹੇ ਵਿਚ ਹੀ ਪਾ ਲੈਂਦੇ।"

ਬਿਰਜਨ—"ਨਹੀਂ, ਸਗੋਂ ਲੈ ਕੇ ਇਸ ਰਾਣੀ ਦੀ ਬੱਚੀ ਨੂੰ ਪਹਿਨਾ ਦਿੰਦੇ। ਕਿਉਂ ਠੀਕ ਕਿਹੈ ਨਾ ਰਾਣੀਏ ?"

ਰਾਣੀ—"ਹਾਂ-ਹਾਂ, ਮੈਂ ਤਾਂ ਉਸ ਹਾਰ ਲਈ ਗ਼ੁਲਾਮੀ ਵੀ ਕਬੂਲ ਕਰ ਲੈਂਦੀ।"

ਚੰਦਰਕੁੰਵਰ—"ਮੇਰੇ ਇਹ ਤਾਂ 'ਭਾਰਤ-ਸਭਾ' ਦੇ ਬੜੇ ਸੱਭਿਅਕ ਕਾਰਕੁੰਨ ਨੇ। ਮੈਂ ਢਾਈ ਸੌ ਰੁਪਏ ਬੜੀਆਂ ਕੋਸ਼ਿਸ਼ਾਂ ਨਾਲ ਜੋੜੇ ਸਨ, ਉਹ ਵੀ ਇਹ ਕਹਿ ਕੇ ਲੈ ਗਏ ਕਿ ਘੋੜਾ ਖ਼ਰੀਦਣੈ। ਕੋਈ ਪੁੱਛੇ, ਕੀ 'ਭਾਰਤ-ਸਭਾ' ਵਾਲੇ ਬਿਨਾਂ ਘੋੜੇ ਦੇ ਨਹੀਂ ਤੁਰ ਫਿਰ ਸਕਦੇ ?"

ਰਾਣੀ—"ਕੱਲ੍ਹ ਇਹ 'ਭਾਰਤ-ਸਭਾ' ਵਾਲੇ ਜੁੱਟ ਬਣਾ ਕੇ ਮੇਰੇ ਘਰ ਅੱਗਿਓਂ ਲੰਘ ਰਹੇ ਸਨ। ਉਹ ਤਾਂ ਬੜੇ ਭਲੇ-ਲੋਕ ਲੱਗ ਰਹੇ ਸਨ।"

ਏਨੇ ਨੂੰ ਸੇਵਤੀ ਨਵਾਂ ਅਖ਼ਬਾਰ ਲੈ ਆਈ।

ਬਿਰਜਨ ਨੇ ਪੁੱਛਿਆ—"ਕੋਈ ਤਾਜ਼ਾ ਖ਼ਬਰ ਐ ?"

ਸੇਵਤੀ—"ਹਾਂ, ਬਾਲਾਜੀ ਮਾਣਕਪੁਰ ਆਏ ਹੋਏ ਨੇ। ਇਕ ਦੋਧੀ ਨੇ ਆਪਣੀ ਧੀ ਦੇ ਵਿਆਹ ਦਾ ਸੱਦਾ ਦਿੱਤਾ ਸੀ। ਉਸੇ ਸੱਦੇ 'ਤੇ ਉਹ ਪਰਿਯਾਗ ਤੋਂ 'ਭਾਰਤ-ਸਭਾ' ਦੇ ਸਦੱਸਾਂ ਸਣੇ ਰਾਤ ਭਰ ਚੱਲ ਕੇ ਮਾਣਕਪੁਰ ਪਹੁੰਚੇ, ਦੋਧੀਆਂ ਨੇ ਬੜੇ ਉਮਾਹ ਤੇ ਉਤਸ਼ਾਹ ਨਾਲ ਉਨ੍ਹਾਂ ਦਾ ਧੂਮ-ਧੜੱਕੇ ਨਾਲ ਸੁਆਗਤ ਕੀਤਾ ਤੇ ਸਾਰਿਆਂ ਨੇ ਮਿਲ ਕੇ ਪੰਜ ਸੌ ਗਾਵਾਂ ਭੇਟ ਕੀਤੀਆਂ। ਬਾਲਾ ਜੀ ਨੇ ਲਾੜੀ ਨੂੰ ਅਸੀਸਾਂ ਦਿੱਤੀਆਂ ਤੇ ਲਾੜੇ ਨੂੰ ਗਲ੍ਹ ਨਾਲ ਲਾਇਆ। ਪੰਜ ਦੋਧੀ ਵੀ 'ਭਾਰਤ-ਸਭਾ' ਦੇ ਸਦੱਸ ਨਿਯੁਕਤ ਕੀਤੇ ਗਏ।"

ਬਿਰਜਨ—"ਬੜੀ ਚੰਗੀ ਖ਼ਬਰ ਐ। ਮਾਧਵੀ, ਇਸ ਦੀ ਕਤਰਣ ਰੱਖ ਲਈਂ। ਹੋਰ ਕੁਝ ?"

ਸੇਵਤੀ—"ਪਟਨਾ ਦੇ ਪਾਸੀਆਂ (ਖੱਤਰੀਆਂ ਦੀ ਇਕ ਜ਼ਾਤ) ਨੇ ਇਕ ਠਾਕੁਰਦੁਆਰਾ ਬਣਵਾਇਐ ਉਥੋਂ ਦੀ 'ਭਾਰਤ-ਸਭਾ' ਨੇ ਬੜੀ ਧੂਮ-ਧਾਮ ਨਾਲ ਜਸ਼ਨ ਮਨਾਇਆ।"

ਬਿਰਜਨ—"ਪਟਨਾ ਦੇ ਲੋਕ ਬੜੇ ਉਤਸ਼ਾਹ ਨਾਲ ਕੰਮ ਕਰ ਰਹੇ ਨੇ।"

ਚੰਦਰਕੁੰਵਰ—"ਬਹਿਲੀਆਂ (ਖੱਤਰੀਆਂ ਦੀ ਹੀ ਇਕ ਜ਼ਾਤ) ਵੀ ਹੁਣ ਸੰਧੂਰ ਲਾਉਣਗੀਆਂ! ਪਾਸੀ ਲੋਕ ਵੀ ਠਾਕੁਰਦੁਆਰੇ ਬਣਵਾਉਣਗੇ ?"

ਰੁਕਮਣੀ—"ਕਿਉਂ, ਉਹ ਇਨਸਾਨ ਨਹੀਂ ਨੇ ? ਰੱਬ ਨੇ ਉਨ੍ਹਾਂ ਨੂੰ ਨਹੀਂ ਬਣਾਇਆ ? ਤੁਸੀਂ ਲੋਕ ਹੀ ਆਪਣੇ ਦੇਵਤਿਆਂ ਨੂੰ ਪੂਜਣਾ ਜਾਣਦੀਆਂ ਓ ?"

ਚੰਦਰਕੁੰਵਰ—"ਚੱਲ, ਹਟ ਪਰ੍ਹੇ, ਮੈਨੂੰ ਪਾਸੀਆਂ ਨਾਲ ਮਿਲਾਉਂਦੀ ਐਂ। ਮੈਨੂੰ ਨਹੀਂ ਇਹ ਚੰਗਾ ਲੱਗਦਾ।"

ਰੁਕਮਣੀ—"ਹਾਂ, ਤੇਰਾ ਰੰਗ ਗੋਰਾ ਐ ਨਾ ? ਤੇ ਕੱਪੜੇ-ਗਹਿਣੇ ਪਹਿਨ ਕੇ ਸਜੀ ਬੈਠੀ ਐਂ ? ਬੱਸ, ਏਨਾ ਕੁ ਹੀ ਫ਼ਰਕ ਐ, ਕਿ ਕੁਝ ਹੋਰ ਵੀ ?"

ਚੰਦਰਕੁੰਵਰ—"ਏਨਾ ਹੀ ਫ਼ਰਕ ਕਿਉਂ ਐ ? ਜ਼ਮੀਨ ਤੇ ਆਸਮਾਨ ਦਾ ਮੇਲ

ਕਰਦੀ ਐਂ ? ਇਹ ਮੈਨੂੰ ਨਹੀਂ ਚੰਗਾ ਲੱਗਦਾ। ਮੈਂ ਰਾਜਪੂਤਾਂ ਦੇ ਵੰਸ਼ 'ਚੋਂ ਆ ? ਕੁਝ ਪਤਾ ਵੀ ਐ ?"

ਰੁਕਮਣੀ—"ਹਾਂ ਪਤੈ, ਤੇ ਜੇ ਨਹੀਂ ਵੀ ਪਤਾ ਸੀ ਤਾਂ ਹੁਣ ਪਤਾ ਲੱਗ ਗਿਆ। ਤੇਰੇ ਇਹ ਠਾਕੁਰ ਸਾਹਿਬ (ਪਤੀ) ਕਿਸੇ ਪਾਸੀ ਨਾਲ ਅੱਗੇ ਹੋ ਕੇ ਘੁਲ ਸਕਦੇ ਨੇ ? ਉਹ ਸਿਰਫ਼ ਟੇਢੀ ਪੱਗ ਬੰਨ੍ਹਣੀ ਹੀ ਜਾਣਦੇ ਨੇ। ਮੈਨੂੰ ਪਤੈ ਕਿ ਕੋਈ ਕਮਜ਼ੋਰ ਜਿਹਾ ਪਾਸੀ ਵੀ ਉਨ੍ਹਾਂ ਨੂੰ ਗੋਡਿਆਂ ਥੱਲੇ ਦੱਬ ਲਏਗਾ।"

ਬਿਰਜਨ—"ਚੰਗਾ ਹੁਣ ਬੱਸ ਕਰੋ, ਖਹਿੜਾ ਛੱਡੋ ਇਸ ਵਿਵਾਦ ਦਾ, ਤੁਸੀਂ ਦੋਵੇਂ ਜਣੀਆਂ ਜਦੋਂ ਵੀ ਆਉਂਦੀਆਂ ਓ, ਲੜਦੀਆਂ ਹੀ ਆਉਂਦੀਆਂ ਓ।"

ਸੇਵਤੀ—"ਪਿਤਾ ਤੇ ਪੁੱਤਰ ਦਾ ਕਿੱਦਾਂ ਦਾ ਸਬੱਬੀਂ ਮੇਲ ਹੋਇਐ! ਏਦਾਂ ਲੱਗਦੈ ਕਿ ਮੁਨਸ਼ੀ ਸ਼ਾਲੀਗ੍ਰਾਮ ਨੇ ਪ੍ਰਤਾਪਚੰਦਰ ਦੇ ਲਈ ਹੀ ਸੰਨਿਆਸ ਧਾਰਿਆ ਸੀ। ਇਹ ਸਾਰਾ ਉਨ੍ਹਾਂ ਦੀ ਹੀ ਸਿੱਖਿਆ ਦਾ ਪ੍ਰਤਾਪ ਐ।"

ਰੁਕਮਣੀ—"ਹਾਂ, ਹੋਰ ਕੀ ? ਮੁਨਸ਼ੀ ਸ਼ਾਲੀਗ੍ਰਾਮ ਤਾਂ ਹੁਣ ਸੁਆਮੀ ਬ੍ਰਹਮਾਨੰਦ ਅਖਵਾਉਂਦੇ ਨੇ। ਪ੍ਰਤਾਪ ਨੂੰ ਵੇਖ ਕੇ ਪਛਾਣ ਤਾਂ ਗਏ ਹੋਣਗੇ।"

ਸੇਵਤੀ—"ਖ਼ੁਸ਼ੀ ਨਾਲ ਫੁੱਲੇ ਨਹੀਂ ਸਮਾਏ ਹੋਣੇ।"

ਰੁਕਮਣੀ—"ਇਹ ਵੀ ਰੱਬ ਦੀ ਹੀ ਕਰਨੀ ਸੀ, ਨਹੀਂ ਤਾਂ ਪ੍ਰਤਾਪਚੰਦਰ ਭਲਾ ਮਾਨਸਰੋਵਰ ਕੀ ਕਰਨ ਜਾਂਦੇ ?"

ਸੇਵਤੀ—"ਰੱਬ ਦੀ ਮਰਜ਼ੀ ਦੇ ਬਿਨਾਂ ਭਲਾ ਕੋਈ ਪੱਤਾ ਵੀ ਹਿਲਦੈ ?"

ਬਿਰਜਨ—"ਤੁਸੀਂ ਸਾਰੀਆਂ ਮੇਰੇ ਪਿਤਾ ਜੀ ਨੂੰ ਤਾਂ ਭੁੱਲ ਹੀ ਗਈਆਂ। ਰਿਸ਼ੀਕੇਸ਼ ਵਿਚ ਪਹਿਲਾਂ ਪ੍ਰਤਾਪ ਚੰਦਰ ਦੀ ਮੁਲਾਕਾਤ ਪਿਤਾ ਜੀ ਹੀ ਨਾਲ ਤਾਂ ਹੋਈ ਸੀ। ਪ੍ਰਤਾਪ ਉਨ੍ਹਾਂ ਨਾਲ ਸਾਲ-ਭਰ ਰਹੇ। ਫਿਰ ਦੋਵੇਂ ਜਣੇ 'ਕੱਠੇ ਹੀ ਮਾਨਸਰੋਵਰ ਗਏ ਸਨ।"

ਰੁਕਮਣੀ—"ਹਾਂ ਸੱਚ, ਪ੍ਰਾਣਨਾਥ ਜੀ ਦੇ ਲੇਖ ਵਿਚ ਇਹ ਜ਼ਿਕਰ ਹੈ ਤਾਂ ਸੀ। ਬਾਲਾ ਜੀ ਤਾਂ ਇਥੋਂ ਤੱਕ ਕਹਿੰਦੇ ਨੇ ਕਿ ਮੁਨਸ਼ੀ ਸੰਜੀਵਨਲਾਲ ਜੀ ਨਾਲ ਮਿਲਣ ਦਾ ਜੇ ਸੁਭਾਗ ਹਾਸਿਲ ਨਾ ਹੁੰਦਾ ਤਾਂ ਅੱਜ ਮੈਂ ਵੀ ਮੰਗ ਕੇ ਖਾਣ ਵਾਲੇ ਸਾਧਾਂ ਵਿਚ ਹੀ ਹੁੰਦਾ।"

ਚੰਦਰਕੁੰਵਰ—"ਬਾਲਾ ਜੀ ਦੀ ਰੂਹਾਨੀ-ਸ਼ੁੱਧਤਾ ਲਈ ਵਿਧਾਤਾ ਨੇ ਪਹਿਲਾਂ ਤੋਂ ਹੀ ਇੰਤਜ਼ਾਮ ਕੀਤਾ ਹੋਇਆ ਸੀ।"

ਸੇਵਤੀ—"ਤਾਂਹੀਓਂ ਏਡੀ ਛੋਟੀ ਜਿਹੀ ਉਮਰ 'ਚ ਪੂਰੇ ਭਾਰਤ ਦੇ ਸੂਰਜ ਬਣੇ ਹੋਏ ਨੇ। ਅਜੇ ਮਸਾਂ ਪੱਚੀਵੇਂ ਸਾਲ 'ਚ ਹੋਣਗੇ!"

ਬਿਰਜਨ—"ਨਹੀਂ, ਤੀਹਵਾਂ ਸਾਲ ਐ। ਮੈਥੋਂ ਲਗਭਗ ਇਕ ਸਾਲ ਵੱਡੇ ਨੇ।"

ਸੇਵਤੀ—"ਸੁਵਾਮਾ ਚਾਚੀ ਤਾਂ ਉਨ੍ਹਾਂ ਦਾ ਜਸ ਸੁਣ-ਸੁਣ ਕੇ ਬਹੁਤ ਖ਼ੁਸ਼ ਹੁੰਦੇ ਹੋਣਗੇ।"

ਰੁਕਮਣੀ—"ਮੈਂ ਤਾਂ ਉਨ੍ਹਾਂ ਨੂੰ ਜਦ ਵੀ ਵੇਖਿਐ, ਉਦਾਸ ਹੀ ਵੇਖਿਆ।"

ਚੰਦਰਕੁੰਵਰ—"ਉਨ੍ਹਾਂ ਦੀਆਂ ਜ਼ਿੰਦਗੀ ਭਰ ਦੀਆਂ ਆਸਾਂ 'ਤੇ ਪਾਣੀ ਫਿਰ ਗਿਐ, ਉਦਾਸ ਕਿਉਂ ਨਾ ਹੋਣਗੇ ?"

ਰੁਕਮਣੀ—"ਉਨ੍ਹਾਂ ਨੇ ਤਾਂ ਦੇਵੀ-ਮਾਤਾ ਤੋਂ ਇਹੀ ਵਰਦਾਨ ਮੰਗਿਆ ਸੀ।"

ਚੰਦਰਕੁੰਵਰ—"ਤਾਂ ਕੀ ਮਨੁੱਖਤਾ ਦੀ ਸੇਵਾ ਗ੍ਰਹਿਸਥੀ ਬਣ ਕੇ ਨਹੀਂ ਹੋ ਸਕਦੀ?"

ਰੁਕਮਣੀ—"ਮਨੁੱਖਤਾ ਦੀ ਹੀ ਕਿਉਂ, ਕੋਈ ਵੀ ਸੇਵਾ ਗ੍ਰਹਿਸਥੀ ਬਣ ਕੇ ਨਹੀਂ ਹੋ ਸਕਦੀ। ਇਕ ਗ੍ਰਹਿਸਥੀ ਸਿਰਫ਼ ਆਪਣੇ ਬਾਲ-ਬੱਚਿਆਂ ਦੀ ਹੀ ਸੇਵਾ ਕਰ ਸਕਦੈ।"

ਚੰਦਰਕੁੰਵਰ—"ਕਰਨ ਵਾਲੇ ਸਾਰਾ ਕੁਝ ਕਰ ਸਕਦੇ ਨੇ, ਨਾ ਕਰਨ ਵਾਲਿਆਂ ਲਈ ਸੌ ਬਹਾਨੇ ਨੇ।"

ਇਕ ਮਹੀਨਾ ਹੋਰ ਲੰਘ ਗਿਆ। ਬਿਰਜਨ ਦੀ ਨਵੀਂ ਕਵਿਤਾ 'ਜੀ ਆਇਆਂ ਨੂੰ' ਦਾ ਸੁਨੇਹਾ ਲੈ ਕੇ ਬਾਲਾ ਜੀ ਦੇ ਕੋਲ ਪਹੁੰਚੀ, ਪਰ ਇਹ ਸਪੱਸ਼ਟ ਨਾ ਹੋਇਆ ਕਿ ਉਨ੍ਹਾਂ ਨੇ ਸੱਦਾ ਪ੍ਰਵਾਨ ਕੀਤਾ ਜਾਂ ਨਹੀਂ। ਕਾਸ਼ੀ ਦੇ ਲੋਕ ਉਡੀਕ ਕਰਦੇ-ਕਰਦੇ ਥੱਕ ਗਏ। ਬਾਲਾ ਜੀ ਨਿੱਤ ਦਿਨ ਦੱਖਣ ਵੱਲ ਹੀ ਵੱਧਦੇ ਜਾ ਰਹੇ ਸਨ। ਅਖ਼ੀਰ ਲੋਕਾਂ ਨੇ ਆਸ ਹੀ ਛੱਡ ਦਿੱਤੀ ਤੇ ਸਭ ਤੋਂ ਵੱਧ ਆਸ ਬਿਰਜਨ ਦੀ ਟੁੱਟੀ।

ਇਕ ਦਿਨ, ਜਦ ਸਾਰੇ ਭੁੱਲ-ਭੁਲਾ ਗਏ ਸਨ ਕਿ ਬਾਲਾ ਜੀ ਕਦੇ ਆਉਣਗੇ, ਪ੍ਰਾਣਨਾਥ ਨੇ ਆ ਕੇ ਦੱਸਿਆ—"ਭੈਣੇ! ਲੈ ਹੁਣ ਖ਼ੁਸ਼ ਹੋ ਜਾ, ਅੱਜ ਬਾਲਾ ਜੀ ਆ ਰਹੇ ਨੇ।"

ਬਿਰਜਨ ਉਸ ਵੇਲੇ ਕੁਝ ਲਿਖ ਰਹੀ ਸੀ, ਉਸ ਦੇ ਹੱਥੋਂ ਕਲਮ ਛੁੱਟ ਕੇ ਡਿੱਗ ਪਈ। ਮਾਧਵੀ ਉੱਠ ਕੇ ਦਰਾਂ ਵੱਲ ਨੱਠੀ। ਪ੍ਰਾਣਨਾਥ ਨੇ ਹੱਸ ਕੇ ਕਿਹਾ—"ਓ ਹੋ, ਅਜੇ ਥੋੜੀ ਆਏ ਨੇ, ਐਵੇਂ ਝੱਲੀ ਹੋਈ ਜਾਨੀ ਐਂ।"

ਮਾਧਵੀ—"ਕਦੋਂ ਆਉਣਗੇ? ਇਧਰੋਂ ਹੀ ਲੰਘ ਕੇ ਜਾਣਗੇ ਨਾ?"

ਪ੍ਰਾਣਨਾਥ—"ਇਹ ਤਾਂ ਪਤਾ ਨਹੀਂ, ਕਿਧਰੋਂ ਲੰਘਣਗੇ। ਉਨ੍ਹਾਂ ਨੂੰ ਆਡੰਬਰਾਂ ਤੇ ਧੂਮ-ਧੜੱਕਿਆਂ ਤੋਂ ਬੜੀ ਨਫ਼ਰਤ ਐ। ਇਸੇ ਲਈ ਤਾਂ ਆਉਣ ਦੀ ਤਾਰੀਖ਼ ਨਹੀਂ ਮਿੱਥੀ। ਰਾਜਾ ਸਾਹਿਬ ਕੋਲ ਅੱਜ ਸਵੇਰੇ ਹੀ ਇਕ ਬੰਦੇ ਨੇ ਆ ਕੇ ਖ਼ਬਰ ਦਿੱਤੀ ਕਿ ਬਾਲਾ ਜੀ ਆ ਰਹੇ ਨੇ ਤੇ ਉਨ੍ਹਾਂ ਕਿਹਾ ਐ ਕਿ ਮੇਰੇ ਸੁਆਗਤ ਲਈ ਕੋਈ ਫ਼ਾਲਤੂ ਚੋਜ ਨਾ ਕੀਤਾ ਜਾਵੇ। ਪਰ ਸਾਡੇ ਲੋਕ ਕਦ ਮੰਨਣ ਵਾਲੇ ਨੇ? ਸੁਆਗਤ ਹੋਏਗਾ, ਜਸ਼ਨਾਂ ਨਾਲ ਸੁਆਰੀ ਨਿੱਕਲੇਗੀ ਤੇ ਉਹ ਵੀ ਏਦਾਂ ਦੀ ਕਿ ਇਸ ਸ਼ਹਿਰ ਦੇ ਇਤਿਹਾਸ ਵਿਚ ਦਰਜ ਹੋ ਜਾਏਗੀ। ਚਾਰੇ ਪਾਸੇ ਬੰਦੇ ਘੁੰਮ ਰਹੇ ਨੇ, ਜਿਉਂ ਹੀ ਉਨ੍ਹਾਂ ਨੂੰ ਆਉਂਦਿਆਂ ਵੇਖਣਗੇ, ਉਹ ਲੋਕ ਹਰੇਕ ਮੁਹੱਲੇ 'ਚ ਟੈਲੀਫੋਨਾਂ ਜ਼ਰੀਏ ਖ਼ਬਰ ਦੇ ਦੇਣਗੇ। ਕਾਲਜ ਤੇ ਸਕੂਲਾਂ ਦੇ ਵਿਦਿਆਰਥੀ ਸੋਹਣੀਆਂ ਵਰਦੀਆਂ ਪਾਈ ਤੇ ਹੱਥਾਂ 'ਚ ਝੰਡੀਆਂ ਫੜੀ ਉਨ੍ਹਾਂ ਦੀ ਉਡੀਕ 'ਚ ਖੜੇ ਨੇ। ਘਰ-ਘਰ 'ਚ ਫੁੱਲਾਂ ਦੀ ਵਰਖਾ ਦੀਆਂ ਤਿਆਰੀਆਂ ਚੱਲ ਰਹੀਆਂ ਨੇ। ਬਾਜ਼ਾਰ ਵਿਚ ਦੁਕਾਨਾਂ ਸਜਾਈਆਂ ਜਾ ਰਹੀਆਂ ਨੇ। ਪੂਰੇ ਸ਼ਹਿਰ 'ਚ ਰੌਣਕ ਹੀ ਰੌਣਕ ਖਿੱਲਰੀ ਪਈ ਐ।

ਮਾਧਵੀ—"ਇਧਰੋਂ ਲੰਘਣਗੇ ਤਾਂ ਅਸੀਂ ਰੋਕ ਲਵਾਂਗੀਆਂ।"

ਪ੍ਰਾਣਨਾਥ—"ਅਸੀਂ ਕੋਈ ਤਿਆਰੀ-ਤਿਉਰੀ ਤਾਂ ਕੀਤੀ ਨਹੀਂ, ਰੋਕ ਕਿੱਦਾਂ ਲਵਾਂਗੇ? ਨਾਲੇ ਪੱਕਾ ਵੀ ਤਾਂ ਨਹੀਂ ਪਤਾ ਕਿ ਕਿਧਰੋਂ ਲੰਘਣਗੇ!"

ਬਿਰਜਨ (ਸੋਚ ਕੇ)—"ਆਰਤੀ ਉਤਾਰਣ ਦਾ ਇੰਤਜ਼ਾਮ ਤਾਂ ਕਰਨਾ ਹੀ ਪੈਣੈ।"

ਪ੍ਰਾਣਨਾਥ—"ਹਾਂ-ਹਾਂ, ਹੁਣ ਕਿਤੇ ਏਨਾ ਵੀ ਨਹੀਂ ਸਰੇਗਾ? ਮੈਂ ਬਾਹਰ ਵਿਛੌਣੇ

ਬਗ਼ੈਰਾ ਵਿਛਵਾ ਦਿਨਾਂ।"

ਪ੍ਰਾਣਨਾਥ ਬਾਹਰ ਦੀਆਂ ਤਿਆਰੀਆਂ ਵਿੱਚ ਲੱਗ ਗਏ, ਮਾਧਵੀ ਫ਼ੁੱਲ ਚੁਣਨ ਲੱਗ ਗਈ ਤੇ ਬਿਰਜਨ ਨੇ ਚਾਂਦੀ ਦਾ ਥਾਲ ਧੋ-ਸੰਵਾਰ ਕੇ ਸੁੱਚਾ ਕਰ ਲਿਆ। ਸੇਵਤੀ ਤੇ ਚੰਦਰਾ ਘਰ ਅੰਦਰਲੀਆਂ ਸਾਰੀਆਂ ਚੀਜ਼ਾਂ ਤਰਤੀਬ ਮੁਤਾਬਿਕ ਸਜਾਉਣ ਲੱਗ ਗਈਆਂ।

ਮਾਧਵੀ ਤਾਂ ਖ਼ੁਸ਼ੀ ਵਿੱਚ ਕਮਲੀ ਹੋਈ ਜਾ ਰਹੀ ਸੀ। ਵਾਰ-ਵਾਰ ਦਰਵਾਜ਼ੇ ਵੱਲ ਪੱਬ ਚੁੱਕ-ਚੁੱਕ ਕੇ ਵੇਖਦੀ ਕਿ ਕਿਤੇ ਆ ਤਾਂ ਨਹੀਂ ਗਏ। ਵਾਰ-ਵਾਰ ਕੰਨ ਲਾ-ਲਾ ਕੇ ਸੁਣਦੀ ਕਿ ਕਿਤੇ ਵਾਜੇ-ਢੋਲ ਦੀ ਆਵਾਜ਼ ਤਾਂ ਨਹੀਂ ਆ ਰਹੀ। ਦਿਲ ਖ਼ੁਸ਼ੀ ਦੇ ਮਾਰੇ ਬੇਸਬਰਾ ਹੋ ਰਿਹਾ ਸੀ। ਫ਼ੁੱਲ ਚੁਣ ਰਹੀ ਸੀ, ਪਰ ਧਿਆਨ ਦੂਜੇ ਪਾਸੇ ਵੱਲ ਸੀ। ਹੱਥਾਂ ਵਿੱਚ ਕਮਲੀ ਨੇ ਕਿੰਨੇ ਹੀ ਕੰਡੇ ਚੁਭਾ ਲਏ। ਫ਼ੁੱਲਾਂ ਦੇ ਨਾਲ-ਨਾਲ ਕਈ ਟਾਹਣੀਆਂ ਵੀ ਤੋੜ ਲਈਆਂ। ਕਈ ਵਾਰ ਟਾਹਣੀਆਂ ਵਿਚ ਉਲਝ ਕੇ ਡਿੱਗ ਵੀ ਪਈ। ਕਈ ਵਾਰ ਸਾੜ੍ਹੀ ਕੰਡਿਆਂ ਵਿੱਚ ਫਸਾ ਲਈ। ਉਸ ਵੇਲੇ ਉਸ ਦੀ ਹਾਲਤ ਬਿਲਕੁਲ ਬੱਚਿਆਂ ਵਰਗੀ ਅਣਭੋਲ ਜਿਹੀ ਹੋ ਗਈ ਸੀ।

ਪਰ ਬਿਰਜਨ ਦਾ ਚਿਹਰਾ ਬਹੁਤ ਹੀ ਉਤਰਿਆ ਹੋਇਆ ਸੀ। ਜਿਵੇਂ ਪਾਣੀ ਨਾਲ ਨੱਕੋ-ਨੱਕ ਭਰਿਆ ਭਾਂਡਾ ਜ਼ਰਾ ਕੁ ਵੀ ਹਿੱਲਣ ਨਾਲ ਪਾਣੀ ਛਲਕ ਜਾਂਦਾ ਹੈ, ਉਸੇ ਤਰ੍ਹਾਂ ਜਿਵੇਂ-ਜਿਵੇਂ ਉਸ ਨੂੰ ਪੁਰਾਣੀਆਂ ਗੱਲਾਂ ਯਾਦ ਆ ਰਹੀਆਂ ਸਨ, ਤਿਵੇਂ-ਤਿਵੇਂ ਉਸ ਦੀਆਂ ਅੱਖਾਂ ਸੇਜਲ ਹੋ ਰਹੀਆਂ ਸਨ। 'ਆਹ! ਕਦੇ ਉਹ ਵੀ ਦਿਨ ਸਨ ਕਿ ਮੈਂ ਤੇ ਉਹ ਭੈਣ-ਭਰਾ ਵਾਂਗ ਰਹਿੰਦੇ ਸਾਂ। ਇਕੱਠੇ ਖੇਡਦੇ ਸਾਂ, ਇਕੱਠੇ ਰਹਿੰਦੇ ਸਾਂ। ਅੱਜ ਚੌਦ੍ਹਾਂ ਸਾਲ ਬੀਤ ਗਏ, ਉਨ੍ਹਾਂ ਦੀ ਸ਼ਕਲ ਵੇਖਣ ਦਾ ਸੁਭਾਗ ਵੀ ਪ੍ਰਾਪਤ ਨਾ ਹੋਇਆ। ਉਦੋਂ ਮੈਂ ਜ਼ਰਾ ਕੁ ਵੀ ਰੋਂਦੀ ਤਾਂ ਉਹ ਮੇਰੇ ਹੰਝੂ ਪੂੰਝਦੇ ਤੇ ਮੇਰਾ ਮਨ ਬਹਿਲਾਉਂਦੇ। ਹੁਣ ਉਨ੍ਹਾਂ ਨੂੰ ਕੀ ਖ਼ਬਰ ਕਿ ਇਹ ਅੱਖਾਂ ਕਿੰਨੀਆਂ ਰੋਈਆਂ ਨੇ ਤੇ ਇਸ ਦਿਲ ਨੇ ਕੀ-ਕੀ ਦਰਦ ਸਹਾਰੇ ਨੇ? ਕੀ ਪਤਾ ਸੀ ਕਿ ਸਾਡੀ ਕਿਸਮਤ ਇਹ ਦਿਨ ਦਿਖਾਏਗੀ? ਇਕ ਵਿਜੋਗਣ ਹੋ ਜਾਏਗੀ ਤੇ ਦੂਜਾ ਸੰਨਿਆਸੀ।'

ਅਚਾਨਕ ਮਾਧਵੀ ਨੂੰ ਖ਼ਿਆਲ ਆਇਆ ਕਿ ਸੁਵਾਮਾ ਚਾਚੀ ਨੂੰ ਤਾਂ ਬਾਲਾ ਜੀ ਦੇ ਆਉਣ ਦੀ ਖ਼ਬਰ ਉੱਕਾ ਹੀ ਨਹੀਂ ਹੋਣੀ। ਉਹ ਬਿਰਜਨ ਕੋਲ ਆ ਕੇ ਬੋਲੀ—"ਮੈਂ ਜ਼ਰਾ ਚਾਚੀ ਕੋਲ ਜਾ ਆਉਨੀ ਆਂ। ਪਤਾ ਨਹੀਂ ਕਿਸੇ ਨੇ ਉਨ੍ਹਾਂ ਨੂੰ ਦੱਸਿਆ ਵੀ ਹੈ ਜਾਂ ਨਹੀਂ?"

ਪ੍ਰਾਣਨਾਥ ਬਾਹਰੋਂ ਆ ਰਹੇ ਸਨ, ਇਹ ਸੁਣਦਿਆਂ ਹੀ ਬੋਲੇ—"ਉਨ੍ਹਾਂ ਨੂੰ ਤਾਂ ਸਭ ਤੋਂ ਪਹਿਲਾਂ ਖ਼ਬਰ ਦਿੱਤੀ ਐ। ਉਥੇ ਚੰਗੀਆਂ-ਭਲੀਆਂ ਤਿਆਰੀਆਂ ਹੋ ਰਹੀਆਂ ਨੇ। ਬਾਲਾ ਜੀ ਵੀ ਸਿੱਧੇ ਉਨ੍ਹਾਂ ਕੋਲ ਘਰ ਹੀ ਜਾਣਗੇ, ਹੁਣ ਇਧਰ ਨਹੀਂ ਆਉਣਗੇ।"

ਬਿਰਜਨ—"ਤਾਂ ਫੇਰ ਸਾਨੂੰ ਜਾਣਾ ਚਾਹੀਦੈ, ਕਿਤੇ ਦੇਰ ਨਾ ਹੋ ਜਾਵੇ।"

ਮਾਧਵੀ—"ਆਰਤੀ ਦਾ ਥਾਲ ਲਿਆਵਾਂ?"

ਬਿਰਜਨ—"ਕੌਣ ਲੈ ਕੇ ਜਾਏਗਾ? ਗੋਲੀ (ਕੰਮ ਕਰਨ ਵਾਲੀ ਝਿਊਰੀ) ਨੂੰ ਬੁਲਾ ਲੈ। (ਹੜਬੜਾ ਕੇ) ਓ ਹੋ! ਤੇਰੇ ਹੱਥਾਂ 'ਚ ਖ਼ੂਨ ਕਿਥੋਂ ਆਇਆ?"

ਮਾਧਵੀ—"ਉਫ਼! ਉਹ ਬੱਸ ਫ਼ੁੱਲ ਤੋੜ ਰਹੀ ਸੀ, ਐਵੇਂ ਕੰਡੇ ਚੁਭ ਗਏ ਹੋਣਗੇ।"

ਚੰਦਰਾ—"ਹੁਣੇ ਨਵੀਂ ਸਾੜ੍ਹੀ ਲਿਆਂਦੀ ਸੀ। ਅੱਜ ਹੀ ਫਾੜ ਕੇ ਧਰ ਦਿੱਤੀ!"

ਮਾਧਵੀ—"ਤੁਹਾਡੀ ਬਲਾ ਨਾਲ......।"

ਮਾਧਵੀ ਨੇ ਇਹ ਗੱਲ ਕਹਿ ਤਾਂ ਦਿੱਤੀ, ਪਰ ਅੱਖਾਂ ਵੀ ਭਰ ਗਈਆਂ। ਚੰਦਰਾ ਵੈਸੇ ਤਾਂ ਨੇਕ ਔਰਤ ਸੀ, ਪਰ ਜਦੋਂ ਤੋਂ ਬਾਬੂ ਰਾਧਾਚਰਣ ਨੇ ਲੋਕਾਈ ਦੀ ਸੇਵਾ ਲਈ ਨੌਕਰੀ ਤੋਂ ਅਸਤੀਫ਼ਾ ਦੇ ਦਿੱਤਾ ਸੀ, ਉਦੋਂ ਤੋਂ ਉਹ ਬਾਲਾ ਜੀ ਦੇ ਨਾਂਅ ਤੋਂ ਬਹੁਤ ਖਿਝਦੀ ਸੀ। ਬਿਰਜਨ ਨੂੰ ਤਾਂ ਕੁਝ ਕਹਿ ਨਹੀਂ ਸਕਦੀ ਸੀ, ਪਰ ਮਾਧਵੀ ਨੂੰ ਛੇੜਦੀ ਰਹਿੰਦੀ ਸੀ। ਬਿਰਜਨ ਨੇ ਚੰਦਰਾ ਵੱਲ ਘੂਰ ਕੇ ਵੇਖਿਆ ਤੇ ਫਿਰ ਮਾਧਵੀ ਨੂੰ ਕਿਹਾ—"ਜਾ, ਸੰਦੂਕ 'ਚੋਂ ਦੂਸਰੀ ਸਾੜ੍ਹੀ ਕੱਢ ਲੈ। ਇਹਨੂੰ ਰੱਖ ਆਈਂ। ਹਾਏ ਰੱਬਾ, ਝੱਲੀ ਨੇ ਹੱਥ ਹੀ ਛਿੱਲ ਲਏ।"

ਮਾਧਵੀ—"ਐਵੇਂ ਦੇਰ ਹੋ ਜਾਏਗੀ, ਮੈਂ ਏਦਾਂ ਹੀ ਚੱਲਦੀ ਆਂ।"

ਬਿਰਜਨ—"ਨਹੀਂ-ਨਹੀਂ, ਅਜੇ ਘੰਟੇ ਤੋਂ ਉੱਪਰ ਸਮਾਂ ਪਿਐ।"

ਇਹ ਕਹਿ ਕੇ ਬਿਰਜਨ ਨੇ ਬੜੇ ਪਿਆਰ ਨਾਲ ਮਾਧਵੀ ਦੇ ਹੱਥ-ਪੈਰ ਧੋਤੇ। ਉਸ ਦੇ ਵਾਲ ਗੁੰਦੇ, ਇਕ ਸੋਹਣੀ ਜਿਹੀ ਸਾੜ੍ਹੀ ਪਹਿਨਾਈ, ਸਾਫ਼ਾ ਉੱਪਰ ਦਿੱਤਾ ਤੇ ਉਸ ਨੂੰ ਕਲਾਵੇ ਵਿਚ ਲੈ ਕੇ ਹੰਝੂ ਭਰੀਆਂ ਅੱਖਾਂ ਨਾਲ ਵੇਖਦਿਆਂ ਹੋਇਆਂ ਕਿਹਾ—"ਮੇਰੀਏ ਛੋਟੀਏ ਭੈਣੇ, ਵੇਖੀਂ ਕਿਤੇ ਹੱਥੋਂ ਧੀਰਜ ਨਾ ਛੁੱਟ ਜਾਵੇ।"

ਮਾਧਵੀ ਮੁਸਕੁਰਾ ਕੇ ਬੋਲੀ—"ਦੀਦੀ, ਤੁਸੀਂ ਮੇਰੇ ਨਾਲ ਹੀ ਰਹਿਓ, ਮੈਨੂੰ ਸੰਭਾਲਦੇ ਰਹਿਓ। ਮੈਨੂੰ ਆਪਣੇ ਦਿਲ ਦਾ ਵਸਾਹ ਨਹੀਂ ਐ।"

ਬਿਰਜਨ ਭਾਂਪ ਗਈ ਕਿ ਅੱਜ ਪਿਆਰ ਨੇ ਰੂਹਾਨੀ ਇਸ਼ਕ ਦਾ ਰੁਤਬਾ ਹਾਸਿਲ ਕਰ ਲਿਆ ਹੈ ਤੇ ਯਕੀਨਨ ਇਹੀ ਇਸ ਦੀ ਪਵਿੱਤਰਤਾ ਦੀ ਨਿਸ਼ਾਨੀ ਹੈ। ਪਰ ਹਾਂ! ਇਹ ਕਮਲੀ ਵਿਚਾਰੀ ਰੇਤ ਦੀ ਕੰਧ ਉਸਾਰ ਰਹੀ ਹੈ।

ਮਾਧਵੀ ਥੋੜ੍ਹੀ ਦੇਰ ਬਾਅਦ ਬਿਰਜਨ, ਸੇਵਤੀ, ਚੰਦਰਾ ਤੇ ਹੋਰ ਕੋਈ ਔਰਤਾਂ ਨਾਲ ਰਲ ਕੇ ਸੁਵਾਮਾ ਦੇ ਘਰ ਵੱਲ ਚੱਲ ਪਈ। ਉਹ ਸਾਰੀਆਂ ਉਥੋਂ ਦੀਆਂ ਤਿਆਰੀਆਂ ਵੇਖ ਕੇ ਹੈਰਾਨ ਰਹਿ ਗਈਆਂ। ਦਰਾਂ 'ਤੇ ਇਕ ਬਹੁਤ ਵੱਡਾ ਚੰਦੋਆ (ਛਾਂ ਕਰਨ ਵਾਸਤੇ ਲਗਾਈ ਜਾਣ ਵਾਲੀ ਕੱਪੜੇ ਦੀ ਚਾਨਣੀ, ਜਿਸ ਦੇ ਵਿਚਕਾਰ ਚੰਨ ਦੀ ਮੂਰਤ ਬਣੀ ਹੁੰਦੀ ਹੈ) ਲੱਗਿਆ ਹੋਇਆ ਸੀ, ਜਿਸ ਦੇ ਥੱਲੇ ਵਿਛੌਣੇ, ਸ਼ੀਸ਼ੇ ਤੇ ਤਰ੍ਹਾਂ-ਤਰ੍ਹਾਂ ਦੀਆਂ ਹੋਰ ਚੀਜ਼ਾਂ ਸੁਸ਼ੋਭਿਤ ਕੀਤੀਆਂ ਹੋਈਆਂ ਸਨ। ਵਧਾਈਆਂ ਦਿੱਤੀਆਂ-ਲਿੱਤੀਆਂ ਜਾ ਰਹੀਆਂ ਸਨ। ਵੱਡੇ-ਵੱਡੇ ਟੋਕਰਿਆਂ ਵਿਚ ਮਿਠਿਆਈਆਂ, ਸੁੱਕੇ ਮੇਵੇ ਤੇ ਫਲ ਰੱਖੇ ਹੋਏ ਸਨ। ਸ਼ਹਿਰ ਦੇ ਮੰਨੇ-ਪ੍ਰਮੰਨੇ ਸੱਜਣ ਸੁਹਣੇ ਕੱਪੜੇ ਪਾਈ ਦਰਾਂ 'ਤੇ ਸੁਆਗਤ ਲਈ ਖੜੇ ਹੋਏ ਸਨ। ਇਕ ਵੀ ਘੋੜਾ ਬੱਘੀ ਜਾਂ ਸੁਆਰੀ ਨਹੀਂ ਦਿਖ ਰਹੀ ਸੀ, ਕਿਉਂ ਕਿ ਬਾਲਾ ਜੀ ਹਮੇਸ਼ਾ ਪੈਦਲ ਹੀ ਸਫ਼ਰ ਕਰਦੇ ਸਨ। ਬਹੁਤ ਸਾਰੇ ਲੋਕਾਂ ਨੇ ਗਲਾਂ ਵਿੱਚ ਝੋਲੇ ਲਟਕਾਏ ਹੋਏ ਸਨ, ਜਿਨ੍ਹਾਂ ਵਿਚ ਬਾਲਾਜੀ 'ਤੇ ਨਿਸ਼ਾਵਰ ਕਰਨ ਲਈ ਰੁਪਏ-ਪੈਸੇ ਠੂਸੇ ਹੋਏ ਸਨ। ਰਾਜਾ ਧਰਮ ਸਿੰਘ ਦੇ ਪੰਜੇ ਲੜਕੇ ਰੰਗ-ਬਰੰਗੇ ਕੱਪੜੇ ਪਾਈ, ਕੇਸਰੀ ਪੱਗਾਂ ਬੰਨ੍ਹੀਂ, ਰੇਸ਼ਮੀ ਝੰਡੀਆਂ ਕਮਰਕੱਸਿਆਂ ਵਿਚ ਤੁੰਨੀ ਰਣ-ਸਿੰਗੇ (ਸਿੰਙਾਂ ਵਰਗਾ ਇਕ ਤਿੰਨ ਵਿੰਗਾਂ ਵਾਲਾ ਧਾਤ ਦਾ ਵਾਜਾ, ਜਿਸ ਨਾਲ ਰਣ-ਖੇਤਰ ਵਿਚ ਕਦੇ ਸਿੰਘਨਾਦ ਕਰੀਦਾ ਸੀ) ਵਜਾ ਰਹੇ ਸਨ। ਜਿਉਂ ਹੀ ਲੋਕਾਂ ਦੀ ਨਜ਼ਰ ਬਿਰਜਨ 'ਤੇ ਪਈ, ਹਜ਼ਾਰਾਂ ਸਿਰ ਉਸ ਦੇ ਸਤਿਕਾਰ ਵਿਚ ਝੁਕ ਗਏ। ਜਦੋਂ ਇਹ ਔਰਤਾਂ

ਅੰਦਰ ਗਈਆਂ ਤਾਂ ਉਥੇ ਵੀ ਵਿਹੜੇ ਤੇ ਵਰਾਂਡੇ ਨੂੰ ਸੱਜਰੀ ਵਿਆਹੀ ਲਾੜੀ ਦੀ ਤਰ੍ਹਾਂ ਸਜਿਆ ਵੇਖਿਆ। ਸੈਂਕੜੇ ਔਰਤਾਂ ਮੰਗਲ-ਗੀਤ ਗਾਉਣ ਲਈ ਜੁੜ ਬੈਠੀਆਂ ਸਨ। ਫੁੱਲਾਂ ਦੇ ਢੇਰ ਹਰ ਨੁੱਕਰ ਵਿਚ ਪਏ ਸਨ। ਸੁਵਾਮਾ ਇਕ ਸਫ਼ੈਦ ਸਾੜ੍ਹੀ ਪਹਿਣੀ ਸਬਰ-ਸੰਤੋਖ ਤੇ ਸ਼ਾਂਤੀ ਦੀ ਮੂਰਤ ਬਣੀ ਬੂਹੇ 'ਤੇ ਖੜੀ ਸੀ। ਬਿਰਜਨ ਤੇ ਮਾਧਵੀ ਨੂੰ ਵੇਖਦਿਆਂ ਹੀ ਉਹ ਅੱਖਾਂ ਭਰ ਆਈ। ਬਿਰਜਨ ਬੋਲੀ—"ਚਾਚੀ! ਆਖ਼ਿਰ ਅੱਜ ਇਸ ਘਰ ਨੂੰ ਭਾਗ ਲੱਗ ਹੀ ਗਏ।"

ਸੁਵਾਮਾ ਨੇ ਰੋਂਦਿਆਂ ਕਿਹਾ—"ਤੇਰੇ ਪ੍ਰਤਾਪ ਦਾ ਸਦਕਾ ਹੀ ਮੈਨੂੰ ਅੱਜ ਇਹ ਦਿਨ ਵੇਖਣ ਦਾ ਸੁਭਾਗ ਪ੍ਰਾਪਤ ਹੋਇਐ। ਰੱਬ ਤੇਰੇ ਕੀਤੇ ਨੂੰ ਬਰਕਤ ਪਾਵੇ।"

ਦੁਖਿਆਰੀ ਮਾਂ ਦੀਆਂ ਅਸੀਸਾਂ ਧੁਰ ਅੰਦਰੋਂ ਨਿਕਲੀਆਂ ਸਨ। ਜੇ ਇਕ ਮਾਂ ਦੀ ਦੁਰਅਸੀਸ ਨੇ ਰਾਜਾ ਦਸ਼ਰਥ ਨੂੰ ਪੁੱਤਰ-ਵਿਜੋਗ ਵਿਚ ਮਰਨ ਦਾ ਸੁਆਦ ਚਖਾ ਦਿੱਤਾ ਸੀ ਤਾਂ ਕੀ ਸੁਵਾਮਾ ਦੀ ਇਹ ਅਸੀਸ ਅਜਾਈਂ ਜਾਏਗੀ ?

ਦੋਨੋਂ ਅਜੇ ਇਸੇ ਤਰ੍ਹਾਂ ਗੱਲਾਂ ਕਰ ਹੀ ਰਹੀਆਂ ਸਨ ਕਿ ਘੜਿਆਲਾਂ ਤੇ ਸੰਖਾਂ ਦੀ ਆਵਾਜ਼ ਗੂੰਜਣ ਲੱਗੀ। ਰੌਲਾ ਪੈ ਗਿਆ ਕਿ ਬਾਲਾ ਜੀ ਆ ਗਏ। ਔਰਤਾਂ ਨੇ ਮੰਗਲ-ਗੀਤ ਗਾਉਣੇ ਸ਼ੁਰੂ ਕਰ ਦਿੱਤੇ। ਮਾਧਵੀ ਨੇ ਆਰਤੀ ਵਾਲਾ ਥਾਲ ਲੈ ਲਿਆ ਤੇ ਸੜਕ ਵਾਲ ਟਿਕਟਿਕੀ ਲਾ ਕੇ ਵੇਖਣ ਲੱਗੀ। ਕੁਝ ਹੀ ਦੇਰ ਵਿਚ ਨੀਮ-ਤਾਂਬੇ ਰੰਗੇ ਵਸਤਰਧਾਰੀ ਨੌਜੁਆਨਾਂ ਦਾ ਇਕੱਠ ਦਿਸ ਗਿਆ। 'ਭਾਰਤ-ਸਭਾ' ਦੇ ਸੌ ਦੇ ਕਰੀਬ ਸਦੱਸ ਘੋੜਿਆਂ 'ਤੇ ਚੜ੍ਹ ਕੇ ਆ ਰਹੇ ਸਨ। ਉਨ੍ਹਾਂ ਦੇ ਪਿੱਛੇ ਅਣਗਿਣਤ ਲੋਕਾਂ ਦਾ ਝੁੰਡ ਸੀ। ਸਾਰਾ ਸ਼ਹਿਰ ਹੀ ਉਮੜ ਪਿਆ ਸੀ। ਮੋਢੇ ਨਾਲ ਮੋਢਾ ਖਹਿ ਰਿਹਾ ਸੀ, ਲੱਗਦਾ ਸੀ ਜਿਵੇਂ ਸਮੁੰਦਰ ਦੀਆਂ ਲਹਿਰਾਂ ਉਠ ਰਹੀਆਂ ਹੋਣ। ਇਸ ਭੀੜ ਵਿਚ ਬਾਲਾ ਜੀ ਦਾ ਚੰਨ ਵਰਗਾ ਮੁਖੜਾ ਏਦਾਂ ਲੱਗ ਰਿਹਾ ਸੀ, ਜਿਵੇਂ ਬੱਦਲਾਂ ਦੇ ਓਹਲਿਓਂ ਚੰਨ ਚੜ੍ਹ ਆਇਆ ਹੋਵੇ। ਮੱਥੇ 'ਤੇ ਸੰਧੂਰ-ਚੰਦਨ ਦਾ ਟਿੱਕਾ ਲੱਗਿਆ ਹੋਇਆ ਸੀ ਤੇ ਗਲ੍ਹ ਵਿਚ ਇਕ ਗੇਰੂਏ ਰੰਗ ਦਾ ਸਾਫ਼ਾ ਜਿਹਾ ਪਾਇਆ ਹੋਇਆ ਸੀ।

ਸੁਵਾਮਾ ਬੂਹੇ 'ਤੇ ਖੜੀ ਸੀ, ਜਿਉਂ ਹੀ ਬਾਲਾਜੀ ਦਾ ਅਕਸ ਉਸ ਨੂੰ ਵਿਖਾਈ ਦਿੱਤਾ, ਹੱਥੋਂ ਸਬਰ ਛੁੱਟ ਗਿਆ। ਬੂਹੇ ਤੋਂ ਬਾਹਰ ਨਿਕਲ ਆਈ ਤੇ ਸਿਰ ਝੁਕਾਈ, ਅੱਖਾਂ 'ਚੋਂ ਅੱਥਰੂ ਕੇਰਦੀ ਬਾਲਾਜੀ ਵੱਲ ਤੁਰ ਪਈ। ਅੱਜ ਉਸ ਨੂੰ ਆਪਣਾ ਗੁਆਚਿਆ ਲਾਲ ਮਿਲ ਗਿਆ ਸੀ। ਉਹ ਉਸ ਨੂੰ ਛਾਤੀ ਨਾਲ ਲਾਉਣ ਲਈ ਉਤਾਵਲੀ ਸੀ।

ਸੁਵਾਮਾ ਨੂੰ ਇਸ ਤਰ੍ਹਾਂ ਆਉਂਦਿਆਂ ਵੇਖ ਕੇ ਸਾਰੇ ਲੋਕ ਪਿੱਛੇ ਹੱਟ ਗਏ। ਏਦਾਂ ਲੱਗ ਰਿਹਾ ਸੀ, ਜਿਵੇਂ ਕੋਈ ਦੇਵੀ ਅਰਸ਼ੋਂ ਉਤਰ ਆਈ ਹੋਵੇ। ਚਾਰੇ ਪਾਸੇ ਸੰਨਾਟਾ ਪਸਰ ਗਿਆ। ਬਾਲਾ ਜੀ ਨੇ ਕਈ ਉਲਾਂਘਾਂ ਅੱਗੇ ਵੱਲ ਪੁੱਟ ਕੇ ਮਾਂ ਨੂੰ ਨਮਸਕਾਰ ਕੀਤਾ ਤੇ ਉਸ ਦੇ ਪੈਰਾਂ ਵਿੱਚ ਡਿੱਗ ਪਏ। ਸੁਵਾਮਾ ਨੇ ਉਨ੍ਹਾਂ ਨੂੰ ਆਪਣੇ ਕਲਾਵੇ ਵਿਚ ਲੈ ਲਿਆ। ਅੱਜ ਉਸ ਨੂੰ ਸੱਚਮੁੱਚ ਆਪਣਾ ਗੁਆਚਿਆ ਰਤਨ ਮਿਲ ਗਿਆ ਸੀ। ਇਸੇ ਖੇੜੇ ਵਿਚ ਉਸ ਦੀਆਂ ਅੱਖਾਂ 'ਚੋਂ ਹੰਝੂਆਂ ਦੇ ਮੋਤੀ ਕਿਰ ਰਹੇ ਸਨ।

ਇਸ ਭਾਵਪੂਰਤ ਦ੍ਰਿਸ਼ ਨੂੰ ਵੇਖ ਕੇ ਲੋਕਾਂ ਦੇ ਦਿਲ ਇਨਸਾਨੀਅਤ ਦੇ ਜਜ਼ਬੇ ਨਾਲ ਭਰ ਗਏ! ਪੰਜਾਹ ਹਜ਼ਾਰ ਦੇ ਕਰੀਬ ਲੋਕਾਂ ਦੀ ਆਵਾਜ਼ ਗੂੰਜ ਉੱਠੀ—"ਬਾਲਾਜੀ ਦੀ ਜੈ!"

ਉਤਸ਼ਾਹ ਦੇ ਬੱਦਲ ਗਰਜੇ ਤੇ ਚਾਰੇ ਪਾਸਿਓਂ ਫੁੱਲਾਂ ਦੀ ਵਰਖਾ ਹੋਣ ਲੱਗੀ। ਮੁੜ ਉਸੇ ਤਰ੍ਹਾਂ ਦੂਜੀ ਵਾਰ ਬੱਦਲ ਗਰਜੇ—"ਮੁਨਸ਼ੀ ਸ਼ਾਲੀਗ੍ਰਾਮ ਦੀ ਜੈ!" ਤੇ ਇਸ ਦੇ ਨਾਲ ਹੀ ਹਜ਼ਾਰਾਂ ਲੋਕ ਦੇਸ਼-ਪਿਆਰ ਦੇ ਜਜ਼ਬੇ ਦੇ ਆਵੇਸ਼ ਵਿਚ ਆ ਕੇ ਦੌੜੇ ਤੇ ਸੁਵਾਮਾ ਦੇ ਪੈਰਾਂ ਦੀ ਧੂੜ ਮੱਥੇ 'ਤੇ ਛੁਹਾਉਣ ਲੱਗੇ। ਇਨ੍ਹਾਂ ਜੈਕਾਰਿਆਂ ਨਾਲ ਸੁਵਾਮਾ ਏਦਾਂ ਕੀਲੀ ਗਈ, ਜਿਵੇਂ ਬੀਨ ਦੀ ਆਵਾਜ਼ ਸੁਣ ਕੇ ਸੱਪਣੀ ਕੀਲੀ ਜਾਂਦੀ ਹੈ। ਅੱਜ ਉਸ ਨੂੰ ਆਪਣਾ ਗੁਆਚਿਆ ਰਤਨ ਮਿਲਿਆ ਹੈ, ਇਸ ਅਮੋਲਕ ਰਤਨ ਨੂੰ ਪ੍ਰਾਪਤ ਕਰ ਕੇ ਉਹ ਰਾਣੀ ਬਣ ਗਈ ਹੈ। ਇਸੇ ਰਤਨ ਦੇ ਪ੍ਰਤਾਪ ਸਦਕਾ ਅੱਜ ਉਸ ਦੇ ਪੈਰਾਂ ਦੀ ਧੂੜ ਲੋਕਾਂ ਦੀਆਂ ਅੱਖਾਂ ਦਾ ਸੁਰਮਾ ਤੇ ਮੱਥੇ ਦਾ ਚੰਦਨ ਬਣ ਰਹੀ ਹੈ।

ਪਹਿਲਾਂ ਵਾਲਾ ਦ੍ਰਿਸ਼ ਹੀ ਅਜੇ ਤਾਈਂ ਲੋਕਾਂ ਦੇ ਦਿਲ ਠਾਰ ਰਿਹਾ ਸੀ। ਵਾਰ-ਵਾਰ ਲਗਾਤਾਰ ਜੈਕਾਰਿਆਂ ਦੀ ਆਵਾਜ਼ ਗੂੰਜ ਰਹੀ ਸੀ ਤੇ ਸੁਰਗਾਂ ਦੇ ਵਾਸੀਆਂ ਨੂੰ ਵੀ ਭਾਰਤ ਦੀ ਰੂਹਾਨੀ-ਜਾਗਰੂਕਤਾ ਦਾ ਸ਼ੁਭ-ਸੁਨੇਹਾ ਦੇ ਰਹੀ ਸੀ। ਮਾਂ ਅਜੇ ਵੀ ਆਪਣੇ ਪੁੱਤਰ ਨੂੰ ਕਾਲਜੇ ਨਾਲ ਲਾਈ ਖੜੀ ਸੀ। ਬਹੁਤ ਦਿਨਾਂ ਦੇ ਬਾਅਦ ਉਸ ਨੂੰ ਆਪਣਾ ਗੁਆਚਿਆ ਰਤਨ ਮਿਲਿਆ ਸੀ, ਉਹ ਰਤਨ ਜੋ ਉਸ ਦੀ ਜ਼ਿੰਦਗੀ ਭਰ ਦੀ ਪੂੰਜੀ ਸੀ। ਫੁੱਲਾਂ ਦੀ ਵਰਖਾ ਚਾਰੇ-ਪਾਸਿਓਂ ਹੋ ਰਹੀ ਸੀ। ਸੋਨੇ ਤੇ ਜਵਾਹਰਾਂ ਦੀ ਵੀ ਵਰਖਾ ਹੋ ਰਹੀ ਸੀ। ਮਾਂ-ਪੁੱਤ ਲੱਕ ਤੱਕ ਫੁੱਲਾਂ ਦੇ ਹੜ੍ਹ ਵਿਚ ਡੁੱਬ ਚੁੱਕੇ ਸਨ। ਏਡਾ ਪ੍ਰਭਾਵਸ਼ਾਲੀ ਦ੍ਰਿਸ਼ ਕਿਸ ਦੀਆਂ ਅੱਖਾਂ ਨੇ ਵੇਖਿਆ ਹੋਣੈ?

ਸੁਵਾਮਾ ਬਾਲਾਜੀ ਦਾ ਹੱਥ ਫੜੀ ਘਰ ਵੱਲ ਤੁਰ ਪਈ। ਬਰੂਹਾਂ 'ਤੇ ਪਹੁੰਚਦਿਆਂ ਹੀ ਔਰਤਾਂ ਮੰਗਲ-ਗੀਤ ਗਾਉਣ ਲੱਗੀਆਂ ਤੇ ਮਾਧਵੀ ਸੋਨੇ ਦੇ ਥਾਲ ਵਿਚ ਧੂਫ਼, ਜੋਤ ਤੇ ਫੁੱਲ ਸਜਾਈ ਆਰਤੀ ਉਤਾਰਣ ਲੱਗੀ। ਬਿਰਜਨ ਨੇ ਫੁੱਲਾਂ ਦਾ ਹਾਰ, ਜਿਸ ਨੂੰ ਮਾਧਵੀ ਨੇ ਆਪਣੇ ਖ਼ੂਨ ਨਾਲ ਵੀ ਰੰਗ ਦਿੱਤਾ ਸੀ, ਬਾਲਾ ਜੀ ਦੇ ਗਲ੍ਹ ਵਿਚ ਪਾ ਦਿੱਤਾ। ਬਾਲਾ ਜੀ ਨੇ ਸੇਜਲ ਅੱਖਾਂ ਨਾਲ ਬਿਰਜਨ ਵੱਲ ਵੇਖ ਕੇ ਨਮਸਕਾਰ ਕੀਤੀ।

ਮਾਧਵੀ ਨੂੰ ਤਾਂ ਬਾਲਾਜੀ ਦੇ ਦਰਸ਼ਣਾਂ ਦੀ ਕਿੰਨੀ ਤਾਂਘ ਸੀ ਪਰ ਇਸ ਵੇਲੇ ਉਸ ਦੀਆਂ ਨਜ਼ਰਾਂ ਜ਼ਮੀਨ 'ਤੇ ਗੱਡੀਆਂ ਗਈਆਂ ਸਨ। ਉਹ ਬਾਲਾ ਜੀ ਵੱਲ ਚਾਹ ਕੇ ਵੀ ਨਹੀਂ ਵੇਖਣਾ ਚਾਹੁੰਦੀ ਸੀ, ਉਸ ਨੂੰ ਡਰ ਸੀ ਕਿ ਕਿਤੇ ਮੇਰੀ ਤੱਕਣੀ ਮੇਰੇ ਦਿਲ ਦੇ ਭੇਤ ਨਾ ਖੋਲ੍ਹ ਦੇਵੇ। ਉਸ ਦੀਆਂ ਅੱਖਾਂ ਵਿਚੋਂ ਸੱਚਮੁੱਚ ਪਿਆਰ ਦਾ ਅੰਮ੍ਰਿਤ ਛਲਕ ਰਿਹਾ ਸੀ। ਹੁਣ ਤੱਕ ਤਾਂ ਉਸ ਦੀ ਸਭ ਤੋਂ ਵੱਡੀ ਰੀਝ ਇਹੀ ਸੀ ਕਿ ਬਾਲਾ ਜੀ ਦੇ ਦਰਸ਼ਣ ਕਰਾਂ। ਪਰ ਅੱਜ ਪਹਿਲੀ ਵਾਰ ਮਾਧਵੀ ਦੇ ਦਿਲ ਵਿਚ ਨਵੀਆਂ ਰੀਝਾਂ ਵਿਗਸ ਰਹੀਆਂ ਸਨ, ਅੱਜ ਇਨ੍ਹਾਂ ਰੀਝਾਂ ਦੇ ਬਾਗ਼ ਵਿਚ ਇਕ ਨਵੀਂ ਕਲੀ ਫੁੱਟੀ ਸੀ, ਪਰ ਖਿੜਨ ਲਈ ਨਹੀਂ, ਸਗੋਂ ਮੁਰਝਾਉਣ ਲਈ ਤੇ ਮੁਰਝਾ ਕੇ ਮਿੱਟੀ ਵਿਚ ਰੁਲ ਜਾਣ ਲਈ। ਮਾਧਵੀ ਨੂੰ ਹੁਣ ਕੌਣ ਸਮਝਾਵੇ ਕਿ ਤੂੰ ਇਨ੍ਹਾਂ ਰੀਝਾਂ ਨੂੰ ਦਿਲ ਵਿਚ ਪੈਦਾ ਨਾ ਹੋਣ ਦੇ। ਇਹ ਰੀਝਾਂ ਤੈਨੂੰ ਬਹੁਤ ਰੁਆਉਣਗੀਆਂ। ਤੇਰਾ ਪਿਆਰ ਕਾਲਪਨਿਕ ਹੈ ਤੇ ਤੈਨੂੰ ਉਸੇ ਦੇ ਸੁਆਦ ਦੀ ਪਛਾਣ ਹੈ। ਕੀ ਹੁਣ ਤੂੰ ਯਥਾਰਥਕ ਪਿਆਰ ਦਾ ਸੁਆਦ ਵੀ ਚੱਖਣਾ ਚਾਹੁੰਦੀ ਐਂ?

24
ਪਿਆਰ ਦਾ ਸੁਪਨਾ

ਇਨਸਾਨ ਦਾ ਦਿਲ ਰੀਝਾਂ ਦੀ ਕਰਮਭੂਮੀ ਤੇ ਕਾਮਨਾਵਾਂ ਦੀ ਜਨਮਭੂਮੀ ਹੁੰਦਾ ਹੈ। ਕੋਈ ਵੇਲਾ ਸੀ ਜਦ ਮਾਧਵੀ ਮਾਂ ਦੀ ਬੁੱਕਲ ਵਿਚ ਖੇਡਦੀ ਸੀ, ਉਸ ਵੇਲੇ ਉਸ ਦਾ ਦਿਲ ਰੀਝਾਂ ਤੇ ਖ਼ਾਹਿਸ਼ਾਂ ਤੋਂ ਕੋਰਾ ਸੀ। ਪਰ ਜਦ ਉਹ ਮਿੱਟੀ ਦੀ ਘਰੌਂਦੇ ਬਣਾਉਣ ਜੋਗੀ ਹੋਈ ਤਾਂ ਉਸ ਵੇਲੇ ਉਸ ਦੇ ਮਨ ਵਿਚ ਇਹ ਖ਼ਾਹਿਸ਼ ਜਾਗੀ ਕਿ ਮੈਂ ਵੀ ਆਪਣੇ ਗੁੱਡੀਆਂ-ਪਟੋਲਿਆਂ ਦਾ ਵਿਆਹ ਰਚਾਵਾਂਗੀ। ਸਾਰੀਆਂ ਕੁੜੀਆਂ ਆਪਣੀਆਂ-ਆਪਣੀਆਂ ਗੁੱਡੀਆਂ ਦੇ ਵਿਆਹ ਰਚਾ ਰਹੀਆਂ ਨੇ, ਕੀ ਮੇਰੀ ਗੁੱਡੀ ਕੁਆਰੀ ਹੀ ਰਹਿ ਜਾਏਗੀ ? ਮੈਂ ਵੀ ਆਪਣੀ ਗੁੱਡੀ ਲਈ ਗਹਿਣੇ ਬਣਵਾਵਾਂਗੀ, ਉਹਦਾ ਕਾਜ ਰਚਾਵਾਂਗੀ। ਇਸ ਖ਼ਾਹਿਸ਼ ਨੇ ਉਸ ਨੂੰ ਕਈ ਮਹੀਨੇ ਰੁਆਇਆ। ਪਰ ਉਹਦੀਆਂ ਗੁੱਡੀਆਂ ਦੇ ਭਾਗ ਵਿਚ ਵਿਆਹ ਨਹੀਂ ਲਿਖਿਆ ਸੀ। ਇਕ ਦਿਨ ਘਣੇ ਬੱਦਲ ਅਜਿਹੇ ਘਿਰ ਕੇ ਆਏ ਤੇ ਅਜਿਹਾ ਮੂਸਲੇਧਾਰ ਮੀਂਹ ਵਰ੍ਹਿਆ ਕਿ ਮਾਧਵੀ ਦਾ ਘਰੌਂਦਾ ਪਾਣੀ ਵਿਚ ਵਹਿ ਗਿਆ ਤੇ ਗੁੱਡੀਆਂ ਦੇ ਵਿਆਹ ਦੀ ਰੀਝ ਅਧੂਰੀ ਹੀ ਰਹਿ ਗਈ।

ਕੁਝ ਸਮਾਂ ਹੋਰ ਲੰਘਿਆ। ਉਹ ਆਪਣੀ ਮਾਂ ਨਾਲ ਬਿਰਜਨ ਦੇ ਸਹੁਰੇ ਘਰ ਆਉਣ-ਜਾਣ ਲੱਗੀ। ਉਥੇ ਬਿਰਜਨ ਦੀਆਂ ਮਿੱਠੀਆਂ-ਮਿੱਠੀਆਂ ਗੱਲਾਂ ਸੁਣਦੀ ਤੇ ਖ਼ੁਸ਼ ਹੁੰਦੀ। ਬਿਰਜਨ ਦੇ ਥਾਲ ਵਿਚ ਖਾਂਦੀ ਤੇ ਉਸੇ ਦੀ ਗੋਦੀ ਵਿਚ ਸੌਂਦੀ। ਉਸ ਵੇਲੇ ਉਸ ਦੇ ਦਿਲ ਵਿਚ ਇਹ ਤਮੰਨਾ ਸੀ ਕਿ ਕਾਸ਼! ਮੇਰਾ ਘਰ ਵੀ ਏਨਾ ਸੁਹਣਾ ਹੁੰਦਾ, ਉਸ ਵਿਚ ਚਾਂਦੀ ਦੇ ਦਰਵਾਜ਼ੇ ਲੱਗੇ ਹੁੰਦੇ, ਫ਼ਰਸ਼ ਏਨਾ ਸਾਫ਼-ਸੁਥਰਾ ਹੁੰਦਾ ਕਿ ਮੱਖੀ ਬੈਠੇ ਤੇ ਫਿਸਲ ਜਾਵੇ, ਮੈਂ ਬਿਰਜਨ ਨੂੰ ਆਪਣੇ ਘਰ ਲੈ ਕੇ ਜਾਂਦੀ, ਉਥੇ ਵਧੀਆ-ਵਧੀਆ ਪਕਵਾਨ ਬਣਾਉਂਦੀ ਤੇ ਉਸ ਨੂੰ ਰੱਜ ਕੇ ਖੁਆਉਂਦੀ, ਉਸ ਨੂੰ ਮਖ਼ਮਲੀ ਪਲੰਘ 'ਤੇ ਸੁਆਉਂਦੀ ਤੇ ਬੜੀ ਚੰਗੀ ਤਰ੍ਹਾਂ ਉਹਦੀ ਸੇਵਾ ਕਰਦੀ। ਇਹ ਤਮੰਨਾ ਸਾਲਾਂਬੱਧੀ ਉਹਦੇ ਦਿਲ ਵਿਚ ਅੰਗੜਾਈਆਂ ਲੈਂਦੀ ਰਹੀ। ਪਰ ਉਸੇ ਮਿੱਟੀ ਦੇ ਘਰੌਂਦੇ ਦੀ ਤਰ੍ਹਾਂ ਉਸ ਦਾ ਇਹ ਘਰ ਵੀ ਯਥਾਰਥ ਦੀਆਂ ਠੋਕਰਾਂ ਨਾਲ ਢਹਿ ਗਿਆ ਤੇ ਆਸਾਂ ਖੁਣੋਂ ਵੀ ਉਹ ਬੇਆਸ ਹੋ ਗਈ।

ਕੁਝ ਸਮਾਂ ਹੋਰ ਬੀਤਿਆ, ਅੱਲੜ੍ਹ ਉਮਰ ਨੇ ਦਸਤਕ ਦਿੱਤੀ। ਬਿਰਜਨ ਨੇ ਉਹਦੇ ਦਿਲ 'ਤੇ ਪ੍ਰਤਾਪਚੰਦਰ ਦਾ ਮੁਹਾਂਦਰਾ ਉਕੇਰਨਾ ਸ਼ੁਰੂ ਕੀਤਾ। ਉਨ੍ਹੀਂ ਦਿਨੀਂ ਮਾਧਵੀ ਨੂੰ ਪ੍ਰਤਾਪ ਦੀਆਂ ਗੱਲਾਂ ਤੋਂ ਬਿਨਾਂ ਕੋਈ ਗੱਲ ਚੰਗੀ ਹੀ ਨਹੀਂ ਲੱਗਦੀ ਸੀ।

ਅਖ਼ੀਰ ਉਹਦੇ ਦਿਲ ਵਿਚ ਪ੍ਰਤਾਪਚੰਦਰ ਦੀ ਅਰਧਾਂਗਣੀ ਬਣਨ ਦੀ ਰੀਝ ਕਰਵਟਾਂ ਲੈਣ ਲੱਗੀ। ਪਈ-ਪਈ ਦਿਲ ਨਾਲ ਗੱਲਾਂ ਕਰਿਆ ਕਰਦੀ। ਰਾਤਾਂ ਨੂੰ ਜਗਰਾਤਾ ਕੱਟ ਕੇ ਮਨ ਵਿਚ ਫੁੱਟਦੇ ਪਿਆਰ ਦੇ ਲੱਡੂ ਖਾਂਦੀ ਰਹਿੰਦੀ। ਇਨ੍ਹਾਂ ਖ਼ਿਆਲਾਂ ਨਾਲ ਮਨ 'ਤੇ ਇਕ ਸਰੂਰ ਜਿਹਾ ਛਾ ਜਾਂਦਾ। ਪਰ ਇਸੇ ਦਰਮਿਆਨ ਪ੍ਰਤਾਪਚੰਦਰ ਲੋਪ ਹੋ ਗਏ ਤੇ ਬਚਪਨ ਦੇ ਉਸ ਮਿੱਟੀ ਦੇ ਘਰੌਂਦੇ ਦੀ ਤਰ੍ਹਾਂ ਮਾਧਵੀ ਦਾ ਇਹ ਹਵਾਈ ਕਿਲ੍ਹਾ ਵੀ ਢਹਿ ਗਿਆ। ਆਸ- ਉਮੀਦ ਦੀ ਥਾਂ ਦਿਲ ਵਿਚ ਸੋਗ ਭਰ ਗਿਆ।

ਫਿਰ ਤਾਂ ਨਾਉਮੀਦੀ ਨੇ ਉਹਦੇ ਦਿਲ ਵਿਚ ਉਮੀਦ ਜੋਗੀ ਥਾਂ ਹੀ ਬਾਕੀ ਨਾ ਛੱਡੀ। ਉਹ ਦੇਵਤਿਆਂ ਦੀ ਪੂਜਾ ਕਰਨ ਲੱਗੀ, ਵਰਤ ਰੱਖਣ ਲੱਗੀ ਕਿ ਪ੍ਰਤਾਪਚੰਦਰ ਨੂੰ ਕਦੇ ਵੀ ਸਮੇਂ ਦੀ ਮਾੜੀ ਨਜ਼ਰ ਨਾ ਲੱਗੇ। ਇਸ ਤਰ੍ਹਾਂ ਆਪਣੀ ਜ਼ਿੰਦਗੀ ਦੇ ਕਈ ਸਾਲ ਉਸ ਨੇ ਸਾਧਕੀ ਬਣ ਕੇ ਬਤੀਤ ਕੀਤੇ। ਉਹ ਹਮੇਸ਼ਾ ਕਾਲਪਨਿਕ ਪਿਆਰ ਦੇ ਸਰੂਰ ਵਿਚ ਚੂਰ ਰਹਿੰਦੀ। ਪਰ ਅੱਜ ਸਾਧਕੀ ਦਾ ਵਰਤ ਵੀ ਟੁੱਟ ਗਿਆ ਤੇ ਮਨ ਵਿਚ ਨਵੀਆਂ ਰੀਝਾਂ ਸਿਰ ਚੁੱਕਣ ਲੱਗੀਆਂ। ਬਾਰ੍ਹਾਂ ਸਾਲਾਂ ਦੀ ਸਾਧਨਾ ਇਕੋ ਪਲ ਵਿਚ ਭੰਗ ਹੋ ਗਈ। ਕੀ ਉਹਦੀ ਇਹ ਰੀਝ ਵੀ ਉਸੇ ਮਿੱਟੀ ਦੇ ਘਰੌਂਦੇ ਦੀ ਤਰ੍ਹਾਂ ਚਕਨਾਚੂਰ ਹੋ ਜਾਏਗੀ ?

ਅੱਜ ਜਦੋਂ ਤੋਂ ਮਾਧਵੀ ਨੇ ਬਾਲਾ ਜੀ ਦੀ ਆਰਤੀ ਉਤਾਰੀ ਹੈ, ਉਸ ਦੇ ਹੰਝੂ ਨਹੀਂ ਰੁਕੇ, ਸਾਰਾ ਦਿਨ ਹੀ ਲੰਘ ਗਿਆ। ਇਕ-ਇਕ ਕਰਕੇ ਅਰਸ਼ ਦੇ ਸਾਰੇ ਤਾਰੇ ਉਗਮਣ ਲੱਗ ਪਏ ਸਨ। ਸੂਰਜ ਥੱਕ-ਟੁੱਟ ਕੇ ਕਿਧਰੇ ਆਰਾਮ ਕਰਨ ਲਈ ਲੁਕ ਗਿਆ ਸੀ ਤੇ ਪੰਛੀ ਆਪਣੇ ਆਲ੍ਹਣਿਆਂ ਵਿਚ ਆਰਾਮ ਕਰ ਰਹੇ ਸਨ, ਪਰ ਮਾਧਵੀ ਦੀਆਂ ਅੱਖਾਂ ਨਹੀਂ ਸਨ ਥੱਕੀਆਂ। ਉਹ ਸੋਚ ਰਹੀ ਸੀ ਕਿ 'ਆਹ! ਕੀ ਮੈਂ ਸਾਰੀ ਜ਼ਿੰਦਗੀ ਇਸੇ ਤਰ੍ਹਾਂ ਰੋਂਦਿਆਂ ਰਹਿਣ ਲਈ ਹੀ ਬਣਾਈ ਗਈ ਹਾਂ ? ਮੈਂ ਕਦੇ ਏਨਾ ਹੱਸੀ ਵੀ ਸਾਂ ਕਿ ਜਿਹਦੇ ਕਰਕੇ ਮੈਨੂੰ ਏਨਾ ਰੋਣਾ ਪੈ ਰਿਹੈ ? ਆਹ! ਰੋਂਦਿਆਂ ਰੋਂਦਿਆਂ ਅੱਧੀ ਉਮਰ ਲੰਘ ਗਈ, ਕੀ ਬਾਕੀ ਦੀ ਉਮਰ ਵੀ ਰੋਂਦਿਆਂ ਹੀ ਲੰਘੇਗੀ ? ਕੀ ਮੇਰੀ ਜ਼ਿੰਦਗੀ ਵਿੱਚ ਇਕ ਦਿਨ ਵੀ ਅਜਿਹਾ ਨਹੀਂ ਆਏਗਾ, ਜਿਸ ਨੂੰ ਯਾਦ ਕਰ-ਕਰ ਕੇ ਮੈਨੂੰ ਸੰਤੁਸ਼ਟੀ ਹੋਏ ਕਿ ਹਾਂ, ਮੈਂ ਵੀ ਕਦੇ ਸੁੱਖ ਭਰੇ ਦਿਨ ਵੇਖੇ ਸਨ ?' ਅੱਜ ਤੋਂ ਪਹਿਲਾਂ ਮਾਧਵੀ ਕਦੇ ਵੀ ਏਨੀ ਨਿਰਾਸ਼ ਤੇ ਏਨੀ ਉਦਾਸ ਨਹੀਂ ਹੋਈ ਸੀ। ਉਹ ਤਾਂ ਹਮੇਸ਼ਾ ਆਪਣੇ ਕਾਲਪਨਿਕ ਪਿਆਰ ਦੇ ਮਟਕ-ਹੁਲਾਰਿਆਂ ਵਿਚ ਮਸਤ ਰਹਿੰਦੀ ਸੀ। ਪਰ ਅੱਜ ਉਸ ਦੇ ਦਿਲ ਵਿਚ ਫੇਰ ਨਵੀਆਂ ਰੀਝਾਂ ਜਾਗੀਆਂ ਸਨ ਤੇ ਇਹ ਹੰਝੂ ਉਨ੍ਹਾਂ ਰੀਝਾਂ ਤੋਂ ਹੀ ਪ੍ਰੇਰਿਤ ਸਨ। ਜਿਹੜਾ ਦਿਲ ਸੋਲ੍ਹਾਂ ਸਾਲਾਂ ਤੱਕ ਵੱਖ-ਵੱਖ ਆਸਾਂ ਨੂੰ ਪਾਲਦਾ ਰਿਹਾ ਹੋਵੇ, ਉਹੀ ਇਸ ਵੇਲੇ ਮਾਧਵੀ ਦੀਆਂ ਭਾਵਨਾਵਾਂ ਨੂੰ ਸਮਝ ਸਕਦਾ ਹੈ।

ਸੁਵਾਮਾ ਦੇ ਦਿਲ ਵਿਚ ਵੀ ਸੱਜਰੀਆਂ ਰੀਝਾਂ ਪੈਦਾ ਹੋ ਗਈਆਂ ਸਨ। ਜਦੋਂ ਤੱਕ ਤਾਂ ਉਸ ਨੇ ਬਾਲਾਜੀ ਨੂੰ ਨਹੀਂ ਵੇਖਿਆ ਸੀ, ਉਦੋਂ ਤੱਕ ਤਾਂ ਉਹਦੀ ਸਭ ਤੋਂ ਵੱਡੀ ਰੀਝ ਇਹੀ ਸੀ ਕਿ ਉਹ ਆਪਣੇ ਪੁੱਤਰ ਨੂੰ ਰੱਜ ਕੇ ਵੇਖ ਸਕੇ ਤੇ ਦਿਲ ਠੰਢਾ ਕਰ ਸਕੇ। ਪਰ ਅੱਜ ਜਦ ਰੱਜ ਕੇ ਪੁੱਤਰ ਨੂੰ ਵੇਖ ਲਿਆ ਤਾਂ ਕੁਝ ਹੋਰ ਵੇਖਣ ਦੀ ਰੀਝ ਪੈਦਾ ਹੋ ਗਈ। ਪਰ ਅਫ਼ਸੋਸ! ਇਹ ਰੀਝ ਵੀ ਪੈਦਾ ਹੋਈ ਸੀ ਮਾਧਵੀ ਦੇ ਮਿੱਟੀ ਦੇ ਘਰੌਂਦੇ ਦੀ ਤਰ੍ਹਾਂ ਮਿੱਟੀ ਵਿਚ ਮਿਲ ਜਾਣ ਲਈ।

ਅੱਜ ਸੁਵਾਮਾ, ਬਿਰਜਨ ਤੇ ਬਾਲਾਜੀ ਵਿਚਕਾਰ ਤਿਰਕਾਲਾਂ ਪੈਣ ਤੱਕ ਗੱਲਾਂ ਹੁੰਦੀਆਂ ਰਹੀਆਂ। ਬਾਲਾਜੀ ਨੇ ਆਪਣੇ ਅਨੁਭਵਾਂ ਦਾ ਜ਼ਿਕਰ ਕੀਤਾ। ਸੁਵਾਮਾ ਨੇ ਆਪਣੀ ਰਾਮ-ਕਹਾਣੀ ਸੁਣਾਈ ਤੇ ਬਿਰਜਨ ਨੇ ਕਿਹਾ ਤਾਂ ਥੋੜ੍ਹਾ, ਪਰ ਸੁਣਿਆ ਬਹੁਤ। ਮੁਨਸ਼ੀ ਸੰਜੀਵਨ ਲਾਲ ਦੇ ਸੰਨਿਆਸ ਧਾਰ ਲੈਣ ਬਾਰੇ ਸੁਣਕੇ ਦੋਵੇਂ ਬਹੁਤ ਰੋਈਆਂ। ਜਦ ਹਨੇਰਾ ਪਸਰਣ ਲੱਗਾ ਤਾਂ ਬਾਲਾਜੀ ਗੰਗਾ ਵੱਲ ਸੈਰ ਕਰਨ ਚਲੇ ਗਏ ਤੇ ਸੁਵਾਮਾ ਖਾਣਾ ਬਣਾਉਣ ਲੱਗ ਗਈ। ਅੱਜ ਬਹੁਤ ਦਿਨਾਂ ਦੇ ਬਾਅਦ ਸੁਵਾਮਾ ਮਨ ਲਾ ਕੇ ਖਾਣਾ ਬਣਾ ਰਹੀ ਸੀ। ਦੋਵੇਂ

ਜਣੀਆਂ ਗੱਲਾਂ ਕਰਨ ਲੱਗ ਪਈਆਂ।

ਸੁਵਾਮਾ—"ਧੀਏ! ਮੇਰੀ ਇਹ ਦਿਲੀ-ਰੀਝ ਸੀ ਕਿ ਮੇਰਾ ਪੁੱਤਰ ਦੁਨੀਆਂ ਭਰ ਵਿਚ ਜਸ ਤੇ ਕੀਰਤੀ ਦਾ ਪਾਤਰ ਬਣੇ ਤੇ ਰੱਬ ਨੇ ਅੱਜ ਮੇਰੀ ਇਹ ਰੀਝ ਪੁਗਾ ਦਿੱਤੀ। ਪ੍ਰਤਾਪ ਨੇ ਆਪਣੇ ਪਿਤਾ ਤੇ ਖ਼ਾਨਦਾਨ ਦਾ ਨਾਂਅ ਰੌਸ਼ਨ ਕਰ ਦਿੱਤੈ। ਅੱਜ ਜਦ ਸਵੇਰੇ ਲੋਕਾਂ ਨੇ ਪ੍ਰਤਾਪ ਦੇ ਪਿਤਾ ਜੀ ਦੀ ਜੈ-ਜੈਕਾਰ ਕੀਤੀ ਸੀ ਤਾਂ ਮੇਰਾ ਦਿਲ ਖ਼ੁਸ਼ੀ ਨਾਲ ਭਰ ਆਇਆ ਸੀ। ਮੈਂ ਸਿਰਫ਼ ਏਨਾ ਚਾਹੁੰਨੀ ਆਂ ਕਿ ਬਾਲਾ ਜੀ ਇਹ ਵੈਰਾਗ ਤਿਆਗ ਦੇਣ। ਦੇਸ਼ ਦੀ ਸੇਵਾ ਕਰਨ ਤੋਂ ਮੈਂ ਉਨ੍ਹਾਂ ਨੂੰ ਨਹੀਂ ਰੋਕਦੀ। ਮੈਂ ਤਾਂ ਸਗੋਂ ਆਪ ਦੇਵੀ-ਮਾਤਾ ਤੋਂ ਇਹੀ ਵਰਦਾਨ ਮੰਗਿਆ ਸੀ, ਪਰ ਪ੍ਰਤਾਪ ਨੂੰ ਸੰਨਿਆਸੀ ਦੇ ਭੇਸ ਵਿਚ ਵੇਖ ਕੇ ਮੇਰਾ ਦਿਲ ਵਿੰਨ੍ਹਿਆ ਜਾਂਦੈ।"

ਬਿਰਜਨ ਸੁਵਾਮਾ ਦੇ ਦਿਲ ਦੀ ਗੱਲ ਬੁੱਝ ਗਈ। ਬੋਲੀ—"ਚਾਚੀ! ਇਹ ਗੱਲ ਤਾਂ ਮੇਰੇ ਮਨ 'ਚ ਪਹਿਲਾਂ ਤੋਂ ਹੀ ਵਸੀ ਹੋਈ ਐ, ਮੌਕਾ ਮਿਲਦਿਆਂ ਹੀ ਜ਼ਰੂਰ ਉਨ੍ਹਾਂ ਨਾਲ ਇਸ ਦਾ ਜ਼ਿਕਰ ਕਰਾਂਗੀ।"

ਸੁਵਾਮਾ—"ਮੌਕਾ ਤਾਂ ਸ਼ਾਇਦ ਹੀ ਕਦੇ ਮਿਲੇ। ਇਹਦਾ ਕੀ ਪਤਾ, ਹੁਣ ਦਿਲ 'ਚ ਆਵੇ ਤਾਂ ਉੱਠ ਕੇ ਕਿਧਰੇ ਚਲਾ ਜਾਵੇ। ਸੁਣਿਐ ਕਿ ਇਕ ਸੋਟਾ ਹੱਥ 'ਚ ਫੜੀ 'ਕੱਲਾ ਜੰਗਲਾਂ 'ਚ ਘੁੰਮਦਾ ਰਹਿੰਦੈ। ਮੈਥੋਂ ਤਾਂ ਹੁਣ ਵਿਚ੍ਹਾਰੀ ਮਾਧਵੀ ਦੀ ਹਾਲਤ ਵੇਖੀ ਨਹੀਂ ਜਾਂਦੀ। ਉਹਨੂੰ ਵੇਖਦੀ ਆਂ ਤਾਂ ਜਿਵੇਂ ਦਿਲ ਦਾ ਰੁੱਗ ਜਿਹਾ ਭਰ ਆਉਂਦੈ। ਮੈਂ ਬਹੁਤ ਔਰਤਾਂ ਵੇਖੀਆਂ ਨੇ ਤੇ ਅਨੇਕਾਂ ਦੀ ਕਹਾਣੀ ਕਿਤਾਬਾਂ 'ਚ ਪੜ੍ਹੀ ਐ, ਪਰ ਏਡਾ ਸੁੱਚਾ ਪਿਆਰ ਮੈਂ ਕਿਤੇ ਨਹੀਂ ਵੇਖਿਆ। ਵਿਚਾਰੀ ਨੇ ਅੱਧੀ ਉਮਰ ਰੋ-ਰੋ ਕੇ ਲੰਘਾ ਦਿੱਤੀ ਐ, ਪਰ ਕਦੇ ਵੀ ਮੂੰਹੋਂ ਕੌੜਾ ਬੋਲ ਨਹੀਂ ਬੋਲਿਆ। ਭਾਵੇਂ ਮੈਂ ਕਦੇ ਉਹਨੂੰ ਰੋਂਦਿਆਂ ਨਹੀਂ ਵੇਖਿਆ, ਪਰ ਰੋਣ ਵਾਲੀਆਂ ਅੱਖਾਂ ਤੇ ਹੱਸਣ ਵਾਲੇ ਚਿਹਰੇ ਕਦੇ ਲੁਕੇ ਨਹੀਂ ਰਹਿੰਦੇ। ਮੈਨੂੰ ਤਾਂ ਏਦਾਂ ਦੀ ਹੀ ਨੂੰਹ ਚਾਹੀਦੀ ਸੀ, ਰੱਬ ਨੇ ਉਹ ਵੀ ਦੇ ਦਿੱਤੀ। ਤੈਨੂੰ ਸੱਚ ਕਹਿਨੀ ਆਂ, ਮੈਂ ਤਾਂ ਉਹਨੂੰ ਆਪਣੀ ਨੂੰਹ ਹੀ ਸਮਝਦੀ ਆਂ। ਅੱਜ ਤੋਂ ਨਹੀਂ, ਵਰ੍ਹਿਆਂ ਤੋਂ।"

ਬ੍ਰਿਜਰਾਣੀ—"ਅੱਜ ਤਾਂ ਵਿਚਾਰੀ ਦਾ ਸਾਰਾ ਦਿਨ ਰੋਂਦਿਆਂ ਹੀ ਲੰਘਿਐ। ਬਹੁਤ ਉਦਾਸ ਜਿਹੀ ਲੱਗ ਰਹੀ ਐ।"

ਸੁਵਾਮਾ—"ਤਾਂ ਅੱਜ ਹੀ ਬਾਲਾ ਜੀ ਨਾਲ ਇਹਦਾ ਜ਼ਿਕਰ ਕਰ ਦੇ, ਕਿਤੇ ਏਦਾਂ ਨਾ ਹੋਵੇ ਕਿ ਕੱਲ੍ਹ ਕਿਸੇ ਹੋਰ ਜਗ੍ਹਾ ਕੂਚ ਕਰ ਜਾਣ ਤੇ ਮੁੜ ਕੇ ਇਕ ਸਦੀ ਤੱਕ ਉਡੀਕ ਕਰਨੀ ਪਵੇ।"

ਬ੍ਰਿਜਰਾਣੀ (ਸੋਚ ਕੇ)—"ਜ਼ਿਕਰ ਕਰਨ ਨੂੰ ਤਾਂ ਮੈਂ ਕਰ ਦਿਆਂ, ਪਰ ਜਿਸ ਸ੍ਰੇਸ਼ਠਤਾ ਨਾਲ ਮਾਧਵੀ ਖ਼ੁਦ ਇਹ ਕੰਮ ਕਰ ਸਕਦੀ ਐ, ਕੋਈ ਦੂਜਾ ਨਹੀਂ ਕਰ ਸਕਦਾ।"

ਸੁਵਾਮਾ—"ਉਹ ਵਿਚਾਰੀ ਆਪਣੇ ਮੂੰਹੋਂ ਕੀ ਕਹੇਗੀ?"

ਬ੍ਰਿਜਰਾਣੀ—"ਉਹਦੀਆਂ ਅੱਖਾਂ ਹੀ ਉਹਦੀ ਜ਼ੁਬਾਨ ਬਣਨਗੀਆਂ।"

ਸੁਵਾਮਾ—"ਲੱਲੂ ਪਤਾ ਨਹੀਂ ਆਪਣੇ ਮਨ 'ਚ ਕੀ ਸੋਚੇਗਾ?"

ਬ੍ਰਿਜਰਾਣੀ—"ਸੋਚਣਗੇ ਕੀ? ਇਹ ਤੁਹਾਡਾ ਵਹਿਮ ਐ, ਜੋ ਤੁਸੀਂ ਮਾਧਵੀ ਨੂੰ

ਕੁਆਰੀ ਮੰਨ ਰਹੇ ਓ, ਉਹ ਤਾਂ ਪ੍ਰਤਾਪ ਦੀ ਪਤਨੀ ਕਦੋਂ ਦੀ ਬਣ ਚੁੱਕੀ ਐ। ਰੱਬ ਦੀ ਦਰਗ਼ਾਹ 'ਚ ਤਾਂ ਉਹਦਾ ਵਿਆਹ ਪ੍ਰਤਾਪ ਨਾਲ ਹੋ ਚੁੱਕੈ, ਜੇ ਏਦਾਂ ਨਾ ਹੁੰਦਾ ਤਾਂ ਕੀ ਮਾਧਵੀ ਲਈ ਦੁਨੀਆਂ 'ਚ ਮੁੰਡਿਆਂ ਦੀ ਘਾਟ ਐ ? ਮਾਧਵੀ ਵਰਗੀ ਕੁੜੀ ਨੂੰ ਕੌਣ ਆਪਣੇ ਦਿਲ 'ਚ ਨਹੀਂ ਵਸਾਏਗਾ ? ਉਹਨੇ ਆਪਣੀ ਅੱਧੀ ਜੁਆਨੀ ਐਵੇਂ ਰੋ-ਰੋ ਕੇ ਕੱਢ ਦਿੱਤੀ ਐ। ਉਹਨੇ ਵਿਚਾਰੀ ਨੇ ਤਾਂ ਅੱਜ ਤੱਕ ਕਦੇ ਖ਼ਿਆਲਾਂ ਵਿਚ ਵੀ ਕਿਸੇ ਪਰਾਏ ਬੰਦੇ ਬਾਰੇ ਨਹੀਂ ਸੋਚਿਆ। ਬਾਰ੍ਹਾਂ ਸਾਲਾਂ ਤੋਂ ਸਾਧਕੀ ਦੀ ਜ਼ਿੰਦਗੀ ਜੀਅ ਰਹੀ ਐ। ਕਦੇ ਪਲੰਘ 'ਤੇ ਨਹੀਂ ਸੁੱਤੀ, ਕਦੇ ਕੋਈ ਰੰਗਦਾਰ ਕੱਪੜਾ ਨਹੀਂ ਪਾਇਆ, ਕਦੇ ਵਾਲ ਵੀ ਨਹੀਂ ਗੁੰਦਵਾਏ। ਕੀ ਉਹਦੇ ਇਸ ਵਿਹਾਰ ਤੋਂ ਇਹ ਸਿੱਧ ਨਹੀਂ ਹੁੰਦਾ ਕਿ ਉਹਦਾ ਵਿਆਹ ਹੋ ਚੁੱਕੈ ? ਦਿਲ ਦਾ ਦਿਲ ਨਾਲ ਜੁੜ ਜਾਣਾ ਹੀ ਸੱਚਾ ਵਿਆਹ ਐ। ਸੰਧੂਰ ਲਾਉਣਾ, ਪੱਲਾ ਫੜਨਾ ਤੇ ਫੇਰੇ ਲੈਣਾ—ਇਹ ਸਭ ਦੁਨੀਆਂ ਦੇ ਢਕਵੰਜ ਨੇ।"

ਸੁਵਾਮਾ—"ਚੰਗਾ ਫੇਰ ਵੇਖ ਲੈ, ਜਿਵੇਂ ਠੀਕ ਸਮਝੇਂ ਕਰ ਲੈ। ਮੈਂ ਤਾਂ ਬੱਸ ਦੁਨੀਆਂ ਦੀਆਂ ਟਿੱਚਰਾਂ ਤੋਂ ਡਰਦੀ ਆਂ।"

ਰਾਤ ਦੇ ਨੌਂ ਵੱਜੇ ਸਨ। ਆਮਸਾਨ 'ਤੇ ਤਾਰੇ ਟਿਮਟਿਮਾ ਰਹੇ ਸਨ। ਮਾਧਵੀ ਬਾਗ਼ ਵਿੱਚ ਇਕੱਲੀ ਬੈਠੀ ਤਾਰਿਆਂ ਨੂੰ ਤੱਕ ਰਹੀ ਸੀ ਤੇ ਮਨ ਹੀ ਮਨ ਸੋਚ ਰਹੀ ਸੀ ਕਿ 'ਇਹ ਵੇਖਣ ਨੂੰ ਤਾਂ ਕਿੰਨੇ ਲਿਸ਼ਕਦੇ ਨੇ, ਪਰ ਪਹੁੰਚ ਤੋਂ ਬਹੁਤ ਦੂਰ ਵੀ ਨੇ। ਕੀ ਕੋਈ ਉਥੋਂ ਤੱਕ ਪਹੁੰਚ ਸਕਦਾ ਹੈ ? ਕੀ ਮੇਰੀਆਂ ਰੀਝਾਂ ਵੀ ਇਨ੍ਹਾਂ ਤਾਰਿਆਂ ਵਰਗੀਆਂ ਨੇ ?' ਏਨੇ ਨੂੰ ਬਿਰਜਨ ਨੇ ਆ ਕੇ ਉਹਦਾ ਹੱਥ ਫੜ ਕੇ ਹਲੂਣਿਆ। ਮਾਧਵੀ ਇਕਦਮ ਚੌਂਕ ਪਈ।

ਬਿਰਜਨ—"'ਨ੍ਹੇਰੇ 'ਚ ਬੈਠੀ ਕੀ ਕਰ ਰਹੀ ਐਂ ?"

ਮਾਧਵੀ—"ਕੁਝ ਨਹੀਂ, ਐਵੇਂ ਬੱਸ ਤਾਰਿਆਂ ਨੂੰ ਤੱਕ ਰਹੀ ਸੀ। ਉਹ ਕਿੰਨੇ ਸੁਹਣੇ ਲੱਗਦੇ ਨੇ, ਪਰ ਹੱਥ ਨਹੀਂ ਆਉਂਦੇ।"

ਬਿਰਜਨ ਦੇ ਕਾਲਜੇ ਵਿਚ ਬਰਛਾ ਜਿਹਾ ਉੱਤਰ ਗਿਆ। ਧੀਰਜ ਧਰ ਕੇ ਬੋਲੀ—"ਇਹ ਤਾਰੇ ਗਿਣਨ ਦਾ ਵੇਲਾ ਥੋੜ੍ਹੀ ਐ। ਜਿਸ ਮਹਿਮਾਨ ਲਈ ਤੂੰ ਅੱਜ ਤੜਕੇ ਤੋਂ ਹੀ ਖ਼ੁਸ਼ੀ ਨਾਲ ਫੁੱਲੀ ਨਹੀਂ ਸਮਾ ਰਹੀ ਸੀ, ਕੀ ਉਸ ਮਹਿਮਾਨ ਦੀ ਮਹਿਮਾਨ-ਨਿਵਾਜ਼ੀ ਤੂੰ ਏਸੇ ਤਰ੍ਹਾਂ ਹੀ ਕਰੇਂਗੀ ?"

ਮਾਧਵੀ—"ਮੈਂ ਉਸ ਮਹਿਮਾਨ ਦੀ ਮਹਿਮਾਨ-ਨਿਵਾਜ਼ੀ ਦੇ ਕਾਬਿਲ ਕਿਥੇ ਆਂ ?"

ਬਿਰਜਨ—"ਚੰਗਾ ਚੱਲ, ਇਥੋਂ ਉਠੋਂ ਤਾਂ ਮੈਂ ਤੈਨੂੰ ਮਹਿਮਾਨ-ਨਿਵਾਜ਼ੀ ਦੇ ਗੁਰ ਦੱਸਾਂ।"

ਦੋਨੋਂ ਅੰਦਰ ਆਈਆਂ। ਸੁਵਾਮਾ ਖਾਣਾ ਬਣਾ ਚੁੱਕੀ ਸੀ। ਬਾਲਾਜੀ ਨੂੰ ਮਾਂ ਦੇ ਹੱਥ ਦਾ ਬਣਿਆ ਖਾਣਾ ਬਹੁਤ ਅਰਸੇ ਬਾਅਦ ਮਿਲਿਆ ਸੀ। ਉਨ੍ਹਾਂ ਨੇ ਬੜੇ ਪਿਆਰ-ਭਾਵ ਨਾਲ ਖਾਣਾ ਖਾਧਾ। ਸੁਵਾਮਾ ਖਾਣਾ ਖੁਆਉਂਦੀ ਜਾ ਰਹੀ ਸੀ ਤੇ ਨਾਲ ਦੀ ਨਾਲ ਰੋਈ ਜਾ ਰਹੀ ਸੀ। ਜਦ ਬਾਲਾਜੀ ਖਾ-ਪੀ ਕੇ ਆਪਣੇ ਕਮਰੇ ਵਿਚ ਜਾ ਲੇਟੇ ਤਾਂ ਬਿਰਜਨ ਨੇ ਮਾਧਵੀ ਨੂੰ ਕਿਹਾ—"ਹੁਣ ਇਥੇ ਨੁੱਕਰ 'ਚ ਮੂੰਹ ਬੰਨ੍ਹੀ ਕਿਉਂ ਖੜੀ ਐਂ ?"

ਮਾਧਵੀ—"ਕੁਝ ਦਿਓ ਤਾਂ ਖਾ ਕੇ ਸੌਂ ਮਰਾਂ, ਹੁਣ ਤਾਂ ਇਹੀ ਦਿਲ ਕਰਦੈ।"

ਬਿਰਜਨ—"ਮਾਧਵੀ! ਏਨੀ ਨਿਰਾਸ਼ ਨਾ ਹੋ। ਕੀ ਏਨੇ ਦਿਨਾਂ ਦਾ ਵਰਤ ਇਕ ਦਿਨ 'ਚ ਤੋੜ ਦਏਂਗੀ ?"

ਮਾਧਵੀ ਉੱਠੀ, ਪਰ ਉਹਦਾ ਮਨ ਬੈਠਦਾ ਹੀ ਜਾ ਰਿਹਾ ਸੀ। ਜਿਵੇਂ ਬੱਦਲਾਂ ਦੀਆਂ ਕਾਲੀਆਂ-ਸਿਆਹ ਘਟਾਵਾਂ ਉੱਠਦੀਆਂ ਹਨ ਤੇ ਏਦਾਂ ਲੱਗਣ ਲੱਗ ਜਾਂਦਾ ਹੈ ਕਿ ਹੁਣ ਤਾਂ ਜਲ-ਥਲ ਇਕ ਹੋ ਜਾਏਗਾ, ਪਰ ਉਸੇ ਵੇਲੇ ਪੱਛੋਂ ਦੀ ਪੌਣ ਚੱਲਣ ਦੇ ਨਾਲ ਹੀ ਸਾਰੀਆਂ ਘਟਾਵਾਂ ਪਾਣੀ 'ਤੇ ਜੰਮੀ ਕਾਈ ਦੀ ਤਰ੍ਹਾਂ ਖਿਡ-ਪੁੰਡ ਜਾਂਦੀਆਂ ਹਨ, ਉਹ ਹਾਲਤ ਇਸ ਵੇਲੇ ਮਾਧਵੀ ਦੀ ਹੋ ਰਹੀ ਸੀ।

ਇਹ ਸ਼ੁਭ-ਦਿਹਾੜਾ ਵੇਖਣ ਦੀ ਰੀਝ ਉਹਦੇ ਦਿਲ ਵਿਚ ਚਿਰਾਂ ਤੋਂ ਸੀ ਕਿ ਕੀ ਸੱਚਮੁੱਚ ਕਦੇ ਉਹ ਦਿਨ ਵੀ ਆਏਗਾ, ਜਦ ਮੈਂ ਉਨ੍ਹਾਂ ਦੇ ਦਰਸ਼ਣ ਕਰ ਸਕਾਂਗੀ ਤੇ ਉਨ੍ਹਾਂ ਦੇ ਅੰਮ੍ਰਿਤ ਭਰੇ ਬੋਲਾਂ ਨਾਲ ਆਪਣੇ ਕੰਨਾਂ ਨੂੰ ਪਵਿੱਤਰ ਕਰ ਸਕਾਂਗੀ ? ਇਸ ਦਿਨ ਦੇ ਲਈ ਉਸ ਨੇ ਕਿੰਨੀਆਂ ਹੀ ਸੁੱਖਾਂ ਸੁੱਖੀਆਂ ਸਨ। ਇਸ ਦਿਨ ਬਾਰੇ ਖ਼ਿਆਲ ਕਰਨ ਨਾਲ ਹੀ ਉਹਦਾ ਦਿਲ ਕਿਵੇਂ ਖਿੜ੍ਹ ਉਠਦਾ ਸੀ।

ਅੱਜ ਪਹੁ ਫੁੱਟਣ ਦੇ ਵੇਲੇ ਤੋਂ ਹੀ ਮਾਧਵੀ ਬਹੁਤ ਖ਼ੁਸ਼ ਸੀ। ਉਹਨੇ ਬੜੇ ਚਾਅ ਨਾਲ ਫੁੱਲਾਂ ਦਾ ਹਾਰ ਗੁੰਦਿਆ ਸੀ। ਸੈਂਕੜੇ ਕੰਡੇ ਹੱਥਾਂ ਵਿਚ ਚੁਭਾ ਲਏ ਸਨ। ਬੇਸੁਰਤਾਂ ਦੀ ਤਰ੍ਹਾਂ ਡਿੱਗ-ਡਿੱਗ ਪੈਂਦੀ ਸੀ। ਇਹ ਸਭ ਖੇੜਾ ਤੇ ਚਾਅ ਇਸੇ ਲਈ ਤਾਂ ਸੀ ਕਿ ਅੱਜ ਉਹ ਸ਼ੁਭ-ਦਿਹਾੜਾ ਆ ਬਹੁੜਿਆ ਸੀ, ਅੱਜ ਉਹ ਭਾਗਾਂ ਭਰਿਆ ਦਿਨ ਆ ਗਿਆ ਸੀ, ਜਿਸ ਦੀ ਉਡੀਕ ਵਿਚ ਮਾਧਵੀ ਦੀਆਂ ਅੱਖਾਂ ਚਿਰਾਂ ਤੋਂ ਝਪਕਣਾ ਹੀ ਭੁੱਲ ਗਈਆਂ ਸਨ। ਹੁਣ ਤਾਂ ਉਹ ਘੜੀ ਵੀ ਯਾਦ ਨਹੀਂ ਸੀ ਰਹੀ, ਜਿਸ ਘੜੀ ਮਾਧਵੀ ਦੇ ਦਿਲ ਵਿਚ ਇਹ ਰੀਝ ਨਾ ਰਹੀ ਹੋਵੇ। ਪਰ ਇਸ ਵੇਲੇ ਮਾਧਵੀ ਦੇ ਦਿਲ ਦੀ ਹਾਲਤ ਪਹਿਲਾਂ ਵਾਲੀ ਨਹੀਂ ਸੀ ਰਹੀ। ਖੇੜੇ ਦੀ ਵੀ ਇਕ ਹੱਦ ਹੁੰਦੀ ਹੈ। ਬਿਲਕੁਲ, ਉਹ ਮਾਧਵੀ ਦੀ ਖ਼ੁਸ਼ੀ ਦੀ ਹੱਦ ਹੀ ਸੀ, ਜਦੋਂ ਉਹ ਬਾਗ਼ ਵਿਚ ਝੂਮ-ਝੂਮ ਕੇ ਫੁੱਲਾਂ ਨਾਲ ਝੋਲੀ ਭਰ ਰਹੀ ਸੀ। ਅਸਲ ਵਿਚ ਜਿਸ ਇਨਸਾਨ ਨੇ ਕਦੇ ਸੁਖ ਦਾ ਸੁਆਦ ਹੀ ਨਾ ਚਖਿਆ ਹੋਵੇ, ਉਸ ਦੇ ਲਈ ਤਾਂ ਏਨੀ ਹੀ ਖ਼ੁਸ਼ੀ ਬਹੁਤ ਹੁੰਦੀ ਹੈ। ਉਹ ਵਿਚਾਰੀ ਵੀ ਇਸ ਤੋਂ ਜ਼ਿਆਦਾ ਖ਼ੁਸ਼ੀ ਦਾ ਬੋਝ ਨਹੀਂ ਸਹਾਰ ਸਕਦੀ ਸੀ। ਜਿਨ੍ਹਾਂ ਹੋਠਾਂ 'ਤੇ ਕਦੇ ਹਾਸਾ ਆਇਆ ਹੀ ਨਾ ਹੋਵੇ, ਉਨ੍ਹਾਂ ਦੀ ਮੁਸਕਰਾਹਟ ਹੀ ਹਾਸਾ ਹੁੰਦੀ ਹੈ। ਫਿਰ ਤੁਸੀਂ ਅਜਿਹੀ ਔਰਤ ਤੋਂ ਖੁੱਲ੍ਹੇ ਹਾਸੇ ਦੀ ਉਮੀਦ ਕਿਉਂ ਕਰਦੇ ਹੋ ? ਮਾਧਵੀ ਬਾਲਾ ਜੀ ਦੇ ਕਮਰੇ ਵੱਲ ਚੱਲ ਪਈ, ਪਰ ਇਸ ਤਰ੍ਹਾਂ ਨਹੀਂ ਜਿਵੇਂ ਕੋਈ ਸੱਜ-ਵਿਆਹੀ ਵਹੁਟੀ ਰੀਝਾਂ ਨਾਲ ਭਰੀ ਹੋਈ ਹਾਰ-ਸ਼ਿੰਗਾਰ ਕਰ ਕੇ ਆਪਣੇ ਪਤੀ ਦੇ ਕੋਲ ਜਾਂਦੀ ਹੈ। ਇਹ ਉਹੀ ਘਰ ਸੀ, ਜਿਸ ਨੂੰ ਉਹ ਆਪਣੇ ਪੂਜਨੀਕ ਦੇਵਤੇ ਦਾ ਮੰਦਿਰ ਸਮਝਦੀ ਸੀ। ਜਦ ਤੱਕ ਇਹ ਮੰਦਿਰ ਸੁੰਨਾ ਸੀ, ਉਦੋਂ ਤੱਕ ਤਾਂ ਉਹ ਇਥੇ ਆ-ਆ ਕੇ ਅੱਥਰੂਆਂ ਦੇ ਫੁੱਲ ਚੜ੍ਹਾਉਂਦੀ ਰਹਿੰਦੀ ਸੀ। ਪਰ ਅੱਜ ਜਦ ਉਸ ਦੇ ਦੇਵਤੇ ਨੇ ਇਸ ਮੰਦਿਰ ਵਿਚ ਵਾਸਾ ਕੀਤਾ ਸੀ ਤਾਂ ਫਿਰ ਉਹ ਕਿਉਂ ਏਦਾਂ ਬੇਪਰਵਾਹ ਜਿਹੀ ਹੋ ਕੇ ਤੁਰੀ ਆ ਰਹੀ ਸੀ ?

ਰਾਤ ਪੂਰੇ ਜੋਬਨ 'ਤੇ ਪਹੁੰਚ ਚੁੱਕੀ ਸੀ। ਸੜਕ 'ਤੇ ਘੰਟਾ-ਘਰ ਦੀ 'ਟਨ-ਟਨ' ਗੂੰਜ ਰਹੀ ਸੀ। ਮਾਧਵੀ ਦੱਬੇ ਪੈਰੀਂ ਬਾਲਾਜੀ ਦੇ ਕਮਰੇ ਦੇ ਬੂਹੇ ਤੱਕ ਪੁੱਜ ਗਈ। ਉਸ ਦਾ

ਦਿਲ ਜ਼ੋਰ ਨਾਲ ਧੜਕ ਰਿਹਾ ਸੀ। ਅੰਦਰ ਜਾਣ ਦੀ ਹਿੰਮਤ ਨਾ ਹੋਈ, ਜਿਵੇਂ ਕਿਸੇ ਨੇ ਪੈਰਾਂ 'ਚ ਬੇੜੀਆਂ ਪਾ ਦਿੱਤੀਆਂ ਹੋਣ। ਉਲਟੇ ਪੈਰੀਂ ਮੁੜ ਆਈ ਤੇ ਜ਼ਮੀਨ 'ਤੇ ਬੈਠ ਕੇ ਰੋਣ ਲੱਗੀ। ਉਸ ਦੇ ਮਨ ਨੇ ਕਿਹਾ—'ਮਾਧਵੀ! ਇਹ ਤਾਂ ਬੜੀ ਸ਼ਰਮ ਦੀ ਗੱਲ ਹੈ, ਮੰਨਿਆ ਕਿ ਤੂੰ ਬਾਲਾਜੀ ਦੀ ਚੇਲੀ ਐਂ, ਉਨ੍ਹਾਂ ਨੂੰ ਪਿਆਰ ਵੀ ਕਰਦੀ ਐਂ, ਪਰ ਤੂੰ ਉਹਨਾਂ ਦੀ ਪਤਨੀ ਨਹੀਂ ਐਂ। ਤੇਰਾ ਇਸ ਵੇਲੇ ਉਨ੍ਹਾਂ ਦੇ ਘਰ ਰਹਿਣਾ ਕਿਸੇ ਵੀ ਤਰ੍ਹਾਂ ਠੀਕ ਨਹੀਂ ਹੈ। ਸਿਰਫ਼ ਤੇਰਾ ਪਿਆਰ ਹੀ ਤੈਨੂੰ ਉਨ੍ਹਾਂ ਦੀ ਪਤਨੀ ਦਾ ਦਰਜਾ ਨਹੀਂ ਦੇ ਸਕਦਾ। ਪਿਆਰ ਹੋਰ ਚੀਜ਼ ਹੈ ਤੇ ਸੁਹਾਗ ਹੋਰ ਚੀਜ਼। ਪਿਆਰ ਮਨ ਦੀ ਅਵਸਥਾ ਹੈ ਤੇ ਵਿਆਹ ਇਕ ਪਵਿੱਤਰ ਧਰਮ।' ਤਦੇ ਹੀ ਮਾਧਵੀ ਨੂੰ ਇਕ ਵਿਆਹ ਦੀ ਯਾਦ ਤਾਜ਼ਾ ਹੋਈ। ਲਾੜੇ ਨੇ ਸਭ ਦੇ ਸਾਹਮਣੇ ਲਾੜੀ ਦੀ ਬਾਂਹ ਫੜੀ ਸੀ ਤੇ ਕਿਹਾ ਸੀ ਕਿ ਇਸ ਔਰਤ ਨੂੰ ਮੈਂ ਆਪਣੇ ਘਰ ਦੀ ਮਾਲਕਣ ਤੇ ਆਪਣੇ ਮਨ ਦੀ ਦੇਵੀ ਸਮਝਾਂਗਾ। ਉਥੇ ਹਾਜ਼ਰ ਸਾਰੇ ਲੋਕ, ਆਕਾਸ਼, ਅਗਨੀ ਤੇ ਦੇਵਤੇ ਇਸ ਸਹੁੰ ਦੇ ਗਵਾਹ ਬਣੇ ਸਨ। 'ਵਾਹ! ਕਿੰਨੇ ਸੱਚੇ-ਸੁੱਚੇ ਬੋਲ ਨੇ। ਮੈਨੂੰ ਤਾਂ ਕਦੇ ਅਜਿਹੇ ਬੋਲ ਸੁਣਨ ਦਾ ਸੁਭਾਗ ਹੀ ਪ੍ਰਾਪਤ ਨਾ ਹੋਇਆ? ਮੈਂ ਨਾ ਤਾਂ ਅਗਨੀ ਨੂੰ ਆਪਣੀ ਗਵਾਹ ਬਣਾ ਸਕਦੀ ਹਾਂ, ਨਾ ਦੇਵਤਿਆਂ ਨੂੰ ਤੇ ਨਾ ਹੀ ਆਕਾਸ਼ ਨੂੰ, ਪਰ ਓ ਅਗਨੀ! ਓ ਆਕਾਸ਼ ਦੇ ਤਾਰਿਓ! ਓ ਦੇਵਲੋਕ ਦੇ ਵਾਸੀਓ! ਤੁਸੀਂ ਗਵਾਹੀ ਭਰਨੀ ਕਿ ਮਾਧਵੀ ਨੇ ਬਾਲਾਜੀ ਦੀ ਪਵਿੱਤਰ ਸੂਰਤ ਨੂੰ ਦਿਲ ਵਿਚ ਵਸਾ ਲਿਆ ਹੈ, ਪਰ ਨਾਲ ਹੀ ਕਿਸੇ ਮੰਦੀ ਭਾਵਨਾ ਨੂੰ ਦਿਲ ਵਿਚ ਆਉਣ ਵੀ ਨਹੀਂ ਦਿੱਤਾ ਹੈ। ਜੇ ਮੈਂ ਆਪਣੀ ਹੱਦ ਦਾ ਉਲੰਘਣ ਕੀਤਾ ਹੋਵੇ ਤਾਂ ਓ ਅਗਨੀ! ਤੂੰ ਮੈਨੂੰ ਹੁਣੇ ਸਾੜ ਕੇ ਸੁਆਹ ਕਰ ਦੇ। ਓ ਆਕਾਸ਼! ਜੇ ਤੂੰ ਆਪਣੇ ਅਣਗਿਣਤ ਨੇਤਰਾਂ ਨਾਲ ਮੈਨੂੰ ਮੇਰੀ ਹੱਦ ਦਾ ਉਲੰਘਣ ਕਰਦਿਆਂ ਵੇਖਿਆ ਹੋਵੇ ਤਾਂ ਤੂੰ ਇਸ ਵੇਲੇ ਮੇਰੇ 'ਤੇ ਇੰਦਰ ਦੇ ਪ੍ਰਕੋਪ ਦਾ ਪਹਾੜ ਸੁੱਟ ਦੇ।'

ਮਾਧਵੀ ਕੁਝ ਦੇਰ ਇਸੇ ਖ਼ਿਆਲ ਵਿਚ ਲੀਨ ਬੈਠੀ ਰਹੀ। ਅਚਾਨਕ ਉਸ ਦੇ ਕੰਨਾਂ ਵਿੱਚ ਅੱਗ ਦੇ ਭਬੱਕਿਆਂ ਦੀ ਆਵਾਜ਼ ਪਈ। ਉਸ ਨੇ ਹੜਬੜਾ ਕੇ ਵੇਖਿਆ ਤਾਂ ਬਾਲਾ ਜੀ ਦੇ ਕਮਰੇ 'ਚੋਂ ਅੱਖਾਂ ਨੂੰ ਚੁੰਧਿਆ ਦੇਣ ਵਾਲੀ ਤੇਜ਼ ਰੌਸ਼ਨੀ ਆ ਰਹੀ ਸੀ ਤੇ ਇਹ ਤੇਜ਼ ਰੌਸ਼ਨੀ ਬਾਰੀਆਂ ਰਾਹੀਂ ਬਾਹਰ ਝਲਕ ਰਹੀ ਸੀ। ਮਾਧਵੀ ਦੇ ਪੈਰਾਂ ਹੇਠੋਂ ਜ਼ਮੀਨ ਖਿਸਕ ਗਈ। ਉਸ ਨੂੰ ਖ਼ਿਆਲ ਆਇਆ ਕਿ ਕਮਰੇ ਅੰਦਰ ਮੇਜ਼ 'ਤੇ ਇਕ ਲਾਲਟੈਨ ਬਲ ਰਹੀ ਸੀ। ਉਹ ਹਨੇਰੀ ਦੀ ਤਰ੍ਹਾਂ ਬਾਲਾਜੀ ਦੇ ਕਮਰੇ ਵਿਚ ਜਾ ਵੜੀ। ਵੇਖਿਆ ਤਾਂ ਲਾਲਟੈਨ ਫਟ ਕੇ ਜ਼ਮੀਨ 'ਤੇ ਡਿੱਗ ਪਈ ਸੀ ਤੇ ਫ਼ਰਸ਼ 'ਤੇ ਵਿਛੇ ਵਿਛੋਣੇ 'ਤੇ ਤੇਲ ਫੈਲ ਜਾਣ ਕਾਰਨ ਅੱਗ ਵੀ ਫੈਲ ਗਈ ਸੀ। ਦੂਸਰੀ ਨੁੱਕਰੇ ਬਾਲਾ ਜੀ ਬੇਫ਼ਿਕਰ ਹੋ ਕੇ ਸੌਂ ਰਹੇ ਸਨ। ਅਜੇ ਤੱਕ ਵੀ ਉਨ੍ਹਾਂ ਦੀ ਜਾਗ ਨਹੀਂ ਖੁੱਲ੍ਹੀ ਸੀ। ਬਾਲਾ ਜੀ ਨੇ ਇਕ ਕਾਲੀਨ ਸਮੇਟ ਕੇ ਇਕ ਨੁੱਕਰ ਵਿਚ ਰੱਖਿਆ ਹੋਇਆ ਸੀ। ਮਾਧਵੀ ਨੇ ਬਿਜਲੀ ਦੀ ਤਰ੍ਹਾਂ ਝਪਟ ਕੇ ਉਹ ਕਾਲੀਨ ਚੁੱਕਿਆ ਤੇ ਭਬਕਦੀ ਹੋਈ ਅੱਗ ਦੇ ਉਪਰ ਸੁੱਟ ਦਿੱਤਾ। ਧਮਾਕੇ ਦੀ ਆਵਾਜ਼ ਆਈ ਤਾਂ ਬਾਲਾ ਜੀ ਨੇ ਚੌਂਕ ਕੇ ਅੱਖਾਂ ਖੋਲ੍ਹੀਆਂ। ਕਮਰੇ ਵਿਚ ਧੂੰਆਂ ਭਰਿਆ ਹੋਇਆ ਸੀ ਤੇ ਚਾਰੇ ਪਾਸੇ ਤੇਲ ਦੀ ਬਦਬੂ ਫੈਲੀ ਹੋਈ ਸੀ। ਇਸ ਦਾ ਕਾਰਨ ਉਹ ਝੱਟ ਸਮਝ ਗਏ। ਬੋਲੇ—"ਰੱਬ ਦਾ ਸ਼ੁਕਰ ਐ, ਨਹੀਂ ਤਾਂ ਸਾਰੇ ਕਮਰੇ ਨੂੰ ਅੱਗ ਲੱਗ ਜਾਂਦੀ।"

ਮਾਧਵੀ—"ਹਾਂ ਜੀ! ਇਹ ਲਾਲਟੈਨ ਡਿੱਗ ਪਈ ਸੀ।"

ਬਾਲਾਜੀ—"ਤੂੰ ਬੜੀ ਮੌਕੇ ਸਿਰ ਆ ਗਈ।"

ਮਾਧਵੀ—"ਮੈਂ ਤਾਂ ਇਥੇ ਬਾਹਰ ਹੀ ਬੈਠੀ ਹੋਈ ਸਾਂ।"

ਬਾਲਾਜੀ—"ਤੈਨੂੰ ਬੜੀ ਤਕਲੀਫ਼ ਹੋਈ। ਜਾ, ਹੁਣ ਜਾ ਕੇ ਆਰਾਮ ਕਰ। ਰਾਤ ਬਹੁਤ ਹੋ ਗਈ ਐ।"

ਮਾਧਵੀ—"ਚਲੀ ਜਾਊਂਗੀ। ਆਰਾਮ ਤਾਂ ਰੋਜ਼ ਹੀ ਕਰਨੈ। ਇਹ ਸੇਵਾ ਦਾ ਮੌਕਾ ਪਤਾ ਨਹੀਂ ਫਿਰ ਕਦੇ ਮਿਲੇ ਨਾ ਮਿਲੇ?"

ਮਾਧਵੀ ਦੀਆਂ ਗੱਲਾਂ ਵਿਚ ਅਸੀਮ ਦਰਦ ਭਰਿਆ ਹੋਇਆ ਸੀ। ਬਾਲਾਜੀ ਨੇ ਉਹਦੇ ਵੱਲ ਧਿਆਨ ਨਾਲ ਵੇਖਿਆ। ਜਦ ਉਨ੍ਹਾਂ ਨੇ ਪਹਿਲਾਂ ਮਾਧਵੀ ਨੂੰ ਵੇਖਿਆ ਸੀ, ਉਸ ਵੇਲੇ ਉਹ ਇਕ ਵਿਗਸਦੀ ਹੋਈ ਕਲੀ ਸੀ ਤੇ ਅੱਜ ਉਹ ਇਕ ਮੁਰਝਾਇਆ ਹੋਇਆ ਫੁੱਲ ਬਣੀ ਖੜੀ ਸੀ। ਨਾ ਚਿਹਰੇ 'ਤੇ ਸੁਹੱਪਣ ਦੀ ਚਮਕ ਸੀ, ਨਾ ਅੱਖਾਂ ਵਿਚ ਖ਼ੁਸ਼ੀ ਦੀ ਝਲਕ, ਨਾ ਮਾਂਗ ਵਿਚ ਸੁਹਾਗ ਦਾ ਸੰਧੂਰ ਸੀ ਤੇ ਨਾ ਹੀ ਮੱਥੇ 'ਤੇ ਸੁਹਾਗ ਦਾ ਟਿੱਕਾ। ਦੇਹ 'ਤੇ ਗਹਿਣਿਆਂ ਦਾ ਵੀ ਨਾਂ-ਨਿਸ਼ਾਨ ਨਹੀਂ ਸੀ। ਬਾਲਾਜੀ ਨੇ ਅੰਦਾਜ਼ਾ ਲਗਾਇਆ ਕਿ ਜ਼ਰੂਰ ਰੱਬ ਨੇ ਜੋਬਨ ਰੁੱਤੇ ਹੀ ਇਸ ਵਿਚਾਰੀ ਦਾ ਸੁਹਾਗ ਖੋਹ ਲਿਆ ਹੈ। ਦਿਲੋਂ ਉਦਾਸ ਹੋ ਕੇ ਬੋਲੇ—"ਕਿਉਂ ਮਾਧਵੀ! ਤੇਰਾ ਵਿਆਹ ਹੋ ਗਿਐ ਨਾ?"

ਮਾਧਵੀ ਦੇ ਕਾਲਜੇ 'ਚ ਜਿਵੇਂ ਖ਼ੰਜਰ ਉਤਰ ਗਿਆ। ਅੱਖਾਂ ਭਰ ਕੇ ਬੋਲੀ—"ਹਾਂ ਜੀ, ਹੋ ਗਿਐ।"

ਬਾਲਾਜੀ—"ਤੇ ਤੇਰਾ ਘਰਵਾਲਾ?"

ਮਾਧਵੀ—"ਉਨ੍ਹਾਂ ਨੂੰ ਮੇਰੀ ਕੋਈ ਉਘ-ਸੁਘ ਹੀ ਨਹੀਂ ਐ। ਉਨ੍ਹਾਂ ਦਾ ਵਿਆਹ ਮੇਰੇ ਨਾਲ ਨਹੀਂ ਹੋਇਆ।"

ਬਾਲਾਜੀ ਹੈਰਾਨ ਹੋ ਕੇ ਬੋਲੇ—"ਤੇਰਾ ਘਰਵਾਲਾ ਕਰਦਾ ਕੀ ਐ?"

ਮਾਧਵੀ—"ਦੇਸ਼ ਦੀ ਸੇਵਾ।"

ਬਾਲਾਜੀ ਦੀ ਅੱਖਾਂ ਅੱਗਿਓਂ ਅਗਿਆਨਤਾ ਦਾ ਪਰਦਾ ਹਟ ਗਿਆ, ਉਹ ਮਾਧਵੀ ਦੇ ਦਿਲ ਦਾ ਭੇਤ ਸਮਝ ਗਏ ਤੇ ਬੋਲੇ—"ਮਾਧਵੀ! ਇਸ ਵਿਆਹ ਨੂੰ ਕਿੰਨੇ ਦਿਨ ਹੋ ਗਏ?"

ਮਾਧਵੀ—"ਬਾਰ੍ਹਾਂ ਸਾਲ।"

ਬਾਲਾਜੀ ਦੀਆਂ ਅੱਖਾਂ ਸੇਜਲ ਹੋ ਗਈਆਂ ਤੇ ਚਿਹਰੇ 'ਤੇ ਇਨਸਾਨੀਅਤ ਦਾ ਜਜ਼ਬਾ ਤੈਰਨ ਲੱਗਾ। 'ਹੇ ਭਾਰਤ ਮਾਂ! ਅੱਜ ਇਸ ਆਪੋ-ਧਾਪੀ ਦੇ ਦੌਰ ਵਿਚ ਵੀ ਤੇਰੀ ਬੁੱਕਲ ਵਿਚ ਅਜਿਹੀਆਂ ਦੇਵੀਆਂ ਪਲ ਰਹੀਆਂ ਹਨ, ਜਿਹੜੀਆਂ ਇਕ ਭਾਵਨਾ ਦੇ ਉਪਰੋਂ ਆਪਣਾ ਜੋਬਨ ਤੇ ਜ਼ਿੰਦਗੀ ਦੀਆਂ ਰੀਝਾਂ ਨਿਸ਼ਾਵਰ ਕਰ ਸਕਦੀਆਂ ਹਨ।' ਉਹ ਬੋਲੇ—"ਏਦਾਂ ਦੇ ਪਤੀ ਨੂੰ ਤੂੰ ਛੱਡ ਕਿਉਂ ਨਹੀਂ ਦਿੰਦੀ?"

ਮਾਧਵੀ ਨੇ ਬਾਲਾਜੀ ਵੱਲ ਪੂਰੇ ਆਤਮ-ਵਿਸ਼ਵਾਸ ਨਾਲ ਵੇਖਿਆ ਤੇ ਕਿਹਾ—"ਸੁਆਮੀ ਜੀ! ਤੁਸੀਂ ਆਪਣੇ ਮੂੰਹੋਂ ਏਦਾਂ ਨਾ ਆਖੋ! ਮੈਂ ਆਰੀਆ-ਕੰਨਿਆ ਹਾਂ। ਮੈਂ ਗੰਧਾਰੀ ਤੇ ਸਵਿੱਤਰੀ ਦੀ ਕੁਲ 'ਚ ਜਨਮ ਲਿਐ। ਜਿਸ ਨੂੰ ਇਕ ਵਾਰ ਮਨ ਵਿਚ ਆਪਣਾ ਪਤੀ ਮੰਨ

ਲਿਐ, ਉਸ ਨੂੰ ਛੱਡ ਨਹੀਂ ਸਕਦੀ। ਜੇ ਮੇਰੀ ਸਾਰੀ ਉਮਰ ਏਦਾਂ ਹੀ ਰੋਂਦਿਆਂ-ਰੋਂਦਿਆਂ ਲੰਘ ਜਾਵੇ, ਤਾਂ ਵੀ ਮੈਨੂੰ ਆਪਣੇ ਪਤੀ ਨਾਲ ਕੋਈ ਸ਼ਿਕਾਇਤ ਨਹੀਂ ਹੋਏਗੀ। ਜਦੋਂ ਤੱਕ ਮੇਰੀ ਦੇਹ 'ਚ ਜਾਨ ਰਹੇਗੀ, ਮੈਂ ਰੱਬ ਤੋਂ ਉਨ੍ਹਾਂ ਦਾ ਭਲਾ ਮੰਗਦੀ ਰਹਾਂਗੀ। ਮੇਰੇ ਲਈ ਇਹੀ ਕੀ ਘੱਟ ਐ ਕਿ ਏਡੇ ਵੱਡੇ ਮਹਾਂਪੁਰਖ ਦੇ ਪਿਆਰ ਨੇ ਮੇਰੇ ਦਿਲ 'ਚ ਵਾਸਾ ਕੀਤੈ! ਮੈਂ ਇਸੇ ਨੂੰ ਆਪਣੀ ਖ਼ੁਸ਼ਕਿਸਮਤੀ ਸਮਝਦੀ ਆਂ। ਮੈਂ ਸਿਰਫ਼ ਇਕ ਵਾਰ ਆਪਣੇ ਸੁਆਮੀ ਨੂੰ ਦੂਰੋਂ ਹੀ ਵੇਖਿਆ ਸੀ ਤੇ ਉਹ ਮੂਰਤ ਇਕ ਪਲ ਲਈ ਵੀ ਅੱਖਾਂ ਤੋਂ ਓਹਲੇ ਨਹੀਂ ਹੋਈ। ਜਦ ਕਦੇ ਮੈਂ ਬੀਮਾਰ ਹੋਈ ਆਂ ਤਾਂ ਉਸ ਮੂਰਤ ਨੇ ਹੀ ਮੇਰੀ ਦੇਖਭਾਲ ਕੀਤੀ ਐ। ਜਦ ਕਦੇ ਮੈਂ ਵਿਛੋੜੇ 'ਚ ਹੰਝੂ ਕੇਰੇ ਨੇ ਤਾਂ ਉਸੇ ਮੂਰਤ ਨੇ ਮੈਨੂੰ ਧਰਵਾਸ ਦਿੱਤੇ। ਉਸ ਪਵਿੱਤਰ ਮੂਰਤ ਵਾਲੇ ਪਤੀ ਨੂੰ ਮੈਂ ਕਿਵੇਂ ਛੱਡ ਦਿਆਂ? ਮੈਂ ਸਿਰਫ਼ ਉਸ ਦੀ ਆਂ ਤੇ ਹਮੇਸ਼ਾ ਰਹਾਂਗੀ। ਮੇਰਾ ਦਿਲ ਤੇ ਮੇਰੀ ਜਾਨ ਸਭ ਉਨ੍ਹਾਂ ਨੂੰ ਹੀ ਸਮਰਪਿਤ ਐ। ਜੇ ਉਹ ਕਹਿਣ ਤਾਂ ਅੱਜ ਮੈਂ ਅੱਗ ਦੀ ਬੁੱਕਲ ਵਿਚ ਏਦਾਂ ਚਾਈਂ-ਚਾਈਂ ਜਾ ਬੈਠਾਂ, ਜਿਵੇਂ ਉਹ ਫੁੱਲਾਂ ਦਾ ਵਿਛੌਣਾ ਹੋਵੇ। ਜੇ ਮੇਰੀ ਜਾਨ ਉਨ੍ਹਾਂ ਦੇ ਕਿਸੇ ਕੰਮ ਆ ਸਕੇ ਤਾਂ ਮੈਂ ਆਪਣੀ ਜਾਨ ਏਨੀ ਖ਼ੁਸ਼ੀ ਨਾਲ ਨਿਸ਼ਾਵਰ ਕਰ ਦਿਆਂ, ਜਿਵੇਂ ਕੋਈ ਉਪਾਸਕ ਆਪਣੇ ਪੂਜਨੀਕ ਦੇਵਤੇ ਨੂੰ ਫੁੱਲ ਚੜ੍ਹਾਉਂਦਾ ਹੈ।"

ਮਾਧਵੀ ਦਾ ਚਿਹਰਾ ਪਿਆਰ ਦੀ ਲੋਅ ਨਾਲ ਲਾਲ-ਸੁਰਖ਼ ਹੋ ਰਿਹਾ ਸੀ। ਬਾਲਾਜੀ ਨੇ ਸਾਰਾ ਕੁਝ ਸੁਣਿਆ ਤੇ ਫਿਰ ਚੁੱਪ ਹੋ ਗਏ। ਉਹ ਸੋਚਣ ਲੱਗੇ—'ਇਹ ਕਿੱਡੀ ਪਵਿੱਤਰ ਔਰਤ ਹੈ, ਜਿਸ ਨੇ ਸਿਰਫ ਮੇਰਾ ਧਿਆਨ ਕਰਨ ਉਪਰੋਂ ਹੀ ਆਪਣੀ ਸਾਰੀ ਜ਼ਿੰਦਗੀ ਨਿਸ਼ਾਵਰ ਕਰ ਦਿੱਤੀ ਐ।' ਇਸ ਸੋਚ ਨੇ ਬਾਲਾਜੀ ਦੀਆਂ ਅੱਖਾਂ ਤਰ ਕਰ ਦਿੱਤੀਆਂ। ਜਿਸ ਪਿਆਰ ਨੇ ਇਕ ਔਰਤ ਦੀ ਜ਼ਿੰਦਗੀ ਸਾੜ ਕੇ ਸੁਆਹ ਕਰ ਦਿੱਤੀ ਹੋਵੇ, ਉਸ ਪਿਆਰ ਲਈ ਇਕ ਇਨਸਾਨ ਦੇ ਧੀਰਜ ਨੂੰ ਸਾੜ ਦੇਣਾ ਕੋਈ ਵੱਡੀ ਗੱਲ ਨਹੀਂ ਹੁੰਦੀ! ਪਿਆਰ ਦੇ ਸਾਹਮਣੇ ਧੀਰਜ ਜ਼ਿਆਦਾ ਦੇਰ ਨਹੀਂ ਟਿਕਦਾ। ਬਾਲਾਜੀ ਬੋਲੇ—"ਮਾਧਵੀ! ਤੇਰੇ ਵਰਗੀਆਂ ਦੇਵੀਆਂ ਹੀ ਭਾਰਤ ਦੀ ਆਨ-ਬਾਨ ਤੇ ਸ਼ਾਨ ਨੇ। ਮੈਂ ਬੜਾ ਖ਼ੁਸ਼ਕਿਸਮਤ ਆਂ ਕਿ ਤੇਰੇ ਪਿਆਰ ਵਰਗੀ ਅਮੋਲਕ ਚੀਜ਼ ਇਸ ਤਰ੍ਹਾਂ ਮੈਨੂੰ ਹਾਸਿਲ ਹੋ ਰਹੀ ਐ। ਜੇ ਤੂੰ ਮੇਰੇ ਲਈ ਜੋਗਣ ਬਣਨਾ ਮੰਨਿਆ ਹੈ ਤਾਂ ਮੈਂ ਵੀ ਤੇਰੇ ਲਈ ਇਸ ਸੰਨਿਆਸ ਤੇ ਵੈਰਾਗ ਨੂੰ ਤਿਆਗ ਸਕਦਾਂ। ਜਿਸ ਦੇ ਲਈ ਤੂੰ ਆਪਣੇ ਆਪੇ ਨੂੰ ਮਿਟਾ ਸਕਦੀ ਐਂ, ਉਹ ਵੀ ਤੇਰੇ ਲਈ ਵੱਡੇ ਤੋਂ ਵੱਡਾ ਬਲੀਦਾਨ ਦੇਣ ਤੋਂ ਪਿੱਛੇ ਨਹੀਂ ਹਟੇਗਾ।"

ਮਾਧਵੀ ਇਸ ਪ੍ਰਤੀਕਰਮ ਲਈ ਪਹਿਲਾਂ ਤੋਂ ਹੀ ਤਿਆਰ ਸੀ, ਫ਼ੌਰਨ ਬੋਲੀ—"ਸੁਆਮੀ ਜੀ! ਮੈਂ ਇਕ ਅਬਲਾ ਤੇ ਬੇਅਕਲ ਔਰਤ ਆਂ। ਪਰ ਮੈਂ ਤੁਹਾਨੂੰ ਯਕੀਨ ਦਿਵਾਉਂਦੀ ਆਂ ਕਿ ਨਿੱਜ ਦੀ ਵਿਲਾਸਤਾ ਦਾ ਖ਼ਿਆਲ ਅੱਜ ਤੱਕ ਇਕ ਘੜੀ-ਪਲ ਲਈ ਵੀ ਮੇਰੇ ਮਨ ਵਿਚ ਨਹੀਂ ਆਇਆ। ਜੇ ਤੁਹਾਨੂੰ ਲੱਗਦੈ ਕਿ ਮੇਰੇ ਪਿਆਰ ਦਾ ਮਨੋਰਥ ਇਹ ਐ ਕਿ ਤੁਹਾਡੇ ਪੈਰਾਂ 'ਚ ਦੁਨਿਆਵੀ ਬੰਧਨਾਂ ਦੀਆਂ ਬੇੜੀਆਂ ਕਸ ਦਿਆਂ ਤਾਂ (ਹੱਥ ਜੋੜ ਕੇ) ਤੁਸੀਂ ਮੇਰੇ ਪਿਆਰ ਨੂੰ ਨਹੀਂ ਸਮਝ ਸਕੇ। ਮੇਰੇ ਪਿਆਰ ਦਾ ਮਨੋਰਥ ਇਹੀ ਐ, ਜਿਹੜਾ ਅੱਜ ਮੈਨੂੰ ਹਾਸਲ ਹੋ ਗਿਐ। ਅੱਜ ਦਾ ਦਿਨ ਮੇਰੀ ਜ਼ਿੰਦਗੀ ਦਾ ਸਭ ਤੋਂ ਸ਼ੁਭ ਦਿਨ ਐ। ਅੱਜ ਮੈਂ ਆਪਣੇ ਮਾਲਕ ਦੇ ਸਨਮੁਖ ਖੜੀ ਆਂ ਤੇ ਆਪਣੇ ਕੰਨੀਂ ਉਨ੍ਹਾਂ ਦੀ ਅੰਮ੍ਰਿਤਮਈ ਵਾਣੀ ਸੁਣ ਰਹੀ

ਆਂ। ਸੁਆਮੀ ਜੀ! ਮੈਨੂੰ ਤਾਂ ਆਸ ਵੀ ਨਹੀਂ ਸੀ ਕਿ ਜ਼ਿੰਦਗੀ 'ਚ ਮੈਨੂੰ ਕਦੇ ਇਹ ਦਿਨ ਵੇਖਣ ਦਾ ਸੁਭਾਗ ਪ੍ਰਾਪਤ ਹੋਵੇਗਾ। ਜੇ ਮੇਰੇ ਕੋਲ ਕੁੱਲ ਦੁਨੀਆਂ ਦਾ ਰਾਜ-ਭਾਗ ਹੁੰਦਾ ਤਾਂ ਮੈਂ ਇਸ ਖ਼ੁਸ਼ੀਆਂ ਭਰੇ ਪਲ ਦੇ ਲਈ ਉਸ ਨੂੰ ਤੁਹਾਡੇ ਚਰਣਾਂ 'ਚ ਸਮਰਪਿਤ ਕਰ ਦਿੰਦੀ। ਮੈਂ ਹੱਥ ਜੋੜ ਕੇ ਤੁਹਾਨੂੰ ਅਰਜ਼ ਕਰਦੀ ਆਂ ਕਿ ਕਿਰਪਾ ਕਰਕੇ ਮੈਨੂੰ ਹੁਣ ਇਨ੍ਹਾਂ ਚਰਣਾਂ ਤੋਂ ਅਲੱਗ ਨਾ ਕਰਿਓ। ਮੈਂ ਸੰਨਿਆਸ ਲੈ ਲਵਾਂਗੀ ਤੇ ਤੁਹਾਡੇ ਨਾਲ ਹੀ ਰਹਾਂਗੀ। ਵੈਰਾਗਣ ਬਣ ਜਾਵਾਂਗੀ, ਭਬੂਤੀ ਮਲ੍ਹਾਂਗੀ, ਪਰ ਤੁਹਾਡਾ ਸਾਥ ਨਾ ਛੱਡਾਂਗੀ। ਮੇਰੇ ਸੁਆਮੀ! ਮੈਂ ਬਹੁਤ ਦੁਖ ਸਹੇ ਨੇ, ਹੁਣ ਇਹ ਸੇਕ ਹੋਰ ਨਹੀਂ ਸਿਹਾ ਜਾਂਦਾ।"

ਇਹ ਕਹਿੰਦਿਆਂ-ਕਹਿੰਦਿਆਂ ਮਾਧਵੀ ਦਾ ਗਲਾ ਭਰ ਆਇਆ ਤੇ ਅੱਖਾਂ ਵਿਚੋਂ ਪਿਆਰ ਦੇ ਨੀਰ ਵਹਿ ਤੁਰੇ। ਉਸ ਤੋਂ ਉਥੇ ਹੋਰ ਬੈਠਿਆ ਨਾ ਗਿਆ। ਉਸ ਨੇ ਉਠ ਕੇ ਨਮਸਕਾਰ ਕੀਤੀ ਤੇ ਬਿਰਜਨ ਕੋਲ ਆ ਕੇ ਬੈਠ ਗਈ। ਬ੍ਰਿਜਰਾਣੀ ਨੇ ਉਸ ਨੂੰ ਗਲ੍ਹ ਨਾਲ ਲਗਾ ਲਿਆ ਤੇ ਪੁਛਿਆ—"ਕੀ ਗੱਲਬਾਤ ਹੋਈ?"

ਮਾਧਵੀ—"ਉਹੀ, ਜੋ ਤੁਸੀਂ ਚਾਹੁੰਦੇ ਸੀ।"

ਬ੍ਰਿਜਰਾਣੀ—"ਸੱਚੀਂ! ਫੇਰ ਕੀ ਬੋਲੇ?"

ਮਾਧਵੀ—"ਮੈਂ ਨਹੀਂ ਦੱਸਣਾ।"

ਬ੍ਰਿਜਰਾਣੀ ਨੂੰ ਤਾਂ ਜਿਵੇਂ ਗੱਡਿਆ ਹੋਇਆ ਖ਼ਜ਼ਾਨਾ ਮਿਲ ਗਿਆ। ਬੋਲੀ—"ਰੱਬ ਨੇ ਬੜੀ ਦੇਰ ਬਾਅਦ ਮੇਰੇ ਦਿਲ ਦੀ ਰੀਝ ਪੁਗਾਈ ਐ। ਮੈਂ ਤਾਂ ਆਪਣੇ ਘਰੋਂ ਤੇਰੀ ਡੋਲੀ ਤੋਰਾਂਗੀ।"

ਮਾਧਵੀ ਨਿਰਾਸ਼ਤਾ ਦੇ ਭਾਵ ਵਿਚ ਮੁਸਕੁਰਾਈ। ਬਿਰਜਨ ਨੇ ਕੰਬਦੀ ਹੋਈ ਆਵਾਜ਼ ਵਿਚ ਕਿਹਾ—"ਮੈਨੂੰ ਭੁੱਲ ਤਾਂ ਨ੍ਹੀਂ ਜਾਏਂਗੀ?" ਉਹਦੀਆਂ ਅੱਖਾਂ 'ਚੋਂ ਹੰਝੂ ਵਹਿ ਤੁਰੇ ਸਨ। ਆਪਣੇ-ਆਪ ਨੂੰ ਸੰਭਾਲ ਕੇ ਉਹ ਫੇਰ ਬੋਲੀ—"ਮੇਰੇ ਤੋਂ ਤਾਂ ਤੂੰ ਵਿਛੜ ਹੀ ਜਾਏਂਗੀ।"

ਮਾਧਵੀ—"ਮੈਂ ਤੁਹਾਨੂੰ ਛੱਡ ਕੇ ਕਿਤੇ ਨਹੀਂ ਜਾਊਂਗੀ।"

ਬਿਰਜਨ—"ਜਾ, ਐਵੇਂ ਗੱਲਾਂ ਨਾ ਬਣਾ।"

ਮਾਧਵੀ—"ਵੇਖ ਲਇਓ।"

ਬਿਰਜਨ—"ਵੇਖ ਲਿਐ। ਜੋੜਾ ਕਿੱਦਾਂ ਦਾ ਪਹਿਨੇਂਗੀ?"

ਮਾਧਵੀ—"ਉੱਜਲਾ, ਦੁੱਧ-ਚਿੱਟਾ, ਜਿਵੇਂ ਬਗਲੇ ਦੇ ਖੰਭ।"

ਬਿਰਜਨ—"ਸੁਹਾਗ ਦਾ ਜੋੜਾ ਸੁਰਖ਼ ਰੰਗ ਦਾ ਹੁੰਦੈ।"

ਮਾਧਵੀ—"ਪਰ ਮੇਰਾ ਸਫ਼ੈਦ ਹੋਏਗਾ।"

ਬਿਰਜਨ—"ਤੈਨੂੰ ਚੰਨ ਵਾਲਾ ਹਾਰ ਬਹੁਤ ਚੰਗਾ ਲੱਗਦਾ ਸੀ ਨਾ, ਮੈਂ ਤੈਨੂੰ ਆਪਣਾ ਦੇ ਦਿਆਂਗੀ।"

ਮਾਧਵੀ—"ਹਾਰ ਦੀ ਥਾਂ 'ਤੇ ਫੰਦਾ ਦੇਣਾ।"

ਬਿਰਜਨ—"ਕਿੱਦਾਂ ਦੀਆਂ ਗੱਲਾਂ ਕਰ ਰਹੀ ਐਂ?"

ਮਾਧਵੀ—"ਆਪਣੇ ਹਾਰ-ਸ਼ਿੰਗਾਰ ਦੀਆਂ, ਹੋਰ ਕੀ!"

ਬਿਰਜਨ—"ਤੇਰੀਆਂ ਗੱਲਾਂ ਮੇਰੀ ਸਮਝ 'ਚ ਨਹੀਂ ਆਉਂਦੀਆਂ। ਤੂੰ ਅੱਜ ਏਨੀ

ਉਦਾਸ ਕਿਉਂ ਐਂ ? ਇਸ ਰਤਨ ਨੂੰ ਹਾਸਿਲ ਕਰਨ ਲਈ ਕਿੰਨੀ ਸਾਧਨਾ ਕੀਤੀ, ਕਿੱਦਾਂ-ਕਿੱਦਾਂ ਦਾ ਜੋਗ ਧਾਰਿਆ, ਕਿਵੇਂ-ਕਿਵੇਂ ਦੇ ਵਰਤ ਰੱਖੇ ਤੇ ਹੁਣ ਜਦ ਤੈਨੂੰ ਇਹ ਰਤਨ-ਜਵਾਹਰ ਮਿਲ ਗਿਐ ਤਾਂ ਖ਼ੁਸ਼ ਹੋਣ ਦੀ ਬਜਾਇ ਤੂੰ ਉਲਟਾ ਉਦਾਸ ਹੋ ਰਹੀ ਐਂ।"

ਮਾਧਵੀ—"ਤੁਸੀਂ ਵਿਆਹ ਦੀ ਗੱਲ ਕਰਦੇ ਓਂ ਤਾਂ ਇਹਦੇ ਨਾਲ ਮੈਨੂੰ ਦੁੱਖ ਹੁੰਦੈ।"

ਬਿਰਜਨ—"ਪਰ ਇਹ ਤਾਂ ਖ਼ੁਸ਼ ਹੋਣ ਵਾਲੀ ਗੱਲ ਐ।"

ਮਾਧਵੀ—"ਦੀਦੀ! ਮੇਰੀ ਕਿਸਮਤ 'ਚ ਤਾਂ ਖ਼ੁਸ਼ੀ ਲਿਖੀ ਹੀ ਨਹੀਂ! ਜਿਹੜਾ ਪੰਛੀ ਬੱਦਲਾਂ 'ਚ ਆਪਣਾ ਆਲ੍ਹਣਾ ਪਾਉਣਾ ਚਾਹੁੰਦੈ, ਉਹ ਹਮੇਸ਼ਾ ਸੁੱਕੀਆਂ ਟਾਹਣੀਆਂ 'ਤੇ ਹੀ ਰਹਿੰਦੈ। ਮੈਂ ਫ਼ੈਸਲਾ ਕਰ ਲਿਐ ਕਿ ਜ਼ਿੰਦਗੀ ਦਾ ਬਾਕੀ ਰਹਿੰਦਾ ਸਮਾਂ ਵੀ ਇਸੇ ਤਰ੍ਹਾਂ ਪਿਆਰ ਦਾ ਸੁਪਨਾ ਵੇਖਦਿਆਂ ਹੀ ਕੱਟ ਲਵਾਂਗੀ।

25
ਬਾਲਾਜੀ ਦੀ ਵਿਦਾਇਗੀ

ਅਗਲੇ ਦਿਨ ਬਾਲਾਜੀ ਨਹਾ-ਧੋ ਕੇ ਫ਼ਾਰਗ ਹੋ ਕੇ ਰਾਜਾ ਧਰਮ ਸਿੰਘ ਨੂੰ ਉਡੀਕਣ ਲੱਗੇ। ਅੱਜ ਰਾਜਘਾਟ 'ਤੇ ਇਕ ਬਹੁਤ ਵੱਡੀ ਗਊਸ਼ਾਲਾ ਦਾ ਨੀਂਹ-ਪੱਥਰ ਰੱਖਿਆ ਜਾਣਾ ਸੀ, ਸ਼ਹਿਰ ਦੀ ਹਰ ਗਲੀ-ਨੁੱਕੜ ਤੇ ਬਾਜ਼ਾਰ ਹੱਸਦੇ-ਖੇਡਦੇ ਨਜ਼ਰ ਆ ਰਹੇ ਸਨ। ਸੜਕਾਂ ਦੇ ਦੋਵੇਂ ਪਾਸੇ ਝੰਡੇ ਤੇ ਝੰਡੀਆਂ ਲਹਿਰਾ ਰਹੀਆਂ ਸਨ। ਸਭ ਘਰਾਂ ਦੀਆਂ ਬਰੂਹਾਂ ਫੁੱਲਾਂ ਦੇ ਹਾਰ ਪਾਈ 'ਜੀ ਆਇਆਂ ਨੂੰ' ਕਹਿਣ ਲਈ ਸਜੀਆਂ ਬੈਠੀਆਂ ਸਨ, ਕਿਉਂ ਕਿ ਅੱਜ ਉਸ ਦੇਸ਼-ਪ੍ਰੇਮੀ ਦਾ ਸ਼ੁਭ-ਅਗਮਨ ਹੋ ਰਿਹਾ ਸੀ, ਜਿਸ ਨੇ ਆਪਣਾ ਸਭ-ਕੁਝ ਦੇਸ਼ ਦੀ ਸੇਵਾ ਲਈ ਬਲੀਦਾਨ ਕਰ ਦਿੱਤਾ ਸੀ।

ਖ਼ੁਸ਼ੀਆਂ-ਖੇੜਿਆਂ ਦੀ ਦੇਵੀ ਆਪਣੀਆਂ ਸਖੀਆ-ਸਹੇਲੀਆਂ ਨਾਲ ਸਾਰੇ ਸ਼ਹਿਰ ਵਿਚ ਟਹਿਲ ਰਹੀ ਸੀ। ਹਵਾ ਰੁਮਕ ਰਹੀ ਸੀ। ਦੁਖ ਤੇ ਸੰਤਾਪ ਦਾ ਨਾਂ-ਨਿਸ਼ਾਨ ਨਹੀਂ ਸੀ। ਪੈਰ-ਪੈਰ 'ਤੇ ਵਧਾਈਆਂ ਗੂੰਜ ਰਹੀਆਂ ਸਨ। ਮਰਦ ਸੁਹਣੇ ਕੱਪੜੇ ਪਾਈ ਅਦਾ ਨਾਲ ਘੁੰਮ ਫਿਰ ਰਹੇ ਸਨ। ਔਰਤਾਂ ਸੋਲ੍ਹਾਂ ਸ਼ਿੰਗਾਰ ਕਰੀ ਮੰਗਲ-ਗੀਤ ਗਾ ਰਹੀਆਂ ਸਨ। ਬੱਚਾ-ਪਾਰਟੀ ਕੇਸਰੀ ਸਾਫ਼ੇ ਗਲ੍ਹਾਂ 'ਚ ਪਾਈ ਅਠਖੇਲੀਆਂ ਕਰ ਰਹੀ ਸੀ। ਹਰ ਮਰਦ-ਔਰਤ ਦੇ ਚਿਹਰੇ 'ਤੋਂ ਖ਼ੁਸ਼ੀ ਟਪਕ ਰਹੀ ਸੀ, ਕਿਉਂਕਿ ਅੱਜ ਮਨੁੱਖਤਾ ਦੇ ਇਕ ਅਜਿਹੇ ਸੱਚੇ ਸੇਵਕ ਦਾ ਸ਼ੁਭ-ਆਗਮਨ ਹੋ ਰਿਹਾ ਸੀ, ਜਿਸ ਨੇ ਆਪਦਾ ਸਾਰਾ ਕੁਝ ਮਨੁੱਖਤਾ ਦੇ ਭਲੇ ਨੂੰ ਸਮਰਪਿਤ ਕਰ ਦਿੱਤਾ ਸੀ।

ਬਾਲਾਜੀ ਜਦ ਆਪਣੇ ਸੁਹਿਰਦ ਪ੍ਰਸੰਸਕਾਂ ਨਾਲ ਰਾਜਘਾਟ ਵੱਲ ਚੱਲ ਪਏ ਤਾਂ ਸੂਰਜ ਦੇਵਤੇ ਨੇ ਪੂਰਬ ਵਾਲੇ ਪਾਸਿਓਂ ਉਮੜ ਕੇ ਉਨ੍ਹਾਂ ਨੂੰ 'ਜੀ ਆਇਆਂ' ਕਿਹਾ। ਬਾਲਾ ਜੀ ਦਾ ਜਲੌਅ ਭਰਿਆ ਚਿਹਰਾ ਜਿਉਂ ਹੀ ਲੋਕਾਂ ਨੇ ਵੇਖਿਆ ਤਾਂ ਹਜ਼ਾਰਾਂ ਜ਼ੁਬਾਨਾਂ 'ਚੋਂ 'ਭਾਰਤ-ਮਾਤਾ ਦੀ ਜੈ' ਦੇ ਜੈਕਾਰੇ ਸੁਣਾਈ ਦਿੱਤੇ ਤੇ ਇਹ ਜੈਕਾਰੇ ਵਾਯੂਮੰਡਲ ਨੂੰ ਚੀਰਦੇ

ਹੋਏ ਆਸਮਾਨ ਦੇ ਸਿਖਰ ਤੱਕ ਜਾ ਅੱਪੜੇ। ਘੰਟਿਆਂ ਤੇ ਸੰਖਾਂ ਦੀ ਆਵਾਜ਼ ਗੂੰਜੀ ਤੇ ਜਸ਼ਨ ਦਾ ਮਿੱਠਾ ਰਾਗ ਹਵਾ ਵਿਚ ਘੁਲ ਗਿਆ। ਜਿਸ ਤਰ੍ਹਾਂ ਲੋਅ ਨੂੰ ਵੇਖਦਿਆਂ ਹੀ ਪਤੰਗੇ ਉਸ ਨੂੰ ਘੇਰ ਲੈਂਦੇ ਹਨ, ਉਸੇ ਤਰ੍ਹਾਂ ਬਾਲਾ ਜੀ ਨੂੰ ਵੇਖ ਕੇ ਲੋਕ ਬੜੀ ਤੇਜ਼ੀ ਨਾਲ ਉਨ੍ਹਾਂ ਦੇ ਆਲੇ-ਦੁਆਲੇ ਇਕੱਠੇ ਹੋ ਗਏ। 'ਭਾਰਤ-ਸਭਾ' ਦੇ ਸਵਾ ਸੌ ਮੈਂਬਰਾਂ ਨੇ ਅਭਿਨੰਦਨ ਕੀਤਾ। ਉਨ੍ਹਾਂ ਦੀਆਂ ਖ਼ੂਬਸੂਰਤ ਵਰਦੀਆਂ ਤੇ ਲਿਸ਼ਕਦੇ ਘੋੜੇ ਅੱਖਾਂ ਵਿੱਚ ਉਤਰਦੇ ਜਾ ਰਹੇ ਸਨ। ਇਸ ਸਭਾ ਦਾ ਇਕ-ਇਕ ਸਦੱਸ ਦੇਸ਼ ਕੌਮ ਦਾ ਸੱਚਾ ਹਿਤੂ ਸੀ ਤੇ ਉਨ੍ਹਾਂ ਦੇ ਉਤਸ਼ਾਹ ਭਰੇ ਬੋਲ ਲੋਕਾਂ ਦੇ ਮਨਾਂ ਨੂੰ ਵੀ ਉਤਸਾਹਿਤ ਕਰ ਰਹੇ ਸਨ। ਸੜਕ ਦੇ ਦੋਨੋਂ ਪਾਸੇ ਦਰਸ਼ਕਾਂ ਦੀ ਭੀੜ ਸੀ। ਵਧਾਈਆਂ- ਮੁਬਾਰਕਾਂ ਗੂੰਜ ਰਹੀਆਂ ਸਨ। ਫੁੱਲਾਂ ਤੇ ਫਲਾਂ ਦੀ ਵਰਖਾ ਹੋ ਰਹੀ ਸੀ। ਪੈਰ-ਪੈਰ 'ਤੇ ਸ਼ਹਿਰ ਦੀਆਂ ਕੁੜੀਆਂ-ਚਿੜੀਆਂ ਹਾਰ-ਸ਼ਿੰਗਾਰ ਕਰੀ, ਸੋਨੇ ਦੇ ਥਾਲਾਂ ਵਿਚ ਕਪੂਰ, ਫੁੱਲ ਤੇ ਚੰਦਨ ਰੱਖੀ ਆਰਤੀ ਉਤਾਰ ਰਹੀਆਂ ਸਨ। ਸਾਰੀਆਂ ਦੁਕਾਨਾਂ ਸੱਜ-ਵਿਆਹੀ ਨਾਰ ਦੀ ਤਰ੍ਹਾਂ ਸਜੀਆਂ ਹੋਈਆਂ ਸਨ। ਸਾਰਾ ਸ਼ਹਿਰ ਆਪਣੀ ਸਜਾਵਟ ਨਾਲ ਬਾਗ਼ਾਂ ਨੂੰ ਵੀ ਸ਼ਰਮਸਾਰ ਕਰ ਰਿਹਾ ਸੀ ਤੇ ਜਿਸ ਤਰ੍ਹਾਂ ਸਾਉਣ ਮਹੀਨੇ ਵਿਚ ਕਾਲੇ ਬੱਦਲ ਉੱਠਦੇ ਹਨ ਤੇ ਉਨ੍ਹਾਂ ਦੀ ਗੜਗੜਾਹਟ ਨਾਲ ਦਿਲ ਹਿੱਲ ਜਾਂਦੇ ਹਨ, ਉਸੇ ਤਰ੍ਹਾਂ ਭੀੜ ਦੇ ਉਤੇਜਿਤ ਜੈਕਾਰੇ (ਭਾਰਤ ਮਾਤਾ ਦੀ ਜੈ) ਵੀ ਦਿਲਾਂ ਵਿਚ ਉਤਸਾਹ ਤੇ ਉਤੇਜਨਾ ਭਰ ਰਹੇ ਸਨ। ਜਦ ਬਾਲਾ ਜੀ ਚੌਕ ਵਿਚ ਪਹੁੰਚੇ ਤਾਂ ਉਨ੍ਹਾਂ ਨੇ ਇਕ ਅਦਭੁੱਤ ਨਜ਼ਾਰਾ ਵੇਖਿਆ। ਬੱਚੇ ਸਾਵੇ ਰੰਗੇ ਗੋਟਿਆਂ ਵਾਲੇ ਕੋਟ ਪਾਈ, ਕੇਸਰੀ ਪੱਗਾਂ ਬੰਨ੍ਹੀ, ਹੱਥਾਂ ਵਿਚ ਸਜੀਆਂ-ਧਜੀਆਂ ਛੋਟੀਆਂ ਛੜੀਆਂ ਫੜੀ ਰਸਤੇ ਵਿਚ ਖੜੇ ਸਨ। ਬਾਲਾ ਜੀ ਨੂੰ ਵੇਖਦਿਆਂ ਹੀ ਉਹ ਦਸਾਂ-ਦਸਾਂ ਦੇ ਜੁੱਟਾਂ ਵਿਚ ਵੰਡ ਗਏ ਤੇ ਆਪਸ ਵਿਚ ਆਪਣੀਆਂ ਛੜੀਆਂ ਵਜਾਉਂਦੇ ਹੋਏ ਇਹ 'ਅਭਿਨੰਦਨ-ਗੀਤ' ਗਾਉਣ ਲੱਗੇ—

"ਬਾਲਾ ਜੀ, ਤੁਹਾਡਾ ਆਉਣਾ ਮੁਬਾਰਕ ਹੋਵੇ।
ਧੰਨ-ਧੰਨ ਭਾਗ ਇਸ ਨਗਰੀ ਦੇ , ਧੰਨ-ਧੰਨ ਭਾਗ ਨੇ ਸਾਡੇ,
ਧੰਨ-ਧੰਨ ਇਸ ਨਗਰੀ ਦੇ ਵਾਸੀ, ਜਿਥੇ ਪਏ ਚਰਣ ਤੁਹਾਡੇ।
ਬਾਲਾਜੀ, ਤੁਹਾਡਾ ਆਉਣਾ ਮੁਬਾਰਕ ਹੋਵੇ॥"

ਕਿੰਨਾ ਦਿਲ-ਟੁੰਬਵਾਂ ਨਜ਼ਾਰਾ ਸੀ। ਗੀਤ ਦੇ ਬੋਲ ਭਾਵੇਂ ਸਾਧਾਰਨ ਸਨ, ਪਰ ਅਣਗਿਣਤ ਸੁਰੀਲੀਆਂ ਆਵਾਜ਼ਾਂ ਨੇ ਮਿਲ ਕੇ ਉਸ ਨੂੰ ਏਨਾ ਮਿੱਠਾ ਤੇ ਪ੍ਰਭਾਵਸ਼ਾਲੀ ਬਣਾ ਦਿੱਤਾ ਕਿ ਲੋਕਾਂ ਦੇ ਪੈਰ ਥਾਈਂ ਜੰਮ ਗਏ। ਚਾਰੇ ਪਾਸੇ ਸੰਨਾਟਾ ਪਸਰ ਗਿਆ। ਸੰਨਾਟੇ ਵਿਚ ਇਹ ਗੀਤ ਏਨਾ ਸੁਹਣਾ ਲੱਗ ਰਿਹਾ ਸੀ ਕਿ ਜਿਵੇਂ ਰਾਤ ਦੇ ਸੰਨਾਟੇ ਵਿੱਚ ਬੁਲਬੁਲ ਚਹਿਕ ਰਹੀ ਹੋਵੇ। ਸਾਰੇ ਲੋਕ ਮੂਰਤਾਂ ਬਣ ਕੇ ਖੜੇ ਸਨ। 'ਦੀਨ ਭਾਰਤ-ਵਾਸੀਓ, ਤੁਸੀਂ ਅਜਿਹੇ ਨਜ਼ਾਰੇ ਕਦ ਵੇਖੇ ਸਨ ? ਹੁਣ ਜੀਅ ਭਰ ਕੇ ਵੇਖ ਲਓ। ਤੁਸੀਂ ਤਾਂ ਵੇਸਵਾਵਾਂ ਦੇ ਨਾਚ-ਗਾਣੇ ਨਾਲ ਹੀ ਸੰਤੁਸ਼ਟ ਹੋ ਗਏ ਸੀ। ਕੋਠੇ ਵਾਲੀਆਂ ਦੀਆਂ ਕਾਮ-ਲੀਲਾਵਾਂ ਬਹੁਤ ਵੇਖ ਲਈਆਂ, ਸੈਰ-ਸਪਾਟੇ ਵੀ ਖ਼ੂਬ ਕਰ ਲਏ, ਪਰ ਇਹ ਸੱਚਾ ਖੇੜਾ ਤੇ ਇਹ ਸੁਖਦ ਚਾਅ, ਜੋ ਤੁਸੀਂ ਅੱਜ ਅਨੁਭਵ ਕਰ ਰਹੇ ਹੋ, ਕੀ ਤੁਸੀਂ ਕਿਤੇ ਹੋਰ ਵੀ ਮਹਿਸੂਸ ਕੀਤਾ ਸੀ ? ਲੁਭਾਉਂਦੀਆਂ ਵੇਸਵਾਵਾਂ ਦੇ ਗੀਤ-ਸੰਗੀਤ ਤੇ ਕਾਮ-ਕੌਤਕ ਤੁਹਾਡੀਆਂ ਵਿਸ਼ੇ-ਵਿਕਾਰ ਦੀਆਂ ਕਾਮਨਾਵਾਂ ਤਾਂ ਜ਼ਰੂਰ

ਉਤੇਜਿਤ ਕਰ ਦਿੰਦੇ ਹਨ, ਪਰ ਤੁਹਾਡੀਆਂ ਉਮੰਗਾਂ ਨੂੰ ਪਹਿਲਾਂ ਨਾਲੋਂ ਵੀ ਕਮਜ਼ੋਰ ਬਣਾ ਦਿੰਦੇ ਹਨ। ਪਰ ਅੱਜ ਵਰਗੇ ਨਜ਼ਾਰੇ ਤੁਹਾਡੇ ਦਿਲਾਂ ਵਿਚ ਮਨੁੱਖਤਾ ਤੇ ਕੌਮੀਅਤ ਦਾ ਜਜ਼ਬਾ ਭਰਦੇ ਹਨ। ਜੇ ਤੁਸੀਂ ਆਪਣੀ ਜ਼ਿੰਦਗੀ ਵਿੱਚ ਇਕ ਵਾਰ ਵੀ ਅਜਿਹਾ ਨਜ਼ਾਰਾ ਵੇਖਿਆ ਹੈ ਤਾਂ ਉਸ ਦਾ ਪਵਿੱਤਰ ਬਿੰਬ ਤੁਹਾਡੇ ਦਿਲਾਂ 'ਚੋਂ ਕਦੇ ਲੋਪ ਨਹੀਂ ਹੋਏਗਾ।'

ਬਾਲਾਜੀ ਦੀ ਦੈਵੀ ਸੂਰਤ ਰੂਹਾਨੀ-ਖੇੜੇ ਦੇ ਜਲੌਅ ਨਾਲ ਰੌਸ਼ਨ ਸੀ ਤੇ ਅੱਖਾਂ ਵਿਚੋਂ ਦੇਸ਼-ਪਿਆਰ ਦੀਆਂ ਕਿਰਨਾਂ ਫੁੱਟ ਰਹੀਆਂ ਸਨ। ਜਿਸ ਤਰ੍ਹਾਂ ਕਿਸਾਨ ਆਪਣੇ ਲਹਿਲਹਾਉਂਦੇ ਖੇਤ ਨੂੰ ਵੇਖ ਕੇ ਖੁਸ਼ੀ ਤੇ ਖੇੜੇ ਨਾਲ ਭਰ ਜਾਂਦਾ ਹੈ, ਉਹੀ ਹਾਲਤ ਇਸ ਵੇਲੇ ਬਾਲਾਜੀ ਦੀ ਸੀ। ਜਦ 'ਗਾਣ' ਬੰਦ ਹੋਇਆ ਤਾਂ ਉਨ੍ਹਾਂ ਨੇ ਕਈ ਉਲਾਂਘਾਂ ਅੱਗੇ ਵੱਲ ਵਧ ਕੇ ਦੋ ਛੋਟੇ-ਛੋਟੇ ਬੱਚਿਆਂ ਨੂੰ ਚੁੱਕ ਕੇ ਆਪਣੇ ਮੋਢਿਆਂ 'ਤੇ ਬਿਠਾ ਲਿਆ ਤੇ ਜੈਕਾਰਾ ਛੱਡਿਆ "ਭਾਰਤ ਮਾਤਾ ਦੀ ਜੈ!"

ਇਸ ਤਰ੍ਹਾਂ ਹੌਲੀ-ਹੌਲੀ ਲੋਕ ਰਾਜਘਾਟ 'ਤੇ ਇਕੱਠੇ ਹੋ ਗਏ। ਇਥੇ ਗਊਸ਼ਾਲਾ ਦੀ ਇਕ ਗਗਨਚੁੰਬੀ ਵਿਸ਼ਾਲ ਇਮਾਰਤ 'ਜੀ ਆਇਆਂ' ਕਹਿਣ ਲਈ ਖੜੀ ਸੀ। ਗਊਸ਼ਾਲਾ ਦੇ ਖੁੱਲ੍ਹੇ ਵਿਹੜੇ ਵਿੱਚ ਮਖ਼ਮਲ ਦਾ ਇਕ ਵਿਛੌਣਾ ਵਿਛਿਆ ਹੋਇਆ ਸੀ। ਮੁੱਖ ਦਰਵਾਜ਼ਾ ਤੇ ਕੰਧਾਂ-ਕੌਲੇ ਫੁੱਲਾਂ ਪੱਤੀਆਂ ਨਾਲ ਸਜੇ-ਧਜੇ ਖੜੇ ਸਨ। ਇਮਾਰਤ ਦੇ ਅੰਦਰ ਇਕ ਹਜ਼ਾਰ ਦੇ ਕਰੀਬ ਗਾਵਾਂ ਬੰਨ੍ਹੀਆਂ ਹੋਈਆਂ ਸਨ। ਬਾਲਾਜੀ ਨੇ ਆਪਣੇ ਹੱਥੀਂ ਉਨ੍ਹਾਂ ਦੇ ਮੂੰਹ ਵਿਚ ਖਲ-ਚਾਰਾ ਪਾਇਆ। ਉਨ੍ਹਾਂ ਨੂੰ ਪਿਆਰ ਤੇ ਦੁਲਾਰ ਨਾਲ ਥਪਥਪਾਇਆ। ਇਕ ਖੁੱਲ੍ਹੇ ਜਿਹੇ ਕਮਰੇ ਵਿਚ ਸੰਗਮਰਮਰ ਦਾ ਅੱਠਕੋਣਾ ਕੁੰਡ ਬਣਿਆ ਹੋਇਆ ਸੀ। ਉਹ ਦੁੱਧ ਨਾਲ ਨੱਕੋ-ਨੱਕ ਭਰਿਆ ਹੋਇਆ ਸੀ। ਬਾਲਾ ਜੀ ਨੇ ਇਕ ਚੂਲੀ ਦੁੱਧ ਦੀ ਲੈ ਕੇ ਅੱਖਾਂ ਨੂੰ ਛੁਹਾਈ ਤੇ ਫਿਰ ਘੁੱਟ ਭਰ ਲਈ।

ਅਜੇ ਗਊਸ਼ਾਲਾ ਦੇ ਵਿਹੜੇ ਵਿਚ ਲੋਕ ਸਕੂਨ ਨਾਲ ਬੈਠ ਵੀ ਨਹੀਂ ਸਕੇ ਸਨ ਕਿ ਕਈ ਬੰਦੇ ਭੱਜਦੇ ਹੋਏ ਆਏ ਤੇ ਬੋਲੇ—"ਸੁਣੋ-ਸੁਣੋ! ਪੰਡਿਤ ਬਦਲੂ ਸ਼ਾਸਤਰੀ, ਸੇਠ ਉੱਤਮਚੰਦਰ ਤੇ ਲਾਲਾ ਮੱਖਣਲਾਲ ਬਾਹਰ ਖੜੇ ਕੌਤੂਹਲ ਮਚਾ ਰਹੇ ਨੇ ਤੇ ਕਹਿੰਦੇ ਨੇ ਸਾਨੂੰ ਬਾਲਾਜੀ ਨਾਲ ਆਹਮਣੇ-ਸਾਹਮਣੇ ਦੋ-ਟੁਕ ਗੱਲਾਂ ਕਰ ਲੈਣ ਦਿਓ।" ਬਦਲੂ ਸ਼ਾਸਤਰੀ ਕਾਸ਼ੀ ਦੇ ਮਸ਼ਹੂਰ ਪੰਡਿਤ ਸਨ। ਉਹ ਸੁਹਣਾ ਚੰਨ-ਟਿੱਕਾ ਲਾਉਂਦੇ, ਸਾਵੇ ਰੰਗ ਦਾ ਝੱਗਾ ਗਲ੍ਹ ਪਾਉਂਦੇ ਤੇ ਕੇਸਰੀ ਪੱਗ ਬੰਨ੍ਹਦੇ ਸਨ। ਉੱਤਮਚੰਦਰ ਤੇ ਮੱਖਣ ਲਾਲ ਦੋਵੇਂ ਜਣੇ ਸ਼ਹਿਰ ਦੇ ਧਨਾਢ ਤੇ ਸਨਮਾਨਿਤ ਬੰਦੇ ਸਨ। ਸ਼ੁਹਰਤ ਦੇ ਲਈ ਹਜ਼ਾਰਾਂ ਰੁਪਏ ਖ਼ਰਚ ਕਰਦੇ ਤੇ ਵੱਡੇ ਅਫ਼ਸਰਾਂ ਦਾ ਮਾਣ-ਸਨਮਾਨ ਤੇ ਸਤਿਕਾਰ ਕਰਨਾ ਆਪਣਾ ਮੂਲ ਫ਼ਰਜ਼ ਸਮਝਦੇ ਸਨ। ਇਨ੍ਹਾਂ ਮਹਾਂਪੁਰਖਾਂ ਦਾ ਸ਼ਹਿਰ ਦੇ ਲੋਕਾਂ 'ਤੇ ਬੜਾ ਅਸਰ-ਰਸੂਖ਼ ਸੀ। ਪੰਡਿਤ ਬਦਲੂ ਸ਼ਾਸਤਰੀ ਜਦ ਕਦੇ ਵੀ ਸ਼ਾਸਤਰਾਂ ਦੇ ਅਰਥ ਕਰਦੇ ਸਨ ਤਾਂ ਬਿਨਾਂ ਸ਼ੱਕ ਉਨ੍ਹਾਂ ਦੇ ਵਿਰੋਧੀ ਦੀ ਹਾਰ ਹੀ ਹੁੰਦੀ। ਖਾਸ ਕਰਕੇ ਕਾਸ਼ੀ ਦੇ ਪੰਡੇ ਤੇ ਗਿਆਨੀ ਪੰਡਿਤ ਅਤੇ ਧਰਮ ਦੇ ਹੋਰ ਗੁਣੀ ਵਿਦਵਾਨ ਤਾਂ ਉਨ੍ਹਾਂ ਦੇ ਪਸੀਨੇ ਦੇ ਉਪਰੋਂ ਆਪਣਾ ਲਹੂ ਤੱਕ ਵਹਾਉਣ ਲਈ ਉਤਾਵਲੇ ਰਹਿੰਦੇ ਸਨ। ਸ਼ਾਸਤਰੀ ਜੀ ਕਾਸ਼ੀ ਵਿਚ ਹਿੰਦੂ ਧਰਮ ਦੇ ਰੱਖਿਅਕ ਤੇ ਵਿਦਵਤਾ ਦੇ ਮਹਾਨ ਥੰਮ ਸਨ। ਉੱਤਮਚੰਦਰ ਤੇ ਮੱਖਣਲਾਲ ਵੀ ਧਾਰਮਿਕ ਬਿਰਤੀ ਦੀ ਮੂਰਤ ਸਨ। ਇਹ ਲੋਕ ਬਹੁਤ ਦਿਨਾਂ

ਤੋਂ ਬਾਲਾਜੀ ਨਾਲ ਸ਼ਾਸਤਰਾਂ ਦੇ ਅਰਥ ਕੱਢਣ ਦਾ ਮੁਕਾਬਲਾ ਕਰਨ ਲਈ ਮੌਕਾ ਲੱਭ ਰਹੇ ਸਨ। ਅੱਜ ਉਨ੍ਹਾਂ ਦੀ ਮਨਸ਼ਾ ਪੂਰੀ ਹੋ ਹੀ ਗਈ। ਉਹ ਤਿੰਨੋਂ ਹੋਰ ਪੰਡਿਆਂ ਤੇ ਵਿਦਵਾਨ-ਪੰਡਿਤਾਂ ਦਾ ਇਕ ਦਲ ਲੈ ਕੇ ਆ ਧਮਕੇ।

ਬਾਲਾਜੀ ਨੇ ਇਨ੍ਹਾਂ ਮਹਾਂਪੁਰਸ਼ਾਂ ਦੇ ਆਉਣ ਦੀ ਖ਼ਬਰ ਸੁਣੀ ਤਾਂ ਬਾਹਰ ਨਿਕਲ ਆਏ, ਪਰ ਇਥੋਂ ਦੇ ਹਾਲਾਤ ਹੀ ਬਦਲੇ ਪਏ ਸਨ। ਵਿਰੋਧੀ ਪੱਖ ਦੇ ਲੋਕ ਡਾਂਗਾਂ ਫੜੀ ਤੇ ਆਪਣੇ ਝੱਗਿਆਂ ਦੀਆਂ ਬਾਹਾਂ ਉਪਰ ਵੱਲ ਚੜ੍ਹਾਈ ਭਿੜਨ ਲਈ ਉਤਾਵਲੇ ਖੜੇ ਸਨ। ਸ਼ਾਸਤਰੀ ਜੀ ਪੰਡਿਤਾਂ ਨੂੰ ਭਿੜਨ ਲਈ ਲਲਕਾਰ ਰਹੇ ਸਨ ਤੇ ਸੇਠ ਉੱਤਮਚੰਦਰ ਉੱਚੀ ਆਵਾਜ਼ ਵਿਚ ਕਹਿ ਰਹੇ ਸਨ ਕਿ "ਇਨ੍ਹਾਂ ਸ਼ੂਦਰਾਂ ਦੇ ਬਖੇੜੇ ਉਧੇੜ ਦਿਓ। ਮਾਮਲਾ ਚੱਲੇਗਾ ਤਾਂ ਦੇਖੀ ਜਾਊ। ਤੁਹਾਡਾ ਵਾਲ ਤੱਕ ਵਿੰਗਾ ਨਹੀਂ ਹੋਣ ਦਿਆਂਗੇ।" ਮੱਖਣਲਾਲ ਸਾਹਿਬ ਗਲਾ ਫਾੜ-ਫਾੜ ਕੇ ਚੀਖ ਰਹੇ ਸਨ ਕਿ 'ਬਾਹਰ ਨਿਕਲੋ, ਜੇ ਕਿਸੇ 'ਚ ਭੋਰਾ ਸਵੈਮਾਣ ਹੈ ਤਾਂ, ਹਰੇਕ ਦੇ ਚਾਅ ਪੂਰੇ ਕਰ ਦਿਆਂਗੇ।' ਬਾਲਾਜੀ ਨੇ ਜਦ ਇਹ ਵੇਖਿਆ ਤਾਂ ਰਾਜਾ ਧਰਮ ਸਿੰਘ ਨੂੰ ਬੋਲੇ—"ਤੁਸੀਂ ਪੰਡਿਤ ਬਦਲੂ ਸ਼ਾਸਤਰੀ ਨੂੰ ਜਾ ਕੇ ਸਮਝਾਓ ਕਿ ਉਹ ਇਸ ਨੀਚਤਾ ਨੂੰ ਛੱਡ ਦੇਣ, ਨਹੀਂ ਤਾਂ ਦੋਵੇਂ ਪੱਖਾਂ ਦਾ ਨੁਕਸਾਨ ਹੋਏਗਾ ਤੇ ਜਗ ਮੂਹਰੇ ਜੋ ਤਮਾਸ਼ਾ ਬਣੇਗਾ ਉਹ ਅਲੱਗ।"

ਰਾਜਾ ਸਾਹਿਬ ਦੀਆਂ ਅੱਖਾਂ ਵਿਚੋਂ ਭਾਂਬੜ ਨਿਕਲ ਰਹੇ ਸਨ। ਬੋਲੇ—"ਇਸ ਬੰਦੇ ਨਾਲ ਗੱਲ ਕਰਨ ਨੂੰ ਮੈਂ ਆਪਣੀ ਹੱਤਕ ਸਮਝਦਾ। ਉਹਨੂੰ ਪੰਡਿਤਾਂ ਦੀ ਭੀੜ ਦੀ ਹਿਮਾਇਤ ਦਾ ਹੰਕਾਰ ਐ, ਪਰ ਮੈਂ ਅੱਜ ਉਹਦਾ ਸਾਰਾ ਨਸ਼ਾ ਚੂਰ ਕਰ ਦੇਣੈ। ਉਨ੍ਹਾਂ ਦਾ ਮਕਸਦ ਸਿਰਫ਼ ਇਹੀ ਐ ਕਿ ਉਹ ਤੁਹਾਡੇ 'ਤੇ ਹਮਲਾ ਕਰਨ। ਪਰ ਜਦੋਂ ਤੱਕ ਮੈਂ ਤੇ ਮੇਰੇ ਪੰਜ ਪੁੱਤਰ ਜਿਉਂਦੇ ਨੇ, ਉਦੋਂ ਤੱਕ ਕੋਈ ਤੁਹਾਡੇ ਵੱਲ ਕੈੜੀ ਨਜ਼ਰ ਨਾਲ ਤੱਕ ਵੀ ਨਹੀਂ ਸਕਦਾ। ਤੁਹਾਡੇ ਇਕ ਇਸ਼ਾਰੇ ਦੀ ਹੀ ਦੇਰ ਐ, ਮੈਂ ਪਲਕ ਝਪਕਦਿਆਂ ਉਨ੍ਹਾਂ ਨੂੰ ਇਸ ਕਮੀਨਗੀ ਦਾ ਮਜ਼ਾ ਚਖਾ ਦਿਆਂਗਾ।"

ਬਾਲਾਜੀ ਜਾਣ ਗਏ ਕਿ ਰਾਜਾ ਸਾਹਿਬ ਵੀਰਤਾ ਦੇ ਜੋਸ਼ ਵਿਚ ਆ ਗਏ ਨੇ। ਰਾਜਪੂਤ ਜਦੋਂ ਜੋਸ਼ ਵਿੱਚ ਆਉਂਦਾ ਹੈ ਤਾਂ ਉਸ ਨੂੰ ਮਰਨ-ਮਾਰਨ ਦੇ ਸਿਵਾਇ ਹੋਰ ਕੁਝ ਨਹੀਂ ਸੁੱਝਦਾ। ਉਹ ਬੋਲੇ—"ਰਾਜਾ ਸਾਹਿਬ, ਤੁਸੀਂ ਏਡੇ ਦੂਰਦਰਸ਼ੀ ਹੁੰਦਿਆਂ ਹੋਇਆਂ ਵੀ ਅਜਿਹੇ ਬੋਲ ਮੂੰਹੋਂ ਕੱਢ ਰਹੇ ਓ ? ਇਹ ਵੇਲਾ ਏਦਾਂ ਦੇ ਬੋਲਾਂ ਦਾ ਨਹੀਂ ਐ। ਅੱਗੇ ਹੋ ਕੇ ਆਪਣੇ ਬੰਦਿਆਂ ਨੂੰ ਰੋਕੋ, ਨਹੀਂ ਤਾਂ ਨਤੀਜਾ ਬੁਰਾ ਨਿਕਲੇਗਾ।"

ਬਾਲਾਜੀ ਇਹ ਕਹਿੰਦਿਆਂ-ਕਹਿੰਦਿਆਂ ਅਚਾਨਕ ਚੁੱਪ ਹੋ ਗਏ। ਸਮੁੰਦਰ ਦੀਆਂ ਲਹਿਰਾਂ ਦੀ ਤਰ੍ਹਾਂ ਲੋਕ ਇਧਰੋਂ-ਉਧਰੋਂ ਉਮੜਦੇ ਆ ਰਹੇ ਸਨ। ਉਨ੍ਹਾਂ ਦੇ ਹੱਥਾਂ ਵਿਚ ਡਾਂਗਾਂ ਸਨ ਤੇ ਅੱਖਾਂ ਵਿੱਚ ਖ਼ੌਲਦੇ ਖ਼ੂਨ ਦੀ ਲਾਲੀ, ਚਿਹਰਾ ਤਣਿਆ ਹੋਇਆ, ਤਿਊੜੀਆਂ ਚੜ੍ਹੀਆਂ ਹੋਈਆਂ। ਵੇਖਦਿਆਂ-ਵੇਖਦਿਆਂ ਇਹ ਭੀੜ ਪੰਡਿਤਾਂ ਦੇ ਸਿਰ 'ਤੇ ਆ ਖੜੀ ਹੋਈ। ਏਦਾਂ ਲੱਗ ਹੀ ਰਿਹਾ ਸੀ ਕਿ ਹੁਣੇ ਤ੍ਰਿਹਾਈਆਂ ਡਾਂਗਾਂ ਸਾਹਮਣੇ ਵਾਲਿਆਂ ਦੇ ਸਿਰ ਚੁੰਮ ਲੈਣਗੀਆਂ ਕਿ ਉਸੇ ਵੇਲੇ ਬਾਲਾਜੀ ਬਿਜਲੀ ਦੀ ਤਰ੍ਹਾਂ ਲਪਕ ਕੇ ਘੋੜੇ 'ਤੇ ਸੁਆਰ ਹੋ ਗਏ ਤੇ ਅਤਿ-ਉੱਚੀ ਆਵਾਜ਼ ਵਿਚ ਬੋਲੇ—

"ਭਰਾਵੋ! ਇਹ ਕੀ ਹਨੇਰ ਐ ? ਜੇ ਮੈਨੂੰ ਆਪਣਾ ਦੋਸਤ ਸਮਝਦੇ ਓ ਤਾਂ ਝੱਟ ਆਪਣੇ ਹੱਥ ਨੀਵੇਂ ਕਰ ਲਓ ਤੇ ਪੈਰਾਂ ਨੂੰ ਇਕ ਇੰਚ ਵੀ ਅੱਗੇ ਵਧਣ ਤੋਂ ਰੋਕ ਦਿਓ। ਮੈਨੂੰ ਇਹਸਾਸ ਐ ਕਿ ਤੁਹਾਡੇ ਦਿਲਾਂ 'ਚ ਗ਼ੁੱਸੇ ਤੇ ਜੋਸ਼ ਠਾਠਾਂ ਮਾਰ ਰਿਹੈ। ਗ਼ੁੱਸਾ ਇਕ ਪਵਿੱਤਰ ਮਨੋਵੇਗ ਤੇ ਪਵਿੱਤਰ ਜੋਸ਼ ਐ, ਪਰ ਆਤਮ-ਸ਼ੁੱਧੀ ਉਸ ਤੋਂ ਵੀ ਪਵਿੱਤਰ ਧਰਮ ਐ। ਇਸ ਵੇਲੇ ਆਪਣੇ ਗ਼ੁੱਸੇ ਨੂੰ ਦ੍ਰਿੜਤਾ ਨਾਲ ਠੱਲੋ। ਕੀ ਤੁਸੀਂ ਆਪਣੀ ਕੌਮ ਪ੍ਰਤੀ ਆਪਣੇ ਸਾਰੇ ਫ਼ਰਜ਼ਾਂ ਦੀ ਪਾਲਣਾ ਕਰ ਚੁੱਕੇ ਓਂ, ਜੋ ਇਸ ਤਰ੍ਹਾਂ ਆਪਸ 'ਚ ਲੜ-ਭਿੜ ਕੇ ਜਾਨਾਂ ਦੇਣਾ ਚਾਹੁੰਦੇ ਓ ? ਕੀ ਤੁਸੀਂ ਆਪਣੀ ਤਲੀ 'ਤੇ ਦੀਵਾ ਬਾਲ ਕੇ ਵੀ ਹਨੇਰੀ ਖੱਡ 'ਚ ਡਿੱਗਣਾ ਚਾਹੁੰਦੇ ਓ ? ਇਹ ਲੋਕ ਤੁਹਾਡੇ ਕੌਮੀ ਭਾਈ ਤੇ ਤੁਹਾਡਾ ਹੀ ਲਹੂ ਨੇ। ਇਨ੍ਹਾਂ ਨੂੰ ਆਪਣਾ ਵੈਰੀ ਨਾ ਸਮਝੋ! ਜੇ ਇਹ ਲੋਕ ਮੂਰਖ ਨੇ ਤਾਂ ਇਨ੍ਹਾਂ ਦੀ ਮੂਰਖਤਾ ਦਾ ਇਲਾਜ ਕਰਨਾ ਤੁਹਾਡਾ ਫ਼ਰਜ਼ ਐ। ਜੇ ਇਹ ਲੋਕ ਤੁਹਾਨੂੰ ਮੰਦੇ ਬੋਲ ਬੋਲਦੇ ਨੇ ਤਾਂ ਤੁਸੀਂ ਉਨ੍ਹਾਂ ਦਾ ਬੁਰਾ ਨਾ ਮੰਨੋ। ਜੇ ਇਹ ਤੁਹਾਡੇ ਨਾਲ ਲੜਨ ਲਈ ਉਤਾਵਲੇ ਨੇ ਤਾਂ ਤੁਸੀਂ ਨਿਮਰਤਾ ਸਹਿਤ ਉਨ੍ਹਾਂ ਦੇ ਹੱਲੇ ਪ੍ਰਵਾਨ ਕਰ ਲਓ ਤੇ ਇਕ ਸਿਆਣੇ ਵੈਦ ਦੀ ਤਰ੍ਹਾਂ ਆਪਣੇ ਇਨ੍ਹਾਂ ਅਣਭੋਲ ਰੋਗੀਆਂ ਦੀ ਮਨ-ਭਾਉਂਦੀ ਦਵਾ-ਦਾਰੂ ਕਰਨ 'ਚ ਲੀਨ ਹੋ ਜਾਓ, ਪਰ ਮੇਰੀ ਇਸ ਬੇਨਤੀ ਦੇ ਖ਼ਿਲਾਫ਼ ਜਾ ਕੇ ਜੇ ਤੁਹਾਡੇ 'ਚੋਂ ਕਿਸੇ ਨੇ ਇਨ੍ਹਾਂ 'ਤੇ ਹੱਥ ਚੁੱਕਿਆ ਤਾਂ ਉਹ ਪੂਰੀ ਕੌਮੀਅਤ ਦਾ ਦੁਸ਼ਮਣ ਹੋਏਗਾ।"

ਇਨ੍ਹਾਂ ਭਾਵਪੂਰਤ ਬੋਲਾਂ ਨਾਲ ਚਾਰੇ ਪਾਸੇ ਸ਼ਾਂਤੀ ਪਸਰ ਗਈ। ਜਿਹੜਾ ਜਿਥੇ ਸੀ, ਉਹ ਉਥੇ ਹੀ ਮੂਰਤ ਬਣ ਕੇ ਖੜਾ ਰਹਿ ਗਿਆ। ਇਸ ਇਨਸਾਨ ਦੇ ਬੋਲਾਂ ਵਿਚ ਕਿੰਨਾ ਪ੍ਰਭਾਵ ਸੀ, ਜਿਸ ਨੇ ਕਿ ਹਜ਼ਾਰਾਂ ਲੋਕਾਂ ਦੇ ਭੜਕ ਰਹੇ ਮਨੋਵੇਗ ਨੂੰ ਇਸ ਤਰ੍ਹਾਂ ਠੰਢਾ ਕਰ ਦਿੱਤਾ, ਜਿਵੇਂ ਕੋਈ ਸਿਆਣਾ ਸਾਰਥੀ ਵਿਗੜੇ ਘੋੜਿਆਂ ਨੂੰ ਰੋਕ ਲੈਂਦਾ ਹੈ। ਪਰ ਇਹ ਤਾਕਤ ਇਸ ਇਨਸਾਨ ਨੂੰ ਕਿਸ ਨੇ ਦਿੱਤੀ ਸੀ ? ਨਾ ਤਾਂ ਉਸ ਦੇ ਸਿਰ 'ਤੇ ਰਾਜ-ਮੁਕਟ ਸੀ, ਤੇ ਨਾ ਹੀ ਉਹ ਕਿਸੇ ਸੈਨਾ ਦਾ ਸੈਨਾਪਤੀ ਸੀ। ਇਹ ਸਿਰਫ਼ ਉਸ ਇਨਸਾਨ ਦੀ ਉਸ ਪਵਿੱਤਰ ਤੇ ਨਿਰਸੁਆਰਥ ਦੇਸ਼-ਸੇਵਾ ਦਾ ਪ੍ਰਤਾਪ ਹੀ ਸੀ, ਜੋ ਉਸ ਨੇ ਕੀਤੀ ਸੀ। ਕੌਮੀਅਤ ਦੀ ਸੇਵਾ ਦੇ ਮਾਣ-ਸਤਿਕਾਰ ਦਾ ਸਬੱਬ ਅਕਸਰ ਉਹ ਬਲੀਦਾਨ ਹੀ ਬਣਦੇ ਹਨ, ਜਿਹੜਾ ਕੋਈ ਇਨਸਾਨ ਆਪਣੀ ਕੌਮ ਲਈ ਕਰਦਾ ਹੈ। ਪੰਡਿਆਂ ਤੇ ਵਿਦਵਾਨ-ਪੰਡਿਤਾਂ ਨੇ ਬਾਲਾਜੀ ਦਾ ਇਹ ਪ੍ਰਤਾਪੀ ਰੂਪ ਵੇਖਿਆ ਤੇ ਉਨ੍ਹਾਂ ਦੇ ਬੋਲ ਸੁਣੇ ਤਾਂ ਉਨ੍ਹਾਂ ਦਾ ਗ਼ੁੱਸਾ ਵੀ ਸ਼ਾਂਤ ਹੋ ਗਿਆ। ਜਿਸ ਤਰ੍ਹਾਂ ਸੂਰਜ ਦੇ ਨਿਕਲਣ ਨਾਲ ਧੁੰਦ ਛਟ ਜਾਂਦੀ ਹੈ, ਉਸੇ ਤਰ੍ਹਾਂ ਬਾਲਾਜੀ ਦੇ ਆਉਣ ਨਾਲ ਵਿਰੋਧੀਆਂ ਦੀ ਸੈਨਾ ਖਿੰਡ-ਪੁੰਡ ਗਈ। ਬਹੁਤ ਸਾਰੇ ਲੋਕ, ਜੋ 'ਹੋ-ਹੱਲਾ' ਮਚਾਉਣ ਆਏ ਸਨ, ਹੁਣ ਸ਼ਰਧਾ-ਪੂਰਵਕ ਬਾਲਾਜੀ ਦੇ ਚਰਣਾਂ ਵਿਚ ਸਿਰ ਝੁਕਾਈ ਉਨ੍ਹਾਂ ਦੇ ਪੈਰੋਕਾਰਾਂ ਵਿਚ ਸ਼ਾਮਿਲ ਹੋ ਗਏ ਸਨ। ਬਦਲੂ ਸ਼ਾਸਤਰੀ ਨੇ ਬਹੁਤ ਜਤਨ ਕੀਤੇ ਕਿ ਉਹ ਪੰਡਿਆਂ ਦੀ ਤੰਗਦਿਲੀ ਤੇ ਮੂਰਖਤਾ ਨੂੰ ਭੜਕਾਵੇ, ਪਰ ਉਹ ਸਫ਼ਲ ਨਾ ਹੋਇਆ।

ਉਸੇ ਵੇਲੇ ਬਾਲਾ ਜੀ ਨੇ ਇਕ ਬਹੁਤ ਪ੍ਰਭਾਵਸ਼ਾਲੀ ਭਾਸ਼ਣ ਦਿੱਤਾ, ਜਿਸਦਾ ਇਕ-ਇਕ ਬੋਲ ਸਦੀਵੀ ਤੌਰ 'ਤੇ ਸੁਣਨ ਵਾਲਿਆਂ ਦੇ ਮਨਾਂ ਵਿਚ ਅੰਕਿਤ ਹੋ ਗਿਆ ਤੇ ਜਿਹੜਾ ਭਾਰਤਵਾਸੀਆਂ ਦੇ ਲਈ ਸਦਾ ਚਾਨਣ-ਮੁਨਾਰੇ ਦਾ ਕੰਮ ਕਰਦਾ ਰਹੇਗਾ। ਵੈਸੇ ਤਾਂ

ਬਾਲਾ ਜੀ ਦੇ ਪ੍ਰਵਚਨ ਅਕਸਰ ਹੀ ਆਤਮ-ਸ਼ੁੱਧੀ ਕਰਨ ਦੇ ਸਮਰੱਥ ਹੁੰਦੇ ਹਨ, ਪਰ ਉਹ ਪ੍ਰਤਿਭਾ, ਉਹ ਭਾਵਪੂਰਨਤਾ, ਜਿਸ ਨਾਲ ਇਹ ਭਾਸ਼ਣ ਆਲੰਕ੍ਰਿਤ ਸੀ, ਉਹ ਉਨ੍ਹਾਂ ਦੇ ਪੂਰਵਲੇ ਕਿਸੇ ਵੀ ਭਾਸ਼ਣ ਵਿਚੋਂ ਨਹੀਂ ਮਿਲਦੀ। ਉਨ੍ਹਾਂ ਨੇ ਆਪਣੇ ਬੋਲਾਂ ਦੇ ਜਾਦੂ ਨਾਲ ਥੋੜ੍ਹੀ ਹੀ ਦੇਰ ਵਿਚ ਪੰਡਿਆਂ ਨੂੰ ਦੋਧੀਆਂ ਤੇ ਪਾਸੀਆਂ ਨਾਲ ਗਲ਼ੇ ਮਿਲਾ ਦਿੱਤਾ ਸੀ। ਉਸ ਭਾਸ਼ਣ ਦੇ ਆਖ਼ਰੀ ਬੋਲ ਸਨ—

"ਜੇ ਤੁਸੀਂ ਦ੍ਰਿੜ-ਇਰਾਦੇ ਨਾਲ ਕਰਮ ਕਰਦੇ ਜਾਓਂਗੇ ਤਾਂ ਯਕੀਨਨ ਇਕ ਦਿਨ ਤੁਹਾਨੂੰ ਅਨੰਤ ਰਿਧੀਆਂ-ਸਿਧੀਆਂ ਦਾ 'ਸੋਨ-ਸਤੰਭ' ਦਿਖਾਈ ਦਏਗਾ। ਪਰ ਧੀਰਜ ਨੂੰ ਕਦੇ ਹੱਥੋਂ ਨਾ ਡਿੱਗਣ ਦਇਓ। ਦ੍ਰਿੜ੍ਹਤਾ ਬੜੀ ਪ੍ਰਬਲ ਸ਼ਕਤੀ ਐ। ਦ੍ਰਿੜਤਾ ਬੰਦੇ ਦੇ ਸਾਰੇ ਗੁਣਾਂ ਦੀ ਮਾਲਕਣ ਐ। ਦ੍ਰਿੜਤਾ ਸੂਰਬੀਰਤਾ ਦਾ ਇਕ ਪ੍ਰਧਾਨ ਅੰਗ ਐ। ਇਸ ਨੂੰ ਭੁੱਲ ਕੇ ਵੀ ਹੱਥੋਂ ਨਾ ਡਿੱਗਣ ਦੇਣਾ। ਤੁਹਾਡੇ ਇਮਤਿਹਾਨ ਲਏ ਜਾਣਗੇ। ਉਸ ਹਾਲਾਤ 'ਚ ਦ੍ਰਿੜਤਾ ਤੋਂ ਬਿਨਾਂ ਹੋਰ ਕੋਈ ਵੀ ਤੁਹਾਡਾ ਮਾਰਗ-ਦਰਸ਼ਕ ਨਹੀਂ ਬਣੇਗਾ। ਦ੍ਰਿੜਤਾ ਜੇ ਕਦੇ ਆਪਣੇ ਮਕਸਦ 'ਚ ਸਫ਼ਲ ਨਾ ਵੀ ਹੋ ਸਕੇ ਤਾਂ ਵੀ ਇਹ ਦੁਨੀਆਂ 'ਚ ਆਪਣਾ ਨਾਂਅ ਅਮਰ ਜ਼ਰੂਰ ਕਰ ਜਾਂਦੀ ਐ।"

ਇਸ ਘਟਨਾ ਤੋਂ ਬਾਅਦ ਬਾਲਾ ਜੀ ਨੇ ਘਰ ਪਹੁੰਚ ਕੇ ਅਖ਼ਬਾਰ ਖੋਲ੍ਹਿਆ। ਉਨ੍ਹਾਂ ਦੇ ਚਿਹਰੇ ਦਾ ਰੰਗ ਉਤਰ ਗਿਆ ਤੇ ਦੁਖੀ ਦਿਲ 'ਚੋਂ ਇਕ ਠੰਢਾ ਹਉਕਾ ਨਿਕਲਿਆ। ਰਾਜਾ ਧਰਮ ਸਿੰਘ ਨੇ ਘਬਰਾ ਕੇ ਪੁੱਛਿਆ—"ਸੁੱਖ ਤਾਂ ਹੈ ?"

ਬਾਲਾਜੀ—"ਸਦੀਆ ਸ਼ਹਿਰ 'ਚ ਨਦੀ ਦਾ ਬੰਨ੍ਹ ਟੁੱਟ ਗਿਐ, ਦਸ ਹਜ਼ਾਰ ਲੋਕ ਬੇਘਰ ਹੋ ਗਏ ਨੇ।"

ਰਾਜਾ ਧਰਮ ਸਿੰਘ—"ਓ ਹੋ!"

ਬਾਲਾਜੀ—"ਹਜ਼ਾਰਾਂ ਲੋਕ ਹੜ੍ਹ ਦੀ ਭੇਟ ਦੜ੍ਹ ਗਏ। ਸਾਰਾ ਸ਼ਹਿਰ ਤਬਾਹ ਹੋ ਗਿਐ। ਘਰਾਂ ਦੀਆਂ ਛੱਤਾਂ ਉਪਰੋਂ ਕਿਸ਼ਤੀਆਂ ਚਲ ਰਹੀਆਂ ਨੇ। ਭਾਰਤ-ਸਭਾ ਦੇ ਲੋਕ ਪਹੁੰਚ ਤਾਂ ਗਏ ਨੇ ਤੇ ਹਰ ਸੰਭਵ ਕੋਸ਼ਿਸ਼ ਕਰ ਕੇ ਲੋਕਾਂ ਨੂੰ ਬਚਾ ਰਹੇ ਨੇ, ਪਰ ਉਨ੍ਹਾਂ ਦੀ ਗਿਣਤੀ ਬਹੁਤ ਘੱਟ ਐ।"

ਧਰਮ ਸਿੰਘ (ਅੱਖਾਂ ਭਰ ਕੇ)-"ਮੇਰਿਆ ਰੱਬਾ! ਤੂੰ ਹੀ ਉਨ੍ਹਾਂ ਬੇਆਸਰਿਆਂ ਦਾ ਆਸਰਾ ਐਂ।"

ਬਾਲਾਜੀ—"ਗੋਪਾਲ ਗਊਸ਼ਾਲਾ ਵੀ ਰੁੜ੍ਹ ਗਈ। ਇਕ ਹਜ਼ਾਰ ਦੇ ਕਰੀਬ ਗਾਵਾਂ ਜਿਊਂਦੇ-ਜੀਅ ਜਲ-ਸਮਾਧੀ ਲੈ ਗਈਆਂ। ਤਿੰਨ ਘੰਟਿਆਂ ਤੱਕ ਲਗਾਤਾਰ ਮੂਸਲੇਧਾਰ ਮੀਂਹ ਵਰ੍ਹਦਾ ਰਿਹਾ। ਸੋਲਾਂ ਇੰਚ ਪਾਣੀ ਵਰ੍ਹਿਆ। ਸ਼ਹਿਰ ਦੇ ਉੱਤਰੀ ਹਿੱਸੇ 'ਚ ਸਾਰਾ ਸ਼ਹਿਰ ਇਕੱਠਾ ਹੋ ਗਿਐ। ਨਾ ਉਨ੍ਹਾਂ ਲਈ ਰਹਿਣ ਨੂੰ ਘਰ ਨੇ, ਨਾ ਖਾਣ ਨੂੰ ਅੰਨ! ਲਾਸ਼ਾਂ ਦੇ ਢੇਰ ਲੱਗੇ ਹੋਏ ਨੇ। ਬਹੁਤ ਸਾਰੇ ਲੋਕ ਭੁੱਖੇ ਮਰ ਰਹੇ ਨੇ, ਲੋਕਾਂ ਦੇ ਵਿਰਲਾਪ ਤੇ ਕੁਰਲਾਹਟਾਂ ਨਾਲ ਕਾਲਜਾ ਮੂੰਹ ਨੂੰ ਆਉਂਦੈ। ਸਾਰੇ ਹੜ੍ਹ-ਪੀੜ੍ਹਤ ਲੋਕ 'ਬਾਲਾ ਜੀ' ਨੂੰ ਬੁਲਾਉਣ ਦੀ ਰੱਟ ਲਗਾ ਰਹੇ ਨੇ। ਉਨ੍ਹਾਂ ਦਾ ਖ਼ਿਆਲ ਐ ਕਿ ਮੇਰੇ ਉਥੇ ਆ ਜਾਣ ਨਾਲ ਉਨ੍ਹਾਂ ਦੇ ਕਸ਼ਟ ਦੂਰ ਹੋ ਜਾਣਗੇ।"

ਕੁਝ ਦੇਰ ਤੱਕ ਬਾਲਾਜੀ ਸੋਚ ਵਿਚ ਡੁੱਬੇ ਰਹੇ, ਫਿਰ ਬੋਲੇ—"ਮੇਰਾ ਉਥੇ ਜਾਣਾ ਬਹੁਤ ਜ਼ਰੂਰੀ ਐ। ਮੈਂ ਫੌਰਨ ਜਾਵਾਂਗਾ। ਤੁਸੀਂ ਸਦੀਆ ਦੀ 'ਭਾਰਤ-ਸਭਾ' ਨੂੰ ਤਾਰ ਭਿਜਵਾ ਦਿਓ ਕਿ ਉਹ ਇਸ ਕੰਮ 'ਚ ਮੇਰੀ ਮਦਦ ਕਰਨ ਲਈ ਤਿਆਰ ਰਹਿਣ।"

ਰਾਜਾ ਸਾਹਿਬ ਨੇ ਨਿਮਰਤਾ ਸਹਿਤ ਅਰਜ਼ ਕੀਤੀ—"ਜੇ ਤੁਹਾਡੀ ਆਗਿਆ ਹੋਵੇ ਤਾਂ ਮੈਂ ਵੀ ਨਾਲ ਚੱਲਾਂ ?"

ਬਾਲਾਜੀ—"ਮੈਂ ਉਥੇ ਪਹੁੰਚ ਕੇ ਤੁਹਾਨੂੰ ਖ਼ਬਰ ਕਰਾਂਗਾ। ਮੈਨੂੰ ਲੱਗਦੈ, ਤੁਹਾਡੇ ਜਾਣ ਦੀ ਕੋਈ ਲੋੜ ਨਹੀਂ ਪੈਣੀ।"

ਧਰਮ ਸਿੰਘ—"ਚੰਗਾ ਹੋਏਗਾ ਕਿ ਤੁਸੀਂ ਕੱਲ੍ਹ ਸਵੇਰੇ ਹੀ ਨਿਕਲੋਂ।"

ਬਾਲਾਜੀ—"ਨਹੀਂ, ਮੈਨੂੰ ਇਥੇ ਇਕ ਪਲ ਵੀ ਰੁਕਣਾ ਮੁਸ਼ਕਿਲ ਹੋ ਰਿਹੈ। ਨਾਲੇ ਅਜੇ ਮੈਨੂੰ ਉਥੇ ਅੱਪੜਦਿਆਂ ਕਈ ਦਿਨ ਲੱਗ ਜਾਣੇ ਨੇ।"

ਪਲਾਂ-ਖਿਣਾਂ ਵਿਚ ਸ਼ਹਿਰ ਵਿਚ ਇਹ ਖ਼ਬਰ ਫੈਲ ਗਈ ਕਿ ਸਦੀਆ ਸ਼ਹਿਰ ਵਿਚ ਹੜ੍ਹ ਆ ਗਿਐ ਤੇ ਬਾਲਾਜੀ ਇਸੇ ਵੇਲੇ ਉਥੇ ਜਾਣ ਲਈ ਤੁਰ ਰਹੇ ਨੇ। ਇਹ ਸੁਣਦਿਆਂ ਹੀ ਹਜ਼ਾਰਾਂ ਲੋਕ ਬਾਲਾਜੀ ਨੂੰ ਛੱਡਣ ਲਈ ਤੁਰ ਪਏ। ਨੌਂ ਵੱਜਦਿਆਂ-ਵੱਜਦਿਆਂ ਬਾਲਾਜੀ ਦੇ ਬੂਹੇ 'ਤੇ ਪੱਚੀ ਹਜ਼ਾਰ ਲੋਕ ਜਮ੍ਹਾਂ ਹੋ ਗਏ। ਸਦੀਆ ਸ਼ਹਿਰ ਵਿਚ ਆਈ ਆਫ਼ਤ ਹਰ ਇਕ ਦੀ ਜ਼ੁਬਾਨ 'ਤੇ ਸੀ। ਲੋਕ ਉਨ੍ਹਾਂ ਬਿਪਤਾ-ਮਾਰੇ ਇਨਸਾਨਾਂ ਦੀ ਹਾਲਤ 'ਤੇ ਹਮਦਰਦੀ ਤੇ ਫ਼ਿਕਰ ਜ਼ਾਹਿਰ ਕਰ ਰਹੇ ਸਨ। ਸੈਂਕੜੇ ਬੰਦੇ ਬਾਲਾਜੀ ਦੇ ਨਾਲ ਜਾਣ ਨੂੰ ਕਾਹਲੇ ਸਨ। ਸਦੀਆ-ਵਾਸੀਆਂ ਦੀ ਮਦਦ ਲਈ ਇਕ ਚੰਦਾ ਖੋਲ੍ਹਣ ਦੀ ਸਲਾਹ ਵੀ ਹੋਣ ਲੱਗੀ।

ਉਧਰ ਰਾਜਾ ਧਰਮ ਸਿੰਘ ਦੇ ਇਸਤਰੀ ਮਹਿਲ ਵਿਚ ਸ਼ਹਿਰ ਦੀਆਂ ਗਿਣੀਆਂ-ਚੁਣੀਆਂ ਇੱਜ਼ਤਦਾਰ ਔਰਤਾਂ ਨੇ ਅੱਜ ਸੁਵਾਮਾ ਦਾ ਧੰਨਵਾਦ ਕਰਨ ਲਈ ਇਕ ਸਭਾ ਬੁਲਾਈ ਸੀ। ਉਸ ਖ਼ੂਬਸੂਰਤ ਮਹਿਲ ਦਾ ਇਕ-ਇਕ ਖੂੰਜਾ ਔਰਤਾਂ ਨਾਲ ਭਰਿਆ ਹੋਇਆ ਸੀ। ਸਭ ਤੋਂ ਪਹਿਲਾਂ ਬ੍ਰਿਜਰਾਣੀ ਨੇ ਕਈ ਔਰਤਾਂ ਦੇ ਨਾਲ ਮਿਲ ਕੇ ਇਕ ਮੰਗਲਮਈ ਸੋਹਣਾ ਗੀਤ ਗਾਇਆ ਤੇ ਤੁਰ ਪਈਆਂ। ਉਨ੍ਹਾਂ ਦੇ ਪਿੱਛੇ-ਪਿੱਛੇ ਚੱਲਦਿਆਂ ਬਾਕੀ ਸਾਰੀਆਂ ਔਰਤਾਂ ਝੁੰਡ ਬਣਾਈ, ਗਾਉਂਦੀਆਂ-ਵਜਾਉਂਦੀਆਂ, ਆਰਤੀ ਦਾ ਥਾਲ ਚੁੱਕੀ ਸੁਵਾਮਾ ਦੇ ਘਰ ਪੁੱਜ ਗਈਆਂ। ਸੇਵਤੀ ਤੇ ਚੰਦਰਾ ਮਹਿਮਾਨ-ਨਿਵਾਜ਼ੀ ਲਈ ਪਹਿਲਾਂ ਤੋਂ ਹੀ ਉਥੇ ਹਾਜ਼ਰ ਸਨ। ਸੁਵਾਮਾ ਹਰੇਕ ਔਰਤ ਦੇ ਗਲ੍ਹੇ ਮਿਲੀ ਤੇ ਸਭ ਨੂੰ ਅਸੀਸ ਦਿੱਤੀ ਕਿ ਤੁਹਾਡੀ ਬੁੱਕਲ ਵਿਚ ਵੀ ਅਜਿਹੇ ਹੀ ਸੁਪੁੱਤਰ ਅਠਖੇਲੀਆਂ ਕਰਨ। ਫਿਰ ਰਾਣੀ ਜੀ ਨੇ ਸੁਵਾਮਾ ਦੀ ਆਰਤੀ ਉਤਾਰੀ ਤੇ ਗਾਉਣ-ਵਜਾਉਣ ਹੋਣ ਲੱਗਾ। ਅੱਜ ਮਾਧਵੀ ਦਾ ਚਿਹਰਾ ਫੁੱਲਾਂ ਦੀ ਤਰ੍ਹਾਂ ਖਿੜਿਆ ਹੋਇਆ ਸੀ। ਕੱਲ੍ਹ ਦੀ ਤਰ੍ਹਾਂ ਉਹ ਉਦਾਸ ਤੇ ਫ਼ਿਕਰਮੰਦ ਨਹੀਂ ਸੀ। ਆਸਾਂ ਜ਼ਹਿਰ ਦੀ ਗੁਥਲੀ ਹੁੰਦੀਆਂ ਹਨ। ਉਨ੍ਹਾਂ ਹੀ ਆਸਾਂ ਨੇ ਉਸ ਨੂੰ ਕੱਲ੍ਹ ਰੁਆਇਆ ਸੀ, ਪਰ ਅੱਜ ਉਸ ਦਾ ਮਨ ਉਨ੍ਹਾਂ ਹੀ ਆਸਾਂ ਤੋਂ ਕੋਰਾ ਹੋ ਗਿਆ ਸੀ। ਇਸੇ ਲਈ ਤਾਂ ਉਸ ਦਾ ਚਿਹਰਾ ਖਿੜਿਆ ਹੋਇਆ ਤੇ ਅੱਖਾਂ ਰੁਸ਼ਨਾਈਆਂ ਹੋਈਆਂ ਸਨ। ਬੇਆਸ ਰਹਿ ਕੇ ਇਸ ਦੇਵੀ ਨੇ ਭਾਵੇਂ ਸਾਰੀ ਉਮਰ ਕੱਟ ਦਿੱਤੀ ਸੀ, ਪਰ ਆਸਾਂ ਪਾਲ ਕੇ ਉਸ ਤੋਂ ਇਕ ਦਿਨ ਦਾ ਦੁਖ ਵੀ ਜ਼ਰਿਆ ਨਾ ਗਿਆ।

ਸੁਹਾਣੇ ਗੀਤਾਂ ਦੇ ਅਲਾਪਾਂ ਨਾਲ ਪੂਰਾ ਘਰ ਗੂੰਜ ਰਿਹਾ ਸੀ ਕਿ ਅਚਾਨਕ ਸਦੀਆ ਸ਼ਹਿਰ ਦੀ ਖ਼ਬਰ ਇਥੇ ਵੀ ਪੁੱਜ ਗਈ ਤੇ ਰਾਜਾ ਧਰਮ ਸਿੰਘ ਇਹ ਕਹਿੰਦੇ ਹੋਏ ਸੁਣੇ ਗਏ ਕਿ 'ਤੁਸੀਂ ਲੋਕ ਬਾਲਾਜੀ ਨੂੰ ਵਿਦਾ ਕਰਨ ਲਈ ਜਲਦੀ ਤਿਆਰ ਹੋ ਜਾਓ, ਉਹ ਹੁਣੇ ਸਦੀਆ ਜਾ ਰਹੇ ਨੇ।'

ਇਹ ਸੁਣਦਿਆਂ ਹੀ ਚਾਰੇ ਪਾਸੇ ਅੱਧੀ ਰਾਤ ਵਰਗਾ ਸੰਨਾਟਾ ਪਸਰ ਗਿਆ। ਸੁਵਾਮਾ ਘਬਰਾ ਕੇ ਉਠੀ ਤੇ ਦਰਾਂ ਵੱਲ ਭੱਜੀ, ਜਿਵੇਂ ਉਹ ਬਾਲਾਜੀ ਨੂੰ ਰੋਕ ਹੀ ਲਏਗੀ। ਉਸ ਦੇ ਨਾਲ ਬਾਕੀ ਸਾਰੀਆਂ ਔਰਤਾਂ ਵੀ ਉਠ ਖੜੀਆਂ ਹੋਈਆਂ ਤੇ ਉਹਦੇ ਪਿੱਛੇ-ਪਿੱਛੇ ਹੋ ਤੁਰੀਆਂ। ਬ੍ਰਿਜਰਾਣੀ ਨੇ ਕਿਹਾ—"ਚਾਚੀ! ਕੀ ਉਨ੍ਹਾਂ ਨੂੰ ਬਰਾਬਰ ਵਿਦਾ ਵੀ ਨਹੀਂ ਕਰੋਂਗੇ ? ਅਜੇ ਤਾਂ ਉਹ ਆਪਣੇ ਕਮਰੇ 'ਚ ਹੀ ਨੇ।"

ਸੁਵਾਮਾ—"ਮੈਂ ਤਾਂ ਉਹਨੂੰ ਜਾਣ ਵੀ ਨਹੀਂ ਦੇਣਾ, ਵਿਦਾ ਕਾਹਦਾ ਕਰਨਾ ?"

ਬ੍ਰਿਜਰਾਣੀ—"ਉਨ੍ਹਾਂ ਦਾ ਸਦੀਆ ਜਾਣਾ ਬੜਾ ਜ਼ਰੂਰੀ ਐ।"

ਸੁਵਾਮਾ—"ਮੈਂ ਸਦੀਆ ਨੂੰ ਲੈ ਕੇ ਕੀ ਚੱਟਣੈ ? ਢੱਠੇ ਖੂਹ 'ਚ ਪਏ! ਮੈਂ ਵੀ ਤਾਂ ਕੁਝ ਆਂ, ਮੇਰਾ ਵੀ ਤਾਂ ਉਹਦੇ 'ਤੇ ਕੋਈ ਹੱਕ ਐ ਜਾਂ ਨਹੀਂ ?"

ਬ੍ਰਿਜਰਾਣੀ—"ਤੁਹਾਨੂੰ ਮੇਰੀ ਸਹੁੰ, ਇਸ ਵੇਲੇ ਉਨ੍ਹਾਂ ਨਾਲ ਏਦਾਂ ਦੀਆਂ ਗੱਲਾਂ ਨਾ ਕਰਿਓ। ਹਜ਼ਾਰਾਂ ਲੋਕਾਂ ਦੀ ਜ਼ਿੰਦਗੀ ਉਨ੍ਹਾਂ ਦੀ ਮਦਦ ਦੀ ਆਸ 'ਤੇ ਟਿਕੀ ਹੋਈ ਐ। ਉਹ ਨਾ ਗਏ ਤਾਂ ਪਰਲੋ ਆ ਜਾਏਗੀ।"

ਮਾਂ ਦੀ ਮਮਤਾ ਨੇ ਇਨਸਾਨੀਅਤ ਤੇ ਕੌਮੀਅਤ ਦੇ ਜਜ਼ਬਿਆਂ ਦਾ ਗਲਾ ਘੁੱਟ ਦਿੱਤਾ ਸੀ, ਪਰ ਬ੍ਰਿਜਰਾਣੀ ਨੇ ਸਮਝਾ-ਬੁਝਾ ਕੇ ਉਸ ਨੂੰ ਰੋਕ ਹੀ ਲਿਆ। ਮਗਰੋਂ ਜਾ ਕੇ ਸੁਵਾਮਾ ਇਸ ਘਟਨਾ ਨੂੰ ਯਾਦ ਕਰ ਕੇ ਹਮੇਸ਼ਾ ਪਛਤਾਉਂਦੀ ਹੁੰਦੀ ਸੀ। ਉਸ ਨੂੰ ਹੈਰਾਨੀ ਹੁੰਦੀ ਸੀ ਕਿ ਮੈਂ ਆਪਣੇ ਆਪ ਤੋਂ ਬਾਹਰ ਕਿਉਂ ਤੇ ਕਿਵੇਂ ਹੋ ਗਈ ਸੀ। ਇਸ ਵੇਲੇ ਰਾਣੀ ਜੀ ਨੇ ਆ ਕੇ ਪੁਛਿਆ—"ਬਿਰਜਨ! ਬਾਲਾਜੀ ਨੂੰ ਜੈ-ਮਾਲਾ ਕੌਣ ਪਹਿਣਾਏਗਾ ?"

ਬਿਰਜਨ—"ਤੁਸੀਂ।"

ਰਾਣੀ ਜੀ—"ਤੇ ਤੂੰ ਕੀ ਕਰੇਂਗੀ ?"

ਬਿਰਜਨ—"ਮੈਂ ਉਨ੍ਹਾਂ ਦੇ ਮੱਥੇ 'ਤੇ ਟਿੱਕਾ ਲਾਵਾਂਗੀ।"

ਰਾਣੀ ਜੀ—"ਮਾਧਵੀ ਕਿਥੇ ਐ ?"

ਬਿਰਜਨ (ਹੌਲੀ ਜਿਹੇ)—"ਉਹਨੂੰ ਨਾ ਛੇੜੋ। ਵਿਚਾਰੀ ਆਪਣੇ ਧਿਆਨ 'ਚ ਮਗਨ ਐ।"

ਇਸੇ ਦੌਰਾਨ ਬਾਲਾਜੀ ਕਮਰੇ 'ਚੋਂ ਬਾਹਰ ਨਿਕਲ ਆਏ। ਸਾਰੀਆਂ ਔਰਤਾਂ ਉਨ੍ਹਾਂ ਵੱਲ ਵਧੀਆਂ। ਬਾਲਾਜੀ ਨੇ ਸੁਵਾਮਾ ਨੂੰ ਵੇਖਿਆ ਤਾਂ ਨੇੜੇ ਜਾ ਕੇ ਉਸਦੇ ਪੈਰ ਛੂਹ ਲਏ। ਸੁਵਾਮਾ ਨੇ ਉਨ੍ਹਾਂ ਨੂੰ ਉਠਾ ਕੇ ਕਾਲਜੇ ਨਾਲ ਲਗਾ ਲਿਆ। ਕੁਝ ਕਹਿਣਾ ਲੋਚ ਰਹੀ ਸੀ, ਪਰ ਮਮਤਾ ਦੇ ਜ਼ੋਰ ਕਾਰਨ ਮੂੰਹ ਨਾ ਖੋਲ੍ਹ ਸਕੀ। ਰਾਣੀ ਜੀ ਫੁੱਲਾਂ ਦੀ ਜੈ-ਮਾਲਾ ਲੈ ਕੇ ਤੁਰੇ ਕਿ ਉਨ੍ਹਾਂ ਦੇ ਗਲ੍ਹ ਵਿਚ ਪਾ ਦਿਆਂ, ਪਰ ਉਨ੍ਹਾਂ ਦੇ ਪੈਰ ਡਗਮਗਾ ਗਏ ਤੇ ਉਹ ਅੱਗੇ ਨਾ ਵਧ ਸਕੇ। ਬ੍ਰਿਜਰਾਣੀ ਚੰਦਨ ਰੱਖਿਆ ਥਾਲ ਲੈ ਕੇ ਆਈ, ਪਰ ਅੱਖਾਂ ਸਾਉਣ ਦੀ ਝੜੀ ਵਾਂਗ ਵਹਿ ਤੁਰੀਆਂ। ਫਿਰ ਮਾਧਵੀ ਅੱਗੇ ਵਧੀ। ਉਸ ਦੀਆਂ ਅੱਖਾਂ ਵਿਚ ਪਿਆਰ ਦੀ ਚਮਕ ਸੀ

ਤੇ ਮੁਖੜੇ 'ਤੇ ਪਿਆਰ ਦੀ ਲਾਲੀ। ਹੋਠਾਂ 'ਤੇ ਮੋਹ ਲੈਣ ਵਾਲੀ ਮੁਸਕੁਰਾਹਟ ਤੈਰ ਰਹੀ ਸੀ ਤੇ ਮਨ ਪਿਆਰ ਦੇ ਖੇੜੇ ਨਾਲ ਭਰਿਆ ਹੋਇਆ ਸੀ। ਉਸ ਨੇ ਬਾਲਾਜੀ ਵੱਲ ਅਸੀਮ ਪਿਆਰ ਨਾਲ ਛਲਕਦੀਆਂ ਨਜ਼ਰਾਂ ਨਾਲ ਤੱਕਿਆ। ਫਿਰ ਨੀਵੀਂ ਪਾ ਕੇ ਫੁੱਲਾਂ ਦੀ ਜੈ-ਮਾਲਾ ਉਨ੍ਹਾਂ ਦੇ ਗਲ ਵਿਚ ਪਾ ਦਿੱਤੀ। ਮੱਥੇ 'ਤੇ ਚੰਦਨ ਦਾ ਟਿੱਕਾ ਲਾਇਆ। ਲੋਕ-ਗੀਤਾਂ ਦੀ ਜੋ ਘਾਟ ਸੀ, ਉਹ ਵੀ ਹੁਣ ਪੂਰੀ ਹੋ ਗਈ ਸੀ। ਬਾਲਾਜੀ ਨੇ ਡੂੰਘਾ ਹਉਕਾ ਭਰਿਆ। ਉਨ੍ਹਾਂ ਨੂੰ ਮਹਿਸੂਸ ਹੋਇਆ ਕਿ ਮੈਂ ਪਿਆਰ ਦੇ ਅਪਾਰ ਸਮੁੰਦਰ ਵਿੱਚ ਬੇੜੇ ਦੀ ਤਰ੍ਹਾਂ ਵਹਿੰਦਾ ਜਾ ਰਿਹਾ ਹਾਂ। ਧੀਰਜ ਦਾ ਪੱਲਾ ਛੁੱਟ ਗਿਆ ਤੇ ਉਨ੍ਹਾਂ ਨੇ, ਉਸ ਬੰਦੇ ਦੀ ਤਰ੍ਹਾਂ ਜਿਹੜਾ ਅਚਾਨਕ ਪੈਰ ਤਿਲ੍ਹਕ ਜਾਣ ਕਰਕੇ ਪਾਣੀ ਵਿਚ ਡਿੱਗ ਪਿਆ ਹੋਵੇ, ਮਾਧਵੀ ਦੀ ਬਾਂਹ ਫੜ ਲਈ। ਪਰ ਹਾਂ! ਜਿਸ ਤੀਲੇ ਦਾ ਉਨ੍ਹਾਂ ਨੇ ਆਸਰਾ ਲਿਆ, ਉਹ ਤਾਂ ਆਪ ਹੀ ਪਿਆਰ ਦੇ ਵਹਾਅ ਵਿਚ ਤੇਜ਼ੀ ਨਾਲ ਰੁੜ੍ਹਦਾ ਜਾ ਰਿਹਾ ਸੀ। ਬਾਲਾਜੀ ਦਾ ਹੱਥ ਛੂੰਹਦਿਆਂ ਹੀ ਮਾਧਵੀ ਦੇ ਰੋਏਂ-ਰੋਏਂ ਵਿਚ ਬਿਜਲੀ ਦੌੜ ਗਈ। ਸਰੀਰ ਦਾ ਖ਼ੂਨ ਜੰਮਣ ਲੱਗਾ ਤੇ ਜਿਸ ਤਰ੍ਹਾਂ ਹਵਾ ਦੇ ਬੁੱਲ੍ਹਿਆਂ ਨਾਲ ਫੁੱਲਾਂ 'ਤੇ ਲੱਦੇ ਤ੍ਰੇਲ ਦੇ ਤੁਪਕੇ ਜ਼ਮੀਨ 'ਤੇ ਡਿੱਗ ਪੈਂਦੇ ਹਨ, ਉਸੇ ਤਰ੍ਹਾਂ ਮਾਧਵੀ ਦੀਆਂ ਅੱਖਾਂ ਦੇ ਤ੍ਰੇਲ-ਤੁਪਕੇ ਬਾਲਾਜੀ ਦੇ ਹੱਥਾਂ 'ਤੇ ਟਪਕ ਪਏ। ਇਹ ਪਿਆਰ ਦੇ ਮੋਤੀ ਸਨ, ਜਿਹੜੇ ਉਨ੍ਹਾਂ ਪਿਆਰ-ਗੜੁੱਚੀਆਂ ਅੱਖਾਂ ਨੇ ਬਾਲਾਜੀ ਨੂੰ ਭੇਟ ਕੀਤੇ ਸਨ। ਅੱਜ ਤੋਂ ਬਾਅਦ ਇਹ ਅੱਖਾਂ ਮੁੜ ਨਹੀਂ ਰੋਣਗੀਆਂ।

ਆਸਮਾਨ 'ਤੇ ਤਾਰੇ ਉਮੜ ਆਏ ਸਨ ਤੇ ਉਨ੍ਹਾਂ ਦੀ ਛਾਵੇਂ ਬੈਠੀਆਂ ਔਰਤਾਂ ਇਹ ਸਭ ਨਜ਼ਾਰਾ ਮਾਣ ਰਹੀਆਂ ਸਨ। ਅੱਜ ਸਵੇਰੇ ਹੀ ਬਾਲਾਜੀ ਦੇ ਸੁਆਗਤ ਵਿਚ ਇਹ ਗੀਤ ਗਾਇਆ ਗਿਆ ਸੀ—

"ਬਾਲਾਜੀ, ਤੁਹਾਡਾ ਆਉਣਾ ਮੁਬਾਰਕ ਹੋਵੇ।"

ਤੇ ਇਸ ਵੇਲੇ ਇਹ ਔਰਤਾਂ ਆਪਣੀਆਂ ਦਿਲ-ਟੁੰਬਵੀਆਂ ਆਵਾਜ਼ਾਂ ਵਿਚ ਗਾ ਰਹੀਆਂ ਸਨ—

"ਬਾਲਾਜੀ, ਤੁਹਾਡਾ ਜਾਣਾ ਮੁਬਾਰਕ ਹੋਵੇ।"

ਉਨ੍ਹਾਂ ਦਾ ਆਉਣਾ ਵੀ ਮੁਬਾਰਕ ਸੀ ਤੇ ਜਾਣਾ ਤਾਂ ਹੋਰ ਵੀ ਮੁਬਾਰਕ ਸੀ। ਆਉਣ ਦੇ ਵੇਲੇ ਵੀ ਲੋਕਾਂ ਦੀਆਂ ਅੱਖਾਂ ਨੇ ਹੰਝੂ ਕੇਰੇ ਸਨ ਤੇ ਜਾਣ ਦੇ ਵੇਲੇ ਹੋਰ ਜ਼ਿਆਦਾ ਕੇਰ ਰਹੇ ਸਨ। ਕੱਲ੍ਹ ਮਹਿਮਾਨ ਦੇ ਸੁਆਗਤ ਲਈ ਆਏ ਸਨ ਤੇ ਅੱਜ ਉਸੇ ਮਹਿਮਾਨ ਦੀ ਵਿਦਾਇਗੀ ਕਰ ਰਹੇ ਸਨ। ਉਨ੍ਹਾਂ ਸਾਰਿਆਂ ਦੇ ਨੈਣ-ਨਕਸ਼, ਰੂਪ-ਰੰਗ ਪਹਿਲਾਂ ਵਾਲੇ ਹੀ ਹਨ, ਪਰ ਫਿਰ ਵੀ ਕੱਲ੍ਹ ਨਾਲੋਂ ਅੱਜ ਕਿੰਨਾ ਫ਼ਰਕ ਸੀ।

26
ਮਸਤ-ਮੌਲਾ ਜੋਗਣ

ਮਾਧਵੀ ਸ਼ੁਰੂ ਤੋਂ ਹੀ ਮੁਰਝਾਈ ਹੋਈ ਕਲੀ ਸੀ। ਨਿਰਾਸ਼ਾ ਨੇ ਉਸ ਨੂੰ ਮਿੱਟੀ ਵਿੱਚ ਰੋਲ ਦਿੱਤਾ ਸੀ। ਵੀਹ ਸਾਲਾਂ ਦੀ ਸਾਧਕੀ ਹੁਣ ਜੋਗਣ ਹੋ ਗਈ ਸੀ। ਉਸ ਵਿਚਾਰੀ ਦਾ ਵੀ

ਕਿੱਦਾਂ ਦਾ ਜੀਵਨ ਸੀ ਕਿ ਜਾਂ ਤਾਂ ਕਦੇ ਮਨ ਵਿਚ ਕੋਈ ਰੀਝ ਹੀ ਪੈਦਾ ਨਹੀਂ ਹੋਈ ਤੇ ਜੇ ਹੋਈ ਤਾਂ ਮੰਦੇ ਭਾਗਾਂ ਨੇ ਉਸ ਰੀਝ ਨੂੰ ਫਲਣ ਨਾ ਦਿੱਤਾ। ਉਸ ਦਾ ਪਿਆਰ ਇਕ ਅਪਾਰ ਸਮੁੰਦਰ ਸੀ। ਉਸ ਸਮੁੰਦਰ ਵਿਚ ਅਜਿਹਾ ਤੂਫ਼ਾਨ ਆਇਆ ਕਿ ਜ਼ਿੰਦਗੀ ਦੀਆਂ ਸਾਰੀਆਂ ਆਸਾਂ ਤੇ ਰੀਝਾਂ ਤਬਾਹ ਹੋ ਗਈਆਂ। ਉਸ ਨੇ ਜੋਗਣਾਂ ਵਾਲੇ ਵਸਤਰ ਧਾਰ ਲਏ। ਉਹ ਦੁਨਿਆਵੀ ਬੰਧਨਾਂ ਤੋਂ ਮੁਕਤ ਹੋ ਗਈ ਸੀ। ਦੁਨੀਆਂ ਅਸਲ ਵਿਚ ਇਨ੍ਹਾਂ ਦੁਨਿਆਵੀ ਖ਼ਾਹਿਸ਼ਾਂ ਤੇ ਆਸਾਂ ਦਾ ਹੀ ਦੂਸਰਾ ਨਾਂਅ ਹੈ। ਜਿਸ ਪਿਆਰ ਨੇ ਉਸ ਨੂੰ ਵੈਰਾਗ ਦੇ ਦਰਿਆ ਵਿਚ ਪ੍ਰਵਾਹਿਤ ਕਰ ਦਿੱਤਾ, ਉਸ ਨੂੰ ਦੁਨਿਆਵੀ ਸਮਝਣਾ ਭਰਮ ਹੈ।

ਇਸ ਪਿਆਰ ਦੀ ਖ਼ੁਮਾਰੀ ਕਰਕੇ ਮਸਤ-ਮੌਲਾ ਜੋਗਣ ਨੂੰ ਇਕ ਜਗ੍ਹਾ 'ਤੇ ਸਕੂਨ ਨਹੀਂ ਮਿਲਦਾ ਸੀ। ਫੁੱਲ ਦੀ ਸੁਗੰਧੀ ਦੀ ਤਰ੍ਹਾਂ ਉਹ ਦੇਸ-ਬਦੇਸ ਵਿਚ ਯਾਤਰਾ ਕਰਦੀ ਤੇ ਪਿਆਰ ਦੇ ਬੋਲ ਸੁਣਾਉਂਦੀ ਫਿਰਦੀ ਸੀ। ਉਸ ਦੇ ਪਿੱਤਲ ਰੰਗੇ ਰੰਗ 'ਤੇ ਗੇਰੂਏ ਰੰਗ ਦਾ ਚੋਲਾ ਬਹੁਤ ਫੱਬਦਾ ਸੀ। ਇਸ ਪਿਆਰ ਦੀ ਮੂਰਤ ਨੂੰ ਵੇਖ ਕੇ ਲੋਕਾਂ ਦੀਆਂ ਅੱਖਾਂ ਸੇਜਲ ਹੋ ਜਾਂਦੀਆਂ ਸਨ। ਜਦ ਉਹ ਆਪਣੀ ਵੀਣਾ ਵਜਾ ਕੇ ਕੋਈ ਗੀਤ ਗਾਉਂਦੀ ਤਾਂ ਸੁਣਨ ਵਾਲਿਆਂ ਦੇ ਮਨ ਵੈਰਾਗ ਨਾਲ ਭਰ ਜਾਂਦੇ ਸਨ। ਉਸ ਦਾ ਇਕ-ਇਕ ਬੋਲ ਪਿਆਰ ਦੇ ਅੰਮ੍ਰਿਤ ਵਿਚ ਗੜੁੱਚ ਹੁੰਦਾ ਸੀ।

ਮਸਤ-ਮੌਲਾ ਜੋਗਣ ਨੂੰ ਬਾਲਾਜੀ ਦੇ ਨਾਂਅ ਨਾਲ ਪਿਆਰ ਸੀ। ਉਹ ਆਪਣੇ ਛੰਦਾਂ ਵਿਚ ਅਕਸਰ ਉਨ੍ਹਾਂ ਦਾ ਹੀ ਜਸ ਗਾਉਂਦੀ ਸੀ। ਜਿਸ ਦਿਨ ਤੋਂ ਉਸ ਨੇ ਜੋਗਣ ਦਾ ਭੇਸ ਧਾਰਿਆ ਸੀ ਤੇ ਲੋਕ-ਲਾਜ ਨੂੰ ਪਿਆਰ ਦੇ ਲਈ ਤਿਆਗ ਦਿੱਤਾ ਸੀ, ਉਸੇ ਦਿਨ ਉਸ ਦੀ ਜ਼ੁਬਾਨ 'ਤੇ ਜਿਵੇਂ ਸੁਰਸਵਤੀ ਆਪ ਬੈਠ ਗਈ ਸੀ। ਉਸ ਦੇ ਅੰਮ੍ਰਿਤਮਈ ਛੰਦਾਂ ਨੂੰ ਸੁਣਨ ਲਈ ਲੋਕ ਸੈਂਕੜੇ ਕੋਹ ਦੂਰ ਤੋਂ ਵੀ ਆਉਂਦੇ ਸਨ। ਜਿਸ ਤਰ੍ਹਾਂ ਬੰਸਰੀ ਦੀ ਆਵਾਜ਼ ਸੁਣ ਕੇ ਗੋਪੀਆਂ ਘਰਾਂ ਵਿਚੋਂ ਵਿਆਕੁਲ ਹੋ ਕੇ ਬਾਹਰ ਨਿਕਲ ਆਉਂਦੀਆਂ ਸਨ, ਉਸੇ ਤਰ੍ਹਾਂ ਇਸ ਜੋਗਣ ਦੀ ਤਾਣ ਸੁਣਦਿਆਂ ਹੀ ਸਰੋਤਿਆਂ ਦਾ ਹੜ੍ਹ ਆ ਜਾਂਦਾ ਸੀ। ਉਸ ਦਾ ਛੰਦ ਸੁਣਨਾ ਖ਼ੁਸ਼ੀ-ਖੇੜੇ ਦੇ ਅੰਮ੍ਰਿਤ ਨਾਲ ਭਰਿਆ ਪਿਆਲਾ ਪੀਣ ਦੇ ਬਰਾਬਰ ਸੀ।

ਇਸ ਜੋਗਣ ਨੂੰ ਕਿਸੇ ਨੇ ਹੱਸਦਿਆਂ ਜਾਂ ਰੋਂਦਿਆਂ ਨਹੀਂ ਵੇਖਿਆ ਸੀ। ਉਸ ਨੂੰ ਨਾ ਕਿਸੇ ਚੀਜ਼ ਦੇ ਹਾਸਿਲ ਹੋਣ ਦੀ ਖ਼ੁਸ਼ੀ ਸੀ ਤੇ ਨਾ ਕਿਸੇ ਚੀਜ਼ ਦੇ ਖੁੱਸਣ ਦਾ ਸੋਗ। ਜਿਸ ਮਨ ਵਿਚ ਰੀਝਾਂ-ਕਾਮਨਾਵਾਂ ਹੀ ਨਾ ਹੋਣ ਤਾਂ ਉਹ ਭਲਾ ਕਿਉਂ ਹੱਸੇ ਜਾਂ ਰੋਵੇ ? ਉਸ ਦਾ ਚਿਹਰਾ ਖੇੜੇ ਦੀ ਮੂਰਤ ਸੀ। ਉਸ 'ਤੇ ਨਜ਼ਰ ਪੈਂਦਿਆਂ ਹੀ ਦਰਸ਼ਕਾਂ ਦੀਆਂ ਅੱਖਾਂ ਪਵਿੱਤਰ ਖ਼ੁਸ਼ੀ-ਖੇੜੇ ਨਾਲ ਲਬਾਲਬ ਭਰ ਜਾਂਦੀਆਂ ਸਨ।

•